'The Secret History of the American Empire'

அமெரிக்கப் பேரரசின் ரகசிய வரலாறு

பொருளாதார அடியாட்கள், ரகசிய உளவாளிகள் மற்றும் உலகளாவிய ஊழல் குறித்த உண்மைகள்

ஜான் பெர்கின்ஸ்

தமிழில்: அசோகன் முத்துசாமி

பாரதி புத்தகாலயம்

AMERIKKA PERARASIN RAGASIYA VARALARU

originally published under the title
'The Secret History of the American Empire' by John Perkins.
Published by DUTTON. Penguin group (USA) Inc, Newyork. Copy right
john perkins.

First Published : November, 2009 | Ninth Print: October, 2023

Published by

BHARATHI PUTHAKALAYAM
7, Elango Salai, Teynampet, Chennai - 600 018
Email: bharathiputhakalayam@gmail.com | www.thamizhbooks.com

அமெரிக்கப் பேரரசின் ரகசிய வரலாறு

பொருளாதார அடியாட்கள், ரகசிய உளவாளிகள் மற்றும்

உலகளாவிய ஊழல் குறித்த உண்மைகள்

ஜான் பெர்க்கின்ஸ்

தமிழில்: அசோகன் முத்துசாமி

முதற் பதிப்பு : நவம்பர், 2009 | ஒன்பதாம் அச்சு: அக்டோபர், 2023

வெளியீடு

பாரதி புத்தகாலயம்

7, இளங்கோ சாலை, தேனாம்பேட்டை, சென்னை - 600 018

தொலைபேசி : 044 24332424, 24330024, 24332924

விற்பனை நிலையங்கள்

7, இளங்கோ சாலை, தேனாம்பேட்டை, சென்னை - 600 018.

அருப்புக்கோட்டை: கதவுஎண் 49 A/4 மெயின் ரோடு, தெற்கு தெரு - 9994173551
ஈரோடு: 39: 39 ஸ்டேட் பாங்க் சாலை - 9245448353
கரூர்: நாரத கானசபா அருகில் (TNGEA OFFICE) - 9442706676
காரைக்குடி : 12, 2 வது தெரு, கம்பன் மணிமண்டபம் பின்புறம் - 9443406150
கும்பகோணம்: 352, ரயில் நிலையம் எதிரில் - 9443995061
குன்னூர்: N.K.N வணிக வளாகம் பெட்போர்ட்
கோவை: 77, மசக்காளிபாளையம் ரோடு, பீளமேடு - 8903707294
சிதம்பரம்: 22A / 18B தேரடி கடைத் தெரு, கீழவீதி அருகில் - 9994399347
செங்கல்பட்டு: 1 D ஜி.எஸ்.டி சாலை - 044 27426964 | **சேலம்:** 15, வித்யாலயா சாலை
தஞ்சாவூர்: காந்திஜி வணிக வளாகம் காந்திஜி சாலை - 9655542400
திண்டுக்கல்: பேருந்து நிலையம் - 9942331105, 9976053719
திருச்சி: வெண்மணி இல்லம், கரூர் புறவழிச்சாலை - 9994289492
திருநெல்வேலி: நவஜீவன் டிரஸ்ட் வளாகம், 48-B/10, அம்பை ரோடு, வீரமாணிக்கபுரம் - 9442149981
திருப்பூர்: 447, அவினாசி சாலை - 9486105018 | **நெய்வேலி:** பேருந்து நிலையம் அருகில், - 9443659147
திருவண்ணாமலை: முத்தம்மாள் நகர் | **திருவல்லிக்கேணி:** 48, தேரடி தெரு - 9444428358
திருவாரூர்: 35, நேதாஜி சாலை - 9442540543 | **நாகர்கோவில்:** 699 கே.பி.ரோடு R.V.புரம் - 9443450111
பழனி: பேருந்து நிலையம் அருகில் - 7010760693 | **விருதுநகர்:** 131, கச்சேரி சாலை - 0456 2245300
பாண்டிச்சேரி : கிழக்கு கடற்கரைச்சாலை, இலாசுப்பேட்டை, 9486102777
பெரம்பூர்: 52, கூக்ஸ் ரோடு - 9444373716 | **மதுரை:** 37A, பெரியார் பேருந்து நிலையம் - 045 22324674
மதுரை: சர்வோதயா மெயின்ரோடு | **வேலூர்:** பேஸ் III, சத்துவாச்சாரி - 9442553893
வடபழனி: பேருந்து நிலையம் எதிரில் அடையார் ஆனந்தபவன் மாடியில் - 9444476967

நினைத்த நூல்கள்... நினைத்த நேரத்தில்...

thamizhbooks.com 8778073949

ரூ.400/-

அச்சு: பிரிண்டெக், சென்னை - 5

இந்த உலகை நிலையானதாகவும்,
நீடித்திருப்பதாகவும், அமைதியானதாகவும்
உருவாக்க உறுதி கொண்டிருக்கும்
உங்களுக்கு சமர்ப்பணம்

பதிப்புரை

'ஒரு பொருளாதார அடியாளின் ஒப்புதல் வாக்குமூலம்' என்ற புத்தகத்தின் வழி தமிழுலகிற்கு அறிமுகமானவர் ஜான் பெர்க்கின்ஸ். இரண்டாம் உலகப்போருக்கு பின் ஏற்பட்ட உலக புவிசார் அரசியல் என்பது (அமெரிக்க)முதலாளித்துவ/சோசலிச (சோவியத் யூனியன்) பொருள் உற்பத்தி முறையின் மோதலாக வெளிப்பட்டது. இம்மோதலானது ஆயுதம் தாங்கிய இராணுவப் போராக வெளிப்படாமல், மறைமுகமாக அந்நாடுகளின் புலனாய்வு நிறுவனங்களின் செயற்பாடுகளில் மூலம் வெளிப்பட்டது. மூன்றாம் உலக நாடுகளில் சோசலிசப் புரட்சி மற்றும் கம்யூனிஸ்ட் இயக்கங்கள் வளராமல் தடுப்பதற்கு பல்வேறு மறைமுகச் செயல்களை தன்நாட்டுப் புலனாய்வு நிறுவனமான சிஐஏ (CIA) மூலம் அமெரிக்க ஆளும் வர்க்கம் கட்டவிழ்த்தது. இச்செயல்பாட்டில் அமெரிக்க ஏகாதிபத்தியத்தின் பொருளாதார நலன்களும் அடங்கியிருந்தன. இரண்டாம் உலகப்போருக்குப் பின் ஏற்பட்ட இவ்வரலாற்று நிகழ்வுகளை பிரிட்டிஷ் மார்க்சிய வரலாற்று ஆசிரியரான எரிக் ஹாப்ஸ்போம் (Eric Hobsbawm) போன்றவர்கள் விவரித்துள்ளனர்.

இங்கு மொழிபெயர்த்துத் தரப்பட்டுள்ள புத்தகத்தின் ஆசிரியர் ஜான் பெர்க்கின்ஸ், மார்க்சிய வரலாற்று ஆசிரியரான எரிக் ஹாப்ஸ்போம் (Eric Hobsbawm) போன்றோ அல்லது நோம் சோம்ஸ்கி (Noam Chomsky) போன்றோ ஓர் அறிவு ஜீவி அல்லர். மார்க்சியவாதியும் அல்லர். அவர் அமெரிக்க ஆளும் வர்க்கத்திற்கு துணை போன ஒரு ஆசாமி. அமெரிக்க ஏகபோக முதலாளிகளின் நலன்களுக்காக நியமிக்கப்பட்டு மூன்றாம் உலக நாடுகளில் மன்றாடிய ஒரு பூர்ஷுவா கூலிக்காரர். முதலாளித்துவ பொருள் உற்பத்தி முறையின் அம்மனமான வறையாட்டத்திற்கு கைகொடுத்த நபர். உலகப் பாட்டாளி வர்க்கத்தின் மேல் நின்று அழுத்திச் செல்லும் அமெரிக்க ஏகாதிபத்தியம் என்ற கொடிய மிதிவண்டியின் சக்கரத்தில் ஒரு பாகமாகச் செயல்பட்டவர். ஒரு கட்டத்திற்குப் பிறகு ஞானம் பெற்று, தனது வாழ்வு அனுபவங்களை எதிர்காலத் தலைமுறையினருக்குத் தெரியப்படுத்த முயன்று வருபவர். சுருங்கக் கூறின், நெல்லைப் பறித்து வீசி எறியும் உமியைப்போல் முதலாளிகளால் தூக்கி எறியப்பட்டவர்.

The Secret History of the American Empire என்ற ஆங்கிலத் தலைப்புக் கொண்ட இப்புத்தகத்தில் ஜான் பெர்க்கின்ஸ் தனது வாழ்வு

அனுபவங்களை அமெரிக்க பேரரசு உருவாகி வந்த வரலாற்று உண்மையோடு தொடர்புபடுத்தி விவரிக்கிறார். அமெரிக்க ஏகபோக முதலாளிகளின் வளர்ச்சியினையும், கம்யூனிச எதிர்ப்பைச் சாரமாக கொண்ட அமெரிக்க ஆளும் வர்க்க கொள்கையினையும் அடித்தளமாகக் கொண்டே ஜான் பெர்க்கின்ஸின் வாழ்வு அமைவதை இப்புத்தகத்தில் காணலாம். அவர் ஆற்றிய பணியும் அவ்விரண்டின் வளர்ச்சிக்கும் உதவியது.

இரண்டாம் உலகப்போருக்குப் பின் வளர்ந்து வந்த அமெரிக்க ஏகாதிபத்தியம் இன்று உலகையே ஆட்டிப் படைத்துக்கொண்டிருக்கிறது. தற்போது 'பயங்கரவாத எதிர்ப்பு' (war on terror) என்ற போர்வையில் ஈராக், ஆப்கானிஸ்தான் போன்ற நாடுகளில் இராணுவ முகாம்களை நிறுவி அங்கு தனக்குச் சாதகமான பொம்மை ஆட்சியை நிறுவியுள்ளது. இதற்கு எதிராக இஸ்லாமிய அடிப்படைவாதக் கொள்கை கொண்ட குழுக்கள் இயங்கி வருகின்றன. ஆனால் முதலாளித்துவப் பொருள் உற்பத்திமுறையின் இதயமாக விளங்கும் அமெரிக்க ஏகாதிபத்தியத்திற்குச் சரியான விடை என்பது பாட்டாளி வர்க்கப் புரட்சியிலும், அதோடு நிறுவப்படும் கம்யூனிஸ ஆட்சியிலுமே உள்ளது என்பதில் ஐயம் இல்லை. அவ்வாறு விடை கொடுப்பதற்கு நமக்கு வரலாற்று அறிவு அவசிமாகிறது. அமெரிக்கப் பேரரசு வளர்ந்து வந்த வரலாற்றினைப் புரிந்து கொண்டால் மட்டுமே கம்யூனிஸ அரசியலில் சாதனை புரிய முடியும். அதற்கு இப்புத்தகம் ஓரளவிற்கு உதவும் என்ற நம்பிக்கை உள்ளது.

இப்புத்தகம் வெளிவரப் பெரிதும் உதவி செய்த வெ. ராஜேஷ் அவர்களுக்கும், குறுகிய காலத்தில் சிறப்பான முறையில் தமிழாக்கம் செய்த அசோகன் முத்துசாமி அவர்களுக்கும், இப்புத்தகத்தை தமிழில் வெளியிட அனுமதி அளித்த ஜான் பெர்க்கின்ஸ் அவர்களுக்கும் நன்றியைத் தெரிவித்துக்கொள்கிறோம்.

நன்றி

பொருளாதார அடியாட்கள் மற்றும் குள்ளநரிகள் (நாடுகளின் தலைவர்கள் மீது செல்வாக்கு செலுத்தவும், இச்சகம் பேசி மயக்கவும், லஞ்சம் கொடுக்கவும், தேவைப்பட்டால் கொலை செய்யவும் சிஐஏவின் கட்டுப்பாட்டில் இயங்கும் கூலிப்படையினர்-மொர்.) அணியிலிருந்து தங்களது அனுபவங்களைப் பகிர்ந்து கொள்ள துணிச்சலாக முன்வந்த ஆண்கள், பெண்களின்றி இந்நூல் சாத்தியப்பட்டிருக்காது. அப்படிச் செய்ததன் மூலம் அவர்கள் தனிப்பட்ட முறையில் தங்களை ஆபத்துக்குள்ளாக்கிக் கொண்டார்கள். தங்களது வாழ்வின் மிகவும் இருண்ட அம்சங்களை எதிர்கொள்ளுமாறு நிர்ப்பந்திக்கப் பட்டார்கள்.

பன்னாட்டு நிறுவனங்களின் கொள்கைகளை மாற்றுகின்ற தன்னார்வத் தொண்டு நிறுவனங்களை உருவாக்கி நிர்வகித்து வருகின்றவர்கள் இல்லை என்றால் இந்நூல் எழுதப்பட்டிருக்காது. அவர்களும், அவர்களது ஊழியர்களும், தொண்டர்களும் நாம் பின்பற்றுவதற்கென்று ஒரு பாதைக்கு ஒளியேற்றிக் கொண்டிருக்கிறார்கள். சிலர் இந்நூலில் முக்கிய கதாபாத்திரங்களாக வருகின்றார்கள். ஆனால், இத்தகைய அமைப்புகளுக்கு நிதி வழங்குபவர்கள் போல பலர் பெயர்களை வெளியிட விரும்பவில்லை. அவர்கள் அனைவருக்கும் என் நன்றி.

மற்றும், உலகெங்கும் நிறுவன அதிகார வர்க்கத்தின் (corporatocracy) ஆதிக்கத்திற்கு எதிராகக் குரல் கொடுப்பவர்கள். அவர்களில் சிலரின் பெயர்கள் மட்டுமே செய்திகளில் வெளிவருகின்றன. பலர் ஊர்வலங்களில் பங்கேற்கின்றனர், பதாகைகளைத் தொங்க விடுகின்றனர், வெளிப்படையாகப் பேசுகின்றனர், மின்னஞ்சல்கள் அனுப்புகின்றனர், தேர்தல்களில் போட்டியிடுகின்றனர், ஆக்கபூர்வ மாறுதலுக்காக வாக்களிக்கின்றனர், தன்னுணர்வுடன் தெரிவு செய்யப்பட்ட பொருட்களை மட்டுமே வாங்குகின்றனர். இன்று எழுதப்பட்டுக் கொண்டிருக்கும் வரலாற்றின் உண்மையான நாயகர்கள் அவர்கள்தான்.

பால் பெடோரோகோவின் ஊக்கமின்றி 'ஒரு பொருளாதார அடியாளின் ஒப்புதல் வாக்குமூலமோ' அல்லது இந்த நூலோ பதிப்பிக் கப்பட்டிருக்காது. அவர் என்னுடைய ஓய்வறியா முகவராக இருந்தது மட்டுமின்றி, என்னைக் கண்காணிப்பவராகவும், எனது நம்பிக்கைக்

குரியவராகவும், எனது கருத்துக்களை விவாதித்து ஆலோசனைகளை வழங்குபவராகவும் இருந்தார்.

இந்நூல் வெளிவரவேண்டும் என்று பிடிவாதமாக வாதிட்ட என்னுடைய ஆசிரியர் எமிலி ஹேய்ன்ஸ் கச்சாப்பொருளாக இருந்த இந்தக் கையெழுத்துப்பிரதியை நூலாக மாற்றுவதற்கு உதவியவர். 'அமெரிக்கப் பேரரசின் ரகசிய வரலாற்றை' அம்பலப்படுத்துமாறும், தீர்வுகளை முன்வைக்குமாறும் உலக வங்கி அதிகாரிகளும், அவர்களது குழந்தைகளும் கேட்டுக் கொண்டதற்கிணங்கவே இந்நூல் எழுதப் பட்டது. அவரோடு பெங்குவின் நிறுவனத்தைச் சேர்ந்த அர்ப்பணிப் புணர்வுடன் பணியாற்றிய அனைவருக்கும் என் நன்றி. குறிப்பாக, பிரெய்ன் டார்ட், டிரேனா கீட்டிங், பெத் பார்க்கர், லிசா ஜான்சன், மேலானி கோல்ட் ஆகியோர்.

என்னுடைய விளம்பரதாரர் பெக் பூத், 'குளோபல் டயலாக் சென்டரின்' டெப்பி கென்னடி, 'பச்மாமா அலையன்சின்' டேவிட் டக்கர், 'டிரீம் சேஞ்சின்' லைன் ராபர்ட்ஸ், 'பெர்ரட்கோஹ்லரின்' ஸ்டீவ் பியர்சான்டி, 'ஒமேகா இன்ஸ்டிட்யூட்டின்' ஸ்டீபன் ரெக்ட்ஸ்காபென், 'டெமாக்ரசி நவ்வின்' அமி குட்மேன், கபரினா போலோக்னி, ஜான் கோல்மேன், ஜோஷ் மெயில்மேன், ரிச்சர்ட் பெர்ல், ஹோவர்ட் ஜின், ஜான் மேக், மற்றும் செய்தியைப் பரப்புவதன் மூலம் இந்த உலகை நிலையானதாகவும், நீடித்திருப்பதாகவும், அமைதியானதாகவும் ஆக்குவதற்குத் தங்களை அர்ப்பணித்துக் கொண்ட பலருக்கும் விசேஷ நன்றி.

எனக்கு ஆதரவும், உற்சாகமும் வழங்கி நேசம் பாராட்டிய வினிபிரெட், ஜெஸ்ஸிகா, டேனியல் ஆகியோரைக் கொண்ட என் குடும்பத்திற்கு என்னுடைய மனமார்ந்த பாராட்டுகள். எழுதும்போது ஏற்படுகின்ற தனிமையைப் போக்கிய ஸ்நோபால் என்கிற பூனைக்கும் என் நன்றி.

ஆசிரியரின் குறிப்பு

இந்நூலில் வரும் மனிதர்களும் சம்பவங்களும் உண்மை. தனிப்பட்ட ஆவணங்களும், கடிதங்களும், குறிப்புகளும், மின்னஞ்சல்களும், நினைவுக் குறிப்புகளும், வெளியிடப்பட்ட ஆவணங்களும் அனுமதிக்கின்ற அளவு துல்லியமாகச் சித்திரிக்க சாத்தியமான எல்லா முயற்சிகளும் எடுத்துள்ளேன். சில விஷயங்களில் பெயர்களையும், விவரங்களையும் மாற்றியுள்ளேன். ஏனெனில் நான் பேட்டி கண்ட பலரின் முக்கியமான நிபந்தனை, தங்களின் பெயர் வெளியில் வரக்கூடாது என்பதாகும். மற்ற சில இடங்களில் கதையின் ஓட்டம் சரளமாக இருப்பதற்காகப் பல உரையாடல்களைச் சேர்த்து ஒரு உரையாடல் போல் வழங்கியுள்ளேன். ஆனால், கண்டிப்பாக அது இந்நூலின் நேர்மையைப் பாதிக்காது என்கிறபோது மட்டும்தான். வரலாற்று நிகழ்வுகளை விவாதிக்கும் போது, துல்லியமான தகவலைக் கொடுக்க வேண்டும் என்கிற கடமையுணர்வால் நான் வழிநடத்தப்பட்டேன். சில சமயங்களில் நான் பேட்டி கண்டவர்கள் கூறியவற்றிற்கு மூல ஆதாரங்களைச் சேர்த்துக் கொடுத்து வலுவூட்டியுள்ளேன். அவை பின்குறிப்புகளில் மேற்கோள் காட்டப்பட்டுள்ளன. எனினும், தனிநபர்கள் கூறிய கதைகளுக்குப் பின்னே இருக்கும் விவரங்களை மாற்றுவது அல்லது சரிபார்ப்பது என்பது இதில் அடங்காது. ஒரு வர்த்தக விமானத்தைக் கடத்துவதில், ஒரு நாட்டின் அதிபரைக் கொலை செய்வதற்காக அந்நாட்டின் மீது படையெடுப்பதில், அரசுகளின் தலைவர்களுக்கு லஞ்சம் கொடுப்பதில், இயற்கைப் பேரழிவுகளிலிருந்தும் கொள்ளை லாபம் அடிப்பதில், ஜனநாயக ரீதியாகத் தேர்ந்தெடுக்கப்பட்ட ஆட்சியாளர்களை மயக்கி தவறாக வழிநடத்தி தங்களுக்கு வேண்டியதைப் பிடுங்குவதில், மற்றும் இதர ரகசிய நடவடிக்கைகளில் தங்களது பாத்திரத்தைப் பற்றி தனிநபர்கள் விவரிக்கும் கதைகள், அவர்களது கருத்துகளுக்கு விளக்கம் அளிக்கும் உரிமை எனக்கில்லை என்று நான் கருதுகிறேன். நான் பங்கேற்ற ஒவ்வொரு முக்கிய நிகழ்வும் பிற எழுத்தாளர்களால், வரலாற்றறிஞர்களால், பத்திரிகையாளர்களால் ஆவணப்படுத்தப்பட்டு விட்டன. அல்லது உலக வங்கி போன்ற நிறுவனங்களின் ஆவணக் காப்பகங்களில் உள்ளன. கதை என்னுடையதாக இருக்கலாம். ஆனால் அதன் அத்தியாயங்கள் ஆவணப்படுத்துதல் சம்பந்தப்பட்டதாகும்.

முன்னோட்டம்

“ஒரு பொருளாதார அடியாளின் ஒப்புதல் வாக்குமூலம்” எங்கு விட்டதோ அங்கிருந்து இந்நூல் துவங்குகிறது. 2004ல் நான் அப்புத்தகத்தை எழுதி முடித்தபோது, ஒரு பொருளாதார அடியாளாக என்னுடைய வாழ்வைப் பற்றி யாரும் படிக்க விரும்புவார்களா என்பது குறித்து எனக்கு எந்த பாவனையும் இருக்கவில்லை. நான் ஒப்புக்கொள்ள வேண்டும் என்று கருதிய நிகழ்வுகளை விவரிப்பது என்று தீர்மானித்தேன். அதைத் தொடர்ந்து, அமெரிக்காவிற்கும் மற்ற நாடுகளுக்கும் சுற்றுப் பயணம் மேற்கொண்டேன். அங்கு உரைகள் ஆற்றும்போதும், கேள்விகளுக்கு பதில் சொல்லும்போதும், எதிர்காலம் குறித்த அக்கறை கொண்டிருந்த ஆண்கள், பெண்களிடம் உரையாடும்போதும் எல்லா இடங்களிலும் மக்கள் இன்று உலகில் உண்மையில் என்னதான் நடந்து கொண்டிருக்கிறது என்பது பற்றித் தெரிந்து கொள்ள ஆர்வமாக இருக்கிறார்கள் என்பதைப் புரிந்து கொண்டேன். செய்தி அறிக்கைகளின் வரிகளுக்கிடையில் ஒளிந்திருக்கும் உண்மைகளையும், நமது வர்த்தகங்களையும், அரசாங்கங்களையும், ஊடகங்களையும் தங்கள் (கூட்டாக, பன்னாட்டு நிறுவனங்கள்) கட்டுப்பாட்டில் வைத்திருக்கும் தனிநபர்களின் சுயநலமிக்க அறிவிப்புகளால் பூசிமெழுகப்பட்ட உண்மைகளையும் அறிந்து கொள்ள நாமனைவரும் விரும்புகிறோம்.

வாக்குமூலத்தில் நான் விவரித்ததைப் போல அதை எழுதுவதற்கு நான் பலமுறை முயற்சித்தேன். நான் மற்ற பொருளாதார அடியாட்களையும், தந்திரக்காரர்களையும் அணுகி தங்களது அனுபவங்களைச் சேர்த்துக் கொள்ளுமாறு கேட்டேன். செய்தி வேகமாகப் பரவியது. எனக்கே லஞ்சம் கொடுத்தார்கள். மிரட்டினார்கள். நான் எழுதுவதை நிறுத்திவிட்டேன். 9/11க்குப் பிறகு, எழுதுவது என்று உறுதிகொண்டு நான் செயல்பட்டபோது, இம்முறை கையெழுத்துப் பிரதி நூலாக அச்சாகி வெளிவரும்வரை யாரிடமும் சொல்வதில்லை என்று முடிவு செய்தேன். அப்போது அது ஒரு காப்பீட்டுப் பாலிசி போல் ஆனது. எனக்கு அசாதாரணமாக ஏதாவது நடந்தால் நூலின் விற்பனை வானளாவ உயர்ந்துவிடும் என்பது தந்திரக்காரர்களுக்குத் தெரியும். வாக்குமூலத்தை, அது போன்ற அனுபவம் உள்ள மற்றவர்களின் உதவியின்றி எழுதுவது சிரமமமானதாக இருக்கலாம். ஆனால், அதுதான் எனக்கிருந்த மிகவும் பாதுகாப்பான வழி. அது

வெளிவந்தபின் பலர் மறைவிடங்களிலிருந்து வெளியில் வந்துள்ளார்கள். பொருளாதார அடியாட்கள், தந்திரக்காரர்கள், பத்திரிகையாளர்கள், 'அமைதிப்படை' தொண்டர்கள் (Peace corps) என்பது வளரும் நாடுகளின் வளர்ச்சித் திட்டங்களுக்கு உதவ இளைஞர்களை அனுப்பும் ஒரு அமெரிக்க அமைப்பு - மொர்.) , பன்னாட்டு நிறுவனங்களின் அதிகாரிகள், உலக வங்கி, சர்வதேச நிதியம் (ஐஎம்எப்) மற்றும் அரசாங்கம் ஆகியவற்றின் அதிகாரிகள் தங்களது சொந்த வாக்குமூலங்களோடு என்னிடம் வந்தார்கள். நமது குழந்தைகள் பிதுரார்ஜிதச் சொத்தாகப் பெறப்போகும் உலகை வடிவமைக்கும் நிகழ்வுகளின் பின்னால் இருக்கும் உண்மைகளை அவர்கள் பின்வரும் பக்கங்களில் பகிர்ந்து கொள்ளும் கதைகள் அம்பலப்படுத்துகின்றன. நாம் செயல்பட வேண்டும், நாம் மாற வேண்டும் என்ற தவிர்க்க முடியாத முடிவை அவர்கள் அடிக்கோடிட்டு வலியுறுத்துகிறார்கள்.

இந்தப் பக்கங்களில் நீங்கள் இருளையும் துயரத்தையும் காணப் போவதில்லை என்று வலியுறுத்த விரும்புகிறேன். எனக்கு நம்பிக்கையிருக்கிறது. நமது பிரச்சனைகள் தீவிரமானவையாக இருந்தபோதும் அவை மனிதனால் உருவாக்கப்பட்டவை என்பது எனக்குத் தெரியும். பிரம்மாண்டமான எரிநட்சத்திரம் எதுவும் நம்மை அச்சுறுத்திக் கொண்டிருக்கவில்லை. சூரியனின் நெருப்பு இன்னும் அணைந்துவிடவில்லை. நாமே இந்தப் பிரச்சனைகளை உருவாக்கினோம் என்பதால் நம்மால் இவற்றைத் தீர்க்க முடியும். கடந்த காலத்தின் இருண்ட இடைவெளிகளை ஆராய்வதன் மூலம் எதிர்காலத்தை ஆராய்வதற்கான ஒளியையும் வளர்த்தெடுக்க முடியும்.

'அமெரிக்கப் பேரரசின் ரகசிய வரலாற்றைப்' படித்து முடிக்கும்போது நாம் சரியான செயலையே செய்வோம் என்கிற பரிபூரண நம்பிக்கை உங்களுக்கும் ஏற்படும் என நான் நம்புகிறேன். நீங்கள் ஒரு செயல்திட்டத்தை அடையாளம் கண்டிருப்பீர்கள். கடவுள் (அல்லது இயற்கை) நமக்கு அளித்திருக்கும் செல்வாதாரங்களைப் பயன்படுத்தி நம்முடைய உயர்ந்த லட்சியங்களைப் பிரதிபலிக்கும் மனித சமுதாயங்களை நாம் இணைந்து உருவாக்குவோம்.

சில மாதங்களுக்கு முன்னால் நான் வாக்குமூலங்கள் நூல் தொடர்பான சுற்றுப்பயணம் மேற்கொண்டிருந்தபோது ஒரு நாள் மாலை வாஷிங்டனில் ஒரு புத்தகக் கடையில் உரையாற்றினேன். துவக்கத்தில் என்னை அறிமுகப்படுத்திய பெண், உலகவங்கி அதிகாரிகள் பலர் அக்கூட்டத்தில் பங்கேற்பார்கள் என்று எதிர்பார்க்கப்படுவதாகக் கூறியிருந்தார்.

நான் பிறந்த மாநிலமான நியூ ஹாம்ப்சயரின் பிரட்டன்வுட்சில் 1944-இல் ஆரம்பிக்கப்பட்டது உலகவங்கி. யுத்தத்தால் சீரழிக்கப்பட்டிருந்த நாடுகளை மறுசீரமைப்பது அதனிடம் ஒப்படைக்கப்பட்ட பணி. வெகுவிரைவிலேயே, சோவியத் அமைப்பை விட முதலாளித்துவ

அமைப்பே உயர்ந்தது என்று நிரூபிப்பதும் அதன் பணியும் ஒன்று என்றானது. இந்தப் பணியினை முன்னெடுத்துச் செல்ல வங்கியின் ஊழியர்கள் முதலாளித்துவத்தை முன்னிறுத்துபவர்களில் முக்கியமானவர் களான பன்னாட்டு நிறுவனங்களுடன் வசதியானதொரு உறவை வளர்த்துக் கொண்டனர். இது எனக்கும் என்னைப் போன்ற பொருளாதார அடியாட்களுக்கும் பல லட்சம் கோடி டாலர் ஊழலை நிகழ்த்துவதற்கான கதவுகளைத் திறந்துவிட்டது. வங்கி மற்றும் அதன் சகோதர நிறுவனங்களிலிருந்து வந்த நிதி ஏழைகளுக்கு உதவக் கூடியது போலத் தோற்றமளிக்கும். ஆனால், உண்மையில் ஒரு சில செல்வந்தர்களுக்கு மட்டுமே பயனளிக்கும் திட்டங்களுக்கு வழங்குவோம். இவற்றில் மிகவும் பொதுவான வழிப்படி, பன்னாட்டு நிறுவனங்கள் மிகவும் ஆசைப்படும் (உதாரணமாக, எண்ணெ) இயற்கை வளங்கள் உள்ள ஒரு வளரும் நாட்டை நாங்கள் தெரிவு செய்வோம். அந்நாட்டுக்கு மிகப்பெரிய கடன் கிடைக்க ஏற்பாடு செய்வோம். பினனர் அந்தப் பணத்தின் பெரும்பகுதியை எங்களது பொறியியல் மற்றும் கட்டுமான நிறுவனங்களுக்கும், அந்த வளரும் நாட்டிலுள்ள எங்களது கூட்டாளிகள் சிலருக்கும் திருப்பிவிடுவோம். மின்நிலையங்கள், விமானநிலையங்கள், தொழில் பூங்காக்கள் போன்ற கட்டமைப்புத் திட்டங்கள் திடீரென்று எழுந்தன. எனினும், ஏழைகளுக்கு அவை உதவவில்லை. மின்பகிர்மான சட்டங்களுக்கும் அவர்களுக்கும் சம்பந்தமில்லை. விமானநிலையங்களை அவர்கள் எப்போதும் பயன்படுத்தியதில்லை. தொழில் பூங்காக்களில் வேலை கிடைக்கத் தேவையான திறன் படைத்தவர்களும் இல்லை. ஒரு குறிப்பிட்ட சமயத்தில் பொருளாதார அடியாட்களான நாங்கள் கடன் வாங்கிய நாட்டிற்கு மீண்டும் செல்வோம். எங்களது பங்காக, மலிவான விலையில் எண்ணை, ஐக்கிய நாடுகள் சபையில் முக்கியமான பிரச்சனைகளில் ஆதரவு ஓட்டு, அல்லது உலகின் ஏதேனும் ஒரு பகுதியில் இருக்கும் (இராக் போல) எங்களது படைகளுக்கு ஆதரவாக அந்நாட்டின் படைகள் எனக் கேட்போம். என்னுடைய உரைகளில், எனக்குக் கண்கூடாகத் தெரியும், ஆனால் பலரால் தவறாகப் புரிந்து கொள்ளப்பட்ட ஒரு விஷயத்தைப் பற்றி நினைவூட்டுவது அவசியம் என்று கருதினேன். உலக வங்கி என்பது உண்மையில் உலக வங்கியே அல்ல. அதைவிடவும், அது ஒரு அமெரிக்க வங்கி. அதன் நெருங்கிய சகோதர அமைப்பான சர்வதேச நிதியமும் (ஐஎம்எப்) அப்படித்தான். அவற்றின் 24 இயக்குனர்களில் 8 பேர் தனிப்பட்ட நாடுகளை பிரதிநிதித்துவப் படுத்துகிறார்கள்.

அமெரிக்கா, ஜப்பான், ஜெர்மனி, பிரான்ஸ், இங்கிலாந்து, சவூதி அரேபியா, சீனா மற்றும் ரஷ்யா. எஞ்சியுள்ள 16 இடங்களை 184 உறுப்பு நாடுகள் தங்களுக்குள் பங்கிட்டுக் கொள்கின்றன. ஐஎம்எப்-பில் கிட்டத் தட்ட 17 விழுக்காடு வாக்குகளையும், உலக வங்கியில் 16 விழுக்காடு வாக்குகளையும் அமெரிக்கா கட்டுப்படுத்துகிறது.

இரண்டாவதாக, ஜப்பான் ஐஎம்எப்-பில் 6 விழுக்காட்டையும், உலக வங்கியில் 8 விழுக்காட்டையும் கட்டுப்படுத்துகிறது. அதைத் தொடர்ந்து ஜெர்மனி, இங்கிலாந்து, பிரான்ஸ் ஆகியவை தலா 5 விழுக்காடு வாக்குகளையும் கட்டுப்படுத்துகின்றன. முக்கியமான முடிவுகளில் அமெரிக்காவிற்கு வீட்டோ அதிகாரம் இருக்கிறது. அமெரிக்க அதிபரே உலக வங்கியின் தலைவரை நியமிப்பார்.

என்னுடைய சம்பிரதாயமான உரை முடிந்தவுடன் புத்தகப் பிரதிகளில் கையெழுத்திடுவதற்காக என்னை ஒரு மேஜையருகே அழைத்துப் போனார்கள். வரிசை புத்தக அலமாரிகளினூடே பாம்பு போல் நீண்டிருந்தது. அது மற்றுமொரு நீண்ட மாலைப் பொழுதாக இருக்கும். நான் எதிர்பாராதது என்னவென்றால், தொழில் நிமித்தமான உயர்ரக ஆடைகள் அணிந்திருந்த ஆண்களும் பெண்களும், தாங்கள் வெளிநாட்டுத் தூதரகங்களிலும், உலகவங்கியிலும் பெரிய பதவிகளில் இருப்பதைக் குறிக்கும் விலாச அட்டைகளை என்னிடம் கொடுத்ததுதான். பிற நாடுகளைச் சேர்ந்த தூதர்கள் பலரும் அவர்களில் அடங்குவர். அவர்களில் சிலர் தங்கள் நாட்டு அதிபர்களுக்காகவும், தங்களுக்காகவும் புத்தகங்களில் கையெழுத்து போடச் சொன்னார்கள்.

வரிசையில் கடைசியாக நின்றிருந்தது நான்கு ஆண்கள். இருவர் கோட் சூட் அணிந்திருந்தார்கள். அவர்களைவிட இளைஞர்களாக இருந்த மற்ற இருவர் நீல நிற ஜீன்ஸும், டீ சர்ட்டும் அணிந்திருந்தார்கள். வயதானவர்கள் தங்களது உலகவங்கி விலாச அட்டைகளை என்னிடம் கொடுத்தார்கள். இளைஞர்களில் ஒருவர் பேசினார்.

'உங்களிடம் இதைச் சொல்வதற்கு எங்களது தந்தையர்கள் அனுமதி தந்துள்ளார்கள். தினமும் அவர்கள் இது போன்று ஆடை (கோட் சூட்) அணிந்து உலக வங்கிக்கு வேலைக்குப் போவதை நாங்கள் பார்த்திருக்கிறோம். ஆனால், வங்கிக்கு எதிராக ஆர்ப்பாட்டம் நடத்துவதற்கு போராட்டக்காரர்கள் திரளும்போது அவர்களோடு இவர்கள் சேர்ந்து கொள்வார்கள். அந்தப் போராட்டக்காரர்களும் நீங்களும் சொல்வது சரி என்று நம்புவதால் அவர்கள் பழைய ஆடை களையும், பேஸ் பால் தொப்பிகளையும், கருப்புக் கண்ணாடிகளையும் அணிந்து கொண்டு மாறுவேடத்தில் அந்தப் போராட்டக்காரர்களை ஆதரிப்பதற்காக எங்கள் தந்தையர்கள் செல்வதை நாங்கள் கண்டிருக்கிறோம்."

வயதானவர்கள் இருவரும் என் கைகளை இறுகப் பிடித்து பலமாகக் குலுக்கினார்கள். "உங்களைப் போன்று எச்சரிக்கை மணி அடிப்பவர்கள் நமக்கு நிறைய தேவை" என்று அவர்களில் ஒருவர் கூறினார்.

"இன்னுமொரு நூல் எழுதுங்கள். நீங்கள் பணியாற்றிய நாடுகளில் என்ன நடந்தது என்பது குறித்து இன்று நீங்கள் பேசிய விஷயங்களை

இன்னும் கூடுதலாகச் சேருங்கள். முன்னேற்றம் என்ற பெயரால் நம்மைப் போன்றவர்கள் இழைத்திருக்கும் எல்லா சேதங்களையும் எழுதுங்கள். இந்தப் பேரரசை அம்பலப்படுத்துங்கள். புள்ளி விவரங்கள் மிக நன்றாகத் தோற்றமளிக்கும், ஆனால் யதார்த்த நிலைமை மிகவும் மோசமாக இருக்கும். இந்தோனேஷியா போன்ற நாடுகளின் உண்மை நிலைமைகளை விளக்கிக் கூறுங்கள். மேலும் எங்களுக்கு நம்பிக்கை ஊட்டுங்கள். எங்களது குழந்தைகளுக்கு ஒரு மாற்றை அளியுங்கள். இன்னும் நன்கு பணியாற்றுவதற்கான ஒரு பாதையைத் திட்டமிடுங்கள்' என்று மற்றொருவர் கூறினார்.

நான் அப்படியொரு நூலை எழுதுவேன் என்று உறுதி அளித்தேன்.

அந்த நூலின் பிரதான விஷயத்திற்குள் போவதற்கு முன், அவர் பயன்படுத்திய ஒரு சொல்லை ஆராய விரும்புகிறேன். *பேரரசு*. கடந்த சில வருடங்களாக ஊடகங்களிலும், பள்ளி வகுப்பறைகளிலும், உள்ளூர் மதுபான விடுதிகளிலும் பரிமாறிக் கொள்ளப்படும் ஒரு சொல். பேரரசு என்றால் துல்லியமாக என்ன? அமெரிக்கா அபாரமான அரசியல் சட்டத்தையும், உரிமைகள் மசோதாவையும் (Bill of Rights) கொண்டுள்ளது. ஜனநாயகத்திற்காக வாதிடுகிறது. கொடூரமானதும், தன்னலம் நிறைந்ததுமான ஆட்சியின் ஒரு நீண்ட வரலாற்றை நினைவிற்கு கொண்டு வரும் *பேரரசு* என்கிற முத்திரைக்கு அமெரிக்கா உண்மையிலேயே தகுதியுடையதுதானா?

பேரரசு: பிற தேச அரசுகளின் மீது ஆதிக்கம் செலுத்துவதும், பின் வரும் பண்புகளில் ஒன்றையோ அல்லது அதற்கு மேற்பட்டதையோ வெளிப்படுத்துவதுமான ஒரு தேச அரசு 'பேரரசு' எனப்படுகிறது. 1) அது ஆதிக்கம் செலுத்தும் மண்ணின் இயற்கை வளங்களைச் சுரண்டும். 2) மற்ற நாடுகளுடன் ஒப்பிடும்போது தன்னுடைய மக்கள்தொகையின் அளவைவிட பன்மடங்கு அதிகமான இயற்கை வளங்களை நுகரும். 3) நுணுக்கமான நடவடிக்கைகள் வெற்றி பெறாதபோது தன்னுடைய கொள்கைகளைப் பிற நாடுகளின் மீது திணிப்பதற்காக மிகப் பெரும் ராணுவத்தை வைத்திருக்கும். 4) தன்னுடைய செல்வாக்கிற்கு உட்பட்ட பகுதிகளில் தன்னுடைய மொழி, இலக்கியம், கலை, மற்றும் பல்வேறு கலாசார அம்சங்களைப் பரப்பும். 5) தன்னுடைய நாட்டு குடிமக்களின் மீது மட்டுமின்றி பிற நாட்டுக் குடிமக்களின் மீதும் வரி விதிக்கும். 6) தன்னுடைய கட்டுப்பாட்டில் இருக்கும் நாட்டின் மீது தன்னுடைய நாணயத்தைத் திணிக்கும்.

2005, 2006 ஆண்டுகளில் நான் புத்தகச் சுற்றுப்பயணம் மேற்கொண்ட போது பல்வேறு பல்கலைக்கழகங்களைச் சேர்ந்த மாணவர்களுடன் நடத்திய விவாதங்களில் *பேரரசு* குறித்த இந்த விளக்கம் உருவாக்கப்பட்டது. கிட்டத்தட்ட விதிவிலக்கின்றி மாணவர்கள் பின்வரும் முடிவிற்கு வந்தார்கள். ஒரு உலகப்

பேரரசிற்கான அனைத்துப் பண்புகளையும் அமெரிக்கா வெளிப்படுத்துகிறது. மேற்குறிப்பிட்ட அம்சங்களை ஒவ்வொன்றாகப் பரிசீலிப்போம்.

1, 2: உலக மக்கள் தொகையில் அமெரிக்காவின் மக்கள் தொகை 5 விழுக்காட்டிற்கும் குறைவுதான். ஆனால், உலகின் இயற்கை வளங்களில் 25 விழுக்காட்டிற்கும் அதிகமானவற்றை நுகர்கிறது. மற்ற நாடுகளைச் சுரண்டுவதன் மூலம் - குறிப்பாக வளரும் நாடுகள் - இது சாதிக்கப்படுகிறது.

3. உலகின் மிகப் பெரியதும், உயர்ந்த தொழில் நுட்ப ஆற்றல் கொண்டதுமான ராணுவத்தை அமெரிக்கா வைத்திருக்கிறது. இந்தப் பேரரசு பிரதானமாக பொருளாதாரத்தின் மூலம், பொருளாதார அடியாட்களின் மூலம், கட்டப்பட்டதுதான் என்றபோதும், எப்போதெல்லாம் இதர வழிமுறைகள் தோல்வியடைகின்றனவோ அப்போதெல்லாம், இராக்கில் நடந்தது போல், ராணுவம் தலையிடும் என்பது உலகத் தலைவர்களுக்குத் தெரியும்.

4) ஆங்கில மொழியும், அமெரிக்க கலாசாரமும் உலகில் ஆதிக்கம் செலுத்துகின்றன.

5, 6) அமெரிக்கா நேரடியாகப் பிற நாடுகளின் மீது வரி விதிப்பதில்லை; உள்ளூர்ச் சந்தைகளில் மற்ற நாணயங்களின் இடத்தை டாலர் பிடித்து விடவில்லை. எனினும், பன்னாட்டு நிறுவனங்களின் ஆட்சி நுட்பமாக உலக வரி விதிக்கிறது. உலக வர்த்தகத்திற்கு டாலரே நிலையான நாணயமாக இருக்கிறது. இரண்டாம் உலகப் போரின் முடிவில் தங்கம் பரிவர்த்தனை அலகாக இருந்த நிலை மாற்றப்பட்டபோது இந்த நடைமுறை துவங்கியது. டாலர்களை இனி தனிநபர்கள் (வேறு நாணயமாக) மாற்ற முடியாது. அரசாங்கங்கள் மட்டுமே மாற்ற முடியும். 1950கள் மற்றும் 1960களில் அமெரிக்காவில் வளர்ந்து வந்த நுகர்வுக் கலாசாரத்திற்கும், கொரிய மற்றும் வியட்நாம் யுத்தங்களுக்கும், லிண்டன் பி. ஜான்சனின் 'கிரேட் சொசைட்டி' (Great society) வறுமைக்கு எதிரான யுத்தம், கல்வி மற்றும் சுகாதாரத்திற்கு கூடுதலான அரசாங்க நிதி ஒதுக்கீடு உள்ளிட்ட சமூக நலத்திட்டங்கள், இன்னும் இதுபோன்றவை செயல்படுத்தப்பட வேண்டும் என்பதற்காக அதிபர் ஜான்சன் எழுப்பிய கோஷம் - மொர்.) திட்டத்திற்குமான நிதித்தேவையை ஈடுகட்ட வெளிநாடுகளிலிருந்து கடனுக்குக் கொள்முதல்கள் செய்யப்பட்டன. அந்நிய வர்த்தகர்கள் பொருட்களையும், சேவைகளையும் அமெரிக்காவிலிருந்து திரும்ப வாங்க முயற்சித்தபோது, தங்களிடமிருந்த டாலரின் மதிப்பைப் பணவீக்கம் குறைத்துவிட்டதைக் கண்டனர். உண்மையில் அவர்கள் மறைமுக வரி கொடுத்துக் கொண்டிருந்தார்கள். அவர்களது அரசாங்கங்கள் கடனைத் தங்கமாகத் தீர்க்க வேண்டும் என்று கோரின. அதை மறுத்த நிக்சன் நிர்வாகம் 1971 ஆகஸ்ட் 15 அன்று 'தங்கம் பரிவர்த்தனை அலகு' என்பதையே கைவிட்டது. டாலரை நிலையான நாணயமாகத் தொடர்ந்து ஏற்றுக்

கொள்ளுமாறு உலகை சம்மதிக்க வைக்க கஷ்டப்பட்டு முயற்சித்தது. 1970களின் துவக்கத்தில் சவூதி அரேபியாவில் நான் பங்கேற்ற கறுப்புப் பணத்தை வெள்ளைப் பணமாக மாற்றும் சதி விவகாரத்தில், சவூதி அரச குடும்பம் அமெரிக்க டாலர்களுக்கு மட்டுமே எண்ணை விற்கப்படும் என்று வாக்கு கொடுத்தது. பெட்ரோலியச் சந்தைகள் சவூதிகளின் கட்டுப்பாட்டில் இருந்ததால் எண்ணை ஏற்றுமதி செய்யும் நாடுகளின் அமைப்பைச் (OPEC- ஓபெக்) சேர்ந்த இதர நாடுகள் அதை ஏற்குமாறு நிர்ப்பந்திக் கப்பட்டன. எண்ணை உச்சபட்ச இயற்கை வளமாக நீடிக்கும் வரை, டாலர் நிலையான உலக நாணயமாகத் தொடர்ந்து இருப்பது உத்தர வாதப்படுத்தப்பட்டது. ஆதலால் மறைமுக வரியும் தொடரும்.

மாணவர்களுடனான என்னுடைய விவாதத்தின் போது ஏழாவது பண்பு ஒன்று தோன்றியது. பேரரசு என்பது ஒரு பேரரசரால் அல்லது மன்னரால் ஆளப்படுவது. அரசாங்கமும் ஊடகங்களும் அவரது கட்டுப்பாட்டில் இருக்கும். அவர் மக்களால் தேர்ந்தெடுக்கப்படுவதில்லை. மக்களின் விருப்பத்திற்குக் கட்டுப்பட்டவரும் இல்லை. அவரது ஆட்சிக் காலம் சட்டத்தால் வரையறுக்கப்படுவதும் இல்லை.

முதல் பார்வையில், இது மற்ற பேரரசுகளிலிருந்து அமெரிக்காவை வேறுபடுத்தி வைப்பது போல் தோன்றுகிறது. எனினும், அந்தத் தோற்றம் ஒரு மாயை. இந்தப் பேரரசு மன்னர்களைப் போலவே கூட்டாகச் செயல்படும் ஒரு குழுவால் ஆளப்படுகிறது. அவர்கள் நம்முடைய மிகப் பெரிய பன்னாட்டு நிறுவனங்களை நடத்துகிறார்கள். அவற்றின் மூலம் அரசாங்கத்தை நடத்துகிறார்கள். வர்த்தகத்திற்கும், அரசாங்கத்திற்கும் இடையில் ஒரு சுழல் கதவின் மூலம் சுற்றிச் சுற்றி வருகிறார்கள். அரசியல் பிரசாரம் மற்றும் ஊடகங்களுக்கு அவர்கள் நிதி உதவி செய்வதால் தேர்ந்தெடுக்கப்பட்ட பிரதிநிதிகளையும், நாம் பெறும் செய்திகளையும் அவர்கள் கட்டுப்படுத்துகிறார்கள். வெள்ளை மாளிகை அல்லது காங்கிரஸ், குடியரசுக் கட்சி அல்லது ஜனநாயகக் கட்சி இவர்களில் யார் கட்டுப்பாட்டில் இருந்தாலும் உண்மையில் ஆள்வது இந்தப் பன்னாட்டு நிறுவனங்களில் ஆதிக்கம் செலுத்துபவர் கள்தான். அவர்கள் மக்களின் விருப்பத்திற்குக் கட்டுப்பட்டவர்கள் அல்ல. அவர்களது பதவிக் காலம் சட்டத்தால் வரையறுக்கப்பட்டதும் அல்ல.

இந்த நவீனப் பேரரசு கள்ளத்தனமாகக் கட்டப்பட்டுள்ளது. அதன் குடிமக்களில் பெரும்பகுதியினருக்கே அது இருப்பது தெரியாது. ஆனால், அதனால் சுரண்டப்படுகிறவர்களுக்குத் தெரியும். அவர்களில் பெரும்பாலோர் கடும் வறுமையில் துன்புறுகிறார்கள். சராசரியாக, ஒவ்வொரு நாளும் 24000 பேர் பட்டினியாலும், பட்டினி தொடர்பான நோய்களாலும் மடிகின்றனர். இந்தப் புவிக் கோளத்தின் மக்கள் தொகையில் பாதிக்கும் மேற்பட்டோர் நாளொன்றுக்கு வெறும் இரண்டு டாலர் வருமானத்தில் பிழைத்திருக்கிறார்கள். மிகவும்

அடிப்படையான தேவைகளைக் கூட அந்த வருமானத்தால் பூர்த்தி செய்ய முடியாது. அதன் உண்மையான மதிப்பு அவர்கள் முப்பது வருடங்களுக்கு முன்பு என்ன வருமானம் பெற்றார்களோ அதுதான். நாம் வசதியாக வாழ்வதற்கு கோடிக்கணக்கானோர் மிகப் பெரிய விலை கொடுக்க வேண்டியிருக்கிறது. நம்முடைய நுகர்வுக் கலாசார வாழ்க்கை முறையால் ஏற்படக் கூடிய சுற்றுச்சூழல் பாதிப்பு குறித்து நமக்கு விழிப்புணர்வு இருக்கிறது. ஆனால், மனிதர்கள் படும் துன்பம் குறித்து நாம் ஒன்றும் அறியாதவர்களாக இருக்கிறோம். அல்லது அப்படி எதுவும் இல்லை என்று மறுக்கிறோம். எனினும், நாம் உருவாக்குகிற சமமின்மைக்கு நமது குழந்தைகள் பொறுப்பேற்றுக் கொள்வதைத் தவிர அவர்களுக்கு வேறு வழியில்லை.

இந்தப் பேரரசைக் கட்டும் போக்கில், நம்முடைய மிகவும் அடிப்படையான நம்பிக்கைகளை அமெரிக்கர்களாகிய நாம் கைவிட்டு விட்டோம். கடந்த காலத்தில் அமெரிக்கராக இருப்பது என்றால் என்னவென்று விளக்கிய சாராம்சமான நம்பிக்கைகளையே கைவிட்டு விட்டோம். நமது சுதந்திரப் பிரகடனத்தில் சொல் வன்மையோடு தெரிவிக்கப்பட்ட உரிமைகளை நமக்கும், நம்மால் காலனிமயமாக்கப் பட்டவர்களுக்கும் மறுத்து விட்டோம். சகலருக்கும் சமத்துவம், நீதி, வளம் என்கிற நமது கோட்பாடுகளை இழந்துவிட்டோம்.

பேரரசுகள் என்றென்றும் நீடித்திருப்பதில்லை என்றும், அவை வீழ்கின்றன அல்லது தூக்கி எறியப்படுகின்றன என்றும் வரலாறு நமக்கு போதிக்கிறது. யுத்தங்கள் நிகழ்கின்றன. மற்றொரு பேரரசு வெற்றிடத்தை நிரப்புகிறது. கடந்த காலம் ஒரு கண்டிப்பான செய்தியைக் கூறுகிறது. நாம் மாற வேண்டும். வரலாறு திரும்புவதற்கு நாம் அனுமதிக்க முடியாது.

நிறுவன அதிகார வர்க்கத்தின் அதிகார அடித்தளம் அதன் பன்னாட்டு நிறுவனங்களே. நம் உலகை அவையே வரையறுக்கின்றன. உலக வரைபடத்தைப் பார்த்தால் 200க்கும் சற்றுக் குறைவான நாடுகளின் எல்லைக்கோடுகளைக் காண்கிறோம். அந்த எல்லைகளில் பெரும்பாலானவை காலனிய சக்திகளால் நிறுவப்பட்டவை. இந்த நாடுகளில் பெரும்பாலானவை தங்களது அண்டை நாடுகளின் மீது மிகக் குறைவான தாக்கத்தையே ஏற்படுத்துகின்றன. உலக அரசியல் கண்ணோட்டத்திலிருந்து பார்த்தால் இந்த மாதிரி மிகப் பழமையானது. பன்னாட்டு நிறுவனங்களைச் சுட்டும் பிரம்மாண்டமான மேகங்கள் உலகைச் சூழ்ந்திருப்பதுபோல சித்திரிப்பதே நமது நவீன உலகை இன்னும் நன்றாக விளக்கும். சக்திமிக்க இந்த நிறுவனங்கள் ஒவ்வொரு நாட்டையும் பாதிக்கின்றன. இவற்றின் கீழ்த்தரமான கரங்கள் ஆழமான மழைக்காடுகள் வரையும், தொலைதூரப் பாலைவனங்கள் வரையும் கூட நீள்கின்றன.

நிறுவன அதிகார வர்க்கம் ஜனநாயகத்தையும், நாடுகளுக்கிடையில் வெளிப்படைத் தன்மையையும் ஊக்குவிப்பதாக நாடகம் ஆடுகிறது.

எனினும், வெகு சிலரே எல்லா முடிவுகளையும் எடுக்கும், லாபத்தின் பெரும்பகுதியை அறுவடை செய்யும் நடைமுறையைக் கொண்ட அதன் பன்னாட்டு நிறுவனங்கள் ஏகாதிபத்திய சர்வாதிகாரமாகவே இருக்கின்றன. நம்முடைய ஜனநாயகத்தின் இதயமான தேர்தல் முறையில் எந்த வேட்பாளரிடம் பிரசார நிதி நிறைந்திருக்கிறதோ அத்தகையவர்களுக்கு மட்டுமே நம்மில் பலர் வாக்களிக்கிறோம். ஆதலால், பன்னாட்டு நிறுவனங்களுக்கும், அவற்றின் உரிமையாளர்களுக்கும் கடன்பட்டிருக்கிறவர்களின் மத்தியிலிருந்துதான் நாம் தேர்வு செய்ய வேண்டும். நமது லட்சியங்களுக்கு மாறாக, இந்தப் பேரரசு பேராசை, ரகசியம் மற்றும் அதீத பொருளாதாரவளம் ஆகிய அடிப்படைகளின் மீது கட்டப்பட்டிருக்கிறது.

மறுபக்கம், செல்வாதாரங்களைத் திரட்டுவது, கூட்டுருவாக்க முயற்சியை ஊக்குவிப்பது, தகவல் தொடர்பு வலைப்பின்னல்களைப் பரப்புவது மற்றும் பூமியின் தொலை தூர மூலைக்கும் விநியோகிப்பது ஆகியவற்றில் பன்னாட்டு நிறுவனங்கள் மிகுந்த திறன் படைத்தவை என்பது நிரூபிக்கப்பட்டுள்ளது. அவற்றின் மூலம், தினசரி அந்த 24000 பேர் பட்டினியால் சாவதைத் தடுப்பதற்குத் தேவையான அனைத்தும் நம்மிடம் இருக்கின்றன. இந்த பூமியை நிலையானதாகவும், நீடித்திருப் பதாகவும், சமத்துவமானதாகவும், அமைதியான்தாகவும் ஆக்குவதற்குத் தேவையான அறிவையும், தொழில் நுட்பத்தையும், அமைப்பு முறைமை களையும் நாம் பெற்றுள்ளோம்.

இந்த தேசத்தை நிறுவியவர்கள் புரட்சி அராஜகத்திற்கு இட்டுச் செல்லக் கூடாது என்பதை அறிந்திருந்தனர். அவர்கள் கொடுங்கோன்மை யிலிருந்து தங்களை விடுவித்துக் கொண்டனர். ஆனால், பிரிட்டிஷாருக்கு மிகவும் வெற்றிகரமானதாக இருந்த பல வர்த்தக மற்றும் சட்ட கட்டமைப்புகளைத் தழுவிக் கொள்ளும் அளவு புத்திக்கூர்மை படைத்தவர்களாகவும் இருந்தனர். அது போன்ற ஒன்றை நாம் சாதிக்க வேண்டும். இந்தப் பேரரசால் உருவாக்கப்பட்டுள்ள பலன்களை நாம் ஏற்றுக் கொள்ள வேண்டும். ஒற்றுமைப்படுத்தவும், பிளவுகளைக் குணப்படுத்தவும், பணக்காரர்களுக்கும் ஏழைகளுக்கும் இடையிலான இடைவெளியைக் குறைப்பதற்கும் நாம் அவற்றைப் பயன்படுத்திக் கொள்ள வேண்டும். இந்த தேசத்தை நிறுவியவர்கள் போல் நாம் தைரியமுள்ளவர்களாக இருக்க வேண்டும். மனித உறவுகளையும், துன்பங்களையும் வடிவமைத்த இந்த வார்ப்பை நாம் உடைக்க வேண்டும். நல்ல மேற்பார்வையாளர்களுக்கும், நல்ல குடிமக்களுக்கும் ஒரு எடுத்துக் காட்டாக நாம் இந்தப் பேரரசை மாற்ற வேண்டும்.

நமது குழந்தைகள் தமது பாரம்பரியச் சொத்து என்று பெருமைப் படத்தக்க ஒரு உலகை உருவாக்கும் திசையில் விஷயங்களை நிகழச் செய்வதற்கான திறவுகோல் நிறுவன அதிகார வர்க்கத்தின் அதிகார அடித்தளத்தை மாற்றுவதில் இருக்கிறது. அதாவது, பன்னாட்டு நிறுவனங்கள் தங்களைப் பற்றி விவரித்துக் கொள்ளும் விதம், தங்களது

இலக்குகளை நிர்ணயித்துக் கொள்வது, அரசாள்வதற்கான முறைகளை வளர்ப்பது, தங்களது உயர் நிர்வாகிகளைத் தேர்ந்தெடுக்க நிர்மாணிக்கும் அளவுகோல்கள் ஆகியவற்றை மாற்ற வேண்டும். நிறுவனங்கள் முற்றிலும் நம்மைச் சார்ந்தே இருக்கின்றன. மனிதர்களாகிய நாமே அவற்றுக்கு முறையையும், உடல் பலத்தையும் வழங்குகிறோம். நாமே அவர்களின் சந்தைகள். அவர்களது பொருட்களை நாம் வாங்குகிறோம். அதன் மூலம் அவர்களது முயற்சிகளுக்கு நிதி கொடுக்கிறோம். எப்போதெல்லாம் பன்னாட்டு நிறுவனங்களின் கொள்கைகளை மாற்றுவதை நமது இலக்காகக் கொண்டிருந்தோமோ, அப்போதெல்லாம் நாம் மிகப்பெரும் வெற்றி பெற்றிருக்கிறோம் என்பதை இந்நூல் விவரிக்கிறது. உதாரணமாக, மாசுபடுத்தப்பட்ட நதிகளைச் சுத்தப்படுத்துதல், ஓசோன் லேயருக்கு ஏற்படும் சேதத்தைத் தடுத்து நிறுத்துவது, பாரபட்சத்திற்கு பரிகாரம் காண்பது ஆகிய விஷயங்களில். இப்போது நாம் நமது வெற்றிகளிலிருந்து பாடம் கற்க வேண்டும். புதிய இலக்கு மட்டத்தை உயர்த்த வேண்டும்.

இந்நூலில் கூறப்பட்டுள்ள தேவையான நடவடிக்கைகளை எடுப்பதற்கு 1770 நாம் துவங்கிய, ஆனால் இன்றுமே முடிக்காத பணியை முடிக்க வேண்டும். அடிமைத்தனத்தை எதிர்த்த நமது நிறுவனர்கள் சுமந்து வந்த பொறுப்பை, அவர்களைப் பின் தொடர்ந்தவர்களும், நம்மைப் பொருளாதார நெருக்கடியிலிருந்து மீட்டவர்களும், ஹிட்லரை எதிர்த்துப் போரிட்டவர்களும், ஒடுக்குமுறையிலிருந்து தப்பித்து அல்லது நம்முடைய மிகவும் புனிதமான ஆவணங்கள் வழங்கும் ஒரு நல்ல வாழ்க்கையை நாடி நம் கடற்கரைகளுக்கு வந்தவர்களும் அளிக்கும் பொறுப்பை எடுத்துக் கொள்ளுமாறு நாம் அழைக்கப்பட்டிருக்கிறோம். அவர்கள் அனைவரும் துவங்கிய பணியைத் தொடர்வதற்குத் தேவையான துணிச்சலைத் திரட்டிக் கொள்ள வேண்டிய நேரம் வந்துவிட்டது. நாம் இந்தப் பேரரசு வீழ்வதையும், அதனிடத்தில் மற்றொன்று வருவதையும் நாம் அனுமதிக்க முடியாது. மாறாக, நாம் அதை மாற்றுவோம்.

வாஷிங்டன் புத்தகக் கடையில் இருந்த அந்த மாலைப் பொழுதிற்குப் பிறகு, உலக வங்கி அதிகாரிகள் இருவரும் விடுத்த வேண்டுகோள் என் மனதைச் சுற்றிச் சுற்றி வந்தது. என்னைப் போன்றவர்களால் உண்டாக்கப்பட்டுள்ள சேதத்தை அம்பலப்படுத்துவதும், இன்னும் நல்ல உலகை உருவாக்க முடியும் என்ற நம்பிக்கையை அளிப்பதுமான ஒரு நூலை எழுதுவேன் என்று நான் அவர்களுக்கு உறுதி கூறியிருந்தேன். எனக்கு அதைச் செய்ய வேண்டிய தேவை இருந்தது. சிலரது சொற்கள் விளம்பரதாரர்களைக் கோபப்படுத்தும் என்பதால் பிரபல ஊடகங்களால் புறக்கணிக்கப் பட்டார்கள். அவர்களின் கதைகளை நான் பகிர்ந்து கொள்ள

வேண்டும். தங்களது வேலை, ஓய்வூதியம், மற்றும் வாழ்க்கை குறித்த கவலைகளின் காரணமாக தங்களது பெயர்களை வெளியிடக் கூடாது என்று வலியுறுத்தியதால் தவிர்க்கப்பட்டவர்களின் கதைகளுக்குக் குரல் கொடுக்க வேண்டும். பாரபட்சமற்றது என்றும், அறிவியல்பூர்வமானது என்றும் கூறப்படும் சுத்திகரிக்கப்பட்ட அறிக்கைகள் மற்றும் தவறான எண்ணத்தைத் தோற்றுவிக்கும் புள்ளிவிவரங்களுக்கு நான் ஒரு மாற்று அளிக்க வேண்டியிருந்தது. ஏனெனில், ஏராளமான தகவல்களோடு அவற்றைத் தொகுத்த ஆய்வாளர்கள் பெரும்பாலும் நிறுவன அதிகார வர்க்கத்தின் நிதியுதவி பெற்றவர்களாக இருந்தார்கள். பெயர் வெளியிட விரும்பாத பேச்சாளர்கள் மற்றும் செய்திகளில் நேரடியாக சம்பந்தப் பட்டவர்கள் ஆனால், ஞாயிறு காலை தொலைக்காட்சி விவாத நிகழ்ச்சி களுக்கு அழைக்கப்படாதவர்கள் ஆகியோரின் மேற்கோள்களைப் பயன்படுத்துவதற்காக என்னை உடனடியாக விமரிசிக்கக் கூடியவர்கள் இருப்பார்கள் என்று எனக்குத் தெரியும். எனினும், அந்த அனுபவங்களையும், அவற்றைச் சித்திரிக்கும் குரல்களையும் கௌரவிக்க வேண்டும் என்று நான் கருதினேன். வாக்குமூலங்களைப் படித்தவர்களுக்கும், அந்த அதிகாரிகளின் மகன்களுக்கும், என்னுடைய 23 வயது மகளுக்கும், அவர்கள் பிரதிநிதித்துவப்படுத்தும் உலகெங்குமுள்ள இளம் தலைமுறைக்கும் இதைச் சொல்ல நான் கடமைப்பட்டிருக்கிறேன். நம் அனைவருக்காகவும், எனக்காகவும் நான் அடுத்த அடியை எடுத்து வைக்க வேண்டியிருக்கிறது.

உள்ளடக்கம்

முன்னோட்டம்

பாகம்:1 ஆசியா

1.	ஜகர்த்தாவின் மர்மப் பெண்	27
2.	தொழுநோயாளிகளைக் கொள்ளையடித்தல்	34
3.	கெய்சாஸ்	41
4.	பூகி பழங்குடிகள்	47
5.	ஊழல் நிறைந்த கொடூரமான நாடு (ஊழலும் கொடூரமும் கொண்ட நாடு)	53
6.	தொழிலாளர்களைக் கசக்கிப் பிழியும் சிறுதொழிற்சாலைகள்	58
7.	அமெரிக்கா ஆதரித்த படுகொலைகள்	66
8.	சுனாமியைப் பயன்படுத்திக் கொள்ளை லாபமடித்தல்	71
9.	ஊழலின் பலன்கள்	76
10.	இந்தோனேஷியாவில் விழுந்த அடியும் உதையும்	81
11.	பௌத்தனாக ஆகாதே!	85
12	உயிரியல் ரீதியான அவசியங்கள்	90
13	நிதியின் சர்வாதிகாரங்கள்	97
14	அமைதியான ராட்சதன்	102

பாகம் 2: லத்தீன் அமெரிக்கா

15.	குவாதமாலாவில் கூலிப்படையினர்	111
16.	சிந்தனையை ஆக்கிரமித்திருந்த கோபம்	116
17.	பொலிவியா மின் நிறுவனத்தின் தலைவர்	125
18.	லா பாஸில் லாபத்தைப் பெருக்குவது	131
19.	கனவை மாற்றுதல்	138

20.	வெனிசுலாவின் சாவேஸ் (வெனிசுவேலாவின் சாவேஸ்)	146
21.	ஈக்வடார்: அதிபரால் வஞ்சிக்கப்பட்ட நாடு	151
22.	பொலிவியா: பெக்டெல்லும் தண்ணீர் யுத்தங்களும்	158
23.	பிரேசில்: மறைந்திருக்கும் ரகசியங்கள்	167
24.	அழகான காரியோகா	175
25.	பேரரசை எதிர்த்துப் போராடுவது	179
26.	ஒரே மாதிரி உணர்வுகள்	182
27.	அரசியல் படுகொலைகளின் வரலாறு	187
28.	லத்தீன் அமெரிக்கா கற்பிக்கும் பாடங்கள்	200

பாகம் 3 : மத்திய கிழக்கு

29.	திவாலாகிப் போன அமெரிக்கா	207
30.	சிம்மாசனத்தில் டாலர்	212
31.	அரசாங்கங்களை மாற்றி அமைப்பது	217
32.	லெபனான்: முழுப் பைத்தியங்கள்	223
33.	யுஎஸ்ஏஐடி பேசுகிறது (USAID சர்வதேச வளர்ச்சிக்கான அமெரிக்க முகமை)	229
34.	எகிப்து: ஆப்பிரிக்காவைக் கட்டுப்படுத்துவது	236
35.	கடவுள் நம்பிக்கையற்ற நாய்	242
36.	ஈரான்: நெடுஞ்சாலைகளும் கோட்டைகளும்	248
37.	இஸ்ரேல்: அமெரிக்காவின் காவல்நாய்	255
38.	ஈரான் - இராக் யுத்தம்: பொருளாதார அடியாட்களின் மற்றொரு வெற்றி	260
39.	கத்தார் மற்றும் துபாய்: முல்லாக்களின் மண்ணில் ஒரு லாஸ்வேகாஸ்	267
40.	ஆழமறியாப் படுகுழியை நோக்கி	271

பாகம் 4: ஆப்பிரிக்கா

41.	நவீன ஆக்கிரமிப்பாளர்கள்	277
42.	அமெரிக்காவின் மடியில்	282

43. ஒரு குள்ளநரி பிறந்தது 285
44. டீகோ கார்சியாவின் "மக்களல்லாதவர்கள்" 291
45. அதிபரைப் படுகொலை செய்வது 295
46. 'ஏர் இந்தியா 707' விமானக் கடத்தல் 299
47. ஒரு சுற்றுச்சூழல்வாதி கொல்லப்பட்டார் 303
48. புரிந்து கொள்ளப்படாத கண்டம் 306
49. ஆப்பிரிக்காவின் ஏழ்மையில் பலனடையும் தொண்டு நிறுவனங்கள் 311
50. மடிக்கணினிகள், செல்போன்கள், கார்கள் 315
51. நம்பிக்கையளிக்கும் முன்னாள் அமைதிப்படை தொண்டர்கள் 319
52. நிலைமைகளை மாற்றுவது என்கிற தீர்மானம் 326

பாகம் 5 : உலகை மாற்றுதல்

53. நான்கு அடிப்படையான கேள்விகள் 331
54. மாற்றம் சாத்தியமே 335
55. நவீன மினிட்மென்கள் 340
56 மாயையை மாற்றுதல் 346
57. புது முதலாளித்துவம் 350
58. குறைகளின் பட்டியல் 355
59. அச்சங்களை எதிர்கொள்ளுதல் 362
60. நிதி அதிகாரத்தைப் பயன்படுத்தி வால்ஸ்டிரீட்டை மாற்றுதல் 367
61. மூன்றாம் உலகின் கடன்களைத் தீர்ப்பது 371
62. ஐந்து பொதுத்தன்மைகள் 375
63. வாய்ப்புகளின் காலங்கள் 378
64. நம் காலத்தின் மிக முக்கியமான கேள்வி 383
65 இந்நாளே நன்னாள் 391

I

ஆசியா

1. ஜகர்த்தாவின் மர்மப் பெண்

1971ல் நான் ஜகர்த்தா சென்ற போது கொள்ளையடிக்கவும், வல்லாங்கு செய்யவும் தயாராக இருந்தேன். வாழ்க்கையில் ஏமாற்றப்பட்டதாக நான் எண்ணினேன். அதற்குப் பழி வாங்க விரும்பினேன்.

நிச்சயமாக, எனது கடுங்கோபம்தான் எனக்கு வேலை வாங்கித் தந்தது என்று இப்போது கருதுகிறேன். பல மணிநேர உளவியல் பரி சோதனைக்குப் பின் தேசிய பாதுகாப்பு முகமை (என்எஸ்ஏ) பொருளா தார அடியாளாகக் கூடியவன் என்று என்னை அடையாளம் கண்டது. என்னுடைய உணர்ச்சிகளை பேரரசை விரிவாக்கும் தன்னுடைய குறிக் கோளுக்குப் பயன்படும் வழியில் செலுத்த முடியும் என்று தேசத்தின் மிகவும் ரகசியமாகச் செயல்படும் உளவு அமைப்பு தீர்மானித்தது. பன்னாட்டு நிறுவனங்களின் கேவலமான வேலைகளை எல்லாம் செய் கின்ற சாஸ் டி.மெயின் (MAIN) என்கிற ஆலோசனை நிறுவனத்தால் மூன்றாம் உலக நாடுகளைச் சூறையாட மிகப் பொருத்தமான நபராக நான் தேர்வு செய்யப்பட்டேன்.

என்னுடைய கடுங்கோபத்திற்கான காரணங்கள் 'பொருளாதார அடியாளின் ஒப்புதல் வாக்குமூலத்தில்' விரிவாக விளக்கப் பட்டிருந்தபோதும், அவற்றை சில வாக்கியங்களில் தொகுத்துவிடலாம். ஏழை ஆரம்பப்பள்ளி ஆசிரியரின் மகனான நான் என்னைச் சுற்றிலும் வசதியான சிறுவர்கள் இருந்த சூழலிலேயே வளர்ந்தேன். நான் வெறுத்த ஒரு கல்லூரியிலேயே நான் படித்தேன். ஏனெனில், எனது பெற்றோர் அந்தக் கல்லூரியைத்தான் விரும்பினார்கள். பெற்றோரின் விருப்பத்துக்கு மாறாக நான் செய்த முதல் செயலாக கல்லூரியைவிட்டுப் பாதியில் விலகினேன். மாநகரத்தின் ஒரு பெரிய செய்தித்தாள் நிறுவனத்தில் எனக்குப் பிடித்த பிரதி எடுக்கும் வேலையில் சேர்ந்தேன். பின்னர், தோல்வியும் அவமானமும் அடைந்தவனாகக் கட்டாய ராணுவ சேவையிலிருந்து தப்பிக்க மீண்டும் கல்லூரிக்குத் திரும்பினேன். நான் மிகச் சிறு வயதிலேயே திருமணம் செய்து கொண்டேன். ஏனெனில், என்னை ஒரு வழியாக ஏற்றுக் கொண்ட அந்தப் பெண் வேண்டியது அதுதான். மீண்டும் கட்டாய ராணுவ சேவையிலிருந்து தப்பிக்க பீஸ் கார்ப்ஸ் அமைப்பின் தொண்டனாக அமேசானிலும், அன்தேஸ் மழைக்காடுகளிலும் பணியாற்றுமாறு நிர்ப்பந்திக் கப்பட்டேன்.

நான் என்னை ஒரு உண்மையான, விசுவாசமான அமெரிக்கனாகக் கருதுகிறேன். என்னுடைய கோபத்திற்கு இதுவும் ஒரு காரணம். புரட்சியிலும், இதர பல அமெரிக்க யுத்தங்களிலும் என்னுடைய முன்னோர்கள் போரிட்டுள்ளார்கள். என்னுடைய குடும்பம் பிரதானமாக பழமைவாத குடியரசுக் கட்சியை ஆதரிக்கும் குடும்பம். *பய்னே* மற்றும் *ஜெப்பர்சன்* ஆகியோரைப் பற்றிய இலக்கிய அறிவின் அரிச்சுவடியைக் கற்றிருந்ததால், ஒரு பழமைவாதி என்பவன் நமது தேசத்தின் அடிப்படையான குறிக்கோள்களான அனைவருக்கும் நீதி மற்றும் சமத்துவம் ஆகியவற்றில் நம்பிக்கையுள்ளவன் என்று நான் கருதினேன். வியட்நாமிலும், வாஷிங்டன் கொல்லூரசன் என்கிற எண்ணை நிறுவனம் அமேசான் காடுகளை அழித்து அங்கு வாழ்ந்து கொண்டிருந்த மக்களை அடிமைப்படுத்தியும் இக்குறிக்கோள்களுக்கு துரோகம் இழைக்கப்படுவது கண்டு நான் கோபமடைந்தேன்.

என்னுடைய லட்சியங்களைக் கைவிட்டு ஏன் நான் ஒரு பொருளாதார அடியாளாக ஆனேன்? திரும்பிப் பார்க்கும்போது, அந்த வேலை என்னுடைய கற்பனைகளில் பலவற்றை நிறைவேற்றும் போல் உறுதியாகத் தெரிந்தது என்று என்னால் சொல்ல முடியும். அது பணம், அதிகாரம், அழகான பெண்களை அளித்தது மட்டுமின்றி வசீகரமான நாடுகளுக்கு முதல் வகுப்பில் பிரயாணம் செய்யும் வாய்ப்பையும் அளித்தது. நான் சட்ட விரோதமாக எதுவும் செய்ய வேண்டியிருக்காது என்று எனக்குச் சொல்லப்பட்டது. உண்மையில் நான் என்னுடைய பணியை நன்றாகச் செய்தால் நான் பாராட்டப்படுவேன், ஐவி லீக் பள்ளிகளில் ((Ivy league schools) அமெரிக்காவின் வடகிழக்குப் பகுதிகளில் உள்ள கல்வித் துறையிலும், சமுதாயத்திலும் உயர் அந்தஸ்து பெற்ற எட்டு பல்கலைக்கழகங்கள் - மொர்.) உரையாற்ற அழைக்கப்படுவேன், அரசாங்கத்தில் உயர்பதவி வகிப்பவர்களுடன் விருந்துண்ண அழைக்கப்படுவேன். இந்தப் பயணம் ஆபத்து நிறைந்தது என்று என் மனதிற்குத் தெரியும். என் ஆன்மாவை நான் பணயம் வைத்தேன். ஆனால், நான் ஒரு விதிவிலக்காக இருப்பேன் என்று எண்ணினேன். நான் ஆசியாவிற்குப் புறப்பட்டபோது, சில வருடங்களுக்கு இந்தப் பலன்களை அறுவடை செய்துவிட்டு, பின்னர் இந்த அமைப்பை அம்பலப்படுத்தி நாயகனாகி விடலாம் என்று மனதிற்குள் திட்டமிட்டேன்.

கொள்ளைக்காரர்கள் மீதும், சாகசங்களின் மீதும் ஒரு வகையான ஈர்ப்பை நான் வளர்த்துக் கொண்டேன் என்பதை ஒப்புக் கொள்ளத்தான் வேண்டும். ஆனால் அதற்கு நேர் எதிரான மாதிரியாகவே வாழ்ந்தேன். என்னிடம் என்ன எதிர்பார்க்கப்படுகிறதோ அதை மட்டுமே எப்போதுமே செய்தேன். ஒரு அரையாண்டு காலம் கல்லூரியிலிருந்து வெளியேறியது தவிர, நான் ஒரு உதாரண மகனாகவே இருந்தேன். இப்போது கொள்ளையடிக்கவும் வல்லாங்கு செய்யவும் நேரம் வந்துவிட்டது.

இந்தோனேஷியா என்னுடைய முதல் பலி...

தென்கிழக்கு ஆசியாவிலிருந்து ஆஸ்திரேலியா வரை பரந்து கிடக்கும் 17000 தீவுகளைக் கொண்ட பூமியின் மிகப் பெரும் தீவுக்கூட்டம் இந்தோனேஷியா. 250க்கும் மேற்பட்ட மொழிகளைப் பேசும் முன்னூறுக்கு மேற்பட்ட இனக்குழுக்கள். வேறு எந்த நாட்டை விடவும் அதிகமான முஸ்லிம்கள் வாழும் நாடு. 1960களின் முடிவில் அங்கு ஏராளமான எண்ணெய் வளம் இருப்பது நமக்குத் தெரிந்தது. ன்கோ டின் டியமுக்கு எதிராக தெற்கு வியட்நாமில் 1963ம் ஆண்டு நடந்த கலகத்தை ஆதரித்ததன் மூலம் ஜான் எப். கென்னடி, ஆசியாவை கம்யூனிச எதிர்ப்புப் பேரரசைக் கட்டுபவர்களின் கொத்தளமாக ஆக்கினார். பின்னர் டியம் படுகொலை செய்யப்பட்டார். சிஐஏ தான் கொலைக்கு உத்தரவிட்டது என்று பலர் கருதினர். அது சரி, ஈரானின் மொஸ்ஸாடக், இராக்கின் குவாசிம், வெனிசுவேலாவின் அர்பென்ஸ் மற்றும் காங்கோவின் லுமூம்பாவிற்கு எதிராக சிஐஏ தான் கலகங்களைத் திட்டமிட்டுத் தூண்டியது. டியமின் வீழ்ச்சி நேரடியாக தென்கிழக்கு ஆசியாவில் அமெரிக்க ராணுவத்தைப் பெரும் எண்ணிக்கையில் நிறுத்துவதற்கும், இறுதியில் வியட்நாம் யுத்தத்திற்கும் இட்டுச் சென்றது.

கென்னடி திட்டமிட்டபடி நிகழ்வுகள் நடக்கவில்லை. அமெரிக்க அதிபரின் படுகொலைக்கு வெகுகாலத்திற்குப் பிறகு யுத்தம் அமெரிக்காவிற்கே பேரழிவாக மாறியது. 1969ல் அதிபர் ரிச்சர்ட் எம். நிக்சன் தொடர்ச்சியாக படைகள் திரும்பப் பெறப்படுவதைத் துவக்கி வைத்தார். அடுத்தடுத்து ஒவ்வொரு நாடாக கம்யூனிஸ்ட் ஆட்சிக்கு ஆட்படுவதைத் தடுக்கும் நோக்கத்துடன் அவரது நிர்வாகம் மேலும் ரகசியமான உத்திகளைக் கடைப்பிடித்தது. இந்தோனேஷியா கேந்திரமாக ஆனது.

இந்தோனேஷியாவின் அதிபர் ஹாஜி முகம்மது சுகார்தோ பிரதானமான காரணிகளில் ஒருவர். உறுதியான கம்யூனிச எதிர்ப்பாளர் என்றும், தன்னுடைய கொள்கைகளை அமல்படுத்த அதிபயங்கரமான கொடுஞ்செயல்களில் ஈடுபடவும் தயங்காதவர் என்றும் அவர் பெயர் பெற்றிருந்தார். ராணுவத் தளபதி என்ற முறையில் 1965 -இல் கம்யூனிஸ்ட்களால் தூண்டப்பட்ட புரட்சியை நசுக்கினார்; அதைத் தொடர்ந்த ரத்தக்களரியில் மூன்று லட்சத்திலிருந்து ஐந்து லட்சம் பேர் கொல்லப்பட்டனர். அந்நாட்டில் அரசியல் ரீதியாக திட்டமிட்டு நடத்தப்பட்ட மிக மோசமான மக்கள் படுகொலைகளில் ஒன்றான அது அடால்ப் ஹிட்லர், ஜோசப் ஸ்டாலின் மற்றும் மா சே துங் ஆகியோரை நினைவூட்டியது. இன்னும் பத்து லட்சம் பேர் சிறைகளிலும், சிறை முகாம்களிலும் அடைக்கப்பட்டனர். கொலைகள் மற்றும் கைதுகளுக்குப் பிறகு 1968-ல் சுகார்த்தோ அதிபராகப் பொறுப்பேற்றுக் கொண்டார்.

1971-ல் நான் இந்தோனேஷியா வந்தடைந்தபோது அமெரிக்க வெளியுறவுக் கொள்கையின் குறிக்கோள் தெளிவாக இருந்தது: கம்யூனிசத்தைத் தடுத்து நிறுத்துவது, அதிபரை ஆதரிப்பது. இரானின் ஷாவைப்போல சுகார்த்தோ வாஷிங்டனுக்கு சேவை செய்வார் என்று எதிர்பார்த்தோம். இருவருமே பேராசை பிடித்தவர்கள்; ஆடம்பரப் பிரியர்கள்; ஈவிரக்கமற்றவர்கள். இந்தோனேஷியாவின் எண்ணெயை எங்களுடையதாக்கிக் கொள்ள விரும்பியது மட்டுமின்றி, ஆசியா முழுமைக்கும், முஸ்லிம் உலகம் முழுமைக்கும் அந்நாடு ஒரு முன்னுதாரணமாக விளங்க வேண்டும் என்று விரும்பினோம்.

என்னுடைய நிறுவனமான மெயினிடம் ஒருங்கிணைந்த மின் அமைப்புகளை உருவாக்கும் பணி ஒப்படைக்கப்பட்டது. அதன் மூலம் சுகார்த்தோவும், அவரது நெருங்கிய சகாக்களும் நாட்டைத் தொழில்மய மாக்கவும், அவர்கள் மேலும் பணக்காரர்களாகவும் வழிவகுப்பது; நீண்ட கால அமெரிக்க ஆதிக்கத்தை உத்தரவாதப்படுத்துவது. உலக வங்கி, ஆசிய வளர்ச்சி வங்கி, சர்வதேச வளர்ச்சிக்கான அமெரிக்க முகமை (USAID) ஆகியவற்றிடமிருந்து நிதி உதவி பெறுவதற்குத் தேவையான பொருளாதார ஆய்வுகளை உருவாக்குவது என்னுடைய வேலை.

நான் ஜகர்த்தா வந்தவுடன் மெயின் குழு ஹோட்டல் இன்டர்கான்டினென்டல் இந்தோனேஷியாவின் மேல்தளத்திலுள்ள கம்பீரமான உணவு விடுதியில் கூடியது. எங்களது திட்ட மேலாளர் சார்லஸ் இல்லிங்வொர்த் எங்களது பணி பற்றி சுருக்கமாகக் கூறினார்: 'கம்யூனிசத்தின் பிடியிலிருந்து இந்த நாட்டைக் காப்பதற்காகவே நாம் இங்கே வந்திருக்கிறோம்.' அவர் மேலும் கூறினார்: "நமது சொந்த நாடு எண்ணெயை எவ்வளவு சார்ந்திருக்கிறது என்பது நமக்கும் தெரியும். அவ்வகையிலும் இந்தோ னேஷியா நமக்கு ஒரு சக்தி மிக்க நட்பு நாடாக இருக்க முடியும். எனவே, இந்தப் பெரும் திட்டத்தை அமல்படுத்தும் போது எண்ணெ நிறுவனங் களுக்கும், அவற்றுக்கு உதவக்கூடிய துறைமுகங்கள், குழாய் வழிகள், கட்டுமான நிறுவனங்களுக்கும் தேவையான மின்சாரம் இந்த இருபத்தைந்து ஆண்டு காலத் திட்ட காலம் முழுமையும் கிடைப்பதை உறுதி செய்வதற்கு உங்களால் இயன்றது அனைத்தும் செய்ய வேண்டும்."

அந்நாட்களில் ஜகர்த்தாவின் பெரும்பாலான அரசாங்க அலுவலகங்கள் காலை 7 மணிக்கெல்லாம் திறக்கப்பட்டுவிடும். பிற்பகல் 2 மணிக்கெல்லாம் மூடப்பட்டுவிடும். காபி மற்றும் சிற்றுண்டி இடைவேளை உண்டு. எனினும், மதிய உணவு அலுவலக நேரம் முடிந்தபின்தான். அலுவலக நேரம் முடிந்தவுடன் விடுதிக்கு விரைந்து சென்று நீச்சல் உடைகளை அணிந்து கொண்டு நீச்சல் குளத்திற்குச் செல்வது என்னுடைய வழக்கம். டுனா மீன் சான்ட்விச்சும், பின்டாங்க் பாரு என்கிற உள்ளூர் பியரும் அருந்துவேன். என்னுடைய சந்திப்புகளில் நான் சேகரித்த அதிகாரபூர்வ ஆவணங்கள் நிறைந்த

பெட்டியொன்றை நான் இழுத்துக் கொண்டு போவேன். எனினும், அது ஒரு தந்திரமே. நான் அங்கு செல்வது சூரியக் குளியலுக்காகவும், நீச்சலுடை அணிந்திருக்கும் அழகான இளம் பெண்களைக் கண்டு ரசிப்பதற்காகவும். அவர்களில் பெரும்பாலோர் தொலை தூர இடங்களில் பணியாற்றும் அமெரிக்க எண்ணைத் தொழிலாளர்களின் அல்லது ஜகர்த்தாவில் உள்ள அலுவலகங்களில் பணியாற்றும் அதிகாரிகளின் மனைவிகள்.

என் வயதையொத்தவர் போல் தோன்றிய ஒரு ஆசிய அமெரிக்கப் பெண்ணொருவரால் நான் வசீகரிக்கப்படுவதற்கு வெகு நாட்கள் ஆகவில்லை. பிரமிப்பூட்டும் உடல்கட்டு கொண்டிருந்த அவர் மிகவும் நட்புணர்வு கொண்டவர் போலவும் தோன்றினார். உண்மையில், அவர் நின்ற விதம், உடலை நீட்டி நெளித்த விதம், ஆங்கிலத்தில் உணவுத் தேவையைச் சொல்லும்போது என்னைப் பார்த்துப் புன்னகைத்த விதம், நீச்சல் குளத்தில் குதித்தது போன்றவை அவர் சரசமாடுவதைப் போல் தோன்றியது. நான் வேகமாக முகத்தைத் திருப்பிக் கொள்வேன். வெட்கத்தால் என் முகம் சிவந்திருக்கும் என்று தெரியும். ஒழுக்கநெறி தவறாமல் என்னை வளர்த்த பெற்றோரைச் சபித்தேன்.

தினமும் நான்கு மணியளவில், அதாவது என் வருகைக்கு ஒன்றரை மணிநேரத்திற்குப் பிறகு, ஒரு ஆண் அவரோடு சேர்ந்து கொள்வார். நிச்சயமாக அவர் ஒரு ஜப்பானியர். அவர் தொழில் நிமித்தமான உயர்ரக சூட் (Business suit) அணிந்திருந்தார். உள்ளூர் பாடிக் துணியில் தயாரிக்கப்பட்ட தொய்வான கால் சட்டையும், நன்கு தேய்க்கப்பட்ட மேல் சட்டையும் அணிபவர்கள் நிறைந்த நாட்டில் இது எனக்கு அசாதாரணமாகத் தோன்றியது. சிறிது நேரம் உரையாடும் அவர்கள் ஒன்றாகக் கிளம்பிப் போனார்கள். நான் அவர்களை உணவு விடுதியிலும், மதுபான விடுதியிலும் தேடிய போதும் நீச்சல் குளம் தவிர அவர்களைத் தனியாகவோ அல்லது சேர்ந்தோ பார்த்ததில்லை.

ஒரு நாள் தானியங்கிப் படிக்கட்டில் தரைத் தளத்திற்கு இறங்கி வந்தேன். என் மனதைத் திடப்படுத்திக் கொண்டேன். நான் அவரிடம் சென்று பேசுவேன். இழப்பதற்கு ஒன்றுமில்லை என்று எனக்கு நானே கூறிக் கொண்டேன். அவள் அந்த ஜப்பானியரைத் திருமணம் செய்து கொண்டவர் என்று தெரியும். யாரிடமாவது ஆங்கிலத்தில் பேசவேண்டும் என விரும்பினேன், அவ்வளவுதான். அதற்கு அவர் எப்படி ஆட்சேபிக்க முடியும்? அந்த உறுதி ஏற்பட்டவுடன் மகிழ்ச்சியடைந்தேன்.

எனக்குப் பிடித்த பாடலொன்றை முணுமுணுத்தபடி உற்சாகமான எதிர்பார்ப்புடன் நீச்சல் குளத்தை நோக்கி மெல்ல நடந்தேன். ஆனால் நான் குளத்தருகே சென்றவுடன் ஏமாற்றத்துடனும், குழப்பத்துடனும் சட்டென்று நின்றேன். அவர் தன் வழக்கமான இடத்தில் இல்லை.

பித்துப் பிடித்தவன் போல் சுற்றும் முற்றும் தேடினேன். ஆனால் எங்கும் அவர் இல்லை. ஓய்வறை நாற்காலியொன்றின் அருகே என்னுடைய பெட்டியைப் போட்டுவிட்டு சுற்றிலுமிருந்த தோட்டத்திற்கு வேகமாகப் போனேன். முன் எப்போதும் நான் அத்தோட்டத்தைப் பார்த்து ரசித்ததில்லை. அது மிகப் பெரிதாக, விசாலமாக இருந்தது. கற்பனை செய்யத்தகுந்த எல்லா வண்ணங்களிலும் மலர்கள் பூத்துக் குலுங்கின. சொர்க்கப் பறவைகளின் (bird of paradise) கூட்டம், மற்றும் அமேசான் காடுகளில் நான் கண்டவற்றைவிட மிகப் பெரிய ப்ரோம்லியாட் மரங்கள் ஆகியவற்றைக் கண்டேன். ஆனால். இவற்றையெல்லாம் அவருடன் சேர்ந்து பார்த்து ரசிக்கும் வாய்ப்பை இழந்துவிட்டோமே என்று மட்டும்தான் என்னால் நினைக்க முடிந்தது. தென்னை மரங்களும், அழகான செடிப் புதர்களும் மறைவிடங்களை ஏற்படுத்தியிருந்தன. புதருக்கு அந்தப் பக்கம் அவர் தன் துண்டை விரித்துப் படுத்திருந்தார் போல் தோன்றியது. புதரைச் சுற்றி ஓடிய நான் ஒரு பெண்ணை எழுப்பினேன். தன் மார்பகங்களின் மேல் அவிழ்ந்திருந்த சிறு ஆடையைக் கையால் அழுத்திப் பிடித்த வண்ணம் எழுந்த அவர் கோபமாக என்னைப் பார்த்தார். பிறர் ஆடையின்றி இருப்பதைப் பார்த்து ரசிக்கும் தீய பழக்கம் உள்ளவன் என்று அவரது கண்கள் என்னைக் குற்றம் சாட்டின. என்னால் புரிந்து கொள்ள முடியாத ஒரு மொழியில் என்னைக் குற்றம் சாட்டினார். என்னால் முடிந்தவரை மன்னிப்பு கேட்டுவிட்டு பெட்டியை விட்டுச் சென்ற இடத்திற்குத் திரும்பினேன். என் உணவுத் தேவை பற்றி கேட்க வந்த ஊழியரிடம் அந்தப் பெண் எப்போதும் அமரும் காலி இருக்கை யைச் சுட்டிக் காட்டினேன். அவர் என்னை வணங்கி, புன்னகைத்து, அங்கு கொண்டு செல்ல என் பெட்டியை எடுத்துக் கொண்டார்.

நான் இன்னும் அந்த இருக்கையைச் சுட்டிக் காட்டியவாறே "வேண்டாம், வேண்டாம்" என்றேன். "அந்தப் பெண். அவர் எங்கே?". வழக்கமாக வரும் வாடிக்கையாளர்களின் பழக்க வழக்கங்களைத் தெரிந்து வைத்திருப்பது நீச்சல் குள விடுதி ஊழியரின் பணியின் ஒரு பகுதி என்று நான் எண்ணினேன். ஜப்பானிய அதிகாரி நன்கு டிப்ஸ் கொடுப்பார் என்று நினைத்தேன். "வேண்டாம், வேண்டாம்" என்று அவர் திருப்பிக் கூறினார். "அவர் எங்கே போனார் என்று தெரியுமா?" என்று இரு கைகளையும் விரித்துத் தோள்களை குலுக்கிக் கொண்டு கேட்டேன். அது ஏதோ சகலருக்கும் புரியும் உடல் மொழி என்ற எண்ணத்தில்.

அவர் நான் செய்ததையே திரும்பச் செய்தார். முட்டாள்தனமாகச் சிரித்தார். என் சொற்களையே திரும்ப உச்சரித்தார். "அவர் எங்கே போனார்?" "ஆம். எங்கே?"

"ஆம். எங்கே?" என அவர் திரும்பவும் கூறினார். மீண்டும் தோள்களைக் குலுக்கினார். அலைஸ் இன் வொண்டர்லேண்டில் வரும்

செஸ்சையர் பூனையினுடையதைப் போல அது இருந்தது. பின்னர் தன் விரல்களைச் சொடுக்கிக் கொண்ட அவர் 'ஆம்' என்றுவிட்டு சிரித்தார்.

நான் மூச்சைப் பிடித்துக் கொண்டேன். நீச்சல் குள விடுதி ஊழியர்கள் குறித்த என்னுடைய கோட்பாடு நிரூபணமாகப் போகிறது.

"துனாபிச் சான்விச், பினாடாங்க் பாரு" என்றார். (துனா ஃபிஸ் சான்ட்விச் என்பதைத்தான் அப்படி உச்சரிக்கிறார் - மொர்)

துவண்டு போன என்னால் ஆம் என்று தலையாட்டத்தான் முடிந்தது. அவர் வேகமாகச் சென்றார். நான்கு மணி வந்தது, போனது. அவளையும் காணவில்லை, அவளோடு எப்போதும் சேர்ந்து கொள்பவனையும் காணவில்லை. மிகுந்த பிரயாசைப்பட்டு நடந்து என் அறைக்குச் சென்றேன். குளித்து, உடை மாற்றிக் கொண்டு வெளியில் புறப்பட்டேன். எனக்கு அந்த விடுதியைவிட்டுச் சென்றுவிட வேண்டும் போல் இருந்தது. உள்ளூர் சந்தடிக்குள் என்னை மூழ்கடித்துக் கொள்ள விரும்பினேன்.

2
தொழுநோயாளிகளைக் கொள்ளையடிப்பது

அது ஜகர்த்தாவிற்கே உரிய மாலைப்பொழுது. வெப்பமாகவும், பிசுபிசுப்பாகவும் இருந்தது. நகரத்திற்கு மேலே தொங்கிக் கொண்டிருந்த பெரும் மேகங்கள் மழை பொழியப் போவது போல் அச்சுறுத்திக் கொண்டிருந்தன. என்னுடைய ஜீப் இல்லாமல் நான் விடுதியைவிட்டு வெளியே சென்றதேயில்லை. விடுதியின் பரந்த முன்பகுதியைத் தாண்டி சாலையில் கால் வைத்தவுடன், பேகாக் (becak) எனப்படும் மூன்று சக்கர சைக்கிள் டாக்சியால் நான் கிட்டத்தட்ட மோதப்பட்டுவிட்டேன். பல்வேறு கூட்டங்களுக்குக் காரில் செல்லும்போது அவற்றில் நூற்றுக் கணக்கானவற்றை நான் கடந்து போயுள்ளேன். அவற்றின் பெட்டி போன்ற உயர்ந்த இருக்கைகளின் புறத்தில் வானவில் போன்ற வண்ணங்களில் தீட்டப்பட்டுள்ள கண்ணுக்கினிய ஓவியங்கள் இந்தோனேஷியா கலைஞர்களின் நாடு என்பதை நினைவூட்டும் அற்புதமாகும். நான் இப்போது மற்றொரு அம்சத்தைக் கவனித்தேன். கந்தலாடை அணிந்திருக்கும் இந்த ஏழை ஓட்டுநர்கள் பித்துப் பிடித்தவர்கள் போல் வாடிக்கையாளர்களுக்காகத் தங்களுக்குள் போட்டியிட்டுக் கொண்டனர். என்னுடைய கவனத்தைக் கவர்வதற்காக மணிகளை அடித்த வண்ணம் அவர்கள் என்னை நோக்கி ஓடி வந்தார்கள். அவர்கள் என்னை மோதிவிடுவதிலிருந்து தப்பிக்கும் முயற்சியில் நான் ஏறத்தாழ தாரைப் போல் கருப்பாகவும், குப்பை நிறைந்தும், மூத்திர நாற்றம் வீசும் சாக்கடைக்குள் கிட்டத்தட்ட கால்வைத்துவிட்டேன்.

காலனிய காலகட்டத்தில் டச்சுக்காரர்களால் கட்டப்பட்டிருந்த வாய்க்கால்களில் ஒன்றை நோக்கி அந்த சாக்கடை செங்குத்தாக ஓடியது. இப்போது தேங்கிக் கிடந்த அதன் மேற்பரப்பில் பச்சை நிறத்தில் அழுக்குப் பிடித்த குப்பை மிதந்து கொண்டிருந்தது. கடலை விவசாய நிலமாக மாற்றிய நூதனங்களை சிருஷ்டிக்கும் திறன் கொண்டவர்கள் இந்த வெப்பப்பகுதியில் ஆம்ஸ்டர்டாமை மறு உருவாக்கம் செய்ய முயற்சித்திருப்பது முட்டாள்தனமாகத் தோன்றியது. சாக்கடை நீர் சேரும் வாய்க்கால் குப்பைகளால் நிரம்பி வழிந்தது. அவற்றிலிருந்து வீசிய இரு வித்தியாசமான துர்நாற்றத்தை வைத்து என்னால் அவற்றை வேறுபடுத்தவும் முடியும். சாக்கடையின்

துர்நாற்றம், அழுகும் பழங்கள் மற்றும் மூத்திரம் ஆகியவற்றில் அது அப்போதுதான் நிகழ்ந்து கொண்டிருக்கும் தன்மை இருந்தது. வாய்க்காலோ கருமையானதும், மூக்கைத் துளைக்கக் கூடிய துர்நாற்றம் வீசுவதுமான நீண்டகாலக் கழிவைச் சுமந்து கொண்டிருந்தது. மனிதக்கழிவு மற்றும் அழுகிய பொருட்கள்.

சாலையின் ஓரங்களைச் சுருக்கிக் கொண்டிருந்த சைக்கிள், டாக்சிகளைத் தவிர்த்தபடி நான் தொடர்ந்து நடந்தேன். அவையன்றி, சாலையின் மையப்பகுதியில் ஆவேசங்கொண்டது போன்ற தானியங்கி வாகனங்கள் மற்றும் இரு சக்கர வாகனங்களின் போக்குவரத்து; ஹாரன்கள் அடிக்கப்படும் சத்தம்; வெடிச்சத்தம் எழுப்பும் என்ஜின்கள்; ஓசை வடிகட்டிகள் இல்லாத கார்கள்; உஷ்ணமான தரையில் சிந்திக் கிடக்கும் எண்ணையின் கடுமையான நாற்றம்; வெப்பக் காற்றில் புகை மண்டலங்கள் ஆகியவை என்னை நசுக்கின. இவற்றின் பளு என்னை உடல் ரீதியாகப் பாதிக்க ஆரம்பித்தது.

தாக்கப்பட்டு தோற்கடிக்கப்பட்டதாக உணர்ந்த நான் ஒரு கணம் நின்றேன். மேற்கொண்டு தொடர்வதைக் கைவிட்டு என் விடுதியின் அமைதிக்குத் திரும்பிவிடலாமா என்று எண்ணினேன். அமேசான் காடுகளைத் தாக்குப் பிடித்ததையும், ஆண்டிசில் வெறும் ஒரு உருளைக் கிழங்கு மற்றும் கையளவு பீன்ஸ்களையும் உண்டு உயிர்வாழ்ந்து கொண்டிருந்த மக்களுடன் மண்குடிசைகளில் வாழ்ந்ததையும் நினைவூட்டிக் கொண்டேன். அந்த மக்களிடம் குழந்தைகளின் பெயர்களைக் கூறுமாறு கேட்டால் செத்துப் போன மற்றும் உயிரோடு இருக்கும் குழந்தைகளின் பெயர்களையும் சேர்த்துச் சொல்வார்கள். பெரும்பாலும் செத்த குழந்தைகளின் எண்ணிக்கை உயிரோடு இருப்பவர்களின் எண்ணிக்கையைக் காட்டிலும் அதிகமாக இருக்கும். தாங்கள் செல்லும் நாடுகளில் வாழும் பெரும்பான்மையான மக்கள் தங்கள் நாடுகளைப் பார்க்கும் விதத்தில் வேண்டுமென்றே பார்க்க விரும்பாத என்னுடைய குழுவின் இதர உறுப்பினர்களையும், சுற்றுலா செல்லும் அமெரிக்கர்களையும் நினைத்துக் கொண்டேன். 'அமைதிப்படைத்' தொண்டனாக என்னுடைய அனுபவங்கள் எனக்கு திடீரென்று உறைத்தது. அவர்களில் சிலருடன் நான் ஏற்படுத்திக் கொண்ட பந்தங்கள் நினைவிற்கு வந்தன. அவர்கள் தங்கள் வாழ்க்கையை எனக்குத் திறந்து காட்டிய விதம்; தங்களது சொற்ப உணவையும் தன்னலமின்றி என்னுடன் அவர்கள் பகிர்ந்து கொண்டது; என்னை வரவேற்றார்கள், போஷித்தார்கள், ஏன் என்னை நேசிக்கவும் செய்தார்கள்; இவை என்னுள் ஆழமான தாக்கத்தை ஏற்படுத்தின. ஜகர்த்தா மீது இரவு கவிந்துகொண்டிருந்த போது தனியாக நின்று கொண்டிருந்த நான் உண்மையிலேயே ஒரு கொள்ளைக்காரனாக இருப்பதற்குத் தகுதி உடையவன்தானா என்றெண்ணி வியந்தேன். பேகாக் ஓட்டுநர்களையும், விடுதியிலும், நான் அடிக்கடி சென்ற அலுவலகங்களிலும் எனக்கு சேவை செய்த இளம் ஆண்கள் மற்றும்

பெண்களையும், நெல் வயல்களில் உழைக்கும் விவசாயி களையும், மீனவர்களையும், ஆடைகள் தயாரிக்கும் பெண்களையும், கடைக்காரர்களையும், தச்சர்களையும் எப்படி என்னால் கொள்ளை யடிக்கவும், வல்லாங்கு செய்யவும் முடியும்? ராபின் ஹூட் போல பணக்காரர்களிடமிருந்து திருடுவது அல்லது மன்னரின் தங்கத்தைச் சுமந்து கொண்டிருக்கும் ஸ்பானியக் கப்பல்களைக் கொள்ளையடிப்பது என்பது வேறு; ஏழைகளிடமிருந்து திருடுவது என்பது முற்றிலும் வேறு. எனினும் என்னை அதைச் செய்யத்தான் பணித்திருந்தார்கள். ஏழைகளிடமிருந்து திருடி பணக்காரர்களுக்குக் கொடுக்க வேண்டும். அதற்கு என்னுடைய கமிஷனை நான் பெற்றுக் கொள்ளலாம். என்னால் எப்படி இதைச் செய்ய முடியும்? சார்லி இல்லிங்வொர்த்தும், அவரைப் போன்ற பணியிலிருப்பவர்களும் எப்படி தங்கள் இயல்போடு வாழ முடியும்?

அந்தத் தருணத்தில் நான் என்னுடைய பொறுப்பை ஒப்புக் கொள்ளத்தான் வேண்டும். என்னுடையது போன்ற வேலையைப் பார்ப்பவர்களின் கண்ணோட்டம், எந்த மக்களின் வரிப்பணம் எங்களை ஆதரிக்கிறதோ அந்த மக்களின் கண்ணோட்டம் ஆகியவற்றிலிருந்து மாறுபட்ட கண்ணோட்டத்தை என்னுடைய ஈக்வடார் அனுபவம் எனக்குக் கொடுத்திருக்கக் கூடும் என்பதையும் நான் ஏற்கத்தான் வேண்டும். சில அமெரிக்கர்கள் தங்களுடைய ஆழ்ந்த புலமையை என்னுடன் பகிர்ந்து கொண்டனர். அது வரமாகவும் இருக்கலாம், சாபமாகவும் இருக்கலாம். எல்லோரும் ஏதேனும் ஒரு வழியில் நியாயப்படுத்தினார்கள். சார்லி கம்யூனிஸ்டுகளை எதிர்த்துப் போராடினார். மற்றவர்கள் வெறுமனே லாபம் ஈட்டினார்கள். "மனிதனை மனிதன் அடித்துத் தின்னும் உலகில் என் குடும்ப நலனே எனக்கு முதன்மையானது" என்கிறார்கள் அவர்கள். வேறு சிலர், மற்ற இனங்களோ அல்லது வர்க்கங்களோ இயற்கையாகவே கீழானவை அல்லது சோம்பேறித்தனமானவை என்றும், அவைகளுக்கு என்ன துர்பாக்கியம் நிகழ்ந்தாலும் அதற்கு அவை தகுதியானவையே என்றும் ஒதுக்கித் தள்ளினர். மின் உற்பத்தியில் பெரும் முதலீடு செய்வது உலகின் பிரச்சனைகளைத் தீர்த்துவிடும் என்று சிலர் உண்மையிலேயே நம்பினார்கள் என்று நினைக்கிறேன். ஆனால், நான் இதைச் செய்ய என்ன நியாயம் இருக்கிறது? திடீரென்று முதியவனாகி விட்டது போல் உணர்ந்த இளைஞன் நான்.

வாய்க்காலை வெறித்துப் பார்த்தேன். என்னிடம் இப்போது டாம் பெய்னேயின் 'காமன் சென்ஸ்' என்கிற நூலின் ஒரு பிரதி இருந்திருந்தால் அதை அந்த சாக்கடையில் தூக்கி வீசியிருப்பேன்.

இதற்கு முன் நான் பார்த்திராத ஒன்றை நோக்கி என் கண்கள் இழுக்கப்பட்டன. துவண்டு விழுந்த பிச்சைக்காரனின் தொப்பி போல் ஒரு பெரிய, உருக்குலைந்த அட்டைப்பெட்டி அந்த தேங்கிய சாக்கடையின் ஒரு முனையினருகே விழுந்தது. நான் பார்த்தபோது

அந்த பெட்டி படுகாயமடைந்த பிராணி போல் துடித்தது. அது ஒரு மாயை என எண்ணினேன். வெப்பமும், புகை மூட்டமும், சத்தமும் என்னை மிகவும் களைப்படையச் செய்திருந்தன. நடையைத் தொடர எண்ணினேன். ஆனால், நான் பார்வையைத் திருப்பும் முன் ஒரு கை அல்லது முன்னர் கையாகவிருந்து இப்போது வெறும் ரத்தத் துண்டாக ஆகிவிட்ட ஒன்று பெட்டியிலிருந்து நீட்டிக் கொண்டிருந்தது என் கண்ணில் பட்டது.

அந்தத் துடிப்பு தீவிரமாகியது. அந்த ரத்தத் துண்டு பெட்டியின் ஒரு ஓரமாக நகர்ந்து மேல் முனைக்கு வந்தது. கை மேலே உயர்ந்தது. மண் சகதி அப்பியிருந்த, மெடுசாவின் (கிரேக்கப் புராணங்களில் வரும் ஒரு பூதம் - மொர்.) பாம்புகள் போன்ற சடைசடையான கருப்புத் தலைமுடி அதைத் தொடர்ந்து வெளியே வந்தது. அந்தத் தலை ஒரு முறை உலுப்பிக் கொண்டது. இதுவரை அந்தப் பெட்டியில் மறைந்திருந்த ஒரு உடல் மேலெழுந்தது. என்னுள் கடுமையான உணர்ச்சி அலைகளைச் செலுத்திய ஒரு உடல். ஒடுங்கி நைந்துபோயிருந்த, ஒரு பெண்ணினுடையது என்று நான் கருதிய அந்த உடல் தரையில் மெல்ல நகர்ந்து வாய்க்கால் முனையருகே வந்தது. என்னுடைய வாழ்நாள் முழுவதும் நான் கேள்விப்பட்டிருந்த, ஆனால் முன்பின் எதிர்கொண்டிராத ஒன்றை நான் இப்போது பார்த்துக் கொண்டிருக் கிறேன் என்று எனக்கு உறைத்தது. இந்தப் பெண், அதுதான் அவரது பாலினம் என்றால், ஒரு தொழுநோயாளி. என் கண் முன்னாலேயே அவரது சதை அழுகிக் கொண்டிருக்கிறது.

வாய்க்காலின் முனையில் அந்த உடல் எழுந்து உட்கார்ந்தது; அல்லது இன்னும் துல்லியமாகச் சொன்னால், குப்பைக்குவியலாகத் துவண்டு விழுந்தது. முன்னர் நான் பார்த்திராத கை ஒரு கந்தல் துணியை சாக்கடை நீரில் முக்கி எடுத்தது. மெல்ல உதறிவிட்டு அதை ரத்தச் சகதியாக இருந்த கையைச் சுற்றிக் கட்டியது. விரல்கள் இருக்க வேண்டிய அந்த இடத்தில் பல வெளிப்படையான காயங்கள் இருந்தன.

முனகல் சத்தம் கேட்டேன். அது என்னிடமிருந்துதான் வருகிறது என்பதை உணர்ந்தேன். என் கால்கள் நடுங்கின. வேகமாக விடுதிக்குத் திரும்பிச் சென்றுவிட வேண்டும் என்றொரு உந்துதல் ஏற்பட்டது. ஆனால், பலவந்தமாக என்னை நானே அந்த இடத்திலே இருத்திக் கொண்டேன். அந்த நபரின் வேதனையை நான் என் மனதிற்குள் தாங்கிக் கொள்ள வேண்டும். வேறு எது செய்தாலும் பலன் இருக்கப் போவதில்லை. அநேகமாக அந்தப் பெண் அதுமாதிரி ஒவ்வொரு நாளும் அவள் மட்டுமே பல முறை போராடிக் கொண்டிருப்பாள். ஜகர்த்தாவிலும், இந்தோனேஷியா முழுமையிலும், இந்தியாவிலும் ஆப்பிரிக்காவிலும் இது போன்று கைவிடப்பட்ட எத்தனை ஆத்மாக்கள் தண்டனை போன்ற இந்தச் சடங்குகளைச் செய்து கொண்டிருக்கின்றனவோ என்று வியப்பாக இருந்தது.

மற்றொரு அசைவு என் கண்ணில் பட்டது. அந்த அட்டைப் பெட்டி மற்றுமொரு முறை குலுங்கியது. அந்தத் தொழுநோயாளி மெல்லத் திரும்பி அட்டைப் பெட்டியைப் பார்த்தார். அவர் முகமெங்கும் சிவப்புக் கொப்புளங்கள் நிறைந்திருந்தன. உதடுகள் இல்லை. குழி விழுந்த அவரது கண்களை நான் பின் தொடர்ந்தேன்.

பெட்டிக்குப் பக்கத்தில் ஒரு குழந்தையின் தலை கண்ணில் பட்டது. நான் பார்க்க விரும்பவில்லை. ஆனால், தன்னால் தடுக்க முடியாத ஒரு கொலையைப் பார்க்க விரும்பும் மனிதனைப் போல வசீகரிக்கப்பட்டிருந்தேன். குழந்தை அந்தப் பெண்ணை நோக்கித் தவழ்ந்தது. அது தொழுநோயாளி அருகே அமர்ந்து அழ ஆரம்பித்தது. சத்தம் எனக்குக் கேட்கவில்லை. அழும் ஓசை மிகவும் மெல்லியதாக இருக்கலாம் அல்லது போக்குவரத்து சத்தம் மிகப் பெரிதாக இருக்கலாம். ஆனால், குழந்தையின் வாய் திறந்திருந்ததையும், அதன் உடல் அசைவுகளையும் என்னால் பார்க்க முடிந்தது.

அந்தத் தொழுநோயாளி திடீரென்று நிமிர்ந்து பார்த்தார். நான் அவரைப் பார்த்துக் கொண்டிருப்பதைக் கண்டுவிட்டார். எங்கள் கண்கள் சந்தித்தன. தரையில் எச்சில் துப்பினார். எழுந்து நின்று ரத்தம் தோய்ந்த கையை என்னை நோக்கி ஆட்டினார். குழந்தையை கையில் தூக்கிக் கொண்டு நான் நினைத்ததைவிட வேகமாக ஓடி பெட்டிக்குள் மறைந்தார்.

அந்தப் பெண் இருந்த இடத்தையே நான் உற்றுப் பார்த்துக் கொண்டிருந்தபோது ஏதோ என் முதுகில் மோதியது. உள்ளுணர்வால் சட்டென்று திரும்பினேன்; என் கைகள் இடுப்புப் பாக்கெட்டில் இருந்த என் பர்சைத் தொட்டன. அது இன்னும் அங்கேயே இருந்ததால் பதட்டம் விலகியது. கவனம் திசை திரும்பியதால் இறுக்கம் தளர்ந்து மனம் இலகுவாகியது. இரு இளம் பெண்கள் அப்பக்கமாக நடந்து சென்றார்கள். என்னைப் பார்த்துக் குலுங்கிச் சிரித்தார்கள். ஒருவர் இறுக்கமான ஜீன்ஸ் அணிந்திருந்தார். இன்னொருவர் அங்கங்கள் தெரியும் வகையிலான மினி ஸ்கர்ட் அணிந்திருந்தார். ஹீல்ஸ் உயர்ந்த காலணிகள், பிடித்திழுத்து நிறுத்தும் மேலாடைகள். அவர்கள் நின்றார்கள், "நாங்கள் பிக் பாக்கெட் அடிப்பவர்களல்ல" என்று மினி ஸ்கர்ட்டில் இருந்தவர் கூறினார். "நாங்கள் காதலிப்பவர்கள். வா, எங்களைக் காதலி" என்று அழைப்பது போல் விரலை அசைத்தார்.

நான் தலையாட்டினேன்.

"ஓ, இவருக்கு ஆண்கள்தான் பிடிக்கும்" என்று கூறினார். அவர்கள் திரும்பிச் சென்றார்கள்.

அவர்களுக்கு முன்னால், பரபரப்பான போக்குவரத்துக்குக் குறுக்கே பாதசாரிகளுக்கான பாலம் ஒன்று இருந்தது. அவர்கள் அதை நோக்கி

மெல்ல நடந்தார்கள். மனதைக் கவரும் வசீகரத்தை டம்பமாக வெளியில் காட்டியபடி அந்த இரு பெண் புலிகள் வேட்டைக்குக் கிளம்பிவிட்டன. மினி ஸ்கர்ட்டில் இருந்தவர் திரும்பி என்னைப் பார்த்துப் புன்னகைத்து கையாட்டினார். பின்னர் பாலத்தின் படிகளில் ஏறினார்கள்.

அட்டைப் பெட்டியை நோட்டம் விட்டேன். அது நகரவில்லை. மெல்லிய தென்றல் வீசியதால் வாய்க்காலில் அலைகள் எழுந்தன. இறங்கிச் சென்று என் பர்சில் இருக்கும் பணம் முழுவதையும் அந்தப் பெண்ணிடம் கொடுத்துவிடலாம் என்று எண்ணினேன். ஆனால், என்னுடைய பார்வையிலிருந்து தப்பிக்கும் அவசரத்தில் அவர் விட்டுச் சென்ற அந்தக் கந்தல்துணி தரையில் கிடந்தது. அவருக்கு தனது தனிமையைக் காத்துக் கொள்ளும் கௌரவத்தை அனுமதிப்பதே நல்லது என்று தோன்றியது. பாதசாரிகளின் பாலத்தை நோக்கி வேகமாகச் சென்றேன். அது என்னை எங்கே இட்டுச் செல்லும் என்று தெரியாமல்.

பூமத்திய ரேகையை ஒட்டிய பகுதியில் சூரியன் விரைவாகவும், அழகாகவும் அஸ்தமிக்கிறது. ஆனால், இன்று பெரும் மேகங்கள் ஒரு மாயையைத் தோற்றுவித்திருந்தன. நான் பாலத்தை நெருங்கும் வரை ஒளியை அனுமதித்த மேகங்கள் திடீரென மறைத்ததால் கிட்டத்தட்ட இரவு போல் ஆகிவிட்டது. மறுபக்கம், நியான் விளக்குகள் ஆங்கிலத்தில் 'ரெஸ்டாரெண்ட்' என ஒளிர்ந்தன. நான் படிகளில் ஏறினேன்.

பாலத்தின் வேலி மீது ஒரு உயரமான பெண் சாய்ந்திருந்தாள். மங்கிய ஒளியில் உறுதியாகச் சொல்ல முடியவில்லை என்றாலும் அவள் அழகாக இருந்தாள். நான் அவளை நெருங்கியபோது அதிர்ச்சியூட்டும் வகையில் ரகசியமான குரலில் கூடலுறவுக்கு அழைத்தாள். தன்னுடைய ஆதாமின் ஆப்பிளைக் (மார்பகங்கள்) காட்டிக் குலுக்கினாள். பிறகு தன் பிட்டத்தைக் காட்டினாள். முறுவலித்தாள். முகத்தில் அப்பியிருந்த அலங்காரப் பூச்சைக் கவனித்தேன். நடையைத் தொடர்ந்தேன்.

பாலமெங்கும் இருந்த தெருவிளக்குகள் ஒன்றன் பின் ஒன்றாக திடீரென எரிய ஆரம்பித்தன. ஒழுங்கின்றி விட்டுவிட்டு எரிந்த விளக்குகள் மங்கலான மஞ்சள் ஒளியை உமிழ்ந்தன. அது அந்த இடத்திற்கு ஒரு மந்தாரமானதும், சதுப்பு நிலம் போன்றதுமான ஒரு தோற்றத்தைக் கொடுத்துக் கொண்டிருந்தது. அத்தெருவிளக்குகள் ஒன்றின் அருகில் நின்றேன். எதிர்கால மின்சாரத் தேவையை முன்னறிவிக்கும் என் பணியில் இத்தகைய விஷயங்களை ஆய்வு செய்வதும் அடங்கும் என்று எண்ணினேன். வார்ப்பில் வடிவமைக்கப் பட்டிருந்த அந்த சிமெண்ட் தூணில் வெடிப்புகள் இருந்தன. தூள்கள் உதிர்ந்து கொண்டிருந்தன. அதைத் தொடுவதைத் தவிர்த்தேன்.

பாலத்தின் தரையில் அங்கங்கே இருந்த சிறு பள்ளங்களையும், தரையையும் உற்றுப் பார்த்தவாறு நான் மேற்கொண்டு நடந்தேன். மந்தாரமான மஞ்சள் ஒளியில் பறக்கும் பூச்சிகளைப் போல கான்கிரீட்டுக்குள்ளிருந்து துருப்பிடித்த இரும்புக்கம்பிகள் நீட்டிக் கொண்டிருந்தன. பாலத்தைப் பற்றியும், அதன் வயதைப் பற்றியும், அதைக் கட்டியவர்கள் பற்றியும் யோசிக்க முயற்சித்தேன். எனினும் என் கவனம் சிதறியது. விடுதி நீச்சல் குளத்தில் பார்த்த அந்த அழகிய பெண்ணின் உருவம் என் மனதிற்குள் நுழைந்தது. ஒரு வகையில் அது என்னைச் சுற்றியிருந்த யதார்த்தத்திலிருந்து ஒரு நிவாரணம்தான்; ஆனால் அது என்னைச் சுற்றிச் சுற்றி வந்தது. அவரை என் மனதிலிருந்து அழிக்க முடியவில்லை. நான் காதலில் வயப்பட்டுவிட்டேன் என்கிற எண்ணமும், கைவிடப்பட்ட எண்ணமும் என்னூடே பரவியது. இது அப்பட்டமான முட்டாள்தனம் என்று எனக்கு நானே உறுதியாகக் கூறிக் கொண்டேன்.

பாலத்தின் மறுமுனையில் இருந்த படிகளை நெருங்கும் சமயத்தில் சரியாக நான் நிமிர்ந்து பார்த்தேன். உணவு விடுதியின் பெயர்ப் பலகை என் முன்னே இருந்தது. பிரதான நெடுஞ்சாலையிலிருந்து விலகிய ஒரு தெருவின் தாழ்வான கட்டடங்களைக் கொண்ட ஒரு அடுக்ககத்தின் கூரையில் அது பொருத்தப்பட்டிருந்தது. 'அருமையான சீன உணவு' என்று அதன் கீழே சிறிய எழுத்துகளில் பொறிக்கப் பட்டிருந்தது. அமெரிக்கத் தூதரகங்களிலிருப்பது போன்ற ஒரு கருப்பு செடான் கார் மெல்ல உணவு விடுதியை நெருங்கியது. நகரத்தின் பரபரப்புக்கு மத்தியில் இருக்கும் அந்த இடத்திற்கு அந்த ஒற்றை வண்டி அந்நியமாகத் தோன்றியது.

3
'கெய்சா'க்கள்

நான் படிகளில் இறங்கினேன். விடுதிக் கதவின் அருகே அந்த செடான் கார் நின்றது. அது ஒரு கணம் நின்று. பின்னர் மெல்ல முன்னே நகர்ந்தது. அதில் இருந்தவருக்கு தான் கண்டது பிடிக்கவில்லை அல்லது அவர் தேடி வந்த நபர் அங்கு இல்லை. காரின் ஜன்னல் கண்ணாடிகளின் ஊடே உற்றுப் பார்க்க முயன்றேன். ஆனால், விடுதி நியான் பலகையின் பிரதிபலிப்பைத்தான் கண்டேன். திடீரென்று, என் ஜினை வேகப்படுத்திய ஓட்டுநர் விருட்டென்று சென்றுவிட்டார்.

விடுதியை நான் அடைந்த போது அதன் உள்புறம் மெல்லிய திரைத் துணிகளால் மறைக்கப்பட்டிருந்தது. கண்ணாடியில் என் முகத்தை அழுத்தினேன். காற்றில் ஆடும் ஜ்வாலைகளால் மினுக் மினுக் என்று எரியும் சிறு சிறு ஒளி வட்டங்களைத் தவிர அது இருட்டாக இருந்தது. அந்த ஒளி மெழுகுவர்த்திகளில் இருந்து வருகிறது என்று நான் எண்ணினேன். கதவை நோக்கி நகர்ந்தேன்.

அந்த இருளாக்கப்பட்ட அறைக்குள் கதவு திறந்தது. அங்கிருந்த சுமார் ஒரு டஜன் மேஜைகள் ஒவ்வொன்றிலும் ஒரு லாந்தர் விளக்கு இருந்தது. வாடிக்கையாளர்கள் அமர்ந்திருந்த மேஜைகளைப் பார்த்தபோது பல்வேறு கலாசாரங்களைச் சேர்ந்தவர்கள் இருப்பது தெரிந்தது. அவர்கள் ஆசியர்கள், ஐரோப்பியர்கள் அல்லது அமெரிக்கர்கள்.

ஒரு சீனப் பெண் வணங்கினார். "நல்வரவாகட்டும். ஐயா. மாலை வணக்கம். ஒருவருக்கு உணவா?" எனக் கேட்டார். அவரது (ஆங்கில) உச்சரிப்பிலிருந்து அவள் ஒரு பிரிட்டிஷ் ஆசிரியரிடம் கற்றிருக்க வேண்டும் என்று தோன்றியது. அவர் என்னை ஒரு அறைக்கு அழைத்துச் சென்றார்.

நான் கண்டதை நம்ப முடியாமல் உறைந்து போனேன்.

நீச்சல் குளத்தில் நான் கண்ட பெண், என் 'காதலி, கண்டுபிடிக்க மிகக் கடுமையாக நான் முயற்சித்த அந்தப் பெண் மற்றொரு ஆசியப் பெண்ணுடன் என்னை உற்றுப் பார்த்தவாறு ஒரு மேஜையில் அமர்ந்திருந்தார். பின் அவர் புன்னகைத்தார். அருகே வருமாறு சைகை செய்தார். அவளைக் கவனித்தவாறு பணிப்பெண் என்னை அந்த மேஜையருகே அழைத்துச் சென்றாள். 'நண்பர்களா?'

"ஆம்" நீச்சல் குளத்தில் பார்த்த பெண் தயங்கவேயில்லை. "எங்களோடு தயவுசெய்து சேர்ந்து கொள்வீர்களா?"

ஒரு காலி இருக்கையை வெளியே இழுத்துப் போட்ட பணிப்பெண் மீண்டும் வணங்கிவிட்டு அவ்விடத்தை விட்டு நடந்து போனார்.

குழப்பத்தால் எனக்கு தலை சுற்றியது. "உங்கள் கணவர் எங்கே?" எனக் கேட்டேன். தங்களுக்குள் பார்வையைப் பரிமாறிக் கொண்ட இரு பெண்களும் கடகடவெனச் சிரித்தார்கள். "எனக்கு இன்னும் திருமணம் ஆகவில்லை" என்று அவர் ஒரு வழியாகக் கூறினார்.

"ஆனால் நீச்சல் குளத்தில் இருந்த அந்த மனிதன்?"

சிரிப்பை அடக்கிக்கொண்டு "தொழில் சம்பந்தமான கூட்டாளி" என்ற அவர் நாற்காலியைச் சுட்டிக் காட்டினார். "தயவு செய்து அமருங்கள். நாங்கள் இப்போதுதான் ஆர்டர் செய்தோம். ஆரம்பிப்பதற்கு நம் அனைவருக்கும் தேவையானதற்கும் அதிகமாகச் சொல்லியிருக்கிறோம். அல்லது தனியாகத்தான் உணவு உண்பது என்று தீர்மானித்திருக்கிறீர்களா?" அவரது ஆங்கிலம் கிட்டத்தட்ட கச்சிதமாக இருந்தது. வேற்று மொழி உச்சரிப்பு வாடை சொற்பமாகத்தான் இருந்தது.

நான் அமர்ந்தேன். என்னுடைய இன்னொரு பகுதியால் இந்தப் பெரும் அதிர்ஷ்டத்தை இன்னும் நம்ப முடியவில்லை. மற்றொரு பகுதியோ, நான் ஏதோ கள்ளத்தனமான செயலில் ஈடுபடுகின்றேனோ என்று பயந்தது. சப்ளையர் ஒருவர் வந்தார். என் முன்னால் ஒரு சிறு கோப்பையை வைத்தார்.

நீச்சல்குளப் பெண் அந்த சிறு பீங்கான் கோப்பையைச் சுட்டிக்காட்டினார். "சேக்? (புளித்த அரிசியிலிருந்து தயாரிக்கப்படும் ஜப்பானிய மதுபானம் - மொர்.) நாங்கள் ஏராளமாகக் குடித்துக் கொண்டிருக்கிறோம். இந்த இரவை எங்களால் வீண் செய்ய முடியாது. இங்கு சேக் மிக நன்றாக இருக்கும்". அவள் என் கோப்பையை நிரப்பினார். "சீயர்ஸ்". மூன்று கோப்பைகளும் 'கிளிங்' என மோதிக் கொண்டன. "ஓ, ஆமாம்" என்றாள் அவர். லினன் கை துடைக்கும் துணியால் தன் உதடுகளைத் துடைத்துக் கொண்டாள். "எவ்வளவு மூர்க்கத்தனமானவள் நான்? என் பெயர் நான்சி. இவள் மேரி"

"ஜான்" இருவருடனும் கைகுலுக்கினேன். "உன்னை நான் நீச்சல் குளத்தில் கவனித்திருக்கிறேன், ஜான். நீயாக என்னிடம் வந்து ஹலோ சொல்வாய் என்று காத்திருந்தேன். நீ மிகவும் தனிமையானவனாகவும், நேர்த்தியானவனாகவும் தெரிந்தாய். ஆனால், நீ மிகவும் கூச்ச சுபாவம் உள்ளவன். அல்லது ஒரு வேளை......" அவரது மூச்சில் வீசும் மது வாடையை என்னால் முகர முடிகிற அளவு நெருக்கமாக வந்து "நீ உன் மனைவியை மிகவும் காதலிக்கிறாய்".

இம்முறை நான் வாய் விட்டுச் சிரித்தேன். 'விவாகரத்து செய்து கொண்டிருக்கிறேன்'

"அதிர்ஷ்டம்தான்." மேரி கூறினார். "இது முறிந்து போன திருமணங் களுக்காக" என்று அவள் தன் கோப்பையை உயர்த்தினாள். அவள் அதே வேற்று மொழி உச்சரிப்புடன்தான் பேசினாள். நான்சியினுடையதைவிட சற்று கூடுதலாக.

மலை போல் அடுக்கப்பட்ட பல்வேறு உணவுத் தட்டுகளுடன் சப்ளையர் வந்தார். உண்டவாறே எங்களுடைய பின்னணிகள் பற்றிய தகவல்களைப் பரிமாறிக் கொண்டோம். நான்சியும், மேரியும் தங்களை கெய்சாக்கள் (Geisha- இசை, நடனம் மற்றும் உரையாடல் கலையில் தனிச்சிறப்பான பயிற்சி பெற்றிருக்கும் ஜப்பானியப் பெண் கெய்சா என்றழைக்கப்படுவார். அவரது வேலை ஆண்களை உபசரித்து மகிழ்விப்பது - மொர்.) என்று கூறிக் கொண்டபோது நான் அதிர்ச்சி அடைந்தேன். அத்தகைய வழக்கம் இல்லாமல் போய் நீண்ட காலம் ஆகிவிட்டது என்று நான் எண்ணிக் கொண்டிருந்தேன் என்பதை ஒப்புக் கொண்டேன். என்னுடைய எண்ணம் தவறு என்று உறுதியாகச் சொன்னார்கள். "என்னை, இந்தத் தொன்மையான கலையை உயிர்ப்பித்துவிட்டது. வித்தியாசமாக என்பது உண்மைதான். ஆனால், அது உயிரோடும், நன்றாகவும் இருக்கிறது" என்று மேரி கூறினார்.

அவர்களது தாய்மார்கள் தைவான்காரர்கள். கர்ப்பமுற்றிருந்த அவரை, இரண்டாம் உலகப் போருக்குப் பின் அவர்களது நாட்டில் பணியாற்றுமாறு நியமிக்கப்பட்ட அமெரிக்க ராணுவ அதிகாரிகளாகிய அவர்களது தந்தையர்கள் கைவிட்டுவிட்டனர். அந்தப் பெண்கள் புதிதாகப் பிறந்த தங்களது குழந்தைகளை ஒரு ஜப்பானிய வர்த்தகரிடம் ஒப்படைத்தார்கள். அவர் அக்குழந்தைகளின் வளர்ப்புக்கும், கல்விக்கும் ஏற்பாடு செய்தார். கல்வி என்றால் ஆங்கிலத்தில் விரிவான பாடங்கள், அமெரிக்க வரலாறு மற்றும் கலாசாரம் குறித்த பாடங்கள். அவர்கள் பருவம் எய்தியபோது அவருக்காகப் பணியாற்றச் சென்றார்கள்.

"நீங்கள் ஒரு வேளை அங்கே தெருவில் நிற்கும் பெண்களைப் பார்த்திருக்கக் கூடும்" என்று திரையிடப்பட்டிருந்த ஜன்னல்களுக்கப்பால் இருந்த பாதசாரிகள் பாலத்தைச் சுட்டிக் காட்டினார் நான்சி. "அவர்களில் நாங்கள் இருந்திருக்கக் கூடும். நாங்கள் அதிர்ஷ்டசாலிகள்". அந்த ஜப்பானிய வர்த்தகர் அவர்களுக்கு 'நல்ல சம்பளம்' கொடுத்ததாகவும், அவர்கள் எப்படி நடந்து கொள்ள வேண்டும் என்று எப்போதும் உத்தரவிட்டது இல்லை என்றும் அல்லது என்ன செய்ய வேண்டும் என்று குறிப்பாகக் கூறியது இல்லை என்றும் அவள் கூறினாள். "அவருக்குப் பலன் கிடைக்க வேண்டும். அவ்வளவுதான். அதை எப்படிப் பெறுவது என்பது எங்களைப் பொறுத்தது". அவர் எங்கள் அனைவருக்கும் மேலும் 'சேக்' ஊற்றினார்.

'என்ன மாதிரியான பலன்கள்?'

'எவ்வளவு அப்பாவி. இவர் இவ்விடத்திற்குப் புதியவராக இருக்க வேண்டும்' என்றார் மேரி.

இதுதான் என் முதல் பயணம் என்பதையும், எனக்குக் கொடுக்கப் பட்ட முதல் வேலை என்பதையும் ஒப்புக் கொண்டேன். கற்றுக் கொள்ள ஆவலாக இருக்கிறேன் என்றும் கூறினேன்.

'உங்களுக்குக் கற்றுக் கொடுப்பதில் எங்களுக்கு மகிழ்ச்சி'. நான்சி அறிவித்தார். 'எங்கள் உலகில் நீ ஒரு வைரம். ஆனால் நாங்கள் பிரதி பலனாக ஏதாவது எதிர்பார்ப்போம். இன்றிரவல்ல. ஆனால், வேறொரு சமயம்'.

'உங்களுக்குப் பணி செய்ய காத்திருக்கிறேன்'. ஆர்வமற்றவன் போல் காட்டிக் கொள்ள முயற்சித்தேன்.

அதிகாரத்தில் உள்ள மனிதர்கள் செல்வாதாரங்களையும், அதிகாரத்தையும் குவித்துக் கொள்ள பெருந்தொகை செலவழிக்கவும், அடுத்தவர்கள் வாழ்க்கையை பலி கொடுக்கவும் எப்போதும் தயாராக இருக்கிறார்கள் என்று அவர்கள் விளக்கினார்கள். அப்போது அவர்கள் கெய்சாக்களாகத் தெரியவில்லை. கல்லூரிப் பேராசிரியர்கள் போல் தோன்றினார்கள். அவர்களது வெளிப்படையான பேச்சு என்னைத் திகைப்படையச் செய்தது. அவர்கள் கூறியது அனைத்தும் அர்த்தமுள்ளதாக இருந்தபோதும் இந்த வெளிப்படைத் தன்மைக்கு சேக்கும் ஓரளவு காரணம் என்று கருதினேன். புதிய நிலம் தேடி ஐரோப்பியர்கள் மேற்கொண்ட மகத்தான பிரயாணங்களின் போது மிளகு, கிராம்பு, ஏலக்காய், இலவங்கம் போன்ற உணவுக்கு சுவை கூட்டும் பொருட்கள் வர்த்தகத்தின் முக்கியத்துவம் குறித்தும் (சுருக்கமாக, மசாலா பொருட்கள்), பல நூற்றாண்டுகளாக தங்கம் வகித்திருக்கும் பாத்திரம் குறித்தும் அவர்கள் பேசினார்கள்.

'இன்று அது எண்ணை'. நான்சி தொடர்ந்தார். 'முன்னெப்போதும் இல்லாத அளவு மிகவும் மதிப்பு மிக்க இயற்கை வளம். எல்லாமும் அதைச் சார்ந்தே இருக்கிறது. மசாலாப் பொருட்களும், தங்கமும் உண்மையான மதிப்பு அதிகமற்ற ஆடம்பரப் பொருட்கள். சுவைக்க நன்றாக இருக்கும்; கெடாமல் பாதுகாக்கும் பொருளாகப் பயன்படுத்தலாம்; நகைகள் செய்யலாம்; கலைப்பொருட்கள் செய்யலாம். ஆனால், எண்ணை....அதுவே வாழ்க்கையாக இருக்கிறது. நவீன உலகில் அது இன்றி எதுவும் செயல்படுவதில்லை. வரலாற்றில் இதுவரை கைப்பற்றப் பட்ட மிகப் பெரும் இயற்கை வளம் இது. கிடைக்கப்போகும் பலன் பிரம்மாண்டமானது. அதைத் தங்கள் கட்டுப்பாட்டில் வைத்திருப்பதற்காக மனிதர்கள் எதையும் செய்யத் தயாராக இருக்கிறார்கள் என்பதில் ஆச்சரியம் என்ன இருக்கிறது? அவர்கள் ஏமாற்றுவார்கள். திருடுவார்கள். கப்பல்கள் கட்டுவார்கள். ஏவுகணைகள் செய்வார்கள். பல லட்சக்கணக்கான இளம் படை வீரர்களை எண்ணைக்காக உயிரைவிட அனுப்புவார்கள்.'

'இது நீங்கள் வரலாற்றுப் பாடநூல்களில் கற்றுக் கொண்டதா?' அவள் கள்ளத்தனமாக முறுவலித்தாள். 'இல்லை இல்லை. கடுமையான அனுபவங்கள் கற்றுத் தந்த பாடம்'

"கடுமையான அனுபவங்கள்." அவரருகே அமர்ந்திருந்த மேரி சிரித்தார். "நான்சி, நீயா இதைச் சொன்னாய்? என்னால் நம்பவே முடியவில்லை. அது மிகக் கச்சிதமாக இருந்தது. நான் அதை நினைவில் வைத்துக் கொள்ள வேண்டும். கடுமையான அனுபவங்கள்." அவள் தன் தலையை ஆட்டிக் கொண்டாள்.

ஆனால், ஹோட்டல் இன்டர்கான்டினென்டலின் உச்சியில் உள்ள உணவு விடுதியில் முதல் நாள் இரவில் சார்லி ஆற்றிய உரையைப் பற்றி நான் நினைத்துக் கொண்டிருந்தேன். நாங்கள் எப்படி இந்தோனேஷியாவிற்கு அதை கம்யூனிஸ்டுகளிடமிருந்து காப்பாற்றுவதற்காகவும், அமெரிக்காவிற்கு எண்ணையை உத்தரவாதப்படுத்துவதற்காகவும் வந்தோம் என்று கூறினான். பின்னர், என்னைப் பொருளாதார அடியாளாக உருவாக்கிய போஸ்டனைச் சேர்ந்த கியாடின் என்கிற பெண்ணைப் பற்றி என் சிந்தனை திரும்பியது. இந்த இரு ஆசிய -அமெரிக்கப் பெண்களின் மரபில் வந்தவர்தான் அவரும் என்று எனக்குத் தோன்றியது. ஆனால், அவள் எப்போதாவது தன்னையும் ஒரு கெய்சா என்று எண்ணியிருப்பாளா என்பதை நினைத்து வியப்பாக இருந்தது. சிரித்துக் கொண்டிருந்த மேரியிடமிருந்து என் பார்வை நான்சி பக்கம் போனது. அந்தக் கணத்தில் நான் கியாடினைக் கண்டேன். அவர் இல்லாதது எவ்வளவு தனிமையாக இருக்கிறது என்பதை உணர்ந்தேன். மேஜைக்கு அந்தப் பக்கம் அமர்ந்திருந்த பெண்ணின் மீது எனக்கேற்பட்டுள்ள சித்தபிரமை, அவர் என் மனதை ஆக்கிரமித்துள்ளது, இது என் தனிமையிலிருந்து தோன்றி வளர்ந்ததா அல்லது ஒரு வேளை என் அடிமனதில் அவரையும் கிளாடினையும் நான் தொடர்புபடுத்தியதன் விளைவா என்று ஆச்சரியமாக இருந்தது.

என்னை நிகழ்காலத்திற்கு பலவந்தமாக இழுத்து வந்தேன். சிரிப்பால் கண்களில் வழிந்த கண்ணீரை தன் கைதுடைக்கும் துணியால் மேரி துடைத்துக் கொண்டார். நான் நான்சியிடம் கேட்டேன். " உன்னுடைய பாத்திரம் என்ன?"

"நாங்கள் அந்தப் படை வீரர்களைப் போன்றவர்கள். கழித்துக் கட்டத்தக்கவர்கள், ஆனால் தேவையானவர்கள். நாங்கள் பேரரசருக்கு சேவை செய்கிறோம்."

"யார் பேரரசர்?"

நான்சி, மேரியை சட்டென்று ஒரு பார்வை பார்த்தார். "எங்களுக்கு எப்போதுமே தெரியாது. எங்கள் முதலாளிக்கு யார் அதிக விலை கொடுக்கிறாரோ அவர்".

"நீச்சல் குளத்தில் இருந்த மனிதன்?" "அவர் என்னுடைய தொடர்பு ஆள். அவர் முதலாளி அல்ல. என்னுடைய வாடிக்கையாளர்களிடம் அவர் என்னை அழைத்துச் செல்வார்."

"ஹோட்டல் இன்டர்கான்டினென்டலில்?"

"தேனிலவு அறை" கேலியாகச் சிரித்தார். ஆனால், அவராகவே அதை நிறுத்திக் கொண்டார். 'மன்னிக்கவும். மேரியும் நானும் நாங்கள் ஒரு நாள் அந்த அறையில் நிஜமான தேனிலவு கொண்டாட வேண்டும் என்று பேசிக் கொள்வோம்.' திரைச்சீலையால் மூடப்பட்டிருந்த ஜன்னலை நோக்கிப் பார்வையைத் திருப்பினார்.

கறுப்பு செடான் கார் மெல்ல வந்ததை நினைத்துக் கொண்டேன். அதில் இருந்தவர் இவர்களில் ஒருவரைப் பார்க்க வந்தாரோ என்று எண்ணினேன். 'அங்குதான் ஹோட்டல் இந்தோனேஷியாவில்தான் உங்களுக்கு வேலையா?"

" இல்லை.. கன்ட்ரி கிளப்ஸ் (country clubs), க்ரூஸ் ஷிப்ஸ் (cruise ships), ஹாங்காங், ஹாலிவுட், லாஸ் வேகாஸ்....இப்படி எங்கு வேண்டுமானாலும். எண்ணை வியாபாரிகளும், அரசியல்வாதிகளும் விரும்பிய இடங்களுக்கு நாங்கள் சென்றுள்ளோம்."

ஒருவரிடமிருந்து மற்றவருக்கு என் கண்கள் அலைந்தன. அவர்கள் மிகவும் இளமையாக இருந்தார்கள். உலக வாழ்க்கை மீது மிகுந்த பற்றுள்ளவர்களாக இருந்தார்கள். எனக்கு இருபத்தி ஆறு வயது. அவர்களது கதைகளிலிருந்து அவர்கள் என்னைவிட ஐந்து வருடம் சிறியவர்கள் என்பதைத் தெரிந்து கொண்டேன். 'உங்களுடைய வாடிக்கையாளர்கள் யார்?'

நான்சி தன் விரலை மூடிய உதடுகளின் மேல் வைத்தார். நான் நியூ ஹாம்ப்சையரில் பார்த்த தூரத்தில் குரைக்கும் நாயின் சத்தம் கேட்டு பயந்துபோன முயலைப் போல அவர் விடுதியைச் சுற்றி நோட்டம் விட்டார். 'எப்போதும் அந்தக் கேள்வியைக் கேட்காதே' என்ற அவரது குரலில் கம்பீரமான தொனி இருந்தது.

4
பூகி பழங்குடிகள்

அடுத்த சில வருடங்களில் நான் இந்தோனேஷியாவிற்கு அடிக்கடி வந்தேன். அமெரிக்க பன்னாட்டு நிறுவனங்களுக்கும், இந்தோனேஷியாவின் ஆட்சியாளர்களுக்கும் பலனளிக்கக் கூடிய பெரும் கடன் பெறுவதற்குத் தேவையான அறிக்கைகளை வழங்குவதற்கு 'மெயின்' நிறுவனம் மனமுவந்து முன்வந்ததை உலக வங்கியும், அதன் துணை அமைப்புகளும், சுகார்த்தோ அரசாங்கமும் பாராட்டின. இந்தக் கடன்கள் நாட்டை ஆழமான கடன் சுமையில் ஆழ்த்தும் என்பதைப் பற்றி அவர்களுக்கு அக்கறையில்லை. வங்கிகளைப் பொறுத்த வரையில், அது திட்டத்தின் ஒரு பகுதி. சுகார்த்தோவைப் பொறுத்த வரையில், மிக விரைவாகப் பெருகி வரும் தன்னுடைய வருமானத்தை வெளிநாடுகளில் முதலீடு செய்வதன் மூலம் எதிர்காலத்தில் திவாலாகப் போகும் இந்தோனேஷியாவின் நிலையிலிருந்து தன்னைப் பாதுகாத்துக் கொண்டார்.

தொடர்ந்த வருடங்களில் எனக்கிடப்பட்ட பணிகள் என்னை ஜாவா மலையிலிருக்கும் அமைதியான, அற்புதமான கிராமங்களுக்கும், கடலோரங்களில் இருக்கும் தொலைதூர கடற்கரைகளுக்கும், வசீகரமான தீவுகளுக்கும் இட்டுச் சென்றன. இரண்டாம் உலகப் போருக்குப் பின் தீவுகளை ஒன்றிணைக்க உதவும் வகையில் மொழியியல் வல்லுநர்களால் 'பகாசா இந்தோனேஷியா' என்கிற மொழி உருவாக்கப்பட்டது. அதன் எளிமை அதன் அடிப்படைகளை நான் விரைவில் கற்றுக் கொள்வதற்கு உதவியாக இருந்தது. அந்நியர்கள் அரிதாகச் செல்லும் பகுதிகளை ஆராய்வது, அங்குள்ள மக்களுடன் உரையாடுவது, அவர்களது கலாச் சாரத்தைப் புரிந்து கொள்ள முயற்சிப்பது ஆகியவை எனக்கு நல்ல அனுபவமாக இருந்தது. பெரும்பாலான வர்த்தகர்களும், தூதரக அதிகாரிகளும், சுற்றுலாப் பயணிகளும் பயணித்த பாதையிலிருந்து விலகி வேறு பாதைகளில் செல்வதன் மதிப்பை 'அமைதிப்படை' தொண்டனாக நான் பணியாற்றியபோது கிடைத்த அனுபவம் எனக்குக் கற்பித்திருந்தது. இந்த வேறு பாதை என்பது விவசாயிகள், மீனவர்கள், மாணவர்கள், கடை உரிமையாளர்கள் மற்றும் தெருக்களில் திரியும் சிறுவர்கள் ஆகியோரைச் சந்திப்பதாகும். எனினும், என்னைப் போன்ற ஆட்கள் பெரும்பான்மையான இந்தோனேஷிய மக்களின் மீது ஏற்படுத்தும் பயங்கரமான தாக்கத்தை நினைத்து எனக்கு ஏற்படும் குற்ற

உணர்வு என்னைத் தொடர்ந்து வாட்டி எடுக்கும் என்பதையும் அது உறுதி செய்தது.

ஜகர்த்தாவிலிருந்த போது ஹோட்டல் இன்டர்கான்டினென்டல் இந்தோனேஷியாவின் நீச்சல் குளத்திலேயே சாத்தியமான அளவு அதிகமான நேரத்தைச் செலவழித்தேன். நான்சியையோ அல்லது மேரியையோ மீண்டும் பார்க்கவே முடியவில்லை என்பது எனக்கு ஏமாற்றமளித்தது. என்றாலும், அவர்களைப் போன்றவர்கள் நீச்சல்குளப் பகுதியில் வேலை பார்த்துக் கொண்டிருந்ததைக் கவனித்தேன். அவர்களில் ஒருவரான தாய்லாந்தைச் சேர்ந்த ஒரு இளம் பெண்ணுடன் நெருங்கிப் பழகினேன். கெய்சாக்களைப் பயன் படுத்துவது என்பது ஜப்பானியர்களுக்கு மட்டும் கட்டுப்படுத்தப் பட்டதல்ல என்பதைக் கண்டுபிடித்தேன். ஐரோப்பியர்கள் மற்றும் இதர ஆசியர்களைப் போல அமெரிக்கர்களாகிய எங்களுக்குச் சொந்தமான தனி வகை இருந்தது. ஜப்பானியர்கள் முன் மாதிரியான முதலாளிகள் என்கிற எண்ணமும், அவர்கள் (ஜப்பானியர்கள்) இந்தத் தொழிலை மற்ற கலாசாரங்களைவிட மிகக் கச்சிதமாகச் செய்தார்கள் என்ற எண்ணமும் இந்தப் பெண்களிடம் ஏகமனதாக இருந்தது போல் தெரிந்தது. ஜப்பானின் நீண்ட வரலாற்றைக் கருத்தில் கொண்டு பார்க்கும்போது அது சரிதான்.

அந்த தாய்லாந்துப் பெண் என்னிடமிருந்து ஆதாயம் எதையும் எதிர்பார்த்து என்னிடம் நட்புடன் பழகவும் இல்லை; அல்லது என்னை வழிக்குக் கொண்டு வருவதற்காக யாராலும் பணியமர்த்தப் பட்டவரும் இல்லை. ஏனெனில், நான் ஏற்கனவே விலைக்கு வாங்கப்பட்டுவிட்டேன். அவர் நல் இதயம் படைத்தவர் என்பதோ அல்லது அவருக்குத் தன்னுடைய வாழ்வில் என்னைப் போன்ற யாரோ ஒருவர் தேவைப்பட்டதாலோ அல்லது எங்களுக்கிடையில் ஊடாடிய ரசாயனத்தாலோ அவர் என்னை நண்பனாக்கிக் கொண்டார். அவர் என்னுடைய தோழி, நெருக்கமானவர், பாலுறவுக் கவர்ச்சியைத் தூண்டுகிறவர் என்பதைத் தவிர, அவரது உள்நோக்கம் குறித்து எப்போதுமே எனக்கு முற்றிலும் நிச்சயமான கருத்து எதுவும் இருந்ததில்லை. உயர் மட்ட சர்வதேச வர்த்தகம் மற்றும் ராஜதந்திரத்தின் வழிமுறைகளைப் பற்றி அவர் எனக்கு விளக்கினார். "உன்னை வசியம் செய்ய முயற்சிக்கும் பெண்களின் அறைகளில் ரகசிய புகைப்படக் கருவிகள், ஒலிப்பதிவுக் கருவிகளை எதிர்பாருங்கள்" என்றார் அவர். ஒரு புன்சிரிப்புடன் அவசரமாக பின் வருவதையும் கூறினார். "நீங்கள் பிறரை ஈர்க்கக்கூடிய தோற்றம் உள்ளவர் அல்ல என்பதற்காகச் சொல்லவில்லை. எதுவும் கண்களுக்குத் தெரிவதைப் போலவே உண்மையில் இருப்பதில்லை என்பதுதான்". உலகின் மிக முக்கியமான சில வர்த்தக ஒப்பந்தங்களுக்கு வடிவம் கொடுப்பதில் அவரைப் போன்ற பெண்கள் மிக முக்கியமான பாத்திரம் வகித்திருக்கிறார்கள் என்பதை அவர் எனக்கு கற்பித்தார்.

என்னுடைய முதல் பணி முடிந்து இரண்டாண்டுகளுக்குப் பிறகு, போர்னியோவிற்கு கிழக்கே இருக்கும் தொலைதூரத் தீவான சுலாவெசிக்கு மூன்று மாதங்கள் அனுப்பப்பட்டேன். வரைபடத்தில் இருக்கும் அதன் வடிவத்தின் காரணமாக 'குடிபோதையில் ஓடும் ஒட்டகச் சிவிங்கி' என்று அன்போடு அழைக்கப்படும் அத்தீவு கிராமப்புற வளர்ச்சிக்கான முன்மாதிரியாகத் தேர்வு செய்யப்பட்டிருந்தது. ஒரு காலத்தில் கிழக்கிந்திய மசாலாப் பொருட்கள் வர்த்தகத்தின் முக்கிய இடமாக இருந்த அது இருபதாம் நூற்றாண்டில் தனிமைப்படுத்தப்பட்ட பகுதியாக ஆகிவிட்டது. இப்போது இந்தோனேஷிய அரசாங்கம் அதை வளர்ச்சியின் குறியீடாக மாற்றுவது என உறுதி கொண்டிருந்தது. அமெரிக்கர்களாகிய நாங்கள் அதைக் கனிமங்கள், காடு வளர்ப்பு மற்றும் விவசாயம் சார்ந்த தொழில்களில் தொடர்ச்சியான லாபம் தரக் கூடிய ஒரு இடமாகப் பார்த்தோம். பல பிரம்மாண்டமான நிறுவனங்கள் அங்கு கிடைக் கவிருந்த தங்கம், தாமிரம் மற்றும் அதன் வசீகரமான மரங்களை அடைந்துவிட வேண்டும் என்று பேராசை கொண்டன. டெக்சாஸ் மாநிலத்தின் மிகப் பெரிய மாட்டுப் பண்ணை ஒன்று பல்லாயிரக்கணக் கான ஏக்கர்கள் வனநிலத்தை வாங்கி, வெட்டி சமன்படுத்தி விற்றது; கால்பந்தாட்ட மைதான அளவுள்ள மிகப்பெரும் படகுகளில் மாட்டிறைச்சியை லாபம் கொழிக்கும் சிங்கப்பூர் மற்றும் ஹாங்காங் சந்தைகளுக்கு ஏற்றுமதி செய்ய திட்டமிட்டது. மக்களை ஓரிடத்திலிருந்து மற்றோர் இடத்தில் குடியமர்த்தும் அரசாங்கத்தின் திட்டத்திற்கு ஒரு திருப்புமுனையாகவும் சுலாவெசி பார்க்கப்பட்டது. நான் 'அமைதிப்படையில்' வேலை பார்த்த நாட்களில் எந்த மக்களோடு பணியாற்றினேனோ அந்த மக்களைப் பாதித்த அமேசான் காலனிமயமாக்கல் போன்றதொரு திட்டம்; ஜாவா (உலகிலேயே மக்கள் அடர்த்தி அதிகமாக உள்ள பகுதி) நகரங்களில் இருந்த நகர்ப்புற ஏழைகளை மக்கள் குறைவாக வசிக்கும் பகுதிகளில் குடியமர்த்துவதுதான் நோக்கம். லத்தீன் அமெரிக்காவைப் போலவே இத்திட்டத்தை சர்வதேச வளர்ச்சி முகமைகள் ஆதரித்தன. வறுமையில் உழலும் சேரிவாசிகளை மக்கள் வசிக்காத கிராமப்புறங்களில் குடியமர்த்துவதன் மூலம் அரசாங்கத்திற்கு எதிராக அவர்கள் கிளர்ந் தெழும் சாத்தியத்தைக் குறைக்கும் ஒரு வழியாக அவை இதைக் கருதின. இரண்டு கண்டங்களிலுமே இத்தகைய திட்டங்கள் பேரழிவை உண்டாக்கின என்பதை வல்லுநர்கள் விரைவிலேயே கண்டு கூறிய பின்பும் இந்தக் கொள்கை தொடர்ந்தது. அங்கேயே பிறந்து வளர்ந்த மக்கள் இடம் பெயர்க்கப்பட்டனர். அவர்களது நிலமும், கலாசாரமும் அழிக்கப்பட்டன. அதே நேரத்தில், புதிதாகக் குடியமர்த்தப்பட்ட நகர்ப்புற மக்களும் நுட்பமான மண்ணில் விவசாயம் செய்ய முடியாமல் திணறினர்.

சுலாவெசிக்கு நான் வந்து சேர்ந்த போது மகாஸ்கர் என்கிற பழைய போர்த்துக்கீசிய நகருக்கு (சுகார்த்தோ வரவேற்ற தேசியத்தின்

வெளிப்பாடாக 'உஜீங்க் பான்டங்' என்று பெயர் மாற்றப்பட்டது) வெளியே அரசாங்கத்திற்குச் சொந்தமான வீடு ஒன்று எனக்களிக்கப் பட்டது. பணிப்பெண், தோட்டக்காரர், சமையல்காரர், ஜீப், மற்றும் ஓட்டுநர் ஆகிய வசதிகளும் வீட்டோடு சேர்த்து அளிக்கப்பட்டன. என்னுடைய வேலை வழக்கம் போல், பன்னாட்டு நிறுவனங்கள் சுரண்டக் கூடிய இயற்கை வளங்கள் இருப்பது போல் தெரிகிற எந்தப் பகுதிக்கும் செல்வது, சமுதாயத் தலைவர்களைச் சந்திப்பது, கிடைக்கும் எல்லாத் தகவல்களையும் சேகரிப்பது, மின்சக்தி மற்றும் இதர கட்டமைப்புத் திட்டங்களின் நிறைவேற்றத்திற்காகத் தேவைப்படும் மிகப்பெரும் கடன் இந்த மத்தியகால பொருளாதாரத்தை ஒரு நவீன வெற்றியாக மாற்றிவிடும் என்று பளபளவென்று ஓர் அறிக்கையை எழுதுவது.

துளிர்த்துக் கொண்டிருந்த டெக்சாஸ் கால்நடைப் பண்ணைக்கு அருகே இருந்த 'பேட்ஸ்வில்லே' என்கிற நகரம் ஒரு மின் உற்பத்தி நிலையம் அமைப்பதற்கான இடமாக அடையாளம் காணப்பட்டது. ஒரு நாள் அதிகாலையில், உஜீங்க் பான்டங்கிற்கு வெளியே கண்கவரும் கடற்கரையோரமாக பாரேபாரே எனும் துறைமுக நகரத்துக்கு என் ஓட்டுநர் எங்களை அழைத்துச் சென்றார். அங்கிருந்து மிகவும் உள்ளடங்கியிருந்த மலைப்பகுதிக்கு மிகுந்த எச்சரிக்கையுடன் மெல்லச் சென்றோம். காட்டினூடே செல்லும் வெறும் மண்பாதைதான் சாலை. அமேசானுக்குத் திரும்ப வந்தது போல் உணர்ந்தேன்.

பின்ராங்க் என்ற கிராமத்தில் ஜீப் நின்றபோது ஓட்டுநர் அறிவித்தார்: "இதுதான் பேட்ஸ்வில்லே".

சுற்றிலும் நோட்டம் விட்டேன். கிராமத்தின் பெயர் என்னுள் ஆர்வத்தைத் தூண்டியது. வௌவால்கள் இருக்கின்றனவா என்று தேடினேன். ஆனால், அசாதாரணமாக எதுவும் கண்ணில் படவில்லை. இந்தோனேஷியா எங்கும் நகரங்களில் உள்ள சதுக்கங்களைப் போன்ற தொரு சதுக்கத்தைத் தாண்டி மெல்ல வண்டியை ஓட்டினார் ஓட்டுநர். இரு பெஞ்சுகளும், கிளைகளிலிருந்து மிகப்பெரிய இளநீர்க்காய்கள் போன்ற கருப்பு நிறக் கொத்துகள் தொங்கும் பல மரங்களும் இருந்தன. பின்னர் திடீரென்று அந்தக் கொத்துகளில் ஒன்று விரிந்தது. ஒரு பிரம்மாண்டமான வௌவால் தன் சிறகுகளை விரித்ததை நான் உணர்ந்தபோது என் இதயம் தொண்டையில் சிக்கிக் கொண்டது.

ஓட்டுநர் ஓரிடத்தில் நிறுத்தினார். அந்த வௌவால்களுக்குக் கீழே ஒரு இடத்திற்கு என்னை அழைத்துச் சென்றார். பிரமிக்கச் செய்யும் அந்தப் பிராணி எங்களுக்கு மேலே அசைந்து கொண்டிருந்தது. அதன் சிறகுகள் மந்தகதியில் விரிந்தன. அதன் உடல் ஒரு குரங்கின் அளவு பெரிதாக இருந்தது. அதன் சிறகுகள் ஆறடிக்கும் மேல் நீளமானவை என்பதைச் சுட்டிக்காட்டும் வண்ணம் அந்த வௌவால்கள் மின் இணைப்புக் கம்பிகளை உரசி மின்விநியோகத்தில் இடையூறு செய்யும் என்று வதந்திகளைக் கேள்விப்பட்டிருக்கிறேன். எனினும், நான்

இப்போது கண்ணால் பார்த்துக் கொண்டிருப்பதை ஒப்பிடத் தகுந்த வேறொன்றை என்னால் கற்பனை செய்து பார்க்கவே முடியவில்லை.

பின்னர், நான் பின்ராங்கின் மேயரைச் சந்தித்தேன். உள்ளூர் இயற்கை வளங்கள் பற்றியும், அந்நியர்களுக்குச் சொந்தமான மின்நிலையங்கள் மற்றும் தொழிற்சாலைகள் அந்தப் பகுதியில் கட்டப்பட்டால் மக்கள் அதை எப்படி அணுகுவார்கள் என்பது பற்றியும் கேட்டேன். ஆனால், வௌவால்கள் என் சிந்தனையை ஆக்கிரமித்திருந்தன. அவற்றால் பிரச்சனைகள் ஏற்படுமா என்று கேட்டபோது 'இல்லை. அவை ஒவ்வொரு மாலையும் பறந்து செல்கின்றன. நகரத்திலிருந்து வெகு தொலைவில் எங்கேயோ பழங்கள் உண்கின்றன. காலையில் திரும்பு கின்றன. எங்கள் பழங்களை எப்போதும் தொடுவதில்லை' என்று பதிலளித்தார். 'அவர் தன் தேநீர்க் கோப்பையை உயர்த்தினார். 'உங்கள் நிறுவனங்களைப் போலவே' என்றார் கூச்சமான ஒரு புன்னகையுடன். 'அவை பறந்து செல்கின்றன. வெகு தொலைவில் இருக்கும் இயற்கை வளங்களைத் தின்கின்றன. அமெரிக்கர்கள் எப்போதுமே சென்றிராத இடங்களில் மலஜலம் கழிக்கின்றன. பின் உங்களிடம் திரும்பிவிடுகின்றன.'

இந்தக் கருத்தை நான் அடிக்கடி கேட்டிருக்கிறேன். பெரும்பாலான அமெரிக்கர்களுக்கு தங்களது வாழ்க்கை முறை சுரண்டலை அடிப் படையாகக் கொண்டு கட்டமைக்கப்பட்டது என்பது பற்றி ஒன்றும் தெரியாது என்ற போதும், மற்ற நாடுகளின் கோடிக்கணக்கான மக்கள் அது பற்றி அறிந்திருக்கிறார்கள் என்பதை நான் புரிந்து கொள்ள ஆரம்பித்தேன். 1970களில் கூட அவர்கள் எங்கள் ராணுவத்தை ஜன நாயகப் பாதுகாவலராகக் கருதவில்லை. எங்களது நிறுவனங்களின் சுரண்டலுக்கான காவலாளியாகவே பார்த்தார்கள். அதன் விளைவாக அவர்கள் பயந்திருந்தார்கள்; ஆத்திரமடைந்திருந்தார்கள்.

சுலேவெசி அபகீர்த்தி பெற்ற பூகி பழங்குடியினரின் இருப்பிடமுமாகும். பல நூற்றாண்டுகளுக்கு முன்பு ஐரோப்பிய மசாலா வர்த்தகர்கள் அவர்களை (பழங்குடியினரை) ஆக்ரோஷமானவர் கள் என்றும், மிகவும் ரத்தவெறி பிடித்த கொள்ளைக்காரர்கள் என்றும் எண்ணி அஞ்சினர். தங்கள் நாட்டுக்குத் திரும்பும்போது, அடங்காத சிறுவர்கள் தங்கள் வழிகளை மாற்றிக் கொண்டு திருந்தாவிட்டால் 'புகிமான் அவர்களைப் பிடித்துக் கொண்டு போய்விடுவான்' என்று மிரட்டுவார்கள்.

பல நூற்றாண்டுகளாக அவர்கள் வாழ்ந்து வந்தது போலவே பூகிகள் 1970களிலும் தொடர்ந்து வாழ்ந்து கொண்டிருந்தார்கள். பிராகுஸ் என்றழைக்கப்பட்ட அவர்களது அபாரமான கப்பல்கள் தீவுகளுக்கிடையிலான வர்த்தகத்தின் முதுகெலும்பாக இருந்தன. கறுப்பு பாய்மரங்களால் இயங்கும் இந்தக் கப்பல்களின் மாலுமிகள் நீண்ட அங்கிகளை அணிந்திருந்தனர்; கண்கவரும் வண்ணங்களால்

ஆன துணியால் தலைமுடியைக் கட்டியிருந்தார்கள்; மினுமினுக்கும் காதணிகள் அணிந்திருந்தார்கள்; அவர்கள் பயங்கரமான நீண்ட கத்திகளைத் தங்களது இடுப்பில் செருகி எடுத்துச் சென்றார்கள். அவர்கள் தங்களது பண்டைய பெருமையை இன்றும் போற்றிக் கொண்டிருந்தார்கள் போல் தோன்றியது.

என்னைவிட வயதில் மூத்த பூழி (buli) என்பவருடன் நான் நட்பு ஏற்படுத்திக் கொண்டேன். கப்பல் கட்டுபவரான அவர் தன்னுடைய முன்னோர்களைப் போலவே அக்கலையைக் கடைப்பிடித்தார். ஒரு நாள் நானும் அவரும் உணவு அருந்திக் கொண்டிருந்தபோது தனது மக்கள் எப்போதுமே தங்களைக் கொள்ளைக்காரர்களாகக் கருதிக் கொண்டது கிடையாது என்றார். அவர்கள் ஊடுருவல்காரர்களிடமிருந்து தங்கள் மண்ணைப் பாதுகாத்துக் கொண்டிருந்தார்கள், அவ்வளவுதான். மணமும் ருசியும் மிக்க ஒரு பழச்சுளையைக் கொடுத்த அவர் " எங்களுக்கு என்ன செய்வது என்று தெரியவில்லை. மரக்கப்பல்களில் இருக்கும் சிறு எண்ணிக்கையிலான மக்களால் எப்படி அமெரிக்காவின் நீர்மூழ்கிக் கப்பல்களையும், போர்விமானங்களையும், குண்டுகளையும், ஏவுகணைகளையும் எதிர்த்துப் போரிட முடியும்?" என்று கேட்டார்.

இது போன்ற கேள்விகள் இறுதியில் என்னுடைய வழிமுறைகளை நான் மாற்றிக் கொள்ளும்படி செய்தன.

5
ஊழல் நிறைந்த கொடூரமான நாடு

பூகினிய கப்பல் கட்டுபவருடனான என்னுடைய உரையாடல் நடந்து பல ஆண்டுகளுக்குப் பிறகு பொருளாதார அடியாளாக என்னுடைய வாழ்க்கையை முடித்துக் கொண்டேன். அப்படிச் செய்வதற்கான முடிவு, வாக்குமூலத்தில் விவரிக்கப்பட்டிருந்ததைப் போல கரீபியன் தீவுகளின் மத்தியில் என் விடுமுறையைப் படகுகளில் கழித்துக் கொண்டிருந்தபோது எடுக்கப்பட்டது. அந்தத் தீவுகள் ஒரு காலத்தில் ஸ்பானிய தங்கக் கப்பல்களைக் கொள்ளையடிப்போரின் கோட்டைகளாக இருந்தவை. பின் ஒரு மாலைப் பொழுதில், ஒரு பழங்கால கரும்புப் பண்ணையின் சிதிலமடைந்த சுவரின் மீது அமர்ந்தவாறு, அந்தக் கட்டடங்களைக் கட்டிய ஆப்பிரிக்க அடிமைகள் அனுபவித்த பயங்கரங்களை எண்ணிப் பார்த்தேன். அப்போது, நானும் ஒரு அடிமைதான் என்பது புரிந்தது. பல ஆண்டுகள் குழப்பத்தைத் தொடர்ந்து விலகுவது என்று முடிவெடுத்தேன். போஸ்டனுக்கு விமானத்தில் திரும்பச் சென்றேன்; ராஜினாமா செய்தேன். ஆனால், இந்தப் புதிய பேரரசிற்குப் பின்னாலிருந்த பயங்கரமான உண்மைகளை அம்பலப்படுத்தவில்லை. மிரட்டல்களுக்கும், கையூட்டுகளுக்கும் இணங்கிப் போன நான் அதைத் தாமதப்படுத்தினேன். தொடர்ந்த வருடங்களில் என்னுடைய கடந்த காலம் என்னைச் சுற்றிச் சுற்றி வந்தது. நான் செய்தது மற்றும் எனக்குத் தெரிந்ததைச் சகித்துக் கொண்டு வாழ வேண்டியிருந்தது. பின்னர், 9/11க்குப் பிறகு, முன்பு உலக வர்த்தக மையம் நின்றுகொண்டிருந்த இடத்தில் இருந்த அந்த பயங்கரமான, கனன்றுகொண்டிருந்த பள்ளத்தின் ஒரு முனையருகே நின்றிருந்த போது, ஒருவழியாக நான் முன் வரவேண்டும் என்பதைத் தெரிந்து கொண்டேன். நான் ஒப்புதல் வாக்குமூலம் அளிக்க வேண்டும்.

2004ல் 'ஒரு பொருளாதார அடியாளின் ஒப்புதல் வாக்குமூலம்' வெளியான பின்பு, வானொலி நேயர்களின் கேள்விகளை எதிர் கொண்டபோது, ஒரு பொருளாதார அடியாளாக என்னுடைய செயல் கள் நான் பணியாற்றிய நாடுகளில் என்னவிதமான பாதிப்புகளை ஏற்படுத்தியிருக்கிறது என்பது பற்றி நான் சொற்பமாகவே புரிந்து கொண்டிருக்கிறேன் என்பதை உணர்ந்தேன். நாங்கள் சோவியத் யூனியனைத் தோற்கடித்து, வேறு எந்த வல்லரசாலும் எதிர்க்கப்படாத,

உண்மையிலேயே முதல் உலகளாவிய பேரரசாக எழுந்துள்ளோம். முன்னேற்றம் மற்றும் தொழில்மயம் பற்றி நாங்கள் ஜம்பம் பேசினோம். நிறுவன அதிகார வர்க்கத்தின் சேவகர்களான மூன்றாம் உலக மேட்டுக்குடியினர் என்கிற ஒரு புதிய வர்க்கத்தை நாங்கள் உருவாக்கி விட்டோம். ஆனால், எங்களால் அடக்கப்பட்ட நாடுகளின் பெரும் பான்மையான மக்களின் நிலை என்ன? நிகழ்காலம் வரையிலான தகவல்களைத் தெரிந்து கொள்வது என்று தீர்மானித்தேன். என்னுடைய பணியை நான் எங்கு துவக்கினேனோ அந்த நாட்டிலிருந்து ஆரம்பிப்பது.

இந்தோனேஷியாவின் பொதுவான நிகழ்வுகள் குறித்து முக்கிய பத்திரிகைகள் வாயிலாக அன்றாடம் தெரிந்து கொண்டேன். இன்னும் ஆழமாகத் தோண்ட ஆரம்பித்தேன். அரசுசாரா அமைப்புகள், கல்வி சார்ந்த ஆய்வாளர்கள், ஐக்கிய நாடுகள் சபை, உலகவங்கி, நான் பணியாற்றிய மற்ற நிறுவனங்கள் ஆகியவற்றிலிருந்து கிடைத்த தகவல்களை ஆய்வுக்கு உட்படுத்தினேன். 'ஐஎம்எப் நெருக்கடி' என்று அழைக்கப்படும் 1997 ம் ஆண்டு ஆசியப் பொருளாதார வீழ்ச்சி நிகழ்ந்த சூழ்நிலைமைகள் குறித்து மேலும் அதிகமாகத் தெரிந்து கொண்டபோது என்னுடைய ஆர்வம் இன்னும் தீவிரமானது. இந்தப் படுதோல்வி ஆசியாவிலிருந்து துவங்கியது. அங்கு அது கோடிக்கணக்கான மக்களைக் கடுமையாகப் பாதித்தது. அதன் விளைவாக, பல்லாயிரக்கணக் கானோர் - லட்சக்கணக்காகவும் இருக்கலாம், நோயாலும், பட்டினி யாலும், தற்கொலைகளாலும் மாண்டனர். அது பின்னர் உலகெங்கும் பரவியது. கவனிக்க விரும்பிய எல்லோருக்கும் ஐஎம்எப் மற்றும் உலக வங்கி ஆகியவற்றின் உண்மையான நோக்கம் பற்றி அது ஒரு வலுவான செய்தியைக் கூறியது. இதர அனைவரையும் பலி கொடுத்து நிறுவன அதிகார வர்க்கத்தின் வளத்தைப் பெருக்குவது உங்கள் நோக்கமில்லை என்றால், ஒரு பொருளாதாரத்தை எப்படி நிர்வகிக்கக் கூடாது என்பதற்கான பாடம்.

முதல் பார்வைக்கு, 1970களில் நாங்கள் இந்தோனேஷியாவில் செய்திருந்த வேலைகள், குறைந்த பட்சம் 1997 வரையிலாவது, வியக்கத்தக்க பலன்களை அளித்துள்ளது என அதிகாரபூர்வ புள்ளிவிவரங்கள் சுட்டிக்காட்டின. குறைவான பணவீக்கம், 20 பில்லியன் (ஒரு பில்லியன்100 கோடி) அமெரிக்க டாலருக்கும் அதிகமான அந்நியச் செலாவணி கையிருப்பு, 900 மில்லியனுக்கும் (ஒரு மில்லியன் பத்து லட்சம்) அதிகமான வர்த்தக உபரி, வலுவான வங்கித் துறை என புள்ளிவிவரங்கள் பெருமை பேசின. இந்தோனேஷியா வின் பொருளாதார வளர்ச்சி (மொத்த உள்நாட்டு உற்பத்தியால் அளவிடப்படுவது) 1990 களில் ஒவ்வொரு வருடமும் 9 விழுக்காடாக 1997 வரை இருந்தது. ஆனால், எனக்கிடப்பட்ட பணியின்படி நான் கணித்த இரட்டை இலக்க வளர்ச்சி விகிதம் போல் பிரமிக்கத்தக்கது

இல்லை என்றபோதும், குறிப்பிடத்தக்க வளர்ச்சி விகிதம்தான். உலக வங்கி, ஐஎம்எப், ஆலோசனை நிறுவனங்கள், கல்வி நிறுவனங்கள் ஆகியவற்றில் இருந்த பொருளாதார வல்லுநர்கள் எங்களைப் போன்ற பொருளாதார அடியாட்களால் முன்னெடுத்துச் செல்லப்பட்ட வளர்ச்சிக் கொள்கைகள் வெற்றிகர மானவை என்று நிரூபிக்க அந்தப் புள்ளி விவரங்களைப் பயன்படுத்திக் கொண்டனர்.

எனினும், பொருளாதார வல்லுநர்களால் 'பொருளாதார அதிசயம்' என்று குறிப்பிடப்பட்டதை அடைய இந்தோனேஷிய மக்கள் மிக மிகப் பெரிய விலை கொடுக்க வேண்டியிருந்த விஷயத்தை இந்தப் புள்ளிவிவரங்கள் கணக்கில் எடுத்துக் கொள்ளவில்லை என்பதை ஆராய்ந்து தெரிந்து கொண்டேன். பொருளாதார ஏணியில் உச்சத்தில் இருந்தவர்களுக்கு மட்டுமே அதன் பலன்கள் கிடைத்தன. மலிவாகவும், ஏராளமாகவும் கிடைத்த உழைப்பு தவறாகப் பயன்படுத்தப்பட்டது; தொழிற்சாலைகளில் உயிருக்கு ஆபத்தான நிலைமைகளில் தொழிலாளர்களை நீண்ட நேரம் உழைக்கும்படிச் செய்தது; சுற்றுச் சூழலை அழிக்கவும், வட அமெரிக்காவிலும், முதல் உலகின் இதர நாடுகளிலும் சட்டவிரோதம் எனத் தடை செய்யப்பட்ட நடவடிக்கைகளில் ஈடுபடவும் அனுமதித்த கொள்கைகள் ஆகியவற்றால் தேசிய வருமானத்தில் அதிவிரைவான முன்னேற்றம் அடையப்பட்டது. குறைந்த பட்சக் கூலி நாளொன்றுக்கு மூன்று டாலர் என உயர்ந்தபோதும், அது பெரும்பாலும் அலட்சியப்படுத்தப்பட்டது. 2002ல், இந்தோனேஷிய மக்கள் தொகையில் சுமார் 52% பேர் தினசரி வெறும் 2 டாலருக்கும் குறைவான வருமானத்தில் வாழ்ந்து கொண்டிருந்தனர். அந்த நிலைமை பெரும்பாலான கண்ணோட்டங் களின்படி, நவீனகால அடிமைத்தனத்தோடு ஒப்பிடத்தக்கதாகும். தினம் மூன்று டாலர் கூட தொழிலாளர்களுக்கும், அவர்களது குடும்பத் தினருக்கும் மிகவும் அடிப்படையான தேவைகளை ஈடு செய்யப் போதுமானதல்ல.

தன்னுடைய மக்களை சுமையாக அழுத்திய கொள்கைகளை இந்தோனேஷியா எவ்வித ஆட்சேபணையுமின்றி ஏற்றுக் கொண்டது தற்செயலல்ல. நாட்டின் மேட்டுக்குடியினர் செல்வம் குவிப்பதற்காக விரும்பத்தகாத வகையில் மிகப் பெருமளவு கடன்பட்டதால் அதற்கு வேறு வழியிருக்கவில்லை. உலக வங்கி மற்றும் ஐஎம்எப், ஐஎப்எஸ்சின் (ஐஎம்எப்பின் இன்டர்நேஷனல் பைனான்சியல் ஸ்டேடிஸ்டிக்ஸ்) குளோபல் டெவலப்மன்ட் பைனான்ஸ் அறிக்கையின்படி ஆசிய நாடுகள் அனைத்திலும், உள்நாட்டு உற்பத்தியில் கடனின் அளவு எத்தனை சதவீதம் என்று கணக்கிட்டால், சராசரியாக அதிகபட்ச அந்நியக் கடன் வாங்கியிருப்பது இந்தோனேஷியாதான். 1997ம் ஆண்டு ஆசியப் பொருளாதார நெருக்கடிக்குக் கட்டியம் கூறிய 1990 -1996 காலகட்டத்தில் இது 60% அல்லது அதற்கும் அதிகமானதாகவே இருந்தது. (தாய்லாந்துக்கு இது 35%, சீனாவுக்கும் ஹாங்காங்கும் இது

15%, சிங்கப்பூர் மற்றும் தைவானுக்கு இது 10% ஆக இருந்தது). அந்நியச் செலாவணி கையிருப்போடு ஒப்பிடுகையில் அது கடனுக்குச் செலுத்திய வட்டி மற்றும் குறுகிய காலக் கடனைச் சேர்த்தால் 1990 -1996 காலகட்டத்தில் அது கிட்டத்தட்ட 300% ஆக இருந்தது. அதே காலகட்டத்தில் இது தாய்லாந்துக்கு 120%, சீனாவிற்கு 60%, ஹாங்காங்கிற்கும் தைவானுக்கும் அது 25% ஆக இருந்தது. அந்த நாடு ஒரு வேளை திருப்பிக் கொடுக்கவே முடியாத அளவு நிலைதடுமாறச் செய்யும் பெருந்தொகையைக் கடனாகக் கொடுத்து அந்த நாட்டின் மீது சுமையை ஏற்றிவைத்து விட்டோம் என்பது தெளிவு. எங்களது பன்னாட்டு நிறுவனங்களின் இச்சைகளைத் திருப்தி செய்வதன் மூலம் இந்தோனேஷியர்கள் தங்களை மீட்டுக் கொள்ளுமாறு நிர்ப்பந்திக்கப்பட்டனர். பொருளாதார அடியாட்களாகிய நாங்கள் எங்கள் குறிக்கோளை அடைந்துவிட்டோம்.

தேசிய பொருளாதார அளவுகோல்கள் மிகவும் போலியானவை என்பது மீண்டும் நிரூபணமாவிட்டது. எல்லா எடுத்துக்காட்டுகளையும் போலவே, ஜொலிக்கும் அந்நியச் செலாவணி இருப்பு, சாதகமான வர்த்தக உபரி, குறைவான பணவீக்கம், குறிப்பிடத்தக்க வளர்ச்சி விகிதம் ஆகியவை மக்கள் தொகையில் ஒரு சிறு, வசதியான பகுதியினரின் நிலைமையை மட்டுமே விவரிக்கிறது. மற்ற அனைவரும் பொதுவான பொருளாதார நீரோட்டத்திற்கு வெளியேதான் வாழ்ந்து கொண்டிருந்தார்கள்; தாங்கமுடியாத பாரத்தை சுமந்து கொண்டிருந்தனர். வறுமை, பன்னாட்டு நிறுவனங்களின் நெறி தவறிய நடவடிக்கைகள் மற்றும் அமெரிக்க நுகர்வோர் ஆகியவற்றுக்கிடையிலான தொடர்பு இந்தோனேஷியாவின் 'தொழிற்சாலை'களைப் போல் வேறு எங்கும் இவ்வளவு வெளிப்படையாக இருந்ததில்லை. உயிருக்கு ஆபத்தான நிலைமைகளில் நீண்ட நேரம் தொழிலாளர்கள் உழைக்க வேண்டிய சூழல் நிலவும் அந்த தொழிற்சாலைகள் மற்ற பல நாடுகளில் உள்ள தொழிற்சாலைகள் போன்றவைதான். தனியார்மயத்தையும், அந்நிய நிறுவனங்களுக்கு வரிச்சலுகையையும் ஊக்குவிப்பது உலக வங்கி மற்றும் ஐஎம்எப் கொள்கை. இக்கொள்கையின் ஆதரவுடன் பெரிய பன்னாட்டு நிறுவனங்கள், மனிதர்களுக்கு மிகக் குறைந்த கூலி கொடுக்கப்படும் நாடுகளில் ஒன்று சொந்தமாக தொழிற்சாலைகள் வைத்திருக்கின்றன. அல்லது அத்தகைய தொழிற்சாலைகளுடன் ஒப்பந்தம் போட்டுக் கொள்கின்றன. அந்தத் தொழிற்சாலைகளில் வேலை பார்க்கும் தொழிலாளர்கள் எதிர்த்துப் போராடினால் அடித்து நொறுக்கப்படுவார்கள் அல்லது கொல்லப்படுவார்கள். 'முதலாம் உலகின்' கடைகளில் சரக்குகள் குறைந்த விலையில் விற்கப்படுவதற்காக அவர்கள் மிகப் பயங்கரமான வாழ்க்கையைச் சகித்துக் கொண்டிருக்கிறார்கள்.

'வாக்குமூலம்' புத்தகச் சுற்றுப்பயணத்தில் அமெரிக்காவைச் சுற்றி வந்தபோது நைக் (Nike), அடிடாஸ் (Adidas) , ரால்ப் லாரன் (Ralph lauren), வால் மார்ட் (Wal-Mart), தி கேப் (The Gap) ஆகிய நிறுவனங்கள்

கிட்டத்தட்ட அடிமை உழைப்பு என்று சொல்லத்தக்க அளவு குறைந்த கூலியால் பயன்பெறுகின்றன என்று கூறுவதற்காகப் பலர் என்னை அணுகினார்கள். துணிச்சலான ஒரு தம்பதியர் இந்தோனேஷியாவில் தங்களுக்கு ஏற்பட்ட சொந்த அனுபவத்தின் அடிப்படையிலான மனதைக் கலங்கடிக்கும் ஒரு கதையைக் கூறினார்கள்.

6
தொழிலாளர்களைக் கசக்கிப் பிழியும் சிறு ஆலைகள் (Sweatshops)

2005ம் ஆண்டு ஜிம் கேய்டி மற்றும் லெஸ்லி கிரெட்சு என்ற திரைப்பட இயக்குநர்கள் இருவர் என்னைத் தொடர்பு கொண்டனர். அவர்கள் என்னிடம் கேமராவில் பதிவு செய்யப்படும் ஒரு பேட்டி கேட்டார்கள். தொலைபேசியிலும், மின்னஞ்சலிலும் அவர்களுடன் பேசிய பிறகு அவர்கள் பொருளாதார அடியாட்களுக்கு எதிரிடை என்றும், புதுவகை செயல்வீரர்களின் பிரதிநிதிகள் என்றும் முடிவுக்கு வந்தேன்.

இறுதியாக நாங்கள் ஒன்று கூடிய போது 'நாங்கள் உங்களைப் பேட்டி எடுப்பதோடு மட்டுமின்றி, நீங்கள் இந்தோனேஷியாவின் தொழிலாளர்களைக் கசக்கிப் பிழியும் தொழிற்சாலைகள் பற்றித் தெரிந்து கொள்ள வேண்டும் என்றும் நாங்கள் விரும்புகிறோம்' என்று லெஸ்லி என்னிடம் கூறினார். 2000மாவது ஆண்டில் அவர்கள் இந்தோனேஷியாவில் நைக்கி தொழிற்சாலை தொழிலாளர்களுடன் வாழ்ந்ததாகவும், அவர்கள் "அதே பயங்கரமான நிலைமைகளில், அதே கூலியுடன் பிழைத்துக் கொண்டிருக்கிறார்கள்; அல்லது குறைந்த பட்சம் பிழைக்க முயற்சித்துக் கொண்டிருக்கிறார்கள்" என்று சுருக்கமாக விவரித்தார்.

அவர்களை அந்த மாதிரிச் செய்யத் தூண்டியது எது எனக் கேட்டேன்.

'ரொம்ப நாட்களுக்கு முன் என்று நினைக்கிறேன். நான் ஜெஸ்யூட் வாலண்டியர் கார்ப்ஸ் (Jesuit Volunteer Corps) என்கிற அமைப்பில் சேர்ந்தேன். நான் முன்பு போல் இருக்க முடியாது என்று அவர்கள் என்னை எச்சரித்தார்கள். 'ஜெவிசி: வாழ்க்கை நாசமடைந்தது': இதுதான் அவர்களது குறிக்கோள். (அதாவது, வாழ்க்கையே மாறிவிடும் என்பதுதான் பொருள் - மொர்.) என்னால் நம்ப முடியாத காட்சிகளைக் கண்டேன். வறுமையும், வேதனையும். என் வாழ்க்கையை 'நாசமாகிவிட்டது' என்று எண்ணினேன். பின்னர் நான் அன்னை தெரசாவின் அமைப்பினருடன் சேர்ந்து பணியாற்றினேன். அவர் போலவே ஏழைகளிலும் ஏழைகளுக்கு உதவ விரும்பினேன். ஒரு முறை நீங்கள் அது போன்ற மக்களுடன் வாழ்ந்து விட்டீர்கள் என்றால்

நீங்கள் பின் எப்போதும் முன்பு போல் இருக்க முடியாது. உங்களது பழைய வாழ்க்கை முறைக்கு நீங்கள் எப்போதும் திரும்ப முடியாது. எப்போதும் மறக்கவும் முடியாது. நீங்கள் ஏதாவது செய்தாக வேண்டும்' என்று லெஸ்லி கூறினார்.

நான் ஜிம்மைப் பார்த்தேன்.

'நான் கடவுளால் கடத்தப்பட்டேன்' என்று சிரித்துக் கொண்டே கூறினார். 'வேடிக்கையாக இருக்கும். ஆனால் நான் உண்மையாகத்தான் சொல்கிறேன். நான் உயர்நிலைப் பள்ளியில் படித்துக் கொண்டிருந்த போது வால் ஸ்டிரீட்டுக்குப் (பங்குச் சந்தை இருக்கும் இடம்) போவேன், கோடிக்கணக்கில் சம்பாதிப்பேன், முப்பந்தைந்து வயதில் ஓய்வு பெற்றுவிடுவேன் என்று நினைத்தேன். பின்னர் 1993ல் நான் உலகச் சுற்றுலா மேற்கொண்டேன். அப்போது எனக்கு 21 வயது. வளரும் நாடுகளுக்கு முதல் முறையாகச் சென்றேன். இந்தோனேஷியா, லாவோஸ், வியட்நாம், பர்மா, நேபாளம் அவற்றில் சில. உண்மையான வறுமையைக் கண்டேன். அது பதினாறு ஆண்டு காலம் நான் பெற்ற கத்தோலிக்க பள்ளிக் கல்வி, புனித ஜோசப் பல்கலைக்கழகத்தில் நான் பெற்ற பி.எஸ். பட்டப்படிப்பின் பொருத்தப்பாட்டை உணர்த்தியது. ஏசு யாருக்காகப் போராடினார் என்பதை நான் இப்போது புரிந்து கொண்டேன். அதே நோக்கங்களுக்காகப் போராட வேண்டும் என்று நான் பொறுப்பேற்றுக் கொண்டதன் துவக்கம் அதுதான். ஏசு மட்டுமல்ல; தீர்க்கதரிசி முகம்மது, யூத மரபைச் சேர்ந்த தீர்க்கதரிசிகள், புத்தர், மற்றும் போற்றப்படும் ஒவ்வொரு ஆன்மிகப் பெரியோரும். உண்மையில், உலகின் அனைத்து முக்கிய மதங்களும் சமூகநீதியை மையமாகக் கொண்டவையே.'

அவர்களது கதையை எழுத்தில் தொகுத்துத் தருமாறு நான் கேட்டேன்.

1998ல் ஜிம் நியூயார்க் நகரத்தின் புனித ஜோசப் பல்கலைக்கழகத்தில் கால்பந்தாட்டத் துணைப் பயிற்சியாளராக இருந்தபோது தொழிலாளர் விஷயத்தில் நைக்கியின் நடைமுறைகள் மீது கவனம் செலுத்த ஆரம்பித்தோம். பயிற்சியாளராக இருந்தபோதே அவர் இறையியலில் முதுகலைப் பட்டம் பெறுவதற்காகப் படித்துக் கொண்டிருந்தார். கத்தோலிக்க சமுதாய போதனைகளின் ஒளியில் நைக்கியின் தொழிலாளர் குறித்த நடைமுறைகளை ஆராய்ந்து ஒரு கட்டுரை சமர்ப்பிப்பது என்று தீர்மானித்தார். அவர் தன் ஆய்வைத் துவங்கியபோது பல்கலைக்கழகத்தின் விளையாட்டுத் துறை நைக்கியுடன் 3.5 மில்லியன் டாலர் ஒப்பந்தம் ஒன்று போடுவதற்கான பேச்சுவார்த்தைகளை ஆரம்பித்திருந்தது. ஒப்பந்தம் போடப்பட்டால் பல்கலைக்கழகத்தின் விளையாட்டு வீரர்கள் மற்றும் பயிற்சியாளர்கள் அனைவரும் நைக்கி உற்பத்திப் பொருட்களையே அணிய வேண்டும், அவற்றின் விற்பனையை ஊக்குவிக்க வேண்டும். கொடூரமான

தொழிலாளர் விரோத நடவடிக்கைகளைக் கடைப்பிடிக்கும் நிறுவனத்தின் நடமாடும் விளம்பரமாக இருக்க தன் மனசாட்சி இடம் கொடுக்கவில்லை என்று முதலில் தனிப்பட்ட முறையிலும், பின்னர் பகிரங்கமாகவும் அவர் கூறினார். நைக்கி அணிய வேண்டும், ஒப்பந்தத்தைக் கேள்வி கேட்பதை நிறுத்த வேண்டும் அல்லது பதவி விலக வேண்டும் என்று நாட்டின் மிகப் பெரும் கத்தோலிக்க பல்கலைக்கழகங்களில் ஒன்று அவருக்குக் கெடு விதித்தது. 1998 ஜீன் மாதம் அவர் பதவி விலகும்படி நிர்ப்பந்திக்கப்பட்டார்.

தன்னுடைய நிலைப்பாடு குறித்து ஜிம் 100% நிச்சயமாக இருக்க விரும்பினார். ஆகவே, அவர் நைக்கியின் ஏதேனும் ஒரு தொழிற்சாலையில், அதன் உண்மை நிலையை அறிவதற்காக, தான் ஒரு மாத காலம் வேலை பார்க்க முடியமா என்று கேட்டார். ஒரு மாத காலம் போதாது என்றும், அவர் தென்கிழக்காசிய மொழி எதுவும் பேசுவதில்லை என்றும், அவரால் ஒரு தொழிலாளிக்கு வேலை போய்விடும் என்றும் நைக்கி சொன்னது. உண்மையிலேயே இவை தொழிலாளர்களைக் கசக்கிப் பிழியும் தொழிற்சாலைகள்தானா இல்லையா என்பதைப் பற்றி தெரிந்து கொள்ள ஒரு மாதம் போதாது என்றால் ஆறு மாதமோ அல்லது ஒரு வருடமோ கூட தான் வேலை பார்க்கத் தயார் என்று அவர் பதில் கடிதம் எழுதினார். தனக்கு ஸ்பானிய மொழி பேசத் தெரியும் என்பதைச் சுட்டிக்காட்டிய அவர், நைக்கி தன்னை அதன் மத்திய அமெரிக்கத் தொழிற்சாலைகளில் ஏதேனும் ஒன்றிற்கு அனுப்பலாம் என்றார். தற்காலிகமாக வேலையிழக்கும் தொழிலாளரைப் பொறுத்தவரை, லாப நோக்கமற்ற அமைப்பு ஒன்றை நாடினார் ஜிம். ஓரேகானிலிருந்த (நைக்கி தலைமையகம் அங்குதான் இருக்கிறது) அந்த அமைப்பு அந்தத் தொழிலாளியை அமெரிக்காவிற்கு அழைத்து வந்து, அவர் தங்குவதற்கு ஒரு அறை, வேளாவேளைக்கு உணவு, வாழ்வதற்கான உதவித் தொகை அனைத்தையும் தான் பார்த்துக் கொள்வதாக ஒப்புக் கொண்டது. சரியாகச் சொன்னால் ஜிம் அவரது வேலையை எடுத்துக் கொள்ளும் காலம் முழுவதும் அவருக்கு நிறுவனம் வழங்கும் விடுமுறைக்கான செலவை அந்த அமைப்பு ஏற்றுக் கொள்ளும். தங்களுக்கு அவரது ஆலோசனையில் ஆர்வமில்லை என்று நைக்கி பதில் எழுதியது.

ஜிம் ஒரு நைக்கி தொழிற்சாலையில் வேலை பார்க்க முடியவில்லை என்பதால் நாங்கள் நைக்கி தொழிலாளர்களுடன் அவர்களது கிராமத்தில் வாழ்வது என்றும், பொருளாதார ரீதியாக அவர்களுக்கு வழங்கப்படும் கூலி அளவிற்கு எங்களைக் கட்டுப்படுத்திக் கொள்வது என்றும் முடிவெடுத்தோம். எங்களுக்குத் தெரிந்த ஒரே மாற்று வழி அதுதான். எனவே, 2000ல் இந்தோனேஷியாவில் ஜகர்த்தாவிற்கு புறத்தே இருந்த தாங்கேரங்க் என்ற கிராமத்திற்கு நைக்கி தொழிலாளர் களுடன் அவர்களது அடிப்படை கூலியான நாளொன்றுக்கு 1.25 டாலர் மட்டுமே செலவழித்து வாழ்வதற்காகச் சென்றோம்.

ஒரே மாதத்தில் லெஸ்லியின் எடை 15 பவுண்டுகள் குறைந்தது. ஜிம்மின் எடை 25 பவுண்டுகள் குறைந்தது. நைக்கி தொழிலாளர்களைப் போலவே நாங்கள் 9 அடிக்கு 9 அடி அளவுள்ள ஒரு சிமெண்ட் பெட்டிக்குள், கட்டில், நாற்காலி ஏதுமின்றியும், வியர்த்துக் கொட்டும் அந்த வெப்ப நகரத்தில் குளிர்சாதன வசதி எதுவுமின்றியும் வாழ்ந்தோம். புத்தக அலமாரிகளின் பலகைகளில் விரிக்கப்படும் காகிதம் விரிக்கப்பட்ட, சமமற்று மேடும் பள்ளமுமாக இருந்த சிமெண்ட் தரையில் மெல்லிய தரைவிரிப்புகளில் உறங்கினோம். எரியும் குப்பையிலிருந்தும், தொழிற்சாலை மாசிலிருந்தும், வாகனங்களின் புகையிலிருந்தும் வரும் சாம்பலும், மண்ணும், அந்த விரிப்புகளில் எப்போதும் படிந்திருக்கும். கழிவறை நீர் வெளியேறி தெருவின் இருபக்கமும் திறந்த வெளிச் சாக்கடையாக ஓடிக் கொண்டிருக்கும். சாக்கடையின் காரணமாக கைமுஷ்டி அளவு பெரிதான கரப்பான் பூச்சிகளும், நாங்கள் முன் எப்போதும் பார்த்திராத அளவு பெரிய எலிகளும் அந்த கிராமத்தை மொய்த்திருந்தன.

'இந்தோனேஷியா போன்ற இடத்தில் நாளொன்றுக்கு 1.25 டாலரைக் கொண்டு நீங்கள் ஒரு ராஜாவைப் போல வாழ முடியும்' என்று சிலர் எங்களிடம் கூறுவர். அக்கறையின்மையும், தவறான தகவலும் நிறைந்த கூற்று அது. அத்தகைய கருத்தைக் கூறுகிறவர்களில் பெரும்பாலோர் எப்போதும் இந்தோனேஷியாவிற்குப் போனதேயில்லை. 1.25 டாலருக்கு எங்களால் இரண்டு குறைந்த அளவு அரிசிச் சாப்பாடும், காய்கறிகளும், இரண்டு வாழைப்பழங்களும் வாங்க முடிந்தது. சோப்போ, பற்பசையோ தேவைப்பட்டால் நாங்கள் குறைவான உணவே சாப்பிட வேண்டியிருக்கும். ஒரு நாள் சுத்தம் செய்யும் போது எங்களது சிறிய மண்ணெண்ணை அடுப்பிற்காக வைத்திருந்த மண்ணெண்ணையை ஜிம் தட்டிவிட்டுவிட்டார். அதைச் சுத்தம் செய்ய எங்களது சலவை சோப்பைப் பயன்படுத்த வேண்டியதாகிவிட்டது. அது ஒரு பேரழிவு. பொருளாதார ரீதியாக நிலைகுலையச் செய்வது; ஆகவே, உணர்வு ரீதியாகவும் நிலைகுலையச் செய்தது.

இந்தக் காலணிகளைப் பயன்படுத்திப் பாருங்கள். நீங்கள் காலை 8 மணியிலிருந்து மாலை 8 மணி வரை வேலை பார்க்கும் 20 வயதிற்கு மேற்பட்ட இளைஞர். அதில் நீங்கள் பயணிக்கும் நேரமும், வேலைக்காக உங்களைத் தயார்படுத்திக் கொள்ளும் நேரமும் சேர்த்தியில்லை. உங்கள் நண்பரின் பிறந்த நாளைக் கொண்டாட உங்களிடம் பணம் இல்லை. உங்களால் ஒரு வானொலிப்பெட்டி வாங்க முடியாது; தொலைக் காட்சிப் பெட்டியைப் பற்றி நினைத்துப் பார்க்கவும் முடியாது. இரண்டு வருடங்களாகப் புதிய ஆடைகள் எதுவும் நீங்கள் வாங்கவில்லை. நாளின் முடிவில் நீங்கள் வீடு திரும்பும்போது உங்கள் ஆடைகளைக் கையால் துவைத்துக் கொள்வதற்கு 30-45 நிமிடங்கள்

செலவிட வேண்டும். உங்களிடம் ஆடைகள் அதிகமாக இல்லை. நீங்கள் அணிந்திருக்கும் எதுவும் நாள் முடிவின்போது நன்கு தெரிகிற மாதிரி அழுக்காக இருக்கும்.

நீங்கள் பெண்ணாக இருந்தால், மாதவிடாயின் போதும் உங்களுக்குக் குளியலறை செல்வதற்கான இடைவேளை எல்லோருக்கும் அனுமதிக் கப்பட்டது போல் இரண்டு முறைதான் கிடைக்கும். ஆகவே நீங்கள் ஒன்று, உங்கள் இடுப்பைச் சுற்றி துணி எதையாவது கட்டிக் கொள்ள வேண்டும். அல்லது உங்கள் கால்சராயில் ஏற்பட்டிருக்கும் ரத்தக்கறையை மறைக்கும் வண்ணம் நீண்ட அங்கி அணிந்திருக்க வேண்டும்.

நீங்கள் மிகவும் களைப்படைந்து விட்டீர்கள். உங்களது எலும்புகளில் நீங்கள் களைப்பை உணரலாம். எதிர்த்துப் பேசினால் உங்கள் வேலை பறிபோய்விடும் என்று நீங்கள் அஞ்சுகிறீர்கள். நீங்கள் பணியாற்றும் பன்னாட்டு நிறுவனங்கள் தாங்கள் தீவிரமான மாற்றங்கள் செய்துவிட்டதாகவும், நுகர்வோர் கவலைப்படத் தேவையில்லை என்றும் உலகிற்குச் சொல்லிக் கொண்டிருக்கின்றன. உங்களுக்குப் பரிபூரண மகிழ்ச்சி.

துரதிருஷ்டவசமாக, நைக்கி தொழிலாளர்கள் மட்டும் இந்த மாதிரியான நிலைமைகளில், இந்த மாதிரியான கூலி வாங்கிக் கொண்டு வாழவில்லை. அடிடாஸ், ரீபோக், தி கேப், ஓல்ட் நேவி, டாமி ஹில்பிகர், போலோ/ரால்ப் லாரன், லோட்டோ, ஃபிலா மற்றும் லெவிஸ் ஆகிய நிறுவனங்களில் வேலை பார்க்கும் தொழிலாளர்களிடமும் நாங்கள் பேசினோம். எல்லோரும் அதே அளவு குறைந்த கூலிதான் வாங்கிக் கொண்டிருந்தார்கள். அதே மாதிரியான சேரிகளில்தான் வாழ்ந்து கொண்டிருந்தார்கள். தங்களது உழைப்பை வாங்கிக் கொண்டிருக்கும் நிறுவனங்களிடம் அதிகக் கூலியும், சுயேச்சையான தொழிற்சங்கங்கள் அமைக்கும் உரிமையையும் கேட்டுக் கொண்டிருந்தார்கள்.

நைக்கி தொழிலாளர்கள் தரம் தாழ்ந்த, சுகாதரமற்ற வாழ்க்கை வாழ்ந்து கொண்டிருந்தார்கள். அமெரிக்காவைச் சேர்ந்த பெரும்பாலானோரால் கற்பனையும் செய்ய முடியாத மோசமான வாழ்க்கை. ஆனால், செல்வச் செழிப்புள்ள இந்தோனேஷியர்களும், அந்நியர்களும் வாழ்க்கையை நன்றாக அனுபவித்துக் கொண்டிருந்தார்கள். நான் பொருளாதார அடியாளாக இருந்தபோது ஜகர்த்தாவின் இன்டர்கான்டினென்டல் இந்தோனேஷியா எனும் விடுதியில்தான் என்னைப் போன்றவர்கள் தங்குவார்கள். இன்று, அதைப் போன்ற ஏராளமான விடுதிகள் இருக்கின்றன. ஃபோர் சீசன்ஸ், மாரியட், ஹையாட், ஹில்டன், கிரவுன் பிளாசா, ஷெராடன், மான்டரின், லி மெரிடியன், மில்லேனியம், ரிட்ஜ் கார்ல்டன், இன்னும் பல. அமெரிக்க பன்னாட்டு நிறுவன அதிகாரிகளுக்கு தங்களது வீடுகள் தங்களோடு கூடவே வந்தது போல இருக்கும். அங்கு அவர்கள் தங்களது இந்தோனேஷிய

கையாட்களுடனும், வாடிக்கையாளர்களுடனும் குடிப்பார்கள்; உண்பார்கள். நகரத்திலிருந்து உயரத்தில் இருக்கும் தங்கள் அறைகளிலிருந்து அவர்கள் நகரத்தின் தொழிலாளர்கள் வாழும் தாங்கேரங்க் மற்றும் இதர புறநகர்ப் பகுதிகளைப் பார்க்க முடியும். அந்தத் தொழிற்சாலைகள் தங்கள் நிறுவனங் களுக்குச் சொந்தமானவை அல்ல என்று குற்றத்தில் தங்களுக்குச் சம்பந்த மில்லை என்று மறுக்கக் கூடும். ஆனால், தாங்களே இதற்குப் பொறுப்பு என்று தங்கள் ஆழ்மனப் புரிதலிலிருந்து வெளிப்படும் பயங்கரமான குற்ற உணர்வுக்கு அவர்கள் ஆட்பட்டே ஆகவேண்டும்.

'தொழிற்சாலை உரிமையாளர்களை ஈவிரக்கமின்றி நைக்கி கசக்குகிறது', ஜிம் கூறினார். ' ஒவ்வொரு பூட்ஸ் கயிறு மற்றும் அடிப் பாகத்தைத் தயாரிக்க எவ்வளவு செலவாகும் என்பது பைசா துல்லியமாக நைக்கி ஆட்களுக்குத் தெரியும். தயாரிப்புச் செலவை மிகவும் குறைப்பதற்கு அவர்கள் உரிமையாளர்களை நெருக்கி நெருக்கி நிர்ப்பந்திக்கிறார்கள். இறுதியில், பெரும்பாலும் சீனர்களாகிய உரிமையாளர்கள் மிகச் சிறிய லாபத்தை ஏற்றுக் கொள்ளும்படி கட்டாயப்படுத்தப்படுகின்றனர்.'

'உரிமையாளர்கள் தொழிலாளர்களைவிட எவ்வளவோ நன்றாக இருக்கிறார்கள்' என்று பெருமூச்சு விட்டாள் லெஸ்லி. 'ஆனால், அவர் களும் சுரண்டப்படுகிறார்கள். நைக்கியே எல்லாவற்றையும் தீர்மானிக்கிறது. லாபத்தைத் தானே எடுத்துக் கொள்கிறது'.

'எங்கள் கவனம் முழுவதும் நைக்கியின் மீது குவிந்தது. ஏனெனில், அதுவே அந்தத் தொழிலில் தலைவர். தன்னுடைய போட்டியாளர்கள் அனைவரையும் விட அதிகமான சந்தையைத் தன் கட்டுப்பாட்டில் வைத்திருக்கிறது. அதுவே போட்டியைத் தீர்மானிக்கிறது. நம்மால் நைக்கியை இன்னும் நன்றாக நடந்து கொள்ளுமாறு நிர்ப்பந்திக்க முடியுமென்றால் மற்றவர்கள் அனைவரும் பின்தொடருவார்கள்' என்று ஜிம் விளக்கினார்.

தங்களுடைய ஆடம்பரமான விடுதிகளைவிட்டு பன்னாட்டு நிறுவனங்களின் அதிகாரிகள் ஒவ்வொரு முறை வெளியே காலெடுத்து வைக்கும்போதும் இந்தோனேஷிய 'முன்னேற்றத்தின்' மற்றொரு அம்சத்தை அனுபவிக்கிறார்கள். பேகாக்குகள் இப்போது இல்லை. கண்கவரும் ஓவியங்களால் அலங்கரிக்கப்பட்ட அந்த சைக்கிள் டாக்சிகள் ஜகர்த்தாவின் முக்கிய தெருக்களில் 1994ல் தடை செய்யப்பட்டன. அவை ஒரு பின்தங்கிய நாட்டைக் குறிக்கின்றன என்று அதிபர் சுகார்த்தோ கூறிக் கொண்டார். துரதிருஷ்டவசமாக அவரது முடிவு பல்லாயிரக்கணக்கான ஓட்டுநர்களை வேலையற்றவர் களாக்கியது. அந்த டாக்சிகளுக்குப் பதிலாக, பஜாஜ் தயாரிப்பான மூன்று சக்கர ஸ்கூட்டர் டாக்சிகளை (ஆரஞ்சு வண்ண உலோகக் கூடு கொண்ட) இப்போது விருந்தினர்கள் எதிர்கொள்ள வேண்டும். வெஸ்பா எனும் இத்தாலி நிறுவனம் இந்தியாவிற்காக விசேஷமாக

வடிவமைத்த பஜாஜ் ஆட்டோக்கள் நவீனமயத்தைக் குறிப்பதாக சுகார்த்தோ கூறினார். அது அதிக சத்தம் எழுப்பக் கூடியதும், சூழலை மாசு படுத்தக் கூடியதும், உஷ்ணமானதும், ஆபத்தானதும் ஆகும். பேகாக்குகள் போலல்லாமல் பஜாஜ் ஆட்டோக்கள் எல்லாம் ஒரே மாதிரி இருக்கும். வானவில் போல் அற்புதமான வண்ணங்களால் வரையப்பட்ட ஓவியங்கள் இருக்காது. ஒரே மாதிரியான ஆரஞ்சு வண்ணம். தற்போது தலைநகரத்தின் தெருக்களில் சுமார் இருபதாயிரம் ஆட்டோக்கள் இடையூறாகத் திரிகின்றன.

பேகாக் ஓட்டுநர்களில் பெரும்பாலோர் பஜாஜ் ஆட்டோவை இயக்குவதற்குத் தேவையான பயிற்சியை எப்போதும் பெறவில்லை. பலர் நாம் மேலே குறிப்பிட்ட மாதிரியான சிறு ஆலைகளில் வேலை பார்க்கின்றனர்.

அடுத்தடுத்து வந்த அமெரிக்க ஆட்சியாளர்கள் சுகார்த்தோவின் சர்வாதிகாரத்தை ஆதரித்தார்கள். ஆயினும், ஜகர்த்தா அரசாங்கம் அரசு சாரா அமைப்புகளின் கடும் விமர்சனத்துக்கு உள்ளானது. அது சர்வதேச மற்றும் உள்ளூர் சட்டங்களை மிகத் தீவிரமாக மீறுவதையும், அதனால் மனித உரிமைகள் மீறப்படுவதையும், பன்னாட்டு நிறுவனங்களையும் அதிபரின் நெருங்கிய வட்டத்தைச் சேர்ந்த உறுப்பினர்களையும் திருப்திப்படுத்துவதற்காக ஜனநாயகக் கோட்பாடுகளைப் பலி கொடுக்க அது தயாராக இருப்பதையும் கண்காணிப்பு அமைப்புகள் வன்மையாகக் கண்டித்தன. 'சர்வதேச ஆய்வுகளில் ஊழல் மிகுந்த நாடுகளின் பட்டியலில் இந்தோனேஷியா தொடர்ந்து இடம் பெற்று வருகிறது' என்று 'தி நியூயார்க் டைம்ஸ்' செய்தி அறிக்கை கூறியது.

'நிலைமைகள் இவ்வளவு மோசமாகப் போகும் என்று என்னால் நம்பவே முடியவில்லை' என்று சிஐஏ-வில் முன்னர் பணியாற்றிய நெய்ல் என்னிடம் கூறினார். என்னுடைய புத்தகங்களுக்குக் கையொப்பமிடும் நிகழ்வொன்றில் கலந்து கொண்ட அவர், பின்னர் தயங்கி நின்றார். தன்னோடு பியர் அருந்துமாறு அழைத்தார். நாங்கள் இரவு முழுவதும் பல மணிநேரம் பேசிக் கொண்டிருந்தோம். பல மாதங்களுக்குப் பிறகு சான் பிரான்சிஸ்கோ அருகில் என்னுடைய உறவினர்களைக் காண நான் சென்றிருந்தபோது மீண்டும் சந்தித்தோம். அவரது சீனப் பெற்றோர் அவருக்கு மாவோ எதிர்ப்பையே ஊட்டி வளர்த்ததால் அவர் சிஐஏ-வில் சேர்ந்தார். 'எனக்கு ஜகர்த்தாவில் வேலை கொடுக்கப்பட்ட போது நான் ஒரு லட்சியவாதியாக இருந்தேன். அது 1981. கம்யூனிஸ்டுகளை இந்தோனேஷியாவிலிருந்து விலக்கியே வைத்திருக்க வேண்டும் என்று நான் நம்பினேன்'. 1989-இல் அமெரிக்கா, பனாமாவின் மீது படையெடுத்தபோது அதிருப்தி அடைந்தார். அது உலகமெங்கும் உள்ள மக்களை அமெரிக்காவிற்கு எதிராகத் திருப்பும் என்று கருதினார். அதற்கு சிறிது காலத்திற்குப் பின் அவர் அரசாங்க வேலையிலிருந்து ஓய்வு பெற்றார். 'சொந்தமாகத்

தொழில் செய்ய ஆரம்பித்தார்". இறுதியாக 2005ல் அவர் இந்தோனேஷியாவிற்குத் திரும்ப வந்தார். ஆசே மாகாணத்தின் சுதந்திரப் போராட்டக்காரர்களிடமிருந்து சுனாமி மறுகட்டமைப்பு முயற்சிகளைக் காக்கும் ஒரு பாதுகாப்புக் குழுவிற்குத் தலைவராகப் பணியாற்றினார். 'கடவுளே, இந்தக் கடைசி பயணம் என் கண்களைத் திறந்தது. ஜகர்த்தா ஒரு நவீன பெருநகரம் போல் காட்சியளிக்கிறது. வானுயர்ந்த கட்டடங்கள், ஆடம்பரமான விடுதிகள்; ஆனால், தரைக்குக் கீழே பார்த்தால்.....நிலைமை எப்போதையும்விட மோசமாக இருக்கிறது. ஊழல் தலைவிரித்தாடுகிறது. ஊழலை உருவாக்குவது நாம்தான்.'

சிஐஏ-விலிருந்து விலகிய பின் ஏன் அவர் அதே மாதிரியான தொழிலைத் தொடர்ந்து செய்தார் எனக் கேட்டேன். 'அதுதான் எனக்குத் தெரியும். பிழைப்பு' எனப் பதிலளித்தார். பின்னர் அவர் கூறிய இரண்டாவது காரணமும், முதல் காரணத்தைப் போலவே, நான் குள்ளநரிகளிடமிருந்து அடிக்கடி கேள்விப்படுவதுதான் 'மேலும், நீங்கள் அடையும் உச்சத்திற்கு மாற்றே கிடையாது. விமானத்திலிருந்து குதிப்பவர்களும் (அது ஒரு விளையாட்டு) மோட்டார் சைக்கிள் பந்தயத்தில் கலந்து கொள்பவர்களும் சாகசத்திற்காக அதைச் செய்கிறார்கள். ஆனால், உங்களைக் கொல்ல விரும்பும் மனிதனை எதிர்கொள்வதோடு ஒப்பிடும்போது அது ஒன்றுமில்லை.'

இது போன்ற கூற்றுகள் என் முதுகுத் தண்டைச் சில்லிட வைக்கின்றன. என்னுடைய தந்தை மற்றும் இதர இரண்டாம் உலகப் போர் வீரர்களைப் பற்றி எண்ணிப் பார்க்கிறேன். நமது நிறுவனங்களும், அரசாங்கமும் கொல்லும் அனுபவத்திற்காகவே கொலை செய்யும் பழக்கத்திற்கு அடிமையாகும்படி மனிதர்களை ஊக்குவிக்கிறார்கள் என்று தெரிந்தால் அவர்கள் என்ன நினைப்பார்கள்? வாக்குமூலத்தை எழுதும் போது, நான் செய்திருந்த காரியங்களினால் எனக்கேற்பட்டிருந்த குற்ற உணர்வுடன் மல்லு கட்ட வேண்டியிருந்தது. நான் கற்பனை செய்ததைவிட விளைவுகள் மிகவும் பயங்கரமானவை என்பதை இப்போது கண்டுபிடித்துக் கொண்டிருக்கிறேன்.

7
அமெரிக்க ஆதரவுடன் நடத்தப்பட்ட படுகொலைகள்

நான் உஜீங்க் பான்டங்கில் வாழ்ந்து கொண்டிருந்தபோதுதான் இந்தோனேஷியாவின் மிக மோசமான மனித உரிமை மீறல்கள் மற்றும் சுற்றுச்சூழல் சீர்குலைவுகளில் சில கிழக்கு தைமூரில் துவங்கின. சுலாவெசியைப் போல கிழக்கு தைமூரும் ஒரு தொலை தூரத் தீவாகும். அங்கு எண்ணை மற்றும் எரிவாயு இருப்பு ஏராளமாக இருக்கின்றது. அதோடு தங்கம் மற்றும் மங்கனீசியம் ஆகிய கனிம வளங்களும் உள்ளன. சுலாவெசி இந்தோனேஷியாவின் ஒரு பகுதி. ஆனால், கிழக்கு தைமூர் 400 ஆண்டுகள் போர்ச்சுக்கீசியர்களால் ஆளப்பட்டு வந்தது. இந்தோனேஷியாவின் மக்கள் தொகையில் 90% இஸ்லாமியர்கள் என்றால், கிழக்கு தைமூரில் ரோமன் கத்தோலிக்கர்களே பெரும்பான்மை.

1975, நவம்பர் 28ம் நாள் கிழக்கு தைமூர் தன்னை போர்ச்சுக்கீசிடமிருந்து விடுதலை பெற்ற சுதந்திர நாடாக அறிவித்துக் கொண்டது. ஒன்பது நாட்களுக்குப் பின்னர் இந்தோனேஷியா அதன் மீது படையெடுத்தது. அந்தக் கொடூரமான ஆக்கிரமிப்புப் படைகள் சுமார் இரண்டு லட்சம் பேரைக் கொன்று குவித்தன. அது கிழக்கு தைமூர் மக்கள் தொகையில் மூன்றில் ஒரு பகுதியாகும்.

அந்தப் படுகொலைகளில் பயன்படுத்தப்பட்ட ஆயுதங்களை அமெரிக்க அரசாங்கம் வழங்கியது மட்டுமின்றி அந்தப் படையெடுப்பை வெளிப்படையாகவே ஆதரித்தது என்று தேசியப் பாதுகாப்பு ஆவணக் காப்பகத்தால் வெளியிடப்பட்ட ஆவணங்கள் கூறுகின்றன. அதிபர் ஜெரால்ட் போர்ட் மற்றும் வெளியுறவுத் துறை அமைச்சர் ஹென்றி கிஸ்ஸிங்கர் ஆகியோர் 1975, டிசம்பர் 6ம் தேதி சுகார்த்தோவைச் சந்தித்தனர் என்றும், அவரது படையெடுப்புத் திட்டத்திற்கு ஒப்புதல் அளித்தனர் என்றும், அது மறுநாள் மேற்கொள்ளப்பட்டது என்றும் அந்த ஆவணங்கள் தெரிவிக்கின்றன. 1977ல் இந்தத் தகவல்கள் வெளியிடப்படுவதை கார்ட்டர் நிர்வாகம் தடுத்துவிட்டது என்றும் அவை தெரிவிக்கின்றன.

கிழக்கு தைமூரின் முன்னாள் ஆளுநரின் சகோதரரும் தற்போது தலைமறைவாக இருக்கும் அரசியல் தலைவருமான ஜோவோ

காரஸ்கலாவோ படையெடுப்பு நிகழ்ந்து 35 வருடங்களுக்குப் பிறகு இப்போது 'டெமாக்ரசி நவ்' விற்காக எமி குட்மேனால் பேட்டி காணப்பட்டார். "அதிபர் போர்ட் மற்றும் அமைச்சர் கிஸ்ஸிங்கரும் ஜகர்த்தா வருவதற்கு ஒரு மணி நேரத்திற்கு முன்பாக நான் ஜகர்த்தா வந்து இறங்கினேன். அன்றிரவே, ஜகர்த்தா நிர்வாகத்தின் உயர் அதிகாரிகளில் ஒருவரான கர்னல் சுயான்டோ, இந்தோனேஷியா கிழக்கு தைமூரை ஆக்கிரமிப்பதற்கு அமெரிக்கா பச்சைக்கொடி காட்டிவிட்டது என்று எனக்கு தகவல் தெரிவித்தார்".

மேரிலேண்ட் பல்கலைக்கழகத்தின் துணைப் பேராசிரியரும், தேசிய பாதுகாப்பு ஆவணக் காப்பகத்தின் ஆய்வு உதவியாளருமான பிராட் சிம்ப்சன் எமியிடம் கீழ்க்காணும்படி கூறினார்: " அடுத்தடுத்த அமெரிக்க ஆட்சியாளர்கள் 25 வருடங்களாகக் கடைப்பிடிக்கும் கள்ளத்தனத்தை இந்த ஆவணங்கள் வெளிப்படுத்துகின்றன. இந்தோனேஷியா திட்டமிட்டு கிழக்கு தைமூரை ஆக்கிரமித்தது பற்றிய விவரங்களை அமெரிக்க மக்களிடமிருந்தும், சர்வதேச சமூகத்திடமிருந்தும் மறைத்து வைத்திருந்தது; 1980களில் கிழக்கு தைமூரில் நடந்த படுகொலைகள் குறித்த நம்பகமான தகவல்களை வெளிவர விடாமல் தடுத்தது அல்லது அவற்றை உண்மையல்ல என்று மறுத்தது; ராணுவ அமைப்புகள் மீது அமெரிக்க நாடாளுமன்றம் தடை விதிப்பதை சூழ்ச்சி செய்து தடுத்ததன் மூலம் ஆயதங்கள் தங்குதடையின்றி விநியோகமாவதை உறுதி செய்தது".

படையெடுப்பு நடந்து இருபது வருடங்களுக்குப் பின் இந்தோனேஷியாவைக் கடுமையாக விமரிசிப்பவர்களில் இருவர் சர்வதேச அந்தஸ்துக்கு உயர்த்தப்பட்டனர். பிஷப் கார்லோஸ் பிலிப்பி பேலோ மற்றும் ஜோஸ் ராமோஸ்ஹோர்டா ஆகிய கிழக்கு தைமூர் மக்கள் தொண்டர்களுக்கு 1996ம் ஆண்டு அமைதிக்கான நோபல் பரிசு வழங்கப்பட்டது. அந்த விருது ஜகர்த்தாவிலும், வாஷிங்டனிலும், வால் ஸ்டிரீட்டிலும் அதிர்ச்சி அலைகளை ஏற்படுத்தியது.

கிழக்கு தைமூர் படுகொலைகள் சுகார்த்தோ ஆட்சியில் மேற்கொள்ளப்பட்ட போலீஸ் ராஜ்ஜியக் கொள்கைகள் பலவற்றில் ஒன்று மட்டும்தான். 1970களில் சுதந்திர மனோபாவம் கொண்ட இத்தகைய பகுதிகளுக்கு ராணுவத்தை அனுப்புவது கம்யூனிசத்தைத் தடுத்து நிறுத்தத் தேவையானதாகும் என்று நியாயப்படுத்தப்பட்டது. சுகர்த்தோ கொடுங்கோலாட்சியின் நுகத்தடியை எப்படியேனும் உதறித் தள்ள வேண்டும் என்கிற விருப்பமே பெரும்பாலாக செயல்பட வைத்தது என்பதையும், வேறு வழியற்ற நிலையில் ராணுவ மற்றும் மருத்துவ உதவிக்காக அவர்கள் கடைசிப் புகலிடமாகத்தான் சீனா போன்ற நாடுகளை நாடினார்கள் என்பதையும் அமெரிக்காவின் முக்கிய ஊடகங்கள் புறக்கணித்தன. சுகார்த்தோவைப் பலப்படுத்துவது நிறுவன அதிகார வர்க்கத்தின் நலன்களுக்கு உதவி செய்யவே என்கிற உண்மையையும் அந்த ஊடகங்கள் அலட்சியப்படுத்தின. இயற்கை

வளங்கள் இல்லாத பகுதிகளும் உள்ளிட்ட தீவுக் கூட்டம் முழுமையையும் தன் கட்டுப்பாட்டில் கொண்டு வரவேண்டும் என்ற சுகார்த்தோவின் உறுதியை வாஷிங்டனும், வால்ஸ்டிரீட்டும் மிகவும் காத்திரமாக எடுத்துக் கொண்டன. தான் ஆசைப்படும் இயற்கை வளங்கள் கொண்டுள்ள பகுதிகளின் மீது தங்குதடையற்ற ஆதிக்கம் செலுத்த வேண்டுமென்றால் ஒன்றுபட்ட இந்தோனேஷியா என்கிற அந்த சர்வாதிகாரியின் பகட்டான கண்ணோட்டத்தை ஆதரிக்க வேண்டும் என்று நிறுவன அதிகார வர்க்கம் உணர்ந்து கொண்டது.

இந்தோனேஷியாவில் நான் வாழ்ந்த காலத்திற்குப் பிறகு சுமத்ராவின் வடமுனையில் இருக்கும் எண்ணை மற்றும் எரிவாயு வளம் மிக்க ஆசே மாகாணத்தில் ராணுவத்தால் சுமார் பத்தாயிரம் பேர் கொல்லப்பட்டனர். மொலுகா தீவுகளிலும், மேற்கு காலிமன்டானிலும் (போர்னியோ), இரியன் ஜயாவிலும் (நியூ கினியா) நடந்த மோதல்களில் ஆயிரக்கணக்கானோர் உயிரிழந்தனர். ஒவ்வொரு உதாரணத்திலும் ஆயுதப்படைகளின் உண்மையான நோக்கம் பன்னாட்டு நிறுவனங்கள் பேராசைப்பட்ட இயற்கை வளங்களைக் கைப்பற்றுவதுதான் என்பது தெரிந்தது. சாராம்சத்தில் சுகார்த்தோ அரசாங்கத்திற்கு நிதியுதவி அளித்து வந்தப் பன்னாட்டு நிறுவனங்கள், எண்ணை மற்றும் இதர கனிம வளங்களைத் தோண்டி எடுக்கும் நிறுவனங்களே முதலில் வந்தன என்றபோதும், இந்தோனேஷியாவின் மலிவான உழைப்பு, இயற்கை வளங்கள், மற்றும் வளர்ச்சித் திட்டங்கள், நுகர்வுப் பொருட்களுக்கான சந்தை ஆகியவற்றைப் பயன்படுத்தி ஆதாயம் பெறும் பல்வேறு வகையான நிறுவனங்கள் பின்னர் சேர்ந்து கொண்டன. சர்வதேச வங்கி மற்றும் வர்த்தக சமுதாயத்தின் முதலீட்டைச் சுற்றி கட்டப்பட்ட பொருளாதாரம் என்பதற்கு இந்தோனேஷியா ஒரு முதன்மையான உதாரணம். தன்னுடைய இயற்கை வளங்கள் மூலம் கடனைத் திருப்பிச் செலுத் திவிடலாம் என்கிற நம்பிக்கையின் பேரில் அது அடிப்படைக் கட்டமைப்புத் திட்டங்களுக்குத் தேவையான நிதிக்காக மேலும் கடன் வாங்கியது. அதன் தொடர் விளைவாக உணவு மற்றும் தங்கும் விடுதிகள், மிகப் பெரும் பல்பொருள் அங்காடிகள், கட்டுமானம், வங்கி மற்றும் போக்குவரத்து சேவைகள் ஆகியவற்றுக்கான தேவையை உற்பத்தி செய்தது. செல்வச் செழிப்பான இந்தோனேஷியர்களும், அந்நியர்களும் பயன்பெற்றனர். பெரும்பான்மையான இந்தோனேஷியர்கள் பாதிக்கப்பட்டனர். எதிர்ப்பு இயக்கங்கள் ஆயுதப்படைகளால் ஒடுக்கப்பட்டன.

மக்களைப் போலவே, இந்தோனேஷியாவின் சுற்றுச்சூழலும் கடுமையாகப் பாதிக்கப்பட்டது. சுரங்கங்கள், மரக்கூழ் மற்றும் காகிதத் தொழிற்சாலைகள், மற்றும் இயற்கை வளங்களைச் சுரண்டும் இதர தொழிற்சாலைகள் உலகின் பிரம்மாண்டமான மழைக்காடுகள்

ஒன்றின் மிகப்பெரும் பகுதியை நிர்வாணமாக்கின. நதிகள் நச்சுக்கழிவுகளால் மாசுபடுத்தப்பட்டன. தொழிற்சாலைகள் மற்றும் நகரங்களைச் சுற்றியிருந்த பகுதிகளில் காற்று மாசு நிறைந்து கனத்தது. 1997ம் ஆண்டு தென்கிழக்கு ஆசியா நச்சுப் புகை மூட்டத்தால் மூடப்பட்டபோது அது உலகெங்கும் தலைப்புச் செய்தியானது. இந்தோனேஷியாவில் காட்டுத் தீ கட்டுப்படுத்த முடியாத அளவு பற்றி எரிந்ததால் வந்த புகை. பொருளாதார அடியாட்களால் தூண்டப்பட்ட ஊழலின் விளைவு அது. பூகிகள், டியாக்குகள், மெலானிசியாக்கள், மற்ற இதர உள்ளூர் கலாசாரங்கள் 'பொருளாதார அதிசயத்தின்' இதர பலிகடாக்கள். அவர்களது நிலங்கள் திருடப்பட்டன. அவர்களது வாழ்க்கையும், பாரம்பரியமும் அழிக்கப் பட்டன. இந்த நவீன இனப்படுகொலையை மனிதர்கள் அனுபவிக்கும் துன்பத்தால் மட்டும் அளவிட்டு விட முடியாது; அது மனிதகுல ஆன்மாவின் மீது நடத்தப்பட்ட தாக்குதல். அமெரிக்காவில் நாம் நம் முடைய பூர்வகுடிகளுக்கு எதிராக நடத்தப்பட்ட இனப்படுகொலைகள் உள்ளிட்ட முந்தைய படுகொலைகளைவிட இது பயங்கரமானது. அமெரிக்கப் பூர்வகுடிகளுக்கு எதிராக நடத்தப்பட்ட படுகொலைகள் இன்று கண்டனம் செய்யப்படுகின்றன. ஆனால், அந்த முன்மாதிரிகள் அமெரிக்க அரசாங்கம் மற்றும் நமது பன்னாட்டு நிறுவனங்களின் நிதி உதவியோடு மீண்டும் நிகழ்த்தப்படுகின்றன.

வளர்ந்து வந்த பொருளாதார நெருக்கடி தன்னுடைய நாட்டைக் கடுமையாகப் பாதிக்கத் துவங்கியபோது, சுகார்த்தோ ஐஎம்எப்பின் பொருளாதார மறுசீரமைப்புத் திட்டத்தை ஏற்றுக் கொண்டார். அரசாங்கச் செலவைக் குறைப்பதற்காக, எண்ணை மற்றும் உணவு மான்யங்களையும், இதர பல சமூக சேவைகளுக்கான மான்யங்களையும் வெட்டுமாறு ஐஎம்எப் சுகார்த்தோவிற்கு பரிந்துரைத்தது. அப்பட்டமாக பணக்காரர்களுக்குச் சாதகமான இந்தக் கொள்கைகள் பசி, பட்டினி, நோய், எதிர்ப்பு ஆகியவை அதிகரிப்பதற்கு இட்டுச் சென்றன.

இறுதியில் இந்தோனேஷிய மக்கள் தெருவில் இறங்கிப் போராடினார்கள். வன்முறை அதிகரிக்கக் கூடும் என்று பயந்த பணக்காரர்கள் கூட மாற்றத்தைக் கோரினர். 1998 மே மாதம் சுகார்த்தோ பதவி விலகவேண்டியதாயிற்று. அவருடைய 32 ஆண்டு கால சர்வாதிகார ஆட்சி முடிவிற்கு வந்தது. 1999 செப்டம்பரில் கிளிண்டன் நிர்வாகம் இந்தோனேஷிய ராணுவத்துடனான எல்லா ராணுவ உறவுகளையும் முறித்துக் கொண்டது.

என்றாலும், இந்தச் சம்பவங்கள் எந்த வகையிலும் நிறுவன அதிகார வர்க்கத்தின் ஆதிக்கத்திற்கு முடிவு கட்டிவிடவில்லை. மாறாக, அந்நிகழ்வுகள் இறுதியில் அதன் நிலையைப் பலப்படுத்தியது. அதிகாரத்திற்கு வந்த இந்தோனேஷியர்கள் சர்வாதிகாரியைத் தாங்கள்தான் தூக்கி எறிந்ததாகக் கூறிக் கொண்டார்கள். தங்களை மக்களின் நண்பர்களாகச் சித்திரித்துக் கொண்டார்கள். சுகார்த்தோவின்

வீழ்ச்சியை அமெரிக்க அரசாங்கமும், பன்னாட்டு நிறுவனங்களும் வரவேற்றன. புதிய ஆட்சியாளர்களை வாழ்த்தின. பின்னர் 2004 டிசம்பர் 26ம் தேதி ஒரு பெருந்துயரம் நிகழ்ந்தது. நிறுவன அதிகார வர்க்கம் தன்னை உறுதியாக நிலைநிறுத்திக் கொள்வதற்கான புதிய வாய்ப்புகளை அது வழங்கியது. கிறிஸ்துமஸிற்கு மறுநாள் சுனாமி தாக்கியது.

பிரம்மாண்டமான அலைகளால் சுமார் இரண்டரை லட்சம் பேர் உயிரிழந்தனர். எனினும், மறுகட்டமைப்பில் ஈடுபட்டிருந்த வர்த்தக நிறுவனங்கள் - அவற்றில் பெரும்பாலானவை அமெரிக்க நிறுவனங்கள் அந்தப் பேரழிவை லாபம் சம்பாதிப்பதற்கான ஒரு சந்தர்ப்பமாகப் பார்த்தன. பூகம்பங்கள், சூறாவளிகள், சுனாமிகள் லட்சக்கணக்கான மக்களைக் கொல்கின்றன. சொத்துக்களை அழிக்கின்றன. ஆயினும், அவை உள்நாட்டு மொத்த உற்பத்தியை அதிகரிக்கின்றன. சாவும், அழிவும் பொருளாதாரப் புள்ளிவிவர ஏடுகளில் இடம் பெறுவதில்லை. எனினும், மறுகட்டமைப்பிற்காகச் செலவிடப்படும் கோடிக்கணக்கான டாலர்கள் இடம் பெறுகின்றன. அவை பொருளாதாரம் நல்ல நிலைமையில் இருப்பது போன்ற ஒரு மாயையை உருவாக்குகின்றன.

தேசியப் பேரழிவுகள் என்பவை யுத்தங்கள் போன்றவை என்பது அமெரிக்கக் குடிமக்கள் பலருக்குத் தெரியாது. அவை பெரும் வர்த்தக நிறுவனங்களுக்கு மிக மிக அதிகமான லாபம் தரக்கூடியவை. பேரழிவுகளுக்குப் பிந்தைய மறுகட்டமைப்பிற்காக செலவழிக்கப்படும் பணத்தில் மிகப் பெருமளவு அமெரிக்கப் பொறியியல் நிறுவனங்களுக்கும் தங்கும் விடுதி, உணவு விடுதி, சில்லறை விற்பனை நிலையங்களின் சங்கிலித் தொடர், தகவல் தொடர்பு போக்குவரத்து வலைப் பின்னல், வங்கிகள், காப்பீட்டு நிறுவனங்கள், போன்ற இதர நிறுவன அதிகார வர்க்கத் தொழில்களில் ஈடுபட்டிருக்கும் அமெரிக்க பன்னாட்டு நிறுவனங்களுக்கும் ஒதுக்கப்பட்டு விடுகின்றது. 'பேரழிவு நிவாரணத் திட்டங்கள்' ஏழை விவசாயிகள், மீனவர்கள், சிறு உணவு விடுதிகள், சிறு தங்கும் விடுதிகள், உள்ளூர் தொழில் முனைவோருக்கு உதவுவதற்குப் பதிலாக பேரரசை நிர்மாணிப்பவர் களுக்குப் பணத்தைத் திருப்பிவிடுவதற்கு மற்றுமொரு வாய்ப்பாகும்.

8
சுனாமியைப் பயன்படுத்தி கொள்ளை லாபமடித்தல்

2004, டிசம்பர் 26 ஒரு கருப்பு தினமாகும். பயங்கரமான சுனாமிக்குப் பலியானவர்களுக்கு மட்டும் அது கருப்பு தினமல்ல; நம்மோடு இந்த பூமியில் வாழும் சக மனிதர்கள் மீது கருணையும், தயாளகுணமும், நல்லெண்ணமும் காட்டுவதில் நம்பிக்கை கொண்டுள்ள நம்மைப் போன்றவர்களுக்கும் கருப்பு தினம்தான். இந்த வெட்கங்கெட்ட சுரண்டலின் பின்னே இருக்கும் சோகக்கதை அந்த இயற்கைப் பேரழிவு தாக்குவதற்குப் பல மாதங்களுக்கு முன்னரே துவங்கிவிட்டது.

2004 செப்டம்பரில் இந்தோனேஷியா மற்றொரு ராணுவ அதிகாரியையே அதிபராகத் தேர்ந்தெடுத்தது. ஜெனரல் சுசிலோ பாம்பாங் யுதோயோனோ, 'ஜெனரல் சுகார்த்தோவின் எதேச்சாதிகார ஆட்சியின் போது ராணுவத்தில் மிக வேகமாக அடுத்தடுத்த மேல்பதவிகளுக்கு உயர்ந்தவர்' என்பது 'நியூயார்க் டைம்ஸ்'சின் கூற்று.

1976-ஆம் ஆண்டு ஜார்ஜியாவின் போர்ட் பென்னிங்கில் ராணுவ பயிற்சிக்காக அவர் தேர்ந்தெடுக்கப்பட்டார். 'சர்வதேச ராணுவ கல்வி மற்றும் பயிற்சி திட்டத்தின்' கீழ் அவர் அமெரிக்காவில் இரண்டு சுற்றுப் பயணங்களை பூர்த்தி செய்தவர். சுனாமிக்குப் பிறகு, ஆசே மாகாணத்தின் விடுதலை இயக்கத்தை நொறுக்குவதற்கு மிகவும் பொருத்தமான தலைவராக ஆனார்.

அந்தத் தீவுக் கூட்டம் முழுவதும் இருந்த பல்வேறு உள்ளூர் இயக்கங்களைப் போலவே, பொருளாதார ரீதியாக சுரண்டும் தன்மை கொண்டதும், கொடூரமான அடக்குமுறை ஆட்சி நடத்துவதுமான அரசாங்கத்திடமிருந்து விடுதலை பெறவேண்டும் என்கிற வேட்கையே ஆசே இயக்கத்தையும் வழிநடத்தியது. ஆசேவின் சுற்றுச்சூழலும், அம்மக்களின் கலாசாரமும் அந்நிய நிறுவனங்களால் பாதிப்புக்குள்ளாகின; ஆனால், அம்மக்களுக்கு சொற்ப பலனே கிடைத்தது. இந்தோனேஷியாவின் பெரிய இயற்கை வளத்திட்டங்களில் ஒன்று, இயற்கை எரிவாயுத் திட்டம் (Liquefied Natural Gas facility), ஆசேவில் இருக்கிறது. ஆனால், அந்தத் திட்டத்தால் மிகவும் மோசமாகப் பாதிக்கப்படும் மக்களுக்கு உதவக் கூடிய கல்விக் கூடங்கள்,

மருத்துவமனைகள் மற்றும் இதர முதலீட்டுக்கு லாபத்தில் மிக மிகச் சிறு தொகையே செலவழிக்கப்பட்டது.

"இயற்கை வளம் மிக்க ஆசே இந்தோனேஷியாவிடமிருந்து விடுதலை பெறுவதற்காக கடந்த ஐம்பதாண்டுகளாக ஏங்குகிறது" என்கிறார் மெலிசா ரோஸி. இவர் நியூஸ் வீக், நியூஸ்டே, எஸ்கொயர், ஜார்ஜ், எம்.எஸ்.என்.பி.சி. மற்றும் தி நியூயார்க் அப்சர்வர் போன்ற ஊடகங்களுக்கு எழுதியிருப்பவர்; உலகின் பரபரப்பான இடங்களிலிருந்து எனக்கு தனிப்பட்ட முறையில் அவ்வப்போது மின்னஞ்சல் அனுப்புபவர்; விருது பெற்ற பத்திரிகையாளர். "ஆசே மாகாணக் கடற்கரையில் வரிசையாக எண்ணைக் கிணறுகள் இருக்கின்றன; இந்தோனேஷிய அரசாங்கம் ஆசேவை அட்டை போல் ஒட்டிக் கொண்டிருப்பதற்கு அதுவே காரணம்". வெகுசில ஆவணங்களே பொதுமக்களின் பார்வைக்கு வெளியிடப்பட்டன என்றபோதும், அந்த மாகாணத்தில் சுனாமி தாக்குவதற்கு முன்னர் முப்பதாண்டுகளாக நடைபெற்ற சண்டையில் சுமார் பத்தாயிரத்திலிருந்து பதினைந்தாயிரம் பேர் கொல்லப்பட்டிருக்கலாம் என்று மதிப்பிடப்பட்டுள்ளது.

அரசாங்கத்திற்கும் ஆசே சுதந்திர இயக்கத்திற்கும் (இந்தோனேஷிய மொழியில் 'கெராக்கன் ஆசே மெர்டேகா' சுருக்கமாக ஆங்கிலத்தில் ஜி.ஏ.எம். 'கேம்') இடையில் 2004 -ஆம் ஆண்டு ரகசியப் பேச்சுவார்த்தைகள் துவங்கின. எண்ணை, எரிவாயு, மற்றும் இதர இயற்கை செல்வாதாரங்களின் மூலம் ஈட்டப்படும் லாபத்தில் ஒரு பகுதி மக்களுடன் பங்கிட்டுக் கொள்ளப்படுதல்; ஓரளவு சுயாட்சி, மற்றும் இதர உரிமைகள் போன்ற பல பத்தாண்டுகளாக கேட்கப்பட்ட கோரிக்கைகள் விஷயத்தில் 'கேம்' பேரம் பேசும் ஒரு நிலையை எட்டியிருந்தது போல் தோன்றியது. ஆனால், சுனாமி எல்லாவற்றையும் மாற்றிவிட்டது.

ஏனெனில், 'கேம்' ஓர் உள்ளூர் அமைப்பு. பிரம்மாண்டமான அலை களால் அழிக்கப்பட்ட பகுதியை மையமாகக் கொண்டிருந்தது; சுனாமியின் குழப்பமான பின்விளைவுகளால் செயல்பட முடியாத அளவு பாதிக்கப்பட்டிருந்தது. அதன் முக்கிய உறுப்பினர்கள் உயிரிழந்திருந்தனர்; அல்லது அவர்களது குடும்ப உறுப்பினர்களைப் பறி கொடுத்ததால் பாதிக்கப்பட்டிருந்தனர். அது, பேச்சுவார்த்தை மற்றும் எதிர்ப்பியக் கத்திலிருந்து அதன் நடவடிக்கைகளை சுனாமிக்குப் பலியானவர்களைக் கவனித்துக் கொள்ளவும், மீட்பு முயற்சிகளை நிர்வகிக்கவும் திசை மாற்றிவிட்டது.

மறுபக்கத்தில், அரசாங்கம் இந்தக் குழப்பத்தைத் தனக்குச் சாதகமாகப் பயன்படுத்திக் கொள்ள விரைவாகச் செயல்பட்டது. ஜாவாவிலிருந்தும், இந்தோனேஷியாவின் இதர பாதிக்கப்படாத பகுதிகளிலிருந்தும் புதிதாகப் படைகள் அனுப்பப்பட்டன; சில

மாதங்களிலேயே அவற்றிற்கு அமெரிக்க ராணுவத்தினரால் வலுவூட்டப்பட்டது; அமெரிக்க ஒப்பந்தக்காரர்களைப் பாதுகாக்கும் குழுவிற்கு தலைமை வகித்த முன்னாள் சிஐஏ உளவாளி நெய்ல் போன்ற கூலிப்படையினரும் சேர்ந்து கொண்டனர். பேரழிவினால் பலியானவர்களுக்கு நிவாரணம் வழங்குவது என்கிற பெயரில் ஆயுதப்படைகள் செயல்பட்டபோதும், 'கேமை' ஒழிப்பது அதன் குறிக்கோள்களில் ஒன்று. புஷ் நிர்வாகம் நேரத்தைத் துளியும் விரயம் செய்யவில்லை. சுனாமி தாக்கியதற்கு அடுத்த மாதம், அதாவது 2005 ஜனவரி, இந்தோனேஷியாவின் அடக்குமுறை ராணுவத்துடன் உறவை முறித்துக் கொள்ளும் கிளிண்டன் நிர்வாகத்தின் கொள்கையை வாஷிங்டன் ரத்து செய்தது. ஒரு மில்லியன் டாலர் மதிப்புள்ள ராணுவ உபகரணங்களை ஜகர்த்தாவிற்கு வெள்ளை மாளிகை அனுப்பிவைத்தது.

"சுனாமியினால் வந்த வாய்ப்பை வாஷிங்டன் கைப்பற்றிக் கொண்டது......இந்தோனேஷிய அதிகாரிகளுக்கு அமெரிக்கா பயிற்சியளிப்பதைப் பலப்படுத்த வெளியுறவுத் துறை அமைச்சர் கான்டலீசா ரைஸ் நடவடிக்கை எடுத்தார்... முப்பது வருடங்களாக ஆசே மாகாணத்தில் பிரிவினைவாதப் போராட்டக்காரர்களுக்கு எதிராகச் சண்டையிட்டு வரும் இந்தோனேஷிய ராணுவம் சுனாமிக்குப் பின் தன் முழுபலத்தையும் காட்டிக் கொண்டிருந்தது-ஆசே விடுதலை இயக்க ஆயுதப்படைகளின் மீது வலுவான பிடி கொள்வதே ராணுவத்தின் மிக முக்கியமான அக்கறையாக இருந்தது " என்று 2005, பிப்ரவரி 7ம் தேதி 'நியூயார்க் டைம்ஸ்' செய்தி வெளியிட்டது. நவம்பர் 2005ல் அமெரிக்கா ஆயுதத்தடையை முற்றிலுமாக விலக்கிக் கொண்டு, இந்தோனேஷிய ராணுவத்துடன் முழு உறவை மறுபடியும் தொடர்ந்தது.

உள்ளூர் சமுதாயங்கள் பேரழிவிலிருந்து மீளவும், தங்களை மறுகட்டமைத்துக் கொள்ளவும் தான் எடுத்த முயற்சிகளால் கேம் களைத்துப் போனது. இந்தோனேஷிய ராணுவம் மற்றும் அதன் அமெரிக்க ஆதரவாளர்களின் தாங்க முடியாத நிர்ப்பந்தத்தினாலும் அரசாங்கத்துடன் மிகவும் ஒரு தலைப்பட்சமான அமைதி ஒப்பந்தம் போட்டுக் கொண்டது. மீண்டும், நிறுவன அதிகார வாக்கமே பெரும் வெற்றி பெற்றது. ஆசேவின் சுரண்டல் தங்குதடையின்றித் தொடர்வதை சுனாமி கிட்டத்தட்ட உறுதிசெய்தது.

நிறுவன அடிதகார வர்க்கத்தால் இயற்கைப் பேரவுழிகள் எப்படி தன் லாபத்திற்காகப் பயன்படுத்திக் கொள்ளப்படுகின்றன என்பதற்கு ஒரு அசைக்க முடியாத எடுத்துக் காட்டை ஆசேயின் 'லூசர் எகோசிஸ்டம்ஸ்' கொடுக்கிறது. மூன்று பத்தாண்டுகளாக உள்ளூர் மக்களின் எதிர்ப்பியக்கம் உலகின் வளமிக்க காடுகளில் ஒன்றான ஆசே காடுகளை மரம் வெட்டும் நிறுவனங்கள் மற்றும் எண்ணை

நிறுவனங்களை அண்டவிடாமல் காத்து வந்தது. கேம் இப்போது ஒடுக்கப்பட்டுவிட்டதால் அந்தப்பகுதி சுரண்டலுக்கு மீண்டும் திறந்துவிடப்பட்டது.

மைக் கிரிப்பித் என்கிற முன்னாள் எண்ணை நிறுவன அதிகாரி 1980களின் மத்தியில் தன்னுடைய உயர்வருமானமுள்ள வேலையை விட்டுவிட்டு சுற்றுச்சூழல் பாதுகாப்பிற்காக தன்னை அர்ப்பணித்துக் கொண்டார். 1994ல் 'லூசர் இண்டர்நேஷனல் பவுண்டேஷன்' எனும் அமைப்பை உருவாக்குவதற்கு அவர் உதவினார். 2006ல் என்பிஆரின் 'ரேடியோ எக்ஸ்பிடிசன்ஸ்' (வானொலிப் பயணங்கள் மொர்.) நிகழ்ச்சியை வழி நடத்தினார். "அமைதி ஏற்பட்டுள்ள நிலையில், காடுகளுக்கு ஆபத்துக்குள்ளாகும் வாய்ப்பு அதிகரிக்கும். வெப்பப் பகுதிகளின் கடினமரங்கள் மற்றும் பாமாயில் மரங்கள் வெட்டப்படுவதைக் காட்டிலும் பெரிய ஆபத்து சாலைகள்தான்" என்று அந்த நிகழ்ச்சியைத் தொகுத்தளிப்பவரான மைக்கேல் சுல்லிவன் கூறினார்.

சுனாமி தாக்கிய உடனேயே அமெரிக்க பொறியியல் மற்றும் கட்டுமான நிறுவனங்கள் உலகவங்கியிடமும், இதர நிதயுதவி அமைப்புகளிடமும் சாலைகள் அமைப்பதற்கு பணம் கேட்டன; இந்த சாலைகள் முதன்மையாக மரம் வெட்டும் நிறுவனங்களுக்கும், எண்ணை நிறுவனங்களுக்கும்தான் பயன்படும் என்பதை அந்த வானொலி நிகழ்ச்சி மேலும் விளக்கியது. "லூசர் சுற்றுச் சூழல் முறைமையை நீங்கள் இழந்தால், புலி, உராங்குட்டான், யானை மற்றும் காண்டாமிருகம் ஆகியவை உயிர் வாழ்வதற்கான கடைசி வாய்ப்பையும் மட்டும் நீங்கள் இழப்பதில்லை; நாற்பது லட்சம் மக்களின் நல்வாழ்விற்கான அடிப்படை ஆதாரங்களையே இழக்கிறீர்கள். ஆம், அவர்கள் தண்ணீருக்காகவும், வெள்ளம் மற்றும் மண்அரிப்பிலிருந்து தங்களைப் பாதுகாத்துக் கொள்வதற்காகவும் இந்த இடத்தைத்தான் சார்ந்திருக்கிறார்கள்" என்று என்பிஆரிடம் தெரிவித்தார்.

இந்தோனேஷிய ஆளும் வர்க்கங்கள், அமெரிக்க அரசாங்கம் மற்றும் சர்வதேச நிறுவனங்கள் ஆகியவற்றுக்கு இடையிலான உறவு இரண்டாம் உலகப் போருக்குப் பிந்தைய காலகட்டத்தில் நிறுவன அதிகார வர்க்கம் உலகம் முழுவதும் கடைப்பிடித்த முறைகளைச் சுட்டிக்காட்டுகின்றது. பேரரசு நிர்மாணம் என்பது பெரும்பாலும் ரகசியமாகவே நடைபெறுகிறது. ஜனநாயகங்களில் விவரமறிந்த வாக்காளர்கள் இருப்பதாக பாவிக்கப்படுவதால் அது அமெரிக்கா அடைவதற்காக மிகவும் பேராசைப்படும் லட்சியத்திற்கு நேரடி அபாயமாக இருக்கின்றன. அவை என்னுடைய மற்றும் என்னைப் போன்ற இதர 'வளர்ச்சி நிபுணர்கள்' பலரின் வேலை குறித்த கலக்கமூட்டும் விவரணையாகவும் அமைந்துவிடுகின்றன.

எங்களது வேலையின் கபடத் தன்மையை, எனக்கு தனிப்பட்ட முறையில் மூன்று வெவ்வேறு சம்பவங்கள் வெளிச்சம் போட்டுக் காட்டின. அவை 2004 சுனாமிக்குப் பிறகு அம்பலமாகின. ஆனால், அவை ஒவ்வொன்றின் வேர்களும் என்னுடைய முந்தைய பணியின் காலகட்டம் வரை செல்கின்றன.

9
ஊழலின் பலன்கள்

ஒரு பொருளாதார அடியாளின் ஒப்புதல் வாக்குமூலத்தில் 1980கள் மற்றும் 1990களில் ஸ்டோன் அன்ட் வெப்ஸ்டர் இன்ஜினியரிங் கம்பெனி (எஸ்.டபிள்யூ.இ.சி) யுடன் எனக்கிருந்த தொடர்பு பற்றி விவரித்திருந்தேன். அது அக்காலகட்டத்தில் நாட்டிலேயே மிகப் பெரியதும், மிகவும் மதிக்கப்பட்டதுமான ஒரு கட்டுமான மற்றும் ஆலோசனை வழங்கும் நிறுவனமாகும். ஒரு உண்மை என்னவெனில், என்னுடைய பொருளாதார அடியாள் வாழ்க்கையைப் பற்றி நான் புத்தகம் எழுதாமலிருக்க எனக்கு அந்த நிறுவனம் ஐந்து லட்சம் டாலர் கொடுத்தது. அவ்வப்போது, அந்நிறுவனம் அவர்களுக்கு சேவை செய்யுமாறும் கேட்டுக் கொண்டது.

1995ல் ஒரு நாள் அந்நிறுவனத்தின் உயர்அதிகாரி ஒருவர் தொலைபேசியில் என்னை அழைத்து சந்திக்க வேண்டும் என்றார். மதிய உணவு உண்டபடி, இந்தோனேஷியாவில் ஒரு ரசாயன வளாகம் அமைப்பது குறித்து என்னிடம் விவாதித்தார். அந்த நிறுவனத்தின் நூற்றாண்டு வரலாற்றில் மிகப் பெரும் திட்டங்களில் அது ஒன்றாக இருக்கும் என்றார். சுமார் நூறு கோடி டாலர் மதிப்புள்ள திட்டம். “இதை நிச்சயம் செய்து முடிப்பேன்“ என்று அவர் கூறினார். பின்னர் தன்னுடைய குரலைத் தாழ்த்திக் கொண்டு “ஆனால், சுகார்த்தோவின் குடும்பத்தைச் சேர்ந்த ஒருவருக்கு 150மில்லியன் டாலர் கொடுப்பதற்கான வழியைக் கண்டுபிடித்த பிறகுதான்“ என்று ஒப்புக் கொண்டார்.

“லஞ்சம்”. நான் எதிர்வினையாற்றினேன். அவர் தலையாட்டி ஆமோதித்தார். “நீங்கள் இந்தோனேஷியாவில் நீண்ட காலம் இருந்திருக்கிறீர்கள். இதை எப்படிச் செய்வது என்று எனக்குச் சொல்லுங்கள். ஒருவருக்கு ‘சட்டப்படியான லஞ்சம்’ கொடுப்பதற்கு எனக்கு நான்கு வழிகள் தெரியும் என்று நான் கூறினேன். எஸ். டபிள்யூ.இ.சி அந்த நபருக்கும், அவரது நண்பர்களுக்கும் சொந்தமான நிறுவனங்களிடமிருந்து புல்டோசர்கள், கிரேன்கள், லாரிகள், மற்ற இதர பெரும் உபகரணங்கள் போன்றவற்றை அதீதமான கட்டணங்களுக்கு வாடகைக்கு எடுக்கலாம்; அந்த நபருக்கும் அவரது நண்பர்களுக்கும் சொந்தமான நிறுவனங்களுக்கு திட்டத்தின் பகுதிகளைச் செய்யும் வேலையை ஒப்பந்த அடிப்படையில், ஊதிப் பெருக்கப்பட்ட விலைகளுக்கு வழங்கலாம்; உணவு, வீடு, கார்கள்,

எரிபொருள், மற்றும் அது போன்ற இதர பொருட்களுக்கான ஒப்பந்தங்கள் போடுவதற்கு அவர்கள் இதே முன்மாதிரியைப் பயன்படுத்தலாம்; இந்தோனேஷிய ஆட்சியாளர்களுக்கு நெருக்கமானவர்களின் மகன் மற்றும் மகள்களுக்கு அமெரிக்காவின் உயர்ந்த கல்லூரிகளில் படிப்பதற்கு ஏற்பாடு செய்கிறோம் என்றும், அவர்களது செலவு முழுவதையும் ஏற்றுக் கொள்கிறோம் என்றும், அவர்கள் அமெரிக்காவில் இருக்கும் காலத்தில் பயிற்சி கால சம்பளம் கொடுக்கிறோம் என்றும் கூறலாம். எனினும், அவ்வளவு பெரிய தொகையைக் கைமாற்ற ஏற்பாடு செய்வதற்கு இந்த நான்கு வழிமுறைகளுமே தேவைப்படலாம் என்றும், பல வருடங்கள் ஆகும் என்றும் ஒப்புக் கொண்டேன். இத்தகைய திட்டங்கள் வெற்றிகரமாகப் பயன்படுத்தப்படுவதை நான் பார்த்துள்ளேன் என்று உறுதி கூறினேன். அதன் காரணமாக, எனக்குத் தெரிந்த வரை, எந்தவொரு அமெரிக்க நிறுவனம் அல்லது அதன் அதிகாரிகள் மீது சட்டப்படியான நடவடிக்கை எதுவும் எடுக்கப்பட்டதில்லை என்பதையும் கூறினேன். இந்த ஒப்பந்தத்தை உறுதிப்படுத்த உதவியாக கெய்சாக்களைப் பயன்படுத்தும் வாய்ப்பையும் யோசிக்குமாறு நான் ஆலோசனை சொன்னேன்.

"கெய்சாக்கள் ஏற்கனவே தங்கள் வேலையில் தீவிரமாக ஈடுபட்டிருக்கிறார்கள்" என்று சதிகாரப் புன்னகையுடன் அவர் தெரிவித்தார். மற்ற விஷயங்களைப் பொறுத்தவரை, சுகார்த்தோவின் ஆள் முன்கூட்டியே பணம் வேண்டும், அதுவும் ரொக்கமாகவும் வேண்டும் என்கிறார் என்று தன் கவலையை வெளிப்படுத்தினார். அவ்வளவு பெரிய தொகையை ரொக்கமாக ஏற்பாடு செய்யும் வழி எதுவும் எனக்குத் தெரியாது என்பதை ஒப்புக் கொள்ள வேண்டியதாயிற்று. குறைந்த பட்சம் சட்டபூர்வமான வழி எனக்குத் தெரியாது. அவர் எனக்கு நன்றி தெரிவித்தார். இப்பிரச்சனையில் அதற்குப் பின்னர் மேற்கொண்டு அவரிடமிருந்து நான் எதுவும் கேள்விப் படவில்லை.

பத்தாண்டுகளுக்குப் பிறகு 2006, மார்ச் 15ம் தேதி 'தி போஸ்டன் குளோப் பத்திரிகையின் வணிகச் செய்திகள் பிரிவின் முதல் பக்கத்தில் பின்வரும் எட்டுப் பத்தி தலைப்புச் செய்தி வெளிவந்தது. 'லஞ்சக் கடிதமும் ஸ்டோன் அன்ட் வெப்ஸ்டரின் வீழ்ச்சியும்'. 1889ல் துவங்கிய அந்நிறுவனத்தின் பிரகாசமான வரலாறு எப்படி 2000ல் அது திவால் நோட்டீஸ் கொடுத்து, அந்நிறுவனம் ஷா குழுமத்திற்கு சொந்தமானபோது முடிவிற்கு வந்தது என்ற சோகக்கதையை அந்தக் கட்டுரை விவரித்தது. ஆயிரத்திற்கும் மேற்பட்ட ஊழியர்கள் பணிநீக்கம் செய்யப்பட்டனர், அந்நிறுவனத்தில் பங்குகளாக இருந்த அவர்களின் சேமிப்பும் பறிபோனது என்று 'குளோப்' தெரிவித்தது. "ஸ்டோன் அன்ட் வெப்ஸ்டரின் வரலாற்றில் மிகப் பெரிய ஒப்பந்தத்தைப் பெறுவதற்காக இந்தோனேஷியாவின் அதிபர் சுகார்த்தோவின் உறவினருக்கு சட்டவிரோதமாக 147 மில்லியன் டாலர் லஞ்சம்

கொடுப்பதற்கு அந்நிறுவனம் ரகசியமாக முயற்சி செய்தது பற்றி அந்தக் கடிதத்தில் கூறப்பட்டிருந்தது. இது இதற்கு முன்னர் வெளிவராத ரகசியம்" என்றும், அந்நிறுவனத்தின் வீழ்ச்சிக்கு இதுதான் காரணம் என்றும் ஸ்டீவ் பெய்லினின் செய்தி அறிக்கை கூறியது.

1970களில் என்னோடு பணியாற்றிய இந்தோனேஷிய அதிகாரி ஒருவரின் மகனிடமிருந்து என்னைச் சந்திக்க வேண்டும் என்ற வேண்டுகோளுடன் வந்த மின்னஞ்சலில் இருந்து இரண்டாவது சம்பவம் துவங்குகிறது.

எமில் (உண்மையான பெயர் அல்ல) நியூயார்க்கின் மேற்குப் பகுதியில் இருந்த அமைதியான தாய்லாந்து உணவு விடுதியில் என்னைச் சந்தித்தார். ஒரு பொருளாதார அடியாளின் ஒப்புதல் வாக்குமூலம் தன் மனதை மிகவும் சலனப்படுத்தியதாகத் தெரிவித்தார். அவருக்கு பத்து வயது இருக்கும்போது அவருடைய தந்தை அவரை ஜகர்த்தாவில் எனக்கு அறிமுகப்படுத்தி வைத்தார். என்னுடைய பெயரை அடிக்கடி கேள்விப்பட்டது அவருக்கு நினைவிருந்தது. என் நூலில் நான் விவரித்திருந்த ஊழல் அதிகாரிகளில் தன்னுடைய தந்தையும் ஒருவர் என்பது தனக்குத் தெரியும் என்றார். பின்னர், தான் தந்தையைப் பின்பற்றியதாக என் கண்களை நேராகப் பார்த்து ஒப்புக் கொண்டார். "நான் எல்லாவற்றையும் சொல்லிவிட விரும்புகிறேன். உங்களைப் போல, நான் ஒப்புதல் வாக்குமூலம் அளிக்க விரும்புகிறேன்" என்றார். அவர் மென்மையாகப் புன்னகைத்தார். "ஆனால், எனக்கொரு குடும்பம் இருக்கிறது; இழப்பதற்கு நிறைய இருக்கிறது. நான் சொல்வது என்னவென்று உங்களுக்கு நிச்சயம் புரியும்."

அவருடைய பெயரை எப்போதும் வெளியிடமாட்டேன் என்றும், அவரது அடையாளத்தை வேறு எந்த வகையிலும் அம்பலப்படுத்த மாட்டேன் என்றும் உறுதி அளித்தேன்.

எமிலின் கதை பல ரகசியங்களை வெளிப்படுத்தியது. தன்னுடைய நடவடிக்கைகளுக்குத் தேவையான நிதிக்காக இந்தோனேஷிய ராணுவம் தனியார் முதலாளிகளிடமிருந்து பணம் வசூலிப்பது நீண்ட காலமாக நடந்து வருகிறது என்று அவர் சுட்டிக் காட்டினார். அவர் தோள்களைக் குலுக்கிச் சிரித்து அதை உதறித் தள்ளவும், அதைச் சாதாரண விஷயமாக்கவும் முயற்சித்தார். மூன்றாம் உலக நாடுகளில் இது பொதுவாக நடப்பதுதான் என்றார். பிறகு அவர் தீவிரமானார். "1998ல் சுகார்த்தோவின் வீழ்ச்சிக்குப் பிறகு, நிலைமைகள் மேலும் மோசமடைந்தன. ஆயுதப்படைகளைத் தன் கட்டுப்பாட்டில் வைத்திருப்பதில் உறுதியாக இருந்த சுகார்த்தோ உண்மையிலேயே ஒரு ராணுவ சர்வாதிகாரிதான். அவரது ஆட்சி முடிந்தவுடன், பல இந்தோனேஷியர்கள் ராணுவத்தைவிட சாதாரண குடிமக்களுக்குக் கூடுதல் அதிகாரம் இருக்கும் வகையில் சட்டத்தைத் திருத்த அவசர அவசரமாக முயற்சிசெய்தனர். ராணுவத்திற்காக ஒதுக்கப்படும் நிதியைக் குறைப்பதன் மூலம் தங்களது குறிக்கோளை அடையலாம் என்று

அவர்கள் எண்ணினர். எங்கு உதவி கேட்க வேண்டும் என்று ஜெனரல்களுக்குத் தெரியும்: அந்நிய சுரங்க மற்றும் எரிசக்தி நிறுவனங்கள்." அவரது வார்த்தைகள் கொலம்பியா, நைஜீரியா, நிகாரகுவா மற்றும் பல்வேறு நாடுகளில் தேசிய ராணுவங்களுக்கு உதவியாக தனியார் ராணுவங்கள் பயன்படுத்தப்படும் இது போன்ற நிலைமைகள் இருப்பதை எனக்கு நினைவூட்டின என்று எமிலிடம் கூறினேன். "ஆமாம்" அவர் ஒப்புக் கொண்டார். "இங்கே பல கூலிப்படைகள் இருக்கின்றன. கடந்த சில வருடங்களில், அந்நிய நிறுவனங்களால் இந்தோனேஷிய ராணுவம் விலைக்கு வாங்கப்பட்டுவிட்டது. விளைவுகள் அச்சமூட்டுகின்றன. பாருங்கள், எங்களது ஆயுதப்படைகள் மட்டுமின்றி, எங்களது இயற்கை வளங்களும் இந்த நிறுவனங்களுக்குச் சொந்தமாக இருக்கின்றன."

ஏன் இந்தத் தகவல்களையெல்லாம் வெளியிடுகிறீர்கள் என்று கேட்டபோது, அவர் முகத்தைத் திருப்பி விடுதியின் ஜன்னலுக்கு வெளியே போக்குவரத்தைப் பார்த்தார். இறுதியாக, அவரது கண்கள் என் கண்களைச் சந்திக்கத் திரும்பின. "நான் ஒரு கூட்டுக் களவாணி. என் தந்தையின் ஊழலை ஒரு படி மேலே எடுத்துச் சென்றுவிட்டேன். தேவையான ஏற்பாடுகளைச் செய்து நிறுவனங்களிடமிருந்து பணத்தை வசூலித்து ராணுவத்திடம் கொடுக்கும் பலரில் நானும் ஒருவன். குறைந்த பட்சம் என்னால் செய்ய முடிந்ததெல்லாம், உங்களிடம் பேசுவதும், என்ன நடந்து கொண்டிருக்கிறது என்பதை நீங்கள் உலகிற்குச் சொல்வீர்கள் என்று நம்புவதும்தான்".

எமிலைச் சந்தித்து பல வாரங்களுக்குப் பின், 'தி நியூயார்க் டைம்ஸின்' இணையதளத்தைப் பார்த்துக் கொண்டிருந்தபோது ஒரு கட்டுரை என் கண்களில் பட்டது. நியூ ஓர்லியன்சைச் சேர்ந்த 'ஃபிரிபோர்ட் மெக்மோரன் காப்பர் அன்ட் கோல்ட்' என்ற நிறுவனத்தின் செயல்பாடுகளை அது விவரித்தது. தொலைதூரத்திலிருந்த பப்புவா மாகாணத்தில் உள்ள தன்னுடைய தொழிற்சாலைகளின் பாதுகாப்பிற்காகக் கடந்த ஏழு வருடங்களில் ராணுவ அதிகாரிகளுக்கும், அப்பகுதியிலுள்ள படைகளுக்கும் அந்த நிறுவனம் 20 மில்லியன் டாலர் கொடுத்துள்ளது. அந்தக் கட்டுரை மேலும் உறுதியாகச் சொன்னது: "இந்தோனேஷிய ஆயுதப்படைகளுக்கான நிதியில்மூன்றில் ஒரு பகுதி மட்டுமே அரசிடமிருந்து வருகிறது. மீதி வெளியில் தெரியாத மூலங்களிலிருந்து 'பாதுகாப்புக்கான கட்டணம்' என்கிற பெயரில் வருகிறது. இது ராணுவ உயரதிகாரிகளை அரசாங்க நிதிக்கட்டுப் பாடுகளின்றிச் சுதந்திரமாகச் செயல்பட அனுமதிக்கின்றது."

அந்தக் கட்டுரை செப்டம்பர் 2004ல் 'தி டைம்ஸ்' இணையதளத்தில் வெளியான மற்ற இரு கட்டுரைகளுக்கும் இட்டுச் சென்றது. அவை என்னுடைய பழைய ஆடுகளமான, சுலாவெசியில் சமீபத்திய நிகழ்வுகளை விவரித்தன. டென்வரில் தலைமையகத்தைக் கொண்ட உலகில் தங்கம் உற்பத்தி செய்யும் நிறுவனங்களிலேயே பெரியதான

'நியூமோன்ட் மைனிங் கார்ப்பரேஷன்' என்கிற நிறுவனம் ஆர்செனிக் என்கிற கொடிய விஷத்தன்மை கொண்ட ரசாயனப் பொருளையும், பாதரசத்தையும் சட்டவிரோதமாகப் பெருங்கடலில் புயோட் வளைகுடாவில் கொட்டுகிறது என்கிற குற்றச்சாட்டை அவை ஆவணப் படுத்தியிருந்தன. இந்தக் கட்டுரைகளைப் படிக்கும்போது, 1970களில் ஒரு பொருளாதார அடியாளாக நான் செய்த வேலைகள், மின் நிலையங்கள், சாலைகள், துறைமுகங்கள் மற்றும் இதர அடிப்படைக் கட்டுமானங்கள் ஆகியவற்றுக்குத் தேவையான நிதி கொடுத்தது மற்றும் அவற்றை நிர்மாணித்துக் கொடுத்தது நியூமோன்ட் நிறுவனம் சுரங்கப் பணிகளில் ஈடுபடுவதற்கும், பெருங்கடலை விஷமாக்குவதற்கும் உதவியிருக்கிறது என்பதை உணர்ந்தேன். எண்ணை நிறுவனங்களுக்கு என்னென்ன தேவையோ அவையெல்லாம் கிடைப்பதை உறுதி செய்வதற்காகவே எங்களை இந்தோனேஷியாவிற்கு அனுப்புவதாக என்னுடைய முதல் பயணத்தின் போது எங்களுடைய திட்ட மேலாளர் சார்லி இல்லிங்வொர்த் சுட்டிக் காட்டினார். எங்கள் பணியின் நோக்கம் எண்ணை நிறுவனங்கள் மட்டுமல்ல என்பதைப் புரிந்து கொள்ள எனக்கு அதிக நாட்கள் ஆகவில்லை. 'உதவி' நிதி எப்படி பன்னாட்டு நிறுவனங்களுக்கு லாபமாகின்றது என்பதற்கு சுலாவெசி முதன்மையான எடுத்துக்காட்டாகும்.

"இந்தோனேஷியாவின் பலவீனமான ஒழுங்குமுறை அமைப்பை சுரங்கம் மற்றும் எண்ணை நிறுவனங்கள் தங்களது இறுக்கமான பிடியில் வைத்துள்ளன என்கிற அபிப்ராயம் பொதுமக்களிடையே அதிகரித்துக் கொண்டிருந்தது. நியூமோன்ட்டுக்கு எதிரான போராட்டம் அதற்கு எண்ணை வார்த்துக் கொண்டிருந்தது. ஊழல், நெருக்கமானவர்களுக்குச் சாதகமாக நடந்து கொள்ளுதல் மற்றும் சுகார்த்தோவிடமிருந்து மரபாகப் பெற்ற, செழுமைப்படுத்தப்படாத சட்ட அமைப்பு ஆகியவற்றைப் பலர் குற்றம் சாட்டுகின்றனர். 1998ல் ஆட்சியை இழந்த சுகார்த்தோ லஞ்சம் வாங்கிக் கொண்டு அந்நிய முதலீட்டாளர்களுக்கு ஆர்வமாகக் கதவுகளைத் திறந்துவிட்டவர்" என்று தி டைம்ஸ் கட்டுரை குறிப்பிட்டது. (14)

அந்தக் கட்டுரைகளை நான் வெறித்துப் பார்த்துக் கொண்டிருந்த போது, பேட்ஸ்விலேயின் மேயரும், பூகி கப்பல் கட்டுபவரும், பைபிளில் வரும் தீர்க்கதரிசிகள் என்னை வட்டமிடத் திரும்ப வந்ததைப்போல, என்னுடைய கணினி திரையின் மீது தங்களைப் பதித்துக் கொண்டனர். அந்நிய மண்ணைச் சுரண்டவும், மாசுபடுத்தவும் அமெரிக்கா தன்னுடைய வௌவால்களை அனுப்பி வைத்திருக்கிறது. மரத்தாலான பழைய பாய்மரக்கப்பல்களின் மாலுமிகள், வெறும் கத்திகளை வைத்துக் கொண்டு பென்டகனின் பிரம்மாண்டமான பலத்தை எதிர்த்துப் போராடி தங்கள் தாய்மண்ணைப் பாதுகாத்துக் கொள்ளும் வாய்ப்பு இல்லை. அல்லது பன்னாட்டு நிறுவனங்களின் கையாட்களைக் கொண்ட இன்னும் நுணுக்கமான படையை எதிர்த்தும் தங்கள் தாய்நாட்டைப் பாதுகாத்துக் கொள்ள முடியாது.

10

இந்தோனேஷியாவில் விழுந்த அடியும் உதையும்

என்னுடைய உரைகளின் போது பார்வையாளர்களில் சிலர் நைக்கியிலும் அது போன்ற இதர சில நிறுவனங்களிலும் நிலைமை முன்னேறி வருகிறது என செய்திகள் வருவது பற்றி குறிப்பிட்டனர். நானும், நான் சந்திக்கும் என்னைப் போன்ற சிலரும் அதை நம்பவே விரும்பினோம். நைக்கி நிறுவனர் பில் நைட்டும், அதன் தலைமைப் பொறுப்பில் இருக்கும் மற்ற அதிகாரிகளும் பொறுப்புடன் நடந்து கொள்வார்கள் என்று எதிர்பார்க்கிறோம். இந்தோனேஷியாவில் நைக்கி தொழிலாளர்களைப் போல வாழ முயற்சித்த லெஸ்லி (பெண்) மற்றும் ஜிம் (ஆண்) தம்பதியரைத் தொடர்பு கொண்டேன். தொழிலாளர்களைக் கசக்கிப் பிழியும் சிறு தொழிற்சாலைகள் பற்றிய ஆவணப்படம் ஒன்று தயாரித்துக் கொண்டிருந்தார்கள். அவர்கள் அனுப்பிய மின்னஞ்சல் பதில் நம்பிக்கையூட்டுவதாக இல்லை:

2000ல் நாங்கள் மேற்கொண்ட பயணத்திற்குப் பிறகு, நாங்கள் இரண்டு முறை இந்தோனேஷியா சென்றோம். தொழிலாளர்களுடனும், தொழிலாளர்களைத் திரட்டுவோருடனும் தொடர்பு வைத்துக் கொண்டிருந்தோம். மேம்போக்கான சில மாற்றங்கள் ஏற்பட்டிருக்கின்றன. ஆனால், கூலி மற்றும் சுதந்திரமான தொழிற்சங்கங்கள் அமைக்கும் உரிமை போன்ற உண்மையான பிரச்சனைகள் 2000லிருந்த நிலைமையிலிருந்து முன்னேற்றம் இல்லை. நிலைமையில் முன்னேற்றம் இருப்பது போன்றதொரு எண்ணத்தைப் பொதுமக்கள் மத்தியில் உருவாக்க நைக்கி முயற்சிகள் எடுத்தபோதும் இதுதான் நிலைமை.

இந்தோனேஷியாவில் அரசாங்கம் குறைந்தபட்சக் கூலியை உயர்த்தியிருக்கிறது. ஆனால், உணவு, தண்ணீர், சமையல் எண்ணெய், ஆடை, வீடு மற்ற இதர அடிப்படை வசதிகளின் விலையும் அதே அளவு உயர்ந்திருக்கிறது. தொழிலாளர்கள் 'ஒன்று தாங்கள் சாப்பிட வேண்டும் அல்லது தங்கள் குழந்தைகள் சாப்பிட வேண்டும்' என்கிற மாதிரி முடிவுகள் எடுக்க வேண்டிய நிலையில்தான் இருக்கிறார்கள். கடந்த முறை நாங்கள் இந்தோனேஷியா சென்ற போது, 2000லிருந்து நாங்கள் அடிக்கடி சந்திக்கும் ஒரு நைக்கி தொழிலாளர், எட்டு வருடங்களாக ஒரு நைக்கி தொழிற்சாலையில் வேலை பார்த்துக்

கொண்டிருப்பவர், எங்களை வரவேற்றார். அவள் எங்களை மனப்பூர்வமாகக் கட்டிப் பிடித்தாள். வலிய புன்னகைத்தவாறு வேகமாகக் கூறினாள் "எதுவும் மாறவில்லை".

என்ன மாறியிருக்கிறது என்றால், எண்ணை விலை மாறியிருக்கிறது. ஆதலால் தொழிற்சாலைக்குப் போக வர செலவு அதிகரித்துள்ளது. ஏற்கனவே மிகக் குறைவான சம்பளம். அதிலும் இப்போது வேலைக்குப் போய் வரவே 30% செலவாகிவிடுகிறது. அதிகரித்துவிட்ட போக்குவரத்துச் செலவிற்கான பணம் எங்கிருந்து வருகிறது? பல்லாயிரம் கோடி டாலர் மதிப்புள்ள பன்னாட்டு நிறுவனங்களில் வாரத்தில் 6, 7 நாட்கள் ஆண்கள், பெண்கள் வேலை பார்க்கின்றனர். அவர்கள் சில சமயம் தங்களது தினசரி இரண்டு வேலை உணவாக வெறும் உப்பு போட்ட அரிசிச் சோறு மட்டுமே சாப்பிட வேண்டிய கட்டாயத்தில் இருக்கிறார்கள்.

உயிருக்கு ஆபத்தான நிலைமைகளில், குறைவான கூலிக்குத் தொழிலாளர்கள் கடுமையாக வேலை பார்க்க வேண்டியிருப்பது பற்றிய விமரிசனம் 1990களின் பிற்பகுதியில் எழுந்தது. விமரிசிப்பவர்களுக்குத் தாங்கள் எதைப் பற்றிப் பேசிக் கொண்டிருக்கிறோம் என்பது பற்றி தெரியாது என்று நைக்கி பதில் கூறியது. துணை ஒப்பந்தத் தொழிற்சாலைகள் தனக்குச் சொந்தமானவை அல்ல என்றும், அதனால் அவற்றில் மாற்றங்கள் கொண்டு வரும் அதிகாரம் தனக்கில்லை என்றும் நைக்கி கூறியது. 2000ல் நைக்கியின் பதில் "சரியான பிரச்சனை.... தவறான நிறுவனம்". 2002ல் நாங்கள் அமெரிக்காவின் கல்லூரிகள் மற்றும் உயர்நிலைப்பள்ளிகளில் இவ்விஷயம் குறித்து உரைகள் ஆற்றிக் கொண்டிருந்தபோது, ஒன்பது நைக்கி அதிகாரிகள் எங்களைப் பின்தொடர்ந்து வந்தனர். நாங்கள் சொல்லப் போவதைக் கண்டித்து நாங்கள் போவதற்கு முன்னால் ஒரு செய்தியை அனுப்புவார்கள். பின்னர், அதைத் தொடர்ந்து மாணவர் பத்திரிகையில் எங்களிடம் உண்மையான தகவல்கள் முழுவதுமாக இல்லை என்று தலையங்கம் எழுதுவார்கள். இப்போது, சமூகப் பொறுப்பு மாநாடுகளில் கலந்து கொள்வதும், சில பிரச்சனைகள் இருக்கின்றன என்று ஒப்புக் கொள்வதும், நைக்கி சம்பந்தப்பட்டவர்கள் அனைவரும் சேர்ந்து பணியாற்றுவதன் மூலமே (நைக்கியின் விருப்பத்திற்கேற்ற வகையில்) அவற்றுக்குத் தீர்வு காணமுடியம் என்று கூறுவதும் நைக்கியின் உத்தியாக இருக்கிறது.

இதற்கிடையே, பட்டினிச் சம்பளம், நாளொன்றுக்கு இரண்டு முறை மட்டுமே இயற்கைக்கடன் கழிப்பது உள்ளிட்டவற்றிற்கான இடைவேளை, சொல்லால், செயலால் மற்றும் பாலியல் ரீதியாகத் துன்புறுத்துவது, சங்கம் அமைக்க முயற்சிப்போரை மிரட்டுவது, வன்முறையைப் பிரயோகிப்பது போன்ற 1990களில் அம்பலப்படுத்தப்பட்ட பிரச்சனைகள் உலகெங்கும் உள்ள நைக்கி தொழிற்சாலைகளில் நடந்து கொண்டுதான் இருக்கின்றன.

இந்தோனேஷியாவில் உள்ள அனைத்துத் தொழிலாளர்களின் (நைக்கியில் பணியாற்றும் மொத்த தொழிலாளர்களில் ஆறில் ஒரு பங்கு) கூலியை நைக் அரை மடங்காக்குகிறது என வைத்துக் கொள்ளுங்கள்; அதனால் ஆண்டுதோறும் விளம்பரத்திற்காகச் செலவிடும் 1.63 பில்லியன் டாலரில் வெறும் 7% தான் நைக்கிக்கு கூடுதலாகச் செலவாகும். தன்னுடைய விளம்பர நிதியில் ஒரு பகுதியை தொழிலாளர்களுக்கு நல்ல சம்பளம் கொடுப்பதற்காக நைக்கி திருப்பி விட்டால் போதும், தொழிலாளர்களின் மோசமான நிலைமைகளில் பல மறைந்துவிடும்.

லெஸ்லியும் ஜிம்மும் பொருளாதார அடியாட்களுக்கு எதிர்மறை யானவர்களாக வேண்டுமானால் இருக்கலாம். ஆனால், குள்ளநரிகளுக்கு எட்டாத தூரத்தில் இருப்பவர்களல்ல. ஒரு கருப்பு இரவில், அவர்களும், அவர்களது கேமராமேன் ஜோயலும், அவர்களது இந்தோனேஷிய ஓட்டுநரும், மொழிபெயர்ப்பாளரும் ஆயுதந்தாங்கிய குண்டர்களால் விரட்டப்பட்டது பற்றி குறிப்பிட்டுள்ளனர்.

"எங்களது காரை அவர்கள் மோட்டார் சைக்கிள்களில் சூழ்ந்து கொண்டனர். எங்களது ஓட்டுநர் அருகிலிருந்து ராணுவ சோதனைச் சாவடிக்கு வண்டியை வேகமாக ஓட்டிச் சென்றார். ஆனால், அங்கிருந்த ராணுவ வீரர் கடந்து செல்லுமாறு எங்களுக்கு சைகை செய்தார்" என்று ஜிம் கூறினார்.

"எங்களை அந்த இடத்திலிருந்து அகற்ற வேண்டும் என்று அவர் மூர்க்கத்தனமாக முயற்சித்தார். அவர் இந்தோனேஷிய மாபியா கும்பலைப் போன்ற அந்த குண்டர்களை எதிர்கொள்ளத் தயாராக இல்லை" என்று லெஸ்லி சேர்த்துக் கூறினார்.

"எங்களது ஓட்டுநர் காரை நிறுத்துமாறு நிர்ப்பந்திக்கப்பட்டார். துப்பாக்கி முனையில் வெளியே இழுக்கப்பட்ட நாங்கள் அங்குமிங்குமாகத் தள்ளப்பட்டோம். எங்கள் கதை நிச்சயம் முடியப் போகிறது என்று எண்ணினேன். காணாமல் போனவர்கள் பட்டியலில் எங்கள் பெயர்கள் இடம்பெறும்" என்றார் லெஸ்லி நடுக்கத்துடன்.

அவர்கள் பிழைத்துக் கொண்டார்கள். ஆனால், ஓட்டுநர் படுமோசமாக தாக்கப்பட்டார். "ஒரு எச்சரிக்கை" என்று ஜோயல் முணுமுணுத்தார்.

"செய்தியைப் புரிந்து கொண்டீர்களா?" நான் கேட்டேன்.

"எதிர்காலத்தில் இன்னும் எச்சரிக்கையாக இருப்போம். எங்கு போகிறோம், எந்த நேரத்தில் போகிறோம் என்பதில் கவனமாக இருப்போம். ஆனால், நாங்கள் திரும்பவும் போவோம். இந்த ஆவணப் படத்தை எடுத்து முடிப்போம். அதை உலகத்துக்குக் காட்டுவோம்" என ஜிம் பதிலளித்தார்.

எஸ்டபிள்யூஇசி, பிரிபோர்ட்மெக்மோரன், நியூமோன்ட் ஆகிய நிறுவனங்கள் குறித்த கட்டுரைகளை வாசிப்பது, ஜிம், லெஸ்லி,

ஜோயல் ஆகியோரிடமிருந்து அவர்களது அனுபவங்கள் குறித்து கேட்பது போன்றவை என்னை மீண்டும் நான் செய்த செயல்களின் விளைவுகளை நேருக்குநேர் சந்திக்க வேண்டிய நிர்ப்பந்தத்தை உருவாக்கியது. தொழிலாளர்களைக் கசக்கிப் பிழியும் தொழிற்சாலைகளில் தயாரிக்கப்பட்ட பொருட்களையும், சுரண்டும் தொழில்களிலிருந்து பெறப்பட்ட தயாரிப்புகளையும் வாங்குவோரின் அத்தகைய செயல்களால் ஏற்படும் விளைவுகளையும் நேருக்கு நேர் சந்திக்க வேண்டிய நிர்ப்பந்தத்தை உருவாக்கியது. இந்தோனேஷியாவின் கதை மீண்டும் மீண்டும் நிகழ்த்தப்படுகிறது; அதுவே அமெரிக்கப் பேரரசின் ரகசிய வரலாறு.

துரதிருஷ்டவசமாக, பேரரசு தன்னை ஒரு புது முன்மாதிரியாக, புதிய அளவுகோலாக நிலைநிறுத்திக் கொண்டுள்ளது. அந்த மாதிரியின் கண்கூடான தோல்விக்குப் பிறகும் அது பின்பற்றப்படுகிறது. 2004ம் ஆண்டு நான் திபெத்திற்கு மேற்கொண்ட பயணம் சீனா தன்னுடைய வகை பொருளாதார அடியாட்களையும், குள்ளநரிகளையும் வைத்திருக்கிறது என்பதை எனக்கு கற்பித்தது. இறுதியில், அவர்களுடையது நம்முடையதைவிட சக்தி வாய்ந்ததாகவும் அழிவு ஏற்படுத்தக் கூடியதாகவும் இருக்கலாம்.

11
பௌத்தனாக ஆகாதே

தலாய்லாமாவின் பிறப்பிடம் என்ற வகையில் திபெத் பிரசித்தி பெற்றது. உயிர் வாழ்ந்து கொண்டிருப்பவர்களில் வேறெவரையும் விட அகிம்சையில் உறுதியான பற்று கொண்டிருக்கும் ஆன்மிகத் தலைவர் தலாய்லாமா. எனினும், திபெத்துக்கு எல்லா காலங்களிலும் அத்தகைய புகழ் இருந்ததில்லை. கி.பி. 609க்கும் 649க்கும் இடையில் சாங்ஸ்டன் காம்போ என்கிற திபெத் மன்னன் அண்டை ராஜ்ஜியங்களைக் கைப்பற்றும் நோக்கத்தோடு தங்களுக்குள் போரிட்டுக் கொண்டிருந்த இனக்குழு தலைவர்களைக் கொண்ட ஒரு மகா கூட்டணியை உருவாக்கினார். அதன் காரணமாக மன்னரால் ஒரு மாபெரும் பேரரசை உருவாக்க முடிந்தது. பின்னர் அந்தப் பிராந்தியத்தை செங்கிஸ்கான் கைப்பற்றினார். கொடூரத்தின் மறுபெயர் என வரலாற்றில் பெயர் பெற்ற ஒரு பேரரசின் பகுதியாக அது ஆனது.

2004 ஜூன் மாதம் 34 பேர் கொண்ட ஒரு குழு ஒன்றிற்கு நான் தலைமையேற்று திபெத் சென்றேன்.

எங்களது முதல் நிறுத்தமான செடாங்க் நகரத்திற்கு கிராமங்கள் வழியே சென்று கொண்டிருந்தபோது எங்களுடைய பெண் வழிகாட்டிகளில் ஒருவருக்கு திபெத்தைப் பற்றி ஒன்றும் தெரியவில்லை. அதன் மொழியும் சரியாகப் பேசத் தெரியவில்லை. உண்மையில், ‘சூசியின்’ மோசமான ஆங்கிலம் அவள் பேசிய திபெத் மொழியைவிட நன்றாக இருந்தது போல் தோன்றியது. அவள் ஒரு சீன உளவாளி என்றும், நாங்கள் ஜாக்கிரதையாகப் பேசவேண்டும் என்றும் கருத்து வேகமாகப் பரவியது. எங்களுடைய நேபாளிய வழிகாட்டி அமைதியாக இதை உறுதி செய்தார். அதை மற்றவர்களுக்கும் தெரிவிக்குமாறு கேட்டுக் கொண்டார். ஒரு ஓய்வு நிறுத்தத்தில் பேருந்து நின்றபோது சூசி கீழே இறங்கினாள். அப்போது நம்மை எப்போதும் யாரோ கவனித்துக் கொண்டிருக்கிறார்கள் என்று கருதிக் கொள்ள வேண்டும் என்றும் அவர் கூறினார்.

“மடாலயங்களிலும் கோவில்களிலும் கூடவா?” ஒரு பெண் கேட்டார்.

“முக்கியமாக அந்த இடங்களில்” என்று அவர் பதிலளித்தார்.

திபெத்திய பீட பூமியில் செடாங்க் இருக்கிறது. பனி மூடப்பட்ட இமாலய சிகரங்களால் மறைக்கப்பட்ட செடாங்க் இந்த மண்ணின்

மிகவும் தொன்மையான நாகரிக மையங்களில் ஒன்று. சுத்தமான சீன விடுதி ஒன்றில் நாங்கள் தங்கினோம். என்னுடைய பைகளை என் அறையில் வைத்துவிட்டு வெளியே கிளம்பினேன். உயரத்திற்கு என்னை தகவமைத்துக் கொள்ளவும், காலார நடந்து பயணக்களைப்பைப் போக்கவும், திபெத்தை அனுபவிக்கவும் அந்தக் குழுவிலிருந்து சற்று நேரம் தனியே இருக்க வேண்டும் என எண்ணினேன். எனினும், பின் மாலைப் பொழுதில் உலாத்தியபோது நான் கண்டது என்னை திடுக்கிடச் செய்தது. ஒரு பறக்கும் மாயக்கம்பளம் என்னை செடாங்கில் இறக்கிவிட்டிருந்தால் நான் பழைய திபெத்திற்கு வந்துவிட்டதாக எப்போதும் கருதியிருக்க மாட்டேன். மாறாக, ஒரு சீன ராணுவ தளத்தில் இறங்கிவிட்டதாகத்தான் கருதியிருப்பேன். சீருடை அணிந்த படை வீரர்கள் புதிதாகப் போடப்பட்ட கான்கிரீட் சாலைகளில் ஒருவரையொருவர் இடித்துக் கொண்டு நடந்தார்கள். திறந்த வெளிச் சந்தைகளும், கடைகளும் சீன உற்பத்திப் பொருட்களை விற்பனை செய்தன. சாலையோர வியாபாரிகள் பகட்டான வண்ணங்கள் கொண்ட பாத்திரங்கள், வாளிகள், பொம்மைகள் விற்றுக் கொண்டிருந்தனர். சில தொன்மையான கட்டடங்கள் இன்னும் இருந்தபோதும், மேலும் பல கட்டடங்கள் இருந்த இடத்தில் இப்போது சாம்பல் நிற கான்கிரீட்டால் ஆன ராணுவ கட்டடங்கள் இருந்தன. தங்களது பாரம்பரிய உடைகளை அணிந்திருந்த திபெத்திய மக்கள் தனியாகத் தெரிந்தனர். பதினைந்தாம் நூற்றாண்டு பனித் தொப்பிகள், காலணிகள், கோட்டுகள் அணிந்து அருங்காட்சியக விந்தை மனிதர்கள் போல் இருந்த அவர்கள், தங்களது சொந்த மண்ணிலேயே கண்கூடான அந்நியர்கள் போல் இருந்தார்கள். பைத்தியக்கார பிச்சைக்காரர்களை நடத்துவது போல வீரர்கள் அவர்களை வெறுப்புடனே நடத்தினார்கள். மெல்லிய இமாலய மலைக்காற்றின் ஊடே பதற்ற அலைகள் வீசின.

நடக்க நடக்கக் களைப்பு என்னைச் சுமையாக அழுத்தியது. அது ஒவ்வொரு அடிக்கும் அதிகரித்துக் கொண்டே போனது. ஆன்டெஸ் மற்றும் காஷ்மீர் போன்ற உயரத்தையே நான் முதலில் குற்றம் சாட்டினேன். களைப்பு விரைவிலேயே தலைச் சுற்றலாக ஆனது. எனக்கு குமட்டிக் கொண்டு வந்தது. ஒரு சிமெண்ட் இருக்கையைத் தேடிப் போய் அமர்ந்தேன். 'திபெத்திற்கு சுதந்திரம் கொடு' என்கிற கோஷம் என் காதுகளில் ரீங்காரமிட்டது. நான் உளவியல் ரீதியாகவும், உணர்வு ரீதியாகவும் பாதிக்கப்பட்டுள்ளேன் என்பதை உணர்ந்தேன். வலுக்கட்டாயமாக என்னைச் சுற்றி என்ன நடக்கிறது என்று கவனித்தேன். மக்கள் அவசர அவசரமாக நடந்து போய்க் கொண்டிருந்தார்கள். அதிக எண்ணிக்கையிலான சீனர்களும், குறைந்த எண்ணிக்கையிலான திபெத்தியர்களும் என்னைக் கவனிக்கவில்லை போல் தோன்றியது. பிறர் கண்ணில் படுகிறவனாகவும், பலவீனமான வனாகவும் உணர்ந்தேன். ஆனாலும், எவரும் என்னைக் கவனித்த

மாதிரி தெரியவில்லை. நானும் கூட பைத்தியக்கார பிச்சைக்காரனாக இருந்திருக்கலாம்.

நான் மீள ஆரம்பித்தபோது, என் சட்டைப்பையில் தலாய்லாமாவின் புகைப்படத்தை எடுத்து வந்திருப்பது நினைவிற்கு வந்தது. வெறுமனே புகைப்படம் வைத்திருப்பது கூட என்னைச் சிறைக்கு அனுப்பிவிடக் கூடும் என்பதை உணர்ந்தவனாக எச்சரிக்கையுடன் அதை எடுக்கக் கையை நீட்டினேன். நவீன திபெத்தில் பல லட்சக்கணக்கானோர் அவரைத் தங்கள் தலைவராகக் கருதியபோதும் அந்த மனிதனின் புகைப்படங்கள் அங்கு சட்டவிரோதமானவை. விமான நிலையத்தில் சீனப் பாதுகாப்பு அதிகாரிகளைத் தாண்டி அதை நான் கடத்தி வந்திருந்தேன். அதற்கு, நான் கீழ்ப்படிய மறுத்ததும் ஒரு காரணம்; அவரைப் பின்பற்றுகிறவர்களில் ஒருவருக்குப் பரிசாகக் கொடுக்கலாம் என்று நினைத்தது ஒரு காரணம்; ஆனால், கிட்டத்தட்ட ஐந்து வருடங்களுக்கு முன்பாக நான் அந்தப் புனிதரைச் சந்தித்ததன் நினைவாகவே வைத்திருக்கிறேன் என்பதே முக்கியமான காரணம்.

இந்தப் பயணத்தை ஏற்பாடு செய்த ஷீனாசிங்தான் முந்தைய 1999 பயணத்தையும் ஏற்பாடு செய்திருந்தார். இந்தியாவிற்கும் பாகிஸ்தானிற்கும் இடையில் இந்தியக் கட்டுப்பாட்டில் உள்ள லடாக்கினூடே பயணம் செய்தோம். அங்கு இப்போது பல்லாயிரக் கணக்கான திபெத்திய அகதிகள் இருக்கின்றனர். தங்களுடைய தாய்மண்ணில் சீனர்களால் தடை செய்யப்பட்டுள்ள தங்களது பாரம்பரியத்தைத் தொடர்ந்து கடைப்பிடிப்பது என்று உறுதி கொண்டுள்ளனர் அவர்கள். அதே வாரத்தில் தலாய்லாமா லடாக்கில் இருந்ததை விதி என்றுதான் சொல்ல வேண்டும். சுதேசி கலாசாரங்கள் மீது அவருக்கு இருக்கும் ஆர்வம் குறித்து ஷீனாவுக்குத் தெரியும். அப்பொருள் குறித்த என்னுடைய நூல்களில் ஒன்றை அவரிடம் அனுப்பிவைத்தாள். அதோடு, எங்களது குழுவினர் அவரைச் சந்திக்க அனுமதி கோரி ஒரு சிறுகுறிப்பும் எழுதி அனுப்பினாள். ஒரு நாள் கழித்து, அவரது நாட்காட்டியில் உள்ள நாட்கள் முழுவதும் நிகழ்ச்சிகள் ஏற்கனவே தீர்மானிக்கப்பட்டுவிட்டன என்கிற கண்ணியமான பதிலுடன் அவரது ஊழியர்கள் பலர் வந்தனர். அவரது கையொப்பமிட்ட நூல்கள் அடங்கிய பெட்டி ஒன்றை எங்களுக்குப் பரிசாகக் கொடுத்தனர்.

திபெத்தில் எங்களது கடைசி மாலைப் பொழுதில், வடஇந்தியாவிற்கு விமானம் ஏறுவதற்காக நாங்கள் காத்துக் கொண்டிருந்தபோது, தலாய்லாமாவும் அவரது ஊழியர்களும் அந்த சிறு விமானநிலையத்திற்குள் வேகவேகமாக நுழைந்தது கண்டு ஆச்சரியமடைந்தோம். ஷீனா உடனடியாக அவரது காரியதரிசியை அணுகினாள். பயணிகள் விமானத்தில் ஏறும் நடைமுறை ஆரம்பமானது. என்ன நடக்கிறது என்று நான் உணர்வதற்கு முன்பே, நான் விமானத்தின் படிக்கட்டுகளில் வேகவேகமாக அழைத்துச் செல்லப்படக் கண்டேன்; எங்களது இந்திய

வழிகாட்டி, தலாய்லாமாவின் காலணிகளில் ஒன்றை முத்தமிட வேண்டும் என்கிற சம்பிரதாயம் பற்றி எனக்கு விளக்கி, என்னைத் தயார்படுத்திக் கொண்டே வந்தார். போயிங் 737 விமானத்தின் முன்வரிசைக்கு அழைத்துச் செல்லப்பட்டேன். என்னைப் பார்த்த தலாய்லாமா புன்னகைத்தார். அவருக்குப் பக்கத்திலிருந்த இருக்கையைக் காட்டினார். காலணியை முத்தமிடுவது என்பது விநோதமானது. ஆனாலும், உள்ளூர் மரபுகளை மதிப்பதன் முக்கியத்துவத்தை நீண்ட காலத்திற்கு முன்பே அறிந்திருந்தேன். தர்மசங்கடத்துடன் அவரது காலை நோக்கி இருக்கையைத் தாண்டி குனிய ஆரம்பித்தேன்.

மெல்லச் சிரித்த தலாய்லாமா என் கன்னத்தில் கைவைத்து மென்மையாக என் தலையை நிமிர்த்தினார். "அவசியமில்லை" என்று மெல்ல உள்ளூரச் சிரிக்கும், இன்று உலகால் நேசிக்கப்படும் குரலில் கூறினார். அவர் தனக்கருகிலிருந்த இருக்கையை மீண்டும் மெல்லத் தட்டினார். "தயவுசெய்து உட்காருங்கள்". தன்னுடைய மடியில் வைத்திருந்த புத்தகத்தின் முனையைத் தட்டினார். முன் அட்டையை என்பக்கம் திருப்பிக் காட்டி "அற்புதம். நான் இன்னும் அதிகமாகத் தெரிந்து கொள்ள விரும்புகிறேன்" என்றார். உள்ளூர் மக்கள் பற்றியும், சமநிலைக்கான அவர்களது பற்றுறுதி குறித்தும் நாங்கள் விரிவாகப் பேசினோம். அமேசான் பகுதியைச் சேர்ந்த சுவார் இனத்தவர் கொலை வெறியர்களாக மாறி போருக்குப் போனதற்கான காரணங்கள் என்னவென்று நான் அவரிடம் கூறினேன். அவர்களுடைய பழம் புராணங்களின்படி, அவர்களது மக்கள் தொகை கட்டுப்பாடின்றி பெருகுவதற்கு அவர்கள் அனுமதித்துவிட்டார்கள்; அதனால் ஏற்பட்ட சமமின்மையால் பல உயிர் வடிவங்கள் அழியும் ஆபத்து உண்டானது; அதைத் தொடர்ந்து, ஒரு கடவுள் அவர்களைப் பொறுப்பேற்றுக் கொள்ளுமாறு உத்தரவிட்டாராம்; அதற்காகத் தங்களது சொந்த தோட்டத்திலேயே களை எடுக்க வேண்டியிருந்தாலும் (மற்றவர்களைக் கொல்வது) செய்ய வேண்டும் என்றாராம்.

இந்தக் கதை தலாய்லாமாவிற்கு ஏற்புடையது போலத் தோன்றியது. தான் வன்முறையை சகிப்பதில்லை என்றபோதும், மனிதர்கள் புலனறிவுள்ள எல்லா உயிர்களின் மீதும் கருணை காட்டும்போதும், இப்புவிக்கோளத்தை நல்ல முறையில் நிர்வகிக்க தனிப்பட்ட முறையிலும் கூட்டாகவும் பொறுப்பேற்றுக் கொள்ளும் போதும்தான் அமைதி ஏற்படுகிறது என்றார். பொருளாதார வளர்ச்சி பொதுவாக மற்ற உயிர்வகைகளை அழிக்கிறது என்றும், சமமின்மையை உருவாக்குகிறது என்றும், செல்வந்தர்களை மேலும் செல்வந்தர்களாகவும், ஏழைகளை மேலும் ஏழைகளாகவும் ஆக்குகிறது என்றும் சுட்டிக் காட்டினார். இந்த உலகைக் கருணை மிக்கதாக மாற்றுவதற்கு வெறுமனே பேசிக் கொண்டிராமல், வெறுமனே பிரார்த்தனை செய்து கொண்டிராமல், எடுக்க வேண்டிய நடவடிக்கைகளின் முக்கியத்துவம் பற்றி விரிவாக விவாதித்தோம்.

அந்த விமானப் பயணத்திற்குப் பிறகு, தலாய்லாமா இந்தியாவில் தர்மசாலாவிலுள்ள அவரது இல்லத்திற்கு எங்கள் குழுவை அழைத்தார். உள்ளன்போடு கூடிய வாழ்த்துக்குப் பிறகு, ஒரு ஆன்மிக இயக்கத்தின் தலைவராக இருந்த அவர் சொன்ன கருத்து மிகவும் அசாதாரணமானதாக இருந்தது. " பௌத்தராக ஆகாதீர்கள். உலகிற்கு இன்னும் கூடுதலான பௌத்தர்கள் தேவையில்லை. கருணையைக் கடைப்பிடியுங்கள். உலகிற்கு இன்னும் கூடுதலான கருணை தேவைப்படுகிறது." கையில் புகைப்படத்தை மூடிப் பிடித்த வண்ணம், செடாங்கில் சிமெண்ட் இருக்கையின் மீது அமர்ந்திருந்தபோது இந்த வார்த்தைகள் என் மனதில் எதிரொலித்தன. போப்பிடமிருந்து அப்படியொரு அறிவுரையைக் கேட்பேன் என்று என்னால் கற்பனை செய்யவும் முடியவில்லை. அல்லது சீன அதிபரிடமிருந்து கேட்பேன் என்றும் என்னால் கற்பனை செய்ய முடியவில்லை. அல்லது அமெரிக்க அதிபரிடமிருந்தும் கேட்க முடியாது. அது மதமாற்றம் மற்றும் அனைத்து வகையான ஏகாதிபத்தியத்தையும் நேரடியாக மறுப்பதாகும். தலாய்லாமாவின் புகைப்படத்தை உற்றுப் பார்த்தவாறு, எதிர்கால தலைமுறைகளைக் களங்கப்படுத்தும் வன்முறைச் சூழலில் தன் மக்கள் நுழையக் கூடாது என்று அவர் வலியுறுத்தியது பற்றி சிந்தித்துக் கொண்டிருந்தேன்; என்னுடைய போதாமையை உணர்ந்தேன். எனக்கு சீனா மீது கோபமாக இருந்தது. காலனிய பேரரசுகளின் கொடூரத்தின் சின்னமாக இருக்கும் இந்த நகரில், என்னுடைய கோபத்தின் பொருத்தமின்மையை உணர்ந்தேன்.

நிலைமைகளை மாற்றுவதற்காக என்னுடைய எஞ்சிய வாழ்வை அர்ப்பணிப்பது என்று அவ்விடத்திலேயே உறுதி ஏற்றேன். சுரண்டல், அச்சம், வன்முறை ஆகியவற்றை அடிப்படையாகக் கொண்ட உலகில் உள்ள அபாயங்கள் குறித்து வெளிப்படையாகப் பேசுவேன்; எழுதுவேன். உண்மையான தீர்வுகளைக் கண்டுபிடிக்க நான் முயற்சிசெய்வேன்; திட்டவட்டமான நடவடிக்கைகள் எடுக்குமாறு மக்களைத் தூண்டுவேன். அதே நேரத்தில், என்னுடைய சொந்தக் கருத்துகளையே மறு சிந்தனைக்கு உட்படுத்த வேண்டும் என்பதையும் புரிந்து கொண்டேன். ஒரு பேரரசிற்கு மற்றொரு பேரரசு மாற்றாக முடியாது என்பதையும், அச்சத்தை எதிர்த்து கூடுதல் அச்சத்தைக் கொண்டு போராட முடியாது என்பதையும் உணர்ந்தேன். அந்தச் சுழற்சியை நாம் முறிக்க வேண்டும்.

12
உயிரியல் ரீதியான அவசியங்கள்

எட்டு டயோட்டா லேண்ட் குரூய்சர்ஸ் வாகனங்களில் திபெத்தைச் சுற்றி ஆய்வுப் பயணம் மேற்கொண்டோம். பெரும் சுமைகளைச் சுமந்து கொண்டு பிரயாசைப்பட்டு நடந்து சென்று கொண்டிருந்த விவசாயிகளைக் கடந்து சென்றபோது, நாங்கள் அவர்களைவிட மேலானவர்களாக எங்களைக் கருதிக் கொண்டிருக்கிறோம் என்கிற அபிப்பிராயத்தை அவர்கள் மத்தியில் ஏற்படுத்துகிறோம் என்று நினைப்பதை என்னால் தவிர்க்க முடியவில்லை. அதாவது நாங்கள் 'கடவுளால் தேர்ந்தெடுக்கப்பட்டவர்கள்'. மலையுச்சி கணவாய் ஒன்றருகில் ஓய்விற்காகப் பயணத்தை நிறுத்தினோம். பின்னர் கூட்டமாக நின்று கொண்டிருந்த எங்கள் குழுவைச் சேர்ந்தவர்களருகே சென்றேன். உள்ளூர்க்காரர்கள் நம்மை ராஜகுடும்பத்துப் பயணிகள் என்று எண்ணக் கூடும் என்று நகைச்சுவையாகக் குறிப்பிட்டேன்.

"விளையாடுகிறீர்களா?" அவர்களில் ஒருவர் பரிகசித்தார். "இந்தப் பயணம் ஒரு நரகம். நம்மிடம் கார்கள் இருக்கின்றன, உண்மைதான். ஆனால், என்னுடைய ஓட்டுநரால் முறையாக கியரை மாற்ற முடியவில்லை. ஒவ்வொரு முறையும் கடமுடா என்று சத்தம். எங்களுக்கு முன்னே செல்லும் காரில் எண்ணை ஒழுகுகிறது. பின்னால் புழுதியைக் கிளப்பிக் கொண்டு வந்த காரைக் காட்டி "அதனால் மற்ற கார்களுடன் சேர்ந்து வர முடியவில்லை. பின்தங்கியே இருக்கிறது. ராஜகுடும்பம் இதையெல்லாம் சகித்துக் கொள்ளும் என்று நான் நினைக்கவில்லை."

அது உண்மைதான். அமெரிக்கத் தரத்தின்படி அது கரடுமுரடான பயணம். இப்போது குண்டும் குழியுமாக இருந்த அந்த தொன்மைக் கால பட்டுப் பாதைகளோடு (Silk Routes) நாங்கள் போராட வேண்டியிருந்தது. மெல்லிய இமாலயக் காற்று வாகனங்களையும், அவற்றில் பயணித்தவர்களையும் கடுமையாகப் பாதித்தது. ஓரிடத்தில், கடிக்கும் பூச்சிகளின் கூட்டங்களால் நாங்கள் மொய்க்கப்பட்டோம். மறுபக்கம், நாங்கள் கண்ட கண்கொள்ளா இயற்கை காட்சிகள் கற்பனைக்கும் அப்பாற்பட்டவை. தூய்மையான படுக்கை மற்றும் சுத்தமான உணவு கிடைத்தது. அந்நியர்களுடன் பேசக் கூடாது என்ற சீன அரசாங்கத்தின் தடையையும் மீறி நாடோடிகளுடன் உரையாடி

னோம். எங்களது வழிகாட்டிகள் கடமையுணர்வோடு பஞ்சன்லாமாவின் இல்லத்தை எங்களுக்குக் காட்டினார்கள். தலாய்லாமாவால் தேர்ந்தெடுக்கப் பட்ட, ஆனால் காணாமல் போன சிறுவனுக்குப் பதிலாக சீனாவால் தேர்ந்தெடுக்கப்பட்ட ஆறு வயதுச் சிறுவன் பஞ்சன்லாமா. பஞ்சன்லா மாவே அடுத்த தலாய்லாமாவை நியமிக்க வேண்டும் என்பதால் புத்த துறவிகளும், மக்களும் அதற்கு எதிர்ப்பு தெரிவித்து போராட்டத்தில் ஈடுபட்டனர். எண்ணற்றவர்கள் சிறையில் அடைக்கப்பட்டனர்; நாட்டை விட்டு வெளியேற்றப்பட்டனர்; தண்டிக்கப்பட்டு கொல்லப்பட்டனர். பயணத்தின் போக்கில், கலாசாரப் புரட்சியின் போது நிர்மூலமாக்கப்பட்ட எண்ணற்ற புத்த மடாலயங்களில் எங்களது மரியாதையைச் செலுத்தினோம்.

திபெத்தைச் சுற்றி பயணிக்கும்போது அடிக்கடி சீன அடக்குமுறையின் விளைவுகளைக் கண்டோம். அது ஆழமான தாக்கம் கொண்டதாக இருந்தது. திபெத் ஒரு ஆக்கிரமிக்கப்பட்ட மண் என்பதையும், அதன் மக்கள் அடிமைப்படுத்தப்பட்டுள்ளார்கள் என்பதையும், அதன் இயற்கை வளம் சுரண்டப்படுகிறது என்பதையும் அவை இடைவிடாமல் நினைவூட்டிக் கொண்டிருந்தன. பன்னாட்டு நிறுவனங்கள் பேராசையுடன் கைப்பற்ற விரும்பும் இயற்கை வளங்களைக் கொண்ட நாடுகளின் விஷயத்தில் அமெரிக்கா இதுபோலவே நடந்து கொள்ளும் என்பது பற்றி நாங்கள் கலந்துரையாடினோம். எங்கள் குழுவில் இருந்த பலர் என்னுடன் அமேசானுக்கு வந்தவர்கள். எங்களது பெரு நிறுவனங்களால் கலாசாரங்களும், மழைக்காடுகளும் பயங்கரமான முறையில் அழிக்கப்பட்டிருந்ததை அவர்கள் நேரில் பார்த்தவர்கள். மெல்ல ஆக்கிரமித்துக் கொண்டிருக்கும் எங்களது பொருளா தாரவாதத்திற்கு எதிராக தங்களுடைய சந்ததியினரைக் காப்பாற்ற உயிருள்ள வரை போராட தாங்கள் உறுதி கொண்டிருப்பதாக மண்ணின் மக்கள் கூறுவதை அவர்கள் கேட்டிருக்கிறார்கள். திபெத்தில் சீன ராணுவ வீரர்கள் உலாவுவதைப் போலவே, அமேசானிய நகரங்களின் தெருக்களில் அமெரிக்க ராணுவ வீரர்கள் திரிவதை அவர்கள் கண்டிருக்கிறார்கள். அமேசான், மத்தியக் கிழக்கு, ஆப்பிரிக்கா, ஆசியாவில் அமெரிக்க அரசாங்கம் மற்றும் எங்களது எண்ணை, மரம், மாட்டிறைச்சி, மருந்து, நுகர்வுப் பொருட்கள் தயாரிக்கும் நிறுவனங்களின் இருப்பையும் திபெத்தில் சீனாவின் இருப்பையும் எங்களது குழுவின் உறுப்பினர்கள் அடிக்கடி ஒப்பிடு வார்கள். அது போல, ஆப்கானிஸ்தான், இராக் நாடுகளில் அமெரிக்க அரசாங்கம் ஆக்கிரமிப்பு யுத்தங்களை நடத்திக் கொண்டிருப்பதையும், அந்நாடுகளில் மேற்குறிப்பிட்ட வகை நிறுவனங்களின் இருப்பையும் திபெத்தில் சீனாவின் இருப்பையும் ஒப்பிடுவார்கள்.

லாசாவிற்கு திரும்பி வரும் வழியில், மறுநாள் நாங்கள் நேபாளத் திற்கு புறப்படப் போகிறோம் என்பது நன்கு தெரிந்த நிலையில்,

கண்கவரும் காரோ லா மற்றும் காம்பா லா கணவாய்களைக் கடந்து வந்தோம். பதினேழாயிரம் அடிகள் உயரத்தில், ஒரு பனிமலையுச்சியைக் கண்டுகளிக்க எங்களது வாகனத் தொடர் நின்றது. இரு பத்தாண்டு களுக்கு முன்னர் வரை பனி கீழே சாலை வரை இருந்தது என்றும், பருவநிலை மாற்றம் காரணமாக அது கால் மைல் அல்லது அதற்கும் கூடுதலான அளவு பனி குறைந்துவிட்டது என எங்களது வழிகாட்டி களில் ஒருவர் விளக்கினார். ஆடுகளும், எருதுகளும் எங்களது வாகனங்களை உரசிக் கொண்டு சென்றன. அவற்றுக்கும் பனிமலைக்கும் இடையில் பல கருப்புக் கூடாரங்கள் இருந்தன. தோராயமாக தோள்பட்டை அளவு உயரம். பதினைந்துக்கு பன்னிரண்டு அளவுள்ள தாக இருக்கலாம். தரையில் ஊன்றப்பட்டிருந்த கோல்களுடன் கனமான கயிறுகளால் இழுத்து அவை உறுதியாகக் கட்டப்பட்டிருந்தன. அவர்களது கூரையிலிருந்து புகை வெளியேறிக் கொண்டிருந்தது. கூடாரங்களுக்குப் பின்பக்கம், சிவப்பு, வெள்ளை, நீலம், மஞ்சள், பச்சை வண்ண பிரார்த்தனைக் கொடிகள், உயரமான கம்புகளை இணைத்த கயிறுகளிலிருந்து தொங்கிக் கொண்டிருந்தன. பனிமலையில் வீசிய குளிர்க்காற்றில் அவை படபடத்தன.

நாங்கள் எங்கள் வாகனங்களை விட்டு வெளியே இறங்கியபோது தங்கள் கூடாரங்களிலிருந்து திபெத்தியர்கள் வெளியே வந்தார்கள். ஆண்கள் கம்பளி சட்டைகளும், கனமான ஜாக்கெட்டுகளும், தொப்பிகளும் அணிந்திருந்தனர். பெண்கள் நீண்ட அங்கிகளை அணிந்திருந்தனர். பளிச்சென்ற வண்ணங்களாலான மேலாடைகள் அவற்றை அலங்கரித்தன. கிறிஸ்துவின் காலத்திற்கு முன்பிருந்தே தங்களது முன்னோர்கள் எப்படி வாழ்ந்தார்களோ அது போலவே வாழும் நாடோடிகள் அவர்கள் என்று எங்களது வழிகாட்டிகள் விளக்கினார்கள். அருவருக்கத்தக்க பனிமனிதர்களான யேட்டிகள் அந்தப் பனிமலையில் வாழ்வதாக நாடோடிகள் எங்கள் மொழிபெயர்ப்பாளர்கள் மூலம் தெரிவித்தனர். சமீப காலம் வரை, அவர்களை வருடத்தில் பலமுறை பார்த்ததாகவும், இப்போது கடந்த பத்தாண்டுகளாக பனி உருகிக் கொண்டிருக்கையில் யேட்டிகள் மறைந்துவிட்டார்கள் என்றும் நாடோடிகள் உறுதியாகத் தெரிவித்தனர்.

புவி வெப்பமடைவதால் உலகின் பனிமலைகள் மீது ஏற்படும் நாசகரமான பாதிப்பு குறித்து நாங்கள் பேசிக் கொண்டிருந்தபோது, எங்களில் ஒருவர் நாடோடிகள் அமைத்திருந்த கடையைக் கவனித்துவிட்டார். பேரம் பேசுவதில் வல்லவரான எங்களில் ஒரு பெண் அந்தக் கடையிலிருந்து எங்களை நோக்கி வேகவேகமாக வந்தார். பனி உருகிய பின்பு அதன் கீழே இருக்கும் நிலத்திலிருந்து நாடோடிகள் கண்டெடுத்த பளிங்குக் கற்களை விற்கிறார்கள் என்று அவர் எங்களிடம் தெரிவித்தார். லாசா கடைகளுக்கு மாறாக, மக்களிடமிருந்து நேரடியாக வாங்குவதற்கான கடைசி சந்தர்ப்பம்

இதுதான் என்ற செய்தி வேகமாகப் பரவியதால் எங்களில் பெரும்பாலானோர் கடையை நோக்கி ஓடினார்கள்.

அந்தப் பளிங்குக் கற்களின் நம்பகத்தன்மை குறித்து நான் ஒரு வழிகாட்டியிடம் கேட்டபோது, நாடோடிகளின் வருமானத்தில் தான் தலையிட விரும்பவில்லை என்று அவர் முணுமுணுத்தார். பின்னர், தலையை ஆட்டிக் கொண்டே, சீனாவில் இத்தகைய பொருட்களைத் தயாரிக்கும் தொழிற்சாலை பற்றி தான் கேள்விப்பட்டிருப்பதாகக் கூறினார். நானும் மற்ற சிலரும் எங்கள் குழுவினர் திபெத்தியர்களுடன் பேரம் பேசுவதை கவனித்துக் கொண்டிருந்தோம்.

"புவி வெப்பமடைவதன் விளைவு" என்று என்னுடைய தோழர் ஒருவர் குறிப்பிட்டார். "அங்கே அந்த அற்புதமான பனிமலை இருக்கிறது. இங்கே கூடாரங்கள், மக்கள், எருதுகள் இருக்கின்றன...... அநேகமாக கண்ணாடி தவிர வேறொன்றாக இல்லாத பளிங்குக்கற்களால் நமது குழுவினர் கவர்ந்திழுக்கப்பட்டுவிட்டனர்" என்று மற்றொருவர் கூறினார்.

அருகே ஒரு முதியவரும், வயதான ஒரு பெண்ணும், ஒரு இளம் சிறுமியும் அமர்ந்திருந்தனர். மொழிபெயர்ப்பாளர் ஒருவரை அழைத்துக் கொண்டு அவர்களை அணுகினேன். ஒரு எருதுடன் கட்டப்பட்டிருந்த நீண்ட கயிறு முதியவர் கையில் இருந்தது. அந்த மிருகத்தின் நேர்த்தியற்ற முதுகு, பழுப்பு மற்றும் கபில நிற முக்கோணங்கள் வரையப்பட்ட அழகிய வேலைப்பாடு கொண்ட போர்வையால் மூடப்பட்டிருந்தது. அதன் மீது ஒரு சிறு சேணம் பூட்டப்பட்டிருந்தது. அது அந்தச் சிறுமியினுடையதாக இருக்கும் என நான் எண்ணினேன். அவர்கள் மூவரும் என்னைப் பார்த்து மலர்ச்சியாகப் புன்னகைத்தனர். எழுந்து நின்ற வயதான பெண் என் அருகில் எருதை இழுத்து வந்தார். அதை மெல்ல ஒரு தட்டு தட்ட அனுமதித்தார். பின்னர் மீண்டும் அமர்ந்த அவர் என்னையும் மொழிபெயர்ப்பாளரையும் உட்காருமாறு அழைத்தார்.

அறிமுகங்களை முடித்துக் கொண்டு சீனர்களைப் பற்றி அவர்கள் என்ன நினைக்கிறார்கள் எனக் கேட்டேன். அவர்கள் தங்களுக்குள் பார்த்துக் கொண்டனர். முகத்தை மூடிக் கொண்ட அந்தச் சிறுமி தன் விரல்களை விரித்து அவற்றின் வழியே என்னை உற்றுப் பார்த்தாள். முதலில் முகத்தைச் சுருக்கிய அவள் பின்னர் வாய்விட்டுச் சிரித்தாள். வயதானவர் பேசினார்.

"உங்களுக்குத் தெரியுமா, பிற மண்ணிலிருந்து வரும் ஆட்சியாளர்களுக்கு நாங்கள் பழகிப் போய்விட்டோம். மன்னர்களால் ஆக்கிரமிக்கப்பட்ட எங்களுடைய கதை என்னுடைய பாட்டனார்களின் பாட்டனார்களின் காலத்திற்கும் முன்பு வரை பின்னோக்கிச் செல்கிறது. அவர்களது படைவீரர்களுக்கு நாங்கள் ஒரு பெயர் வைத்திருக்கிறோம். நாடோடிகளைக் கொல்பவர்கள்" பற்களற்ற ஒரு புன்னகையுடன் கூறினார்.

"ஆண்கள் பொறுப்பேற்றபின் பிரச்சனை ஆரம்பமாகியது" என்று அந்த மூதாட்டி கூறினார்.

அவரது கூற்றின் பொருள் என்னவென்று கேட்டேன்.

"இன்று பாருங்கள், எல்லாவற்றையும் ஆண்களே நடத்துகிறார்கள். ஒரு காலத்தில் நான் நகரத்தில் வாழ்ந்தேன். பௌத்தத்தைக் கடைப்பிடிக்க முயற்சித்தேன். ஆனால், அரசாங்கத்தைப் போலவே எல்லா முக்கியமான வேலைகளும் ஆண்களிடமே இருந்தன". "நான் ஒப்புக் கொள்ள வேண்டும்" முதியவர் கூறினார். "கடந்த காலங்களில் பெண்கள் ஆண்களைத் தங்கள் கட்டுப்பாட்டில் வைத்திருந்தார்கள்". முதியவர் சிரித்தார். "நாங்கள் வேட்டையாடுவது, காடுகளை வெட்டுவது என்று முரட்டுத்தனமாக இருப்போம். எப்போது போதுமான அளவு நாங்கள் வேலை பார்த்திருக்கிறோம் என்பதைப் பெண்கள்தான் சொல்வார்கள்."

இந்தப் பேச்சு அமேசானின் சுவார் இனத்தவரை எனக்கு நினைவூட்டியது. ஆணும் பெண்ணும் சமம் என்று அவர்கள் நம்பு கிறார்கள். எனினும், அவர்கள் வெவ்வேறு பொறுப்புகள் வகிக்கிறார்கள். உணவுக்காக மிருகங்களை வேட்டையாடுவது, அடுப்பிற்காக மரங்களை வெட்டுவது, பிறருடன் சண்டையிடுவது ஆண்களின் வேலை. பெண்கள் குழந்தைகளை வளர்க்கிறார்கள்; பயிர் வளர்க்கிறார்கள்; வீட்டு நெருப்பைப் பாதுகாக்கிறார்கள். மற்றும் ஆண்கள் தங்களது வேலையை எப்போது நிறுத்த வேண்டும் என்று கூறுகிற முக்கியமான பணியையும் பெண்கள் செய்கிறார்கள். பெண்கள் அவர்களைக் கட்டுப்படுத்தவில்லை என்றால் தேவையான இறைச்சியும், மரமும் இருக்கும்போதும்கூட ஆண்கள் வேட்டையாடுகிறார்கள்; மரங்களை வெட்டுகிறார்கள் என்று சுவார்கள் விளக்கினார்கள்.

சுவார்கள் சிலர் அமெரிக்காவிற்குச் சென்றபோது, அங்கு இயற்கை அழிக்கப்பட்டு அதனிடத்தில் சாலைகளும், நகரங்களும், வணிக வளாகங்களும் அமைக்கப்பட்டிருப்பது கண்டு அதிர்ச்சியடைந்தனர். "உங்களது பெண்களுக்கு என்ன ஆயிற்று? அவர்கள் ஏன் ஆண்களைக் கட்டுப்படுத்தவில்லை? உங்களது பெண்கள் ஏன் எப்போதுமே அதிகமான பொருட்களை வாங்க விரும்புகிறார்கள்?" என அவர்கள் கேட்டனர்.

அமேசான் காடுகளின் மத்தியில் வாழும் பழங்குடியினர் மற்றும் இமாலய மலையின் உச்சியில் வாழும் நாடோடிகள் இருவரிடமும் ஒரே மாதிரி உணர்வுகள் இருப்பது கண்டு வியப்படைந்தேன். இந்த இரண்டு குழுக்களும் உண்மையான மனித மதிப்பீடுகளைப் பிரதிநிதித்துவப்படுத்துகின்றன என்று லாசாவிற்குத் திரும்பும் வழியில் சிந்தித்துக் கொண்டே வந்தேன். உலகை மாற்ற வேண்டுமானால் நாம் செய்ய வேண்டுவதெல்லாம் ஆண் பெண் சமத்துவத்தை நிலை

நாட்டுவதுதான் என்று எண்ணினேன். நிறுவன அதிகார வர்க்கத்தின் ஆண் தன்மை மற்றும் பெருமளவில் பொருட்களை நுகரும் கலாசாரத்தை ஊக்குவிப்பதில் அதற்கிருக்கும் நலன்கள் ஆகியவற்றை வைத்துப் பார்க்கும்போது நாம் செய்ய வேண்டியது என்பது மிகப் பெரிய பணியாகும். என்றபோதும், அது என்னவென்று வரையறுத்தபின் அச்சம் குறைகிறது.

முக்கியமான உண்மை என்னவெனில், நிறுவன அதிகார வர்க்கத்தின் கட்டமைப்பு ஆணாதிக்கத்தை அடிப்படையாகக் கொண்டது என்பதும், அதன் அதிகாரம் ஒரு அதிதீவிர வடிவிலான நுகர்வுக் கலாசாரத்தை சகஜமானது என்று ஏற்றுக் கொள்ள நாம் தயாராக இருப்பதை மையமாகக் கொண்டுள்ளது என்பதுமாகும். பொருட்களை வாங்கிக் கொண்டே இருக்க வேண்டும் (ஷாப்பிங்) என்கிற பழக்கத்திற்கு அடிமையாகிவிட்ட இருபாலரையும் அதிலிருந்து விடுவிக்க வேண்டும் என்பதையும் நான் உணர்ந்தேன். 9/11க்குப் பிறகு, மனஅழுத்தத்தைக் குறைப்பதற்காக மக்கள் ‘ஷாப்பிங்’ செல்ல வேண்டும் என்றும், பொருளாதாரத்திற்கு வலு சேர்க்க வேண்டும் என்றும், அவ்விதம் பயங்கரவாதிகளை எதிர்க்க வேண்டும் என்றும் அமெரிக்க அதிபர் குடிமக்களை வலியுறுத்தியது ஒரு நல்ல எடுத்துக்காட்டு. திபெத்தில், வணிக வளாகங்களிலிருந்து வெகு தூரத்தில் விலக்கி வைக்கப்பட்டுள்ள எருது மேய்ப்பவர்கள், பொருட்களை அதிகம் நுகராதவர்களாக வாழ்ந்த போதும், எங்களுக்கு விற்பனை செய்து கொண்டிருக்கிறார்கள்.

டாக்டர். ஜீடித் ஹேன்ட் எழுதிய ‘பெண்கள், அதிகாரம் மற்றும் அமைதியின் உயிரியல்’ (Women, Power and Biology of Peace) என்ற நூலை நினைவு கூர்ந்தேன். யுத்த வாழ்க்கை வரலாற்று ரீதியாக ஆண்களுக்குத் தங்களது உயிரியல் கடமையான விந்துக்களைப் பரப்புவதற்கான ஒரு வாகனத்தை வழங்கியுள்ளது என்றும், குழந்தைகளைக் கருவில் தாங்கி, போஷித்து, வளர்க்கும் பொறுப்பு வழங்கப்பட்டுள்ள பெண்கள் சமூக அமைதியையே விரும்புகிறார்கள் என்றும் அந்நூலில் அவர் சுட்டிக் காட்டுகிறார். இன்னும் கூடுதலான அமைதி நிலவும் சமுதாயங்களை உருவாக்குவதற்குப் பெண்கள் முடிவுகள் எடுக்கும் நடைமுறையில் பெரும் பங்காற்ற வேண்டும் என்று அவர் வாதிடுகிறார்.

நாடோடிகளிடமிருந்து நான் இப்போது கேள்விப்பட்டவை டாக்டர். ஹேன்டின் முடிவுகள் சரியென்று உறுதிசெய்கின்றன. நவீன குடும்பங்களில் பெண்களே பிரதானமாக பொருட்களை வாங்குபவர்களாக இருக்கிறார்கள்; ஆதலால், இன்றைய உலகளாவிய குழப்பத்திற்குக் காரணம் நிறுவன அதிகார வர்க்கமே என்பதையும், அமைதியை ஊக்குவிக்க வேண்டுமானால் அவர்கள் பொருட்களின் மீதான மோகம் குறித்த தங்களது அணுகுமுறையை மாற்றிக் கொள்ள

வேண்டும் என்பதையும் பெண்களுக்கு உணர்த்த வேண்டும் என்று எனக்கு தோன்றியது. அவர்கள் வாங்கும் பொருட்களைத் தயாரிக்கும் நிறுவனங்கள் தங்களது தொழிலாளிகளை, அவர்கள் எங்கு வாழ்ந்தாலும், பாரபட்சமின்றி நடத்த வேண்டும் என்று பெண்கள் கோர வேண்டும்.

தலாய்லாமா வளர்ந்த நகரத்தில் நான் ஒரு வித்தியாசமான பாடம் கற்றேன்.

13
நிதியின் சர்வாதிகாரங்கள்

நாங்கள் சென்ற எல்லா நகரங்களிலும் லாசாதான் மிகவும் அதிகளவு திபெத்தியத் தன்மையோடு இருந்தது. தலாய்லாமா வளர்ந்த போடாலா அரண்மனை, தொன்மையான வளைந்து வளைந்து செல்லும் தெருக்கள், பல அடுக்குகளைக் கொண்ட பௌத்த கோவில்கள், கூம்பு வடிவிலான கோபுரங்கள், விழாக் கோலம் கொண்ட புண்ணிய தலங்கள் ஆகியவை என்னுள் ஒருவித அமைதி உணர்வைத் தூண்டின. செடாங்கிலோ, மற்ற நகரங்களிலோ அனுபவித்திராத, ஆனால், ஐந்து வருடங்களுக்கு முன்பு லடாக் மற்றும் திபெத்தின் கிராமப்புறங்களில் நான் அனுபவித்த அமைதி. இருந்தபோதும், சீனர்கள் எங்கும் எப்போதும் இருந்தார்கள். ராணுவ வீரர்கள் கர்வத்துடன் நடந்து சென்றார்கள். பதாகைகளும், விளம்பரப் பலகைகளும் சீன எழுத்துகளால் எழுதப்பட்டிருந்தன. நவீன தொழில் மயமான சமுதாயங்களுக்கு எடுத்துக்காட்டான பிளாஸ்டிக் பொருட்கள் எங்கும் காணப்பட்டன.

திபெத்தியர்களால் வடிவமைக்கப்பட்டு, கட்டப்பட்டு, நிர்வகிக்கப் பட்ட, அவர்களுக்குச் சொந்தமான ஒரு அருமையான விடுதியில் நாங்கள் தங்கினோம். வண்ணமயமான தலையணைகள் நிறைந்த என் படுக்கையில் விழுந்தேன். என்னுடைய சிறு பாக்கெட் கணிணியில் நான் பதித்திருந்த குறிப்புகளை மறுபடியும் வாசித்தேன். பொருட்களின் மீதான மோகம், வர்த்தகமயம் மற்றும் ஆசியாவிற்குப் பெருமளவு துன்பத்தைத் தருவித்த 1997 பொருளாதார வீழ்ச்சியில் பன்னாட்டு நிறுவனங்கள் வகித்த பங்கு ஆகியவை குறித்து என்னுடைய சிந்தனைகளை மேம்படுத்திக் கொள்ள விரும்பினேன். அந்த நெருக்கடி எப்படி இந்தோனேஷியாவைப் பாதித்தது என்பது பற்றி நான் ஏற்கனவே அலசிவிட்டேன். ஆனால், திபெத்தை சீனா சுரண்டுவதை நேரடியாகப் பார்த்தும், உணர்ந்தும் இருப்பது அந்த நெருக்கடியை ஒரு புதிய கண்ணோட்டத்தில் வைத்தது.

‘ஐஎம்எப் நெருக்கடி’ என்று பின்னர் அறியப்பட்ட நெருக்கடி தென்கொரியா, தாய்லாந்து, இந்தோனேஷியா நாடுகளைத் தாக்கியது. குறிப்பாக, இந்தோனேஷியாவைக் கடுமையாகத் தாக்கியது. அது மட்டுமின்றி, லாவோஸ் மற்றும் பிலிப்பைன்ஸ் நாடுகளைச் சேர்ந்த

பலருக்கு, குறிப்பாக ஏழைகளுக்கு, நாசகரமான விளைவுகளை ஏற்படுத்தியது. இவற்றில் ஒவ்வொரு நாடும் ஐஎம்எப் மற்றும் உலகவங்கி கொள்கைகளை ஏற்றுக் கொண்டிருந்தன.

நெருக்கடியைத் தொடர்ந்த ஆத்ம பரிசோதனையிலும், குற்றவாளியை அடையாளம் காண்பதிலும் ஐஎம்எப் பல பொருளாதார நிபுணர்களால் அதன் 'அதிவிரைவு முதலாளித்துவத்திற்காக' விமரிசிக்கப்பட்டது. மூலதன வரத்துக்கான தடைகள் நீக்கப்பட்டது, தனியார்மயத்தை ஊக்குவிப்பது, அந்நிய முதலீட்டாளர்களையும் வங்கி மூலதனத்தையும் பங்குச் சந்தையில் முதலீடு செய்யுமாறு ஈர்க்கும் வகையில் வட்டி விகிதங்களை உயர்ந்த அளவிலேயே வைத்திருப்பது, தேசிய நாணயங்களை டாலருக்கு எதிரான மாற்றாக, நிலையான விலையில் வைத்திருப்பதன் (இதற்கு டாலரை பலப்படுத்துவது என்கிற சொல்லப்படாத நோக்கமும் உண்டு) மூலம் நாணய நெருக்கடியிலிருந்து பாதுகாத்துக் கொள்ள முயற்சிப்பது இவை எல்லாம் அதிவிரைவு முதலாளித்துவத்தின் அம்சங்கள். ஆனால், அதே நேரத்தில் பணவீக்கம் மற்றும் ஐஎம்எப்-ஆல் திணிக்கப்பட்ட அதிகமான வட்டிவிகிதம் ஆகியவற்றால் பொருட்கள் மற்றும் சேவைகளின் விலைகள் தொடர்ந்து அதிகரித்துக் கொண்டே இருந்தன. அந்த நிலைமை தொடர்ந்து நீடிக்க முடியாது, ஒன்றன்பின் ஒன்றாக நாடுகள் பொருளாதார நெருக்கடியில் வீழ்ந்தன. உள்நாட்டு வர்த்தகமும், தேசிய அரசாங்கங்களும் தாங்கள் டாலர் கணக்கில் சேர்த்து வைத்திருந்த கடன்களைத் திருப்பிச் செலுத்த முடியாமல் திணறின. அவர்களது வருமானம் இடைவிடாமல் குறைந்து கொண்டேயிருந்தது; அது மட்டுமின்றி, அந்த வருமானம் உள்ளூர் நாணய வடிவிலேயே வழங்கப் பட்டதால், தாங்கள் கஷ்டப்பட்டு ஈட்டிய வருமானத்தின் மதிப்பு குறைந்து கொண்டேயிருப்பதை அவர்கள் கண்டனர். இந்த நாடுகளும், அவற்றின் வர்த்தகங்களும் மறைமுக வரி கொடுக்கும்படியான ஒரு நிலையை ஐஎம்எப் உருவாக்கியது. பெரும் பன்னாட்டு நிறுவனங்களின் உரிமையாளர்களே இதனால் ஆதாயமடைந்தனர்.

நிலைமை தொடர்ந்து மோசமடைந்தபோது ஐஎம்எப் ஒரு மீட்புத் திட்டத்தைக் கொண்டு வந்தது. தேசங்கள் கடன் தவணையைச் செலுத்தத் தவறுவதைத் தவிர்க்க அது புதிய கடன்களை வழங்கியது. என்றாலும், ஒவ்வொரு நாடும் இந்தோனேஷியாவின் மீது முன்னர் திணிக்கப்பட்டது போன்ற கட்டமைப்பு சீர்திருத்த திட்டத்தை ஏற்றுக் கொண்டால்தான் புதிய கடன். சாராம்சத்தில், ஒவ்வொரு நாடும் அதன் உள்நாட்டு வங்கிகளும், நிதி நிறுவனங்களும் திவாலாவதை அனுமதிக்க வேண்டும்; அரசாங்கச் செலவினங்களைப் பெருமளவு குறைக்க வேண்டும்; உணவு மற்றும் எரிசக்திக்கான மான்யங்களை வெட்ட வேண்டும்; ஏழைகளுக்கான இதர சேவைகளையும் நிறுத்த வேண்டும்; வட்டி விகிதங்களை இன்னும் அதிகரிக்க வேண்டும். பல

நாடுகளிடம், தனியார்மயமாக்கும்படியும், அதிக அளவில் தேசிய சொத்துக்களை பன்னாட்டு நிறுவனங்களுக்கு விற்கும்படியும் கூறப்பட்டது. இதன் நேரடி விளைவாக, கணக்கற்ற மக்கள், குறிப்பாக குழந்தைகள், சத்துணவின்மையாலும், பட்டினியாலும், நோய்களாலும் மாண்டனர். மருத்துவ வசதி, கல்வி, வீடு மற்ற இதர சமூக நலத் திட்டங்கள் இல்லாததால் மேலும் பலர் நீண்ட கால விளைவு களால் பாதிக்கப்பட்டனர்.

ஆசியாவில் தொடங்கிய நெருக்கடி மிக விரைவாக உலக பரிமாணத்தை எட்டியது. அதனால், ஐரோப்பா, தென் அமெரிக்கா, மற்றும் அமெரிக்காவில் பொருளாதார தேக்கநிலை ஏற்பட்டது. உள் நாட்டு மக்களுக்கும், உள்நாட்டுப் பொருளாதாரத்திற்கும் உதவுவது தான் நோக்கம் என்றால், பொருளாதாரக் கொள்கைகளை எப்படி நிர்வகிக்கக் கூடாது என்பதற்கு இது ஒரு பாடம். ஐஎம்எப் மற்றும் உலகவங்கி குறித்த கடுமையான செய்தியை உலகிற்கு அது கொடுத்தது.

ஐஎம்எப் கோரிக்கைகளுக்கு இடம் கொடுக்க மறுத்த நாடுகளின் பொருளாதாரம் சிறப்பாக இருந்தது என்று ஆய்வுகள் உறுதி செய்கின்றன. சர்வதேச முதலீட்டாளர்களுக்கு ஊக்கமளிக்கும் கொள்கைகளை அமல்படுத்திய போதும், ஐஎம்எப்-ஆல் முன்வைக் கப்பட்ட பாதையிலிருந்து முற்றிலும் வேறானதொரு பாதையில் பீஜிங் பயணித்தது. அந்நிய முதலீடுகள் பங்குச் சந்தையில் போடப்படாமல் தொழிற்சாலைகளுக்கு அனுப்பப்பட்டன. இதனால் எதிர்காலத்தில் மூலதன வெளியேற்றத்தினால் தான் பாதிக்கப்படா வண்ணம் தன்னைப் பாதுகாத்துக் கொண்டது. மேலும், இது வேலைவாய்ப்புகளை உருவாக்கியது; இதர உபவிளைவுகளால் கிடைக்கக் கூடிய பலன் களையும் பெற்றது. இந்தியா, தைவான், சிங்கப்பூர் ஆகியவை ஐஎம்எப்-பிற்கு கீழ்ப்படிய மறுத்தன. அவற்றின் பொருளாதாரங்கள் ஆரோக்கிய மாக இருந்தன. மலேசியா ஆட்சேபணையின்றி ஏற்றுக் கொண்டது, பொருளாதார மந்தநிலையைத் தாக்குப் பிடித்தது, பின்னர் கட்டமைப்பு சீர்திருத்தங்களுக்கு எதிராகத் திரும்பியது, மீண்டெழுந்தது.

பொருளாதாரத்திற்காக நோபல் பரிசு பெற்ற ஜோசப் ஸ்டிக்லிட்ஸ் ஐஎம்எப்-பின் கடுமையான விமரிசகர்களில் ஒருவர். அவர் உலக வங்கியின் முன்னாள் தலைமைப் பொருளாதார நிபுணர் என்பது ஒரு முரண்நகை. 'உலகமயமாக்கலும், அதன் அதிருப்திகளும்' என்ற அவரின் நூலை நான் திபெத்திற்கு எடுத்துச் சென்றிருந்தேன். மாலையில் வளைந்து நெளியும் லாசா நகரத் தெருக்களில் தனியாக நடந்து சென்றேன். பாதசாரிகள் சுறுசுறுப்பாக நடமாடிக் கொண்டிருந்த ஒரு பகுதிக்கு வந்து சேர்ந்தேன். அதே பாதையில் மேலும் நடந்து ஒரு பூங்காவிற்கு வந்தேன். அங்கு போடப்பட்டிருந்த மரத்தாலான ஒரு நீண்ட இருக்கையில் அமர்ந்து, மங்கிக் கொண்டிருந்த சூரியஒளியின் இதமான வெப்பத்தை அனுபவித்தேன்.

ஸ்டிக்லிட்சின் புத்தகத்தைப் புரட்டியபோது, அவரது ஆய்வுகள் எப்படி வாக்குமூலத்தின் - கிட்டத்தட்ட நான் எழுதியிருந்தது போலவே இருந்தன என்பது கண்டு அதிசயித்தேன். அவர் ஒரு ஆய்வாளர் கண்ணோட்டத்திலிருந்து எழுதியிருந்தார் என்றால், என்னுடையது சொந்தக் கதையைக் கூறும் பாணியாகும். என்றபோதும் எங்களுடைய பல்வேறு முடிவுகள் ஒரே மாதிரியாக இருந்தன. எடுத்துக்காட்டாக, நான் எப்படி போலியான நம்பிக்கையூட்டும் பொருளாதார முன்னறிவிப் புகளை சிருஷ்டித்தேன் என்று என்னுடைய நூலில் விளக்கியிருந்தேன். அவரது நூலில்:

ஐஎம்எப்-இன் திட்டங்கள் பலனளிப்பது போலக் காட்டுவதற்கும், புள்ளிவிவர எண்களின் மதிப்பு அதிகரிக்கும்படிச் செய்யவும் பொருளாதார முன்னறிவிப்புகளைச் சரிசெய்ய வேண்டியிருந்தது. இந்த எண்களைப் பயன்படுத்துவோரில் பலர் இவை சாதாரண முன்னறிவிப்புகளைப் போன்றவை அல்ல என்பதை உணர மறுக்கிறார்கள்; இந்த உதாரணங்களில், மொத்த உள்நாட்டு உற்பத்தி குறித்த முன்னறிவிப்புகள் நுட்பமான புள்ளிவிவர ஆய்வு முறைகளை அடிப்படையாகக் கொண்டவையல்ல; அல்லது பொருளாதாரத்தை நன்கு அறிந்தவர்களின் சிறந்த மதிப்பீடுகளும் கூட அல்ல; ஆனால், ஐஎம்எப் திட்டத்தின் ஒரு பகுதியாக மாற்றப்பட்ட எண்களாகும் இவை.

திறந்திருந்த புத்தகத்தை முழங்காலின் மீது கவிழ்த்து வைத்துவிட்டு, கடந்த சென்ற ராணுவவீரர்களின் குழுவைக் கவனித்தேன். தேசிய மேட்டுக்குடியினரின் பழைய சர்வாதிகாரங்கள் குறித்து ஸ்டிக்லிட்ஸ் சில சமயம் குறிப்பிடுவார். ஸ்டிக்லிட்சால் 'புதிய சர்வதேச நிதிமூலதன சர்வாதிகாரங்கள்' எனக் குறிப்பிடப்படுபவை பலவந்தமாக அதிகாரத்தை பிடுங்கிக் கொள்வதைக் காட்டிலும் சீனா திபெத்தை ஆக்கிரமித்திருப்பது பல மடங்கு நேர்மையானது என்று அவரது கருத்துகள் என்னை எண்ண வைத்தன. சீனர்கள், தங்களுக்கு முந்தைய ரோமானியர்கள், ஸ்பானியர்கள், பிரிட்டிஷார் போல வெளிப்படையாக திபெத்தை ஆக்கிரமித்திருக்கிறார்கள். அதில் தந்திரம் எதுவுமில்லை. நாகரிகத்தை முன்னெடுத்துச் செல்கிறோம், பொருளாதார வளர்ச்சியை ஊக்குவிக்கிறோம், முன்னேற்றத்திற்கான பாதையில் விளக்கேற்றுகிறோம் என்று மரபான பேரரசுகள் தங்களது செயல்களுக்கு உன்னதமான விளக்கங்கள் கொடுக்கலாம். ஆனால், அவர்களது நோக்கம் காலனிமயமாக்குவதுதான் என்பதில் எந்தச் சந்தேகமும் இல்லை.

மாறாக, நிறுவன அதிகார வர்க்கமோ ஐஎம்எப் மற்றும் உலக வங்கி போன்ற கருவிகளை, சிஐஏ மற்றும் குள்ளநரிகள் போன்றவற்றின் உதவியோடு பயன்படுத்தி ஒரு புதுவகையான ஆக்கிரமிப்பைக் கடைப்பிடிக்கிறது. தந்திரத்தின் மூலம் ஏகாதிபத்தியம். பொருளாதார அடியாட்களைக் கொண்டு வெற்றி பெற்றால், நீங்கள் அதை ரகசியமாகச் செய்துவிடலாம். இத்தகைய மறைமுகமான ஆக்கிரமிப்பு,

விவரமறிந்த வாக்காளர்கள் இருப்பதாகப் பாவிக்கப்படும் ஜனநாயகத்தின் மீது எத்தகைய சேதத்தை ஏற்படுத்தும் என்கிற கேள்வியை எழுப்புகிறது. அதை நான் என்னையே அடிக்கடி கேட்டுக் கொள்ள ஆரம்பித்தேன். தங்களது தலைவர்களின் முக்கியமான கருவிகள் பற்றி வாக்காளர்களுக்குத் தெரிந்திருக்கவில்லை என்றால் ஒரு தேசம் தன்னை ஜனநாயக நாடு என்று கூறிக் கொள்ள முடியுமா?

14
அமைதியான ராட்சசன்

2004 ஜுன் 22ம் தேதி திபெத்தை விட்டு எங்களது அடுத்த தங்குமிடமான நேபாளத்தை நோக்கி விமானத்தில் பறந்தோம். எதிலிருந்தோ விடுபட்டது போன்ற ஒரு உணர்வு எனக்கு ஏற்பட்டது. விநோதமான வகையில், ஒன்று உங்களை குண்டாகவோ அல்லது ஒல்லியாகவோ காட்டும் வேடிக்கையான கண்ணாடியை விட்டு வருவது போன்றதொரு உணர்வு எனக்கு ஏற்பட்டது. நான் பொருளாதார அடியாளாக செயல்பட்ட உலகின் உருச்சிதைந்த பிம்பமே சீன திபெத். உருச்சிதைந்தது என்ற போதும் அது ஒரு பிரதிபலிப்பே.

அன்றைய தினம் பளிங்கு போல் பளிச்சென்றிருந்தது. விமான ஓட்டி எவரெஸ்ட் சிகரத்திற்கு வெகு அருகே பறந்தார். இரு பிரம்மாண்டமான பனி மலையுச்சிகளுக்கு இடையிலான பகுதி, வெள்ளைச் சுழல் போன்ற பனி வெளியேறும் புகை போக்கி போல காட்சியளித்தது. நாங்கள் செல்லுமிடத்திற்கு கச்சிதமாகப் பொருந்தும் ஒரு குறியீடாக இது தெரிந்தது. இந்தியா மற்றும் சீனா ஆகிய இரு பிரம்மாண்டங்களுக்கிடையில் சிக்கி மிகச் சிறியதாக ஆகிவிட்ட நாடு நேபாளம். உலகின் ஒரே இந்து ராஜ்ஜியம். நேபாளத்தின் நீர் மற்றும் நீர் மின்சார சாத்தியங்களின் மீது அந்த இரு நாடுகளுக்கும் பேராசை. இந்த மண்ணைத்தான் குழப்பம் சுழற்றியடித்துக் கொண்டிருந்தது. 1996ல் மாவோயிஸ்ட் தீவிரவாதிகள் "நேபாள மக்கள் குடியரசு" அமைப்பதற்கான இயக்கத்தைத் துவக்கினர். மன்னர் கம்யூனிஸ்டுகளின் மீது யுத்தப் பிரகடனம் செய்தார். ஜுன் 2001ல் பட்டத்து இளவரசர் திபேந்திரா தன்னுடைய தந்தை மன்னர் பீரேந்திராவையும், ராஜகுடும்பத்தின் இதர உறுப்பினர்களையும் சுட்டுக் கொலை செய்தார். அவரும் தன்னைத் தானே சுட்டுக் கொண்டு செத்தபோதும், அவர் சீனாவின் கையாள் என்ற வதந்தி எங்கும் நிறைந்திருந்தது. உள்நாட்டுக் கலவரம் வெடித்தது; புதிய மன்னர் ஞானேந்திரா ராணுவச் சட்டத்தைப் பிரகடனம் செய்தார்; அரசாங்கத்தைக் கலைத்தார்; மாவோயிஸ்டுகளுக்கு எதிராக மீண்டும் தாக்குதல் நடத்த ராணுவத்தைக் களமிறக்கினார். நாங்கள் அங்கு செல்வதற்கு முன், யுத்தத்தில் சுமார் பத்தாயிரம் பேர் கொல்லப்பட்டிருந்தனர். சுமார்

ஒரு லட்சத்திலிருந்து ஒன்றரை லட்சம் பேர் வீடிழந்து அகதிகளா கியிருந்தனர்.

எங்கள் குழுவைப் பொறுத்த வரையில், நாங்கள் இங்கு சிறிது காலமே தங்கியிருப்போம். வளர்ந்த நாடுகளின் உலகிற்குச் செல்லும் வழியிலான இடைநிறுத்தமே. காத்மாண்டு தெருக்களில் எங்களது பேருந்து விரைந்து சென்று கொண்டிருக்கையில், இந்தக் கடைசி இரவு நாங்கள் ஆடம்பரமான, உலகத்தர விடுதியான துவாரிகா ஹோட்டலில் தங்கலாம் என்றும், அது தன்னுடைய பரிசு என்றும் ஷீனா அறிவித்தாள். பேருந்துக்குள் மகிழ்ச்சி ஆரவாரம் வெடித்தது.

துவாரிகா ஏமாற்றவில்லை. அது கம்பீரமாகவும், கண்ணுக்கினி யதாகவும் இருந்தது. காலனியப் பேரரசுகளின் எச்சமாகவும் இருந்த அது, நான் ஒரு பொருளாதார அடியாளாக இருந்தபோது தங்கிய இடங்களை நினைவூட்டியது. எங்கள் குழுவிலிருந்தவர்களில் பெரும்பாலோர், வழிகாட்டிகள் பாதுகாப்பானது எனக் கூறிய, அருகிலிருந்த சந்தை யொன்றுக்குக் கடைசியாக பொருட்களை வாங்கக் கிளம்பினர். இந்த இடைநிறுத்தத்தைப் பயன்படுத்திக் கொள்வதற்கும், திபெத் அனுபவங்கள் குறித்து சிந்திக்கவும் எனக்கு அவகாசம் தேவைப்பட்டது. என் அறையில் அமர்ந்து சில குறிப்புகளை எழுதினேன். பின்னர் கீழே இறங்கினேன்; விடுதியின் செழிப்பான தோட்டங்களில் உலவினேன். அவை ஹோட்டல் இன்டர்கான்டி னென்டல் இந்தோனேஷியாவின் தோட்டங்களைப் போலவே இருந்தன. ஒரு கெய்சாவை எண்ணை நிறுவன அதிகாரியின் மனைவி என்று தவறாக எண்ணிக் கொண்டது நினைவிற்கு வந்ததைத் தவிர்க்க முயவில்லை. அங்கிருந்த இரும்பாலான நீள நாற்காலியில் உட்கார்ந் தேன். அவளைக் காணமுடியாமல் அமைதியிழந்து ஜகர்த்தாவின் நடைபாலத்தின் வழியே நடந்து சென்று, அந்த இரு பெண்களை ஒரு உணவு விடுதியில் சந்தித்த அந்த மாலைப் பொழுதை நினைவு கூர்ந்தேன். அவர்கள் கூறிய விஷயம் என் மனதில் ஆழமாகப் பதிந்துவிட்டிருந்தது. இத்தனை வருடங்களாக அது என்னுள் ளேயே சிக்கிக் கிடந்தது:

வரலாற்றில் நடந்த இயற்கை வளங்களைக் கைப்பற்றும் நிகழ்வுகளில் இதுதான் மிகப்பெரியது. பெறக்கூடிய ஆதாயம் பிரம்மாண்டமானது. அந்த வளங்களைத் தங்கள் கட்டுப்பாட்டில் கொண்டு வருவதற்காக மனிதர்கள் எதுவும் செய்வார்கள் என்பதில் நமக்கேதும் ஆச்சரியமிருக்கிறதா? அவர்கள் மோசடி செய்வார்கள்; திருடுவார்கள். கப்பல் கட்டுவார்கள். ஏவுகணை செய்வார்கள். எண்ணைக்காக உயிரைப் பலி கொடுக்க பல்லாயிரக்கணக்கான இளம் வீரர்களை அனுப்புவார்கள்.

வியட்நாம் யுத்தம் முடிந்து கால் நூற்றாண்டுகள் ஆனபிறகு, இப்போது ஒரு புதிய யுத்தத்தை இராக்கில் நடத்திக் கொண்டிருக்கிறோம். ஆண்களும், பெண்களும் அதே காரணத்திற்காக செத்துக்

கொண்டிருக்கிறார்கள். வரலாற்றின் மிகப்பெரிய இயற்கை வளக் கைப்பற்றல். இப்போதைய பேரரசரான நிறுவன அதிகார வர்க்கத்திடம் முன்னெப்போதையும் விட அதிகமான செல்வம் சேர்ந்திருக்கிறது. ஆனால், இது எப்படி நடந்தது என்பது பற்றி பெரும்பாலான அமெரிக்கர்களுக்கு ஒன்றும் தெரியவில்லை.

இந்தப் புதிய அணுகுமுறையின் அடையாளமாக ஆசியா இருப்பதாக எனக்குத் தோன்றியது. பழைய வழிமுறைகள் வியட்நாமில் எதிர்பார்த்த பலனைத் தரவில்லை. ஆனால், புதிய வழிமுறைகள் இந்தோனேஷியா உள்பட பல்வேறு நாடுகளில் பலனளித்திருக்கின்றன. எனினும், கொள்கைகள் தோற்பது போல் தோன்றினாலும் வர்த்தகத் தலைவர்களுக்கு நல்ல லாபம் கிடைக்கிறது. ஆசியாவின் 'ஐஎம்எப் நெருக்கடி' தரித்திரத்தையும், மரணத்தையும் கொடுத்தது. ஆனால், இறுதியில் நிறுவன அதிகார வர்க்கமே வெற்றியடைகிறது. அது ஐஎம்எப் உலக வங்கி கொள்கைகளால் எரிந்து நாசமான இந்தோனேஷியா அரசாங்கத்தையும், மற்ற பல அரசாங்கங்களையும் அதுவே கட்டுப்படுத்துகிறது. வியட்நாம் யுத்தம் ஒரு ராணுவத் தோல்வி என்றபோதும், ஆயுத விற்பனை, விரிவடைந்த சந்தைகள், தொழிலாளர் தொகுப்புகளின் மூலம் அமெரிக்க நிறுவனங்கள் லாபம் ஈட்டின. இந்தத் தொழிலாளர் தொகுப்புகள் தொழிலாளர்களைக் கடுமையாகச் சுரண்டுவதற்கும், வேலைகளை அவுட்சோர்சிங் செய்வதற்கும் புதிய புதிய முறைகளோடு தோன்றின. நிறுவன அதிகார வர்க்கம் இயற்கைப் பேரழிவுகளிலிருந்தும் ஆதாயம் பெறும் வழிகளையும் கூட கண்டுபிடித்தது.

பின்னணியில் மறைந்திருக்கும் அமைதியான ராட்சசனான சீனாவின் பக்கமே என்னுடைய சிந்தனைகள் மீண்டும் மீண்டும் திரும்பிக் கொண்டிருந்தன. சீனா ராணுவ அணுகுமுறையைத் தேர்ந்தெடுத்ததற்கு திபெத் எடுத்துக்காட்டாக இருந்த போதும், அது பேரரசைக் கட்டுவதற் கான புதிய உத்திகளையும் நெருக்கமாக கவனித்து வந்துள்ளது; அதன் பொருளாதார அடியாட்களும், குள்ள நரிகளும் எங்களுடைய தவறுகளி லிருந்து கற்றுக் கொண்டனர்.

வரலாற்று ரீதியாக, சீனா பழைய காலனிய சக்திகளின் பாதையைத் தவிர்த்திருந்தது. அது தொலைதூர நாடுகளுக்கு தன்னுடைய ராணுவத்தை அனுப்பியதில்லை. ஆனால், அது தன்னுடைய நிலப்பரப்பின் பகுதிகள் என்று கருதிய பிரதேசங்களின் மீது கவனம் செலுத்தியது. அவற்றில் திபெத் மற்றும் தைவான் அடங்கும். இவ்வகையில், சீனா அமெரிக்காவைப் பின்பற்றுகிறது.

மிஸ்ஸிசிப்பிக்கு மேற்கே இருக்கும் நிலப்பகுதியை ஆராயுமாறு தாமஸ் ஜெப்பர்சன், லூயிஸ் மற்றும் கிளார்க் ஆகியோரை நியமித்த போது, அக்கண்டம் முழுமையும் எங்களது ஆளுகைக்கு உட்பட்டது என்கிற செய்தியை உலகிற்குச் சொன்னார். நம் நாட்டு திபெத் மற்றும் தைவான், லூசியானா மாநிலத்தை விலைக்கு வாங்கியது, டெக்சாசை

இணைத்துக் கொண்டது, அலாஸ்காவைக் கையகப்படுத்தியது ஆகியவை இந்தப் பின்னணியில்தான் நியாயப்படுத்தப்பட்டன. (இப்படி புதிய பகுதிகளை அமெரிக்காவுடன் பலவந்தமாகவோ அல்லது வேறு வகையிலோ இணைத்துக் கொள்வது) அமெரிக்க மக்களின் 'தெய்வீக உரிமை' (Manifest Destiny). இக்கருத்து பின்னர் வட அமெரிக்காவிற்கும் அப்பால் செல்வதும் (அதாவது, வடஅமெரிக்காவிற்கும் அப்பாலுள்ள நாடுகளைக் கைப்பற்றுவது) தெய்வீக உரிமை என்று வியாக்கியானம் செய்யப்பட்டது. கரீபியன் கடலிலும், பசிபிக் பெருங்கடலிலும் இருந்த தீவுகளுக்கு இக்கருத்து பிரயோகிக்கப்பட்டது. மெக்சிகோ, கியூபா, பனாமா நாடுகளின் மீது படையெடுக்கவும், லத்தீன் அமெரிக்க நாடுகளின் அரசியலில் தலையிடுவதற்கும் இது ஒரு காரணமாகப் பயன்படுத்தப்பட்டது. அமெரிக்காவின் நிறுவனர்களின் கோட்பாடுகளுக்கு நேர் எதிரானது என்பதால், வாஷிங்டன் பகிரங்கமான நடவடிக்கைகளில் ஈடுபடுவதைத் தவிர்க்க முயற்சித்தது. என்றபோதும், அடுத்தடுத்து வந்த ஆட்சியாளர்கள் பேரரசை நிர்மாணிப்பதற்கு ரகசியமான வழிமுறைகளைக் கடைப் பிடித்தனர். ஒவ்வொருவரும் தங்களுக்கு முந்தைய ஆட்சியாளர்களின் வெற்றி மற்றும் தவறுகளிலிருந்து பாடம் கற்றுக் கொண்டனர். இப்போது, சீனா அமெரிக்காவை விட சாதுர்யமானது போல் தெரிகிறது.

திபெத் மற்றும் நேபாள நாடுகளுக்கான அந்தப் பயணத்திலிருந்து திரும்பி வந்து வெகுநாட்களுக்குப் பிறகு, இப்படி நான் ஒருவன் மட்டும் ஒப்பிடவில்லை என்பதைத் தெரிந்து கொண்டேன். 2006, செப்டம்பர் 18ம் தேதி, சிங்கப்பூரில் நடைபெறவிருந்த முக்கியமான உலகவங்கிக் கூட்டத்திற்கு முந்தைய நாள், 'அண்டை நாடுகளுக்கு உதவுவதில் சீனா மேற்குலகுடன் போட்டி போடுகிறது' என்கிற தலைப்பில் 'நியூயார்க் டைம்ஸ்' ஒரு கட்டுரை வெளியிட்டது. உலக வங்கியின் மிகப் பெரும் வாடிக்கையாளரான சீனா "ஆசியாவிற்கு உதவி வழங்கும் வர்த்தகத்தை சத்தமின்றி அசைத்துப் பார்க்கிறது; உலக வங்கியுடன் அதன் வழிமுறைகளைப் பின்பற்றியே போட்டி போடுகிறது" என்று 'டைம்ஸ்' நிருபர் ஜானே பெர்லேஸ் உறுதிபடக் கூறினார். கம்போடியா, லாவோஸ், மியான்மர், பிலிப்பைன்ஸ் உதாரணங்களைப் பயன்படுத்தி, 'மேற்கு நாடுகள் வழங்கும் சிக்கல் மிகுந்த கடன்களைவிட சீனா வழங்கும் கடன்கள் பெரும்பாலும் வசீகரமானதாக இருக்கின்றன' என்று அக்கட்டுரை கூறியது. சீனா தான் வழங்கும் கடன்களுக்கு சுற்றுச்சூழல் அளவுகோல், சமூக அளவுகோல் அல்லது ஊழலுக்கு அபராதம் போன்றவை உள்ளிட்ட நிபந்தனைகளை விதிப்பதில்லை என பெர்லேஸ் காரணங்களைப் பட்டியலிடுகிறார். குறிப்பாக, வேறெந்தக் கொள்கையையும் விட, பல்வேறு நாடுகளைப் பொருளாதார அடியாட்கள் தங்கள் கட்டுப்பாட்டில் கொண்டு வருவதை அனுமதிக்கும் கொள்கையின்

மீதே கட்டுரை கவனம் செலுத்தியது; 'உலக வங்கித் திட்டங்களில் பொதுவானதாக இருக்கும், விலையுயர்ந்த ஆலோசகர்களுக்கான கட்டணம் என்கிற கூடுதல் செலவெல்லாம் சீனா வழங்கும் கடன்களில் கிடையாது' என்று பெர்லேஸ் கூறுகிறார்.

இந்நூலில் விவாதிக்கப்படும் நான்கு பிராந்தியங்களில், ஆசியா சவால்கள் அபாயமற்றவை என்பதும், அதைச் சமாளித்துக் கொள்ளலாம் என்பதும் பல அமெரிக்கர்களின் கருத்து. கொரிய மற்றும் வியட்நாம் யுத்தங்களின் பிம்பங்கள் நம் மனதில் ஆழமாகப் பதிந்துவிட்டன. நாம் அந்த யுத்தங்களில் வெற்றி பெறவில்லை என்றபோதும், நாம் நமது வாழ்க்கையை வழக்கம் போல் நடத்துவதற்கு இடையூறு இல்லாத வகையில் அவை முடிந்தன. அமெரிக்கப் பொருளாதாரத்திற்கு மிகப்பெருமளவு ஊக்கத்தைக் கொடுத்தன. ஜப்பானியர்களின் பொறியியல் திறனுக்கும், புத்திக்கூர்மைக்கும் நாம் காட்டும் மரியாதை கார்கள், தொலைக்காட்சிப் பெட்டிகள், கணிணிகளை அவர்களிடமிருந்து வாங்குவதற்கு நமக்கு உற்சாகமளிக்கின்றன. பல்வேறு ஆசிய நாடுகளில் தயாரிக்கப்பட்ட பொருட்களால் நமது கடைகள் நிரம்பி வழிகின்றன. 800ல் துவங்கும் ஒரு எண்ணை நாம் தொலைபேசியில் அழைக்கும்போது ஆசியாவிலிருக்கும் ஒருவருடன் நாம் பேசக் கூடும். ராணுவ ரீதியான அச்சுறுத்தல்கள், முதன்மையாக சீனா மற்றும் வடகொரியா நாடுகளின் ராணுவ ரீதியான அச்சுறுத்தல்கள் கூட பழைய கதைபோல் தோன்றுகிறது. அவை பனிப்போர் காலகட்டத்தை நினைவூட்டுவதால் விநோதமான வகையில் மனதிற்கு இதமாக இருக்கின்றன. ஏனெனில், பனிப்போரில் நாம் வென்று விட்டோம். அணுஆயுதங்களைக் கண்டு நாம் அச்சப்படலாம். ஆனால், தற்கொலைப்படைத் தாக்குதல்களைப் போலல்லாமல் கடந்த அரை நூற்றாண்டுக்கும் மேலாக நாம் அணுஆயுத நிர்ப்பந்தங்களை வெற்றிகரமாக சமாளித்து வந்துள்ளோம். ஆசியர்கள் நம்முடைய முதலாளித்துவ மாதிரியை ஏற்றுக் கொண்டுவிட்டார்கள் என்பது ஒரு வேளை இவை எல்லாவற்றிலும் முக்கியமானதாக இருக்கலாம். மேலிருந்து கீழான கட்டுப்பாடு, பெருமுதலாளிகளுக்கும் அரசாங்கத்துக்கும் இடையிலான கூட்டுறவு, அளவு கடந்த நுகர்வுக் கலாசாரம் ஆகியவற்றை ஆதரிக்கும் முதலாளித்துவ மாதிரியை ஏற்றுக் கொண்டு விட்டார்கள்; மற்றும் கொட்டிக் கிடக்கும் இயற்கை வளங்கள் வெகு சிலரால் சுரண்டப்படுவதற்காகவே இருக்கின்றன என்றும் நம்புகிற முதலாளித்துவம்.

லத்தீன் அமெரிக்கா வித்தியாசமானது. அலெண்டேக்களிடமிருந்தும், நோரேய்காக்களிடமிருந்தும், சான்டினிஸ்டாக்களிடமிருந்தும் நம்மை நாம் விடுவித்துக் கொண்டுவிட்டோம் என்று நாம் எண்ணிக் கொண்டிருக்கையில், காஸ்ட்ரோவின் முடிவை எதிர்பார்த்துக் கொண்டிருக்கையில், ஒரு அமைதியான புரட்சி அலை இந்தப்

பிராந்தியமெங்கும் வீசிக் கொண்டிருக்கிறது என்பதைக் காண்கிறோம். அது நம்மைக் குறி வைத்திருக்கிறது. லத்தீன் அமெரிக்கர்கள் அமெரிக்கப் பேரரசுக்குக் கீழ்ப்படிய மறுக்கிறார்கள். அந்தப் போக்கில், அவர்கள் நமது ரகசிய வரலாற்றை அம்பலப்படுத்துகிறார்கள்.

ஆசியா மற்றும் லத்தீன் அமெரிக்கா ஆகிய இந்த இரண்டு பிராந்தியங்கள் கற்பித்துள்ள பாடங்கள் பற்றி நான் சிந்தித்துக் கொண்டிருக்கையில், பனிமலையுச்சியின் அருகில் நான் சந்தித்த முதியவரின் சொற்கள் என்னைச் சுற்றிச் சுற்றி வந்தன. தன் மண்ணின் மீது படையெடுத்தவர்களை 'நாடோடிகளைக் கொல்பவர்கள்' என்று வர்ணித்ததன் மூலம் அவர் குவாதமாலா தொழிலதிபர் ஒருவரின் சொற்களை எதிரொலித்தார். இவர்கள் இருவரும் உலகின் எதிரெதிர் பக்கங்களில் வசித்தனர். ஒருவர் ஏழை; மற்றவர் செல்வந்தர். ஒருவர் சுரண்டப்படுபவர்; மற்றவர் சுரண்டுகிறவர். எனினும், தங்களது குழந்தைகள் பாரம்பரியச் சொத்தாகப் பெறப்போகும் உலகம் குறித்த மிக முக்கியமான ஒன்றை அவர்கள் புரிந்து கொண்டார்கள். குவாதமாலா தொழிலதிபர் அவரையும் என்னையும் பாதுகாத்த மெய்க்காப்பாளர்களை 'மாயாக்களை கொல்பவர்கள்' (மாயா என்பது ஒரு சமூகத்தின் பெயர் - மொர்) என்று ஜம்பமாகக் குறிப்பிட்டார்.

II

லத்தீன் அமெரிக்கா

15
குவாதமாலாவில் கூலிப்படையினர்

லிப்டின் (Lift) கதவுகள் திறந்தன. உள்ளே மூன்று பேர் நின்றிருந்தனர். பிபியையும் என்னையும் போல அவர்கள் தொழில் நிமித்தமான கோட் சூட் அணிந்திருக்கவில்லை. அவர்கள் சாதாரணமான சட்டையும், கால்சராயும், ஸ்வெட்டரும் அணிந்திருந்தனர். ஒருவர் தோலாலான ஜாக்கெட் அணிந்திருந்தார். எனினும், எனது கவனத்தை ஈர்த்தது அவர்களிடமிருந்த துப்பாக்கிகள். அவர்கள் மூவரும் ஏகே47 ரக துப்பாக்கிகள் வைத்திருந்தனர்.

"இந்நாட்களில் குவாதமாலாவில் இது துரதிருஷ்டவசமான அவசியத் தேவையாகும்" என்று பிபி விளக்கினார். அவர் என்னை லிப்டை நோக்கி அழைத்துச் சென்றார். "குறைந்த பட்சம் எங்களைப் போன்ற அமெரிக்காவின் நண்பர்கள், ஜனநாயகத்தின் நண்பர்களுக்கு அவசியம் தேவை. எங்களுக்கு எங்கள் மாயா கொலைகாரர்கள் தேவை."

முந்தைய தினம் மியாமியிலிருந்து குவாதமாலாவிற்கு விமானத்தில் வந்திருந்தேன். நகரத்தின் மிகவும் ஆடம்பரமான விடுதியில் தங்கியிருந்தேன். பொருளாதார அடியாட்களைப் பற்றி எழுதுவதைத் தவிர்க்க வேண்டும் என்று என்னைக் கேட்டுக் கொண்ட ஸ்டோன் அன்ட் வெப்ஸ்டர் இன்ஜினீயரிங் கார்ப்பரேஷனுக்காக வேலை பார்த்த சில தருணங்களில் அதுவும் ஒன்று. பிபி ஜாரமில்லோ (அவருடைய உண்மையான பெயர் அல்ல) தன்னுடைய நாட்டில் எஸ்.டபிள்யூ.இ.சி. நிறுவனம் தனியார் மின்நிலையங்களை விருத்தி செய்ய உதவுவதாக அந்நிறுவனத்துடன் ஒப்பந்தம் போட்டிருந்தார். ஸ்பெயின் ஆக்கிரமிப்பு காலத்திலிருந்து தேசத்தைத் தங்கள் கட்டுப்பாட்டில் வைத்திருக்கும் ஒரு சிறு குழு மேட்டுக்குடியினரின் சக்தி மிக்க உறுப்பினர்களில் அவரும் ஒருவர். பிபியின் குடும்பத்துக்குச் சொந்தமான தொழில் பூங்காக்கள், அலுவலகக் கட்டடங்கள், குடியிருப்பு வளாகங்கள், மற்றும் அமெரிக்காவிற்குத் தன் விளைபொருட்களை ஏற்றுமதி செய்யும் பிரம்மாண்டமான விவசாயப் பண்ணைகளும் இருக்கின்றன. எஸ்டபிள்யூஇசியின் பார்வையில் முக்கியமான விஷயம் என்னவென்றால் குவாதமாலாவில் ஆகவேண்டிய வேலைகளைச் செய்து கொடுப்பதற்குத் தேவையான அரசியல் செல்வாக்கு அவருக்கு உள்ளது.

ஒரு பொருளாதார அடியாளாக 1970களின் மத்தியில் நான் குவாதமாலாவிற்கு முதன்முறையாகச் சென்றேன். அந்நாட்டு மின்துறையை மேம்படுத்துவதற்காக ஒரு கடன் வாங்குமாறு அரசாங்கத்தை சம்மதிக்க வைப்பது என்னுடைய வேலை. அதற்குப் பிறகு, 1980களின் பிற்பகுதியில் லாப நோக்கமில்லாத ஒரு அமைப்பின் இயக்குநர்களில் ஒருவராக ஆகுமாறு நான் அழைக்கப்பட்டேன். மாயன் சமூகங்களுக்கு வங்கிகளை சிறு கடன் வழங்கச் செய்வது மற்றும் அது போன்ற வறுமையிலிருந்து தங்களைத் தாங்களே விடுவித்துக் கொள்ளும் இதர அடிமட்ட முயற்சிகளுக்கு அந்த அமைப்பு உதவிக் கொண்டிருந்தது. காலப்போக்கில், இருபதாம் நூற்றாண்டின் பின்பாதியில் அந்த நாட்டைக் கிழித்துப் போட்ட பயங்கரமான வன்முறை எனக்குப் பழகிப் போய்விட்டது.

சுமார் ஆயிரம் ஆண்டுகளாக செழித்தோங்கிய மாயன் நாகரிகத்தின் இதயமாக குவாதமாலா இருந்து வந்தது. 1524ல் ஒரு ஸ்பானிய ஆக்கிரமிப்பாளர் குழு படையெடுத்தபோது (Conquistadors) குவாதமாலா நகர்ப்புறங்களின் கண்கவர் வளர்ச்சியின் காரணமாக அதன் சுற்றுச் சூழலில் பாதிப்பு ஏற்பட்டது. அந்த பாதிப்பைச் சமாளிக்க முடியாததால் அதன் நாகரிகம் வீழ்ச்சியடையும் காலகட்டத்திற்குள் ஏற்கனவே நுழைந்து விட்டிருந்தது என்பது மானுடகுல வரலாற்றியலாளர்கள் பலரின் கருத்து. படையெடுப்புக்குப் பின் விரைவிலேயே அது மத்திய அமெரிக்காவில் ஸ்பானிய ராணுவ அதிகாரத்தின் தலைமையிடமாக ஆனது. இந்த நிலை 19ம் நூற்றாண்டு வரை நீடித்தது. இதனால் மாயன் மற்றும் ஸ்பானிய மக்களுக்கிடையில் அடிக்கடி மோதல்கள் நிகழ்ந்தன.

1800களின் இறுதிவாக்கில், போஸ்டனில் தலைமையகத்தைக் கொண்ட யுனைடெட் ப்ரூட் (United Fruit) என்கிற நிறுவனம் ஸ்பானியர்கள் கடைப் பிடித்த அதே வழிமுறைகளைக் கடைப்பிடித்து அவர்களைத் தோற் கடித்தது. மத்திய அமெரிக்காவில் பலம் வாய்ந்த சக்திகளில் ஒன்றாகத் தங்களை நிலைநிறுத்திக் கொண்டது. அது சர்வ வல்லமையுடன் ஆட்சி நடத்திக் கொண்டிருந்தது; 1950களில் ஜாகோபோ ஆர்பன்ஸ் அதிபர் தேர்தலுக்குப் போட்டியிடுகிற வரை கிட்டத்தட்ட அதை எதிர்ப்பதற்கு யாரும் இருக்கவில்லை. அவர் அமெரிக்கப் புரட்சியின் லட்சியங்களைப் போன்ற திட்டத்தை முன்வைத்துப் போட்டியிட்டார். குவாதமாலா மண் தரும் இயற்கை வளங்கள் அதன் மக்களுக்குப் பயன்பட வேண்டும் என்றும், அந்நிய நிறுவனங்கள் இனியும் குவாதமாலா நாட்டையும், அதன் மக்களையும் சுரண்ட அனுமதிக்கப்பட மாட்டார்கள் என்று பிரகடனம் செய்தார். அவர் தேர்ந்தெடுக்கப்பட்டது அந்த அரைக் கோளம் (Hemisphere) முழுவதிலும் ஜனநாயகம் மலர ஒரு முன்மாதிரி என்று வரவேற்கப் பட்டது. அப்போது வெறும் 3 சதவீதத்திற்கும் குறைவான குவாதமாலா வினருக்கு 70 சதவீதமான நிலம் சொந்தமாக இருந்தது. அதிபராகத்

தேர்ந்தெடுக்கப்பட்ட ஆர்பன்ஸ் முழுமையான நிலச்சீர்திருத்தத்தை அமல்படுத்தினார்.

அது யுனைடெட் ஃபுரூட் நிறுவனத்தின் குவாதமாலா வர்த்தகத்துக்கு நேரடி ஆபத்தாக ஆனது. ஆர்பன்ஸ் தன் முயற்சியில் வெற்றி பெற்றால் அவர் அந்த அரைக்கோளமே, ஏன் உலகமே பின்பற்றத்தக்க ஒரு முன்னுதாரணத்தை உருவாக்கிவிடக் கூடும் என்று அந்நிறுவனம் அஞ்சியது.

யுனைடெட் ஃபுரூட் அமெரிக்காவில் ஒரு பெரும் மக்கள் தொடர்பு இயக்கத்தை ஆரம்பித்தது. ஆர்பன்ஸ் குவாதமாலாவை சோவியத்தின் துணைக் கோளமாக்கிவிட்டார் என்றும், அவரது நிலச்சீர்திருத்த திட்டம் லத்தீன் அமெரிக்காவில் முதலாளித்துவத்தை அழிக்க ரஷ்யா தீட்டியிருக்கும் சதி என்று அமெரிக்க மக்களையும், அதன் பாராளுமன்றத்தையும் நம்பவைத்தது. 1954ல் சிஐஏ திட்டமிட்டு ஒரு ராணுவக் கலகத்தை நடத்தியது. தலைநகரத்தை அமெரிக்க விமானங்கள் குண்டு வீசித் தாக்கின; ஜனநாயக ரீதியாக தேர்ந்தெடுக்கப்பட்ட அதிபர் பதவியிலிருந்து தூக்கி எறியப்பட்டார்; அவருக்குப் பதிலாக கர்னல். காஸ்டில்லோ அர்மாஸ் என்கிற கொடூரமான வலதுசாரி ராணுவ சர்வாதிகாரி பதவியில் அமர்த்தப்பட்டார்.

புதிய அரசாங்கம் உடனடியாக நிலச்சீர்திருத்தத்தை திரும்பப் பெற்றது; யுனைடெட் நிறுவனத்திற்கு விதிக்கப்பட்டிருந்த வரிகளை ரத்து செய்தது; ரகசிய வாக்களிப்பு முறையை ஒழித்தது; காஸ்டில்லோவை எதிர்த்த ஆயிரக்கணக்கானோர் சிறையிலடைக்கப்பட்டனர். 1960ல் உள்நாட்டு யுத்தம் வெடித்தது. குவாதமாலா நேஷனல் ரெவல்யூசனரி யூனியன் என்கிற அரசாங்க எதிர்ப்பு கெரில்லாக்கள் ஒரு பக்கமும், அமெரிக்க ஆதரவு ராணுவம் மற்றும் வலதுசாரி கொலைக்குழுக்கள் மறுபக்கமும் ஆக இருதரப்புக்கும் இடையில் நடந்த அந்த யுத்தம் 1980கள் முழுவதும் தீவிரமடைந்தது. லட்சக்கணக்கான எளிய மக்கள், பெரும்பாலும் மாயாக்கள், கொல்லப்பட்டனர். மேலும் பலர் சிறையில் அடைக்கப்பட்டனர்; சித்திரவதை செய்யப்பட்டனர்.

1990ல் மத்திய அமெரிக்காவின் மிகவும் அழகான இடங்களில் ஒன்று எனப் பிரசித்தி பெற்ற லேக் அடிட்லான் (Lake Atitlan) அருகே உள்ள சான்டியாகோ அடிட்லான் என்கிற நகரத்தில் எளிய மக்களை ராணுவம் கொன்று குவித்தது. ராணுவம் நடத்திய பல படுகொலைகளில் இதுவும் ஒன்றுதான் என்றபோதும், அது நடந்த இடம் வெளிநாட்டு சுற்றுலாப் பயணிகள் மத்தியில் பிரபலமானது என்பதால் இந்தப் படுகொலை உலகமெங்கும் தலைப்புச் செய்தியானது. நேரில் கண்டவர்களின் கூற்றுப்படி, மாயா இனத்தவர் குழு ஒன்று ராணுவ தளத்தின் முன்கதவுகளை நோக்கி ஊர்வலமாகச் சென்றபோது அது துவங்கியது. அவர்களது அண்டை வீட்டாரில் ஒருவர் ராணுவத்தால்

பிடித்துச் செல்லப்பட்டிருந்தார். ஏற்கனவே ஆயிரக்கணக்கானோர் 'காணாமல் போனவர்கள்' என அறிவிக்கப்பட்டிருந்த சூழலில் அவருக்கும் அதே கதி நேர்ந்து விடுமோ என்று அஞ்சிய அவர்கள் அவரை விடுவிக்குமாறு கோரினர். ராணுவம் கூட்டத்தின் மீது துப்பாக்கிச் சூடு நடத்தியது. எத்தனை பேர் என்பது குறித்து சர்ச்சை இருந்தபோதும், டஜன் கணக்கான ஆண்களும், பெண்களும், குழந்தைகளும் படுகாயம் அடைந்தனர்; கொல்லப்பட்டனர்.

அது நடந்து இரு வருடங்களில் 1992ல் பிபி ஜாராமில்லோவைக் காண நான் சென்றேன். எஸ்டபிள்யூஇசி தன்னை பங்குதாரராகச் சேர்த்துக் கொள்ள வேண்டும் என்றும், உலகவங்கிக் கடன் வாங்கவும் அவர் விரும்பினார். பூமி உயிருள்ள ஒரு ஆன்மா என்பதும், எங்கெல்லாம் நீருற்று இருக்கிறதோ அவ்விடங்கள் எல்லாம் புனிதமானவை என்பதும் மாயாக்களின் நம்பிக்கை என்று எனக்குத் தெரியும். வெப்ப நீரூற்றுகளின் மீது புவிவெப்ப (geothermal) மின்உற்பத்தி நிலையம் அமைக்கும் எந்த முயற்சியும் வன்முறையில் முடியும் என்று நான் சந்தேகித்தேன். யுனைடெட் ப்ரூட் அனுபவத்தின் அடிப்படையிலும், ஈரான், சிலி, இந்தோனேஷியா, ஈகுவடார், பனாமா, நைஜீரியா, இராக் போன்ற எனக்கு நன்கு தெரிந்த சமீபத்திய அனுவபங்களின் அடிப்படையிலும், குவாதமாலா போன்ற ஒரு இடத்தில் எஸ்டபிள்யூஇசி போன்ற ஒரு நிறுவனம் உதவிக்கு அழைத்தால் சிஐஏ வரும் என்று நான் கருதினேன். வன்முறை அதிகரிக்கும். பென்டகன் கடற்படை வீரர்களை அனுப்பக்கூடும். ஏற்கனவே, என் மனசாட்சியில் போதுமான அளவு ரத்தக்கறை படிந்திருக்கிறது. பெரும் வன்முறையைத் தவிர்க்க என்னால் இயன்ற அனைத்தையும் செய்வது என்பதில் நான் உறுதியாக இருந்தேன்.

அன்று காலை ஒரு கார் என்னை விடுதியில் இருந்து அழைத்துச் சென்றது. குவாதமாலா நகரத்தின் மனங்கவரும் நவீன கட்டடம் ஒன்றின் வட்டப்பாதையின் வழியே கார் உள்ளே சென்றது. ஆயுதந்தாங்கிய இரு காவலர்கள் என்னை உள்ளே அழைத்துச் சென்றனர். உச்சியிலிருக்கும் தளத்திற்குச் செல்வதற்காக அவர்களில் ஒருவர் என்னை லிப்டில் அழைத்துச் சென்றார். அந்தக் கட்டடம் பிபியின் குடும்பத்திற்குச் சொந்தமானது என்றும், அதிலுள்ள பதினோரு தளங்களிலும் அவர்களது அலுவலகங்களே இருக்கின்றன என்றும் அவர் விளக்கினார். தரை தளத்தில் அவர்களது வர்த்தக வங்கி; இரண்டாம் தளத்திலிருந்து எட்டாம் தளம் வரை அவர்களது பல்வேறு தொழில்கள் சம்பந்தப்பட்ட அலுவலகங்கள். ஒன்பது, பத்து, பதினொன்று ஆகிய தளங்களில் அவர்களது குடும்பங்களின் இல்லங்கள். பிபி என்னைத் தூக்கி கதவின் அருகே சந்தித்தார். காபி அருந்தியபடி நடந்த சுருக்கமான அறிமுக உரையாடலுக்குப் பின்பு, பிபி எனக்கு அந்தக் கட்டடத்தைச் சுற்றிக்காட்டினார். ஒன்பதாவது தளம் தவிர. அது அவருடைய விதவைத் தாயின் தனிமைக்காக

ஒதுக்கப்பட்டுள்ளது என்றார். (கூடுதல் காரணங்கள் இருக்கக் கூடும் என நான் சந்தேகித்தேன்). எஸ்டபிள்யூஇசியின் பிரதிநிதியைக் கவர்வதுதான் சுற்றிக் காட்டியதன் நோக்கம் என்றால் அது வெற்றியடைந்தது. புவிவெப்ப மின்உற்பத்தித் திட்டம் பற்றி நான் தெரிந்து கொள்வதற்காக அவர் மற்றும் அவரது பல்வேறு பொறியியலாளர்களுடன் ஐந்தாம் தளத்தில் சந்திப்பு நடந்தது. அதற்குப் பிறகு, பதினொன்றாம் தளத்தில் அவரது தாயார், சகோதரர் மற்றும் சகோதரியுடன் மதிய உணவு உண்டோம். பின்னர், மின்உற்பத்தி நிலையம் அமையவிருக்கும் இடத்தைப் பார்க்க லிப்டில் இறங்கினோம். எங்களுடன் ஏகே47 துப்பாக்கி ஏந்திய காவலர்கள்.

லிப்டின் கதவுகள் மூடின. தோலாலான ஜாக்கெட் அணிந்திருந்தவர் கீழே இருந்த பொத்தானை அழுத்தினார். லிப்ட் இறங்கியபோது யாரும் பேசவில்லை. நான் ஏகே47 பற்றியே சிந்தித்துக் கொண்டிருந்தேன். எந்த மாயா மக்களுடன் லாப நோக்கற்ற அமைப்பின் மூலம் இணைந்து பணியாற்றினேனோ அதே மாயாக்களிடமிருந்து என்னையும் பிபியையும் காப்பதற்காகவே அவர்கள் அங்கே இருக்கிறார்கள் என்பதை உணர்ந்தேன். என்னுடைய மாயா நண்பர்கள் இப்போது என்னைப் பற்றி என்ன நினைப்பார்கள் என்றும் எண்ணினேன்.

லிப்ட் நின்றது. கதவு திறந்தபோது, நான் காலையில் உள்ளே நுழைந்த போர்ட்டிகோ வழியே பிற்பகல் வெயிலின் ஒளியை நான் எதிர்பார்த்தேன். மாறாக மிகப் பெரும் கான்கிரீட் கூடத்தைக் கண்டேன். மிகமிக வெளிச்சமாக இருக்கும்படி ஏராளமான விளக்குகள் பொருத்தப்பட்டிருந்தன. ஈர கான்கிரீட் வாசம் அடித்தது.

பிபியின் கைகள் என் தோளை இறுக்கிப் பிடித்தன. 'இங்கேயே இருங்கள்' என்று மெல்லிய குரலில் கட்டளை இட்டார்.

16
சிந்தனையை ஆக்கிரமித்திருந்த கோபம்

காவலர்களில் இருவர் கதவை மறைத்துக் கொண்டு எங்களுக்கு முன்னாள் நின்றனர். ஏகே47 துப்பாக்கிகள் குகை போல இருந்த கூடத்தை நோக்கிப் பிடிக்கப்பட்டிருந்தன. தோல் ஜாக்கெட் அணிந்திருந்த மூன்றாவது காவலர் தரையில் குனிந்து, நாலா பக்கமும் எச்சரிக்கையுடன் நோட்டமிட்டவாறு முன்னே நகர்ந்தார். தலையும், துப்பாக்கியும் இந்தப் பக்கமும் அந்தப் பக்கமுமாக அசைந்து கொண்டே இருந்தன. எங்களது இரண்டு காவலர்களும் வெளியே காலடி எடுத்து வைத்தனர். லிப்ட் கதவினருகே நிலை எடுத்து நின்றனர்.

இப்பொழுது அக்கூடத்தை எந்தத் தடையுமின்றி முழுவதுமாகப் பார்த்தேன். அங்கே வெறும் ஆறு கார்கள் மட்டுமே இருந்தது எனக்கு ஆச்சரியமாக இருந்தது. அனைத்துமே அமெரிக்காவில் தயாரிக்கப்பட்டவை. செவர்லேட்டுகளும், போர்ட்களும். ஐந்து கருப்பு நிற வேன்கள். ஆறாவது வாகனம் சிவப்பு நிற பிக் அப் டிரக். ஒவ்வொரு வகையிலும், அவை விவரிக்க முடியாதவை.

தோல் ஜாக்கெட் அணிந்திருந்தவர் ஒவ்வொரு காருக்குள்ளும், அதற்கு அடியிலும் டார்ச் வெளிச்சம் பாய்ச்சிப் பார்த்தார். அது முடிந்தவுடன் அவர் மீண்டுமொரு முறை மொத்தக் கூடத்தையும் பார்வையால் அலசினார். திருப்தியடைந்தபின், ஒரு வேனின் கதவைத் திறந்து உள்ளே அமர்ந்தார். இயந்திரத்தை இயக்கினார். பின்னர் நாங்கள் காத்துக் கொண்டிருந்த இடத்திற்கு அதை ஓட்டி வந்தார்.

எங்களுடன் இருந்த இரு காவலர்களில் ஒருவர் அதன் கதவைத் திறந்தார். இருவரும் உள்ளே ஏறி, மூன்றாவது இருக்கைக்கு நகர்ந்தனர். அது பின்னோக்கி பார்த்திருந்தது. தோல் ஜாக்கெட் வெளியே குதித்தார். கையில் ஏகே47. பிபி என்னைத் தொடர்ந்து இரண்டாவது இருக்கையில் அமர்ந்தார். கதவை மூடிய தோல் ஜாக்கெட் சீழ்க்கை அடித்தார். பின், ஓட்டுநர் இருக்கையில் மீண்டும் அமர்ந்தார்.

வேன் செங்குத்தான சரிவில் ஏறியது. அது உச்சியை நெருங்கியபோது ஒரு உலோகக் கதவு திறந்ததால் சூரிய ஒளி எங்கள் மீது பட்டது. வெளியே, ஏகே47 துப்பாக்கிகளோடு மூன்று பேர் நின்றிருந்தனர்.

எங்களது வேகன் கடந்தபோது அவர்கள் வணங்கினர். வண்டி நின்றது. மூவரில் ஒருவர் வண்டியின் முன் கதவைத் திறந்து உள்ளே ஏறி அமர்ந்தார். தன்னிடமிருந்த 'வாக்கி டாக்கி'யில் பேசினார். சில கணங்களுக்குப் பிறகு, வெள்ளை நிறத்தில் ஒன்றும், வெள்ளி நிறத்தில் ஒன்றுமாக இரண்டு செடான் கார்கள் எங்கள் முன் வந்து நின்றன. கருப்புக் கண்ணாடிகளின் வழியே காருக்கு உள்ளே பார்க்க முடியவில்லை. எங்களது ஓட்டுநருக்கு அருகே உட்கார்ந்திருந்தவர் கையை அசைத்தார். வெள்ளை நிறக் கார் எங்களுக்கு முன்னால் தெருவின் பக்கம் சென்றது. நாங்கள் அதைப் பின் தொடர்ந்தோம். வெள்ளி நிறக் கார் எங்களுக்குப் பின்னால் வந்தது.

என் முழங்காலில் தட்டிய பிபி தன் மவுனத்தைக் கலைத்தார். "இப்படி வாழ வேண்டியிருப்பது சகிக்க முடியவில்லை, இல்லையா?"

"நம்ப முடியவில்லை. ஆனால், உங்கள் ஆட்கள் தங்கள் தொழிலில் தேர்ந்தவர்களாக இருக்கிறார்கள்"

"இவர்கள் மிகச் சிறந்தவர்கள். எல்லோரும் உங்கள் அமெரிக்கப் பள்ளியில் பயிற்சி பெற்றவர்கள்தான்." அவரது முகம் சுருங்கியது. "கடந்த வாரம் என் சகோதரி சென்ற கார் மாயன்களால் தாக்கப்பட்டது. கடவுளுக்கு நன்றி சொல்ல வேண்டும். எங்களது கார்கள் அனைத்தும் குண்டு துளைக்காத கண்ணாடிகள் பொருத்தப்பட்டவை. அதுவும் எங்களது பாதுகாவலர்களும் அவரைக் காப்பாற்றின."

"யாருக்கேனும் காயமேற்பட்டதா?" எனக் கேட்டேன்.

'இல்லை' என்று தோளைக் குலுக்கினார். "அவர்களில் இருவரைக் காயப்படுத்தியதாக காவலர்கள் கூறுகின்றனர். ஆனால், அவர்களது நண்பர்கள் அவர்களைத் தூக்கிச் சென்று விட்டனர். அவர்களை விரட்டிச் செல்லாத எங்களது ஆட்கள் புத்திசாலிகள்தான். என்னுடைய வர்த்தக சகா ஒருவருக்கு இதுபோல் நேர்ந்தது. அவரது காவலர்கள் தாக்கியவர்களை விரட்டிச் சென்றனர். நேராக அவர்கள் விரித்த வலையில் மாட்டிக் கொண்டனர். ஒருவர் கொல்லப்பட்டார். மற்றொருவருக்கு காயம்". ஜன்னலுக்கு வெளியே தெரிந்த மரங்கள் நிறைந்த சாலையைப் பார்த்தார். "அருமையான நகரமாக இருந்தது. கிராமப்புறத்தில்தான் பெரும்பாலான வன்முறை நிகழும்." என் பக்கம் திரும்பினார். "ஆனால், இப்போது அப்படி இல்லை. இந்தப் பாழாய்ப்போன மாயன்களுக்கு வெறி பிடித்துவிட்டது." அவர் தன்னுடைய காருக்கு வெளியே இருந்த உலகத்தை மீண்டும் வெறித்துப் பார்த்தார். பின் என்னைப் பார்த்து உள்ளூர சிரித்துக் கொண்டே கேட்டார் "நீங்கள் என்னைப் போன்ற ஒரு ஆளாக இருந்திருந்தால், யாரைக் கண்டு நீங்கள் அதிகம் பயப்படுவீர்கள்?" "நீங்கள் என்ன கேட்கிறீர்கள்?"

"உங்களை யார் கொல்வதற்கு வாய்ப்பு அதிகம்?"

நான் பனாமாவின் டோரிஜோவை நினைத்துக் கொண்டேன். அவர் தன்னுடைய விதிப்படியான பயணத்தில் தன் டிவின் ஓட்டர் விமானத்தில் ஏறுவதற்கு முன்னர் அவருடைய காவலர்களில் ஒருவர் வெடிகுண்டுகள் பொருத்தப்பட்டிருந்த டேப் ரெகார்டரை அவரிடம் கொடுத்ததாக வதந்திகளையும் நினைத்துக் கொண்டேன். "உங்களது காவலர்கள்".

"ஆமாம்." அவர் இப்போது தன் இருக்கையில் நன்றாகச் சாய்ந்து கொண்டார். "நீங்கள் மிகச் சிறந்தவர்களைக் கண்டுபிடிக்க வேண்டும். அவர்களுக்கு நல்ல சம்பளம் கொடுக்க வேண்டும். எங்களிடம் பெரிய பாதுகாப்புப் படை இருக்கிறது. இவர்களைப் போல (எங்களது காருக்கு முன்னும் பின்னும் வந்த கார்களில் இருந்தவர்களைக் குறிப்பிடுகிறார்) எங்களது தனிப்பட்ட இல்லங்களில் பணிக்கு வரும் முன், அவர்கள் அந்தப் படையில் பல வருடங்கள் கழிக்க வேண்டும். எங்களது தொழிற்சாலைகளில், வங்கிகளில், அல்லது எங்களது மிகப் பெரிய பண்ணைகளில் வேலை பார்க்க வேண்டும். அவர்கள் தங்களது விசுவாசத்தை நிரூபிக்கும் முன் என்னருகிலோ அல்லது என் குடும்பத்தின் அருகிலோ நெருங்க முடியாது."

"அவர்கள் அதை எப்படிச் செய்வார்கள்?" "தங்களை நிரூபித்துக் கொள்வதா?". ஆம் என தலையசைத்து புன்னகைத்தார். "அவர்கள் தங்கள் உயிரைத் துச்சமெனக் கருத வேண்டும்; சண்டையில் கொல்லத் தயங்கக் கூடாது. துணிச்சலையும், விசுவாசத்தையும் நடைமுறையில் காட்ட வேண்டும்".

அவரது வார்த்தைகள், இராக்கில் நடந்த சம்பவங்களை எனக்கு நினைவூட்டின. அவை ஒரு வருடத்திற்கு முன்பு 1991ல் இராக்கின் மீது அமெரிக்கப் படையெடுப்பைத் தூண்டிவிட்டன. நான் அதைக் குறிப்பிட்டபோது, பிபி ஆமோதித்தார். "அதைப் பற்றி மேலும் கூறுங்கள்".

"எங்களது குள்ளநரிகள் சதாமைக் கொல்ல முயற்சிசெய்தனர். ஆனால், சதாமின் பாதுகாப்புப் படையினர் மிகச் சிறந்தவர்களாகவும், விசுவாசமானவர்களாகவும் இருந்தனர். அதன்றி அவரைப் போன்றே தோற்றமளிக்கக் கூடியவர்களும் சதாமிடம் இருந்தனர். நீங்கள் அந்த மெய்க்காப்பாளர்களில் ஒருவராக இருந்து, லஞ்சம் வாங்கத் தயாராக இருந்தீர்கள் என்று கற்பனை செய்து கொள்ளுங்கள். நீங்கள் சதாமல்லாத, ஆனால் அவரைப் போன்றே இருக்கிறவரை சுட்டு விட்டீர்கள் என்றால் என்ன ஆகும்? நீங்களும், உங்களது குடும்பமும் பயங்கரமான மரணத்தைச் சந்திப்பீர்கள். மரணம் என்றால் சித்திர வதைக்கு உள்ளாகி உயிர் கொஞ்சம் கொஞ்சமாகப் போகும்."

"அது நல்ல யோசனை" என்று அவர் களிப்புடன் கூறினார். "எங்களது பையன்களில் யாராவது பணத்தாசைக்கு இணங்கிவிட்டால் நாமும் மெல்லச் சம்பவிக்கும் மரணத்திற்கு ஏற்பாடு செய்யலாம் என்கிற செய்தியை வெளியில் பரப்ப வேண்டும்" என்றார்.

நாங்கள் நகரத்தைத் தாண்டி கம்பீரமானதொரு எரிமலையை நோக்கிச் சென்றோம். வானம் நிர்மலமாக பளிச்சென்று இருந்தது. அப்போதுதான் நகரத்தை புகையும், பனியும் கலந்த மூட்டம் சூழ்ந்திருக்கிறது என்பதை உணர்ந்தேன். நகரத்திற்கு அப்பால், அந்த தினம் பொலிவுடன் இருந்தது. ஒரு சிறு ஏரியைக் கடந்த பின் கார் ஒரு மண் சாலையில் திரும்பியது. எல்லா மரங்களையும் காம்பசினோக்கள் (பழங்குடியினர்) அடுப்பு எரிக்கவும், தங்களது வீடுகளை உஷ்ணப்படுத்தவும் வெட்டி விட்டார்கள் என்று பிபி விளக்கினார். மரங்கள் வெட்டப்பட்டதால் உண்டாகும் மண்அரிப்பு ஏற்படுத்திய குட்டைகள் மலைப்பகுதி முழுவதும் தழும்புகளாக இருந்தன.

"அவர்கள் பாடம் கற்றிருக்கக் கூடும் என நீங்கள் நினைக்கலாம். அவர்களது மூதாதையர்கள் மரங்களை வெட்டியும், பிரமிடுகளைக் கட்டியும் தங்களைத் தாங்களே அழித்துக் கொண்டனர். இப்போது இவர்கள் செய்கிறார்கள். முட்டாள்தனமான, உருப்பட வாய்ப்பில்லாத மக்கள்."

நீண்ட கால நோக்கில் நகர்ப்புற சுற்றுச்சூழல் மாசு அதைவிட ஆபத்தானது என்பதைச் சுட்டிக் காட்ட வேண்டும் என்ற தூண்டுதல் ஏற்பட்டது. அவரும் நானும் சார்ந்திருக்கும் தொழிற்சாலைகளும், கார்களுமே மோசமான குற்றவாளிகள். நம்முடைய கொள்கைகள்தான் காம்பசினோக்களை மரங்களை எரிக்குமாறு நிர்ப்பந்திக்கிறது. ஆனால், அவர் என்னை "இந்தியர்களை நேசிப்பவன்" என்றோ, தீவிர சுற்றுச் சூழல்வாதி என்றோ, அந்தக் காரணத்தினாலேயே நம்பத்தகாத ஒருவர் என்றோ ஒதுக்கித் தள்ளிவிடுவார் என்பதைக் கணித்தேன். ஜன்னலுக்கு வெளியே வெறித்தேன்.

வறண்ட நிலப்பகுதி மாயன் பூசாரிகளுடன் பேச்சுவார்த்தை நடத்துவதற்காக நான் முன்னர் இந்த நாட்டிற்கு வந்த காலத்தை நினைவூட்டியது. லாப நோக்கமல்லாத அந்த அமைப்பு நடக்கவிருந்த தன்னுடைய இயக்குநர்கள் கூட்டத்தில் துவக்க விழா நிகழ்ச்சிகளை நடத்தித் தருமாறு அவர்களைக் கேட்க என்னை அனுப்பியிருந்தது. என்னுடன் லெய்ன் டிவிஸ்ட்டும் வந்தார். அவர் நிதி திரட்டுகிறவர். 'பணத்தின் ஆன்மா' (The Soul of money) என்கிற நூலின் ஆசிரியர். சந்திப்புக்கு ஏற்பாடு செய்ய முயற்சித்தபோது பெரிய அளவு எதிர்ப்பை நாங்கள் சந்திக்க வேண்டியிருந்தது. வாஷிங்டன் ஆதரவு பெற்ற அந்நாட்டு அரசாங்கத்தால் மாயன்கள் துன்புறுத்தப்பட்டதுதான் எங்களது முயற்சிகளைத் தடுக்கிறது என்பது கண்கூடாகத் தெரிந்தது.

ஒரு வழியாக, நானும் லெய்னும் களிமண் மற்றும் வைக்கோல் கலந்து செங்கற்களால் கட்டப்பட்ட சிறு வீடு ஒன்றில் வசிக்கும் பிரபலமான பூசாரி ஒருவரைச் சந்தித்தோம். அவர் நீல நிற ஜீன்ஸும், அழகு வேலைப்பாடு மிக்க பாரம்பரிய சட்டையும் அணிந்திருந்தார்.

சிவப்புத் துணியால் தலைப்பாகை. மரம் எரிந்த வாசமும், மூலிகை வாசமும் அவரது வீட்டில் நிறைந்திருந்தது. அது மலையின் மேலே இருந்தது. நாங்கள் கடந்து சென்று கொண்டிருந்ததைப் போல அதுவும் மண் அரிப்பால் நாசமாகியிருந்தது. அவர் எங்களது கூட்டத்தில் தங்களை ஈடுபடுத்திக் கொள்ள வேண்டும் என்ற எங்கள் விருப்பத்தையும், அவரது மக்களோடு நாங்கள் நெருக்கமாகப் பணியாற்றுவதற்கு அவரது ஆதரவு எங்களுக்கு வேண்டுமென்றும் நான் விளக்கியபோது அவர் அமைதியாகக் கேட்டார். நான் ஸ்பானிய மொழியில் என்னுடைய மொழிபெயர்ப்பாளரிடம் கூறினேன். அவர் உள்ளூர் மாயன் மொழியில் அதைப் பூசாரிக்குத் தெரிவித்தார்.

நான் முடித்தவுடன், அந்தப் பூசாரி கோபமாக தன் பேச்சைத் துவக்கினார். உணர்ச்சி ததும்ப அவர் சத்தமாகக் கேட்டார். "உங்களுக்கு நான் ஏன் உதவ வேண்டும்?". "உங்களது ஆட்கள் எங்கள் மக்களை ஐநூறு ஆண்டுகளாகக் கொன்று குவிக்கிறார்கள். காலனிய காலத்திய ஸ்பானியர்கள் மட்டுமல்ல. உங்களது அரசாங்கம் ரகசிய உளவாளிகளையும், சீருடை அணிந்த படைகளையும் என்னுடைய வாழ்நாள் முழுவதும் அனுப்பிக் கொண்டே இருக்கின்றது. இப்போதும் கூட அது தொடர்கிறது. எங்கள் தலைநகரை நீங்கள் தாக்கினீர்கள். எங்களுக்கு உதவ முயன்ற ஒரே அதிபரான ஆர்பன்சைக் கவிழ்த்தீர்கள். மாயன்களைச் சித்தரவதை செய்வதற்கு நீங்கள் குவாதமாலா படைகளுக்கு பயிற்சி அளித்தீர்கள். இப்போது நீங்கள் என் உதவியைக் கேட்கிறீர்கள்?"

"இந்த மாயன்கள் மனதை எப்போதும் கோபம் ஆக்கிரமித்திருக்கிறது." ஏதோ என் மனதில் ஓடும் எண்ணங்களைப் படித்தவர் போல பிபி கூறினார். "அவர்களது எல்லாப் பிரச்சனைகளுக்கும் நம்மைக் குற்றம் சாட்டுகிறார்கள். நாம் அவர்களுக்கு வேலை கொடுக்கிறோம். அவர்களோ நாம் அவர்களை அடிமைப்படுத்துவதாகப் புகார் கூறுகிறார்கள். நாம் அவர்களை வேலைக்கு எடுத்துக் கொள்ளவில்லை என்றாலும் கலவரம் செய்கிறார்கள், நம்மைக் கொல்ல முயற்சிக்கிறார்கள். சல்லிக்காசுக்கு வேலை பார்க்கத் தயாராக இருக்கும் ஹைட்டியர்களை எங்களது குடும்பம் இறக்குமதி செய்தபோது அதுதான் நடந்தது. அது இங்கு மட்டும் நடக்கவில்லை. இதுபோன்ற சம்பவங்கள் இந்த அரைக்கோளம் எங்கும் நடக்கின்றன. ஆன்டேஸ், அமேசான், மெக்சிகோ, பிரேசில், ஈக்வடார், பெரு, வெனிசுலா, பொலிவியா, கொலம்பியா. ரியோ கிரான்டேவிற்குத் (வடஅமெரிக்காவில் ஓடும் ஒரு பெரிய நதி - மொர்.) தெற்கே இருக்கும் எல்லா நாடுகளிலும் இதுதான். அமெரிக்கர்களாகிய உங்களுக்கு இது புரிவதில்லை. ஏனெனில், நீங்கள் உங்கள் இந்தியர்கள் அனைவரையும் கொன்றழித்துவிட்டீர்கள். உங்களது உதாரணத்தை நாங்கள் பின்பற்றியிருக்க வேண்டும்". தன் கருத்தை வலியுறுத்துவதற்காக அவர் என் முழங் காலைத் தட்டினார். "என்னுடைய சொற்களைக் குறித்துக்

கொள்ளுங்கள். மண்ணின் மக்களை, இந்தியர்களை, அடக்கி வைப்பதே அடுத்த சில பத்தாண்டுகளின் சவாலாக இருக்கும். நீங்கள் ஜனநாயகம் பற்றி என்ன வேண்டுமானாலும் பேசிக் கொள்ளலாம். ஆனால், இந்தியர்களை அவர்களுடைய இடத்தில் கட்டிப் போடுவதற்கு இந்த நாடுகளுக்கு பலமான தலைவர்கள் தேவைப்படப் போகிறார்கள். மாயன்களுக்கு ஜனநாயகம் பற்றி எந்த அக்கறையும் இல்லை. குவெச்சுவாக்களும் அப்படியே. மற்றவர்களுக்கும் (மற்ற பழங்குடியினருக்கும்) ஜனநாயகம் பற்றி அக்கறை எதுவும் இல்லை. வாய்ப்பு கிடைத்தால் நம் ஒவ்வொருவரையும் அவர்கள் கொன்று குவித்துவிடுவார்கள்".

மாயன் பூசாரியுடனான என் அனுபவத்தை நான் அவரிடம் சொல்லவில்லை. பூசாரி இறுதியில் எங்களோடு சேர்ந்து செயல்பட சம்மதித்தார். நாங்களும் அவரும் சேர்ந்தால் என்னுடைய மக்களையும், அவருடைய மக்களையும் இணைக்கும் பாலத்தைக் கட்டலாம்; இதற்காக அவர் எங்களுக்கு உதவ வேண்டும் என்று சொன்ன பிறகுதான் அவர் சம்மதித்தார். "உங்கள் மக்களை எங்கள் அரசாங்கம் நடத்தும் விதம் குறித்து உங்களுக்கு இருக்கும் வெறுப்பு அமெரிக்காவில் உள்ள எங்களில் பலருக்கும் இருக்கிறது; நாங்கள் மாற்றத்தை விரும்புகிறோம்" என்றேன். ஈகுவடாரின் குவெச்சுவாக்கள் எனக்கு பரிசளித்த இன்கான் (குவெச்சா இனத்தின் ராஜவம்சம் - மொர்.) ரத்தினக் கற்கள் இருந்த பையைத் திறந்து காட்டினேன். "லத்தீன் அமெரிக்கா முழுவதும் நாங்கள் இது போன்ற முயற்சிகளில் ஈடுபட்டுக் கொண்டிருக்கிறோம்." அதற்குப் பின் அவர் சரளமாக ஸ்பானிய மொழியில் பேச ஆரம்பித்தார். எனக்கு அது ஆச்சரியமாக இருந்தது.

பிபியின் வாகனங்கள் புவிவெப்ப மின்நிலையம் கட்டப்படவிருந்த இடத்திற்கு வந்து சேரும்போது, எஸ்டபிள்யூஇசிக்கு நான் என்ன பரிந்துரைக்கப் போகிறேன் என்பதை நான் முடிவு செய்துவிட்டேன். உலக வங்கியின் நிதியைப் பயன்படுத்தி செல்வந்தர்களை மேலும் செல்வந்தர்களாக்குவது மற்றும் ஏழைகளை மீளாக்கடனில் ஆழ்த்துவது மட்டும் சம்பந்தப்பட்டதல்ல இத்திட்டம். இது மாயன்களின் புனித உரிமைகளையும் பறிக்கும். மூன்று வாகனங்களும் நின்றபோது, பிபி என்னை மீண்டும் வண்டியிலேயே இருக்கச் சொன்னார். அவரது பாதுகாவலர்கள் இப்போது அவர்கள் மொத்தம் பன்னிரண்டு பேர் அந்தப் பகுதி முழுவதையும் சோதனை செய்தார்கள். வெளியே, மகத்தான நீராவி மேகங்கள் பூமியிலிருந்து எழுந்து வந்தன.

நானும் பிபியும் அந்த இடத்தைச் சுற்றி வந்தபோது அவர் அழுத்தம், கிலோவாட்ஸ் மற்றும் கட்டுமானச் செலவு என பொறியியல் புள்ளிவிவரங்களைக் கூறிக்கொண்டிருந்தார். கந்தகப் புகையை உள்ளிழுத்து, குமிழ்கள் கொப்பளிக்கும் நீர்ச்சுனையின் அருகே நின்றோம். அந்த நீரோடை மலையின் கீழே பள்ளத்தாக்கு வரை

சென்றடையும் இடத்தைக் காட்டி, அங்கு தன் சகோதரி திட்டமிட்டுள்ள சுகாதார விடுதி பற்றி விவரித்தார்.

கண்கூடாகத் தெரிந்த உண்மையைச் சொல்ல வேண்டிய கட்டாயம் எனக்கு ஏற்பட்டது. "மாயன்கள் நிச்சயமாக உங்களைச் சும்மா விடமாட்டார்கள்".

"ஆஹா. இப்போது நீங்கள் சொல்வது தவறு. அவர்கள் முட்டாள்களாக இருக்கலாம். ஆனால் என்னையும் என் குடும்பத்தாரையும் அவர்களுக்குத் தெரியும்....". அவரது குரல் மெல்ல அலைந்தது. புன்னகைத்தார். "அவர்களை நிச்சயமாக வழிக்குக் கொண்டுவர முடியும் என்று நினைக்கிறேன். அதற்கு அதிக செலவும் ஆகாது. உண்மையில் அற்பத்தொகை போதும். அவர்களுக்குத் தேவையானது அவ்வளவுதான். அதனால்தான் எங்களைப் போன்ற பங்குதாரர்கள் உங்களுக்குத் தேவை. பேச்சுவார்த்தை நடத்த கிரிங்கோக்களை (லத்தீன் அமெரிக்க மக்கள் அந்நியர்களை, குறிப்பாக வட அமெரிக்கர்கள் மற்றும் பிரிட்டிஷ்காரர் களைக் கேலியாகக் குறிக்கப் பயன்படுத்தும் சொல் - மொர்.) அழைத்து வந்தீர்களென்றால் பிரச்சனை சிக்கலாகிவிடும். மாறாக, எங்களால் சமாளிக்க முடியும்." என் கண்களை அவரது கண்கள் சந்தித்தன. "நான் என்ன சொல்கிறேன் என்பது உங்களுக்குத் தெரியும் என நினைக்கிறேன்" என்றார்.

ஆமோதிக்கும் விதமாக தலையசைத்துவிட்டு, திரும்பினேன். எனக்குப் புரிந்தது மட்டுமல்ல, அது எனக்கு கோபமூட்டியது. நீர்ச்சுனையின் எதிர்பக்கத்திற்கு நடந்து சென்றேன். ஒரு சிறு கல்லை எடுத்தேன். கொப்பளிக்கும் நீரில் எறிந்தேன். அதோடு, அந்த அற்புதத்தை உருவாக்கியமாயன் தேவதைகள் அல்லது வேறு எந்த சக்தியோ அதற்கு என் வணக்கங்களையும் சேர்த்து அனுப்பினேன்.

நகருக்கு நாங்கள் திரும்பி வந்தபோது போக்குவரத்து நெரிசல் காரணமாக மிகவும் தாமதமானது. அதனால், நான் எனது விமானத்தைத் தவறவிட்டேன். பிபி அசரவில்லை. அவர் தன் விமான ஓட்டிகளை அழைத்தார். அவர்கள் என்னை அவரது கட்டடத்திலிருந்து காரில் அழைத்துச் சென்றனர். அவருக்குச் சொந்தமான, தனிப்பட்ட உபயோகத்திற்கான விமானத்தில் பறந்தேன். அவரது விமான ஓட்டிகள் இருவரும், ஆயிரக்கணக்கான டாலர் மதிப்புள்ள விமான பெட்ரோலும் என்னை மியாமிக்கு அழைத்துச் செல்கின்றன. நான் அவரது திட்டத்திற்கு முடிவு கட்டப்போகிறேன். எவ்வளவு பெரிய முரண்பாடு. அவரது விமானத்தை ஏற்றுக் கொண்டது தவறு என்று எண்ணினேன். பின்னர், என்னை நானே மன்னித்துவிட்டேன். மாயன் பூசாரியும், புவிவெப்ப தேவதைகளும் மகிழ்ச்சி அடைவார்கள்; எனக்கு நன்றியுள்ளவர்களாகவும் இருப்பார்கள் என்று கற்பனை செய்து கொண்டேன்.

பிபி சொன்ன ஒரு வாக்கியம் என்னை வருடக்கணக்கில் வாட்டிக் கொண்டிருந்தது. "என்னுடைய சொற்களைக் குறித்துக் கொள்ளுங்கள்.

மண்ணின் மக்களை, இந்தியர்களை, அடக்கி வைப்பதே அடுத்த சில பத்தாண்டுகளின் சவாலாக இருக்கும்." நாம் மூன்றாவது ஆயிரமாண்டு களின் துவக்கத்தை நெரு ்கும்போதும், அவை துவங்கிய பின்பும் இந்த சொற்கள் ஒரு புது அர்த்தம் பெற்றன.

1998லிருந்து தென் அமெரிக்காவின் ஏழு நாடுகளைச் சேர்ந்த 37 கோடி மக்களில் 30 கோடி பேர் அந்நியர்களின் சுரண்டலுக்கு எதிராகப் பிரச்சாரம் செய்த அதிபர்களுக்கு வாக்களித்தார்கள். நமது ஊடகங்கள் மற்றும் அரசியல்வாதிகள் அதை கம்யூனிசம், அராஜகம் அல்லது பயங்கரவாதத்திற்கான ஓட்டு என்றபோதும் அவை அப்படியல்ல. அவை அனைத்தும் சுயநிர்யணத்திற்கானவே. ஜனநாயக தேர்தல் முறையின் மூலம் நமது அண்டை நாடுகள் நமக்கு ஒரு வலுவான செய்தியைக் கூறியிருக்கிறார்கள். அவர்கள் நம் அல்டுரூயிசத்தை (Altruism) நாடவில்லை. நமது பன்னாட்டு நிறுவனங்கள் அவர்களையும், அவர்களது மண்ணையும் பழிப்பதை நிறுத்த வேண்டும் என்கிறார்கள், அவ்வளவுதான்.

1770களில் பிரிட்டிஷ் பேரரசை எதிர்த்துப் போராடிய பைய்னே, ஜெப்பர்சன், வாஷிங்டன், மற்றும் வீரமிக்க ஆண்கள், பெண்கள், குழந்தைகள் அனைவரின் காலடிகளைப் பின்பற்றுகிறார்கள் லத்தீன் அமெரிக்கர்கள். பேரரசுக்கு எதிரான இன்றைய புரட்சியின் முன்னணியில் பீடுநடை போடுவது மண்ணின் மக்கள் என்பது வரலாற்றின் வசீகரமான திருப்பம். நமது தேசத் தந்தையர் கூட்டுவாழ்க்கை முறை கொண்ட இரோகோயிஸ் (Iroquois) ஒரு அமெரிக்கப் பழங்குடியினம் - மொர்) கோட்பாடுகளை தமது அரசாங்கத்திற்கு அடிப்படையாகக் கொண்டார்கள்; நமது ராணுவம் இந்தியர்களைப் படைவீரர்களாகவும், உளவாளிகளாகவும் பயன்படுத்தியது; இறுதியில் நமது நாடு அவர்களுக்கு அளித்த வெகுமதி அவர்களை ஒதுக்கி வைத்ததும், கொன்றழித்ததும்தான். பல தென் அமெரிக்க நாடுகளுக்கு அவர்கள்தான் முன்னணிப்படை. ஒரு புதிய தலைமுறை நாயகர்கள் தோன்றி எழுந்து கொண்டிருக்கிறார்கள். கொலம்பிய கலாசாரத்திற்கு முந்தைய கலாசாரங்களில் பிறந்தவர்கள் என்றபோதும், இந்தத் தலைவர்கள் தங்களது தளம் எனக் கருதுவது ஏழைகளையும், சுதந்திரமான வாக்குரிமை மறுக்கப்பட்ட மக்களையும்தான். இனம், பாரம்பரியம், மதம் போன்ற வேறுபாடுகள் பார்ப்பதில்லை. அந்த மக்கள் இடநெருக்கடி மிகுந்த சேரிகளில் வாழ்கிறார்களா அல்லது தொலைதூரப் பண்ணைகளில் உயிர் பிழைத்திருக்கிறார்களா என்கிற பேதம் இல்லை. பொலிவியாவை விட இது வேறெங்கும் வெளிப்படையாக இல்லை.

2005ம் ஆண்டு நடந்த பொலிவிய அதிபர் தேர்தலை நான் கவனித்துக் கொண்டிருந்தபோது, பிபி என்ன நினைத்துக் கொண்டிருக்கிறாரோ என்று எனக்கு வியப்பாக இருந்தது. அய்மாரா இந்தியன் இனத்தைச் சேர்ந்த மிகவும் எளிமையான குடும்பத்தில்

பிறந்த உள்ளூர் விவசாயி ஒருவர் பெரும்பான்மை பெற்று வென்றபோது அவரது எதிர்வினை என்னவாக இருந்தது? இவா மொராலெசின் வெற்றி பிபியின் கெட்ட கனவு நனவானது போலாகும். தேர்தலுக்குப் பிந்தைய கொண்டாட்டங்களைத் தொலைக்காட்சியில் பார்த்துக் கொண்டிருந்த போது, அந்த நாட்டில் மிகவும் சக்தி வாய்ந்த பணிகளில் ஒன்று எனக்கு வழங்கப்பட்ட காலத்திற்கு நான் அழைத்துச் செல்லப்பட்டேன். அது நடந்த விதத்திலிருந்து நிறுவன அதிகார வர்க்கத்தின் அணுகுமுறையையும், செயல்பாடுகளையும் தெரிந்து கொள்ளலாம்.

17
பொலிவிய மின் நிறுவனத்தின் தலைவர்

"பேரரசுகளால் சுரண்டடப்பட்ட நாடுகள் எப்படியிருக்கும் எனத் தெரிந்து கொள்ள வேண்டுமென்றால் பொலிவியாவைப் பாருங்கள்". 1968ல் புளோரிடாவிலுள்ள எஸ்கோன்டிடோ எனும் இடத்தில் நடந்த 'அமைதிப்படை' அமைப்பின் முகாம் ஒன்றில் ஒரு ஆசிரியர் கூறிய இந்த வார்த்தைகள் என்னுள்ளேயே தங்கிவிட்டன. அவர் பொலிவியாவில் வாழ்ந்து கொண்டிருந்தார். பல நூற்றாண்டுகள் நடந்த ஒடுக்குமுறைகள் எவ்வளவு பாதிப்பை ஏற்படுத்தியிருக்கிறது என்பதை எங்கள் மனதில் தொடர்ந்து பதிய வைத்துக் கொண்டிருந்தார்.

பயிற்சி முடிந்த பின், நான் ஈக்வடாரில் ஒரு தொண்டராக பணியாற்றிக் கொண்டிருந்தபோது, பொலிவியாவைப் பற்றி நான் அடிக்கடி நினைத்துப் பார்ப்பேன். சுற்றிலும் நிலத்தால் சூழப்பட்ட நாடு. வரைபடத்தில் 'டோநட் கேக்' வடிவில் அமைந்த பெரு, சிலி, அர்ஜென்டினா, பராகுவே மற்றும் பிரேசில் ஆகிய நாடுகளுக்கு மத்தியில் அந்த கேக்கில் இருக்கும் ஓட்டை போல் காட்சியளிக்கிறது. பராகுவே தவிர பொலிவியாவின் மற்ற எல்லா அண்டை நாடுகளுக்கும் நான் சென்றிருக்கிறேன். பராகுவேயின் அதிபர் ஜெனரல் ஆல்பிரடோ ஸ்டிரோஸ்னர் நாஜிக்களின் சீக்ரட் சர்வீஸ் (யூதர்களைப் படுகொலை செய்வது அவர்களது முக்கிய பணி - மொர்) அதிகாரிகளுக்கு அடைக்கலம் கொடுக்கும் அவரது கொள்கைக்கு என்னுடைய தனிப்பட்ட எதிர்ப்பைக் காட்டும் விதமாக நான் பராகுவே செல்வதைத் தவிர்த்தேன். பொலிவியா செல்வதையும் நான் கவனமாகத் தவிர்த்தேன். ஏனெனில், ஈகுவடாரைவிட பொலிவியா இந்தியர்கள் விஷயத்தில் மிகக் கொடூரமாக நடந்து கொள்ளும் என்று என்னோடு சில நேரங்களில் தங்கியிருந்த இளம் வட அமெரிக்கர்கள் விவரித்திருக்கிறார்கள்.

இந்த வகையில் ஈக்வடாரை வேறு எந்த நாடும் மிஞ்சிவிட முடியாது என்பது போல அப்போது தோன்றியது. அந்நாட்டின் வசதி மிக்க மேட்டுக்குடியினர் மண்ணின் மக்களை மனிதர்களைவிடக் கீழான பிறவிகளாகவே கருதினார்கள். அமெரிக்காவில் சில

பத்தாண்டுகளுக்கு முன்னர் ஆப்பிரிக்க அமெரிக்கர்களுக்கு மறுக்கப்பட்டது போல அவர்களுக்கும் குடியுரிமை மறுக்கப்பட்டிருந்தது. பணக்கார இளைஞர்கள் விளையாடும் ஒரு விளையாட்டு பற்றி ஏராளமான வதந்திகள். பட்டினியில் வாடும் தன் குடும்பத்தைக் காப்பாற்ற சோளக்கதிரைப் பறிப்பது போன்ற ஏதேனும் சட்டவிரோதமான செயலில் ஈடுபடும் இந்தியர் எவரையாவது பிடிப்பார்கள். ஓடச் சொல்வார்கள். ஓடும்போது, சுட்டு வீழ்த்திவிடுவார்கள். அமேசானில் எண்ணெ நிறுவன கூலிப்படையினர் இது போன்ற 'தண்டனைகளை' நிறைவேற்றுவதுண்டு. பயங்கரவாதிகளுக்கு எதிரான சண்டை என்று அதை நியாயப்படுத்துவார்கள்; விளையாட்டு என்று அல்ல. எனினும், ஈக்வடாரில் இத்தகைய ஒடுக்குமுறை நடந்தபோதும், பொலிவியா மிக மோசம் என்பது வெளிப்படையாகத் தெரிந்தது.

ஒடுக்குமுறைக்கு எதிராகப் போராடுவது என்று தீர்மானித்த அர்ஜென்டினாவைச் சேர்ந்த மருத்துவரான சே குவேரா பொலிவியாவை தன்னுடைய யுத்தகளமாகத் தேர்ந்தெடுத்தது இந்தக் கருத்துக்கு வலு சேர்க்கிறது. ஆளும் வர்க்கம் வாஷிங்டனின் உதவியைக் கேட்டது. மனிதப்பிறவியைவிடக் கீழானதாகவோ அல்லது பயங்கரவாதியாகவோ வகைப்படுத்தப்படுவதைவிட மோசமாக வகைப்படுத்தப்பட்டார் சே; அவரை கியூபா ஆதரித்ததால் அவர் கம்யூனிஸ்ட் வெறியர் என வகைப்படுத்தப்பட்டார். அவரை வேட்டையாட வாஷிங்டன் தன்னுடைய மிகத் திறமை வாய்ந்த குள்ளநரிகளில் ஒன்றை அனுப்பி வைத்தது. 1967 அக்டோபர் மாதம் பொலிவியாவிலுள்ள லா ஹிகுவேரா எனும் காட்டில் சிஐஏ உளவாளி பெலிக்ஸ் ரோட்ரிக்ஸ் 'சே'வைப் பிடித்தான். பொலிவியர்களின் நிர்ப்பந்தத்தின் காரணமாக 'சே'வைச் சுட்டுக் கொல்லுமாறு ரோட்ரிக்ஸ் பொலிவிய ராணுவத்திற்கு உத்தரவிட்டான். அதற்குப் பிறகு, பொலிவியாவின் மீது நிறுவன அதிகார வர்க்கத்தின் பிடி இறுகியது. டோநட் கேக் தன் ஓட்டையை நசுக்கியது.

1970களின் மத்தியில் ஒரு பொருளாதார அடியாளாக நான் பொலிவியாவிற்குச் செல்லும் முன் அந்நாடு பற்றி ஆய்வு மேற்கொண்டேன். நான் எதிர்பார்த்ததைவிட அங்கு ஒடுக்குமுறை மிகமிக அதிகமாக இருந்தது. என்னுடைய பீஸ் கார்ப்ஸ் ஆசிரியரோ அல்லது அமெரிக்க யாத்ரிகர்களோ மேலோட்டமாகத்தான் பார்த்திருக்கிறார்கள். அமல் பகுதியை சுரண்டிக் கூட பார்க்கவில்லை. ஏடறிந்த வரலாறு துவங்கிய திலிருந்து அந்த நாடு வன்முறையால் பீடிக்கப்பட்டிருந்திருக்கிறது. ஏதேனும் ஒரு பேரரசுக்கோ அல்லது அடுத்தடுத்து வந்த ஈவிரக்கமற்ற கொடுங்கோலர்களுக்கோ அது பலியாகியிருக்கின்றது.

13ம் நூற்றாண்டில் பொலிவியாவின் உள்நாட்டுக் கலாசாரங்கள் இன்கா இனத்தவரால் வென்று அடக்கப்பட்டன. 1530களில் படையெடுத்த ஸ்பானிய ஆக்கிரமிப்புக் குழுக்கள் இன்காக்களைத்

தோற்கடித்தன. ஈவிரக்கமின்றி பல்லாயிரக்கணக்கானோரைக் கொன்று குவித்தனர். 1825 வரை இரும்புக்கரம் கொண்டு ஆட்சி நடத்தினர். 1879 முதல் 1935 வரை தொடர்ச்சியாக நடந்த யுத்தங்களில் பொலிவியா தன்னுடைய கிழக்கு கடற்கரையை சிலியிடமும், எண்ணை வளம் மிக்க சாகோ பகுதியை பராகுவேயிடமும், ரப்பர் விளையும் காடுகளை பிரேசிலிடமும் இழந்தது. 1950களில் விக்டர் பாஸ் எஸ்டன்சோரோ தலைமையிலான சீர்திருத்தவாத அரசாங்கம் பெரும்பான்மையான இந்தியர்களின் வாழ்க்கையை மேம்படுத்த திட்டங்களைத் துவக்கியது. அடக்குமுறையின் வடிவமாக இருந்த வெள்ளீயச் சுரங்கங்களை தேசியமயமாக்கியது. சர்வதேச வர்த்தக சமுதாயம் ஆத்திரமடைந்தது; 1964ல் எஸ்டன்சோரோ அரசாங்கம் ஒரு ராணுவப் புரட்சி மூலம் தூக்கி எறியப்பட்டது. சிஐஏவிற்கு அதில் சம்பந்தம் இருப்பதாகக் கூறப்பட்டதில் ஆச்சரியம் எதுவுமில்லை. 1970களில் புரட்சிகளும், எதிர்ப்புரட்சிகளும் தேசத்தை அலைக்கழித்தன.

பூகோளமும் கூட ஒடுக்கும் தன்மை கொண்டதாக இருந்தது. மிகவும் கரடுமுரடான இரு ஆன்டியன் மலைத் தொடர்களால் நாடு மூன்று பிரதேசங்களாகப் பிரிக்கப்பட்டிருந்தது. ஆல்டிபினோ என்றழைக்கப்பட்ட பாறைகளாலான மனிதர்கள் செல்ல முடியாத மிகவும் உயரத்தில் இருந்த பீடபூமி; மேற்கில் அரை உஷ்ணப் பள்ளத்தாக்கு; கிழக்கில் தாழ்வான நிலமும், மழைக்காடுகளும்.

பொலிவியாவின் 90 லட்சம் மக்கள் தொகையில் பெரும்பாலோர் இந்தியர்கள். பலமான காற்று வீசும் ஆன்டியன் சரிவுகளில் தொற்றிக் கொண்டிருக்கும் அவர்கள் காலம் காலமாகப் பண்ணைகளில் யாசகம் போல் கொடுக்கப்படும் அற்பக் கூலியைக் கொண்டு பிழைத்திருந்தார்கள். இன பன்முகத்தன்மையைப் பிரதிபலிக்கும் வண்ணம் பொலிவியாவில் ஆட்சி மொழிகள் மூன்று இருந்தன. குவெச்சுவா, அய்மாரா, ஸ்பானிய மொழிகள். வெள்ளி, வெள்ளீயம், துத்தநாகம், எண்ணை, நீர்மின்சாரம் மற்றும் தென் அமெரிக்காவிலேயே வெனிசுலாவிற்கு அடுத்தபடியாக அதிகமான இயற்கை எரிவாயு என இயற்கை வளங்கள் நிறைந்திருந்த போதும் அரைக்கோளத்தின் ஏழ்மையான நாடுகளில் பொலிவியாவும் ஒன்று.

ஐஎம்எப்பின் கட்டமைப்பு சீர்திருத்தத் திட்டங்களை முதலில் அமல்படுத்திய நாடுகளில் அதுவும் ஒன்று. நான் அதில் சில பொறுப்புகள் ஏற்க வேண்டியிருந்தது.

1970களின் மத்தியில் நான் பொலிவியா வந்து சேர்ந்தபோது, சே விட்டுச் சென்ற பாரம்பரியத்தால் உண்டான அச்சம் காரணமாக அந்த நாட்டின் செல்வந்தர்களும், ராணுவமும் கூட்டணி அமைத்துக் கொண்டு மண்ணின் மக்களைப் பிராணிகள் போல் நடத்தினார்கள். அந்தக் கூட்டணியை நிறுவன அதிகார வர்க்கத்துடன் தன்னை இன்னும் விரிவாக ஒருங்கிணைத்துக் கொள்ளத் தூண்டும் வழிகளை ஆராய்வதுதான் என்னைப் போன்ற பொருளாதார அடியாட்களின்

வேலை. பல்வேறு தரப்பட்ட பொலிவியர்களுடன் நான் நடத்திய கூட்டங்களின் போது நான் உருக்கொடுத்த கருத்துகள், பின்னர் 1980கள் மற்றும் 1990களில் பல நாடுகளால் ஏற்றுக் கொள்ளப்பட்ட கட்டமைப்பு சீர்திருத்தத் திட்டங்களின் கருத்துகளாக தெளிவான பரிணாமம் பெற்ற கருத்துகளைப் போல இருந்தன. இந்தோனேஷியாவின் சுகார்த்தோவைப் போல, பொலிவியாவின் ஆட்சியாளர்களும் தங்கள் நாட்டின் இயற்கை வளங்களை அந்நியர்களுக்கு விற்கும் திட்டங்களையே அமல்படுத்துவது என முன்னரே தீர்மானித்திருந்தனர். அந்நிய சுரங்க நிறுவனங்களுக்கு இணங்கி, அவர்கள் மூலம் தங்களை வளமாக்கிக் கொள்வது என்கிற நீண்ட வரலாறு அவர்களுக்கு உள்ளது. அவர்கள் அதீதமாகக் கடன் பட்டார்கள். பாரம்பரிய எதிரிகளான தங்களது அண்டை நாடுகள் மற்றும் தங்களது சொந்த நாட்டு மண்ணின் மக்களால் ஆபத்து உண்டாகக் கூடும் என்று பயந்த அவர்கள் வாஷிங்டனிடம் பாதுகாப்பு குறித்த உத்தரவாதம் பெறவும், அந்தப் போக்கில் மேலும் பணம் சேர்க்கவும் விரும்பினார்கள். தாங்கள் கொள்ளையடித்த பணத்தை சுகார்த்தோவைப் போலவே அமெரிக்காவிலும், ஐரோப்பாவிலும் முதலீடு செய்தார்கள். இவ்வாறாக, பொலிவியாவில் எதிர்காலத்தில் ஏற்படக் கூடிய பொருளாதார நெருக்கடி தங்களைப் பாதிக்காத வண்ணம் பாதுகாத்துக் கொண்டார்கள்.

1970களில் நடந்த அந்த ஆரம்பக் கூட்டங்களில் பொலிவியாவில் தனியார்மயம் செய்வதற்கான சூழல் கனிந்திருக்கிறது என்று நான் தீர்மானித்திருந்தேன். லா பாஸ் நகரத்தின் (பொலிவியாவின் தலைநகரம்) தொழிலதிபர்களும், அரசியல்வாதிகளும் சுரங்க நிறுவனங்களால் ஆரம்பித்து வைக்கப்பட்ட மாதிரியை விஸ்தரிக்க ஆவலாக இருந்தார்கள். இது தேசத்தின் இறையாண்மையை விற்பதற்கு ஒப்பாகும் என்றபோதும், குடிநீர், சாக்கடை, மின் வசதிகள், போக்குவரத்து மற்றும் தகவல் தொடர்பு கட்டமைப்புகள், கல்வி மற்றும் நீதித்துறை ஆகியவையும் உள்ளிட்ட திட்டங்களுக்கு வரி விதிப்பதன் மூலமும், மூலதனச் சந்தை மூலமும், தங்களது சொந்த வங்கிக்கணக்குகள் மூலமும் நிதி திரட்ட வேண்டிய சுமையிலிருந்து அவர்கள் விடுபட்டார்கள். என்னுடைய உதவியால் அவர்களுக்கு நல்ல லாபம் கிடைக்கக் கூடிய உப ஒப்பந்தப் பணிகள் கிடைக்கும், அவர்களது குழந்தைகளுக்கு அமெரிக்காவில் எல்லாச் செலவுகளும் ஏற்றுக் கொள்ளப்பட்ட கல்வியோடு கூட எங்களது பெருமை மிக்க பொறியியல் மற்றும் கட்டுமான நிறுவனங்களில் பயிற்சியும் கிடைக்கும் என்று நான் கூறியதையும் அவர்கள் புரிந்து கொண்டார்கள். அவர்கள் உற்சாகமாக அந்நிய முதலீட்டாளர்களுக்கு வரிச்சலுகைகளுக்கு ஒப்புக் கொண்டார்கள்; அமெரிக்க இறக்குமதியின் மீதிருந்த தடையை நீக்க ஒப்புக் கொண்டார்கள்; அதே நேரத்தில், பொலிவியப் பொருட்களின் இறக்குமதிக்கு நாங்கள் விதித்த தடையை ஏற்றுக் கொண்டார்கள்.

சாராம்சத்தில், பொலிவிய செல்வந்தர்கள் மற்றும் ராணுவக் கூட்டணி ஒரு புது வகை காலனிமயமாக்கலை அது 'நல்ல ஆட்சி நிர்வாகம்', 'வலுவான பொருளாதாரம்', 'கட்டமைப்பு சீரமைப்பு' போன்ற ஐஎம்எப்பின் வார்த்தைகளின் பின்னால் மறைத்து வைக்கப்பட்டிருக்கும் வரை ஏற்றுக் கொள்ளத் தயாராக இருந்தார்கள் போலத் தெரிந்தது.

அரசு தனியார் கூட்டுத் திட்டங்கள் மற்றும் அந்நிய மூலதனத்தை அனுமதித்தும், நாணய மாற்றில் இருந்த தடைகளை நீக்கியும் அரசாங்கம் சட்டம் இயற்றிய பின் பொலிவியாவின் ஐந்து மிகப் பெரும் அரசு நிறுவனங்களைத் தனியார்மயமாக்குவதற்கு அதிக காலம் தேவைப் படவில்லை. மேலும், 1990ல் அரசுக்குச் சொந்தமான சுமார் 150 நிறுவனங் களை அந்நிய முதலீட்டாளர்களுக்கு விற்கப்போவதாக அரசாங்கம் அறிவித்தது. மற்றும், விதியின் சுவாரஸ்யமான திருப்பமாக, பொலிவியாவின் மிகவும் சக்தி வாய்ந்த மின் உற்பத்தி நிறுவனத்தின் தலைவர் பதவி எனக்கு அளிக்கப்பட்டது.

1990ல் 'லுகாடியா நேஷனல் கார்ப்பரேஷன்' என்கிற அமெரிக்க நிறுவனம் என்னைத் தொடர்பு கொண்டது. அவர்களுக்கு முழுக்க முழுக்கச் சொந்தமான 'பொலிவியா பவர் கம்பெனி' (ஸ்பானிய மொழியில் அதன் சுருக்கம் கோபி -COBEE) என்கிற அவர்களது சகோதர நிறுவனத்தின் தலைவர் பதவியை ஏற்றுக் கொள்ள விருப்பமா என்று கேட்டனர். சிக்கலில் இருக்கும் நிறுவனங்களை விலைக்கு வாங்கி அவற்றை லாபகரமானதாக மாற்றும் திறன் கொண்டது என்கிற பெயர் பெற்றிருந்தது லுகாடியா நேஷனல் கார்ப்பரேஷன். (2004ல் அமெரிக்காவின் இரண்டாவது மிகப் பெரிய தொலைதூர சரக்கு போக்குவரத்து நிறுவனமான எம்சிஐ இன்கார்ப்பரேஷனின் 50%க்கும் அதிகமான பங்குகளை வாங்குவதற்காக, அமெரிக்க அரசாங்கத்திடம் அனுமதி கேட்டபோது அது புகழ் பெற்றது. பெரிய நிறுவனங்கள் தங்கள் போட்டியாளர்களை, சிறு நிறுவனங்களை விலைக்கு வாங்குவதையும், மற்ற நிறுவனங்களுடன் சேர்ந்து பொருட்களின் விலைகளை நிர்ணயிப்பதையும் தடுக்கும் சட்டங்கள் அமெரிக்காவில் இருக்கின்றன. இவற்றிற்கு Antitrust laws என்று பெயர்.) இந்த பவர் கம்பெனியை நிர்வகிக்கும் தனித்தகுதி பெற்றவனாக நான் இருப்பதாக அந்நிறுவனத்தின் பிரதிநிதிகள் என்னிடம் தெரிவித்தனர். பொலிவியாவின் கட்டமைப்பு சீரமைப்புத் திட்டங்களை வடிவமைக்க உதவியவன் நான். அது மட்டுமின்றி 1) அமெரிக்காவில் உள்ள முற்றிலும் எனக்குச் சொந்தமான மின் நிறுவனத்தின் தலைமை நிர்வாக அதிகாரியாகவும் இருந்தேன். நான் பொருளாதார அடியாள் வேலையை விட்டபின் இதைத் துவக்கியிருந்தேன். என்னுடைய பொருளாதார அடியாள் வேலையால் பயன்பெற்றவர்களின் ஆதரவால் பெருமளவு அந்த நிறுவனம் ஆதாயம் பெற்றது. 2)எனக்கு ஸ்பானிய மொழி தெரியும். லத்தீன் அமெரிக்கக் கலாசாரங்கள் அத்துப்படி. 3)

ஒரு முன்னாள் பொருளாதார அடியாள் என்ற வகையில், மின்திட்டத்தின் விரிவாக்கத் திற்குத் தேவையான கடனை உலகவங்கி மற்றும் இன்டர்அமெரிக்கன் வளர்ச்சி வங்கியிலிருந்து பெறுவதற்குப் பொருத்தமான ஆளாக இருந்தேன்.

கிழக்கு கடற்கரையில் நேர்காணல்கள் முடிந்தவுடன் என்னையும், என் மனைவி வினிபிரெட்டையும், என் ஏழு வயது மகள் ஜெஸ்ஸிகாவையும் சால்ட் லேக் சிட்டியில் தங்களுடைய மாளிகையில் லுகாடியாவின் தலைமை நிர்வாகி அயன் கம்மிங்கைச் சந்திப்பதற்காக விமானத்தில் அழைத்துச் சென்றார்கள். அவரும் அவரது மனைவியும் அங்குதான் பெரும்பாலும் இருப்பார்கள். பல்வேறு அதிகாரிகளுடன் அறிமுகச் சந்திப்புகளுக்குப் பின்னர் கம்மிங்சை அவர்களது விருந்து உண்ணும் அறையில் சந்தித்தோம். அக்குடும்பத்தின் தலைமை சமையல்காரர் மற்றும் பணியாளர்களால் பரிமாறப்பட்ட மிகவும் உயர்ந்த ரக உணவு அருந்தினோம். பின்னர் அயனும் நானும் தனியே உரையாடுவதற்காக அவரது அலுவலக அறைக்குச் சென்றோம். ஒரு கட்டத்தில், அவரது உதவியாளர் ஒருவர் மிகவும் பவ்யமாகக் குறுக்கிட்டார். மொழிபெயர்ப்பாளர் மருத்துவரைச் சந்திக்கச் சென்றுவிட்டதால் லா பாசிலிருந்து வந்துள்ள ஒரு தொலைநகல் செய்தியை மொழி பெயர்க்குமாறு என்னிடம் கேட்டுக் கொண்டார். ஆங்கிலத்தில் அந்த செய்தியை சத்தமாகப் படித்தபோது, எனது மொழி ஆற்றல் பரிசோதிக்கப்படுகிறதோ என்கிற சந்தேகம் வந்ததைத் தவிர்க்க முடியவில்லை.

அந்தப் பரீட்சையிலும், மற்ற பரீட்சைகளிலும் நான் தேர்ச்சி பெற்றேன். சால்ட் லேக் சிட்டி பயணத்திற்குப் பின்னர், லுகாடியா நாங்கள் மூவரும் பொலிவியா செல்வதற்கு ஏற்பாடு செய்தது.

18
லா பாஸில் லாபத்தைப் பெருக்குவது

நாங்கள் எல் ஆல்டோவில் இறங்கினோம். ஒரு பீடபூமியில் கடல்மட்டத்திலிருந்து கிட்டத்தட்ட 13000 அடி உயரத்திலிருக்கும் அந்த வர்த்தக விமானநிலையம் உலகின் மிக உயரத்திலிருந்கும் விமான நிலையங்களில் ஒன்று. சுங்கச் சோதனையிலிருந்து வெளியே வந்தபோது, கோபியின் (COBEE) ஓய்வு பெறவிருக்கும் தலைவர் மற்றும் அவரது மனைவி ஆகியோரை சந்தித்தோம். அவர்களும், நிறுவனத்தின் இதர அதிகாரிகளும் நாங்கள் தங்கியிருந்தபோது எங்களை ராஜ குடும்பத்தவரைப் போல நடத்தினார்கள். வண்ணமயமான உள்ளூர் கடைவீதிகளுக்கும், அருங்காட்சியகங்களுக்கும், காலனிய காலத்தைச் சேர்ந்த தேவாலயங்களுக்கும், ஜெஸ்ஸிகா பயிலும் முற்றிலும் அமெரிக்க மயமாக்கப்பட்ட பள்ளிக்கும், எங்களை உறுப்பினர்களாகச் சேர்த்துக் கொள்ள ஆவலாக இருந்த மேட்டுக்குடியினர் விடுதிக்கும், லா பாஸ் நகரத்தைச் சுற்றியுள்ள மலைகளின் கண்கவரும் இயற்கை காட்சிகள் நிறைந்த இடங்களுக்கும், சந்திரப் பள்ளத்தாக்கில் இருந்த அலங்கோலமாக சிதைந்து போன மணல் உருவங்களைக் காணவும் அவர்கள் எங்களை அழைத்துச் சென்றனர். மின்நிலையங்கள், துணைநிலையங்கள், மற்றும் மின்சக்தி விநியோகிக்கப்படவிருக்கும் பாதைகளுக்கும் எங்களை வழிநடத்திச் சென்றனர்.

மழை பெய்து கொண்டிருந்த ஒரு பிற்பகலில் ‘நமது திட்டத்தின் இதயத்தையும், ஆன்மாவையும்’ எங்களுக்குக் காட்டப் போவதாக அதிகாரி ஒருவர் அறிவித்தார். நான் கனகச்சிதமாக நிர்மாணிக்கப்பட்ட ஒரு பொறியியல் அற்புதத்தை எதிர்பார்த்தேன். அதற்குப் பதிலாக, அவரது ஓட்டுநர் உறைய வைக்கும் தூறலின் ஊடே லா பாஸ் நகரத்தின் மத்தியில் இருக்கும் ஒரு வர்த்தக வங்கிக்கு எங்களை அழைத்துச் சென்றார்.

வங்கிக் கட்டடத்தின் ஓரத்திலும், அதைச் சுற்றியும் இந்தியர்கள் ஒழுங்கற்ற வரிசையில் நின்றிருந்தார்கள். நனைக்கும் மழையிலிருந்து தப்பிக்க தங்களுக்குள் நெருக்கியடித்துக் கொண்டிருந்த அவர்களில் பலர் தங்களது தலைக்கு மேலே செய்தித்தாள்களைப் பிடித்திருந்தனர். அவர்கள் பாரம்பரிய ஆடைகள் அணிந்திருந்தனர். கம்பளியால் ஆன (உல்லன்) கால்சராய்களும், குட்டைப் பாவாடைகளும், புன்சோக்களும்

(நீளமான மேலங்கி - மொர்.) அணிந்திருந்தனர். கார் ஜன்னல் கண்ணாடியைச் சற்று இறக்கினேன். முகத்தில் குளிர் காற்று அடித்தது. நனைந்த கம்பளி வாசமும், குளிக்காத உடலின் நாற்றமும் அடித்தது. ஸ்பானிய ஆக்கிரமிப்பாளர்கள் வெள்ளீயச் சுரங்கங்களில் வேலை பார்க்க வரிசையாக நிற்க வைத்ததை நினைவூட்டும் வகையில் அவர்கள் நின்றிருந்தனர். அமைதியாக நின்றிருந்த அவர்கள் வங்கியையே உற்றுப் பார்த்துக் கொண்டிருந்தார்கள். அவ்வப்போது வங்கியின் பிரம்மாண்டமான கதவுகளை நோக்கி ஒரு எட்டு முன்னே எடுத்து வைப்பார்கள். அங்கே வங்கி வாயிலில் நின்றிருந்த ஆயுதந்தாங்கிய காவலர்கள் இவர்களைக் கண்காணித்துக் கொண்டிருந்தார்கள். கந்தலுடுத்திய டஜன் கணக்கான சிறுவர் சிறுமியர் அந்த வரிசையில் ஆங்காங்கே நின்றிருந்தனர். பெண்கள் தங்களது தோளிலிருந்து தொங்கிய சால்வைகளில் குழந்தைகளைச் சுருட்டி எடுத்து வந்திருந்தார்கள். மழை நீர் அவற்றிலிருந்து சொட்டிக் கொண்டிருந்தது. "அவர்கள் தங்களது மின் கட்டணத்தைச் செலுத்த வந்திருக்கிறார்கள்" என்று அதிகாரி விளக்கினார்.

"எவ்வளவு காட்டுமிராண்டித்தனமாக இருக்கிறது". வினிபிரெட் முணுமுணுத்தார்.

"அதற்கு மாறாக, இவர்கள் அதிர்ஷ்டசாலிகள். அவர்களது கிராமப்புறத்து சொந்தங்களைப் போலல்லாமல், மின் சட்டகத்துடன் இணைக்கப்பட்டுள்ள இவர்கள் சிறப்புரிமை பெற்றவர்கள். இவர்களுக்கு மின்சாரம் கிடைக்கிறது" என்று அதிகாரி அதைத் திருத்தினார்.

நாங்கள் அலுவலகத்திற்குக் காரில் திரும்பிக் கொண்டிருந்தபோது, அதிகாரி ஓட்டுநருக்கு அருகிலிருந்த தன் இருக்கையிலிருந்து திரும்பி, அமெரிக்காவிற்கு அமெரிக்கத் தூதரகத்தின் மூலம் கோபி ஒழுங்காக மூட்டை மூட்டையாக பணம் அனுப்பி வருவதை விளக்கினார். அய்மாராக்களும், குவெச்சுவாக்களும் வரிசையில் நின்று கொடுத்துவிட்டுப் போகும் பணம். "லுகாடியாவிற்கு இடைவிடாமல் லாபம் தருகிறது இந்த நிறுவனம்" என்று சந்தோஷம் கொப்பளிக்கக் கூறினார்.

அவர்கள் மின்சாரத்தைப் பயன்படுத்துவது என்பது வெறும் ஒரு பல்ப் என்கிற அளவிற்குள் மட்டுமே இருந்தபோதும், முறையான கணக்குகளோ அல்லது கடன்அட்டைகளோ இல்லாததால், ஒவ்வொரு மாதமும் அவர்கள் வங்கிக்குக் காவடி எடுத்துப் பொறுமையாக வரிசையில் நின்று ரொக்கமாகக் கட்டுகிறார்கள் என்பதைப் பின்னர் தெரிந்து கொண்டேன்.

அன்றிரவு விடுதி அறையில் தனிமையில் இருந்தபோது, தூதரகம் ஏன் ஒரு தனியார் நிறுவனத்திற்கு தபால்காரராக வேலை பார்க்க வேண்டும் என்று வின்பிரெட் கேட்டார். உலகெங்கும் அமெரிக்கத்

தூதரகங்கள் இருப்பது பிரதானமாக நிறுவன அதிகார வர்க்கத்தின் ஆதாயத்திற்காகத்தான் என்கிற வெளிப்படையான உண்மை தவிர, என்னிடம் வேறு பதில் இல்லை. அந்த அதிகாரி ஏன் வலிய அந்த வரிசையை எங்களுக்குக் காட்ட வேண்டும் என்று எங்களுக்கு வியப்பாக இருந்தது. "அவருக்கு அது பெருமையாக இருக்கக் கூடும். நிதி குறித்த என்னவொரு விபரீதமான உணர்வு'' என்றார் வின்பிரெட்.

மறுநாள் காலை ஜோங்கோ நதித்திட்டம் பற்றி எங்களுக்கு சுருக்கமாகக் கூறப்பட்டது. அதுதான் கோபியின் இதயமும், ஆன்மாவும் போல் எனக்குத் தோன்றியது. லத்தீன் அமெரிக்க மின் உற்பத்தித் தொழில் சார்ந்த அதிகாரிகளின் மத்தியில் பிரபலமான அந்நிறுவனம், ஆன்டெஸ் மலையின் உச்சியிலிருந்து துவங்கி மலையருவிகள் ஓடும் ஆழமான உஷ்ணப் பிரதேசப் பள்ளத்தாக்குகள் வரை இறங்கும் தொடர்ச்சியான பல நீர்மின் நிலையங்களைக் கொண்டது. திறமை மற்றும் சுற்றுச்சூழலை நன்கு நிர்வகிக்கும் ஒரு முன்மாதிரி. அதை நேரடியாகப் பார்ப்பதற்காக அவ்வளவு கடினமான பயணம் மேற்கொள்ள லாம் என்று பல பொறியாளர்கள் எங்களிடம் உறுதியாகக் கூறினார்கள்.

ஒருவர் தன் தலையை சோகமாக ஆட்டினார். "இது மறுபடியும் சாத்தியப்படாது" என்று அவர் முனகினார். "வேலைகளை எப்படிச் செய்ய முடியும் என்பதற்கு இது ஒரு அழகான உதாரணம் என்பதால் நாங்கள் ஜோங்கோவை நேசிக்கிறோம். இப்போது கடன் கொடுக்கும் எவரும் இவ்வளவு சிறிய, நேர்த்தியாக நிர்மாணிக்கப்பட்ட திட்டங்களுக்குக் கடன் கொடுக்க மாட்டார். உலகவங்கி நிச்சயம் கொடுக்காது. இதே போல் மீண்டும் செய்ய வேண்டுமென்றால், அவர்கள் ஒரு பெரிய அணையைக் கட்ட வேண்டும் என்று வலியுறுத்துவார்கள். அப்படிக் கட்டினால் இந்தப் பள்ளத்தாக்கு முழுவதும் வெள்ளம் சூழ்ந்துவிடும்."

கோபியின் தலைவரும், அவரது மனைவியும் எங்களை ஜோங்கோ நதிக்கு அழைத்துச் செல்ல முன்வந்தனர். ஒரு நாள் காலையில் பொழுது புலரும் முன்னர், அவர்கள் எங்களை விடுதியிலிருந்து ஒரு ஸ்டேஷன் வேகனில் (ஜீப் போன்ற ஒரு வாகனம் - மொர்.) அழைத்துச் சென்றனர். நகரத்தை விட்டு வெளியேறி ஆல்டிப்ளானோவை நோக்கி எங்களது வாகனம் சென்றது. ஒரு மெல்லிய பனிப்போர்வை அந்தப் பீடபூமியைப் போர்த்தியிருந்தது. அந்த இடம் ஆர்க்டிக் பகுதியில் உள்ள, மரம் செடிகொடிகள் வளராத, மேற்பரப்பிற்குக் கீழே எப்போதும் உறைந்திருக்கிற, துன்ட்ரா நிலப்பரப்பை ஒத்திருந்தது. திடீரென்று பொழுது புலர்ந்தது. பிரம்மாண்டமான மலைமுகடுகளின் ஊடே அற்புதமான சூரிய உதயத்தைக் கண்டோம். "அமெரிக்காவின் இமயமலை'' என்றழைக்கப்படும் ஆன்டியன் மலைத் தொடர் பத்தொன்பதாயிரம் அடி அல்லது அதற்கும் அதிகமான உயரம்

கொண்ட பனி படர்ந்த இருபத்திரண்டு மலையுச்சிகளைக் கொண்டது.

பல மணி நேரங்களுக்குப் பிறகு, பதினேழாயிரம் அடி உயரத்தில் ஒரு கணவாயைக் கடந்தோம். ஜெஸ்ஸிகாவிற்கு முதன் முறையாக ஒரு பனிபடர்ந்த மலையுச்சியைப் பார்க்கும் வாய்ப்பு கிடைத்தது. மலை மேல் கவிந்திருந்த அந்த பிரம்மாண்டமான பனித் தகடுக்கும், எங்களுக்கும் இடையில் இருந்த புல்வெளியில் அல்பாகாக்கள் (சிறு ஒட்டகம் போன்ற ஒரு பிராணி. ஆனால், முதுகில் மேடு இருக்காது - மொர்.) மேய்ந்து கொண்டிருந்தன. வண்டியை ஒரு இடத்தில் நிறுத்தினோம். அருகில் சென்று பார்ப்பதற்காக ஜெஸ்ஸிகா சாலையைக் கடந்து ஓடியபோது, பிராணவாயு பற்றாக்குறையின் காரணமாக அவளது உதடுகள் கருத்தன. துவண்டு மண்டி போட்ட அவள் பயங்கரமாக வாந்தி எடுத்தாள். வினிபிரெட்டும், நானும் அவளைக் காருக்குள் தூக்கி வந்தோம். உயரம் குறைவான இடத்தை நோக்கி வேகமாகக் கிளம்பினோம். நண்பகலில் முதல் நீர்மின்சார நிலையத்தை வந்தடைந்தோம்.

பனி உருகி ஓடும் ஜோங்கோ நதியின் குறுக்கே கட்டப்பட்டிருந்த ஒரு சிறு அணை நீர்த்தேக்கத்தை உருவாக்கியிருந்தது. அங்கிருந்து நீர் மலைப்பகுதிகளில் ஆழமாகத் தோண்டப்பட்ட வாய்க்கால்களிலும், குகைப் பாதைகளிலும், பெரிய இரும்புக் குழாய்கள் வழியாகவும் ஓடி, இறுதியாக மின்சாரம் தயாரிக்கப்படும் பவர்ஹவுசுக்குள் (powerhouse) பாய்கிறது. இந்த செய்முறை மீண்டும் மீண்டும் பல முறை நிகழ்த்தப்படுகிறது. இயற்கையின் சீரிய நிலையைப் பாதுகாத்துக் கொண்டே, நதியின் மின் உற்பத்தி ஆற்றலைப் பெருக்குவதற்காக மதிநுட்பத்துடன் வடிவமைக்கப்பட்ட முறையாகும் இது. நாலாபக்கமும் செங்குத்தான மலை முகடுகள் சூழ்ந்திருக்கும் மலைகளின் இடையிலான பாதையின் வழியே நாங்கள் சென்று கொண்டிருந்தபோது, இப்போது முற்றிலும் தேறிவிட்ட ஜெஸ்ஸிகா கூறிய கருத்து என் உணர்வுகளுக்கு சொல் வடிவம் கொடுத்தது. "அவர்கள் பெரிய அணையைக் கட்டி இந்தப் பள்ளத்தாக்கையே வெள்ளக்காடாக ஆக்காததில் எனக்கு மகிழ்ச்சி. எவ்வளவு அழகாக இருக்கிறது" என்றாள்.

இறுதியாக, ஒரு புதுமையான குடிலருகே வண்டியை நிறுத்தினோம். நான் அந்நிறுவனத்தின் தலைவரானால் அதுதான் எங்களுடைய தனிப் பட்ட ஓய்வு இல்லம் என்று கூறப்பட்டது. எங்களை ஆசுவாசப்படுத்திக் கொண்டபின், நான், வினிபிரெட், ஜெஸ்ஸிகா ஆகியோர் அருகிலிருந்த அருவிக்குச் சென்றோம். எட்டாயிரம் அடி உயரத்தில், லா பாஸ் மற்றும் மலைப்பாதை இல்லாத பகுதியில், நாங்கள் உற்சாகமாக உணர்ந்தோம். அருவிக்கு அருகேயிருந்த மலை முகட்டின் மீது ஏறினோம். செழித்திருந்த மரம் செடி கொடிகளின் ஊடே, குறுகிய பள்ளத்தாக்கிற்கு அப்பால், மலைகளுக்குப் பின்னால் சூரியன் மறைவதைக் கண்டுகளித்தோம். பின்னர், இறங்கி வந்து

எங்களுக்கு விருந்தளிப்பவர்களுடன் குடிலில் இணைந்து கொண்டோம். எங்களைக் கவனித்துக் கொள்பவர் வேகவைக்கப்பட்ட லசாக்னா (மாவு, தக்காளி கூழ், மாமிசம் ஆகியவை கலந்த இத்தாலிய உணவு வகை - மொர்) எனும் உணவு வகையைப் பரிமாறினார். அது ரோமிலிருந்தே துரித தபாலில் வந்ததுபோல் சுவைத்தது.

அன்றிரவு ஜெஸ்ஸிகா உறங்கிய பின், நாங்கள் நான்கு பெரியவர்கள் மது அருந்தியவாறு உரையாடினோம். கோபியின் தலைவரும், அவரது மனைவியும் தங்களது பொலிவியச் சுற்றுப்பயணத்தை அனுபவித்திருப்பார்கள் என்பது வெளிப்படை. நான் அவரது பதவியை ஏற்றுக் கொண்டால், தாங்கள் தம் இல்லத்திற்குத் திரும்பலாம் என ஆவலாக இருந்தார்கள் என்பதும் வெளிப்படை. என்னைச் சம்மதிக்கச் செய்ய நாங்கள் ஏற்கனவே கேட்டிருந்த விவரங்களையே திரும்பச் சொல்லிக் கொண்டிருந்தார்கள். நாங்கள் ஒரு மாளிகையில் வசிக்கலாம்; லா பாஸ் நகர வீதிகளில் எங்களது சொந்தக் காரில், சொந்த ஓட்டுநர் காரைச் செலுத்த உலா வரலாம்; ஆயுதம் தாங்கிய காவலர்கள் பாதுகாப்பு வழங்குவார்கள்; தனிப்பட்ட சமையல்காரர்கள், பணியாளர்கள், தோட்டக்காரர்களால் நன்கு கவனித்துக் கொள்ளப்படலாம்; பொலிவிய ஆளும் மேட்டுக்குடியினரை மகிழ்விப்பதற்கென்று ஒதுக்கப்படும் பெரும் தொகையை அனுபவிக்கலாம். பொலிவிய அதிபருக்கு அடுத்து மிகவும் சக்தி வாய்ந்த இரண்டாவது நபராக நான் இருப்பேன் என்பதைச் சுட்டிக்காட்டினார்கள்; எப்போதெல்லாம் ராணுவக் கலகம் ஏற்படுகிறதோ அப்போதெல்லாம் நான் அதிக சக்தி மிக்கவனாக இருப்பேன்; ஏனெனில், அதிபர் மாளிகை மற்றும் ராணுவ தளங்கள் என இரண்டுக்குமே மின்விநியோகம் என் கட்டுப்பாட்டில்தான் இருக்கும். தனக்கு வேண்டியவர்களை ஆதரிக்க வேண்டி சிஐஏ என்னை அணுகும்.

படுக்கையில் படுத்திருந்தபோது, வின்பிரெட் நீர்மின் திட்டங்களைப் புகழ்ந்தார். “இதனுடன் ஒப்பிடத் தகுந்த எதையும் நான் பார்த்ததில்லை. லத்தீன் அமெரிக்காவில் மக்கள் பயன்படுத்தும் சேவைகளில் ஒரு புரட்சியை ஏற்படுத்தவதற்கான துவக்கப் புள்ளியாக இதை நீங்கள் பயன்படுத்திக் கொள்ள முடியுமா என்று யோசிக்கிறேன். இந்தியர்கள் தங்கள் மின் கட்டணத்தைக் கட்டுவதற்காக நிற்க வேண்டியிருக்கும் அந்த பயங்கரமான வரிசைகளை ஒழித்துக் கட்டுங்கள். கிராம மக்களுக்கு மலிவான விலையில் மின்சாரம் அளியுங்கள். உலக வங்கிக் கடன்களை பெரிய மின்நிலையங்கள் நிர்மாணிக்கப் பயன்படுத்துவதற்குப் பதிலாக, இன்று நாம் பார்த்தது போன்ற நிலையங்களை அமையுங்கள். சுற்றுச்சூழல் மேலாண்மைக்காக உங்கள் நிறுவனத்தை உறுதி ஏற்கச் செய்யுங்கள்” என்று அவர் மேலும் கூறினார்.

அவர் கூறியதைக் கவனமாகக் கேட்டேன். மறுநாள் நாங்கள் லா பாசுக்குத் திரும்பிச் செல்லும்போதும், அங்கு நாங்கள் தங்கியிருந்த

எஞ்சிய நாட்களிலும், இந்தக் கருத்து குறித்து சிந்தித்தேன். பல்வேறு சந்தர்ப்பங்களில், இது குறித்து கோபியின் பொறியாளர்களுடனும், அதிகாரிகளுடனும் விவாதித்தேன். அவர்களில் பலர் அர்ஜென்டினா, சிலி மற்றும் பராகுவே ஆகிய நாடுகளிலிருந்து வந்தவர்கள்.

நிறுவன அதிகார வர்க்கத்தின் நலனுக்காகச் செயல்பட்ட ராணுவ சர்வாதிகார ஆட்சிகள் நீண்ட காலம் நடைபெற்ற வரலாறு கொண்ட நாடுகள். எனவே, அவர்களது நம்பிக்கையின்மை எனக்கு ஆச்சரியமேற் படுத்தியிருக்கக் கூடாது. அவர்களது கருத்துகள் பத்தாண்டுகளுக்கும் மேலாக கோபியில் பணியாற்றிய பெரு நாட்டைச் சேர்ந்த ஒரு பொறியாளரின் கருத்துகளை எதிரொலித்தன. “லுகாடியா தனக்கு பணம் கொட்ட வேண்டும் என்று எதிர்பார்க்கிறது“ என்று அவர் தட்டையாகச் சொன்னார்.

இதைப் பற்றி நான் எவ்வளவு அதிகமாக சிந்தித்தேனோ அவ்வளவு என் கோபம் அதிகரித்தது. அமெரிக்க ஆதிக்கத்தின் சின்னமாக லத்தீன் அமெரிக்கா ஆகிவிட்டது. ஆர்பென்ஸ் தலைமையிலான குவாதமாலா, கோலார்ட் தலைமையிலான பிரேசில், எஸ்டன்சோரோ தலைமையிலான பொலிவியா, அல்லண்டேவின் தலைமையிலான சிலி, ரோல்டோஸ் தலைமையிலான ஈகுவடார், டோரிஜோஸ் தலைமையிலான பனாமா, மற்றும் இந்த அரைக் கோளத்தில் உள்ள, இயற்கையால் ஆசீர்வதிக்கப்பட்ட வளம் கொண்ட எல்லா நாடுகளுக்கும் ஒரே கதிதான் ஏற்பட்டது. ஏனெனில், அந்த இயற்கை வளங்களைத் தமதாக்கிக்கொள்ள நமது பன்னாட்டு நிறுவனங்கள் பேராசைப்பட்டன. தங்களது சொந்த மக்களுக்காக அந்த இயற்கை வளங்களைப் பயன்படுத்த வேண்டும் என்று உறுதி கொண்ட தலைவர்களைக் கொண்டிருந்த நாடுகள். அவற்றில் ஒவ்வொரு நாடும் ஒன்று தன்னுடைய தலைவர்கள் ராணுவக் கலகங்கள் மூலம் ஆட்சியிலிருந்து தூக்கி எறியப்படுவதையோ அல்லது படுகொலை செய்யப்படுவதையோ கண்டிருக்கின்றன.

அந்த ஆட்சிகளிடத்தில் வாஷிங்டனின் பொம்மை அரசாங்கங்கள் அமர்த்தப்பட்டன. அவர்களது ஆட்டத்தை ஒரு பொருளாதார அடியாளாகப் பத்தாண்டுகள் நான் ஆடியிருக்கிறேன். நான் அந்த வேலையை விட்டபின் மற்றுமொரு பத்தாண்டுகள் கடந்துவிட்டன. எனினும், நான் இன்னும் குற்ற உணர்விற்கு ஆட்பட்டிருந்தேன். கோபமாகவும் இருந்தேன். எந்தக் கோட்பாடுகளை மதிக்க வேண்டும் என்று நான் வளர்க்கப்பட்டிருந்தேனோ, நிறுவன அதிகார வர்க்கத்திற்கு சேவை செய்யும் ஆர்வத்தினாலும், என்னுடைய சொந்தப் பசிகளைத் தீர்த்துக் கொள்வதற்காகவும் அவற்றிலிருந்து ஊசலாடி, பாதை தவறி விட்டேன். நான் சோரம் போனது என்னைக் கடும் கோபம் கொள்ளச் செய்தது. இப்போது கோபி போன்ற ஒரு நிறுவனத்தை மாற்றுவதற்கு நான் எடுக்கும் முயற்சிகள்

முறியடிக்கப்பட்டுவிடும் என்று எனக்கேற்பட்ட சந்தேகமும் என்னைக் கடும் கோபம் கொள்ளச் செய்தது. என்றபோதும், முயற்சிப்பது என்று உறுதி பூண்டேன்.

நாங்கள் அமெரிக்காவிற்குத் திரும்பியபின், என்னைப் பணிக்கமர்த்தும் பொறுப்பிலுள்ள லுகாடியா அதிகாரியைத் தொடர்பு கொண்டேன். கோபியை சமூக மற்றும் சுற்றுச்சூழல் பொறுப்புணர்வுக்கு ஒரு முன்மாதிரியாக ஆக்குவதற்கு அவர்கள் என்னை அனுமதிப்பதாக இருந்தால், தலைவர் பதவி ஏற்பது குறித்து பரிசீலிக்கிறேன் என்றேன். ஜோங்கோ நதி நீர்மின்திட்டங்கள் என் மனதில் ஆழமான தாக்கத்தை ஏற்படுத்தியுள்ளன என்றும், அந்த அரைக் கோளத்தின் மிகவும் ஏழ்மையான மக்களுக்கு மின்சாரம் வழங்கக்கூடிய வாய்ப்பு லுகாடியாவிற்கு இருப்பதால் அது மட்டுமே மாற்றத்தின் முகவராக செயல்படக் கூடிய நிலையில் இருக்கிறது என்றும் விளக்கினேன்.

நீண்ட மௌனம். அவர் அயன் கம்மிங்குடன் பேசிவிட்டுச் சொல்வதாகத் தெரிவித்தார். "என்றாலும், அதிகமாக எதிர்பார்க்காதீர்கள். பங்குதாரர்களுக்கு எங்கள் அதிகாரிகள் பதில் சொல்ல வேண்டும். கோபியின் தலைவர் லாபத்தைப் பெருக்க வேண்டும் என எதிர்பார்க்கப்படுகிறது" என்று அவர் கூறினார். பின் மீண்டும் ஒரு நீண்ட மௌனம். "மறுபரிசீலனை செய்ய விரும்புகிறீர்களா?"

அவரது சொற்கள் என் தீர்மானத்திற்கு வலுவூட்டின. "நிச்சயமாகக் கிடையாது"

அதற்குப் பிறகு அவர்கள் என்னிடம் பேசவேயில்லை.

19
கனவை மாற்றுதல்

அந்நிய நிறுவனங்கள் பொலிவியாவைச் சுரண்டுவதைப் பற்றியும், அதில் ஒரு பொருளாதார அடியாளாக நான் வகித்த பாத்திரத்தைப் பற்றியும் நான் எவ்வளவு அதிகமாக சிந்தித்தேனோ அவ்வளவு கோபமும் அதிகமானது; மனச்சோர்வும் அதிகமானது. லா பாஸுக்கோ அல்லது கொலம்பியாவிற்கோ அல்லது ஸ்பானிய மொழி பேசும் ஏதேனும் ஒரு நாட்டிற்கோ சென்று எதிர்ப்பியக்கத்தில் பங்கேற்பது குறித்து ஆலோசித்தேன். டாம் பய்னே இதைத்தான் செய்திருப்பார் என்று எனக்குத் தோன்றியது. துப்பாக்கியைப் பயன்படுத்துவதற்குப் பதிலாக அவர் எழுதுகோலைக் கையில் எடுத்திருப்பார் என்பதை உணர்ந்தேன். என்னால் எந்த அளவு தாக்கத்தை ஏற்படுத்த முடியும் என்று என்னை நானே கேட்டுக் கொண்டேன்.

குவாதமாலாவில் லாப நோக்கமற்ற சேவை அமைப்பொன்றுடன் பணியாற்றிய காலத்தில் அதனுடன் நான் மேற்கொண்ட ஒரு பயணத்தின்போது விடை கிடைத்தது. மாயன் இனத்தைச் சேர்ந்த மூத்தவர் ஒருவருடன் உரையாடியபோது, ஈக்வடாரின் சுவார் பகுதிக்கு நான் செல்ல வேண்டும் என்று தீர்மானித்தேன். அங்கு இருபது ஆண்டுகளுக்கு முன்னர் நான் 'அமைதிப்படை' தொண்டராகப் பணியாற்றியுள்ளேன். நான் மிகவும் குழப்பமடைந்திருந்தேன் என்பதை இப்போது உணர்கிறேன். என்னுடைய பழைய பொருளாதார அடியாள் நண்பர்கள் மீதான விசுவாசத்திற்கும், குற்ற உணர்விற்கும், நான் செய்த தவறுகளை அம்பலப்படுத்த வேண்டும் என்கிற விருப்பத்திற்கும், நமது சமுதாயத்தில் எங்கும் வியாபித்திருக்கும் நுகர்வுக் கலாசாரம் எனும் தீய பழக்கத்திற்கும் இடையில் சிக்கி அலைக்கழிக்கப்பட்டேன். என் ஆழ்மனதின் ஏதோ ஓரிடத்தில் சுவார் மக்கள் நான் தெளிவடைய உதவக் கூடும் என்ற எண்ணம் ஒளிந்திருந்தது.

உள்ளூர் கலாசாரங்கள் பற்றிய என் நூல்களை வெளியிடுபவரும், என்னுடைய நண்பருமான எகுட் ஸ்பெர்லிங்கும், நானும் அமெரிக்கன் ஏர்லைன்ஸ் விமானத்தில் ஈக்வடாரின் குயிட்டோவிற்குச் சென்றோம். பின் அங்கிருந்து, ஒரு சிறிய விமானத்தில் ஆன்டஸ் மலைத் தொடரின் வழியாக குவென்கா நகருக்குச் சென்றோம். மலையில் உயரத்தில் இருக்கும் அந்தக் காலனிய நகரத்தில் இரண்டு நாட்கள் கழித்தோம்.

மலைக்காடுகளில் எனது சுற்றுப் பயணத்திற்குப் பிறகு அந்த நகரத்தில் நான் வாழ்ந்திருக்கிறேன். பின்னர் ஜீப் ஒன்றையும், ஓட்டுநர் ஒருவரையும் வாடகைக்கு அமர்த்திக் கொண்டோம். ஒரு நாள் அதிகாலையில், கடினமான மலைப்பாதைகளின் வழியே காட்டுக்குள் இருக்கின்ற மகாஸ் என்கிற நகரத்தை நோக்கிப் பயணித்தோம்.

ஆன்டஸ் மலை மேலிருந்து இறங்கிய அந்தப் பயணம் அற்புதமானதாக இருந்தது. சாலையில் ஏற்ற இறக்கங்கள் முடிவின்றித் தொடர்ந்து கொண்டிருந்தன; இருபது ஆண்டுகளுக்கு முன் நான் பார்த்த அதே குண்டும் குழியுமான சாலை; செங்குத்தான மலைமுகடுகள் ஒருபுறமும், அருவிகள் நிறைந்த பள்ளத்தாக்கு ஒருபுறமும் கண்ணுக்கு இனிமையானதாக இருந்தன. மிகப் பழைய லாரிகள் சில காட்டிலிருந்து மேலேறி வந்ததால் நாங்கள் எங்கள் வாகனத்தைப் பாறைச் சுவரின் பக்கமோ அல்லது விளிம்பின் மிக அருகிலோ ஆபத்தான நிலையில் நிறுத்த வேண்டியிருந்தது. மற்றபடி, எங்களைத் தவிர அப்பகுதியில் வேறு யாரும் இல்லை. அமெரிக்காவில் நம் வாழ்க்கையிலிருந்து உண்மையிலேயே முற்றிலும் மாறுபட்ட வேறு ஒரு உலகம் அது. ஒரு பொருளாதார அடியாளாக இருந்த நான் எவ்வாறு மாறினேன் இப்படி என்று வியப்பாக இருந்தது. அப்போது நியூ ஹாம்ப்சையரின் கிராமப்புறத்தில் வளர்ந்த நான் மிகவும் இளவயதினன்; ஏமாற்றங்கள் நிறைந்த இளைஞன்; பொருளாதார அடியாள் என்கிற வேலை வழங்கிய பணத்திற்காகவும், பரபரப்பிற்காகவும் ஏங்கினேன். தூண்டிலில் இருந்த பளபளக்கும் இரையால் தூண்டப்பட்ட மீனைப் போல, நான் அதைப் பறித்தெடுத்தேன்.

நண்பகல் வாக்கில் எங்களது வாகனம் ஒரு சிறு கிராமத்திற்குள் சென்றது. முன்பு சாலை முடிந்திருந்தது; இப்போது அந்தச் சாலை மேலும் தொடர்ந்தது. அமேசான் படுகையிலிருந்து மகாஸ் நகரம் வரை பெய்த மழையில் சாலை கரடுமுரடாகவும், சகதியாகவும் ஊறியிருந்தது. 1969ல் நான் முதன் முறையாக மகாஸ் வந்திருந்தபோது கிடைத்த அனுபவம் என்ன என்பதை எகுட்டிடம் சொல்ல ஆரம்பித்தேன். உலக வரலாற்றில் எங்களது நாடு வகித்திருக்கும் பாத்திரம் குறித்த பேச்சுக்கு அது எங்களை இட்டுச் சென்றது.

ஜனநாயகத்திற்கும், நீதிக்கும் உதாரணமாக இருநூறு ஆண்டு காலம் அமெரிக்கா திகழ்ந்தது. எங்களது சுதந்திரப் பிரகடனமும் அரசியல் சட்டமும் ஒவ்வொரு கண்டத்திலும் சுதந்திரப் போராட்டங்களுக்கு உத்வேகம் அளித்தன. எங்களது லட்சியங்களைப் பிரதிபலிக்கக்கூடிய உலகளாவிய அமைப்புகளை உருவாக்குவதற்கான முயற்சிகளை நாங்கள் வழிநடத்தினோம். இருபதாம் நூற்றாண்டில், ஜனநாயகத்தையும், நீதியையும் ஊக்குவிக்கும் இயக்கங்களில் எங்களது தலைமைப் பாத்திரம் அதிகரித்தது; ஹாகில் சர்வதேச நீதிமன்றம் அமைத்தது; நாடுகளின் கூட்டமைப்புக்கான ஒப்பந்தம்; ஐக்கிய நாடுகள் சபையின் சாசனம்; அனைவருக்குமான மனித உரிமைகள்

பிரகடனம்; மற்றும் ஐநா சபையின் மரபுகளை உருவாக்குவதில் நாங்கள் முக்கியமான பங்கு வகித்திருக்கிறோம்.

எனினும், உலகிற்கு ஒரு முன்மாதிரியாக இருந்த எங்கள் நாடு, பேரரசை நிறுவத் துடிக்கும் நிறுவன அதிகார வர்க்கத்தின் முயற்சிகளால் களங்கப்பட்டுள்ளது. இரண்டாம் உலகப் போர் முடிந்ததிலிருந்து உலகத் தலைவர் என்கிற எங்கள் நிலையில் சரிவு ஏற்பட்டுள்ளது. ஈக்வடார் மக்கள் மற்றும் அதன் அண்டை நாட்டு மக்கள் எங்களது கொடூரம் கண்டு கொதித்துப் போயிருந்தார்கள்; எங்களது கொள்கைகளில் இருந்த வெளிப்படையான முரண்பாடுகள் கண்டு குழப்பமடைந்திருந்தார்கள் என்பதை ‘அமைதிப்படை’ தொண்டனாக இருந்தபோது அறிந்திருந்தேன். வியட்நாம் போன்ற இடங்களில் ஜனநாயகத்தைப் பாதுகாப்பதாக நாங்கள் கூறிக் கொள்கிறோம்; அதே நேரத்தில் ஜனநாயக ரீதியாகத் தேர்ந்தெடுக்கப்பட்ட அதிபர்களைத் தூக்கி எறிகிறோம்; படுகொலை செய்கிறோம். சிலியின் அல்லண்டே, குவாதமாலாவின் ஆர்பென்ஸ், ஈரானின் மொஸ்ஸாத், பிரேசிலின் கோலோர்ட், இராக்கின் காசிம் ஆகியோரை அமெரிக்காதான் பதவியிலிருந்து தூக்கி எறிந்தது என்பதை லத்தீன் அமெரிக்கா முழுவதும் உள்ள உயர்நிலைப்பள்ளி மாணவர்கள் புரிந்து வைத்திருக்கிறார்கள். நம்முடைய மாணவர்களுக்கு அத்தகைய விஷயங்கள் பற்றி தெரியாது என்றபோதும், வாஷிங்டனின் கொள்கை உலகில் ஒரு குழப்பமான செய்தியைப் பரப்புகிறது. பரிசுத்தமான நமது லட்சியங்களுக்கு விரோதமாக நமது செயல்கள் இருக்கின்றன.

நிறுவன அதிகார வர்க்கம் தன் கட்டுபபாட்டைச் செலுத்தியதில் ஒரு வகை என்னவென்றால், 1970-களில் லத்தீன் அமெரிக்காவில் எதேச்சதிகார அரசாங்கங்களை அதிகாரத்தில் அமரச் செய்ததாகும். இந்த அரசாங்கங்கள் அமெரிக்க முதலீட்டாளர்களும், பன்னாட்டு நிறுவனங்களும் ஆதாயம் பெறும் வகையிலான பொருளாதாரக் கொள்கைகளைப் பரிசோதித்துப் பார்த்தன. அவை பொதுவாக உள்ளூர் பொருளாதாரங்களைப் பொறுத்த வரையில் தோல்வியிலேயே முடிந்தன. பொருளாதர தேக்கநிலை, பணவீக்கம், வேலையின்மை, பொருளாதார வளர்ச்சியின் வீழ்ச்சி போன்றவற்றை அவை சந்தித்தன. தங்களது நாடுகளைத் திவாலாக்கி, தங்களுக்குப் பெருமளவு சொத்து சேர்த்துக் கொண்ட அந்த ஊழல் தலைவர்களுக்கு எதிர்ப்பு பெருகி வந்தபோதும், அமெரிக்கா அவர்களைப் புகழ்ந்தது. இன்னும் மோசம் என்னவென்றால், எல் சால்வடார், குவாதமாலா, நிகாரகுவா ஆகிய நாடுகளில் வலதுசாரி சர்வாதிகாரிகளை அமெரிக்கா ஆதரித்தது.

1980களில் ஜனநாயக சீர்திருத்த அலை தென் அமெரிக்கக் கண்டம் முழுவதும் வீசியது. புதிதாகத் தேர்ந்தெடுக்கப்பட்ட அரசாங்கங்கள் தங்களுடைய பிரச்சனைகளுக்குத் தீர்வு கேட்டு ஐஎம்எப் மற்றும் உலக வங்கி ‘வல்லுநர்களை’ நாடினர். கட்டமைப்பு மறுசீரமைப்புத் திட்டத்தை அமல்படுத்துமாறு சம்மதிக்க வைக்கப்பட்ட அவர்கள்,

பொதுமக்களின் அடிப்படை வசதிகளைத் தனியார்மயமாக்குவதில் துவங்கி நலத்திட்ட உதவிகளை வெட்டுவது வரையிலான மக்கள் விரோத நடவடிக்கைகளை எடுத்தனர். அவர்கள் அநியாயத்திற்கு கடனாக வாங்கிய மிகப்பெருந் தொகைகளை மேட்டுக்குடியினருக்கு மட்டுமே பெரும்பாலும் பயன்படும் அடிப்படைக் கட்டமைப்புத் திட்டங்களில் செலவிட்டனர். இது தேசத்தைக் கடன் சுமையில் ஆழ்த்தியது. விளைவுகள் நாசகரமாக இருந்தன. பொருளாதார குறியீடுகள் இன்னும் ஆழமான பாதாளங் களுக்குள் வீழ்ந்தன. ஒரு காலத்தில் நடுத்தர வர்க்கம் என்றழைக்கப்பட்ட கோடிக்கணக்கான மக்கள் தங்கள் வேலைகளை இழந்து ஏழைகளாகினர். தங்களது ஓய்வூதியம், மருத்துவ வசதி, மற்றும் கல்வி நிறுவனங்கள் சரிவதை மக்கள் பார்த்துக் கொண்டிருக்கும்போதே அவர்களது அரசியல்வாதிகள் உள்நாட்டில் முதலீடு செய்வதற்குப் பதிலாக அமெரிக்காவின் புளோரிடா மாகாணத்தில் நிலங்களை வாங்கிக் குவித்துக் கொண்டிருந்ததையும் கவனித்தனர். 1950கள் மற்றும் 1960களின் கம்யூனிஸ்ட் இயக்கங்கள் கியூபாவைத் தவிர வேறெங்கும் காலூன்றவே இல்லை. எனினும், நிறுவன அதிகார வர்க்கத்திற்கு எதிராகவும், ஊழலில் ஊறித்திளைத்த அவர்களது லத்தீன் அமெரிக்கக் கூட்டாளிகளுக்கு எதிராகவும் ஒரு புதிய போராட்ட அலை அக்கண்டம் முழுவதும் வீசியது.

பின்னர், நானும் எகுட்டும் ஈகுவடாருக்குச் செல்வதற்குப் பல மாதங்களுக்கு முன்னால், புஷ்ஷின் முதல் ஆட்சிக் காலத்தில் ஒரு முடிவு எடுக்கப்பட்டது. அது அமெரிக்க மற்றும் லத்தீன் அமெரிக்க உறவுகளில் நீண்ட கால எதிர்மறைத் தாக்கத்தை ஏற்படுத்தியது. பனாமா மீது படையெடுக்குமாறு ராணுவத்திற்கு அதிபர் உத்தரவிட்டார். பனாமா எவ்விதத்திலும் ஆத்திரமூட்டாத நிலையில் ஒரு அரசாங்கத்தை பதவியிலிருந்து நீக்குவதற்காக எடுக்கப்பட்ட தன்னிச்சையான முடிவாகும். பனாமா கால்வாய் ஒப்பந்தத்தை பனாமா அரசாங்கம் நடைமுறைப்படுத்த மறுத்துவிட்டதாக உண்மைக்கு மாறான காரணம் சொல்லப்பட்டது. அந்தப் படையெடுப்பு இரண்டாயிரம் அப்பாவிப் பொதுமக்களைக் கொன்றது; இது ரியோ கிராண்டேக்கு தெற்கே இருந்த நாடுகள் அனைத்திலும் அச்சம் பரவச் செய்தது. விரைவிலேயே அச்சம் கோபமாக மாறியது.

மகாஸுக்குச் செல்லும் வழியில் இவ்விஷயங்கள் பற்றி குழப்பமடைந்த நான் எகுட்டிடம் இது பற்றி விவாதித்தேன். கண்டத்தைப் பீடித்திருந்த ஊழலுக்கு மாற்று குறித்து யோசித்தீர்களா என்று அவரிடம் கேட்டேன்.

“நிச்சயமாக இருக்கிறது. மாற்றத்திற்கான இயக்கம் ஒரு குறிப்பிட்ட அளவு வலுப்பெற்றதாக (கிரிட்டிகல் மாஸ்) (Critical mass) வேண்டும். அவ்வளவுதான் தேவை” என்றார். அந்நாட்களில் மகாஸ் வரைக்கும்

சாலையில்லாதபோது, நான் எப்படி மகாஸுக்குப் பயணித்தேன் என்று கேட்டார்.

"காட்டு வழியே வாரக்கணக்கில் நடந்து செல்ல வேண்டும். அல்லது இரண்டாம் உலகப் போருக்குப் பின் உபரியாக இருந்த டிசி3 விமானத்தின் மூலம் 'ஸ்டாப் வாட்ச்' (Stopwatch ஓட்டப்பந்தயங்களில் துல்லியமாக நேரத்தைக் கணக்கிட பயன்படுத்தப்படும் கடிகாரம் - மொர்.) முறையில் பயணிக்க வேண்டும். அந்தப் பயணம் கிட்டத்தட்ட தற்கொலைப் பயணம் போல் இருந்தது. ஆனாலும், நான் அப்படித்தான் பயணித்தேன்."

"ஸ்டாப் வாட்ச் பயணமா?"

"இந்த விமானங்கள் ஆண்டஸ் மலையுச்சி வரை பறக்க முடியாது. அவை நதிப் பள்ளத்தாக்குகளைப் பின்தொடர வேண்டும். ரேடார் கிடையாது. மேகங்கள் எப்போது தன்னை மூடும் என்பது விமான ஓட்டிக்குத் தெரியாது. எனவே, தரையிலிருந்து மேலேறிய உடனே அவர் ஸ்டாப் வாட்சை இயக்கிவிடுவார். முப்பது வினாடிகளுக்குப் பிறகு விமானத்தை 10 டிகிரி கோணத்தில் வலது பக்கமாகத் திருப்பினார். அடுத்த 45 வினாடிகளுக்குப் பிறகு 15 டிகிரி கோணத்தில் இடது பக்க மாகத் திருப்பினார்......மிகவும் பயமாக இருக்கும். அந்நாட்களில் ஏராள மான விமானங்களை இழந்துள்ளார்கள். ஆனால், காடுகளின் வழியே நடந்து போவதை விட இது பாதுகாப்பானதும், சிறந்ததுமாகும்."

"ஆகவே அவர்கள் சாலைகளை அமைத்தார்கள்" என்றார். ஒரு இடைவெளி விட்டு "ஏன்?" என்று புருவங்களை வில் போல் வளைத்துக் கேட்டார்.

"கிரிட்டிகல் மாஸ்?"

"மிகச் சரி"

மக்கள் மாற்றத்தைக் கோரினார்கள். அவர்களது கூக்குரல் (அல்லது இயக்கம் - மொர்) ஒரு குறிப்பிட்ட கட்டத்தை எட்டுகிறபோது மாற்றம் நிகழ்கிறது. இந்த விஷயத்தில், வர்த்தக வளர்ச்சிக்காக அமேசான் படுகையைத் திறந்துவிட வேண்டும் கோரிக்கையில் நிகழ்ந்திருக்கிறது. எண்ணை நிறுவனங்களால்தான் அந்தக் கோரிக்கை கிரிட்டிகல் மாஸ் கட்டத்தை எட்டியிருக்கிறது என்பது எனக்குத் தெரியும். மகாஸில் நுழைந்தபோது, தூங்கி வழியும் ஒரு காட்டு சோதனைச் சாவடியை வளர்ந்து கொண்டிருக்கும் ஒரு சுறுசுறுப்பான நகரமாக அந்த சாலை மாற்றி விட்டதைக் கண்டேன். எனினும், நமது எதிர்காலம் அபாயத்தியிலிருப்பதை நம்மில் மேலும் மேலும் அதிகமானோர் உணர உணர, அமைதிக்கும் நீடித்து நிலைக்கும் தன்மைக்கும் அழுத்தம் கொடுக்கும் திட்டங்களுக்கான ஆதரவு அதிகரிக்கும் என்பதை என்னால் ஊகிக்க முடிந்தது.

நாங்கள் ஒரு விடுதியில் தங்கினோம். உலகின் அப்பகுதியில் நான் முன்னர் பார்த்திராத இரு வசதிகள் அதில் இருந்தன. பிளஷ் அவுட் கழிவறையும், ஷவர் பாத்தும் (flush out toilet and shower). குழாய்க்கு அருகில் இருந்த மின்இணைப்பை எகுட் விநோதமாகப் பார்த்தார்.

"மின்சாரத்தால் இயங்கும் முகம் மழிக்கும் கருவிக்காக" என்று நான் உறுதி கூறினேன்.

"உங்களை நீங்களே கொன்று கொள்ள" எனப் பதிலளித்தார்.

மறுநாள் நாங்கள் ஒரு சிறு விமானத்தில் ஏறினோம். விமான ஓட்டியிடம் ஸ்டாப் வாட்ச் குறித்து எகுட் கேட்டார். "என் மாமா பயன்படுத்தியிருக்கிறார். ஆனால், என்னிடம் ரேடார் இருக்கிறது". சிரித்துக் கொண்டே அவர் சொன்னார்.

அந்த விமானம் நடுக்காட்டில் இருந்த மண்ணாலானதொரு ஓடுதளத்தில் எங்களை இறக்கிவிட்டது. ஓடுதளத்தின் ஒரு ஓரத்தில் சுவார் இன மக்களின் கூட்டமொன்று நின்றிருந்தது. என் நினைவில் அவர்கள் எப்படி இருந்தார்களோ அப்படியே யதார்த்தத்திலும் இருந்தார்கள். மஞ்சள் நிறம்; கட்டுமஸ்தான உடல்; எப்போதும் சிரித்த வண்ணம் மகிழ்ச்சியாக இருக்கும் மக்கள்; நிர்வாணம் எனும் பாவத்தைப் போக்க அவர்கள் ஆடைகள் அணிய வேண்டும் என்று கிறிஸ்துவ தொண்டு நிறுவனங்களின் வலியுறுத்தலின் காரணமாக பழைய டீசட்டைகளையும், கால்சராய்களையும் அணிந்திருந்தனர் என்பது மட்டுமே வேறுபாடு.

நாங்கள் எடுத்து வந்திருந்த சரக்குகளை அவர்கள் இறக்கிக் கொண்டிருந்தபோது, ஒரு முதியவர் என்னை நோக்கி வந்தார். அழிவிலிருந்து வனத்தைக் காப்பதற்கு அவரது மக்களுக்கு உதவவே நான் வந்திருக்கிறேன் என்று அறிவித்தபோது, எங்களுடைய கலாசாரம்தான் பிரச்சனையே என்றும், அவருடையது அல்ல என்றும் அவர் நினைவுறுத்தினார்.

"நீங்கள் எப்படி கற்பனை செய்கிறீர்களோ அப்படி உலகம் இருக்கிறது. நீங்கள் பெரும் தொழிற்சாலைகள், உயரமான கட்டடங்கள், இந்த நதியில் எத்தனை மழைத்துளிகள் விழுகின்றனவோ அத்தனை கார்கள் என்று கற்பனை செய்தீர்கள். இப்போது உங்களது கனவு ஒரு கெட்ட கனவு என்பதை உணர ஆரம்பித்திருக்கிறீர்கள்" என்றார் அவர். நான் என்ன செய்ய வேண்டும் எனக் கேட்டேன்.

"அது சுலபமானது. நீங்கள் செய்ய வேண்டியதெல்லாம் உங்கள் கனவை மாற்ற வேண்டும்.....நீங்கள் ஒரு புதிய விதையை விதைக்க வேண்டும்; புதிய கனவுகள் காணுமாறு உங்கள் குழந்தைகளுக்குக் கற்பிக்க வேண்டும்" என்று பதிலளித்தார்.

அடுத்த சில நாட்கள் நாங்கள் இது போன்ற செய்திகளையே அச்சமூகத்தின் இதர உறுப்பினர்களிடமிருந்து கேட்டோம். இந்த

மக்களின் விவேகமும், தங்களது சுற்றுச்சூழலையும் கலாசாரத்தையும் காப்பதற்கு அவர்கள் கொண்டிருந்த உறுதியும் என்னையும் எகுட்டையும் மிகவும் கவர்ந்தன. அமெரிக்காவிற்குத் திரும்பிய பிறகு, எங்களைப் போன்ற தொழில்வளர்ச்சி அடைந்த நாடுகள் இந்த பூமியைப் பார்க்கும் விதத்திலும், அதனுடன் எங்களுக்குள்ள உறவைப் பார்க்கும் விதத்திலும் மாற்றம் கொண்டு வருவதை மட்டுமே நோக்கமாகக் கொண்ட ஒரு அமைப்பை உருவாக்குவதற்கான நடைமுறைப் பணிகளைத் துவக்கினேன். ஒரு பொருளாதார அடியாளாக நான் முன்னெடுத்துச் சென்ற போக்கைப் பின்னோக்கி திருப்ப முயற்சிக்கிறேன் என்பதை அப்போது நான் உணரவில்லை.

இறுதியில், லாப நோக்கற்ற அந்த அமைப்பிற்கு, சுவார் மக்கள் எனக்களித்த செய்தியை அங்கீகரிக்கும் விதமாக 'டிரீம் சேஞ்ச்' (Dream change) மாறும் கனவு - மொர்) என்று நாங்கள் பெயரிட்டோம். அதன் மூலம் நாங்கள் பயணங்களையும், பயிலரங்குகளையும் ஏற்பாடு செய்தோம். பழங்குடி ஆசிரியர்களுடன் வாழ்வதற்காக மக்களை அழைத்துச் சென்றோம். பின்னர், அந்த ஆசிரியர்களை அமெரிக்காவிற்கு அழைத்து வந்தோம். புத்தகங்கள் பதிப்பித்தோம். இந்த இரு உலகங்களுக்கிடையிலான இடைவெளியைக் குறைக்கும் நோக்கத்தோடு ஒலி நாடாக்கள், குறுந்தகடுகள், திரைப்படங்கள் தயாரித்தோம். எங்களது பயணங்களில் ஒன்றின் விளைவாக 'பாச்சமாமா கூட்டணி' என்கிற மற்றொரு லாபநோக்கற்ற அமைப்பு உருவாக்கப்பட்டது. பூர்வகுடிகளுக்கு உதவுவதற்காக அது லட்சக்கணக்கான டாலர்கள் நிதி திரட்டியது. அந்நிதியின் பெரும்பகுதி எண்ணை நிறுவனங்களுக்கு எதிராக அம்மக்களின் சட்டப் போராட்டத்திற்கு செலவிடப்பட்டது.

கோபியுடன் எனக்கேற்பட்ட அனுபவத்தின் உதவியால் நான் ஒரு புதிய வாழ்க்கையைத் துவக்கினேன். 1990கள் முழுவதும், இருபத்தியோராம் நூற்றண்டின் ஆரம்ப வருடங்களிலும் லத்தீன் அமெரிக்காவிற்கு நான் அடிக்கடி சென்றேன். அமேசானிலும், ஆண்டசிலும் இருந்த மண்ணின் மக்களுடனே என்னுடைய நேரத்தில் பெரும்பகுதியைச் செலவிட்டேன். சுற்றுச்சூழல் மேலாண்மையில் அவர்கள் கொண்டிருந்த பற்றுறுதியும், உலகின் முக்கிய மதங்களில் நான் கண்ட அனைத்தையும் பின்னுக்குத் தள்ளிய அவர்களது ஆன்மிகமும் என் மனதில் ஆழமான தாக்கத்தை ஏற்படுத்தின. இந்த உலகை இன்றிருப்பதைவிடவும் நல்லதொரு இடமாக மாற்றுவது என இந்த மக்கள் உறுதி கொண்டுள்ளார்கள்.

பாச்சமாமா கூட்டணியின் செயற்குழு உறுப்பினர் என்ற முறையில் நான் வழக்குரைஞர்களையும், அரசியல்வாதிகளையும், எண்ணை நிறுவன ஊழியர்களையும் சந்தித்தேன். குவிட்டோவில் அத்தகைய நபர்களின் குழு ஒன்றுடன் இரவு உணவு உண்டபோது வெனிசுலாவின் ஹியூகோ சாவேஸ் பற்றி நான் முதல்முறையாகத் தெரிந்து கொண்டேன். நிறுவன அதிகார வர்க்கத்திற்கு எதிரான 'ஐந்தாவது

குடியரசு இயக்கத்தைத்' தோற்றுவித்த இந்த ஆக்ரோஷமான ராணுவ அதிகாரியை எண்ணெய் நிறுவனப் பிரதிநிதிகள் இகழ்ந்தனர். ஆனால், அரசியல்வாதிகள் அவரது தலைமைப் பண்புகளைக் கண்டு வியந்தனர். அவரது முன்னோர்கள் இந்தியர்கள், ஆப்பிரிக்கர்கள் மற்றும் ஸ்பானியர்கள் என்பதும், தொடர்ந்து செல்வந்தர்களைத் தாக்கிய அவர் ஏழைகளுக்கு நல்லதொரு வாழ்க்கையை அளிப்பதாக வாக்குறுதி கொடுத்ததும் என்னுடைய பழங்குடி நண்பர்களுக்கு உற்சாகமளித்தது.

20
வெனிசுலாவின் சாவேஸ்

1992ம் ஆண்டு வெனிசுலாவின் அதிபர் கார்லோஸ் ஆண்டிரஸ் பெரேஸுக்கு எதிராக ஒரு திடீர் புரட்சிக்குத் தலைமையேற்று நடத்தியபோது அந்நாட்டு ராணுவத்தின் லெப்டினென்ட் கர்னல் சாவேஸ் பிரபலமானார். ஊழலின் மறுபெயரான அதிபர் தன்னுடைய தேசத்தை உலக வங்கிக்கும், ஐஎம்எப்புக்கும், அந்நிய நிறுவனங்களுக்கும் விற்க முடிவெடுத்தது சாவேஸையும் அவரது ஆதரவாளர்களையும் கோபமடையச் செய்தது. நிறுவன அதிகார வர்க்கத்துடன் காராகாஸ் (வெனிசுலாவின் தலைநகர் - மொர்) கூட்டு சேர்ந்து ஒத்துழைத்தது வெனிசுலாவின் சராசரி தனிநபர் வருமானம் 40 விழுக்காட்டிற்கும் அதிகமான அளவு வீழ்ந்ததற்கு முக்கிய காரணமாகும். இதனால், முன்னர் லத்தீன் அமெரிக்காவின் மிகப்பெரும் நடுத்தர வர்க்கமாக இருந்தவர்கள் வறியவர் பட்டாளத்திற்குள் மூழ்கினர்.

சாவேஸின் புரட்சி தோல்வியடைந்தது. ஆனால், அது அவரது எதிர்கால அரசியல் வாழ்விற்குத் தளம் அமைத்தது. அவர் கைது செய்யப்பட்ட பின், தன்னுடைய ஆதரவுப் படைகளை, மோதலை நிறுத்துமாறு அறிவுறுத்துவதற்காக தேசிய தொலைக்காட்சியில் தோன்ற அனுமதிக்கப்பட்டார். பணிய மறுத்த அவர், தன்னுடைய தோல்வி தற்காலிகமானதுதான் என்று தன்னுடைய தேசத்திடம் தெரிவித்தார். அவரது துணிச்சல் அவரை தேசந்தழுவிய புகழின் உச்சியை நோக்கி உந்தித் தள்ளியது. யாரே (Yare) சிறையில் அவர் இரண்டாண்டு கால சிறைத் தண்டனை அனுபவித்தார். அந்த நேரத்தில் பெரேஸ் மீது நாடாளுமன்றத்தில் கண்டனத் தீர்மானம் நிறைவேற்றப்பட்டது.. துணிச்சல், நேர்மை, ஏழைகளுக்கு உதவ வேண்டும் என்கிற பற்றுறுதி, தன்னுடைய தேசத்தையும், கண்டத்தையும் பல நூற்றாண்டுகளாக அடிமைப்படுத்தி வைத்திருக்கும் அந்நியச் சுரண்டலின் விலங்குகளை உடைத்தெறிய வேண்டும் என்கிற சங்கல்பம் ஆகியவற்றால் ஏற்பட்ட புகழுடன் சாவேஸ் அரசியல் அரங்கில் உதயமானார்.

1998 அதிபர் தேர்தலில் 56% வாக்குகள் பெற்று ஹியூகோ சாவேஸ் அமோக வெற்றி பெற்றார். ஆட்சிக்கு வந்தபின், அவருக்கு முன்னர் இருந்த பலரைப் போல அவர் ஊழலுக்கு அடிபணியவில்லை. மாறாக,

குவாதமாலாவின் ஆர்பென்ஸ், சிலியின் அல்லண்டெ, பனாமாவின் டோரிஜோஸ், ஈகுவடாரின் ரோல்டோஸ் போன்றோரைக் கவுரவித்தார். அவர்கள் அனைவரும் ஒன்று சிஐஏவால் படுகொலை செய்யப்பட்டிருந்தனர் அல்லது பதவியிலிருந்து தூக்கி எறியப் பட்டிருந்தனர். இப்போது அவர்களது பாதையைத் தான் பின்பற்றப் போவதாக சாவேஸ் கூறினார். ஆனால், தன்னுடைய சொந்தத் தொலைநோக்குப் பார்வையுடனும், மக்களை ஈர்க்கும் ஆளுமையுடனும், லட்சியத்தை அடையும் வரை தளராத உறுதியுடனும் தனக்கு அளிக்கப்பட்டுள்ள எண்ணை வளம் கொழிக்கும் தேசத்தை நிர்வகிக்கும் பொறுப்பை நிறைவேற்றுவேன் என்றார். அவரது வெற்றியும், வாஷிங்டனையும் எண்ணை நிறுவனங்களையும் தொடர்ந்து அவர் எதிர்த்து வந்ததும் கோடிக்கணக்கான லத்தீன் அமெரிக்கர்களை உற்சாகப்படுத்தியது.

நகர்ப்புற மற்றும் கிராமப்புற ஏழைகளின் நலனுக்காகப் பாடுபடுவேன் என்கிற தன்னுடைய உறுதிமொழியை சாவேஸ் நிறைவேற்றினார். எண்ணையின் மூலம் கிடைத்த லாபத்தை மீண்டும் எண்ணைத் தொழிலிலேயே அவர் முதலீடு செய்யவில்லை. எழுத்தறிவின்மை, சத்துணவின்மை, நோய்கள் மற்றும் இதர சமூக அவலங்களைப் போக்குவதற்கான திட்டங்களில் முதலீடு செய்தார். முதலீட்டாளர்களுக்குப் பெரும் லாபம் கொடுப்பதற்குப் பதிலாக, நிலைகுலைந்து போயிருந்த அர்ஜெண்டினாவின் அதிபர் கிர்ச்னெருக்கு அவரது நாட்டின் 10 பில்லியன் டாலருக்கும் அதிகமான ஐஎம்எப் கடனை அடைப்பதற்கு உதவினார்; சந்தை விலையில் எண்ணை வாங்க முடியாத நாடுகளுக்குச் சலுகை விலையில் எண்ணை விற்றார். அவற்றில் அமெரிக்காவின் சில சமூகங்களும் அடங்கும். லத்தீன் அமெரிக்கக் கண்டத்தின் ஏழ்மையில் உழலும் பகுதிகளுக்கு கியூபா தன்னுடைய மருத்துவர்களை அனுப்புவதற்காக எண்ணை மூலம் கிடைத்த வருவாயில் ஒரு பகுதியை அந்த நாட்டிற்கென ஒதுக்கினார். மொழி மற்றும் நில உரிமைச் சட்டங்கள் உள்பட மண்ணின் மக்களின் உரிமைகளை உத்தரவாதப் படுத்தும் வகையில் பல சட்டங்கள் இயற்றினார். பொதுக் கல்வியில் ஆப்பிரிக்க அமெரிக்க பாடத்திட்டத்தை நிறுவுவதற்காகப் போராடினார்.

நிறுவன அதிகார வர்க்கம் சாவேஸை பெரும் அபாயமாகக் கருதியது. எண்ணை மற்றும் இதர பன்னாட்டு நிறுவனங்களை எதிர்ப்பது மட்டுமின்றி, அவர் மற்றவர்கள் பின்பற்றக் கூடிய ஒரு தலைவராகவும் வளர்ந்து கொண்டிருந்தார். புஷ் நிர்வாகத்தின் பார்வையில், சாவேஸும் சதாம் உசேனும் இணங்க மறுத்துப் பெரும் தலைவலியாக மாறிக் கொண்டிருந்தார்கள். அது முடிவிற்குக் கொண்டு வரப்பட வேண்டும். இராக்கில், பொருளாதார அடியாட்கள் மற்றும் குள்ளநரிகளைக் கொண்டு மேற்கொள்ளப்பட்ட தந்திரமான முயற்சிகள் தோல்வியடைந்துவிட்டன, பின்னர், இப்போது படையெடுப்பு எனும் இறுதித் தீர்வுக்கான தயாரிப்புகள் நடந்து

கொண்டிருக்கின்றன. வெனிசுலாவில், பொருளாதார அடியாட்களுக்குப் பதிலாக குள்ளநரிகள் களமிறக்கப்பட்டுள்ளனர். அவர்கள் பிரச்சனையைத் தீர்ப்பார்கள் என்று வாஷிங்டன் எதிர்பார்த்தது.

ஈரான், சிலி, கொலம்பியா நாடுகளில் கச்சிதமாகப் பிரயோகிக்கப்பட்ட தந்திரங்களை வெனிசுலாவில் குள்ளநரிகள் பயன்படுத்தினர். 2002 ஏப்ரல் 11ம் தேதி பல்லாயிரக்கணக்கான மக்கள் காரகாஸ் தெருக்களில் இறங்கினர். அவர்கள் அரசுக்குச் சொந்தமான எண்ணை நிறுவனத்தின் தலைமையகத்தை நோக்கியும், அதிபர் மாளிகையான மிராபுளோர்ஸை (Miraflores) நோக்கியும் ஊர்வலமாகச் சென்றனர். அங்கு அவர்கள் சாவேஸுக்கு ஆதரவான ஆர்ப்பாட்டக்காரர்களைச் சந்தித்தனர்.

சாவேஸ் ஆதரவாளர்கள் அவர்களை அமெரிக்க உளவு நிறுவனமான சிஐஏவின் கைபொம்மைகள் என்று குற்றம் சாட்டினர். பின்னர், எதிர்பாராதவிதமாகவும், திடீரென்றும் சாவேஸ் பதவி விலகிவிட்டதாகவும், ராணுவத் தளமொன்றில் சிறைபிடிக்கப்பட்டிருப்பதாகவும் ராணுவம் அறிவித்தது. வாஷிங்டன் கொண்டாடியது. ஆனால், அதன் மகிழ்ச்சி நீடிக்கவில்லை. சாவேஸுக்கு ஆதரவான ராணுவ வீரர்கள் புரட்சிக்கு அறைகூவல் விடுத்தனர். ஏழை மக்கள் தெருக்களில் வெள்ளம் போல் திரண்டனர். ஏப்ரல் 13ம் தேதி சாவேஸ் மீண்டும் அதிபர் பொறுப்பேற்றார்.

அமெரிக்க அரசாங்கத்தின் ஆதரவுடன்தான் அந்த ராணுவக் கலகம் நடத்தப்பட்டது என்று வெனிசுலாவின் அதிகாரபூர்வ விசாரணைகள் தெரிவித்தன. உண்மையில், புஷ் நிர்வாகம் தன் குற்றத்தை ஒப்புக் கொண்டது. “வெனிசுலா அதிபர் ஹியூகோ சாவேஸை தூக்கி எறிவது குறித்து பல மாதங்களாக வெனிசுலாவின் ராணுவ அதிகாரிகள் மற்றும் அரசியல் தலைவர்களிடம் விவாதித்து வந்தோம் என்பதைக் கடந்த செவ்வாய்க் கிழமை புஷ் நிர்வாகத்தின் அதிகாரிகள் ஒப்புக் கொண்டனர்” என்று ‘லாஸ் ஏஞ்சல்ஸ் டைம்ஸ்’ செய்தி வெளியிட்டிருந்தது. *(20)*

2003ல் இராக் மீதான அமெரிக்கப் படையெடுப்பு சாவேஸுக்கு வரம் போல் ஆனது என்பது முரண்நகை. அதனால் எண்ணை விலைகள் எக்கச்சக்கமாக உயர்ந்தன. வெனிசுலாவின் கஜானா நிறைந்து வழிந்தது. நாட்டின் ஓரினோகோ (0rinoco) பிராந்தியத்தில் இருந்த அடர்த்தியான கச்சா எண்ணையை வெளியில் எடுப்பது லாபகரமாக ஆனது. எண்ணை விலை பேரல் 50 டாலர் என்கிற அளவை எட்டியபோது, ஒட்டுமொத்தமாக மத்தியக் கிழக்கிலும் இருக்கின்ற எண்ணை வளத்தையும் விஞ்சிய உலகின் அதிக எண்ணை வளம் கொண்ட நாடு வெனிசுலா என்று சாவேஸ் அறிவித்தார். அமெரிக்க எரிசக்தி துறையின் மதிப்பீடுகளை ஆதாரமாகக் கொண்டது தன்னுடைய ஆய்வு என்று அவர் கூறினார்.

சாவேஸுக்கு எதிரான கலகம் தோல்வியடைந்த பிறகு புஷ் நிர்வாகம் அவர் விஷயத்தில் எப்படி நடந்து கொள்ளப் போகிறது என்பதை ஒட்டுமொத்த லத்தீன் அமெரிக்காவும் உன்னிப்பாகக் கவனித்தது. அவர்கள் கண்டது என்னவெனில், பணிந்து போன அமெரிக்க அதிபரைத்தான். மிகக் கவனமாகக் கையாள வேண்டும் என்று வெள்ளை மாளிகை உணர்ந்து கொண்டது. நமக்கு பெட்ரோல் மற்றும் பெட்ரோலியப் பொருட்கள் விற்கும் நாடுகளில் இரண்டாவது மிகப் பெரிய நாடு வெனிசுலா. (கச்சா எண்ணையைப் பொறுத்தவரை நான்காவது பெரிய நாடு).

அதன் எண்ணை வயல்கள் மத்திய கிழக்கைவிட மிகவும் அருகில் இருக்கின்றன. சிட்கோவின் (Citgo) உரிமையாளர் என்கிற வகையில் ஏராளமான அமெரிக்கத் தொழிலாளர்கள், ஓட்டுநர்கள் மற்றும் அந்த நிறுவனத்திடம் வர்த்தகம் செய்யும் பற்பல நிறுவனங்களின் மீது வெனிசுலா தாக்கத்தை ஏற்படுத்தியது. அது மட்டுமின்றி, 1970களில் எண்ணை ஏற்றுமதி செய்யும் நாடுகளின் அமைப்பான ஓபெக் நம் மீது வர்த்தகத் தடை விதித்தபோது, அதை முறியடிப்பதில் நமக்கு உதவிய நட்பு நாடு. இராக் மற்றும் ஆப்கானிஸ்தான் யுத்தங்கள், இஸ்ரேல் பாலஸ்தீனக் கொள்கையின் படுதோல்வி, சவூதி அரேபிய மன்னர் குடும்பத்தின் மீது அதிகரித்து வரும் அதிருப்தி, குவைத்தின் அரசியல் பிரச்சனைகள், ராணுவமயமாக்கப்பட்ட ஈரான் ஆகிய காரணங்களால் புஷ் நிர்வாகம் வெனிசுலாவில் ராணுவ ரீதியாகத் தலையிடும் வாய்ப்புகள் மட்டுப்பட்டிருந்தன.

2002ம் ஆண்டு லூயிஸ் இனாசியோ லூலா டா சில்வா பிரேசில் தேர்தலில் பெற்ற மகத்ததான வெற்றி தேசிய இயக்கங்களுக்கு வலுவூட்டியது. லூலா 1980ல் முற்போக்கு தொழிலாளர் கட்சியை (Progressive workers party) நிறுவியவர். சமூக சீர்திருத்தத்திற்காக நீண்ட காலமாகக் குரல் கொடுத்து வருபவர், பிரேசில் தன்னுடைய இயற்கை வளங்களை ஏழைகளுக்கு உதவுவதற்காக அர்ப்பணிக்க வேண்டும் என்று கோருபவர், ஐஎம்எப்புக்கு பிரேசில் கொடுக்க வேண்டிய கடன்கள் சட்ட விரோதமானவை என்பதால் அவற்றைத் தணிக்கை செய்ய வேண்டும் என்று வலியுறுத்துபவர். 60%க்கும் அதிகமான வாக்குகள் பெற்று தேர்தலில் வெற்றி பெற்றதால் அக்கண்டத்தின் வாழும் புதிய வீரபுருஷர்களில் சாவேஸுடன் லூலாவும் ஒருவராக இணைந்தார்.

இதுவரை வாக்குரிமை மறுக்கப்பட்டவர்கள் அதிகாரத்திற்கு வந்துகொண்டிருக்கிறார்கள் என்கிற செய்தி ஆண்டஸ் மலையின் உச்சியிலும், மலைக்காடுகளின் நடுவிலும் இருக்கும் தொலை தூரக் கிராமங்களுக்கும் பரவியது.

லத்தீன் அமெரிக்கர்கள் மகிழ்ச்சியும் நம்பிக்கையும் கொண்டனர். சமீப வரலாற்றில் முதன் முறையாக, அமெரிக்க ஆதிக்க நுகத்தடியிலிருந்து விடுபடுவதற்கான வாய்ப்பைக் கண்டனர். சாவேஸ்

மற்றும் லூலாவின் வெற்றி குறிப்பாக இரு நாடுகளின் மீது செல்வாக்கு செலுத்தியது. அந்நாடுகளிலும் மிகப் பெரும் அளவில் பழங்குடியினர் வாழ்கின்றனர். நிறுவன அதிகார வர்க்கம் அபகரிக்கத் துடிக்கும் எண்ணை மற்றும் எரிவாயு வளங்களும் இருக்கின்றன. ஈக்வடார் மற்றும் பொலிவியா ஆகிய அவை எனக்கு பலமான தனிப்பட்ட தொடர்புகள் இருக்கும் நாடுகளும் கூட.

21
ஈக்வடார்: அதிபரால் வஞ்சிக்கப்பட்ட நாடு

ஒரு பொருளாதார அடியாளின் ஒப்புதல் வாக்குமூலத்தில் ஜெய்மே ரோல்டோஸ் அகுய்லேராவுடன் எனக்கிருந்த நட்பு பற்றி விவரித்திருந்தேன். அவர் பல்கலைக்கழகப் பேராசிரியராகவும், அரசின் தலைமை வழக்குரைஞராகவும் பணியாற்றியவர். நிறுவன அதிகார வர்க்கத்தின் ஆதரவுடன் ஆட்சி நடத்திய பல சர்வாதிகாரிகளுக்குப் பிறகு, 1979ம் ஆண்டு ஈக்வடாரின் ஜனநாயக ரீதியாகத் தேர்ந்தெடுக்கப்பட்ட முதல் அதிபராக அவர் ஆனார். பதவிக்கு வந்தவுடன், எண்ணை நிறுவனங்களைத் தனது கட்டுக்குள் கொண்டு வந்து தேசத்தின் இயற்கை வளங்களை ஏழைகளின் நலனுக்காகப் பயன்படுத்துவேன் என்கிற தன்னுடைய தேர்தல் வாக்குறுதிகளை நிறைவேற்றத் தொடங்கினார். பொருளாதார அடியாட்களின் விருப்பத்திற்கு ஏற்ப அவர் நடந்து கொள்ளவில்லை என்றால், குள்ளநரிகள் அவருக்குக் குறி வைப்பார்கள் என்று அப்போது நான் அஞ்சினேன். எனது அச்சம் உண்மையானது. 1981 மே 24ம் தேதி ஜெய்மே ரோல்டோஸ் ஒரு விமான விபத்தில் பலியானார். லத்தீன் அமெரிக்கச் செய்தித்தாள்கள் முதல் பக்கத்தில் ‘சிஐஏ நடத்திய படுகொலை’ என்கிற தலைப்பில் செய்திகள் வெளியிட்டன.

இப்போது பத்தாண்டுகள் கழித்து, சூழ்நிலைமைகள் அனைத்தும் மாறிவிட்டது போல் தோன்றுகிறது. ஆனால், அரசியல் மாறவில்லை. சுவார் பகுதிக்கு எகுட்டுடன் மேற்கொண்ட பயணத்திற்குப் பிறகும், டிரீம் சேஞ்ச் மற்றும் பாச்சமாமா கூட்டணி ஆகியவை அமைக்கப்பட்ட பிறகும் 1990களில் சமூகம் கண்ணுக்குத் தெரியாமல் கொந்தளித்துக் கொண்டிருந்ததை நான் மென்மேலும் அதிகமாக உணர்ந்தேன். குள்ளநரிகள் ரோல்டோஸை தீர்த்துக் கட்டிவிட்டார்கள். ஆனால், அமெரிக்கா உண்மையான பிரச்சனையைத் தீர்க்க எதுவும் செய்யவில்லை. அப்பிராந்தியத்தில், வெனிசுலாவிற்கு அடுத்தபடியாக அமெரிக்காவிற்கு அதிக அளவில் பெட்ரோலியப் பொருட்கள் ஏற்றுமதி செய்யும் இரண்டாவது பெரிய நாடாக ஈக்வடார் வளர்ந்தபோது, பணக்காரர்களுக்கும் ஏழைகளுக்கும் இடையிலான இடைவெளி, சுற்றுச்சூழலை நாசம் செய்தல், கல்வி, சுகாதாரம் மற்றும் இதர சமூகசேவைகளைப் புறக்கணித்தல் ஆகியவை மேலும் மேலும் மோசமாகிக் கொண்டே இருந்தன. இந்தியர்கள்தான் மிக மோசமாக

பாதிக்கப்பட்டவர்கள். அரசாங்கமும் எண்ணை நிறுவனங்களும் அவர்களை அவர்களது நிலங்களை விட்டு பலவந்தமாக வெளியேற்ற முயற்சித்தன. அவர்கள் வெளியேற மறுத்தால், அவர்களது மரங்களினிடத்தில் எண்ணை எடுக்கும் ஆழ்துளை இயந்திரங்கள் வைக்கப்படுவதையும், கழிவுகள் வெள்ளம் போல் அவர்களது நதிகளை மாசுபடுத்துவதையும் அவர்கள் அடிக்கடி காண நேர்ந்தது.

பல வகையான நிர்ப்பந்தங்கள் கொடுக்கப்பட்டன. ஒரு பிற்பகலில் நான் அமேசானுக்குச் சென்றபோது அவற்றில் ஒன்று தெளிவானது. தன்னுடைய கிராமத்தைவிட்டுச் செல்வது குறித்து யோசித்து வருவதாக சுவார் சமுதாயத்தைச் சேர்ந்த இளைஞரான டுன்டுவாம் தெரிவித்தார். "எனக்கு மொழிகள் நன்றாகத் தெரியும். எண்ணை நிறுவனத்தில் இருந்த நிபுணர்கள் அப்படித்தான் கூறினார்கள். ஆங்கிலம் பயில்வதற்காக அவர்கள் என்னைப் பள்ளிக்கு அனுப்புவார்கள். அவர்களிடம் பணியாற்றுவதற்காக எனக்கு நிறைய சம்பளம் கொடுப்பார்கள்" என்று அவர் விளக்கினார். பின் அவர் முகத்தைச் சுருக்கினார். "ஆனால், எனக்கு கவலையாக இருக்கிறது. சென்ஸ்டாக் இதைத்தான் செய்தார். இப்போது அவரது பெயர் ஜோயல். சென்ஸ்டாக் இல்லை. எண்ணை நிறுவனங்களுக்கு எதிராகப் போராட எங்களுக்கு உதவும் உங்களுக்கு எதிராக, அதாவது, டிரீம் சேஞ்ச் மற்றும் பஞ்சமாமா கூட்டணிக்கு எதிராக பத்திரிகைகளில் கட்டுரைகள் எழுதுமாறு அவரிடம் சொன்னார்கள். சுவார் மக்களின் தேர்ந்தெடுக்கப்பட்ட பிரதிநிதி என்று கூறிக் கொள்ளுமாறும், எங்களது நிலத்தை எண்ணை நிறுவனங்களுக்கு வழங்கும் ஆவணங்களில் கையொப்பம் இடுமாறும் அவரிடம் கூறினார்கள். அவர் மறுக்க முயற்சித்தபோது சிறையில் அடைத்துவிடுவோம் என மிரட்டினார்கள்"

"அவர் என்ன செய்தார்?"

"அவரால் என்ன செய்ய முடியும்? அவர் அப்படிக் கட்டுரைகள் எழுதிக் கொண்டிருக்கிறார். அந்த ஆவணங்களில் கையெழுத்து போட்டுக் கொண்டிருக்கிறார்."

அது உங்களுக்கும் நிகழ வேண்டும் என விரும்புகிறீர்களா என்று டுண்டுவாமைக் கேட்டேன்.

அவர் தோள்களைக் குலுக்கினார். "நான் ஆங்கிலம் கற்றுக் கொள்ளவும், நிறைய பணம் சம்பாதிக்கவும் விரும்புகிறேன்." கைகளை வீசி காடுகளைக் காட்டினார். "இவை எல்லாம் மறைந்து கொண்டிருக் கின்றன. நாங்கள் மேலும் நவீனமாக மாற வேண்டும் என்றும், இனியும் நாங்கள் வேட்டைக்காரர்களாக வாழ முடியாது என்றும் மிஷினரிகள் கூறுகின்றன."

சுவார் மக்களுக்கும், அவர்களது அக்கம்பக்கத்தில் வாழ்வோரான ஹீவாரோனி, அச்சுவார், கிச்வா, சிவியார் மற்றும் ஜபாரோ மக்களுக்கும் உதவ வேண்டும் என்கிற எனது தீர்மானத்தை இத்தகைய

கதைகள் மேலும் உறுதியாக்கின. இம்மக்களின் குழப்பம் 2002ம் ஆண்டு நடந்த ஈக்வடார் அதிபர் தேர்தலில் என்னுடைய ஆர்வத்தைத் தூண்டிவிட்டது. ரோல்டோசுக்குப் பிறகு முதல் முறையாக, பெரும் எண்ணை நிறுவனங்களை உண்மையிலேயே எதிர்க்கும் அதே வேளையில் மண்ணின் மக்களுடைய பிரச்சனைகள் பற்றி உளப்பூர் வமான அக்கறை கொண்டவராகவும் தெரிந்த ஒரு வேட்பாளர் போட்டியிட்டார்.

எண்ணை நிறுவனமான ஷெல்லின் (Shell) பெயர் வைக்கப்பட்டிருந்த காட்டு நகரத்திற்கு லூசியோ குடிய்ரெஸ் (Lucio Gutierrez) வரவிருந்த நாளில் நான் அங்கு இருந்தேன். என்னையும், டிரீம் சேஞ்ச் அமைப்பினர் சிலரையும் சுவார் பகுதிக்கு அழைத்துச் செல்ல வரவிருந்த விமானத்திற்காகக் காத்திருந்தோம். அதிபர் வேட்பாளர் ஈக்வடாரின் ஆயுதப்படைகளையும், பழங்குடி மக்களின் அமைப்புகளையும் உள்ளடக்கிய தனித்துவமானதொரு கூட்டணியை அப்போது அமைத்துவிட்டிருந்தார். ஓய்வு பெற்ற கர்னலான அவரை முன்னவர்கள் தங்களைப் போலவே ராணுவத்துக்காரர் என்பதால் ஆதரித்தனர். 2000ல் பழங்குடியினப் போராட்டக்காரர்கள் அதிபர் மாளிகையைச் சூழ்ந்தபோது அவர்களைத் தாக்குமாறு தன்னு டைய வீரர்களுக்கு உத்தரவிட மறுத்தவர் என்பதால் அம்மக்கள் ஆதரித்தனர். அப்போது, அதிபர் ஜமீல் மாகூட் (Jamil Mahuad) பதவியை விட்டு ஓடவேண்டியதாயிற்று. கர்னல் ராணுவ சமையல் கூடாரங்களை அமைத்து போராட்டக்காரர்களுக்கு உணவு அளித்தார். பின்னர் அவர்கள் காங்கிரஸ் கட்டடத்தைக் கைப்பற்ற அனுமதித்தார். தன்னுடைய அதிபருக்கு கீழ்ப்படிய மறுத்ததன் மூலம் குடிய்ரெஸ் உலக வங்கி மற்றும் ஐஎம்எப்-பின் கொள்கைகளை வெளிப்படையாக ஆதரித்தவரும், ஏழைகளால் வெறுக்கப்பட்டவருமான அதிபரை பதவியிலிருந்து தூக்கி எறிய துணை நின்றவர். ஈக்வடார் நாணயத்தை டாலர் மயமாக்குவது என்கிற மக்களின் கடும் அதிருப்தியைச் சம்பாதித்த கொள்கையும் அவற்றில் ஒன்று. ஏற்கனவே வெளிநாட்டு வங்கிகளிலும், வால் ஸ்டிரீட் பங்குச் சந்தையிலும், வெளிநாட்டு நிலங்களிலும் முதலீடு செய்யும் அளவிற்கு வசதியாக இருந்த செல்வந்தர்களைத் தவிர இதர ஈக்வடார் மக்கள் ஒவ்வொருவருக்கும் கடும் பாதிப்பை ஏற்படுத்திய நடவடிக்கை அது. (ஈக்வடார் நாணயமான சுக்ரேவை (Sucre) டாலராக மாற்றுவது மிகப்பெரிய அரசியல் பிரச்சனையாகும். அது தேசிய கௌரவத்திற்கு ஏற்பட்ட இழுக்கு மட்டுமல்ல; ஏற்கனவே டாலர் வைத்திருந்த ஈக்வடார்காரர் களுக்கு ஒரே நாளில் லாபம் கூரையைப் பிய்த்துக் கொண்டு கொட்டியது. ஆனால், மற்ற ஈக்வடார் மக்கள் ஏதேனும் சேமிப்பு என்று ஏதேனும் வைத்திருந்தால் அதன் மதிப்பு அதலபாதாளத்தில் வீழ்ந்தது. 1998ல் மாகூட் பதவியேற்றபோது, 6500 சுக்ரே வைத்திருக்கும் ஈக்வடார் பிரஜையால் ஒரு டாலர் வாங்க முடியும்; 2000ல் ஒரு டாலரின் அதிகாரபூர்வமான விலை 25000 சுக்ரேவாக

நிர்ணயிக்கப்பட்டது. இதன் பொருள் என்னவெனில், இரண்டு வருடங்களுக்கு முன்னால் ஒரு டாலர் மதிப்புள்ள ஈக்வடார் நாணயம் வைத்திருந்தவரிடம் இப்போது வெறும் 26 சென்ட் மட்டுமே இருக்கும். அதே நேரத்தில், வெளிநாட்டு வங்கியில் டாலர் கணக்கு வைத்திருக்கும் அளவு செல்வந்தர்களிடம் இருந்த பணத்தின் மதிப்பு 400 சதவீதம் அதிகரித்தது. இது நிரந்தரமான மாற்றமாகும். ஏனெனில், சுக்ரே செல்லாது என்று அறிவிக்கப்பட்டு அதனிடத்தில் டாலர் ஈக்வடார் நாணயமாக அறிவிக்கப்பட்டது.)

வனத்திலிருந்து வரும் மக்களைச் சந்திப்பதற்கு ஷெல் பொருத்தமான இடம் போல் தோன்றியது. எண்ணை சார்ந்த நடவடிக்கைகளுக்கான தளத்தை உருவாக்குவதற்காக பல பத்தாண்டுகளுக்கு முன்பாகவே காடுகளிலிருந்து வெட்டி எடுக்கப்பட்டிருந்தது ஷெல் நகரம். இதனைப் பழங்குடி மக்கள் எதிர்த்தனர். சில சமயம் அது வன்முறையாகவும் மாறியது. பென்டகனின் ஆதரவுடன் அரசாங்கம் பல்லாயிரக்கணக்கான ராணுவ வீரர்களை அனுப்பி மிகப் பெரும் ராணுவ தளத்தை அமைத்தது. ஷெல் நகரத்தின் மையத்தில் துவங்கும் அந்தத் தளம் காடுகளுக்குள் வெகுதூரம் நீண்டிருந்தது. அதன் விமான ஓடுதளங்கள் உலகின் இப்பகுதியில் காண முடியாததாகும். அதன் கட்டடங்களில் உலகின் அதிநவீன ஒட்டுக் கேட்கும் கருவிகள் வைக்கப்பட்டிருந்தன. அமெரிக்க மற்றும் ஈக்வடார் தகவல் தொடர்பு வல்லுநர்களால் ஷெல்லின் முக்கிய சாலையின் அருகில் அமர்ந்து கொண்டு அமெசானின் மேல்பகுதியில் எந்த ஒரு அறையிலும் நடக்கும் உரையாடல்களை ஒட்டுக் கேட்க முடியும் என்று சொல்லப்படுவதுண்டு. எண்ணை நிறுவனங்களின் நிதியைப் பெற்று நடத்தப்படும் அமைப்புகளிடமிருந்து கோடிக்கணக்கான டாலர்களைப் பெற்றுக் கொண்டு மிஷினரிகள் மக்களுக்கு தாங்கள் இலவசமாக வழங்கும் உணவுக் கூடைகளிலும், மருத்துவ உபகரணங்களிலும் ஒட்டுக் கேட்கும் கருவிகளைப் பொருத்தியதாக ஏராளமான வதந்திகள் வலம் வந்தன. எண்ணை முகாம்களைத் தாக்குவதற்காக போராளிகளை அனுப்புவது என்று பழங்குடி மக்களின் அமைப்புகள் தீர்மானிக்கும் ஒவ்வொரு முறையும், போராளிகள் அங்கு செல்லும் முன்பே ஹெலிகாப்டரில் அனுப்பப்பட்ட படைப்பிரிவுகள் அந்த முகாமிற்கு வந்து சேர்ந்துவிடும்.

குடிய்ரெஸ் வரவிருந்த இந்த நாளில் வேட்பாளரோடு கை குலுக்கும் எதிர்பார்ப்போடு மக்கள் நகரின் மண் சாலைகளில் குவிந்திருந்தனர். மலைப்பறவைகளின் இறகுகளால் அலங்கரிக்கப்பட்ட பாரம்பரிய கிரீடங்கள் அணிந்திருந்த சுவார் பூசாரிகள் அமெரிக்காவின் கொரில்லா எதிர்ப்பு சிறப்புப் படை வீரர்கள், எண்ணைக் கிணறு தோண்டுபவர்கள், ஈக்வடார் அதிரடிப்படை வீரர்கள் ஆகியோருடன் கூட்டத்தோடு கூட்டமாகக் கலந்து நின்றிருந்தனர். நகரம் விழாக் கோலம் பூண்டிருந்தது. பழைய பகைகள் மறக்கப்பட்டிருந்தன. பல வருடங்களாக நீடித்த ஊழல், பணவீக்கம், சுரண்டல் ஆகியவற்றின்

காரணமாக நிலைகுலைந்து போயிருந்த தேசத்தை மீட்பதென்று படைவீரர்களும், இந்தியர்களும் தங்களுக்குள் ஒப்பந்தம் போட்டிருந்தார்கள் என்பது வெளிப்படையாகத் தெரிந்தது.

2001 செப்டம்பர் 11 வன்முறை நிகழ்ந்த சில மாதங்களில் நான் ஈக்வடார் சென்றிருந்தேன். அந்தத் துயரமான சம்பவமும், புஷ் நிர்வாகத்தால் சாவேஸின் பெயரைக் கெடுத்து அவரை அதிகாரத்திலிருந்து தூக்கி எறிய முடியாமல் போனதும் சேர்ந்து ஈக்வடார் அதிபர் தேர்தல் பிரச்சாரத்தில் பெரும் தாக்கத்தை ஏற்படுத்தின. செய்தித்தாள்களில் வெளிவந்த ஒரு கேலிச்சித்திரம் உள்ளூர் மனநிலையை விளக்குவதாக இருந்தது. இரு நபர்களுக்கிடையிலான துப்பாக்கிச் சண்டை (gun duel) என்கிற மையக்கருவை அடிப்படையாகக் கொண்டிருந்தது அந்த கேலிச்சித்திரம். கௌபாய் தொப்பி அணிந்த சாவேஸின் இடுப்பில் உறையிலிடப்பட்ட துப்பாக்கி தொங்கிக் கொண்டிருக்க நகரத்தெரு ஒன்றில் அவர் நடந்து கொண்டிருப்பது மாதிரி சித்திரித்தது முதல் படம். இரண்டாவது படத்தில் துப்பாக்கியோடு ஜார்ஜ் புஷ் சாவேஸை எதிர்த்து நிற்கிறார். அடுத்த படத்தில், சாவேஸின் படம் பின்பக்க கோணத்திலிருந்து வரையப்பட்டுள்ளது. அவரை எதிர்த்து நிற்கும் புஷ்ஷின் முகம் ஆக்ரோஷமாக இருக்கிறது. அமெரிக்க அதிபருக்குப் பின்னால் பற்றி எரியும் இரு கோபுரங்கள். கடைசிப் படத்தில், சிரித்துக் கொண்டிருக்கும் சாவேஸின் இரட்டிப்பாக்கப்பட்ட உருவம். புஷ் தூசி பறக்க ஓடுகிறார்; அவரது தொப்பி தெருவில் கிடக்கிறது. ஒரு விடுதியின் சுவரில் சாய்ந்தவாறு நின்றிருக்கும் குடிய்ரெஸ் கைதட்டிக் கொண்டிருக்கிறார்.

எங்கள் விமானம் குறித்த நேரத்தில் ஷெல் நகரத்தை அடைந்த போதும் நாங்கள் குடிய்ரெஸ் வருவதற்கு முன் அந்நகரத்தை விட்டுச் செல்ல வேண்டியிருந்தது. நாங்கள் அந்த நகரத்தில் சிறிது நேரமே இருந்தபோதும், ஈக்வடாரின் பூர்வகுடி மக்களுக்கு அந்தத் தேர்தல் எவ்வளவு முக்கியமானது என்பதைப் புரிந்து கொள்ள அந்தப் பயணம் எனக்கு உதவியது. பொலிவியா, பிரேசில் மற்றும் வெனிசுலாவின் தங்கள் சகோதரர்களைப் போல அவர்களும் பல நூற்றாண்டு காலமாக அந்நியச் சுரண்டலால் துன்புற்றிருக்கிறார்கள். இப்போது அதற்கு ஒரு முடிவு கட்ட வேண்டும் என அவர்கள் உறுதி பூண்டுள்ளார்கள்.

நவம்பர் 2002ல் குடிய்ரெஸ் ஈக்வடாரின் அதிபராகத் தேர்வு செய்யப் பட்டார். மண்ணின் மக்களுக்குத் தங்களது ஆள் உண்மையிலேயே வெற்றி பெற்றுவிட்டார் என்பது ஆச்சரியமாக இருந்தது. அவர்கள் இன்னும் கடினமான காலங்களை எதிர்பார்க்கிற மாதிரி தெரிந்தது.

"பிரேசில் தொழிலாளர் கட்சியின் தலைவர் லூலாவின் வெற்றியைத் தொடர்ந்து ஈக்வடாரில் முன்னாள் ராணுவப் புரட்சித் தலைவர் லூசியோ குடிய்ரெஸ் வெற்றி பெற்றுள்ளார். அது வெனிசுலாவில் ஹீகோ சாவேஸ் தேர்ந்தெடுக்கப்பட்டதை நினைவூட்டுகிறது.

"மாற்றம், புது வகையான பொருளாதார சிந்தனை, ஊழலுக்கு முடிவு கட்டுதல் ஆகியவற்றை அடிப்படையாகக் கொண்ட திட்டங்களை முன்வைத்து இவர்கள் ஜனநாயக ரீதியாகத் தேர்ந்தெடுக்கப்பட்டுள்ளார்கள்..... " கடந்த மாதம் நடந்த முதல் சுற்று வாக்குப் பதிவில், மாற்றத்துக்காக மக்கள் பெருமளவு வாக்களித்ததனால் முன்னணி பெற்று திரு. குடிய்ரெஸ் எல்லோரையும் வியப்பில் ஆழ்த்தினார்......

"ஆனால், பெரும் கடன் பிரச்சனைகள், 60% வறுமை, நிலையற்றதும், என்ன நடக்கும் என்று கணிக்க முடியாததுமான அரசியல் அமைப்பு ஆகியவற்றால் சூழ்ந்திருக்கும் ஒரு நாட்டில் பலாபலன்கள் பெருமளவு அவருக்கு எதிராகவே இருக்கின்றன" என்று பிபிசி (British Brodcasting Corporation) கூறியது.

புதிய அதிபர் பதவியேற்ற முதல் மாதத்தில் அதிபர் புஷ்ஷைச் சந்திக்க வாஷிங்டன் சென்றார். உலக வங்கி அதிகாரிகளை குயிட்டோ விற்கு வருமாறு அழைத்தார். எண்ணை நிறுவனங்களுடன் பேச்சு வார்த்தைகள் நடத்தினார். அதே நேரத்தில், எண்ணை நிறுவனங்களுக்கும் மற்றும் பூர்வகுடி மக்களின் அமைப்புகளுக்கும் இடையிலான உறவு மேலும் மேலும் பதற்றம் நிறைந்ததாக ஆனது. சிஜிசி எனும் அர்ஜென்டியா நாட்டு நிறுவனம், அமேசான் இனக்குழு ஒன்று தன்னுடைய தொழிலாளர்கள் சிலரைப் பிணைக் கைதிகளாகப் பிடித்துச் சென்றுள்ளது என்றும், அந்த வனப் போராளிகள் அல் கொய்தாவுடன் பயிற்சி பெற்றவர்கள் என்றும் குற்றம் சாட்டியது. திடுக்கிடச் செய்யும் ஒரு உண்மை வெளிப்பட்டது. அந்த எண்ணை நிறுவனம் கிணறு தோண்டுவதற்கான அனுமதியை அரசாங்கத் திடமிருந்தும், அங்கு வாழ்பவர்களிடமிருந்தும் பெறவில்லை. எனினும், பூர்வகுடிகளின் நிலங்களில் அத்துமீறுவதற்குத் தனக்கு உரிமை இருக்கிறது என்று கூறிக் கொண்டது. எண்ணை நிறுவன ஊழியர்கள் காட்டை விட்டு பத்திரமாக வெளியேறுவதற்காகவே அவர்களை அவ்வளவு நாட்கள் பிடித்து வைத்திருப்பதாகப் போராளிகள் கூறினர். (22)

2003ம் ஆண்டு துவக்கத்தில் நான் மீண்டும் ஈக்வடார் சென்றேன். நான் குயிட்டோ வந்து சேர்ந்தபோது, அதிபர் குடிய்ரெஸ் எண்ணை நிறுவனங்களுடன் ரகசிய ஒப்பந்தங்கள் போட்டுக் கொண்டிருப்பதாகவும், உலக வங்கி மற்றும் ஐஎம்எப் ஆகியவற்றின் கட்டமைப்பு மறுசீரமைப்புத் திட்டங்களை அமல்படுத்த ஒப்புக் கொண்டிருப்பதாகவும் ஈக்வடார் மக்கள் பலர் கருதியதைக் கண்டேன். அதிபர் புஷ்ஷுடன் அவர் கைகோர்த்திருக்கும் புகைப்படம் அச்சிடப்பட்ட சுவரொட்டிகள் நகர் முழுவதும் ஒட்டப்பட்டிருந்தன. இஸ்லாமிய பயங்கரவாத அமைப்புடன் தாங்கள் கைகோர்த்துள்ளதாகச் சொல்லப்பட்ட குற்றச்சாட்டால் கோபமடைந்திருந்த பழங்குடி மக்களின் தலைவர்கள், எண்ணை நிறுவனங்களின் கூலிப்படையினருடன் சண்டையிட

வேண்டிய நிர்ப்பந்தத்தை குடிய்ரெஸ் தங்களுக்கு ஏற்படுத்தினாரென்றால், அத்தகைய வதந்திகள் உண்மையாக ஆகக் கூடும் என்று சுட்டிக் காட்டினர். "அந்தக் காலத்தில், அமெரிக்காவால் ஆபத்து ஏற்படும் என்று கருதியவர்கள் ஆயுதங்களுக்கும் பயிற்சிக்கும் ரஷ்யாவை நாடினார்கள். இப்போது அந்த அரேபியர்களைத் தவிர வேறு எவருமில்லை" என்று ஒருவர் கூறினார்.

2004 முழுவதும் நிலைமை மேலும் மேலும் மோசமடைந்து கொண்டே போனது. எண்ணை நிறுவனங்கள் கொள்ளை லாபம் அடிப்பதாகவும், அரசாங்க ஊழல் பல்கிப் பெருகுவதாகவும் வதந்திகள் உலா வந்தன. பிறகு, உலகவங்கி நிர்ப்பந்தங்களின் காரணமாக பொலிவியாவில் மேற்கொள்ளப்பட்டதைப் போன்ற நடவடிக்கைகளை எடுத்தது. "கடன் வழங்கும் சர்வதேச நிதிநிறுவனங்களைத் திருப்திப் படுத்துவதற்காக உணவு மானியம், சமையல் எரிவாயு மானியம் ஆகியவற்றைக் குறைப்பது உள்ளிட்ட அரசாங்க செலவினங்களைக் குறைக்கும் நடவடிக்கைகளை குடிய்ரெஸ் எடுத்தபோது அவருக்கிருந்த இடது சார்பு ஆதரவை அவர் இழந்தார்" என்றது 'அசோசியேட்டட் பிரஸ்' செய்தி நிறுவனம். (23)

அவருடைய கொள்கை முடிவுகளில் தலையிடப் போவதாக ஈக்வடாரின் உச்ச நீதிமன்றம் எச்சரித்தபோது, குடிய்ரெஸ் அதை மறுசீரமைக்க உத்தரவிட்டார். நடைமுறையில் அதைக் கலைத்துவிட்டார். அவரைப் பதவி நீக்கம் செய்யுமாறு கோரி ஈக்வடார் மக்கள் தெருக்களில் இறங்கினர்.

"குடிய்ரெஸ் பதவி விலக வேண்டும்" என்று பழங்குடிகளின் தலைவரான ஜோவாக்வின் யாம்பெர்லா (Joaquin Yamberla) என்னிடம் கூறினார். "அவர் ஜனநாயக ரீதியாகத் தேர்ந்தெடுக்கப்பட்டவர். அவர் மக்களுக்குக் கொடுத்த வாக்குறுதிகளை மீறிவிட்டார். நாங்கள் அவரைப் பதவியிலிருந்து தூக்கி எறிய வேண்டும் என்று ஜனநாயகம் கோருகிறது".

குடிய்ரெஸ்சுக்கு லஞ்சம் கொடுத்துக் கொண்டிருக்கும் பொருளாதார அடியாளை அடையாளம் காட்டுமாறு மக்கள் என்னிடம் கேட்டுக் கொண்டிருந்தனர். மிரட்டல்கள் மற்றும் லஞ்சம் ஆகியவற்றுக்கு ஈக்வடார் அதிபர் அடிபணிந்து கொண்டிருக்கிறார் என்பதில் அவர்களுக்கு எந்த சந்தேகமும் இல்லை. என்னால் அவர்களுக்கு எந்தப் பெயரையும் சொல்ல முடியவில்லை என்றாலும், அவர்கள் சொல்வது சரி என்றே கருதினேன். இந்நூலில் பின்னர் விவரிக்கப் பட்டுள்ளபடி, அதற்குப் பிறகு ஒரு குள்ளநரி என்னைத் தொடர்பு கொண்டார். தானே அந்தப் பொருளாதார அடியாள் என்று அவர் கூறிக் கொண்டார்.

எனினும், பொலிவியர்களுக்கு முற்றிலும் வேறுபட்ட ஒரு அனுபவம்.

22
பொலிவியா: பெக்டெல்லும் தண்ணீர் யுத்தங்களும்

ஈக்வடார் மற்றும் வெனிசுலாவைப் போலவே, பொலிவியாவும் தன்னுடைய இயற்கை வளங்களைக் கொள்ளையடித்த அந்நிய பன்னாட்டு நிறுவனங்களுக்கு எதிரான போராட்டங்களுடனே இருபத்தி யோராம் நூற்றாண்டைத் துவக்கியது. ஆர்ப்பாட்டங்கள், புறக்கணிப்புகள், வேலைநிறுத்தங்கள் ஆகியவை லா பாஸ் மற்றும் இதர பல நகரங்களில் வர்த்தக நடவடிக்கைகளை முடக்கிப் போட்டன. அய்மாரா மற்றும் குவெச்சுவா தலைவர்களால் அப்போராட்டங்கள் வழிநடத்தப்பட்ட போதும், மண்ணின் மக்கள் தனியாக அப்போராட்டங்களை நடத்த வில்லை. தொழிற்சங்கங்களும், குடிமை அமைப்புகளும் அவர்களை ஆதரித்தன.

ஈக்வடார் மற்றும் வெனிசுலா போல் எழுச்சிக்கான உடனடிக் காரணம் எண்ணையல்ல; தண்ணீர். பூமியின் மிகவும் மதிப்புமிக்க இயற்கை வளங்களில் தண்ணீரும் ஒன்றாக விரைவிலேயே ஆகப்போகிறது என்பது 1990களில் மேலும் தெளிவானது. தண்ணீர் விநியோகத்தைக் கட்டுப்படுத்துவதன் மூலம் பொருளாதாரங்களையும், அரசாங்கங்களையும் தங்களுக்கு ஏற்ற வகையில் இயக்கலாம் என்பதை நிறுவன அதிகார வர்க்கம் புரிந்து கொண்டது.

பொலிவியாவில் உலக வங்கியாலும், ஐஎம்எப்பாலும் கலகம் மீண்டும் வெடித்தது. பொலிவியா தன்னுடைய மூன்றாவது பெரிய நகரமான கொசபாம்பாவின் தண்ணீர் விநியோக முறையை மிகப் பெரும் பொறியியல் நிறுவனமான பெக்டெல்லின் (Bectel) துணை நிறுவனத்திற்கு விற்க வேண்டும் என்று அந்த இரு அமைப்புகளும் வலியுறுத்தின. புதிய சுற்று கட்டமைப்பு மறுசீரமைப்புத் திட்டத்தின் ஒரு பகுதியாக இதைக் கூறின. உலக வங்கியின் வற்புறுத்தலுக்கு ஏற்ப, பொலிவியா தண்ணீர் விநியோகச் செலவுகளை அனைத்து நுகர்வோர் மீதும் ஏற்றியது. ஏழைகளால் கொடுக்க முடியுமா என்று கூட யோசிக் கவில்லை. ஏழை, பணக்காரர் பேதமின்றி மக்கள் அனைவருக்குமே தண்ணீரின் மீது இயற்கையாக அமையப் பெற்ற உரிமை உண்டு என்கிற பூர்வகுடி பாரம்பரியத்திற்கு எதிரானதாகும் இந்த நடவடிக்கை.

பொருளாதார அடியாளின் இந்தச் சதித்திட்டத்தை பொலிவியா ஏற்றுக் கொண்டது என்பதைக் கேள்விப்பட்டவுடன் குற்ற உணர்வால் நான் சித்திரவதைக்குள்ளானேன். நீருக்கான கட்டணம் விதிக்கும் முறையை 1970களில் வகுக்கும்போது ஒவ்வொருவரும் கட்டணம் செலுத்த வேண்டும் என்கிற கொள்கை உருவாக உதவியவன் நான். அப்போது அந்த முறை முக்கியமாக மின் கட்டணத்திற்கு மட்டும் பிரயோகப்படுத்தப்பட்டது; புதுமையானதாகவும் கருதப்பட்டது. 1930களிலிருந்து கடைப்பிடிக்கப்பட்டு வந்த பல்வேறு கட்டணத் திட்டங்களின் அடிப்படையான பின்தங்கிய மற்றும் வறிய பகுதிகளுக்கு உதவுவது என்பதற்கு இது முரணாக இருந்தது. அத்தகைய பின்தங்கிய பகுதிகளுக்கு உதவும் கட்டண விதிப்பு முறை அமெரிக்காவின் கிராமப்புறங்களை மின்மயமாக்கும் நிர்வாகத்தாலும் கடைப்பிடிக்கப் பட்டு வந்தது. மானியம் கொடுத்தாவது அனைவருக்கும் நீர், மின்சாரம், சாக்கடை போன்ற வசதிகளை வழங்குவது என்பது பொதுவான பொருளாதார வளர்ச்சிக்கு அவசியமாகும் என்கிற அடிப்படைக் கோட்பாட்டுக்கு முரணானதாகும். மேற்குறிப்பிட்ட அமெரிக்க உதாரணத்தைப் பின்பற்றி, இந்தக் கோட்பாடு அமல்படுத்தப்பட்ட பல்வேறு நாடுகளில் அது மிகவும் நற்பயன்களை அளித்தது. இந்த வெற்றிகள் இருந்தபோதும், உலக வங்கி முற்றிலும் மாறுபட்ட ஒன்றைப் பரிசோதித்துப் பார்க்க முயற்சித்தது.

1970களில் உலகவங்கியின் கொள்கைகளை முன்னெடுத்துச் செல்வதற்காக அமர்த்தப்பட்டிருந்த நிறுவனம் ஒன்றின் தலைமைப் பொருளாதார நிபுணர் என்ற முறையில், அனைவருமே கட்டணம் செலுத்த வேண்டும் என்கிற கொள்கையின் நம்பகத்தன்மையை நிரூபிக்கும் வகையிலான பொருளாதாரப் புள்ளிவிவரங்களைத் தொகுக்குமாறு நான் நிர்ப்பந்திக்கப்பட்டேன். புள்ளிவிவரக் கணித வியலைப் பயன்படுத்தும் பொருளாதார முறையைக் கொண்டு எதை வேண்டுமானாலும் சுலபமாக நியாயப்படுத்திவிடலாம். என்னிடம் புத்திக்கூர்மை உள்ள பொருளாதார நிபுணர்களும், கணிதவியலாளர்களும், நிதி வல்லுநர்களும் பணியாற்றிக் கொண்டிருந்தனர். எனவே, தொழில்நுட்ப ரீதியாக பிரச்சனை இல்லை. எனினும், என்னை இரண்டாகக் கிழித்த இரு பிரச்சனைகள் இருந்தன. முதலாவது, வெளிப்படையானது. தார்மீக நெறி தொடர்புடையது. இரண்டாவது பிரச்சனை நடைமுறை சார்ந்தது. பழைய கோட்பாடு தன்னுடைய பயனளிக்கும் தன்மையை மீண்டும் மீண்டும் நிரூபித்துள்ளது. எனவே, ஏன் வெற்றியைப் பழுது பார்க்க வேண்டும்? ஏன் வறுமையை அதிகரிக்க வேண்டும்? ஏன் சமூக அமைதியின்மையை அதிகப்படுத்த வேண்டும்? ஏன் அனைவரும் கட்டணம் செலுத்த வேண்டும் என்று வாதிட வேண்டும்? போன்ற கேள்விகளை என்னை நானே கேட்டுக் கொண்டேன். பதில் வெளிப்படையானது: அனைவரும் கட்டணம் செலுத்த வேண்டும் என்கிற அணுகுமுறை அரசாங்க மானியம் பெறும்

சேவை நிறுவனங்களை லாபம் கொழிக்கும் தொழில் நிறுவனங்களாக மாற்றும்; தனியா.ர்மயத்திற்கு ஏற்றதாக ஆக்கும். (இதை நான் பின்னர் பொலிவியாவில் கோபி விஷயத்தில் கண்டேன்). அந்நிய கட்டுமான நிறுவனங்களுக்கும், உள்நாட்டுப் பணக்காரர்களுக்கும் ஆதாயம் தரும் அடிப்படைக் கட்டமைப்புக் கடன்கள் வழங்கப்படும் அதே மனநிலையிலிருந்துதான் அனைவரும் கட்டணம் செலுத்த வேண்டும் என்கிற கோட்பாடு உருவானது. இது ஏழைகளுக்குப் பெரும் கடன் சுமையைத் தவிர வேறெதையும் தருவதில்லை. அர்ஜெண்டினா பயணத்தின் போது நான் மற்றொரு காரணத்தையும் தெரிந்து கொண்டேன்.

1977ல் போவ்னஸ் ஏய்ர்ஸ் (Buenos Aires) தெருக்களில் நானும் ஜெனரல் சார்லஸ் நோபலும் பயணித்துக் கொண்டிருந்தபோது “இந்த நாடுகள்தான் நமது எதிர்காலப் பாதுகாப்பு” என்றவர் என்னிடம் கூறினார். அவரது செல்லப் பெயர் ‘சக்’. அவர் மெயின் நிறுவனத்தின் துணைத் தலைவராக இருந்தார். (பின்னர் தலைவராகப் பதவி உயர்வு பெற்றார்). அமெரிக்க ராணுவப் பள்ளியில் பட்டம் பெற்றவரான அவர் மசாசூசெட்ஸ் தொழில் நுட்பக் கல்லூரியில் பொறியியல் முதுகலைப் பட்டமும் பெற்றவர். வியட்நாமில் அமெரிக்க ராணுவத்தின் பொறியியல் பிரிவின் தலைமை கமாண்டராகப் பணியாற்றி ராணுவ சேவையில் தனிச்சிறப்பு மிக்கவராக விளங்கினார். மிசிசிப்பி நதி ஆணையத்தின் தலைவராகவும் இருந்தார். இப்போது மெயின் நிறுவனத்தில் அர்ஜெண் டினாவின் நீர்வள ஆய்வுக்குப் பொறுப்பாளராகப் பணிபுரிகிறார். உருகுவேயுடன் கூட்டாக அர்ஜெண்டினா நிர்மாணித்துக் கொண்டிருந்த பிரம்மாண்டமான சால்டோ கிராண்டே நீரிமின்திட்டத்திற்கும் தொடர்புடையது அவரது ஆய்வு. அந்த மின்திட்டம் 2000 மெகாவாட் மின்சாரம் உற்பத்தி செய்யும். பரந்த ஏரியை உருவாக்கும். 20000 மக்கள் வசிக்கும் நகரத்தை வெள்ளத்தில் மூழ்கடிக்கும்.

“கம்யூனிஸ்ட் மனதைப் புரிந்து கொள்ளாததால் நாம் வியட்நாமை இழந்தோம். இங்கே லத்தீன் அமெரிக்காவில் நாம் மிகவும் சிறப்பாகச் செயல்பட வேண்டும்”. அழகாகச் சிரித்தார். கரடுமுரடானவர் எனப் பெயர் பெற்ற அவரின் அந்தப் புன்னகை அதிர்ச்சியளிக்கக் கூடிய வகையில் மென்மையானதாக இருந்தது. “இலவச உணவு அளித்தால் அது உங்களுக்குப் பெருமையைத் தான் தேடித்தரும் என்று சோஷலிஸ்டுகள் பேசிப் பேசி உங்களை நம்பவைக்க இடம் கொடுக்காதீர்கள். மக்கள் எதுவானாலும் விலைக்குத்தான் வாங்க வேண்டும். அதன் மதிப்பை அவர்கள் உணர்வதற்கு ஒரே வழி அதுதான். மேலும், அது அவர்களுக்கு முதலாளித்துவத்தைப் போதிக்கிறது. கம்யூனிசத்தை அல்ல. அங்கே பாருங்கள்” என்று அவர் நாங்கள் கடந்து கொண்டிருந்த பூங்காவில் இருந்த ஒரு குளத்தைச் சுட்டிக் காட்டினார். “தங்கமும், எண்ணையும் சேர்ந்தால் என்ன மதிப்போ அத்தகைய மதிப்பு எதிர்காலத்தில் நீருக்குத்தான். எவ்வளவு

சாத்தியமோ அவ்வளவு நீருக்கு நாம் உரிமையாளர்களாகிவிட வேண்டும். அது நமக்கு நெம்புகோலாகப் பயன்படும், நமக்கு அதிகாரம் அளிக்கும்" .

இருபது வருடங்களுக்கு மேலான பிறகு, கொசபாம்பாவின் நீர் விநியோக முறைமையை (SEMAPA- செமாபா என்று அது அழைக்கப்படுகிறது) வாங்குவதற்கான பிரத்யேக உரிமை ஒரே ஒரு நிறுவனத்திற்கு மட்டும் வழங்கப்பட்டுள்ளது என்கிற அறிவிப்பு வெளியானபோது நான் சக் நோபலை நினைத்துக் கொண்டேன். அபகீர்த்தி பெற்ற பெக்டெல் கார்ப்பரேஷன் நிறுவனத்தின் துணை நிறுவனம் பெரிய பங்குதாரராக இருக்கும் அகுவாஸ் டெல் துனாரி என்கிற நிறுவனத்திடம் நாற்பதாண்டு கால தனியார்மய குத்தகைக்கு விடப்பட்டது. ஒரு அமெரிக்க நிறுவனத்திற்கு சுரண்டுவதற்கான உரிமத்தை வழங்குவது ஜெனரலுக்கு மிகவும் மகிழ்ச்சியளித்திருக்கலாம். ஆனால், லத்தீன் அமெரிக்க மக்கள் வேறு மாதிரி நினைத்தார்கள். உயர்பதவிகளில் இருக்கும் எவரிடமிருந்தும் சலுகைகளைப் பெற்றுவிடக் கூடியது என்று அந்த சான்பிரான்சிஸ்கோ நிறுவனம் பெயர் பெற்றிருந்தது. பெரும் லாபமளிக்கும் ஒப்பந்தங்களை உலக வங்கியிடமிருந்தும், அமெரிக்க அரசாங்கத்திடமிருந்தும் பெற்றுக் கொண்டிருக்கும் நீண்ட கால வரலாறு அந்நிறுவனத்திற்கு உண்டு. அது ஒரு தனியார் நிறுவனம் என்பதாலும், ஒரு குடும்பத்திற்கு முற்றிலும் சொந்தமானது என்பதாலும் அது பங்கு மற்றும் பரிவர்த்தனை ஆணையத்திடமோ (Securities and Exchange Commission- வர்த்தக நிறுவனங்களைக் கண்காணிக்கும் அமெரிக்க அரசாங்கத்தின் ஒரு பிரிவு) அல்லது இதர கண்காணிப்பு அமைப்பு களிடமோ கணக்கு காட்ட வேண்டிய அவசியம் இல்லை. அப்படிக் காட்டவும் முடியாது என்று அது பிடிவாதமாக மறுத்து வந்தது.

"பெக்டெல் ஒரு வேலையை விரும்புகிறது என்றால், நீங்கள் ஏலத்தில் பங்கேற்பதைப் பற்றி மறந்துவிடுங்கள்" என்று நான் ஒரு பொருளாதார அடியாளாக இருந்தபோது இந்தோனேஷியா, எகிப்து, கொலம்பியா நாடுகளின் அரசாங்க அதிகாரிகளால் பல சந்தர்ப்பங்களில் எனக்கு சொல்லப்பட்டிருக்கிறது. சக் நோபலுடன் நான் மேற்கொண்ட அர்ஜெண்டினா பயணத்திற்குப் பின்னர் சிறிது காலத்திலேயே, நான் பீஸ் கார்ப்ஸ் தொண்டனாக இருந்த நாட்களிலிருந்து எனக்கு தனிப்பட்ட நண்பராக இருக்கும் ஈகுவடார் ஒப்பந்த அதிகாரி ஒருவரை ஒரு நாள் குவிட்டோவின் மிக ஆடம்பரமான உணவு விடுதி ஒன்றில் இரவு உணவுக்காக அழைத்துச் சென்றேன். பெக்டெல்லுக்கு நிச்சயமாகக் கிடைக்கப் போகும் ஒரு திட்டத்திற்கு முன்மொழிவுகளைத் தயாரிக்கும் பணியில் பல மாதங்களை விரயம் செய்ய வேண்டாம் என்று எனக்கு ஆலோசனை கூறுவதன் மூலம் அந்த சாப்பாட்டின் விலையைப் போல பல்லாயிரம் மடங்கு பணத்தை எனக்கு மிச்சப்படுத்த தன்னால் முடியும் என்று ரகசியமாகச் சொன்னார். தன்னுடைய

கட்டை விரலையும், சுட்டு விரலையும் தேய்த்துக் கொண்டார் அவர். "உங்களையும், விதிப்படியான ஏல நடைமுறை பின்பற்றப்படும் என்று எண்ணும் பரிதாபத்திற்குரியவர் களையும் தவிர நான், மேயர், அதிபர், மற்றும் சான்பிரான்சிஸ்கோவிலிருந்து வந்திருப்பவர்கள் எல்லோரும் செல்வந்தர்களாகப் போகிறோம்" என்று முகத்தைச் சுளித்துக் கொண்டே கூறினார்.

பெக்டெல்லின் முன்னாள் அதிகாரிகளும், நிர்வாகிகளும் பிரசித்தி பெற்றவர்கள். ஜார்ஜ் சுல்ட்ஸ். இவர் பெக்டெல்லின் தலைவர், நிர்வாகக்குழு உறுப்பினர், நிக்சனின் அமைச்சரவையில் நிதி மந்திரி. ரீகன் அமைச்சரவையில் வெளியுறவுத் துறை மந்திரி. கஸ்பார் வெய்ன்பெர்கர். இவர் பெக்டெல்லின் துணைத் தலைவர். பொதுக்குழு உறுப்பினர். ரீகன் அமைச்சரவையில் பாதுகாப்பு மந்திரி. டேனியல் சாவோ. பெக்டெல்லின் துணை நிறுவனம் ஒன்றின் நிர்வாக துணைத் தலைவர். அமெரிக்காவின் ஏற்றுமதி இறக்குமதி வங்கி ஆலோசனைக் குழுவின் உறுப்பினர். ரிலே பெக்டெல். பெக்டெல்லின் தலைமை நிர்வாகி. அதிபர் ஜார்ஜ் டபிள்யூ. புஷ்ஷின் ஏற்றுமதிக் குழுவின் உறுப்பினர். பெக்டெல் நிர்வாகத்தில் எனது மாமனாரும் பணியாற்றினார். ஓய்வு பெறுவதற்கு முன்னர் அந்நிறுவனத்தின் தலைமை கட்டடப் பொறியாளராக இருந்தார். பின்னர், சவூதி அரேபியாவில் நகரங்களை நிர்மாணிக்கிற பிரம்மாண்டமான பெக்டெல் பணியின் திட்ட மேலாளராகப் பணியாற்றுவதற்காக அவருக்கு ஓய்வு அளிக்கப்பட்டது. என் மனைவி தன்னுடைய வாழ்க்கையை பெக்டெல்லில்தான் துவக்கினார். எனக்கு அந்நிறு வனத்தைப் பற்றி பல்வேறு கோணங்களில் நன்கு தெரியும்.

பெக்டெல்லுக்கு செமாபா (கொசபாம்பா நீர்) குத்தகை விடப்பட்ட உடனேயே நீர்க் கட்டணங்கள் பற்பல மடங்கு உயர்ந்துவிட்டன. சில கொசாபாம்பர்களின் நீர்க் கட்டணம் 300 விழுக்காடுக்கும் அதிகமாக கிடுகிடுவென அதிகரித்திருந்தது. அக்கண்டத்தின் மிகவும் ஏழ்மையான மக்களில் ஒரு பகுதியினராகக் கருதப்பட்ட கொசாபாம்பா நகர மக்களுக்கு இது பேரழிவாகும்.

"உணவு அல்லது நீர் இரண்டில் எது வேண்டும் என்கிற கேள்வி அவர்கள் முன் நிற்கிறது. அந்நியர்களுக்கு மிக அதிகமான லாபம் வேண்டும். பொலிவியர்கள் தாகத்தால் செத்துக் கொண்டிருக்கிறார்கள். மழை நீரைக் கூட பிடிக்கக் கூடாது என்று அவர்களுக்குக் கூறப் பட்டிருக்கிறது. செமாபாவின் ஒப்பந்தப்படி, அவர்கள் எந்த நீரைச் செலவழித்தாலும் பெக்டெல்லுக்கு கட்டணம் செலுத்த வேண்டும்" என குவெச்சுவா தலைவர் ஒருவர் என்னிடம் சொன்னார்.

கொசபாம்பா குடிமக்கள் கிளர்ந்தெழுந்தனர். வேலைநிறுத்தத்தின் காரணமாக 2000 ஜனவரியில் தொடர்ந்து நான்கு நாட்கள் நகரம் முடக்கப்பட்டது. செமாபா அலுவலகத்தை முற்றுகையிடப் போவதாக மக்கள் எச்சரித்தனர். பெக்டெல் பாதுகாப்பு கேட்டது. ஆட்சேபணை

யின்றி அதற்கு சம்மதித்த பொலிவிய அதிபர் ஹியூகோ பான்சர் ராணுவத்தைத் திரட்டினார். அதைத் தொடர்ந்து நடந்த வன்முறையில் பல டஜன் கணக்கான அய்மாராக்களும், குவெச்சுவாக்களும் காய மடைந்தனர். 17 வயது நிறைந்த சிறுவன் ஒருவன் சுட்டுக் கொல்லப் பட்டான். முழுவீச்சிலான புரட்சி நடக்கப் போகிறது என்று அஞ் சிய பான்சர் இறுதியில் ராணுவ ஆட்சியைப் பிரகடனம் செய்தார். பின்னர் அமெரிக்கத் தூதரக அதிகாரிகளைச் சந்தித்த பிறகு பெக்டெல் ஒப்பந்தத்தை ரத்து செய்வதாக அறிவித்தார். ஏப்ரல் 2000ல் பெக்டெல் தன்னுடைய செமாபா நடவடிக்கைகளைக் கைவிட்டது.

கொசாபாம்பா மக்கள் தங்கள் வெற்றியைக் கொண்டாடினார்கள். தங்களுடைய புதிய அய்மாரா நாயகர்களுக்கும், குவெச்சுவா நாயகர் களுக்கும் விருந்தளித்தனர். இந்த வெற்றி ஒரு புது யுகத்தின் துவக்கம் என்று பாடல்கள் எழுதினர். என்றாலும், விரைவிலேயே அவர்களும் ஒரு குழப்பத்தை எதிர்கொண்டனர் என்பது தெளிவானது. செமாபாவை நடத்துவதற்குத் தேவையான அனுபவமுள்ள ஒருவரும் தற்போது இல்லை என்பதைக் கண்டனர். முந்தைய நிர்வாகிகளில் பலர் ஓய்வு பெற்று விட்டனர்; வேறு இடங்களில் பணியமர்த்தப்பட்டு விட்டனர்; அல்லது வேறு வேலைக்குச் சென்று விட்டனர்.

நகர சமூகம் புதிய இயக்குநர்கள் குழுவைத் தேர்ந்தெடுத்தது. புதிய வழிகாட்டும் கோட்பாடுகளை உருவாக்கியது. செமாபாவை வழிநடத்தும் கோட்பாடுகளில் ஒன்றாக சமூகநீதியும் இருக்க வேண்டும் என்கிற உறுதிமொழியும் அவற்றில் ஒன்று. ஏழைகளுக்கு நீர் விநியோகிப்பது அந்த நிறுவனத்தின் மிக முக்கியமான குறிக்கோளாக இருக்கும். முன்னர் நீர் இணைப்பு இல்லாதவர்களுக்கும் நீர் விநியோகிக்க வேண்டும். தன்னுடைய தொழிலாளர்களுக்குப் போதுமான இழப்பீடு வழங்க வேண்டும். திறமையாகவும், ஊழலின்றியும் செயல்பட வேண்டும். (24)

இதற்கிடையே, பொலிவிய அரசாங்கம் நிறுவன அதிகார வர்க்கத்தை இன்னும் சமாளிக்க வேண்டியிருந்தது. தன்னுடைய பணம் கொழிக்கும் வர்த்தகத்தை எதிர்ப்பின்றி விட்டுக் கொடுக்க பெக்டெல் தயாராக இல்லை. அப்படிச் செய்வதன் மூலம் மற்ற நாடுகள் பின்பற்றத்தக்க ஒரு முன்னுதாரணத்தை உருவாக்கவும் விரும்பவில்லை. தன்னுடைய நோக்கங்களை அடைவதற்காக சர்வதேசச் சட்டங்களைத் திருகும் வேலையை நிறுவன அதிகார வர்க்கம் செய்யும் என்பதற்கு ஒரு சிறந்த உதாரணமாக, பெக்டெல் தன்னுடைய பங்குகளை வைத்திருக்கும் கூட்டாளியாக டச்சு நிறுவனம் ஒன்றைச் சேர்த்துக் கொண்டது. நெதர்லாந்திற்கும் பொலிவியாவிற்கும் இடையில் 1992ல் போடப்பட்ட இரு நாட்டு முதலீட்டு ஒப்பந்தத்தின் (அமெரிக்காவிற்கும் பொலிவியாவிற்கும் இடையில் அப்படி ஒப்பந்தம் எதுவும் இருக்கவில்லை) ஷரத்துகளை மேற்கோள் காட்டி அந்த டச்சு நிறுவனம் பொலிவிய மக்கள் மீது 50 மில்லியன் டாலர் நஷ்டஈடு

கேட்டு வழக்கொன்று தொடர்ந்தது. பொதுமக்களின் பயன்பாட்டுக்கென தான் போட்ட முதலீட்டிற்கான லாபத்தில் 50 விழுக்காடு மற்றும் ஏற்பட்ட சேதங்களுக்கு என அத்தொகையைக் கேட்டது.

பெரும் நிறுவனங்களின் சூழ்ச்சி, பேராசை, மற்றும் பொறுப்பின்மை குறித்த நம்ப முடியாத செய்தியைப் பெரும்பாலும் அமெரிக்க ஊடகங்கள் புறக்கணித்துவிட்டன. எனினும், லத்தீன் அமெரிக்க ஊடகங்கள் அது பற்றி விரிவாக எழுதின. அவர்களது இணையதளங்களில் வெளியான செய்தி அறிக்கைகளைப் படித்தபோது, கோபியில் இருக்கும் மக்களைப் பற்றி நான் சிந்தித்துக் கொண்டேயிருந்தேன். பொலிவியாவின் மிகவும் சக்தி வாய்ந்த மின் நிலையமான கோபியின் பெரும்பாலான முக்கிய நிர்வாகிகள் அனைவருமே வேறு நாடுகளைச் சேர்ந்தவர்கள்; அமெரிக்கா, பிரிட்டன், அர்ஜெண்டினா, சிலி, பெரு மற்றும் பராகுவேயைச் சேர்ந்தவர்கள்; அதிபர் மாளிகை மற்றும் ராணுவ தலைமையகத்திற்கு மின்சாரம் விநியோகிப்பது அந்த மின்நிலையம்தான். இப்படி அந்நிய நாடுகளின் பிரஜைகளைச் சார்ந்திருப்பது ஒரு திட்டமிட்ட உத்திதான் என்பதை உணர்ந்தேன். அந்த பொதுப்பயன்பாட்டு நிறுவனம் எப்போதும் தேசியமயமாக்கப்படாது என்பதை உறுதி செய்யும் ஏற்பாடு.

இப்போது கோபி லுகாடியாவிற்குச் சொந்தமில்லை என்பதையும் தெரிந்து கொண்டேன். 1990களின் துவக்கத்திலிருந்து அந்த மின்சார நிறுவனம் பல முறை வாங்கி விற்கப்பட்டது. எப்போதும் அந்நிய நிறுவனங்களால்தான் நிறுவனங்களை லாபத்திற்கு விற்கும் சரக்காக மாற்ற முடியும். அப்படி மாற்றுவதில் லுகாடியாவும், மற்றவர்களும் பெயர் பெற்றவர்கள். லாபம் கொழிக்கும் தொழில்கள் நல்லதுதான்; ஆனால், அவற்றை விற்றால் உடனடியாக, அதிக லாபம் தரும் என்றால், குறிப்பாக, அது உள்ளூர் மக்களை நிச்சயமற்ற நிலையில் வைத்திருப்பதால் இன்னும் சிறந்தது.

இந்தக் குழப்பங்கள் எல்லாவற்றிலிருந்தும் ஒரு புதிய தலைவர் தோன்றினார். ஒரு போக்கு என்பதாக மாறிய சில உதாரணங்களின் தொடர்ச்சியாக, பூர்வகுடி மக்களிலிருந்தே இவோ மொராலெஸ் (Evo Morales) உதித்தெழுந்தார். அய்மாரா தொண்டரான அவர் விகிஷி எனப்படும் சோஷலிசக் கட்சியில் சேர்ந்தார். தனியார்மயத்திற்கு எதிராகக் குரல் கொடுத்தவர்களில் அவரே வலுவானவராக இருந்தார். பொலிவிய விவசாயிகளையும், வர்த்தகர்களையும் பாதுகாப்பதிலிருந்து தடுப்பதும், அதே வேளையில் அமெரிக்காவின் தன்னுடைய சந்தைகளைக் காப்பாற்றிக் கொள்ள விதிக்கும் வர்த்தகத் தடைகளை ஏற்கும்படி நிர்ப்பந்திப்பதுமான கொள்கைகளை நிறுவன அதிகார வர்க்கத்தின் ஆதரவாளர்களால் சுதந்திரச் சந்தைப் பொருளாதாரம் அல்லது தாராளவாதப் பொருளாதாரம் என்னும் அழகான வார்த்தைகளால் அழைக்கப்படும் தவறான கொள்கைகளுக்கு எதிராகக் குரல் கொடுத்தவர்களில் வலுவானவர். வாஷிங்டன் வலியுறுத்திய

'அமெரிக்கக் கண்டத்தின் சுதந்திர வர்த்தகப் பகுதி' எனும் யோசனையை 'அமெரிக்கக் கண்டத்தை காலனி மயமாக்கும் திட்டம்' என்று அவர் கண்டித்தார். அவரது புகழ் உயர்ந்து பாராளுமன்றத்திற்குத் தேர்ந்தெடுக்கப்பட்டார்.

கிட்டத்தட்ட, உடனடியாக நிறுவன அதிகார வர்க்கம் அவரை பயங்கரவாதி என்று முத்திரை குத்தியது. அமெரிக்க வெளியுறவுத் துறை அவரை 'சட்டவிரோத கோகோ போராட்டக்காரர்' என்று வர்ணித்தது. (25) கோகோ பண்ணைகளை அழிக்கும் அமெரிக்காவின் முயற்சிகளை எதிர்த்துப் போராடிய கோகோ இலை பயிரிடுவோர் அமைப்பைச் சேர்ந்தவராக மொராலெஸ் இருந்தபோதும், கோகோ கோக்கெய்ன் எனும் போதைப் பொருளாகப் பயன்படுத்தப்படுவதற்கு வெகு காலத்திற்கு முன்பிருந்தே அது ஒரு உணவுப் பொருளாகவும், மருந்தாகவும் பயன்படுத்தப்பட்டு வருகிறது என்பதை அவர் சுட்டிக் காட்டினார். மலை உயரத்தால் ஏற்படும் வியாதி, தசை வலி, வயிற்று வலி, இதர ஜீரணக் கோளாறுகள் போன்றவற்றிற்கு கேர்கோ நீர் (கோக டீ) மருந்தாகப் பருகப்படுகிறது. இரண்டாம் போப் ஜான் பால் மற்றும் பிரிட்டிஷ் இளவரசி அன்னா உள்பட பல பெரிய மனிதர்கள் அதை அருந்தியிருக்கிறார்கள். என்றபோதும், மொராலெஸ் பாராளுமன்ற உறுப்பினர் பதவியிலிருந்து பயங்கரவாதக் குற்றச்சாட்டின் பேரில் 2002ம் ஆண்டு நீக்கப்பட்டார். குவெச்சுவா மற்றும் அய்மாரா மக்கள் அவரது பதவி நீக்கத்திற்குப் பின்னால் சிஐஏ சதி இருக்கிறது என்று குற்றம் சாட்டினார்கள். சில மாதங்களிலேயே, அவரைப் பதவி நீக்கம் செய்தது சட்டவிரோதம் என்று அறிவிக்கப்பட்டது.

"பொலிவியாவை பெரிய அளவு கொக்கைய்ன் ஏற்றுமதி செய்யும் நாடாக மாற்ற விரும்புவோரைத் தேர்ந்தெடுத்தால், அது எதிர்காலத்தில் பொலிவியாவிற்கு அமெரிக்கா அளிக்கும் உதவிக்கு ஆபத்தாக முடியும் என்று நான் பொலிவிய வாக்காளர்களுக்கு நினைவூட்ட விரும்புகிறேன்" என்று அமெரிக்கத் தூதர் மாமுவேல் ரோச்சா (Mamuel Rocha) எச்சரித்தார். பொலிவியர்களைத் தடுத்து நிறுத்துவதற்குப் பதிலாக அது அவர்களைக் கொந்தளிக்கச் செய்தது. தூதரின் பேச்சு பொலிவிய மக்களின் மனசாட்சியைத் தட்டி எழுப்பிவிட்டது என்று மொராலெஸ் அறிவித்தார். "பொலிவியர்களே, நீங்கள் தீர்மானியுங்கள். அதிகாரம் யார் கையில் இருக்கிறது? ரோச்சாவின் கையிலா அல்லது பொலிவிய மக்களின் கையிலா?" என்று பெரிய பெரிய எழுத்துகளால் அச்சிடப்பட்ட, மொராலெசின் மிகப் பெரிய புகைப்படம் அச்சிடப்பட்ட சுவரொட்டிகள் பொலிவியா எங்கும் ஒட்டப்பட்டன. (26)

2002ம் ஆண்டு நடைபெற்ற அதிபர் தேர்தலில் சோஷலிசக் கட்சி குறைவான வாக்கு வித்தியாசத்தில் இரண்டாவதாக வந்தது. அமெரிக் காவில் வளர்ந்த கோடீஸ்வரரான புதிய அதிபர் கோன்சாலோ சான்சஸ் டி லோஜாடாவின் (Gonzalo Sanchez de Lozada) தேர்தலை மொராலெஸ் அங்கீகரிக்க மறுத்தார். எனினும், அவரது சோஷலிசக்

கட்சி எதிர்க்கட்சியாக செயல்படுவது என்று தீர்மானித்தது. சாவேசின் ராணுவப் புரட்சி தோல்வியடைந்த பின்பும் அவர் புகழ் பெற்றதைப் போலவே, மேலோட்டமான பார்வைக்குத் தோல்வி போல் தெரிந்த ஒன்று மொராலெஸின் புகழை அதிகரித்தது.

சான்சஸ் உலக வங்கி மற்றும் ஐஎம்எப்பின் கோரிக்கைகளுக்கு இணங்கினார். 2002ல் பெருமளவு வரிகளை உயர்த்தி சட்டம் போட்டார். அத்தகைய சூழ்நிலைமைகளில் அடிக்கடி நிகழ்வதைப் போலவே, யாரால் வரி கொடுக்க முடியாதோ அவர்களே கடுமையாகப் பாதிக்கப்பட்டனர். தொடர்ந்து நடந்த கலவரங்களில் முப்பது பேர் கொல்லப்பட்டனர். சாலைத் தடைகளும், ஆர்ப்பாட்டங்களும் நாட்டை ஸ்தம்பிக்கச் செய்தன. அவசியம் தேவைப்படும் பொலிவியர்களுக்கு விநியோகிப்பதற்குப் பதிலாக அமெரிக்காவிற்கும் மற்ற நாடுகளுக்கும் இயற்கை வாயுவைக் குறைந்த விலையில் ஏற்றுமதி செய்வது என்கிற சான்சஸின் திட்டம் பூர்வகுடிகளை மேலும் கொதிப்படையச் செய்தது. கடும் சண்டையின் விளைவாக மேலும் இருபது பேர் கொல்லப்பட்டனர். இறுதியில், சான்சஸ் நாட்டை விட்டே ஓடும்படி ஆனது. அவர் இப்போது வாஷிங்டன் புறநகர்ப் பகுதியில் வசிக்கிறார். விசாரணைக்காக அவரை அனுப்பும்படி பொலிவியா அரசாங்கம் விடுத்த வேண்டுகோள்களை அமெரிக்கா நிராகரித்தது.

உலக வங்கியை பொலிவியா எதிர்த்து நிற்கிறது. உலகின் மிகப் பலம் வாய்ந்த நிறுவனங்களில் ஒன்றான பெக்டெல்லை தோற்கடித்து விட்டது. இப்போது அந்தப் பூர்வகுடிகளில் ஒருவர், தலைமுறை தலைமுறையாகக் கொடூரமாக ஒடுக்கப்பட்ட மக்களில் ஒருவர், தன்னுடைய கலாசாரத்தின் சாம்பலிலிருந்து பீனிக்ஸ் பறவையைப் போல் மீண்டெழுந்துள்ளார்.ஒரு வகையில், இது விடுக்கும் உண்மையான செய்தி பொலிவியர் களுக்கும், லத்தீன் அமெரிக்கர்களுக்கும் மட்டும் விடப்பட்டதல்ல; அது பெக்டெல் மற்றும் நிறுவன அதிகார வர்க்கம் முழுமைக்கும் விடப்பட்ட செய்தியாகும்; அது பொலிவியாவிலும், அமெரிக்காவிலும், உலகெங்கும் உள்ள இளம் தலைமுறையினரை உத்வேகம் கொள்ளச் செய்யும் ஜனநாயகத்திற்கான, நீதிக்கான செய்தி. எங்களது ஜோங்கோ நதிப் பள்ளத்தாக்கு பயணத்தின் போது ஜெஸ்ஸிகா கூறிய வார்த்தைகளை அடிக்கடி நான் நினைத்துக் கொள்வேன். “அவர்கள் இங்கு ஒரு பெரிய அணையைக் கட்டி, இந்தப் பள்ளத்தாக்கு முழுவதையும் வெள்ளக் காடாக ஆக்கவில்லை என்பதில் எனக்கு மகிழ்ச்சி. இது எவ்வளவு அழகாக இருக்கிறது”.

பிரேசிலுக்கு நான் சென்றபோது எதிர்கொண்ட அமெரிக்காவின் அயலுறவுக் கொள்கை மற்றும் சிஐஏவின் கபடத்தனத்தின் எந்த அம்சத்திலும் அழகானது என்று எதுவும் இல்லை. புதிய கொள்கைகளை முன்வைத்த லத்தீன் தலைவர்கள் விடுத்த செய்திக்கு எதிராக வாஷிங்டன் எடுத்த முயற்சிகள்.

23
பிரேசில்: மறைந்திருக்கும் ரகசியங்கள்

ஜனவரி 2005ல் உலக சமூக மாமன்ற கூட்டத்திற்காக நான் பிரேசில் வந்தடைந்தபோது, அந்தக் கண்டத்தில் நிறுவன அதிகாரவர்க்கத்திற்கு எதிரான புரட்சி என்று கருதத்தக்க ஒரு சூழல் நிலவியது. சாவேஸ், லூலா, குடிய்ரெஸ் ஆகியோர் போல நெஸ்டர் கிர்ச்னெர் (Nestor Kirchner) அர்ஜெண்டினாவிலும், டாபாரே ராமோன் வாஸ்குவேஸ் (Tabare Ramos Vazquz) உருகுவேயிலும் தேர்தல்களில் வெற்றி பெற்றிருந்தனர். இவர்களில் சிலர் நிர்ப்பந்தத்திற்கு வளைந்து கொடுக்கக் கூடும் என்றபோதும், இவர்கள் அனைவருமே அமெரிக்கத் தலையீடு மற்றும் அந்நிய நிறுவனங்களின் சுரண்டலுக்கு எதிரான பிரச்சாரங்களையே நடத்தினர். வட அமெரிக்க ஊடகங்கள் அவர்களை 'இடதுசாரிகள்' என்றும், 'காஸ்ட்ரோவின் நண்பர்கள்' என்றும், ஏன் 'கம்யூனிஸ்டுகள்' என்றும் கூட நிந்தித்தது. ஆனால், ஆசியாவிலும், ஆப்பிரிக்காவிலும், ஐரோப்பாவிலும், மத்திய மற்றும் தென்அமெரிக்காவிலும் உள்ள மக்களுக்குத் தெரியும் இந்தப் பெயரெச்சங்கள் எல்லாம் பொருத்தமற்றவை. புதிய அதிபர்கள் ஒவ்வொருவரும் தேசியவாதிகள். தங்களது நாடுகளின் இயற்கை வளங்களைத் தங்களது குடிமக்கள் வறுமையிலிருந்து மெலெழுந்து வருவதற்காகப் பயன்படுத்தப்பட வேண்டும் என்று உறுதியாகப் பிரச்சாரம் செய்தவர்கள்.

சிலியிலும் அசாதாரணமாக ஏதோ ஒன்று நிகழ்ந்து கொண்டிருந்தது. ஜனநாயக ரீதியாகத் தேர்ந்தெடுக்கப்பட்ட சிலி அதிபர் சால்வடார் அல்லண்டேவை 1973ல் பதவியிலிருந்து தூக்கி எறியவும், படுகொலை செய்யவும் எடுக்கப்பட்ட முயற்சிகளை அமெரிக்க நிறுவனங்களுடனும், சிலி ராணுவத்துடனும் சேர்ந்து நிக்சன் நிர்வாகமும், சிஐஏவும் ஒருங்கிணைத்தன என்பதை பத்திரிகைகளில் வெளியான அறிக்கைகளும், பகிரங்கப்படுத்தப்பட்ட அமெரிக்க அரசாங்கத்தின் ஆவணங்களும் உறுதி செய்தன. தேர்தல் பிரச்சாரத்தின் போது தான் அளித்த வாக்குறுதிகளை நிறைவேற்றியதுதான் அல்லண்டே செய்த குற்றம். சிலியின் இயற்கை வளங்கள் சிலி மக்களுக்கே சொந்தம் என்பது அந்த வாக்குறுதிகளில் ஒன்று. தேர்ந்தெடுக்கப்பட்ட பிறகு, அந்நிய நிறுவனங்களுக்குச் சொந்தமான செம்பு, நிலக்கரி, உருக்கு ஆலைகளையும், தனியார் வங்கிகளில் 60%த்தையும் தேசியமயமாக்கினார்.

ஈரான், இராக், குவாதமாலா, இந்தோனேஷியா மற்றும் உலகின் பல்வேறு இடங்களில் செய்தது போல, ரத்தவெறி பிடித்த கொடுங்கோலனையொத்த ஆளுமையுள்ள ஒருவரை, அல்லண்டேவிற்குப் பதிலாக அமெரிக்கா ஆதரித்தது. அவர்தான் ஜெனரல் ஆகஸ்டோ பினோச்செட். இருபதாண்டுகளுக்குப் பிறகு இப்போது, அமெரிக்க நாடாளுமன்ற விசாரணை அதிகாரிகளும், சிலி நீதிபதி ஒருவரும் வாஷிங்டனிலுள்ள ரிக்ஸ் வங்கியிலும், இதர அந்நிய வங்கிகளிலும் பினோச்செட்டின் ரகசிய கணக்கில் மொத்தம் 16 மில்லியன் டாலர் இருப்பதைக் கண்டுபிடித் துள்ளார்கள் என்ற செய்தி உலக சமூக மாமன்றத்தில் பேசப்பட்டுக் கொண்டிருக்கிறது. மேலும், அவரது ஆட்சியில் காவல்துறையாலும் ராணுவத்தாலும் இரண்டாயிரம் பேர் படுகொலை செய்யப்பட்டதற்காக அவரே தண்டிக்கப்படுவார் என்றும் செய்தி பேசப்பட்டது.

பினோச்செட்டை எதிர்த்ததால் சிறையில் அடைக்கப்பட்டு இறந்த சிலி விமானப்படை ஜெனரலின் மகள் 2005ம் ஆண்டு அதிபர் தேர்தலில் நிச்சயம் போட்டியிடுகிறார் என்றும் வதந்திகள் உலா வந்தன. சிலியின் சுகாதார மற்றும் பாதுகாப்பு அமைச்சர் என்கிற வகையில் தான் திறமையானவர் என்பதை மிச்சிலே பாச்சலெட் (Michelle Bachelet) ஏற்கனவே நிரூபித்திருந்தார். நிறுவன அதிகார வர்க்கத்தை எதிர்த்து நிற்கும் துணிவு மிக்க தேசியவாதி என்பதை நடைமுறையில் காட்டியிருந்தார். அவர் வென்றால், தென் அமெரிக்காவின் மக்கள் தொகையில் 80%க்கும் அதிகமானோர் நிறுவன அதிகார வர்க்கத்தை எதிர்த்த அதிபர்களுக்கு வாக்களித்திருக்கிறார்கள் என்று பொருள். சற்றேறக்குறைய அமெரிக்காவின் மக்கள் தொகையை ஒத்த, அதாவது முப்பது கோடி மக்கள் வடக்கிலிருக்கும் பேரரசை எதிர்த்த வேட்பாளர்களைத் தேர்ந்தெடுத்திருக்கிறார்கள் என்றும் பொருள்.

உலக சமூக மாமன்றம் நமது புவிக்கோளத்தில் வீசிக் கொண்டிருக்கும் மாற்றத்திற்கான அலையின் அடையாளம். அது உலகப் பொருளாதார மன்றத்திற்கு எதிர்வினையாக மூன்றாவது ஆயிரமாண்டுகளின் துவக்கத்தில் நிறுவப்பட்டது. உலகப் பொருளாதார மன்றம் என்பது உலகத் தலைவர்களும், தொழில் நிறுவனங்களின் தலைவர்களும் கூடிக் குலாவும் இடம். அங்கு அவர்கள் தங்களுக்குள் ஒப்பந்தங்கள் போடுவார்கள், வர்த்தகக் கொள்கைகளைத் தீர்மானிப்பார்கள்; மற்றும் இதர நிறுவன அதிகார வர்க்க மூலஉத்திகளை ஒருங்கிணைப்பார்கள். 2005 ஜனவரியில் பிரேசில் நாட்டின் போர்ட் அலேகிரேயில் (Porto Alegre) 130 நாடுகளைச் சேர்ந்த ஒன்றரை லட்சத்திற்கும் அதிகமான பிரதிநிதிகள் கூடினார்கள். சக, சுற்றுச்சூழல், அரசியல் பிரச்சனைகளையும், தோல்வியடைந்து கொண்டிருக்கும் அமைப்பு முறைகளுக்கு மாற்றுகளை உருவாக்கவும் விவாதித்தார்கள். பிரேசில் அதிபர் லூலா மற்றும் வெனிசுலா அதிபர் சாவேஸ் உள்பட பல தலைவர்கள் உலக சமூக மாமன்றக் கூட்டத்தில் பங்கேற்றனர்.

"ஒரு பொருளாதார அடியாளின் ஒப்புதல் வாக்குமூலம்: உலகம் என்ன செய்ய வேண்டும்?" எனும் தலைப்பில் முக்கிய உரையாற்ற வேண்டும் என்று சுவீடன் நாட்டுத் தொண்டு நிறுவனமான டேக் ஹாம்மர்ஸ்க்ஜோல்ட் பவுண்டேஷன் (Dag Hammerskjold Foundation) என்னைக் கேட்டுக் கொண்டது. என்னுடைய உரைக்காக மிகப் பெரிய அரங்கு வழங்கப்பட்டது. என்னுடைய நூலைப் பல்வேறு மொழிகளில் மொழியாக்கம் செய்வதற்கான உரிமை விற்கபட்டிருந்தது. எனினும், அவற்றில் பெரும்பாலானவை இன்னும் வெளியாகியிருக்கவில்லை. அது ஒரு பொருட்டாகவே இருக்கவில்லை. ஆங்கிலப் பதிப்பு பரவலாக விற்பனை ஆனது.நூற்றுக்கணக்கான இருக்கைகளும் நிறைந்து வாயில் வரை கூட்டம் நிறைந்திருந்தது. என்னுடைய உரைக்குப் பிறகு கேள்விகள் கேட்பதற் காகவும், தங்களுடைய கருத்துகளைத் தெரிவிப்பதற்காகவும் பலர் ஒலிபெருக்கியைப் பயன்படுத்தினர். தன்னுடைய சொந்த நாட்டு அரசாங்கத்தை விமரிசித்த ஒரு இளம் பிரேசில்காரரர் என் மனதைத் தொட்டார்; லூலா பொருளாதார அடியாட்களின் நிர்ப்பந்தத்திற்கு அடிபணிந்து, தன்னுடைய தேர்தல் வாக்குறுதிகளிலிருந்து பின்வாங்குகிறார் என்று அவர் குற்றம் சாட்டினார். அவரது சுருக்கமான உரை ஈக்வடாரில் குடிய்ரெஸ் மீது கூறப்பட்ட அது போன்ற குற்றச்சாட்டுகளை எனக்கு நினைவூட்டியது.

என்னுடைய உரை ஒரு கதவைத் திறந்தது. ஆப்பிரிக்கா, ஆசியா, லத்தீன் அமெரிக்காவிலிருந்து வந்திருந்த பல குழுக்களும், மற்றும் பல தனிநபர்களும் என்னைச் சந்தித்தனர். அவர்கள் அனைவரும் தங்கள் அனுபவங்களையும், கருத்துகளையும் என்னிடம் பகிர்ந்து கொள்ளவும், என்னிடமிருந்து அதிகமாகத் தெரிந்து கொள்ளவும் விரும்பினர்.

நேர்த்தியாக உடையணிந்திருந்த ஒருவர் தன்னுடைய முகவரி அட்டையை என்னிடம் கொடுத்தார். அவர் பிரேசில் அதிபர் லூலாவின் உயர்மட்ட ஆலோசகர். நான் தங்கியிருந்த விடுதிக்கு அருகே இருந்த பூங்கா ஒன்றில் அவரைச் சந்திக்குமாறு என்னைக் கேட்டுக் கொண்டார். "இது நமக்குள் மட்டும் இருக்கட்டும், தயவு செய்து யாரிடமும் சொல்லாதீர்கள்" என்றார்.

குறிப்பிட்ட நேரத்தில் நான் பூங்காவிற்குச் சென்றேன். எனக்கு கொஞ்சம் படபடப்பாக இருந்தது; எப்படியோ பிரேசில் அரசாங்கத் திற்குப் பிடிக்காததைச் செய்து விட்டேனோ என்று எனக்கு சந்தேகமாக இருந்தது. ஆனால், எப்படி என்று எனக்குத் தெரியவில்லை; என்றாலும், அரசாங்க அதிகாரி ஒருவரால் அணுகப்படுவதும், அவரை இப்படி ரகசியமாகச் சந்திப்பதும் விநோதமாக இருந்தது.

பூங்காவின் ஒரு ஓரத்தில் சில நிமிடங்கள் நின்றேன். ஆசுவாசப் படுத்திக் கொள்ள முயற்சிசெய்தேன். வாகன ஒலிப்பான்கள் ஒலித்தன; கடந்து சென்ற காரிலிருந்து தலை வெடிக்கச் செய்யும் சத்தத்துடன் கரகரப்பான இசை அலறியது. மலர்ச்செடிகள் நிறைந்த புதரருகே

அதன் வாசத்தை முகர்வதற்காகக் குனிந்தேன். ஆனால், காற்றில் இருந்த ஒரே வாசம் வாகனங்களிலிருந்து வெளியேறும் புகையினுடையது தான். நான் இந்த நகரத்தைப் பற்றி சிந்தித்தேன். போர்ட்டோ அலேகிரே ஒரு தொழில் மையம். அதன் மக்கள்தொகை 15 லட்சம். ஆனால், அமெரிக்காவில் என்னுடன் பேசிய வெகு சிலர் மட்டுமே இந்த நகரத்தைப் பற்றித் தெரிந்திருந்தார்கள். நிமிர்ந்து பூங்காவினுள் நடந்தேன்.

ஒரு மரத்தினருகே இருந்த இருக்கையில் ஜோஸ் அமர்ந்திருந்தார். அவர் தன்னுடைய தேய்க்கப்பட்ட ஆடைகளிலிருந்து போலோ சட்டைக்கும், நீல நிற ஜீன்ஸுக்கும் மாறியிருந்தார். பெரிய கருப்புக் கண்ணாடியும், நெற்றியை மறைத்த தொப்பியும் அணிந்திருந்தார். நான் நெருங்கியபோது எழுந்து நின்று பதற்றத்துடன் சுற்றும்முற்றும் நோட்டம் விட்டார். என் கைகளைப் பிடித்துக் குலுக்கினார். "வந்ததற்கு நன்றி" என்றார். யாராவது இந்தச் சந்திப்பு குறித்து விசாரித்தால், போர்த்துக்கீசிய மொழியில் வெளியாகவிருந்த என்னுடைய நூலைப் பற்றியும், என்னைப் பற்றியும் என்ன நினைக்கிறார்கள் என மேலும் தெரிந்து கொள்ள விரும்பியதாக சரளமான ஆங்கிலத்தில் நின்றுகொண்டே விளக்கினார். "ஆனால், அந்த நிலைமை வராது என்று நம்புகிறேன்..." என்று கூறிவிட்டு பூங்காவை மீண்டும் ஒரு முறை கண்களால் அலசினார். "இந்நாட்களில் என்ன நடக்கும் என்று எவருக்கும் தெரியாது...." என்றார். அவரது குரல் மங்கியது. இருக்கையை நோக்கி நகர்ந்தார். இருவரும் அருகருகே அமர்ந்தோம்.

பொருளாதார அடியாளின் வாக்குமூலத்தில் இருந்த சில நபர்களைப் பற்றிக் கேட்டார். குறிப்பாக, யாமின் மற்றும் டாக்(டர்) ஆகிய ஈரானியர்களைப் பற்றி. அவர்கள் தங்கள் உயிருக்கே ஆபத்து விளையக் கூடும் என்றபோதும் ஷா பற்றியும் அவரைத் தூக்கி எறிய உறுதி கொண்டுள்ள முல்லாக்கள் பற்றியும் தகவல்களை 1977ம் ஆண்டு என்னிடம் பகிர்ந்து கொண்டார்கள். இரண்டு வருடங்களுக்குப் பிறகு ஷா பதவியிலிருந்து தூக்கி எறியப்பட்டார். யாமின் மற்றும் டாக் ஆகியோரின் உண்மையான அடையாளங்கள் எப்போதும் வெளிப்படுத்தப்படாது என்ற என் உறுதிமொழியைக் கேட்டு ஜோஸ் ஆறுதலடைந்தார். அவரது செய்தி அமெரிக்க மக்களைச் சென்றடைய வேண்டும் என்றும், யார் கூறியது என்பதை நான் ரகசியமாக வைத்திருப்பேன் என உத்தரவாதம் அளிக்க வேண்டும் என்றும் கூறினார். தன்னுடைய பெயரை வெளியில் தெரிவிக்க வேண்டாம் என்ற அவர் நான் குறிப்புகள் எடுத்துக் கொள்ளலாம் என்றார். 1968ல் நான் பட்டம் பெற்ற போது அவருக்கு 26 வயது என்று உரையாடலின் போது குறிப்பிட்டார்.

என்னுடைய நூலைப் படித்துவிட்ட தாகவும், நான் அம்பலப்படுத்திய விஷயங்களுக்காக என்னைப் பாராட்டுவதாகவும் கூறினார். எனினும்,

"அது ஒரு பெரிய மலையின் ஒரு நுனி மட்டுமே. இது உங்களுக்குத் தெரியும் என்பது எனக்கு நிச்சயமாகத் தெரிந்தாலும், நான் இதைக் கூறியே ஆகவேண்டும். உங்களது நூலும் கூட உண்மையான கதையை விட்டுவிட்டது" என்றவர் கூறினார்.

தன்னுடைய அதிபர் லூலா மீது மிகப் பெருமளவு நிர்ப்பந்தம் உண்டாக்கப்படுவதாக அவர் விவரித்தார். "அது வெறும் லஞ்சம் பற்றியதோ, ராணுவப் புரட்சி அல்லது படுகொலை செய்யப்படுவது பற்றியதோ மட்டும் அல்ல; ஒப்பந்தங்கள் போடுவது மற்றும் தவறான பொருளாதார முன்னறிவிப்புகள் செய்வது பற்றியது மட்டுமோ அல்ல; எங்களால் திருப்பிச் செலுத்த முடியாத அளவு கடன் கொடுத்து எங்களை அடிமைப்படுத்துவது பற்றியதோ மட்டும் அல்ல. அது இன்னும் ஆழமாகப் போகிறது".

பிரேசில் மற்றும் பல்வேறு நாடுகளில் நிறுவன அதிகார வர்க்கம்தான் அடிப்படையில் எல்லா அரசியல் கட்சிகளையும் கட்டுப்படுத்துகிறது என்றும் விளக்கினார். "அமெரிக்காவை எதிர்ப்பது போல் தெரியும் தீவிர கம்யூனிஸ்டுகள் கூட வாஷிங்டனால் வழிக்குக் கொண்டு வரப்படுகிறார்கள்".

உங்களுக்கு எப்படி இவையெல்லாம் தெரியும் என்று நான் அவரைக் கேட்டபோது, அவர் சிரித்தார். "நான் நீண்ட நாட்களாகப் பணியில் இருக்கிறேன். நான் எப்போதுமே அரசியலில் ஈடுபட்டிருக்கிறேன். ஜான்சனிலிருந்து இரண்டு புஷ்கள் வரை, அனைவரையும் பார்த்திருக்கிறேன். உங்களது உளவு நிறுவனங்களும், உங்களது பொருளாதார அடியாட்களும், நீங்கள் கற்பனை செய்வதைவிட பல மடங்கு திறமைசாலிகள்" என்றார்.

மாணவர்கள் எப்படி அவர்கள் பக்குவமடையாதவர்களாகவும், மென்மையானவர்களாகவும் இருக்கும் போது ஆசை காட்டி இழுக்கப்படுகிறார்கள் என்று ஜோஸ் விவரித்தார். இளைஞராக இருந்த போது தனக்கு ஏற்பட்ட சொந்த அனுபவத்தைப் பற்றியும் பேசினார். மது, மாது, போதைப்பொருட்கள் பயன்படுத்தப்படும் விதத்தைப் பற்றியும் பேசினார். "ஆகவே நீங்கள் பாருங்கள், அமெரிக்காவைத் தீவிரமாக எதிர்ப்பவர் அதிகாரத்திற்கு வந்துவிட்டால், அந்தத் தருணத்தில் அவர் உண்மையிலேயே வாஷிங்டனை எதிர்த்துப் போராட விரும்புகிறார் என்று வைத்துக் கொண்டால், சிஐஏ தன்னுடைய கை வரிசையைக்காட்டிவிடும்."

"ரகசியங்களை அம்பலப்படுத்திவிடுவதாக மிரட்டுவார்கள்"

இதைக் கேட்ட அவர் உள்ளூறச் சிரித்தார். "நீங்கள் அதை அப்படிக் கூறலாம். அல்லது 'நவீன ராஜதந்திரம்' என்றும் கூறலாம். இதில் அமெரிக்கா மட்டும் அப்படி அல்ல என்பது உண்மைதான். நோரெய்கா (Noriega) ஏன் கைது செய்யப்பட்டார், ஏன் இப்போது

அமெரிக்கச் சிறையில் நாறிக் கொண்டிருக்கிறார் என்பது பற்றிய வதந்திகளை நீங்கள் நிச்சயம் கேள்விப்பட்டிருக்க வேண்டும்".

"கான்டாடோரா தீவில் அவர் ரகசிய கேமராக்களைப் பொருத்தியிருந் தார் என்று நான் கேள்விப்பட்டிருக்கிறேன்". அது பனாமா கடற்கரை யிலுள்ள ஒரு அபகீர்த்தி பெற்ற வாசஸ்தலம். அமெரிக்கத் தொழிலதிபர் கள் அரசியல்வாதிகளை எல்லா தீய வகையிலும் உற்சாகப்படுத்தும் பாதுகாப்பான இடம். நான் பொருளாதார அடியாளாக இருந்தபோது கான்டடோராவிற்கு பல முறை சென்றிருக்கிறேன், அதைப் பயன்படுத்தியும் இருக்கிறேன்.

"அந்த கேமராக்களில் யார் யாரெல்லாம் பிடிபட்டிருக்கிறார்கள் என்பது உங்களுக்குத் தெரியுமா?"

"ஜார்ஜ் டபிள்யூ. அவரது தந்தை அதிபராக இருந்தபோது கொக்கெய்ன் போதைப் பொருள் பயன்படுத்தியதையும், விநோதமாகப் பாலுறவுகளில் ஈடுபட்டதையும் படம் பிடித்திருக்கிறார்கள் என்று வதந்திகள் இருக்கின்றன." லத்தீன் அமெரிக்காவில் ஒரு பேச்சு இருக்கிறது. முக்கியமான பிரச்சனைகளில் பனாமா அரசாங்கத்திற்கு ஆதரவான நிலை எடுக்குமாறு மூத்த புஷ்ஷை நிர்ப்பந்திக்க இளைய புஷ் மற்றும் அவரது நண்பர்களின் மோசமான புகைப்படங்களை நோரெய்கா பயன்படுத்தினார் என்கிறார்கள். அதற்குப் பதிலடியாக புஷ் பனாமா மீது படையெடுத்தார். நோரெய்காவை மியாமி சிறைக்கு இழுத்துச் சென்றார். நோரெய்காவின் ரகசிய கோப்புகள் வைக்கப் பட்டிருந்த கட்டடம் குண்டு வீசிக் கொளுத்தப்பட்டது. பக்க விளைவு போல, 1989 டிசம்பர் மாதம் அந்த நாளில் பனாமா நகரத்தில் மட்டும் இரண்டாயிரத்திற்கும் மேற்பட்டோர் எரித்துக் கொல்லப்பட்டனர். தனக்கென்று ஒரு ராணுவம் இல்லாத ஒரு நாட்டை, அமெரிக்காவிற்கு எவ்வகையிலும் ஆபத்தாக இல்லாத ஒரு நாட்டை இவ்வளவு வன்மையாகத் தாக்குவதற்கு இந்த வாதமே தர்க்கரீதியான விளக்கம் அளிக்கிறது என்று பலர் கூறினார்கள்.

"என்னுடைய நிலையில் இருந்து பார்த்தால், இந்த வதந்திகள் பெருமளவு உண்மைகளாகவே இருக்கின்றன. இதுவரை கற்பனையில் மட்டும் இருந்த விஷயங்களை யதார்த்தத்தில் நான் அனுபவித்திருக்கிறேன்". அவர் தன் தலையை நிமிர்த்தினார். "நீங்களும் அப்படி அனுபவித்திருக் கிறீர்கள்". சற்று நேரம் அமைதியாக இருந்தார். சுற்றிலும் பார்த்தவாறு "இது எனக்கு அச்சமூட்டுகிறது".

லூலா ஊழல்வாதியாக ஆக்கப்பட்டுவிட்டாரா என்றும், எவ்வளவு காலமாக என்றும் நான் கேட்டேன். இந்தக் கேள்வி அவருக்கு தர்மசங்கடத்தை ஏற்படுத்தியது என்பது வெளிப்படையாகத் தெரிந்தது. நீண்ட மௌனத்திற்குப் பிறகு அவர் லூலா இந்த அமைப்பின் ஒரு பகுதிதான் என்பதை ஒப்புக் கொண்டார். "இல்லை என்றால், அவர் எப்படி இவ்வளவு பெரிய பதவிக்கு உயர்ந்திருக்க முடியும்?". எனினும்,

லூலாவைத் தான் வியந்து போற்றுவதை ஜோஸ் வெளிப்படையாகத் தெரிவித்தார். "அவர் ஒரு யதார்த்தவாதி. தன்னுடைய மக்களுக்கு உதவுவதற்கு வேறு வழியில்லை என்பதை அவர் உணர்ந்திருக்கிறார்....". பின்னர் அவர் தன் தலையை ஆட்டினார். "அவர் எல்லை மீறிச் சென்றால் வாஷிங்டன் அவரைக் கவிழ்த்துவிடும் என நான் அஞ்சுகிறேன்" என்றார். "அவர்கள் அதை எப்படிச் செய்வார்கள் என்று நீங்கள் நினைக்கிறீர்கள்?"

"ஒவ்வொருவருக்கும் மறைக்கப்பட வேண்டிய உண்மைகள் என்பவை இருக்கின்றன. ஒவ்வொரு அரசியல்வாதியும் ஒரு குறிப்பிட்ட வகையில் அம்பலப்படுத்தப்பட்டால் தவறென்று தோற்றமளிக்கக் கூடிய வேலைகளைச் செய்துள்ளார்கள். கிளிண்டனுக்கு மோனிகா. அவர்தான் பிரச்சனை என்பது இல்லை என்றபோதும். உலக நாணயங்களின் மதிப்பை மறுசீரமைப்பதில் அவர் எல்லை மீறிச் சென்றுவிட்டார். அவர் மிகவும் இளைஞராகவும், பிறரைக் கட்டுப் படுத்தும் மற்றும் வசீகரிக்கும் ஆளுமை கொண்டவராகவும் இருந்தார். எனவே, மோனிகா புகழ் வெளிச்சத்திற்குள் கொண்டுவரப்பட்டார்.

புஷ்ஷுக்கும் ரகசியமாக சில பெண்களுடன் தொடர்பு இருக்கிறது என்பது உங்களுக்குத் தெரியாதா? ஆனால், யாருக்கு அதைப் பற்றிப் பேசுகிற துணிவு இருக்கிறது? லூலாவின் அலமாரியிலும் எலும்புக்கூடுகள் இருக்கின்றன. உங்கள் பேரரசை நிர்வகிக்கும் சக்திகள் அவரை வீழ்த்த வேண்டுமென்று நினைத்தால், அவர்கள் அலமாரியின் கதவுகளைத் திறந்துவிடுவார்கள். அமெரிக்க மேலாதிக்கத்தை எதிர்க்கும் தலைவர்களைப் படுகொலை செய்வதற்குப் பல வழிகள் இருக்கின்றன." பல மாதங்களுக்கு என்னால் மறக்க முடியாத ஒரு பார்வை பார்த்தார். பணம் கொடுத்து நாடாளுமன்ற உறுப்பினர்களின் ஆதரவைப் பெற சதி செய்தார்கள் என்கிற பல கோடி ரூபாய் ஊழல் குற்றச்சாட்டின் பேரில் லூலா நிர்வாகத்தின் நான்கு மூத்த அதிகாரிகள் பதவி விலகியபோது நான் அதை நினைத்துக் கொண்டேன். இந்த ஊழலின் காரணமாக லூலாவின் அரசியல் வாழ்க்கை முடிவிற்கு வந்துவிடும் என்பது போல் தோன்றியது.

பேரரசை எப்படிக் கட்டுப்படுத்துவது என்கிற என் கேள்விக்கு பதிலாக அவர் பின்வருமாறு கூறினார்: "அதற்காகத்தான் நான் உங்களைச் சந்தித்துக் கொண்டிருக்கிறேன். அமெரிக்காவில் உள்ள உங்களால் மட்டுமே மாற்றத்தைக் கொணர முடியும். உங்களது அரசாங்கம் இந்தப் பிரச்சனையை உருவாக்கியது. உங்கள் மக்கள் இந்தப் பிரச்சனையைத் தீர்க்க வேண்டும். ஊழல் மிகுந்த உங்களது பன்னாட்டு நிறுவனங்களை ஜனநாயக ரீதியாகத் தேர்ந்தெடுக்கப்பட்ட தலைவர்கள் தேசியமயமாக்கினாலும், ஜனநாயகம் குறித்த தன்னுடைய உறுதிமொழியை வாஷிங்டன் அமல்படுத்த வேண்டும் என்று நீங்கள் வலியுறுத்த வேண்டும். அமெரிக்க மக்களிடம் பேரளவு சக்தி இருக்கிறது.

உங்களது பன்னாட்டு நிறுவனங்கள் மற்றும் உங்களது அரசாங்கத்தை உங்களது கட்டுப்பாட்டில் நீங்கள் எடுத்துக் கொள்ள வேண்டும். இது பற்றி தீவிரமாக சிந்தித்து நீங்கள் செயல்பட வேண்டும். வேறு மாற்று இல்லை. பிரேசிலிலுள்ள எங்களது கைகள் கட்டப்பட்டுள்ளன. வெனிசுலா மக்களின் நிலைமையும், நைஜீரிய மக்களின் நிலைமையும் அதுதான். இனி உங்கள் பொறுப்பு".

என்னுடைய நூலுக்குக் கிடைத்த வரவேற்பும், உலக சமூக மாமன்றத்தில் என்னுடைய உரையும் ஏற்படுத்திய உற்சாகத்தை ஜோஸுடன் நடந்த அந்த உரையாடல் குறைத்துவிட்டது. போர்ட்டோ அலேகிரேயின் வீதிகளில் திரிந்தேன். மேலும் மேலும் என் மனம் துவண்டது. இது, தன்னை ஒரு பத்திரிகையாளர் எனக் கூறிக் கொண்ட அபார அழகு மிக்க ஒரு பெண்ணின் முன்னால் மேலும் பலவீனமுள்ளவனாக்கியது.

24
அழகான காரியோகா

நான் உரையாற்றிக் கொண்டிருந்தபோது மேடைக்குக் கீழே முன்வரிசையில் அமர்ந்திருந்த அந்தப் பெண்ணை என்னால் பார்க்காமல் இருக்க முடியவில்லை. அவரது தோள்களில் புரண்ட பொன்னிறக் கூந்தல்; குட்டைப் பாவாடை அணிந்திருந்ததால் வெளித்தெரிந்த நீண்ட கால்கள்; அவர் பூர்வகுடி இனத்தவர் என்பதைச் சுட்டியபடி துருத்திக் கொண்டிருந்த தாடை எலும்புகள்; எனக்கே எனக்கானது போல் தோன்றிய அந்தப் புன்னகை. இவையெல்லாம் அழகான பெண்களுக்குப் பெயர்போன இந்த நாட்டிலும் அவரைத் தனித்துக் காட்டின.

என்னுடைய உரை முடிந்தவுடன் அவரே முதலில் மேடைக்கு வந்தவர். உற்சாகமாக என் கைகளைக் குலுக்கிய அவர் தன் முகவரி அட்டையை என்னிடம் கொடுத்தார். அவரது பெயர்: பியாட்ரிஸ் முக்காலா (Beatriz Muchala). பல்வேறு பத்திரிகைகளின் பெயர்கள் மற்றும் அவரது ரியோ டி ஜெனிரோ விலாசம் அந்த அட்டையில் இருந்தது. "நான் உங்களைப் பேட்டி காண வேண்டும்" என்றார் அவர். "என்னுடைய வாசகர்கள் நிறையத் தெரிந்து கொள்ள விரும்புகிறார்கள். என்னுடைய மூதாதையர்கள் ஸ்பானியர்கள். நான் அர்ஜெண்டினாவில் பிறந்தவள்" அவர் புன்னகைத்தார். "ஆனால், மனதளவில் நான் ஒரு காரியோகா".

அந்தச் சொற்களும், அவர் அவற்றை உச்சரித்த விதமும், என்னை எச்சரிக்கை அடையச் செய்தன. காரியோகாக்கள் என்பவர்கள் ரியோ டி ஜெனிரோ பெண்கள். ஆண்களை மகிழ்விக்கும் அவர்களது திறமை பற்றி கதைகள் பல உண்டு. ஆனால், பியாட்ரிஸ் எனக்கு வித்தியாசமாகத் தெரிந்தார். ஒரு வேளை, அவர் எங்கு அமர்ந்திருந்தார், என்ன உடைகள் அணிந்திருந்தார், எப்படித் தோற்றமளித்தார் போன்ற உத்திகள் காரணமாக இருக்கலாம்; அல்லது அவர் சற்றே மிக மிக அழகாக இருந்தார். என் உள்ளுணர்வுகள் அவரிடமிருந்து விலகியிருக்கும்படி என்னை எச்சரித்தன. என்னுடைய நிகழ்ச்சி நிரல் நிறைந்திருப்பதால் நேரமில்லை என்றேன்.

அன்று பின்னர், கிளிண்டன் மீது கண்டனத் தீர்மானம் நிறைவேற்றப்பட்டது குறித்த தன்னுடைய கருத்துகளை என்னிடம் பகிர்ந்து

கொண்ட ஒரு சிஐஏ உளவாளியைச் சந்தித்தேன். "நிறுவன அதிகார வர்க்கத்தின் நலன்களுக்கு பங்கம் விளைவிக்கக் கூடிய சீர்திருத்தவாதி என அஞ்சப்பட்ட ஒரு அதிபரைச் சீரழிக்கும் வேலை லிண்டா டிரிப்பிடம் (Linda Tripp) ஒப்படைக்கப்பட்டது" என்று அவர் கூறினார். "என்னைப் போன்ற ஆட்கள் கேவலமான வேலைகளைப் பார்ப்பதற்கு அப்பாவிகளைத் தேடிப் பிடிக்கிறோம் என்பது உங்களுக்குத் தெரியும். ஆபத்து குறைவு. சாட்சியங்கள் இருப்பதில்லை. லிண்டா தான் தேடிய அப்பாவியை மோனிகா லெவின்ஸ்கியிடம் கண்டார். 'பாவம், பில் (கிளிண்டன்) லுக்கு வீட்டில் மகிழ்ச்சி கிடைக்கவில்லை. நீங்கள் அவருக்கு உதவக் கூடும்' என்றார். மற்றது வரலாறு."

அந்த நாளில் ஆப்பிரிக்க மற்றும் ஐரோப்பியக் குழுக்களை நான் சந்தித்துக் கொண்டிருந்தபோது பியாட்ரிஸ் என்னைப் பல முறை அணுகினார். நான் உறுதியாக இருந்தேன். ஆச்சரியமாக நாங்கள் இருவரும் மீண்டும் சந்தித்துக் கொண்டோம். ஜோஸுடனான உரையாடலுக்குப் பின், அவரது கதையைக் கேட்டு ஆடிப்போயிருந்த நான் நகரத்தில் சுற்றித் திரிந்து கொண்டிருந்தபோது அது நடந்தது. அவர் எனக்கு இன்னுமொரு அட்டை கொடுத்தார். ஒரு வேளை நான் உணர்ச்சிவசப்பட்டிருந்ததைக் கண்டோ என்னவோ இம்முறை அவர் அவ்வளவு பிடிவாதம் பிடிக்கவில்லை. அல்லது என்னுடைய நிகழ்ச்சி நிரல் நிறைந்திருக்கவில்லை, நான் திரிந்து கொண்டிருக்கிறேன் என்பது தெரிந்து அவர் மனம் காயப்பட்டிருக்கலாம். பின்னது எனக்கு குற்ற உணர்வின் வேதனையைத் தந்தது. நான் ஏன் அவ்வளவு சந்தேகப்பட வேண்டும்?

அதற்குப் பிறகு என்னால் அவரை என் மனதை விட்டு அகற்ற முடியவில்லை. ஜோஸுடன் என்னுடைய உரையாடல் என்னை ஜாக்கிரதையாக இருக்கும்படி எச்சரித்திருக்கக் கூடும் என்று எண்ணினேன். ஆனால், உண்மையில், அது எதிர்மறையான விளைவையே ஏற்படுத்தியது. நான் உற்சாகமிழந்து துவண்டேன். பேட்டிக்கு ஒப்புக் கொள்ளாததற்காக இப்போது என்னை நானே கடிந்து கொண்டேன். ஒரு அழகான பெண்ணுடன் நேரத்தைக் கழிப்பது எனக்குத் தேவையாக இருந்திருக்கலாம். எப்படியாயினும், அவர் ஒரு பத்திரிகையாளர்; என்னுடைய நூலின் செய்தியைப் பரப்புவதற்காக நான் பிரேசில் வந்திருக்கிறேன். அவருடனான ஒரு சந்திப்பு என்ன பாதகத்தை ஏற்படுத்திவிட முடியும்?

என்னுடைய விடுதியின் வரவேற்பாளர் வசம் எனக்காக அவர் அனுப்பியிருந்த தகவல் கண்டு மனம் லகுவானது. அவரைத் தொடர்பு கொண்டு அன்று மாலை அவரது விடுதியின் தாழ்வாரத்தில் அனைவரும் நடமாடும் பொது இடத்தில் சந்திப்பதாக ஒப்புக் கொண்டேன். பிளாசா விடுதியின் முன் வாயிலருகே நானும், பியாட்ரிஸும் அமர்ந்தோம். குட்டைப் பாவாடைக்குப் பதிலாக நவீன ஜீன்ஸ் அணிந்திருந்தார். நான் பேசும் ஸ்பானிய மொழியைவிட

தன்னுடைய ஆங்கிலம் மோசமாக இருப்பதால், பேட்டியை ஸ்பானிய மொழியிலேயே வைத்துக் கொள்ளலாம் என்றார். பிரேசிலிலும் அர்ஜெண்டினாவிலும் கட்டுரைகள் வெளியாகும் என்றார். அவர் அவற்றை போர்த்துக்கீசிய மொழிக்கு மொழிமாற்றம் செய்வதாகக் கூறினார். அர்ஜெண்டினாவில் தான் வளர்ந்த பின்னணி பற்றி சுருக்கமாகக் கூறினார். நான் போவ்னஸ் ஏய்ர்சில் என்னுடைய அனுபவங்களைப் பகிர்ந்து கொண்டேன். ரியோ நகரத்து அழகிகளின் மத்தியில் ஒரு அர்ஜெண்டினப் பெண் சந்திக்கும் கஷ்டங்கள் பற்றி அவர் நகைச்சுவையாகப் பேசினார்.

சுமார் பதினைந்து நிமடங்களுக்குப் பிறகு, டேப் ரெகார்டர் பயன்படுத்திக் கொள்வதற்கு என்னுடைய அனுமதியைக் கோரினார். நான் சம்மதித்தேன். தன்னுடைய கைப்பையிலிருந்து ஒரு டேப்ரெ கார்டரை எடுத்தார்; ஒலிவாங்கியை எங்களுக்கு இடையில் இருந்த மேஜையில் வைத்தார்; பொருளாதார அடியாட்கள் பற்றி பல கேள்விகள் கேட்டார். பின்னர் எல்லாம் சரியாகப் பதிவாகியிருக்கிறதா என்று சோதித்துப் பார்த்தார். முகத்தைச் சுளித்த அவர் தன் தலையை ஆட்டினார். “பின்னணியில் அளவுக்கதிகமான சத்தம்“ என்றார். மீண்டும் கைப்பையில் துழாவி ஒரு பேனாவையும், குறிப்பேட்டையும் எடுத்தார். மன்னிக்குமாறு கோரிய அவர், நான் அப்போதுதான் கூறிய பதில்களை மீண்டும் கூறுமாறு கேட்டார். நான் அப்படியே செய்தேன்.

அது முடிந்த பின், தன் இருக்கையில் ஆசுவாசமாகச் சாய்ந்து கொண்டார்; அவர் எழுதி முடித்தவுடன் உள்ளூர் கலாசாரங்கள் குறித்த என்னுடைய முந்தைய நூல்கள் பற்றிக் குறிப்பிட்டார். “பரந்த மலைக் காடுகளில் வாழும் மக்கள் பற்றி என்னுடைய வாசகர்கள் இன்னும் நன்றாகப் புரிந்து கொள்ள வேண்டும். நாம் இப்போது அதைப் பற்றிப் பேசலாமா?“ எனக் கேட்டார்.

பொருளாதார அடியாட்கள் பற்றிய உரையாடல்கள் அதிகமாகி விட்டதால், என்னுடைய முந்தைய எழுத்துகள் குறித்து விவாதிக்கக் கிடைத்த வாய்ப்பை நான் வரவேற்றேன். ஆழ்ந்த யோசனையுடன் அவர் டேப்ரெகார்டரைப் பார்த்தார். “இதை நான் நிச்சயம் பதிவு செய்ய விரும்புகிறேன். இந்த சத்தத்திலிருந்து தப்பிச் செல்வது பற்றி என்ன நினைக்கிறீர்கள்? என்னுடைய அறைக்குச் சென்றுவிடலாம்” என்றார்.

இந்த நேரத்திற்கெல்லாம், உள்ளூர் கலாசாரங்கள் பற்றிதான் விவாதிக்கப் போகிறோம் என்று நான் நம்பினேன். பியாட்ரிசின் தொழில் பக்தி என்னைக் கவர்ந்தது. ஒருவருக்கொருவர் நகைச்சுவையாகப் பேசிக் கொண்டதையும் ரசித்தேன். என்னுடைய பின்னணியைப் பொறுத்தவரை, நான் இன்னும் கூடுதலான எச்சரிக்கையுடன் இருக்க வேண்டும். ஆனால், இறுக்கத்தைத் தளர்த்திக் கொண்டேன்.

லிப்டிலிருந்து வெளிவந்து நீண்ட தாழ்வாரத்தில் அவரது அறை வரை அவரைத் தொடர்ந்து சென்றபோது, அவரது உடல் அழகு

பற்றி நினைக்காமல் இருக்க முடியவில்லை. அவரது குதிகால் செருப்பு, இறுக்கமான ஜீன்ஸ், நடைக்கேற்றாற்போல் ஆடிய அவரது பொன்னிறக் கூந்தல் ஆகியவை கோபகாபானா மற்றும் இபானெமா கடற்கரைகளை பிரசித்தி பெறச் செய்தவை.

அறைக்குள் நுழைந்தவுடன் அவர் என்னை ஒரு சோபாவில் அமரச் செய்தார். அதன் முன்னே இருந்த ஒரு சிறு மேசையில் ஒலிப்பதிவுக் கருவியை வைப்பதில் சுறுசுறுப்பாக இருந்தார். பின்னர் அவர் ஒரு கோப்பை ஒயின் குடிக்கிறீர்களா எனக் கேட்டார். நான் பீரைத் தவிர வேறு எதையும் குடிப்பதில்லை என்றபோதும், நான் சம்மதித்தேன். ஆளுக்கொரு கோப்பை ஒயின் ஊற்றியவர் என்னோடு சோபாவில் அமர்ந்தார். "நேரடியாக விஷயத்திற்குப் போவோம்" என்றார்.

அவரது கேள்விகளுக்கு பதில் சொல்லிக் கொண்டிருக்கும்போது எங்களது உடல்கள் உரசிக் கொள்வதை உணர்ந்தேன். அவர் மேலும் நெருங்கி வந்தார். கீழே குனிந்து டேப்ரெகார்டரை நிறுத்தினார். என்னுடைய கோப்பையை என்னிடம் கொடுத்தார். அவரது கை விரல்கள் என் கை விரல்களை உரசின. கோப்பைகள் மோதிக் கொள்ளும் ஒலி. அவர் தன்னுடைய கோப்பை ஒயினைப் பருகுவதைக் கவனித்தேன். பின்னர் திடீரென்று என்னுடைய விடுதிக்கும், ஜோஸை நான் சந்தித்த பூங்காவிற்கும் இடையில் அவர் தனியே நின்றிருந்தது நினைவிற்கு வந்தது. போர்ட்டோ அலேகிரெ போன்ற ஒரு பெரிய நகரத்தில் யதேச்சையாகச் சந்தித்துக் கொள்வது எவ்வளவு சாத்தியம் என்ற கேள்வி எழுந்தது. அது என் மனதில் தைத்தது. பியாட்ரிசின் நோக்கம் பிரபலமான ஒரு நூலாசிரியருடன் பாலுறவு வைத்துக் கொள்வது மட்டுமல்ல என்பது எனக்கு நிச்சயமானது. அவரது கண்கள் என்னுடைய கண்களைச் சந்தித்தன. நான் என் கோப்பையைக் கீழே வைத்தேன். துளி கூட பருகவில்லை. அதில் ஏதேனும் கலந்திருக்குமோ என்று சந்தேகமாக இருந்தது. "எனக்கு உன் தந்தை வயதாகிறது." கேமரா எதுவும் ஒளித்து வைக்கப்பட்டிருக்கிறதா என்று அறையை நோட்டம் விட்டேன். "மேலும் எனக்கு திருமணம் ஆகிவிட்டது" என்று எழுந்தேன்.

"பிரேசிலில் ஒரு சொல் வழக்கு இருக்கிறது. வயதான ஆண்களுக்குப் பெண்களை எப்படி மகிழ்விப்பது என்பது தெரியும்; திருமணமான ஆண்கள் புத்திசாலிகள்." "நான் போக வேண்டும்" என்றேன்.

"இன்னும் நேரமாகவில்லை" நான் கதவை நோக்கிச் சென்றேன். "இன்றைய இரவை நண்பர்களாகவே முடிப்போம்" சோபாவிலிருந்து எழுந்து அவர் என்னை நோக்கி வந்தார். நான் கதவைத் திறந்தேன். "தயவுசெய்து பொருளாதார அடியாட்கள் பற்றிய பேட்டியின் ஒரு பிரதி அனுப்புங்கள்". இந்நேரம் நான் தாழ்வாரத்தில் நடந்து கொண்டிருந்தேன். "உங்கள் மனம் மாறினால் என்னைக் கூப்பிடுங்கள்" இனிமையாகப் புன்னகைத்தார். "நான் இங்கேதான் இரவு முழுவதும் இருப்பேன். எப்படியாயினும், நான் ஒரு பிரதி அனுப்பி வைக்கிறேன்". ஆனால், அவர் அனுப்பவேயில்லை.

25
பேரரசை எதிர்த்துப் போராடுவது

பிரேசிலில் இருந்து நான் வந்த பிறகு , சில காலத்திலேயே, அதன் அண்டை நாடான பொலிவியா புதிய அரசியல் குழப்ப காலகட்டத்தில் நுழைந்தது. பதவியிறக்கப்பட்ட கோன்சாலோ கான்சஸ் டி லொசாடா விற்குப் பதிலாக அதிபரான கார்லோஸ் மேசா பலவீனமான வராகவும், நிறுவன அதிகார வர்க்கத்தின் கூட்டாளியாகவும் கருதப்பட்டார். நில உரிமைகள் வேண்டும் என்றும், ஏழைகளுக்கு மானிய விலையில் சமையல் எரிவாயு வேண்டும் என்றும், எண்ணை மற்றும் எரிவாயு தொழில்களை தேசியமயமாக்க வேண்டும் என்றும் இவா மொராலெசும், அவரது சோஷலிஸ்ட் கட்சியும், பூர்வகுடிகளின் அமைப்புகளும் கோரின.

இணையதளத்தில் ஓடிக் கொண்டிருந்த செய்தி அறிக்கைகளைப் படித்துக் கொண்டும், லத்தீன் அமெரிக்காவிலுள்ள நண்பர்களுடன் பேசிக் கொண்டும் இருந்தபோது தங்களது மின்கட்டணத்தைச் செலுத்துவதற்காக ஆண்களும், பெண்களும், குழந்தைகளும் உறைய வைக்கும் மழையில் நீண்ட வரிசையில் நின்றிருக்கும் காட்சியை அடிக்கடி கற்பனை செய்து பார்த்தேன். இவர்கள் இப்போது என்ன நினைத்துக் கொண்டிருப்பார்கள்? ஸ்பானிய வெள்ளியச் சுரங்கங்களில் வேலை பார்த்த அடிமைகள் போல மிகவும் பணிவானவர்களாகவும், நசுக்கப்பட்டவர்களாகவும் அவர்கள் காணப்பட்டார்கள். ஆனால், ஏதோ ஒன்று அவர்களுக்குள் பொறி போல் தெறித்தது. அவர்கள் வரிசையை விட்டு தெருக்களில் வெள்ளம் போல் ஓடினார்கள். தண்ணீர் நிறுவனத்தின் அலுவலகங்களின் மீது படையெடுத்தார்கள். அதிபர் மாளிகையை முற்றுகையிட்டார்கள். அவர்கள் உலக வங்கியை எதிர்த்து நின்றார்கள். நிறுவன அதிகார வர்க்கத்திற்கு அடிபணிய மறுத்தார்கள். வரலாற்றின் பிரம்மாண்டமான பேரரசின் கோபத்திற்கு ஆளானார்கள். அவர்கள் தங்கள் லட்சியத்திற்காக உயிரை விட்டார்கள். இவற்றையெல்லாம் எது நிகழச் செய்தது?

இத்தகைய கேள்விகளுக்கு எப்போதுமே பல பதில்கள் இருக்கின்றன. ஆனால், இந்த விஷயத்தில் ஒரு பதில் தனிச்சிறப்பாகக் குறிப்பிடத்தக்கது. ஒரு ஒற்றை மனிதன்: இவோ மொராலெஸ். இந்தப் புதிய இயக்கத்தின் விரல் விட்டு எண்ணத்தக்க சில தலைவர்களில் அவரும் ஒருவர்தான். ஆனால், அவர்தான் நாடாளுமன்றத்திற்குத் தேர்ந்தெடுக்கப்பட்டவர்,

அதிபர் தேர்தலில் போட்டியிடப் போவதாக அறிவித்தவர். மற்ற அனைத்தையும் விட அவர் ஒரு அடையாளம்; அவர் ஒரு கிரியா ஊக்கி. ஜார்ஜ் வாஷிங்டன், சைமன் பொலிவார், மற்றும் அவருக்கு முந்தைய அனைத்து மகத்தான தலைவர்களையும் போல இவோ மொராலெஸ் தொலைநோக்கு கொண்டவராகவும், செயல்வீரராகவும் திகழ்ந்தார். பொலிவியாவிற்கு மட்டுமின்றி நம் அனைவருக்கும் அவரே நம்பிக்கை நட்சத்திரம். ஏனெனில், கடும் நெருக்கடி காலங்களில் தன் மக்களுக்குத் தலைமை தாங்கி அவர்களை இருளிலிருந்து ஒளிமயமான எதிர்காலத்திற்குள் வழிநடத்திச் செல்லும் ஒரு மனிதர் தோன்றுவார் என நாம் அனைவரும் கண்ட கனவின் நனவு அவர்.

மற்றொரு லத்தீன் தலைவரான ஹியூகோ சாவேஸுக்கு இவோ மொராலெஸ் கடன்பட்டிருக்கிறார். இந்த அதிபர், (முன்னர் குறிப்பிட்ட) கேலிச்சித்திர துப்பாக்கிச் சண்டைக்காரரைப் போல, உலகின் மிகவும் சக்தி வாய்ந்த ஆட்சியாளரை எதிர்த்து நின்று அவரைத் தோற்று பின்வாங்கச் செய்தவர். ஜார்ஜ் டபிள்யூ. புஷ் சட்டபூர்வமாக தேர்ந்தெடுக்கப்பட்ட ஜனநாயகத்தின் பிரதிநிதி அல்ல என்றும், ஒரு தேர்தலைத் திருடிய கொடுங்கோலன் என்றுமே கோடிக்கணக்கான லத்தீன் அமெரிக்க மக்கள் கருதுகிறார்கள். அவர் மொராலெஸ் மற்றும் சாவேஸ் ஆகியோர் தோன்ற 'உதவினார்' என்றும் கருதுகிறார்கள். மகத்தான தலைவர்களுக்கு விரோதம் பாராட்டும் எதிரிகள் தேவை என்றால் இந்தத் தலைவர்களுக்கும் அப்படி ஒரு எதிரி இருந்தார்.

மற்றநாடுகளில் நடந்த நிகழ்வுகள்கூட மொராலெஸைப் பலப்படுத்தியது. பல்வேறு காரணங்களால், ஈக்வடாரின் தற்போதைய அரசியல் நிகழ்வுகள் அந்த அய்மாரா தலைவருக்குச் சாதகமாக இருந்தன. பொருளாதார அடியாட்களுடன் லூசியா குடிய்ரெஸ் ரகசியமாக ஒப்பந்தங்கள் போட்டுக் கொண்டிருக்கிறார் எனக் குற்றம் சாட்டிய ஈக்வடார் மக்கள் அவர் பதவி விலக வேண்டும் என்று கோரினர். 2005 ஏப்ரல் 25 அன்று குயிட்டோவில் ஈக்வடார் நாடாளுமன்ற உறுப்பினர்கள் குடிய்ரெஸைப் பதவி நீக்கம் செய்தனர். துணை அதிபர் ஆல்பிரடோ பலாசியோவிற்குத் தற்காலிக அதிபராக பதவிப் பிரமாணம் செய்து வைத்தனர்.

முந்தைய அதிபர் உலக வங்கி, ஐஎம்எப், வாஷிங்டன் மற்றும் வால்ஸ்டிரீட்டின் தேவைகளுக்கு ஏற்ப செயல்படத் தயாராக இருந்தார்; அதனால்தான் அவர் அத்துமீறல்களில் ஈடுபட்டார் என்பதை அடையாளம் காண புதிய அதிபருக்கு அதிக நாட்கள் தேவையாக இருக்கவில்லை. பதவி ஏற்ற இரண்டு நாட்களுக்குப் பிறகு, பாலாசியோவும், அவரது நிதி அமைச்சர் ராபெல் கொர்ரியாவும் சர்வதேச நிதி நிறுவனங்களுடன் முந்தைய அதிபர் உறவு வைத்துக் கொண்டிருந்ததையும், தன்னுடைய மொத்த பட்ஜெட்டில் 40% ஐ கடனைத் திருப்பிச் செலுத்துவதற்காகவும், வட்டி கட்டுவதற்காகவும் செலவிடுவது ஒழுக்கமற்ற

செயலாகும் என்று விமரிசித்ததாக 'தி நியூயார்க் டைம்ஸ்' செய்தி வெளியிட்டது. அமெரிக்காவுடன் தற்போது நடந்து கொண்டிருந்த வர்த்தகப் பேச்சுவார்த்தைகளின் திசை வழியைப் புதிய அரசாங்கம் மறுபரிசீலனை செய்யும் என்றும் அவர்கள் கூறினார்கள். எண்ணை மூலம் வரும் பணத்தைக் கடனுக்காகச் செலவிடுவதைவிட சமூக நலத்திட்டங்களில் செலவிட விரும்புவதாக திரு. பலாசியோ கூறியதாகவும் டைம்ஸ் செய்தி தெரிவித்தது. (27)

ஈக்வடார் நிலைமை தான் முன்வைத்த கொள்கைகள் சரியானவையே என்பதை நிரூபிப்பதாகவும், ஆண்டஸ் பகுதி மாற்றத்திற்குத் தயாராக இருக்கிறது என்பதற்கு அது மற்றுமொரு அறிகுறி என்றும், தன்னைப் போன்ற பின்னணி (எப்படிப் பார்த்தாலும், மேற்குலக வாழ்க்கைத் தரங்களின்படி ஏழ்மையான பின்னணி) கொண்ட ஒருவர் பொலிவியாவில் ஆட்சிப் பொறுப்பை எடுத்துக் கொள்வதற்கு பொருத்தமான தருணம் என்றும் மொராலெஸ் கருதினார். அவரது கூற்றுக்கு அமெரிக்க அரசாங்கத்தின் எதிர்வினை பகைமை பாராட்டுவதாக இருந்தது. லத்தீன் அமெரிக்க நிலைப்பாட்டை இது மற்றொரு வகையில் உறுதிப்படுத்தியது. வாஷிங்டன் நிலையைப் பிரதிபலித்து 'தி நியூயார்க் டைம்ஸ்' கீழ்க்காணுமாறு செய்தி அறிக்கை வெளியிட்டது:

புஷ் நிர்வாகத்தைப் பொறுத்த வரையில், மொராலெஸ் அதிபராவது என்பது அது போதைப் பொருட்களுக்கு எதிராக நடத்திக் கொண்டிருக்கும் யுத்தத்திற்கு பின்னடைவு எனக் கருதியது; போதைப் பொருள் எதிர்ப்பு, பொருளாதார மற்றும் வளர்ச்சி போன்றவற்றிற்கு அமெரிக்கா வழங்கிக் கொண்டிருக்கும் கோடிக்கணக்கான டாலர்கள் உதவிக்கு ஆபத்தாகும் என்றும் கருதியது. (28)

வெள்ளை மாளிகையும், அமெரிக்காவின் முக்கிய ஊடகங்களும் மொராலெஸ் மீது அவதூறு பொழிய எந்த அளவிற்கு வேண்டுமானாலும் தரம் தாழ்ந்து போவார்கள் என்பதை பொலிவிய மக்களும், லத்தீன் அமெரிக்க மக்களும் உணர்ந்திருந்தனர். இந்தத் தந்திரம் அமெரிக்க வாக்காளர்களை வேண்டுமானால் முட்டாளாக்கலாம். ஆனால், மொராலெஸ் போன்ற வேட்பாளர்கள் தேர்ந்தெடுக்கப்பட்டால் அமெரிக்க நிதி உதவி நிறுத்தப்படும் என்று அமெரிக்கத் தூதர் ரோச்சா கூறியபோது ஏற்பட்டது போல, இத்தகைய மிரட்டல்கள் பொலிவியாவில் எதிர்மறை விளைவையே உருவாக்கியது. அமெரிக்காவில், லத்தீன் அமெரிக்க மாணவர்கள் பலர் கலந்து கொண்ட ஒரு விருந்தில் நான் ஒரு நகைச்சுவையைக் கேட்டேன்.

"ஹியூகோவிற்கு விளம்பரம் தேடித் தருபவர்களில் முதன்மையானவர் யார்?" "ஜார்ஜ் புஷ்" "இவோ மொராலெசிற்கு விளம்பரம் தேடித் தருபவர்களில் முதன்மையானவர் யார்?" "ஜார்ஜ் புஷ்?"

"இல்லை. அவருக்கு மூன்றாவது இடம்தான். வால் ஸ்டிரீட் ஜர்னலும், நியூயார்க் டைம்ஸும் அவரைத் தோற்கடித்து விட்டன."

26
ஒரே மாதிரி உணர்வுகள்

பெரும்பாலான லத்தீன் அமெரிக்கர்களைப் பொறுத்த வரையில், இவோ மொராலெஸ், நிறுவன அதிகாரவர்க்கத்திற்கு எதிரான, ஏழைகளுக்கான மக்கள் இயக்கத்தின் உருவகமாக இருந்தார். பாரம்பரியமான ஆன்டியன் ஸ்வெட்டர், போன்சோஸ் எனப்படும் நீளமான அங்கி, கம்பளி தொப்பி ஆகியவற்றை அணிந்திருக்கும் மொராலெஸ் தன்னுடைய எளிமையான பின்னணியை வெளிப்படுத்தத் தயங்கியதே இல்லை. தன்னுடைய மக்கள் பல நூற்றாண்டுகளாக ஒடுக்கப்பட்டுவிட்டார்கள் என்கிற ஒரே காரணத்திற்காக அவர்கள் தங்களது நிலத்திற்காகவும், கவுரவத்திற்காகவும் இப்போது போராடமாட்டார்கள் என்று அர்த்தமல்ல என்று கூறியதன் மூலம் அவர்களின் மகத்துவத்தைத் துணிச்சலாக உலகிற்கு பிரகடனம் செய்தார். தாழ்நிலையின் காரணமாக சுரண்டல் நிகழ்வதில்லை. பொருளாதார வறுமை தார்மீகப் பற்றாக்குறையின் அடையாளமல்ல.

அதிபர் தேர்தலில் போட்டியிடப் போவதாக அறிவித்த அவர், இயற்கை வளங்களைக் கொள்ளையடிக்க உறுதி கொண்டுள்ள அந்நிய நிறுவனங்களை எதிர்த்துப் போராடுவேன் என்றும், பொலிவியா தன்னுடைய கோகோ பயிர்களை அழிக்க வேண்டும் என்கிற அமெரிக்காவின் கோரிக்கையை ஏற்க முடியாது என்றும் வாக்குறுதி அளித்தார். அந்தச் செடி கொக்கைய்னாக மாற்றப்பட்டு பொலிவியாவிற்கு வெளியே ஏற்றுமதி செய்யப்படும் போது மட்டும்தான் பிரச்சனையாகிறது என்பதை வற்புறுத்திய அவர், போதைப் பிரச்சனை அது நுகரப்படும் முனையில் சமாளிக்கப்பட வேண்டும் என்று வலியுறுத்தினார்.

2005 டிசம்பரில் மொராலெஸ் பெரும் வெற்றி பெற்று பொலிவியாவின் அதிபராக ஆனார். தன்னுடைய ஊதியத்தைப் பாதியாகக் குறைப்பதாக உடனடியாக அவர் அறிவித்தார். எந்த அமைச்சருக்கும் தன்னைவிட அதிகமான சம்பளம் இல்லை என்று உத்தரவிட்டார். அப்படிச் சேமிக்கப்படும் பணத்தைக் கொண்டு பொதுப் பள்ளிக்கூடங்களுக்கு ஆசிரியர்கள் நியமிக்கப்படுவார்கள் என்றார். அல்வாரோ கார்சியா லினேரா அவருடைய துணை அதிபர். நிறுவன அதிகார வர்க்கத்திற்கு எதிராக பொலிவியா

நடத்திய புரட்சிகர இயக்கத்தில் கொரில்லா தலைவராக இருந்தவர். நான்காண்டுகள் சிறையில் கழித்தவர். மெக்சிகோவில் கணிதவியலாளராக பயின்ற அவர் பின்னர் லா பாசிலுள்ள 'மேயர் டி சான் ஆன்ட்ரஸ் பல்கலைக்கழகத்தில்' சமூகவியல் பேராசிரியராகப் பணியாற்றினார். அறிவுஜீவி என்றும், அரசியல் ஆய்வாளர் என்றும் அங்கு அவர் போற்றப்பட்டார். நீதித்துறை அமைச்சரான பெண் ஒரு வீட்டு வேலைக்காரராக இருந்தவர். நாடாளுமன்றத் தலைவர் கிராமப் பள்ளி ஆசிரியராக இருந்தவர். பூர்வகுடி இனத்தைச் சேர்ந்தவராக இருந்தபோதும், மொராலெஸ் பொலிவியாவின் அனைத்து ஏழைகளுக்காகவும், உரிமை மறுக்கப்பட்டவர்களுக்காகவும் பாடுபடப் போவதாக உறுதியாகக் கூறினார். அவர்கள் நகர்ப்புற சேரிகளில் வசித்தாலும் சரி, ஆண்டஸ் மலையின் உச்சியில் வசித்தாலும் சரி, நடுக்காட்டில் வசித்தாலும் சரி.

அமெரிக்காவின் முக்கிய ஊடகங்கள் அமெரிக்க மக்களை வெளிப் படையாக ஏமாற்றின. குவாதமாலா மீது படையெடுப்பதற்கு முன்னர் அந்நாட்டு அதிபர் ஆர்பென்ஸுக்கு எதிராக நடத்தப்பட்டது போன்றதொரு பிரச்சாரம் மொராலெசுக்கு எதிராகக் கட்டவிழ்த்துவிடப் பட்டது. அவர் ஒரு கம்யூனிஸ்ட் என்றும், காஸ்ட்ரோவின் ஏஜெண்ட் என்றும் அமெரிக்க ஊடகங்கள் அவரைச் சித்திரித்தன.

மொராலெஸ் தேர்ந்தெடுக்கப்பட்ட ஒரே மாதத்தில் 2006 ஜனவரியில் பெக்டெல் பொலிவியாவிற்கு எதிராக தான் தொடுத்திருந்த வழக்கைக் கைவிட்டது.

அடுத்த நான்கு மாதங்களுக்குள், 2006 மே 2ம் தேதி நாட்டிலுள்ள எண்ணை வயல்கள் மற்றும் இயற்கை வாயு வயல்களை ஆக்கிரமித்து அவற்றை அரசுக் கட்டுப்பாட்டில் கொண்டு வருமாறு பொலிவிய ராணுவத்துக்கு அதிபர் மொராலெஸ் உத்தரவிட்டார். அரசாங்கத்துடன் மறுபேச்சுவார்த்தை நடத்த பன்னாட்டு நிறுவனங்களின் அதிகாரிகளுக்கு 180 நாட்கள் கால அவகாசம் கொடுத்தார். "அந்நிய நிறுவனங்கள் கொள்ளை அடிப்பது முடிவிற்கு வந்துவிட்டது" என அறிவித்தார். லாபத்தில் அந்நிய நிறுவனங்களுக்கு 80% பொலிவியர்களுக்கு 20% என்று இருந்த விகிதாசாரத்திற்குப் பதிலாக பொலிவியர்களுக்கு 80% அந்நிய நிறுவனங்களுக்கு 20% என மாற்றப்பட வேண்டும் என்றார். *(29)*"

பொலிவியாவின் இந்த நடவடிக்கை ஐக்கிய லத்தீன் முன்னணி யிலிருந்து விலகிச் செல்வதாகச் சிலர் கருதினர். பிரேசிலும், அர்ஜெண்டினாவும் பெருமளவு இயற்கை வாயுவை பொலிவியாவிலிருந்து இறக்குமதி செய்வதால் அவை குறிப்பிடத்தக்க வகையில் பாதிக்கப்படும் என்று அவர்கள் சுட்டிக் காட்டினர். எனினும், சாவேஸ் மொராலெசை தீவிரமாக ஆதரித்தார். "வெனிசுலா செல்லும் அதே பாதையில் செல்லும் பொலிவியாவை நாங்கள் ஆதரிக்கிறோம். ஒரு நீண்ட கடினமான முயற்சிக்குப் பின்னர், ஒரு ராணுவக் கலகத்தை முறியடித்த

பின்னர் நாங்கள் எங்களது இயற்கை வளங்களையும், கனிம வளங்களையும் எங்களது கட்டுப்பாட்டிற்கு மீட்டெடுத்தோம். பொலிவியாவில் எல்லாம் நிச்சயம் நல்லபடியாக நடக்கும்."

மொராலெஸ் தன்னுடைய கொள்கைகளைத் தெளிவாக்கினார்: அவர் தேசியவாதத்தை ஆதரித்தார். அது போல, அமெரிக்காவிற்கு எதிராக லத்தீன் அமெரிக்கா என்றால் ஐக்கிய முன்னணியை ஆதரித்தார். பன்னாட்டு நிறுவனங்களின் தலைமையகம் எங்கிருந்தபோதும் அவற்றின் சுரண்டலை எதிர்த்தார்.

"நாங்கள் இயற்கை வளங்களைப் பாதுகாப்போம். இதற்கு முன்னால் பொலிவியா யாருக்கும் சொந்தமற்றதாக இருந்திருந்தால் இப்போது அது யாருக்கோ சொந்தமான நாடு. இது பொலிவியர்களின் நாடு. குறிப்பாக, பூர்வகுடிகளின் மற்றும் இம்மண்ணின் அசலான மனிதர்களின் நாடு. தனியார் நிறுவனங்கள், எண்ணை நிறுவனங்கள், பன்னாட்டு நிறுவனங்கள் இங்கு வர விரும்பினால், அவர்கள் பொலிவியச் சட்டத்தை மதிக்க விரும்பினால் அவை வரவேற்கப் படுகின்றன......ஆனால், பொலிவியச் சட்டங்களை மதிக்காத நிறுவனங்கள், அரசுக்கும், சட்டத்திற்கும் கீழ்ப்படிய விரும்பாத நிறுவனங்கள் அவற்றுக்குத் தீமையே நடக்கவிருக்கிறது."

2006 ஜனவரியில் நடந்த சிலி அதிபர் தேர்தலில் சுயநிர்ணயத்தை வலியுறுத்திய மிச்செல்லி பாச்லெட் வென்றபோது அந்நாடு அர்ஜெண்டினா, பிரேசில், ஈக்வடார் மற்றும் உருகுவே ஆகிய நாடுகள் சென்ற வழியே பின்பற்றிச் சென்றது. அந்தப் பதவியில் அமரும் முதல் பெண்மணியான அவர் தன்னுடைய அமைச்சரவையில் சரிபாதி பெண்களை நியமித்தார்.

கடந்த காலங்களில் பேரரசுகளை தைரியமாக எதிர்த்த அதிபர்களின் வழிவந்தவர்கள் என்று இந்தத் தலைவர்கள் தங்களைப் பற்றிக் கூறிக்கொள்ள முடியும்; அதே நேரத்தில், புதிய நூற்றாண்டின் முதல் பத்தாண்டில் வித்தியாசமாக வேறு ஒன்று நிகழ்ந்து கொண்டிருந்தது. அந்த வேறுபாடு உலகளாவிய தாக்கம் கொண்டதாக இருந்தது. இதற்கு முன்னர், அமெரிக்காவின் பண ஆதாய நலன்களுக்கு எதிராக தங்களது மக்களின் நலன்களைப் பாதுகாத்த தலைவர்கள் பலரை இப்படி ஒரே நேரத்தில் உயர்பதவிகளுக்கு வாக்காளர்கள் அனுப்பியதில்லை. முன் எப்போதும் மக்கள் மத்தியில் இத்தகைய கருத்தொற்றுமை இருந்ததில்லை. நகர்ப்புறம் மற்றும் கிராமப்புறங்களைச் சேர்ந்த ஏழைகளிலும் ஏழைகளுக்கு முன்னெப்போதும் இவ்வளவு ஆதரவு தெரிவிக்கப்பட்டதில்லை. அல்லது பூர்வகுடிகளுக்கு இவ்வளவு ஆதரவு தெரிவிக்கப்பட்டதில்லை. காலனிமயமாக்கப்பட்ட நாடுகள் காலனிப்படுத்திய நாடுகளுக்கு முன்னெப்போதும் இத்தகைய வலுவான, ஏகமனதான எச்சரிக்கை விடுத்ததில்லை. இது மேற்கு அரைப் புவிக்கோளத்தில் நிகழ்ந்ததில்லை. ஆப்பிரிக்காவிலோ அல்லது ஆசியாவிலோ நிகழ்ந்ததில்லை. பேரரசின்

பிடியிலிருந்து விடுபட மத்தியக் கிழக்கு நாடுகள் போராடியபோதும், அங்கு நடந்த போராட்டங்களில் அப்பகுதியின் மக்களே பயங்கரமாக பாதிக்கப்பட்டனர். மறுபக்கம், லத்தீன் அமெரிக்கப் புரட்சியின் நோக்கம் அந்நிய சுரண்டல்காரர்களை வெளியேற்றுவது மட்டும் அல்ல. அது, இன்னும் கூடுதலான சமத்துவம், சுதந்திரம் மற்றும் சமூக சீர்திருத்தத்தை நோக்கிய நேர்மறையான இயக்கமாகும். பெரும்பாலும் அது அமைதியாகவே நடந்தது. புவிக்கோளம் முழுவதும் அதன் தாக்கம் சென்றடைந்தது. அது ஒரு முன்னுதாரணமாக இருந்தது. திட்டவட்டமான லட்சியங்களை வென்றெடுத்த அது ஒவ்வொரு கண்டத்திலும் இருந்த மக்களுக்கு உத்வேகம் அளித்தது.

புதிதாகத் தேர்ந்தெடுக்கப்பட்ட அதிபர்கள் அந்த அரைக்கோளத்தின் வரலாற்றில் முன் எப்போதும் எடுக்கப்படாத சில நடவடிக்கைகளை எடுத்தனர். அவர்கள் அனைவரும் தங்களில் ஒருவரையொருவர் பாது காத்துக் கொள்ள சம்மதித்தனர். சைமன் பொலிவார் காலத்தைப் போல் ஒரு தலைவரால் அவர்கள் ஒருங்கிணைக்கப்படவில்லை; பரஸ்பர சம்மதத்தின் பேரிலேயே ஒருங்கிணைந்தனர். ஐஎம்எப், உலக வங்கி, அமெரிக்க அரசாங்கத்திற்கு எதிரான தங்களது நிலையை விரிவுபடுத்தி அதில் தற்காப்பையும் சேர்த்துக் கொண்டனர். பன்னாட்டு நிறுவனங்களைப் பாதுகாப்பது என்பதிலிருந்து அந்நியத் தலையீட்டிலிருந்து தங்களது நாடுகளைப் பாதுகாப்பது என்று தங்களது நாட்டு ராணுவங்களின் குறிக்கோளை மாற்றி பிரேசில், அர்ஜெண்டினா, சிலி, பெரு மற்றும் வெனிசுலா ஆகிய நாடுகள் வழிகாட்டின. மேலும், தங்களுக்கிடையில் விரிவான ராணுவ ஒத்துழைப்பு குறித்து அவை விவாதிக்கவும் ஆரம்பித்தன.

தங்கள் ஒவ்வொருவருக்கும் இடையிலான பந்தங்களை பலப்படுத்துவதோடு மட்டுமின்றி, லத்தீன் அமெரிக்க நாடுகள் அமெரிக்காவின் பேரரசு நிர்மாண முயற்சியால் தங்களைப் போலவே அதிருப்தியடைந்திருக்கும் இந்தியா, சீனா மற்றும் இதர நாடுகளுடன் உறவுகளை வளர்த்துக் கொள்ளத் துவங்கின. 2005 நவம்பரில் தான் மேற்கொண்ட மிகவும் முக்கியத்துவம் வாய்ந்த பயணத்தின்போது, சீன அதிபர் ஹியூ ஜின்டாவோ (Hu Jintao) அர்ஜெண்டினா, பிரேசில், சிலி மற்றும் கியூபா ஆகிய நாடுகளுக்கு விஜயம் செய்தார். மெக்சிகோ அதிபர் வின்சென்ட் பாக்ஸ் (Vincente Fox) மற்றும் பெரு அதிபர் அலெஜான்டரோ டொலேடோ (Alejandaro Toledo) ஆகியோருடன் இருதரப்பு பேச்சு வார்த்தைகள் நடத்தினார். முன்னர் அமெரிக்க வர்த்தகர்களின் கோட்டை என்று கருதப்பட்ட துறைகளில் அல்லது பகுதிகளில் சீன வர்த்தக நிறுவனங்கள் அமெரிக்க நிறுவனங்களை சத்தமின்றி தோற்கடித்தன. பனாமா கால்வாயின் இரு கரைகளிலும் உள்ள நங்கூரமிடக் கூடிய துறைமுகங்களை ஒரு சீன நிறுவனம் தன் கட்டுப்பாட்டில் வைத்திருக்கிறது. 1998ல் சீனாவும் பிரேசிலும் பூமியிலுள்ள இயற்கை வளங்களைக் கண்டறியும் செயற்கோள்

திட்டத்தைத் (Earth Resources Satellite program) துவக்கின. அமெரிக்க நிறுவனங்களுக்குச் சாதகமான வர்த்தக ஒப்பந்தங்கள் போடுவதற்கு வாஷிங்டன் எடுக்கும் முயற்சிகள் லத்தீன் தலைவர்களால் தொடர்ந்து எதிர்க்கப்பட்ட அதே வேளையில், லத்தீன் அமெரிக்க நாடுகளின் மீது அதைவிடவும் குறைவான சுமை ஏற்றும் சீன வர்த்தக முன்மொழிவுகள் தழுவிக் கொள்ளப்பட்டன. சீனா எழுந்து கொண்டிருக்கும் ஒரு பேரரசாக முடியும் என்ற நிலையில் இது முரண்பாடாகத் தோன்றியபோதும், அமெரிக்காவைப் போல் சீனா தங்களுடைய விவகாரங்களில் தலையிடுவதில்லை என்பதை லத்தீன் அமெரிக்கர்கள் புரிந்து வைத்திருந்தனர். அறுபதுகள், எழுபதுகள் மற்றும் எண்பதுகளில் சோவியத் யூனியன் போல சமநிலையை உருவாக்கக் கூடியதாகவும், அமெரிக்க ஆக்கிரமிப்பிலிருந்து பாதுகாப்பு அளிக்கக் கூடியதாகவும் இன்று சீனா கருதப்படுகிறது.

லத்தீன் தூதுவர்கள் உலகமெங்கும் சுற்றுப்பயணம் மேற்கொண்டிருப்பது வர்த்தக உறவுகளை அதிகரிக்க அவர்கள் கொண்டுள்ள உறுதியைப் பிரதிபலிக்கிறது; எனினும், நிறுவன அதிகார வர்க்கத்திற்கு எதிரான இயக்கத்தின் ஒரு பகுதியாகும் அது; மேலும், அமெரிக்க மேலாதிக்கத்தை எதிர்க்க நமது தெற்கு திசை அண்டை நாடுகள் கொண்டுள்ள உறுதியின் வெளிப்பாடும் ஆகும்.

வாஷிங்டனின் வெளிப்படையான கொள்கை அறிவிப்புகள் மற்றும் ரகசிய முயற்சிகள் அமெரிக்கா தங்கள் நாடுகளில் தலையிடக் கூடும் என்கிற லத்தீன் அமெரிக்காவின் அச்சம் நியாயமானது என்பதை உணர்த்துகின்றது. உணர்ச்சியற்ற நிலையிலிருந்து வெளிப்பட்டு தங்களது சமீபத்திய பாவங்களை ஒப்புக் கொள்ள முன்வந்த பல குள்ளநரிகள் என்னை அணுகியபோது இது தெளிவானது.

27
அரசியல் படுகொலைகளின் வரலாறு

அவர் அதிபராகத் தேர்ந்தெடுக்கப்பட்ட இரண்டு நாட்களுக்குப் பிறகு அதிபர் அலுவலகத்திற்குச் சென்று அவரை வாழ்த்தினேன்.

பெரிய மேசைக்குப் பின்னால் அமர்ந்திருந்த அவர் செஸ்சையர் பூனை (செஸ்சையர் என்பது மேற்கு இங்கிலாந்திலுள்ள ஒரு மாவட்டம் - மொர்.) போல் சிரித்தார்.

என் இடதுகையை என் ஜாக்கெட்டின் இடது பக்க பாக்கெட்டிற்குள் வைத்திருந்த வண்ணம் நான் அவரிடம் கூறினேன். "அதிபர் அவர்களே, நாங்கள் சொல்கிறபடி நடந்து கொண்டால் உங்களுக்கும் உங்கள் குடும்பத்தினருக்கும் கொடுப்பதற்காக என்னிடம் இருநூறு மில்லியன் டாலர்கள் இருக்கின்றன. எண்ணை நிறுவனங்களை நடத்தும் எங்கள் நண்பர்களிடம் அனுசரணையாக நடந்து கொள்ளுங்கள். அங்கிள் சாமை (அமெரிக்கா - மொர்) நன்றாக நடத்துங்கள்." நான் இன்னும் அவரருகில் சென்றேன். என் வலது கையை மற்றொரு பாக்கெட்டிற்குள் வைத்த வண்ணம் அவரது முகத்தருகே குனிந்து கிசுகிசுத்தேன். "இங்கே என்னிடம் ஒரு துப்பாக்கியும், அதில் உங்கள் பெயர் எழுதப்பட்ட ஒரு தோட்டாவும் வைத்திருக்கிறேன். ஒரு வேளை நீங்கள் உங்கள் தேர்தல் வாக்குறுதிகளை நிறைவேற்றத் தீர்மானித்தால் தேவைப்படும்".

பின்னே நகர்ந்து இருக்கையில் அமர்ந்து ஒரு சிறு பட்டியலை அவருக்காக வாசித்தேன். அங்கிள் சாமை எதிர்த்ததால் படுகொலை செய்யப்பட்ட அல்லது பதவியிலிருந்து கவிழ்க்கப்பட்ட அதிபர்களின் பட்டியல். டீயம்மிலிருந்து டோரிஜோஸ் வரை வழக்கம்போல.

அவர் புரிந்து கொண்டார்.

பிரெட் தன் பியரில் ஒரு மிடறு பருகினார். புளோரிடாவின் பால்ம் கடற்கரையிலுள்ள வாட்டர் வே உணவு விடுதியில் அமர்ந்திருந் தோம். "அவ்வளவுதான்" என்று சொல்லிவிட்டு திரும்பிய பிரெட் ஒரு படகில் தாவி ஏறிய பொன்னிறக் கூந்தலுடைய நீச்சல் உடை அணிந்திருந்த பெண்ணையே பார்த்தார். "அதுவே எல்லாவற்றையும் சொல்கிறது".

பிரெட் என்னை முதலில் தொடர்பு கொண்டபோது, தான் ஒரு குள்ளநரி என்றும், ஈக்வடார் மற்றும் இதர லத்தீன் அமெரிக்க

நாடுகளைப் பற்றிப் பேச விரும்புவதாகவும் தெரிவித்தார். தொலை பேசியிலோ அல்லது மின்னஞ்சலிலோ அதற்கு மேல் குறிப்பாக எதுவும் சொல்ல அவர் மறுத்துவிட்டார். என்னுடைய புளோரிடா வீட்டுக்கு அருகிலுள்ள ஒரு கடற்கரையில் சந்தித்தோம். பின்னர், பல்வேறு உணவு விடுதிகளில் சந்தித்தோம். இன்னும் பொருளாதார அடியாளாக இருந்ததால் தன்னுடைய அடையாளத்தை பகிரங்கமாக வெளிப்படுத்திக் கொள்ளவில்லை. மேலும், தன்னைப் பணிக்கு அமர்த்தியவர்களின் அணுகுமுறையால் வருத்தமடைந்திருந்தார். "மிகவும் மூர்க்கத்தனமாக இருக்கிறார்கள். ஊழல்வாதிகளாகவும் இருக்கிறார்கள். நமது குடிமக்கள் தேர்ந்தெடுக்கப்பட்ட இந்த அதிகாரிகளைப் பற்றித் தெரிந்து கொள்ள வேண்டும். அவர்களது அணுகுமுறை எப்படி நம்முடைய பழைய நண்பர்களை எல்லாம் எதிரிகளாக்கிக் கொண்டிருக்கிறது என்பது பற்றியும் தெரிந்து கொள்ள வேண்டும்." பிரதி வருடம் வரிப் பிடித்தம் இல்லாமல் ஐந்து லட்சம் டாலர் சம்பாதித்ததை அவர் ஒப்புக் கொண்டார். காஸ்ட்ரோ புல்ஜென்சியோ பாடிஸ்டாவை (Fulgencio Batista) பதவியிலிருந்து தூக்கி எறிந்ததால் கோடிக்கணக்கான பணத்தை இழந்த கியூபக் குடும்பத்தில் வளர்ந்தவர். அதனால், தான் கம்யூனிசத்தைக் கண்டு அஞ்சியதாகவும், அதனால் இந்த வேலையில் சேர்ந்ததாகவும் கூறினார். "கம்யூனிஸ்டுகள் தொலைந்தார்கள்" என விசனப்பட்டார். "இதுதான் இப்போதும் என் வேலை. நான் அதை மிக நன்றாகவும் செய்வேன். வாஷிங்டனிலுள்ள இந்த முட்டாள்கள் ஒரு மோசமான அபிப்பிராயத்தை உருவாக்குகிறார்கள் என்கிற உண்மை எனக்குப் பிடிக்கவில்லை."

பிரெட்டின் சொல்லிலும் செயலிலும் தோற்றத்திலும் அவர் பார்க்கும் வேலை தெரிந்தது. முறையாகக் கத்தரிக்கப்பட்ட தலைமுடி கொண்ட அவர் கட்டுமஸ்தாக இருந்தார். சுனாமியால் சீரழிக்கப்பட்ட இந்தோனேஷியாவில் பாதுகாப்பு நடவடிக்கைகளுக்குத் தலைவராக இருந்த நெய்ல் போலில்லாமல் இவர் ஒரு போலீஸ்காரரைப் போன்ற தோற்றம் கொண்டிருந்தார். 1970களில் அவர் தன் தொழிலை ஆரம்பித்த காலத்திலிருந்து பனாமா குறித்தும், டோரிஜோஸ் உள்ளிட்ட மனிதர்கள் மற்றும் இடங்கள் பற்றிய அவரது துல்லியமான விவரணை நான் நினைவு கூர்ந்தவற்றோடு பொருந்தின. அவருடைய தற்கால வீரதீரச் செயல்கள் பற்றிப் பேசிக் கொண்டிருந்தது என்னை அந்த நாட்களுக்கு அழைத்துச் சென்றது. அவர் தன் இலக்கான அதிபரின் பெயரைக் கூறவில்லை. தேர்ந்தெடுக்கப்பட்ட ஒரு தலைவரை அவரது அறிவிக்கப்பட்ட கொள்கைகளுக்கு எதிராகச் செயல்படச் செய்ய அவர் எடுத்த மிகவும் சமீபத்திய முயற்சி பற்றிக் கூறினார். அந்தக் கதையை அவருடைய பல்வேறு வேலைகளில் ஒன்றாக நான் உதாரணம் காட்ட வேண்டும் என்று விரும்பினார்.

அவர் சொன்னது எதுவும் எனக்கு வியப்பளிக்கவில்லை. அந்த ஏழு நாடுகளின் பெரும்பாலான அதிபர்கள் என்னைப் போன்ற

பொருளாதார அடியாட்களால் அணுகப்பட்டிருப்பார்கள் என்று நான் எப்போதுமே சந்தேகித்தேன். இவரை அந்த அதிபருக்குத் தெரியாமலிருக்காது; உலக வங்கி ஊழியராகவோ, அமெரிக்கத் தூதரக அல்லது யுஎஸ்ஏஐடி (சர்வதேச வளர்ச்சிக்கான அமெரிக்க நிதியுதவி அமைப்பு) ஊழியராகவோ அல்லது ஒரு ஆலோசகராகவோ அதிகார மையங்களுடன் தொடர்பு வைத்துக் கொண்டிருந்திருப்பார். தேர்தலுக்குப் பிறகுதான் அவர் தன்னுடைய மிக அடிப்படையான வேலையைக் காட்டுவார்.

அரசியல் படுகொலைகள் நடப்பது தங்களுக்குத் தெரியும் என்றும், ஆனால் பிரெட் போன்ற பொருளாதார அடியாட்கள் இருக்கிறார்கள் என்பதை நாங்கள் ஏன் நம்ப வேண்டும் என்று சந்தேகப் பேர்வழிகள் கேட்பார்கள். கண்கூடான உண்மையை நான் சுட்டிக் காட்டுவேன். புத்தியுள்ள எந்த மனிதனும் முதலில் பேசி தன் வழிக்குக் கொண்டுவர முயற்சிக்காமல் ஒரு அதிபரைப் படுகொலை செய்யமாட்டார். எந்த அரசியல்வாதியோ அல்லது சிஐஏ உளவாளியோ அப்படி யோசிக்க மாட்டார்கள். மிகவும் இறுகிப் போன ஈவு இரக்கமற்ற மாபியா கும்பலைச் சேர்ந்தவர் கூட அப்படிச் செய்யமாட்டார். அது மிகவும் ஆபத்தானது. மிகுந்த குழப்பத்தை உண்டாக்கும். பிழைகள் நடப்பதற்கு ஏராளமான வாய்ப்புகள் இருக்கின்றன. நீங்கள் எப்போதும் தூதர்களையே முதலில் அனுப்புவீர்கள். அவர்கள் முதலில் லஞ்சம் கொடுக்க முயற்சிப்பார்கள். அது பலிக்கவில்லை எனில், ராணுவப் புரட்சி அல்லது படுகொலை என்று மிரட்டுவார்கள்.

அது போன்ற வேலைகளுக்காக நான் அனுப்பப்பட்டபோது நான் பிரெட்டிடம் விட நுட்பமாக நடந்து கொண்டேன். அரசாங்க அலுவலகங்களில் ரகசிய ஒலிப்பதிவுக் கருவிகள் உரையாடல்களைப் பதிவு செய்கின்றன என்று எப்போதுமே நான் கருதிக் கொள்வேன். எனினும், சொல்லப்படும் விஷயத்தின் அர்த்தம் அதேதான். அதிபருக்கு அது தெளிவாக்கப்பட்டுவிடும். எங்களுடன் ஒத்துழைத்தால் அவர் பதவியில் நீடிக்கலாம், பணக்காரராகவும் ஆகலாம். இல்லை எனில், அவர் உயிருடனோ அல்லது பிணமாகவோ பதவியிலிருந்து தூக்கி எறியப்படுவார்.

வெனிசுலா வானொலியில் அதிபர் சாவேஸ் பொருளாதார அடியாட்கள் மற்றும் குள்ளநரிகளுடன் தனக்கிருந்த தொடர்புகளைப் பற்றிப் பேசினார். அப்படி அவர் பேசிய பல பேச்சுகளில் ஒன்றை பிபிசி வெளியிட்டது.

ஜான் பெர்கின்ஸ் எழுதிய 'ஒரு பொருளாதார அடியாளின் ஒப்புதல் வாக்குமூலம்' என்கிற நூலைப் பற்றிக் குறிப்பிட்ட அதிபர் ஒரு கட்டத்தில் பொருளாதார அடியாட்கள் அவரைச் சந்தித்ததாகக் கூறினார். உளவு விமானங்கள் பறக்கவும், அமெரிக்க ஆலோசகர்கள் இருக்கவும் அவர் அனுமதித்தால் ஐஎம்எப் நிதி வழங்கப்படும் என்று அவரிடம் சொல்லப்பட்டதாகக் கூறினார்...அவர் மறுத்தபோதும்,

இந்தப் பொருளாதார அடியாட்கள் தங்கள் முயற்சியைக் கைவிட்டுவிடவில்லை. தன்னைச் சுற்றியிருந்த பலவீனமான அரசாங்க அதிகாரிகள், நாடாளுமன்ற உறுப்பினர்கள், ராணுவ அதிகாரிகள் மூலமும் கூட நிர்ப்பந்தம் கொடுக்க முயற்சித்தார்கள் என்று சாவேஸ் தெரிவித்தார். பெர்கின்ஸ் தன்னுடைய நூலில் விளக்கியிருப்பதைப்போல, பொருளாதார அடியாட்கள் தங்களது முயற்சியில் தோல்வியடைந்து விட்டால், குள்ளநரிகள் களத்திற்குள் வருகிறார்கள்; ராணுவக் கலகங்களையும், அரசியல் படுகொலைகளையும் நடத்துகிறார்கள் என்று சாவேஸ் கூறினார். "நாம் பொருளாதார அடியாட்களையும், குள்ளநரிகளையும் தோற்கடித்து விட்டோம். அவர்கள் மீண்டும் வருவார்களெனில் நாம் அவர்களை மீண்டும் தோற்கடிப்போம்" என்று உறுதியாகக் கூறினார். மக்கள் ஆரவாரம் செய்தனர்.

அதிபர் குடிய்ரெஸ் பதவி நீக்கம் செய்யப்பட்டதைத் தொடர்ந்து ஈக்வடார் பத்திரிகையாளர்கள் என்னைத் தொடர்பு கொண்டனர். பிரெட்டுடன் நான் நடத்திய உரையாடலைக் குறிப்பிட்டு, அத்தகைய நபர் யாரேனும் முன்னாள் அதிபரைச் சந்தித்திருக்கலாம் என்று கூறினேன். இத்தகைய பேட்டிகளின் போது எப்போதெல்லாம் வாய்ப்பு கிடைக்கிறதோ அப்போதெல்லாம், என்னுடைய நோக்கம் லத்தீன் அரசியல்வாதிகளை விமரிசிப்பதல்ல என்பதைச் சுட்டிக்காட்டியிருக்கிறேன். ஆனால், அதைவிடவும், அமெரிக்க அரசாங்கமும் அமெரிக்க நிறுவனங்களும் இப்படி ஜனநாயகத்திற்கு இடையூறு செய்வதைத் தவிர்க்க வேண்டும் என அமெரிக்க மக்கள் வலியுறுத்த வேண்டும் என அவர்களைக் கேட்டுக் கொள்வதுதான் என் நோக்கம்.

என்னுடைய பேட்டிகளில் ஒன்று ஈக்வடார் பத்திரிகைகளால் வெளியிடப்பட்டது. 2006 மார்ச் 3ம் தேதி லாப நோக்கமற்ற தொண்டு நிறுவனமான பாச்சமாமா கூட்டணியின் தலைவர் பில் ட்விஸ்ட்டிடம் (Bill Twist) இருந்து எனக்கொரு மின்னஞ்சல் வந்தது. நான் அதன் நிர்வாகக்குழு உறுப்பினன். அந்த அமைப்பின் ஈக்வடார் அலுவலக ஊழியர் குயிட்டோ நகரிலிருந்து வெளிவரும் 'எல் காமர்சியோ' என்கிற தினசரியில் (மார்ச் 1, 2006) வெளியாகியிருந்த 'பெர்கின்ஸின் அவதூறுக்கு குடிய்ரெஸ் கண்டனம்' என்ற தலைப்பிட்ட கட்டுரை ஒன்றையும் சேர்த்து அனுப்பியிருந்தார்.

ஊழியரின் மின்னஞ்சல் அந்தக் கட்டுரையைப் பின்வருமாறு தொகுத்தது: "ஜானின் பேட்டி இங்கே உண்மையில் ஒரு குழப்பத்தை உண்டாக்கிவிட்டது....பெர்கின்ஸுக்கு எதிராக முன்னாள் அதிபர் மானநஷ்ட வழக்கு தொடுக்கப் போகிறார் என்று குடிய்ரெய்ஸ் கட்சியின் இயக்குநர் அறிவித்திருப்பதாக காமர்சியோ செய்தி வெளியிட்டுள்ளது. இது தேர்தல் காலமாதலால் பரபரப்பான பிரச்சனை. உதித்தெழுந்து கொண்டிருக்கும் குடிய்ரெசின் அரசியல் கட்சியின் எதிர்காலம் தீர்மானிக்கப்படவிருக்கிறது".

முந்தைய பேட்டியால் எழுந்துள்ள பிரச்சனைகளுக்குப் பதிலளிக்கும் விதமாக அடுத்த பேட்டி கேட்டு 'எல் காமர்சியோ' என்னைத் தொலை பேசியில் தொடர்பு கொண்டது. ஈக்வடார் அரசியலில் தலையிடுவதில்லை என்கிற என்னுடைய உறுதியை அந்த நிருபரிடம் வலியுறுத்திக் கூறினேன். குடிய்ரெசின் பெயரைக் கெடுப்பது எப்போதுமே என் நோக்கமல்ல என்பதையும் தெரிவித்தேன். மாறாக, நமது அரசாங்கமும் நிறுவனங்களும் அடிக்கடி தங்களது வரம்பை மீறிச் செயல்படுகின்றன என்பதை அமெரிக்க மக்களுக்கு உணர்த்துவதும், அத்தகைய அதிகார துஷ்பிரயோகத்தை முடிவிற்குக் கொண்டுவர வேண்டும் என நாம் கோர வேண்டும் என வலியுறுத்துவதுமே என்னுடைய நோக்கம் என்று விளக்கினேன். குடிய்ரெஸை ஒரு பொருளாதார அடியாள் சந்தித்திருக்கிறார் என்பதற்கு என்னிடம் சான்று இல்லை என்றும், ஆனால் நானே கடந்த காலங்களில் அரசாங்க அதிகாரிகள் அல்லது தலைவர்கள் மீது அத்தகைய நிர்ப்பந்தம் ஏற்படுத்தியிருக்கிறேன் என்றும் கூறினேன்.

அதற்குப் பிறகு குடிய்ரெசிடமிருந்து எனக்கு எந்தத் தகவலும் இல்லை. என்றாலும், வாக்குமூலங்கள் மற்றும் எல் காமர்சியோவில் வெளியான கட்டுரைகளின் விளைவாக வெனிசுலாவின் மீது படையெடுக்கும் உத்தேசத்துடன் கொலம்பிய மண்ணில் அமெரிக்க ஆயுதப்படைகளால் மேற்கொள்ளப்பட்ட ராணுவ நடவடிக்கைகள் குறித்த விவரங்களுடன் அமெரிக்க ராணுவத்தினர் பலர் என்னை அணுகினர். பிரெட்டைப் போலவே, தங்களது நாடு செல்லும் பாதை குறித்து அவர்கள் மிகவும் கவலைப்பட்டனர்; அதைப் பகிரங்கப்படுத்த அவர்கள் துணியவில்லை; ஆனால், தங்களது அனுபவம் பற்றி அமெரிக்க மக்கள் அறிய வேண்டும் என அவர்கள் விரும்பினார்கள்.

நிறுவன அதிகார வர்க்கத்திற்கு எதிரான அந்த அரைக் கோளத்தின் இயக்கங்களைப் பொறுத்தவரை கொலம்பியா ஒரு விதிவிலக்கு. வாஷிங்டனின் பிரதிநிதி என்கிற தன் நிலையை அது தொடர்ந்து மேற்கொண்டு வந்தது. அமெரிக்க மக்கள் கொடுக்கும் வரிப்பணம் மற்றும் பன்னாட்டு நிறுவனங்களின் கூலிப்படையின் உதவியால் முட்டுக்கொடுக்கப்பட்ட கொலம்பியா, பிரதேச ஆதிக்கத்தை மீட்டெடுக்கும் அமெரிக்காவின் முயற்சிக்கு ஆதாரமாக இருந்தது. போதை மருந்துக்கு எதிரான யுத்தம் என்கிற பெயரில் அமெரிக்கத் தலையீடு நியாயப்படுத்தப்பட்ட போதும், அந்நியச் சுரண்டலுக்கு எதிராக அடித்தட்டு மக்களின் போராட்டத்திலிருந்து எண்ணை நிறுவனங்களின் நலன்களைப் பாதுகாப்பதற்கான ஒரு முகமூடியே ஆகும் அது.

அமெரிக்க ராணுவ உதவி பெறும் நான்காவது பெரிய நாடு கொலம்பியா (அசோசியேட்டட் பிரஸ் செய்தி நிறுவனம் மூன்றாவது பெரிய நாடு என்கிறது) என்று லத்தீன் அமெரிக்காவின் பிரான்சிஸ்கான்

பல்கலைக்கழகத்தின் பேராசிரியரும், 'பிரெச்சா டி மாண்டிவிடியோ' (Brecha de Montevideo) வார இதழின் ஆசிரியர் குழு உறுப்பினருமான ரால் ஜிபேச்சி (Raul Zibechi) சுட்டிக் காட்டுகிறார். அமெரிக்க ராணுவ உதவி பெறும் முதல் மூன்று பெரிய நாடுகள் முறையே இஸ்ரேல், எகிப்து மற்றும் இராக் ஆகும். இராக்கிற்கு (பாக்தாத்திற்கு - மொர்) அடுத்தபடியாக பொகோட்டாவில்தான் (கொலம்பிய தலைநகரம் - மொர்.) இரண்டாவது பெரிய அமெரிக்கத் தூதரகம் இருக்கிறது. அமெரிக்க ராணுவத் தலைமையகமான பெண்டகனின் தலைமையில் ஒரு ஒருங்கிணைக்கப்பட்ட தென் அமெரிக்க ராணுவத்தை அமெரிக்கா உருவாக்கிக் கொண்டிருக்கிறது என்று தானும் தன்னைப் போன்ற இதர ஆய்வாளர்களும் கருதுவதாக அவர் தெரிவித்தார். உத்தேசிக்கப்பட்டுள்ள அமெரிக்காக்களின் சுதந்திர வர்த்தகப் பிராந்தியத்தின் (FTAA) ராணுவ வடிவம் அது. அதன் தலைமையகம் கொலம்பியாவில் இருக்கும். *(33)*

என்னைத் தொடர்பு கொண்ட இரண்டு ராணுவ வீரர்களும், ஒரு லெப்ட்டினென்டும் பேராசிரியர் ஜிபேச்சியின் குற்றச்சாட்டுகள் உண்மையென்பதை உறுதி செய்தனர். அமெரிக்க ராணுவத்தின் கட்டுப்பாட்டில் தென்பகுதியின் ஒருங்கிணைக்கப்பட்ட ராணுவம் (Southern Unified Army) அமைப்பதன் ஒரு பகுதியாக லத்தீன் வீரர்களுக்குப் பயிற்சி அளிப்பதும், லத்தீன் அமெரிக்காவில் அமெரிக்காவின் இருப்பை உத்தரவாதம் செய்வதுமே கொலம்பியாவில் அமெரிக்க ராணுவம் இருப்பதற்கான உண்மையான காரணங்கள் என்று அவர்கள் உறுதியாகக் கூறினர்.

"கொலம்பியாவில் நாங்கள் செய்யும் ஒவ்வொன்றும் போதைப் பொருள் வர்த்தகத்திற்கு உகந்த இடமாக அதை மாற்றுகிறது" என்று லெப்டினென்ட் என்னிடம் கூறினார். "அங்கு நிலைமை ஏன் மேலும் மேலும் மோசமாகிக் கொண்டே இருக்கிறது என்று நினைக்கிறீர்கள்? ஏனெனில், நாங்கள் விரும்புவதால். போதைப் பொருள் கடத்தலின் பின்னணியில் நாங்கள் இருக்கிறோம். ஆசியாவின் தங்க முக்கோணத்தின் (Golden Triangle) பின்னணியில் இருந்தது போல் இங்கும் சிஐஏ பின்னணியில் இருக்கிறது. மத்திய அமெரிக்காவிலும், ஈரான்கான்டரா ஊழல் காலத்தில் ஈரானிலும் போலவும் அது பின்னணியில் இருக்கிறது. சீனாவில் பிரிட்டிஷார் கஞ்சாவை வைத்து என்ன செய்தனரோ அதைச் செய்கிறது. ரகசிய நடவடிக்கைகளுக்கு ஆயிரக்கணக்கான கோடி டாலர்கள் சட்டவிரோதமான பணத்தையும், எங்கள் ராணுவத்தைப் பெருக்குவதற்கான காரணத்தையும் கொக்கைய்ன் வழங்குகிறது. வேறென்ன வேண்டும் உங்களுக்கு? எண்ணெ வர்த்தகத்தைப் பாதுகாக்கவும், வெனிசுலா மீது படையெடுக்கவுமே எங்களைப் போன்ற அதிகாரபூர்வ ராணுவத்தினர் அங்கு இருக்கிறோம். போதை விவகாரம் ஒரு மூடுதிரையே".

வெனிசுலா எல்லையோரமாக கயானாவில் கூலிப்படை ஒன்று திரட்டப்பட்டுக் கொண்டிருப்பதாக கிரீன் பெரெட் எனப்படும்

சிறப்புப் படையின் முன்னாள் அதிகாரி ஒருவர் என்னிடம் தெரிவித்தார். அவர்கள் அனைவரும் கடும் போர்ப்பயிற்சி பெற்ற பாராசூட் வீரர்கள் என்றும், வன யுத்தத்தில் சிறப்புப் பயற்சி பெற்றவர்கள் என்றும், ஸ்பானிய மொழி கற்றுக் கொண்டிருக்கிறார்கள் என்றும் அவர் கூறினார்.

"ஆப்கானிஸ்தானிலும் இராக்கிலும் இப்போது யுத்தம் நடத்திக் கொண்டிருக்கிறோம். அங்கு காடுகள் கிடையாது. ஸ்பானிய மொழியும் கிடையாது. ஆகவே, விஷயம் என்ன? எங்கு ஏராளமான காடுகள் இருக்கின்றன என்று ஊகியுங்கள். வெனிசுலா. அங்கு ஸ்பானிய மொழி பேசுகிறார்கள். அமெரிக்கா, பிரிட்டன், தென் ஆப்பிரிக்கா கூலிப்படையினராகிய எங்களைப் போன்றவர்களோடு, லத்தீன் ராணுவ வீரர்கள் பலரும் கயானாவில் இருக்கிறார்கள். பெரும்பாலும் வின்செக் (WHINSEC) பட்டதாரிகள்."

வின்செக் எனப்படும் பாதுகாப்பு ஒத்துழைப்புக்கான மேற்கு அரைக்கோள பயிற்சிப் பள்ளி முன்னர் அமெரிக்காக்களின் பள்ளி (SOA) என்றழைக்கப்பட்டது. லத்தீன் வீரர்களுக்கு போர்ப்பயிற்சியும், கலகக்காரர்கள் எதிர்ப்புப் பயிற்சியும், விசாரணை, சித்திரவதை, உளவு, தகவல் தொடர்பு மற்றும் அரசியல் படுகொலைகள் செய்வது ஆகியவற்றில் பயிற்சியும் அளிக்கிறது. அதன் பட்டதாரிகளில் அக்கண்டத்தின் அபகீர்த்தி பெற்ற ராணுவ ஜெனரல்களும், சர்வாதிகாரிகளும் அடங்குவர். ஓமர் டோரிஜோஸ் அதை அகற்ற வேண்டும் என்று உறுதியாகக் கூறும்வரை அந்தப் பள்ளி பனாமா கால்வாய்ப் பகுதியில் இருந்தது. டொரிஜோஸின் மரணத்திற்குப் பிறகு மானுவல் நோரெய்கா அது மீண்டும் அங்கு வர அனுமதிக்கமாட்டார் என்பதாலேயே அமெரிக்கா அவரை 'மிகவும் தேடப்படுபவர்' பட்டியலில் வைத்திருந்தது. டோரிஜோஸ் மற்றும் நோரெய்கா ஆகிய இருவருமே அந்தப் பள்ளியில் பயின்ற பட்டதாரிகள். ஒரு ஜனநாயக விரோத அமைப்பு என்கிற வகையில் அதற்கிருந்த ஆற்றலை அவர்கள் நன்கு உணர்ந்திருந்தனர். 2001ல் அது ஜார்ஜியாவிலுள்ள போர்ட் பென்னிங் என்கிற இடத்திற்கு மாற்றப்பட்டது. அதிகரித்து வந்த விமரிசனத்தை நீர்த்துப் போகச் செய்வதற்காக அதன் பெயரும் மாற்றப்பட்டது.

எல் காமர்சியோவில் வந்த கட்டுரைகள் எழுப்பிய சர்ச்சையின் போது ஒரு நாள் காலையில், ஈக்வடாரிலிருந்து மார்த்தா ரோல்டோஸ் எனக்கொரு மின்னஞ்சல் அனுப்பினார். 1981 விமான விபத்தில் பலியான ஈகுவடார் அதிபர் ஜெய்மேயின் மகள் அவர். தான் அமெரிக்காவிற்கு பயணம் மேற்கொள்ளவிருப்பதாகவும், தனது தந்தையின் மரணம் குறித்து என்னிடம் பேச விரும்புவதாகவும் கூறினார். (அவரது தந்தையை என்னாலும், என்னைப் போன்ற பொருளாதார அடியாட்களாலும் ஊழல்வாதியாக மாற்ற முடியவில்லை.) பத்திரிகைகளில் வெளிவந்த செய்திகளின்படி, அந்த

விமானம் ஒரு மலையில் மோதியது. எனினும், எனது நம்பகமான வட்டாரங்கள் அது ஒரு விபத்தல்ல என்பதையும், அவர் சிஐஏவால் படுகொலை செய்யப்பட்டார் என்பதையும் உறுதிசெய்தன. "வாஷிங்டனும் எண்ணை நிறுவனங்களும் அவரை வெறுத்தன என்பதோடு, பல்வேறு சந்தர்ப்ப சூழ்நிலைமைகளும் இந்தக் குற்றச்சாட்டுகளுக்கு வலு சேர்த்தன" என்று நான் வாக்குமூலத்தில் எழுதியிருந்தேன். இந்த சந்தர்ப்ப சூழ்நிலைமைகள் என்னவென்று என்னிடம் விவாதிக்க வேண்டுமென்று மார்த்தா கூறினார்.

2006 மார்ச் 16ம் தேதி அவர் மியாமிக்கு விமானம் மூலம் வந்தார். பால்ம் பீச் கவுண்டியில் என் வீட்டருகே இருந்த ஒரு விடுதிக்குக் காரில் வந்தார். அப்போது 23 வயது நிறைந்திருந்த எனது மகள் ஜெஸ்ஸிகாவும் நானும் ஒரு விடுதியில் சந்தித்தோம். அந்த விடுதியில் பிரதான கட்டத்தை ஒட்டி வெளிப்புறத்தில் இருந்த சேவையில் அமர்ந்து பல மணிநேரம் பேசிக் கொண்டிருந்தோம். ஜெய்மே ரோல்டாஸ் (Jaime Roldos) நூலகம் அமைக்க உதவி நாடியே தான் பிரதானமாக அமெரிக்காவிற்கு வந்திருப்பதாக மார்த்தா கூறினார். அத்தகைய ஒரு நூலகம் அவரது நாட்டில் அமைக்கப்படுவது அதுவே முதல் முறை. அதிகாரத்தில் இருக்கும்போதே பரிதாபகரமாக உயிரிழந்த, மக்களின் அபிமானம் பெற்ற ஒரு அதிபரின் நினைவாக அமைக்கப்படும் நூலகம். பெரும் புன்னகையோடு "ஜேஎப்கே நூலகம் போல" என்றார். (ஜேஎப்கே என்றால் ஜான் எப். கென்னடி - மொர்). தனது தந்தையின் மரணம் குறித்து முன் எப்போதும் வெளிவராத தகவல்கள் அதில் இருக்கும் என்று ரகசியமாகக் கூறினார். "அது ஒரு படுகொலை என்று நான் உறுதியாக நம்புகிறேன். விமான ஓட்டி விமானப்படையில் இருந்த மிகச் சிறந்தவர்களில் ஒருவர். என் தந்தையின் நண்பர். அவருக்குக் குடும்பமும் குழந்தைகளும் இருந்தனர். என் தாயின் மீது மிகுந்த அக்கறை கொண்டிருந்தார். அவரும் விமானத்தில் இருந்தார். அறிக்கை கூறவது போல முட்டாள்தனமாக எதுவும் அவர் செய்திருக்க மாட்டார். பத்திரிகைச் செய்திகள் கூறுவது போல, விமானம் பறந்திருக்க வேண்டிய பாதை ஈக்வடார் தரங்களின் படி கரடுமுரடான நாட்டுப்புற பாதை அல்ல; வானிலையும் மோசமாக இல்லை. விளக்க முடியாத வகையில் விமானம் பாதையை விட்டு விலகியது".

அந்த நேரத்தில் பொது மக்களிடமிருந்து மறைக்கப்பட்ட விவரங்களை மார்த்தா விவரித்தார். விபத்து நடந்த உடனேயே அந்த இடம் யாரும் நுழைய முடியாதபடி மூடப்பட்டது. உள்ளூர் காவல்துறையினர் அனுமதிக்கப்படவில்லை. ஈக்வடார் ராணுவம் மற்றும் அமெரிக்க ராணுவத்தைச் சேர்ந்தவர்கள் மட்டுமே அனுமதிக்கப்பட்டனர். விபத்துக்கான காரணம் குறித்த விசாரணையில் தங்களது சாட்சியங்களை அளிக்கும் முன்பே இரண்டு முக்கியமான சாட்சிகள் கார் விபத்துகளில் மரணமடைந்தனர். விமானத்தின்

எந்திரங்களில் ஒன்று சுவிட்சர்லாந்து சோதனைக்கூடத்திற்கு அனுப்பப்பட்டது. விமானம் மலையில் மோதுவதற்கு முன்னரே செயலிழந்துவிட்டது என்று அங்கு நடந்த பரிசோதனை தெரிவித்தது. அந்தத் துயரம் நடந்தபோது மார்த்தாவிற்கு பதினேழு வயதுதான். அவரது பெற்றோர் இருவரும் அந்த விபத்தில் உயிரிழந்தனர். நிலைகுலைந்து போன அவரால் பல ஆண்டுகள் எந்த நடவடிக்கையும் எடுக்க முடியவில்லை. பின்னர் அ வருக்கு 41 வயதானவுடன், தன் தந்தையின் இறுதி ஆண்டை தான் அடைந்துவிட்டதை உணர்ந்தார். இது செயல்பட வேண்டிய தருணம்.

"ஓமர் டோரிஜோஸின் மீது எனது தந்தையின் மரணம் ஏற்படுத்திய தாக்கம் குறித்து உங்களது நூலில் நீங்கள் பேசுகிறீர்கள். அது உண்மை என்பது எனக்குத் தெரியும். ஓமரின் மருமகனையே நான் மணந்திருக்கிறேன். என் பத்து வயது மகளின் தந்தை அவர். என் தந்தையின் மரணம் ஓமரைப் பிடித்தாட்டியது. என் தந்தை கொல்லப்பட்டது போலவே தானும் கொல்லப்படலாம் என்று எதிர்பார்ப்பதாக என் கணவரிடமும் மற்ற பலரிடமும் அவர் கூறியிருக்கிறார். தான் எடுத்த காரியத்தில் வெற்றி பெற்றுவிட்டதால் தான் சாகத் தயாராக இருப்பதாகக் கூறினார். பனாமா கால்வாயை பனாமாக்காரர்களிடம் ஒப்படைத்து விட்டதையும், அமெரிக்காக்களின் பள்ளியை நாட்டை விட்டுத் தூக்கி எறிந்துவிட்டதையும் அவர் குறிப்பிட்டார்."

ஜெய்மே ரோல்டோஸ் இறந்த இரண்டு மாதங்களில் 1981 ஜூலை 31ம் தேதி ஓமர் டோரிஜோஸ் விமான விபத்தில் மரணமடைந்தார்.

மார்த்தாவுடனான அந்த சந்திப்பிற்குப் பின் வீடு திரும்பிய நான் மேற்குறிப்பிட்ட உரையாடலை எழுத்தில் பதிவு செய்தேன். ஜெஸ்ஸிகாவைப் படிக்கச் சொல்லிக் கேட்டேன். ஒரு வாரம் கழித்து மீண்டும் வாசித்துப் பார்த்தேன். பின்னர், மார்த்தா ஈக்வடார் திரும்பி விட்டார் என்று தெரிந்தவுடன் அவருக்கு அதை மின்னஞ்சலில் அனுப்பினேன். அவரிடமிருந்து பதில் வரவில்லை. நான் மேலும் பல முறை முயற்சிசெய்தேன். ஜுன் மாதம் நானும் என் மனைவியும் நியூ இங்கிலாந்திலுள்ள எங்களது கோடைக்கால இல்லத்திற்குச் சென்றோம். என்னிடம் இருக்கும் மார்த்தாவின் முகவரி சரிதானா என்பதை உறுதிப்படுத்துமாறு அங்கிருந்து அவருக்கு மின்னஞ்சல் அனுப்பினேன். 'ஆம். இது நான்தான், மார்த்தா' என்று பதில் வந்தது. மீண்டும் அவருக்கு எங்களது உரையாடலின் பதிவை அனுப்பினேன். அவர் எதுவும் சேர்க்க விரும்புகிறாரா அல்லது ஏதேனும் திருத்தம் செய்ய விரும்புகிறாரா எனக் கேட்டிருந்தேன். பதில் வரவேயில்லை. இரண்டு வாரங்களுக்குப் பிறகு, கணிணியில் என்னுடைய மின்னஞ்சல் முகவரிக்குச் சென்றபோது அவரது விலாசத்திலிருந்து ஒரு கடிதம் வந்திருந்தது. பரபரப்பான நான் அதைத் திறந்தேன். ஈக்வடாரில் நடக்கும் ஒரு நாடக நிகழ்ச்சி நிரல் குறித்து பலருக்குத் தகவல்

அனுப்பபப்பட்டிருந்தது. அவர்களில் நானும் ஒருவன். பதில் பொத்தானை மீண்டும் அழுத்தி, நான் அனுப்பிய உரையாடல் பதிவு குறித்து அவரது கருத்துகளைக் கேட்டேன். ஒரு வார்த்தை கூட பதிலாக வரவில்லை.

மசாசுசெட்ஸ் மாநிலம் நார்த்தாம்டன் அருகில் ஒரு உயர்நிலைப் பள்ளியில் 2006 ஜுன் 11ம் தேதி ஆண்டுத் துவக்க உரை நிகழ்த்துமாறு எனக்கு விடுக்கப்பட்ட அழைப்பை ஏற்றுக் கொண்டேன். அதன் விளைவாக அந்தப் பள்ளியின் ஸ்பானிய மொழி ஆசிரியர் ஜுவான் கார்லோஸ் கார்பியோவின் நட்பு கிடைத்தது. அவர் ஈக்வடார் நாட்டைச் சேர்ந்தவர். அவரது சித்தப்பா டாக்டர். ஜெய்மே கலார்ஜா ஜவாலா ஈக்வடார் நாட்டில் மிகவும் மதிக்கப்படும் அறிவுஜீவி. ஜெய்மே 'ரோல்டோஸைக் கொன்றது யார்' என்பது உள்ளிட்ட பல முக்கிய நூல்களின் ஆசிரியர். ஈக்வடார் நாட்டின் முக்கிய வாழைப்பழ ஏற்றுமதிப் பகுதியான எல் ஓரோ மாகாணத்திலுள்ள 'காசா டி லா கல்ச்சுரா ஈக்வடாரியானா' என்கிற நாட்டின் மிக முக்கியமான கலாசார அமைப்புகளில் ஒன்றின் தலைவராக அவர் இப்போது இருந்தார். அவ்வருடம் ஆகஸ்ட் மாதம் ஜுவான் என்னைத் தொலைபேசியில் அழைத்தார். அவரது சித்தப்பா நியூயார்க் நகரத்தில் ஒரு மாநாட்டில் பங்கேற்க வருகிறார் என்றும், என்னைச் சந்திக்க விரும்புகிறார் என்றும் தெரிவித்தார்.

ஆகஸ்ட் 14ம் தேதி நானும் என் மனைவி வினிபிரெட்டும் நார்த்தாம்ப்டனில் இருந்த 'லா காசுவலா' என்கிற விடுதிக்குக் காரில் சென்றோம். உள்ளே நுழைந்தபோது ஜுவானையும் அவரது சித்தப் பாவையும் நான் வேவு பார்த்தேன். அது ஒரு ஞாயிற்றுக் கிழமை மாலைப் பொழுது. விடுதி கிட்டத்தட்ட காலியாக இருந்தது. எனினும், அவர்கள் மற்றவர்களிடமிருந்து விலகியிருந்த பின்மூலையில் ஒரு மேஜையைத் தேர்ந்தெடுத்திருந்தனர். இது தற்செயலா அல்லது ஒட்டுக் கேட்கும் காதுகளைத் தவிர்க்கும் முன்னெச்சரிக்கையா என்று எனக்குச் சந்தேகமாக இருந்தது.

சிறிது நேரம் பேசிக் கொண்டிருந்த பின், வாக்குமூலங்கள் ஈகுவடாரில் அலைகளை ஏற்படுத்தியிருக்கிறது என்றும், அங்கு அதை வாங்கவே முடியவில்லை என்றும் ஜெய்மே என்னிடம் கூறினார். "அது கடைக்கு வந்தவுடன் யாரோ அனைத்துப் பிரதிகளையும் வாங்கி விடுகின்றார்". அவர் கோணலாகச் சிரித்தார். "இது ரோல்டோஸ் படுகொலை பற்றிய நூல் உள்பட என்னுடைய நூல்களுக்கும் நேர்ந்துள்ளது. அது சிஐஏவையும், இஸ்ரேல் அரசாங்கத்தையும், ஈக்வடார் ராணுவ உயர் அதிகாரிகளையும் மற்றும் ஈக்வடார் அரசியலின் வலதுசாரிகளையும் கொலையில் கூட்டாளிகள் என்று குற்றம் சாட்டுகிறது." ரோல்டோஸைப் போல டாக்டர். கலார்ஜாவும் கயாக்கிவில் பல்கலைக்கழகத்தில் (Guayaquil University) பேராசிரியராக இருந்தவர். ஜெய்மேயின் நல்ல நண்பர். அதிபராகத் தேர்ந்தெடுக்

கப்பட்டவுடன், தான் படுகொலை செய்யப்படுவோம் என்று அஞ்சுவதாக என்னிடம் ரகசியமாகத் தெரிவித்தார் என்று கூறினார். பின்னர் எனது ஆர்வத்தைத் தூண்டக் கூடிய ஒரு சம்பவம் குறித்து கூறப்போவதாக என்னிடம் கூறினார்.

"1981 மே மாதம் ஜெய்மே எண்ணை நிறுவன அதிகாரிகளுடன் ஒரு ரகசியச் சந்திப்பிற்காக ஹுஸ்டன் சென்றார். அரசாங்க உயர் அதிகாரிகள் பலர் அவருடன் இணைந்து கொண்டனர். அவர் முன்னர் எண்ணை நிறுவனங்களில் வேலை பார்த்துள்ளதால் குறிப்பாக அவர்களில் ஒருவர் உதவியாக இருக்கக் கூடும் என்று எண்ணினார். அவர் நல்ல துணையாக இருப்பார் என்று கருதினார்." டாக்டர் கலார்ஜா சோகமாக தலையை ஆட்டிக் கொண்டார். "எவ்வளவு தவறாகப் புரிந்து கொண்டிருந்தார் அவர். எப்படியாயினும், ஈக்வடார்காரர்களுக்கும் எண்ணை நிறுவனத்தாருக்கும் இடையில் மட்டும்தான் கூட்டம். எண்ணை நிறுவனத்தார்தான் கூட்டம் ரகசியமாக இருக்க வேண்டும் என்று வலியுறுத்தினர். பத்திரிகைகள் இல்லை. அறிவிப்புகள் இல்லை. அமெரிக்கர்கள் ஈக்வடார்காரர்களிடம் தங்களது தரப்பை முன்வைத்தனர். அவர்களைக் கட்டுப்படுத்துவதாக தேர்தல் பிரச்சாரத்தின் போது ஜெய்மே வாக்குறுதி அளித்திருக்கிறார் என்பது அவர்களுக்குத் தெரியும். ஆனால், முன்னர் அவர்கள் என்னவிதமாக ஈக்வடாரில் நடத்தப்பட்டார்களோ, மற்ற நாடுகள் எப்படி நடத்துகின்றனவோ அதே விதமாகத்தான் நடத்தப்பட வேண்டும் என்று விரும்பினார்கள். அவர்களது நிறுவனங்கள் துவக்க கட்ட ஆய்வுகளை மேற்கொள்ளும். ஒன்று டாலராகவோ அல்லது கச்சா எண்ணையாகவோ ஈக்வடார் அதற்கான கட்டணத்தைச் செலுத்த வேண்டும்.

"அவர்கள் வழங்கும் சேவைகளுக்கு டாலராக கட்டணம் செலுத்துவதில் தனக்கு ஆட்சேபணை இல்லை என்றும், ஆனால் கச்சா எண்ணையாகத் தரமுடியாது என்றும் ஜெய்மே அவர்களுக்கு உறுதி அளித்தார். 'நான் என் நாட்டில் பெட்ரோ கெமிக்கல் ஆலைகள் கட்டுவது என்று உத்தேசித்துள்ளேன். அதனால் கூடுகிற மதிப்பை எங்கள் மக்கள் அனுபவிப்பார்கள்' என்றார். 'எங்கள் கச்சா எண்ணை முழுவதையும் நாங்களே வைத்துக் கொள்ள விரும்புகிறோம்' என்றார். இது எண்ணை நிறுவன அதிகாரிகளைக் கடும்கோபம் கொள்ளச் செய்தது. முந்தைய ஆட்சிகளில் அவர்கள் அனுபவித்த வர்த்தக ஒப்பந்தங்கள் இப்படிப்பட்டவை அல்ல என்பது மட்டுமின்றி அவர்களது உலகளாவிய கொள்கைகளுக்கு மாறானதும் ஆகும். காரசாரமாக விவாதம் நடந்தது. அந்தக் கூட்டம் அசிங்கமாகிப் போனது என்று ஜெய்மே பின்னர் என்னிடம் கூறினார். இறுதியில், அவர் பொறுமையிழந்து எழுந்தார். கூட்டத்திலிருந்து வெளியேறினார். மற்ற ஈக்வடார்காரர்களும் வந்துவிடுவார்கள் என்று எதிர்பார்த்தார். ஆனால், அவர்கள் வெளியே வரவில்லை.

"நமது அதிபர், எனது நண்பர் ஜெய்மே குயிட்டோவிற்குத் திரும்பினார். தன்னுடைய நெருங்கிய ஆலோசகர்களுடன் ஒரு கூட்டத்தைக் கூட்டினார். அவர் மிகவும் ஆபத்தான ஒரு நிலையில் இருப்பதாகவும், அவரது உயிருக்கே ஆபத்து இருப்பதாகவும் அவர்கள் கூறினர். ஆனால், அவர் அசரவில்லை. அவர் தொடர்ந்து வெளிப்படையாகப் பேசிக் கொண்டிருந்தார். ஈக்வடார் மக்களுக்கு உதவும் திட்டங்களை நிறைவேற்றாவிட்டால் அந்நிய நிறுவனங்களை தேசியமயமாக்கப் போவதாக தொலைக்காட்சியில் தோன்றி அறிவித்தார். அடாஹுவால்பா ஒலிம்பிக் அரங்கத்தில் (Atahualpa olympic stadium) ஒரு உரையாற்றினார். தனது நாட்டு மக்களது நலனைப் பேணுவதற்கு, குறிப்பாக ஏழைகளின் நலனைப் பேணுவதற்கு இறையாண்மையுள்ள ஒரு நாட்டின் உரிமைகள் பற்றி விரிவாகப் பேசினார். அது முடிந்தவுடன் சில நாட்களிலேயே அவரும் அவரது மனைவியும் வேறொரு இடத்திற்குப் போவதற்காக தங்களது சிறிய விமானத்தில் ஏறினர். அவர்கள் அந்த இடத்திற்குப் போகவேயில்லை. 1981 மே 24ம் தேதி நடந்த விபத்தில் அவர்கள் இருவருமே உயிரிழந்தனர். ஹூஸ்டனில் ரகசியக் கூட்டம் நடந்த ஒரே மாதத்திற்குள் இது நிகழ்ந்தது. ஜெய்மே ரோல்டோஸ் படுகொலை செய்யப்பட்டார் என்பதில் துளியும் சந்தேகமில்லை."

அந்த மசாசுசெட்ஸ் விடுதியில் நாங்கள் நான்கு பேரும் எதுவும் பேசாமல் நீண்ட நேரம் அமைதியாக அமர்ந்திருந்தோம். குவிட்டோ நகரில் ஒரு வரவேற்பில் ஜெய்மே ரோல்டோஸ் அகுவிலேராவை முதல்முறையாகச் சந்தித்த அந்த பிம்பம் என் மனதில் அப்படியே பதிந்திருந்தது. அவரது வேகம், வசீகரம், நகைச்சுவை உணர்வு, அந்த அரைக்கோளத்தின் மிகவும் ஏழ்மையான நாடுகளில் ஒன்றாக இருந்த நிலையிலிருந்து ஈக்வடாரை மீட்க அவர் கொண்டிருந்த உறுதி ஆகியவை என்னை மிகவும் கவர்ந்தன. இறுதியாக, நான் டாக்டர் கலார்ஜா பக்கம் திரும்பினேன். மார்ச் மாதம் ஜெய்மேயின் மகள் மார்த்தாவை நான் சந்தித்தது பற்றி அவரிடம் கூறினேன். மார்த்தாவின் குற்றச்சாட்டுகளைத் தொகுத்துக் கூறினேன். அது படுகொலை பற்றிய அவரது கருத்தை உறுதி செய்தது.

டாக்டர் கலார்ஜா தன் மருமகன் பக்கம் திரும்பினார். "ஆம், இது ஆச்சரியமாக இல்லை? நமது அதிபர் இறந்த விமான விபத்து நடந்த இடத்திற்குள் நமது காவல்துறை அனுமதிக்கப்படவில்லை. அமெரிக்க அதிகாரிகள் உள்ளே அனுமதிப்படுகிறார்கள். ஈக்வடார் விசாரணை அதிகாரிகள் அனுமதிக்கப்படுவதில்லை. இதைப் பற்றி எண்ணிப் பார்."

பின்னர், எங்களது சந்திப்பிற்குப் பிறகு மார்த்தாவை மின்னஞ்சல் மூலம் தொடர்பு கொள்ளப் பல முறை முயற்சி செய்தது பற்றி நான் குறிப்பிட்டேன். "எங்களுக்கிடையிலான உரையாடல் குறித்து நான் என்ன எழுதியிருக்கிறேன் என்பதை அவரோடு பகிர்ந்து கொள்ள

விரும்பினேன். அதில் அவர் மேலும் ஏதேனும் சேர்க்க விரும்புகிறாரா என்று கேட்டேன். ஆனால், அவரிடமிருந்து பதில் வரவேயில்லை."

"அவர் இனியும் தொடர்பு கொள்ள மாட்டார்" என்று அவர் சிரித்தார். "அவரது சித்தப்பா லியோன் அதிபர் தேர்தலில் போட்டியிடுகிறார். மார்த்தாவும் பொதுப் பதவிக்கான தேர்தலில் போட்டியிட முடிவு செய்திருக்கிறார். அவரது தந்தையும் தாயும் இறந்த பின்பு, அவரும் அவரது சகோதரரும் லியோனை தங்களது வளர்ப்புத் தந்தையாக பாவித்தார்கள். அவர்கள் அனைவரும் மிகவும் அதிர்ச்சி அடைந்திருக்கிறார்கள், பயந்து போய் இருக்கிறார்கள். நீங்களும், உங்களது மகளும் மார்த்தாவுடன் உணவு அருந்திய பின்னர் வந்த மாதங்களில் ஈக்வடாரில் எவ்வளவோ நிகழ்ந்துவிட்டது. எனது நாடு கடும் குழப்பத்தில் இருக்கிறது. குடிய்ரெஸ் நீக்கப்பட்டு துணை அதிபர் பலாசியோ அதிபராக்கப்பட்டுள்ளார். அவரோ முரண்பாடுகள் நிறைந்த மனிதர். யார் யார் எந்தப் பக்கம் இருக்கிறார்கள் என்பது ஒருவருக்கும் தெரியாது. லியோன் மற்றும் மார்த்தா போன்றவர்கள் நடுங்கிக் கொண்டிருக்கிறார்கள். ஜெய்மே ரோல்டோஸ் படுகொலைக்குப் பின்னால் உலகளாவிய சக்திகள் இருக்கின்றன என்பது அவர்களுக்குத் தெரியும். அவர் இப்போது இந்த விஷயங்களைப் பற்றி உங்களிடம் பேசப் போவதில்லை."

28
லத்தீன் அமெரிக்கா கற்பிக்கும் பாடங்கள்

டிசம்பர் 2006ல் நான் பொலிவியாவிற்கு அழைக்கப்பட்டேன். சினிமா லிப்ரே ஸ்டுடியோஸைச் சேர்ந்த பிலிப் டயாஸ் மற்றும் பெத் போர்ட்டெல்லோ ஆகியோர் தாங்கள் வறுமையின் மூலவேர்கள் குறித்து தயாரிக்கும் ஒரு ஆவணப்படத்தில் பங்கேற்குமாறு என்னைக் கேட்டுக் கொண்டனர். இவோ மொராலெஸ் பதவியேற்ற பின் பொலிவிய மக்கள் என்ன நினைக்கிறார்கள் என்பதைத் தெரிந்து கொள்ள இந்தப் பயணத்தை ஒரு வாய்ப்பாகக் கருதினேன். அதிபரின் உரைகள் மற்றும் பேட்டிகள் பலவற்றை நான் படித்திருக்கிறேன். ஆனால், அவரது ஆதரவாளர்கள் மற்றும் எதிர்ப்பாளர்களின் கருத்துகளைக் கேட்பதற்கு இது ஒரு வாய்ப்பு.

கடைக்காரர்கள், டாக்சி ஓட்டுநர்கள், உணவு விடுதிப் பணியாளர்கள், உணவு விடுதி உரிமையாளர்கள், முன்னாள் சுரங்கத் தொழிலாளர்கள், அதிபர் சான்சஸை பதவியிலிருந்து இறக்கிய வேலை நிறுத்தங்களை தலைமையேற்று நடத்தியவர்கள், பூர்வகுடி மக்களின் இயக்கங்களோடு நெருங்கிய தொடர்பு கொண்டிருந்த கார்லா ஓர்டிஸ் என்கிற பிரபல நடிகை, படைவீரரின் துப்பாக்கியிலிருந்து வந்த தோட்டாவால் தன்னுடைய சகோதரர் துடிதுடித்து உயிரை விட்டதை நேரில் கண்ட ஒருவர் என பலருடன் நான் உரையாடினேன். மொராலெஸுக்கு ஆதரவான அரசாங்க அதிகாரிகள், அதிருப்தியடைந்திருந்த வர்த்தகர்கள், மற்றும் இப்போது மொராலெஸ் எதிர்ப்பாளர்களுக்கு தலைமையேற்றிருந்த முன்னாள் அதிபர் ஜோர்ஜ் டூடோ குயிரோகோ ராமிரெஸ் ஆகியோருடனான என் சந்திப்பு ஒலி-ஒளிப்பதிவுக் கருவியில் பதிவு செய்யப்பட்டது.

புதிய அதிபர் எண்ணற்ற பல சவால்களை எதிர்கொண்டார் என்பது தெளிவு. தொழில் மற்றும் உயர் வர்க்கங்களைச் சேர்ந்த பெரும்பாலோர் அவரது பொருளாதார மற்றும் சமூக சீர்திருத்தங்களைத் தகர்க்க உறுதி பூண்டிருந்தனர். பல நூறாண்டு காலமாக வேர் கொண்டிருந்த கொள்கைகளை உடனடியாக திரும்பப் பெறவேண்டும் என்று பூர்வகுடி சமுதாயங்கள் உள்ளிட்ட அவரது ஆதரவாளர்கள் எதிர்பார்த்தனர். உள்ளூர் நிர்ப்பந்தங்களைவிடப் பெரிதாக

பொருளாதார அடியாட்களிடமிருந்து அவருக்கு மிரட்டல்கள் வந்து கொண்டிருந்தன என்பதிலும், அவருக்கு லஞ்சம் கொடுக்க முயற்சித்தார்கள் என்பதிலும் எனக்குச் சந்தேகமிருக்கவில்லை. குள்ளநரிகள் தயாராகக் காத்திருக்கிறார்கள் என்பது அவருக்குத் தெரிந்திருக்க வேண்டும்.

ஒரு நாள் பிற்பகலில், அதிபர் மாளிகையின் பெரிய வரவேற்பறையில் துணை அதிபர் அல்வாரோ கார்சியா லினேராவுடன் உரையாடிக் கொண்டிருந்தேன். மொராலெஸ் பகிரங்க முகமாக இருந்தாலும், துணை அதிபர்தான் பின்னணியில் இருந்து செயலாற்றும் அதிகாரமாக இருக்கிறார் என்று கேள்விப்பட்டிருந்தேன்; அவர்தான் வாய்ப்பேச்சுகளைக் கொள்கையாக மாற்றுவதற்குப் பொறுப்பு.

அந்த அறை மாட்ரிட் (ஸ்பெயின் தலைநகரம் - மொர்) மன்னர் மாளிகையில் இருந்திருக்க வேண்டும். அதன் கூரை இரண்டு மாடிகள் உயரம் கொண்டது. விருந்தினர்கள் அமரும் மூன்று வெவ்வேறு பகுதிகளும் 18ம் நூற்றாண்டு பிரெஞ்சு பரோக் (சீர்திருத்த எதிர்ப்பு காலத்தில் கத்தோலிக்க மதத் தலைவர்களால் தங்கள் மதத்தைப் பரப்புவதற்காகப் பல்வேறு கலைகள் பயன்படுத்தப்பட்டதைக் குறிக்கும் சொல். இந்தக் கட்டடக் கலை இத்தாலியில் 16ம் நூற்றாண்டில் உருவானது - மொர்) இருக்கைகளாலும், சோபாக்களாலும், பெர்சிய தரை விரிப்புகளாலும் அலங்கரிக்கப்பட்டிருந்தன. மன்னர்களுக்காக வடிவமைக்கப்பட்ட வரவேற்பறையில் கெரில்லாப் போராளியாகப் புகழ் பெற்றிருந்தவரும், நான்காண்டு காலம் சிறையில் துன்புற்றவருமான ஒருவரை நான் சந்தித்துக் கொண்டிருக்கிறேன்.

கார்சியா லினேராவின் தோற்றம் இந்த முரண்பாட்டுக்கு வலு சேர்த்தது. சுமாரான உயரம்; தேய்க்கப்பட்ட கருப்புச் சட்டையும், கால்சராயும், அளவெடுத்துத் தைக்கப்பட்ட சாம்பல் நிற ஸ்போர்ட்ஸ் ஜாக்கெட்டும் அணிந்திருந்தார். அவரது எடுப்பான கைகள் புரட்சிக்காரராக துப்பாக்கி பிடிப்பதைவிட, பியானோ வாசிப்பதற்கு மிகவும் பொருத்தமானவை போலத் தோன்றின.

அரசாங்கத்தின் கொள்கைகள் பற்றிய குறிப்பிட்ட அம்சங்களை விவாதித்தபின், மற்ற நாடுகளுக்கு பொலிவியா ஒரு முன்னுதாரணமாக இருப்பது குறித்துப் பேசத் தொடங்கினோம். "ஒன்று எல்லோரும் சுதந்திரமாக இருக்க வேண்டும் அல்லது யாருமே சுதந்திரமாக இருக்க முடியாது", துணை அதிபர் பிரகடனம் செய்தார்.

"உங்களது நாட்டிலும் எங்களது நாட்டிலும் உள்ள மக்களுக்கு ஸ்திரத்தன்மை வேண்டுமெனில், உலகில் உள்ள அனைவருக்கும் ஸ்திரத்தன்மையை உறுதி செய்ய வேண்டும்". 'பின் முதலாளித்துவ சமுதாயம்' என அவர் வர்ணித்ததின் முதன்மையான குறிக்கோள் அனைத்து குடிமக்களுக்கும் கௌரவமான வாழ்க்கையை வழங்குவதாகும் என்றார். "இனியும் அரசு பணக்காரர்களுக்கும், பெரும் நிறுவனங்களுக்கும்

சேவை செய்யக் கூடாது. அது அனைத்து மக்களுக்கும், ஏழைகள் உள்பட, சேவை செய்ய வேண்டும்".

நான் பொலிவியாவில் இருந்த நாட்களில், அந்தக் கண்டத்தில் அடுத்தடுத்து அரசியல் மாற்றங்கள் நிகழ்ந்து கொண்டிருப்பதால் விஷயங்கள் கடந்த காலத்தில் இருந்தது போன்ற நிலைமைக்கு மீண்டும் திரும்பாது என்கிற கருத்தை ஒவ்வொரு பேட்டியிலும் மக்கள் வெளிப்படுத்தினார்கள். "என்னுடைய அய்மாரா பாரம்பரியம் குறித்து நான் வெட்கப்படுவதுண்டு. இப்போது இல்லை. இவோ எங்களை பெருமிதம் கொள்ளச் செய்திருக்கிறார்" என்று ஒரு பெண் என்னிடம் கூறினார்.

"நாங்கள் மீண்டும் அடிமைத்தனத்தை ஏற்க மாட்டோம். ஸ்பானிய பெரும் பண்ணை உரிமையாளர்களிடமோ அல்லது அமெரிக்க பெரும் பன்னாட்டு நிறுவனங்களிடமோ அடிமையாக இருக்க மாட்டோம்" என்று அவரது கணவர் கூறினார்.

எனினும், ஒரு இருண்ட பக்கமும் எழுந்தது. மொராலெசின் ஆதரவாளர்கள் பலர் அவர் வாஷிங்டனின் நிர்ப்பந்தத்திற்குப் பணிந்து விட்டார் என்றும், அதனால்தான் தன் வாக்குறுதிகள் பலவற்றை நிறைவேற்றவில்லை என்றும் அஞ்சினார்கள். "அவர் ஒன்றும் சாவேஸ் அல்ல" என்பது அடிக்கடி கூறப்பட்ட கருத்து. வெனிசுலா அதிபருடன் அவர் மிகவும் உற்சாகமான உறவு வளர்த்துக் கொண்டிருக்கிறார் என்று அவரது எதிரிகளும் அதே அளவு கவலையடைந்திருந்தார்கள். மொத்தக் கண்டத்திற்கும் தலைவராகக் வேண்டும் என்று ஆசைப்படும் சாவேஸ் தன்னைப் படிக்கட்டாகப் பயன்படுத்திக் கொள்ள மொராலெஸ் அனுமதிக்கிறார் என்றும் அவர்கள் கருதினார்கள். "முதலில் பொலிவியா, பின்னர் ஈக்வடார், அதற்குப் பிறகு பெரு மற்றும் கொலம்பியா" என்று ஒருவர் கூறினார். "தென் அமெரிக்காவில் இருக்கும் எண்ணை மற்றும் எரிவாயு முழுவதையும் கட்டுப்படுத்த விரும்புகிறார் சாவேஸ். அவர் தன்னை நவீன கால பொலிவார் என்று எண்ணிக் கொள்கிறார்."

நான் புத்தாண்டை அதிபர் மாளிகையில் கொண்டாடினேன். நள்ளிரவிற்கு சற்று முன்னர் இவோ மொராலெஸ் வந்தார். தன்னுடைய புதிய திட்டங்கள் சிலவற்றை விளக்கி பத்திரிகையாளர் சந்திப்பு நடத்துவதன் மூலம் 2007ம் ஆண்டு புத்தாண்டை வரவேற்கப் போவதாக உறுதி அளித்திருந்தார். அவர் தொலைக்காட்சி கேமராக்கள் முன் வந்து நின்றபோது, அந்த பிரம்மாண்டமான கட்டடத்தைச் சுற்றிலும் பார்வையை ஓட்டினேன்; இங்கிலாந்தின் 'தி எகானமிஸ்ட்' இதழிலிருந்து ஒரு பெண், அசோசியேட்டட் பிரசின் சார்பாக அமெரிக்காவிலிருந்து ஒருவர் மற்றும் லத்தீன் அமெரிக்க நாடுகளிலிருந்து நிருபர்கள். மொராலெஸ் களைப்படைந்திருந்ததைப் போல் தோன்றியது. அந்த இடத்தில் தனியே நின்று கொண்டிருக்கும் அவர், மிகவும் ஏழ்மையான பின்னணியில் இருந்து வந்தவர், இன்று புவிக் கோளமெங்கும் தலைப்புச்

செய்தியாக மாறிக் கொண்டிருக்கும் அளவிற்கு உயர்ந்தவர், இப்போது என்ன நினைத்துக் கொண்டிருப்பார் என்று எண்ணினேன். ஒன்று மட்டும் நிச்சயம்: அவர் அதிபராகப் பதவி வகிப்பது அவ்வளவு எளிதானதல்ல.

2007ம் ஆண்டின் முதல் நாளில் லா பாசிலிருந்து மியாமிக்கு விமானத்தில் வந்தபோது, 1992ம் ஆண்டு பிபி ஜாராமில்லோவுடன் குவாதமாலாவில் எனக்கேற்பட்ட அனுபவத்தைப் பற்றி சிந்தித்துக் கொண்டே வந்தேன். அப்போது நான் நினைத்ததைவிட அது மிகுந்த முக்கியத்துவம் வாய்ந்ததாக அமைந்து விட்டது. மாயன் வளங்களைச் சுரண்டுவதற்கான வாய்ப்புகள் குறித்து ஆராய்வதற்காக ஒரு அமெரிக்க பெரும் நிறுவனத்தின் பிரதிநிதியாக நான் அங்கு சென்றிருந்தேன். ஆனால், அந்நாட்களில் மாயன் இன மக்கள் தங்கள் நிலங்களையும், தங்களது கலாசாரத்தையும் பாதுகாத்துக் கொள்ள உதவும் ஒரு லாப நோக்கமற்ற தொண்டு நிறுவனத்துடன் மிக நெருக்கமாக இணைந்து பணியாற்றிக் கொண்டிருந்தேன். என்னுடைய இரட்டை வேடத்தை நான் முழுமையாகப் பாராட்டவில்லை. என் வாழ்வில் இருந்த முரண்பாடுகளை நான் புரிந்து கொள்ளவும் இல்லை. அந்த முரண்பாடுகள் என் தேசத்தின் முரண்பாடுகளைப் பிரதிபலிப்பவை.

இப்போது, மனித உரிமைகள் மதிக்கப்பட வேண்டும் என்று வெளிப்படையாகக் கூறினாலும், மற்ற நாடுகளின் தொழிலாளர்களைச் சுரண்டிப் பெறப்பட்ட பொருட்கள் நிறைந்த வாழ்வை அனுபவிக்கும் ஒரு நாட்டிற்கு விமானத்தில் திரும்பிக் கொண்டிருந்தேன். உலகின் மக்கள் தொகையில் ஐந்து சதவீதத்திற்கும் குறைவான மக்கள் வாழும் ஒரு நாட்டில், ஆனால் உலகின் சுமார் 25 சதவீத இயற்கை வளங்களை நுகரும் ஒரு நாட்டில் நான் வாழ்ந்து கொண்டிருக்கிறேன். சூழலியல் கோட்பாடுகளை ஆதரிக்கின்ற, ஆனால் 30 சதவீதத்திற்கும் அதிகமான பூமியின் மோசமான சுற்றுச்சூழல் கேட்டை உற்பத்தி செய்யும் ஒரு சமுதாயத்தில் நான் வாழ்கிறேன். மற்றொருவர் நாட்டிலிருந்து எடுக்கப்பட்ட எண்ணெயை என்னுடைய விமானம் எரித்துக் கொண்டிருக்கிறது. நான் அணிந்திருக்கும் ஆடைகளில் சில தொழிலாளர்கள் கசக்கிப் பிழியப்படும் தொழிற்சாலைகளில் தயாரிக்கப்பட்டவை.

எகுட் ஸ்பெர்லிங்குடன் 1991ம் ஆண்டு நான் சுவார் பிரதேசத்திற்கு வந்தபோது அந்த முதியவர் தீட்டிய சித்திரத்திற்கு என் வாழ்க்கை ஒரு சிறந்த எடுத்துக்காட்டு. "பெரிய தொழிற்சாலைகள், உயரமான கட்டடங்கள், இந்த நதியில் எத்தனை மழைத்துளிகள் இருக்கிறதோ அத்தனை கார்கள் என்று உங்கள் மக்கள் கனவு காண்கிறார்கள். இப்போது அது ஒரு கெட்ட கனவு என்பதை உணர ஆரம்பித்திருக் கிறீர்கள்".

1992ல் பிபி பூர்வகுடி மக்களைக் கண்டு அஞ்சினார். அந்தப் பத்தாண்டும், அடுத்ததும் அவரது அச்சம் நியாயமானது என்பதை

நிரூபித்தன. நிலைமைகளை மேம்படுத்துவதற்கு நான் எவ்விதம் உதவி செய்ய முடியும் என்று கேட்டபோது மலைக்காடுகளைச் சேர்ந்த அந்த முதியவர் எதிர்காலத்தை ஒரு கணம் படம்பிடித்துக் காட்டினார். "அது எளிமையானது. நீங்கள் செய்ய வேண்டியது எல்லாம் கனவுகளை மாற்றுவதுதான்.....நீங்கள் ஒரு புதிய விதையை விதைத்தால் போதும், உங்கள் குழந்தைகளுக்குப் புதிய கனவுகள் காணக் கற்பியுங்கள்" என்றார்.

லத்தீன் அமெரிக்கர்கள் அந்தக் கருத்தைத் தீவிரமாக எடுத்துக் கொண்டார்கள். பூர்வகுடி மக்களின் தலைமையில் நகர்ப்புற ஏழைகளும், கிராமப்புறப் பண்ணையடிமைகளும் கனவை சொல்லிலும் செயலிலும் மாற்றினார்கள். தங்களது நிலங்களையும், கலாசாரங்களையும் பாதுகாக்க அவர்கள் இயக்கங்களை நடத்தினார்கள்.பழைய சர்வாதிகாரிகளைத் தூக்கி எறிந்தார்கள். உள்ளூர் இயற்கை வளங்கள் உள்ளூர் மக்களின் நலனுக்காகவே பயன்படுத்தப்பட வேண்டும் எனக் கோரிய அதிபர்களைத் தேர்ந்தெடுத்தார்கள். விநோதமான ஒரு வகையில், அமெரிக்காவில் இருக்கும் எங்களை எங்களிடமிருந்தே பாதுகாத்தார்கள். நிறுவன அதிகார வர்க்கத்தை எதிர்த்து நின்றதன் மூலம் நாங்கள் உலகிற்கு என்ன தீங்கு செய்து கொண்டிருக்கிறோம் என்று காண வைத்தார்கள். அவர்கள் எங்களுக்கும், மற்றவர்கள் பின்பற்றவும் ஒரு முன்னுதாரணத்தை உருவாக்கினார்கள்.

லத்தீன் அமெரிக்கர்கள் மற்றொன்றையும் செய்தார்கள். ரியோ கிராண்டேக்கு தெற்கே அல்ல, இங்கே அமெரிக்காவில். ஓய்வூதியம், கல்வி, சமூகப் பாதுகாப்பு, மருத்துவ வசதி ஆகியவற்றிற்கு ஒதுக்கப்படும் நிதி குறைக்கப்பட்டது, மலைபோல் அதிகரித்துக் கொண்டிருக்கும் இராக் யுத்தச் செலவு, நியூ ஓர்லியன்ஸ் மக்களுக்கு அரசாங்கம் இழைத்த துரோகம் ஆகியவை குறித்து நாம் புகார் தெரிவித்துக் கொண்டிருக்கும்போது, அவர்கள் நியாயமற்ற குடியேற்றச் சட்டங்களுக்கு எதிராக வீதிகளில் இறங்கிப் போராடினார்கள். நாம் வீட்டில் உட்கார்ந்து கொண்டு அரசாங்கத்தின் நிலைமை பற்றி விசனப்பட்டுக் கொண்டிருந்தோம். தொலைக்காட்சி பார்த்துக் கொண்டிருந்தோம். ஒன்றுமே செய்யவில்லை. அவர்கள் நமது அரசியல் சட்டம் வழங்கியிருக்கும் உரிமைகளைப் பிரயோகித்தார்கள். வெளிப்படையாகப் பேசி வாஷிங்டன் தெருக்களில் ஊர்வலம் சென்றார்கள். அவர்களது கோரிக்கையை நீங்கள் ஆதரித்தாலும் சரி, இல்லை என்றாலும் சரி, நீங்கள் அவர்களது துணிவையும், செயல்படும் விருப்பத்தையும் கவனிக்க வேண்டும்; அதை மதிக்க வேண்டும்.

மத்திய கிழக்கிலிருக்கும் மக்கள் கூட செயல்பட்டுக் கொண்டிருக் கிறார்கள். எனினும், பேரரசு நிர்மாணத்திற்கு எதிரான அவர்களது அணுகுமுறை லத்தீன் அமெரிக்காவின் அணுகுமுறையிலிருந்து முற்றிலும் வேறுபட்ட வரலாற்றுக் கண்ணோட்டத்திலிருந்து முளைத்ததாகும்.

III

மத்திய கிழக்கு

29
திவாலாகிப் போன அமெரிக்கா

வரலாற்றின் மிகவும் மதிப்பு மிக்க இயற்கை வளமாக பெட்ரோலியம் இருபதாம் நூற்றாண்டின் முற்பகுதியில் தன்னை மேன்மைப்படுத்திக் கொண்டது. நவீனமயமாக்கலை இயக்கும் சக்தியாக அது ஆனது. நம்பகமான மூலங்களிலிருந்து அதைக் கொள்முதல் செய்வது வெளியுறவுக் கொள்கைகளின் அடிப்படையாக அமைந்தது. ஜப்பானின் சிந்தனையைப் பெட்ரோல் பிடித்தாட்டிக் கொண்டிருந்ததானது அந்நாடு பியர்ல் ஹார்பரைத் (Pearl Harbor- அமெரிக்காவின் ஹவாய் தீவின் தென்கோடியில் உள்ள துறைமுகம். 1941ல் இது தாக்கப்பட்ட பின்னரே அமெரிக்கா இரண்டாம் உலக மகா யுத்தத்தில் நேரடியாக இறங்கியது. - மொர்) தாக்கியதற்கு முக்கியமான காரணங்களில் ஒன்றாக இருந்தது. இரண்டாம் உலக மகா யுத்தம் எண்ணையை மேலும் உயரமான அந்தஸ்திற்கு உயர்த்தியது. அது டாங்கிகள், விமானங்கள், போர்க்கப்பல்கள் ஆகியவற்றின் எரிபொருளாக இருந்தது. ஆதலால், யுத்தத்தில் ஈடுபட்டுள்ள எண்ணை இல்லாத நாட்டிற்கு அழிவு நிச்சயம்.

நிறுவன அதிகார வர்க்கத்தின் தனிப்பெரும் சக்திவாய்ந்த கருவியாகவும் எண்ணை பரிணாம வளர்ச்சி பெற்றது.

போர் நிறுத்தம் அறிவிக்கப்பட்ட பின், வரலாற்றின் போக்கையே மாற்றக் கூடிய ஒரு திட்டத்தை அமெரிக்க எண்ணை நிறுவன அதிகாரிகள் வகுத்தனர். அமெரிக்காவின் எண்ணை வயல்களை எதிர்கால யுத்தங்களுக்காகவும், அவசரத் தேவைக்காகவும் சேமித்து வைக்கும்படி அமெரிக்க அதிபரையும், நாடாளுமன்றத்தையும் சம்மதிக்கச் செய்வது தங்களது நலனிற்கு (ஆதலால், நாட்டின் நலனுக்கும்) மிகவும் உகந்தது என்று அவர்கள் தீர்மானித்தார்கள். மற்ற கண்டங்களில் உள்ள எண்ணை வயல்களைச் சுரண்ட முடியும்போது உள்நாட்டு எண்ணை வயல்கள் ஏன் வறண்டு போக வேண்டும்? உலக எண்ணை விநியோகத்தைக் கட்டுப்படுத்த வேண்டுமானால் அவர்கள் கூறியபடி வரிவிலக்குகளும், இதர சலுகைகளும் தங்களுக்கு அளிக்கப்பட வேண்டியது அவசியம் என்று அவர்கள் கோரினர். பிரிட்டன் மற்றும் இதர ஐரோப்பிய நிறுவனங்களுடன் சேர்ந்து கொண்டு அக்கோரிக்கையை அரசாங்கங்கள்

ஏற்கும்படிச் செய்தனர். அதற்குப் பின்னர் பதவிக்கு வந்த ஒவ்வொரு அதிபராலும், நாடாளுமன்றத்தாலும் ஏற்றுக் கொள்ளப்பட்ட அந்த முடிவு தேசங்களின் எல்லைகளை மறு நிர்ணயம் செய்த, சர்வாதிகாரங்களை உருவாக்கிய, அரசாங்கங்களைக் கவிழ்த்த கொள்கைகளுக்கு இட்டுச் சென்றது. தங்கத்தைப் போல் எண்ணையும் அதிகாரத்தின் அடையாள மாகவும், நாணயங்களை மதிப்பிடுவதற்கான அடிப்படையாகவும் ஆனது; தங்கத்தைப் போலல்லாமல் நவீன தொழில் நுட்பத்திற்கு அவசியமானதாகவும் ஆனவை பிளாஸ்டிக், ரசாயனம், கணினி தொழில்கள்.

முதல் பார்வைக்கு, எண்ணை நிறுவன அதிகாரிகளின் திட்டத்தால் எண்ணை உற்பத்தி செய்யும் மூன்றாம் உலக நாடுகளிடம் செல்வம் குவியும் என்பது போலத் தோன்றியது. எனினும், தங்கத்தைத் தொடர்ந்து எண்ணையும் மெல்லவும் முடியாத, விழுங்கவும் முடியாத பிரச்சனையாக ஆனது. எண்ணை வளமிக்க நாடுகள் பொருளாதாரம் செழித்தோங்கிய பழைய மேற்கத்திய நாடுகளின் இயற்கை வளங்களின் இருப்பை மதிப்பிடுபவரைப் போன்றவை; அவர்கள் மதிப்பீட்டைத் தாக்கல் செய்தவுடன் அவர்கள் பொறுக்கிகள் மற்றும் கொள்ளைக்காரர் களின் இலக்காக ஆகிவிடுகிறார்கள்.

நவீன யுகத்திற்கு மிகவும் கேந்திரமான பொருளாக எண்ணை எழுந்த கிட்டத்தட்ட அதே காலத்தில், முதல் வெளிப்படையான எதிரியாக சோவியத் யூனியன் உருவானது. பேரரசுகளை நிர்மாணிப்பவர்களுக்கு புற ஆபத்துகள் தேவைப்படுகின்றன என்று வரலாற்றியலாளர்கள் ஒப்புக் கொள்கிறார்கள்; அமெரிக்காவைப் பொறுத்த வரையில் சோவியத் யூனியன் இந்தப் பாத்திரத்திற்கு சிறப்பாகப் பொருந்தியது. பனிப்போர் சர்வதேச ராஜதந்திரத்தில் புதுமையான அணுகுமுறைகளைக் கோருகிறது என்ற நிறுவன அதிகார வர்க்கத்தின் கூற்றுக்கு மாஸ்கோவின் அணுஆயுதங்கள் நம்பகத்தன்மை வழங்கின.

உலகின் எண்ணை வளம் மிகுந்திருக்கும் பகுதியான மத்திய கிழக்கில்தான் பனிப்போர் காலத்தில் எண்ணைக்கான முதல் மோதல் நடந்தது என்பது ஆச்சரியமளிக்கக் கூடியதல்ல. தங்களது மண்ணிலிருந்து எண்ணை மூலம் வரும் லாபத்தில் தனது மக்களுக்குப் பங்கு வேண்டும் என்று கூறி, ஜனநாயக ரீதியாகத் தேர்ந்தெடுக்கப் பட்டவரும், மக்களின் அபிமானம் பெற்றவருமான ஈரான் பிரதமர் முகம்மத் மொசாடெக் (ஜிமிவிணி ஆங்கில இதழின் 1951ம் ஆண்டுக்கான சிறந்த மனிதர் விருதைப் பெற்றவர்) பிரிட்டிஷ் பெட்ரோலியம் கம்பெனியின் சொத்துக்களை தேசியமயமாக்கினார். ஆத்திரமடைந்த இங்கிலாந்து தன்னுடைய இரண்டாம் உலகப் போர் கூட்டாளியான அமெரிக்காவின் உதவியை நாடியது. ராணுவ ரீதியாகத் தலையிடுவது அணுஆயுதங்களைப் பிரயோகிக்கும்படி சோவியத்யூனியனைத் தூண்டிவிடக் கூடும் என இரு நாடுகளும்

பயந்தன. கடற்படைகளை அனுப்புவதற்குப் பதிலாக வாஷிங்டன் சிஐஏ உளவாளி கெர்மிட் ரூஸ்வெல்ட் ஜூனியரை அனுப்பி வைத்தது. இவர் முன்னாள் அமெரிக்க அதிபர் தியோடர் ரூஸ்வெல்ட்டின் பேரன். சில மில்லியன் டாலர்கள் செலவில் அவர் வன்முறைப் போராட்டங்களை ஏற்பாடு செய்து நடத்தினார். அதன் காரணமாக மொசாடெக் அதிகாரத்திலிருந்து தூக்கி எறியப்பட்டார்; ஜனநாயக ரீதியாகத் தேர்ந்தெடுக்கப்பட்ட தலைவரின் இடத்தில் பெரும் எண்ணை நிறுவனங்களின் கொடுங்கோல் நண்பரான முகம்மத் ரேசா பஹ்லவியை (ஷா) சிஐஏ பதவியில் அமர்த்தியது.

வாக்குமூலத்தில் கூறப்பட்டது போல, ரூஸ்வெல்ட்டின் வெற்றி முற்றிலும் புதியதொரு தொழிலை உருவாக்கியது. நானும் மேற்கொண்ட பொருளாதார அடியாட்கள் தொழில். ஈரான் வழங்கிய பாடங்கள் தெளிவானவை: போரின்றியே ஒரு பேரரசை, மிகக் குறைந்த செலவில், நிர்மாணிக்க முடியும். நிறுவன அதிகார வர்க்கத்திற்குத் தேவையான இயற்கை வளங்கள் எங்கெங்கு இருக்கின்றனவோ அங்கெல்லாம் சிஐஏவின் தந்திரங்களைப் பயன்படுத்த முடியும். ஒரேயொரு பிரச்சனை மட்டும் இருந்தது.

கெர்மிட் ரூஸ்வெல்ட் சிஐஏ ஊழியர். அவர் பிடிபட்டிருந்தால் விளைவுகள் மோசமாக இருந்திருக்கும். அரசாங்க ஊழியர்களுக்குப் பதிலாக தனியார் துறையிலிருந்து உளவாளிகளைப் பயன்படுத்துவது என்று தீர்மானிக்கப்பட்டது. என்னுடைய நிறுவனமான மெய்னும் அந்தப் பட்டியலில் இருந்தது.

நாடுகளின் அரசியலை எங்களிஷ்டத்திற்கு ஏற்றாற்போல் இயக்குவதற்கு அவை தங்களது எண்ணை வயல்களை தேசியமயமாக்கும் வரை காத்திருக்க வேண்டியதில்லை என்பதை விரைவிலேயே பொருளாதார அடியாட்களாகிய நாங்கள் கண்டுபிடித்துவிட்டோம். உலக வங்கி, ஐஎம்எப், மற்றும் இதர பன்னாட்டு நிறுவனங்களைக் காலனிமயமாக்கும் கருவிகளாக மாற்றினோம். அமெரிக்க நிறுவனங்களுக்கு கொள்ளை லாபம் தரக் கூடிய ஒப்பந்தங்கள் போட்டோம்; மூன்றாம் உலக நாடுகளில் உள்ளவர்களுக்குப் பதிலாக எங்களது ஏற்றுமதியாளர்களுக்கு மட்டுமே லாபம் தரக்கூடிய சுதந்திர வர்த்தக ஒப்பந்தங்களை உருவாக்கினோம்; மற்ற நாடுகள் மீது சமாளிக்க முடியாத அளவு கடன் சுமையை ஏற்றினோம். வெளித் தோற்றத்திற்கு தங்களது மக்களைப் பிரதிநிதித்துவப்படுத்துவது போல காட்சியளிக்கும், ஆனால் உண்மையில் எங்களது சேவகர்களாக இருக்கும் பதிலி அரசாங்கங்களை உருவாக்கினோம். சில பழைய உதாரணங்கள்: ஈரான், ஜோர்டான், சவூதி அரேபியா, குவைத், எகிப்து மற்றும் இஸ்ரேல்.

உலகளாவிய அரசியலில் ஆதிக்கம் செலுத்துவதற்காக பொருளாதார அடியாட்கள் எடுக்கும் முயற்சிகளுக்கு ஒத்திசைவாக, நிறுவன அதிகார

வர்க்கம் எண்ணை நுகர்வை அதிகப்படுத்துவதற்கான பிரச்சாரங்களை நடத்தியது. மருந்து வியாபாரிகளைப் போல, மக்கள் தொடர்பு நிபுணர்கள் உலகெங்கும் சுற்றுப்பயணம் மேற்கொண்டனர். நிறுவன அதிகார வர்க்க நிறுவனங்களால் விற்கப்படும் பொருட்களை வாங்கும் படி மக்களை உற்சாகப்படுத்தினர்; பெரும்பாலும் பெட்ரோலியம் சார்ந்த பொருட்கள்; மூன்றாம் உலக நாடுகளில் அமைக்கப்பட்டுள்ள தொழிலாளர்களைக் கசக்கிப் பிழியும் தொழிற்சாலைகளில், திடுக்கிடச் செய்யும் நிலைமைகளில் தயாரிக்கப்படும் பொருட்களை வாங்கும்படி உற்சாகப்படுத்தினர்.

ஈரான் ஆட்சிக் கவிழ்ப்பிற்குப் பிந்தைய பல பத்தாண்டுகளின்போது, பொருளாதார நிபுணர்கள் அதிவிரைவான பொருளாதார வளர்ச்சியை வறுமை குறைந்து கொண்டிருப்பதற்கான நிரூபணமாக அடிக்கடி உதாரணம் காட்டினர். எனினும், நான் ஆசியாவில் பார்த்தது போல் புள்ளிவிவரங்கள் ஏமாற்றின. சமூக மற்றும் சுற்றுச்சூழல் நிலைமை தரம் தாழ்வதை அலட்சியப்படுத்துவது மட்டுமின்றி, புள்ளிவிவரங்கள் நீண்ட காலப் பிரச்சனைகளைக் கணக்கில் கொள்ளத் தவறின.

இத்தகைய எதிர்பாராத விளைவுகளுக்குச் சிறந்த உதாரணமாக ரூஸ்வெல்ட்டின் ஈரான் சாகசத்தைத் தொடர்ந்து அங்கு நடந்த சம்பவங்கள் இருக்கின்றன. ஆட்சிக் கவிழ்ப்பு எண்ணை நிறுவனங்களின் நட்புக்குரிய ஒரு சர்வாதிகாரியை ஆட்சியில் அமர்த்தியிருக்கலாம், ஆனால் அது மத்திய கிழக்கிலுள்ள அமெரிக்க எதிர்ப்பு இயக்கங்களை நிறுவனமயமாக்கவும் செய்தது. தங்களுடைய அபிமானத்திற்குரியவரும், ஜனநாயக ரீதியாகத் தேர்ந்தெடுக்கப்பட்டவருமான ஒரு பிரதம மந்திரியைத் தூக்கி எறிந்ததற்காக ஈரானியர்கள் அமெரிக்காவை ஒருபோதும் மன்னிக்கவில்லை. அண்டை நாடுகளின் மக்களும் மன்னிக் கவில்லை. வாஷிங்டன் மொசாடெக்கை ஆதரித்து, எண்ணை மூலம் வரும் வருவாயைக் கொண்டு ஈரான் மக்கள் தங்களை வறுமையிலிருந்து மீட்டெடுத்துக் கொள்வதற்கு உதவியிருந்தால் என்ன நடந்திருக்கும் என்று அரசியல் வரலாற்று நிபுணர்கள் யோசித்தார்கள். அது மற்ற நாடுகளையும் ஜனநாயக அணுகுமுறையைப் பின்பற்றும்படி ஊக்கமளித் திருக்கும் என்றும், அன்றிலிருந்து அப்பகுதியைப் பீடித்திருக்கும் பயங்கரமான வன்முறையைத் தவிர்த்திருக்கும் என்றும் பலர் தீர்மானித்தார்கள். அதற்குப் பதிலாக, அமெரிக்கா நம்பத் தகுந்த நாடல்ல என்று அதுவே எச்சரிக்கை விடுத்தது; நாம் நம்மைப் பற்றிச் சித்திரித்துக் கொள்வதைப் போல ஜனநாயகத்தின் காவலர்கள் அல்ல; நம்முடைய முக்கிய குறிக்கோள் மூன்றாம் உலக நாடுகளுக்கு உதவுவதும் அல்ல. நாம் இயற்கை வளங்களைக் கட்டுப்படுத்த விரும்புகிறோம், அவ்வளவுதான்.

இதே காலகட்டத்தில் அமெரிக்கா கடுமையான உள்நாட்டுப் பிரச்சனைகளைச் சந்தித்தது. நிறுவன அதிகார வர்க்கத்தின் அதிகாரத்தை விரிவுபடுத்தும் வேலைக்கிரமம் நம்முடைய தேசத்தைக்

கடனில் மூழ்கடித்தது. நமது பொருட்களை உற்பத்தி செய்த தொழிற்சாலைகளும், எண்ணெய் வயல்களும் மேலும் மேலும் அதிகமான அளவில் வேறு நாடுகளிலேயே இருந்தன. நமக்குக் கடன் கொடுத்த அந்நிய நாட்டவர்கள் தங்கத்தால் கடனைத் திருப்பிக் கொடுக்குமாறு கேட்டார்கள். 1971ல் நிக்சன் நிர்வாகம் 'தங்கம் பரிவர்த்தனை அலகாக' இருந்த முறையை ரத்து செய்தது. இப்போது வாஷிங்டன் ஒரு புதிய குழப்பத்தை எதிர்கொண்டது. நமக்குக் கடன் கொடுத்தவர்கள் வேறு நாணயங்களின் பக்கம் திரும்பினார்கள் எனில், நாம் கடன் வாங்கிய காலகட்டத்தில் அந்த நாணயங்களுக்கு தங்கத்தோடு ஒப்பிடுகையில் என்ன மதிப்பு இருந்ததோ அந்த மதிப்பை நமது நிறுவன அதிகார வர்க்கம் கொடுக்க வேண்டியிருக்கும். இது பேராபத்தாகும். ஏனெனில், நமது நிறுவன அதிகார வர்க்கத்திடம் கடனை முழுவதையும் தீர்க்கப் போதுமான நிதியில்லை. திவாலாகும் நிலைமைக்குப் போகாமல் காவல் காத்துக் கொண்டிருக்கும் ஒரே வழி, டாலர்களை அச்சிடுவதற்கும் அதன் மதிப்பை நிர்ணயிப்பதற்கும் ஆற்றல் உள்ள அமெரிக்க நாணயச்சாலை. (அதாவது, டாலர் நோட்டு அச்சடிக்கும் இடம் - மொர்.) உலகம் டாலரை நிலையான நாணய மாற்றாகத் தொடர்ந்து ஏற்றுக் கொள்வது தவிர்க்க முடியாதது.

இந்த நூலின் முன்னோட்டத்தில் சவூதி அரேபியாவைச் சார்ந்து இருந்த தீர்வை நான் தொகுத்து வழங்கியிருக்கிறேன். அது சுருக்கமான வடிவம். என்ன செய்கிறோம் என்று தெரியாமல் அமெரிக்காவைக் காப்பாற்ற வந்த இரண்டு மத்தியக் கிழக்கு கூட்டாளிகளைப் பற்றிய விவரங்களையும் உள்ளடக்கியது விரிவான வடிவம்.

30
சிம்மாசனத்தில் டாலர்

1971ல் தங்கத்தை பரிவர்த்தனை அலகாகக் கொண்டிருக்கும் முறையை ரத்து செய்வது என்ற மிக முக்கியமான முடிவிற்குப் பின்னர் சில நாட்களில் "டாலருக்கு என்ன நடக்கும்?" மெய்ன் நிறுவனத்தின் தலைவர் ஜாக் டியூபர் (Jake Dauber) சவடாலாகக் கேட்டார். "இறுதியில், டாலரின் மதிப்பு எண்ணையால் நிர்ணயிக்கப்படப் போகிறது என்று நினைக்கிறேன்".

டியூபர் தம்பதிகள் என்னை ஹோட்டல் இன்டர்கான்டினென்டல் இந்தோனேஷியாவில் ஒரு விருந்திற்கு அழைத்திருந்தார்கள். மத்திய கிழக்கு செல்லும் வழியில் அவர்களுக்கு அது ஒரு இடை நிறுத்தமாகும்.

"கிஸ்ஸிங்கர், சுல்ட்ஜ், சென்னி ஆகிய நிக்சனின் உதவியாளர்கள் மிகவும் புத்திசாலிகள்." தன் மனைவியின் கைகளை இறுக்கிப் பிடித்த ஜாக் அவரது கண்களை ஊடுருவிப் பார்த்தார். "நானும் நீயும் சோபாவில் சாய்ந்து அமர்ந்து கொண்டு, இந்த மகத்தான சாகசத்தில் நமக்கும் பங்கு இருக்கிறது என்று பேசிக் கொள்ளப் போகிறோம். உலக வரலாற்றில் அமெரிக்கா ஒரு புதிய காலகட்டத்தைத் துவக்குகிறது. அதில் நமக்கு முன்வரிசையில் இருக்கைகள் கிடைத்துள்ளன".

தன் மனைவியுடன் கண்டு களிக்கப்போவதாக எதிர்பார்த்த நாள் வரை ஜாக் உயிர் வாழவில்லை. அந்தப் பயணம் முடிந்த சிறிது காலத்திலேயே அவர் மரணமடைந்தார். மெய்ன் தலைவராக அவரால் வளர்க்கப்பட்ட புருனோ ஜம்போட்டி (Bruno Zambotti) நியமிக்கப்பட்டார். என்றாலும், டாலரின் எதிர்காலம் குறித்த அவரது மதிப்பீடு துல்லியமாக இருந்தது. நிக்சனின் அமைச்சர்கள் புத்திசாலிகள் மட்டுமல்ல; சூழ்ச்சிக்காரர்கள்.

டாலரின் ஆதிக்கத்தைப் பாதுகாக்கும் போராட்டத்தில் வாஷிங்டனின் முதல் கூட்டாளி இஸ்ரேல். 1967ம் ஆண்டின் ஆறுநாள் யுத்தம் என்று அழைக்கப்படும் யுத்தத்தின் போது டெல் அவிவ் (இஸ்ரேல் தலைநகரம் - மொர்) தன்னுடைய எல்லையிலிருந்த எகிப்து, சிரியா, ஜோர்டான் ஆகிய நாடுகளின் மீது முன்னெச்சரிக்கைத் தாக்குதல் நடத்தியது, தன்னுடைய எல்லையைப் பாதுகாத்துக்

கொள்வதற்காகத்தான் என்று பெரும்பாலான இஸ்ரேலியர்கள் உள்பட பலர் எண்ணினர். எல்லையை விஸ்தரிப்பதுதான் மிகவும் கண்கூடான விளைவாக இருந்தது. ரத்தக்களரியான அந்த ஒரு வாரத்தின் முடிவில் இஸ்ரேல் தன்னுடைய நிலப்பரப்பை நான்கு மடங்கு அதிகரித்துக் கொண்டது. கிழக்கு ஜெருசலேம், மேற்குக் கரையின் பகுதிகள், எகிப்தின் சினாய் பகுதி, சிரியாவின் கோலான் மலைப்பகுதி மக்கள் நிலத்தை இழந்தவர்கள். எனினும், அந்த ஆறுநாள் யுத்தம் மற்றொரு காரியத்தையும் சாதித்தது.

தங்களது நிலத்தை இழந்ததால் அரேபியர்கள் மனம் புண்பட்டிருந்தனர்; கொதித்துப் போயிருந்தனர். அவர்களது கோபம் பெரும்பாலும் அமெரிக்காவிற்கு எதிராகத்தான் இருந்தது. அமெரிக்காவின் நிதி உதவியும், அரசியல் உதவியும் இன்றி இஸ்ரேல் வெற்றி பெற்றிருக்க முடியாது என்பது அவர்களுக்குத் தெரியும்; மேலும், இஸ்ரேலுக்கு ஒரு வேளை தேவைப்பட்டால் உதவுவதற்காக அமெரிக்கப் படைகள் தயார் நிலையில் இருக்கின்றன ஓரளவிற்கு வெளிப்படையாக மிரட்டியதும் இஸ்ரேலின் வெற்றிக்குக் காரணம் என்பது அவர்களுக்குத் தெரியும். யூதர்களின் மண்ணைப் பாதுகாப்பது என்பதைவிடவும் அமெரிக்காவிற்குக் கூடுதலான சுயநல நோக்கம் இருந்தது என்பதோ அரேபியர்களின் கோபத்தை வெள்ளை மாளிகை தனக்கு சாதகமாக்கிக் கொள்ளும் என்பதோ பெரும்பாலான அரேபியர்களுக்குப் புரியவில்லை.

மத்திய கிழக்கிலுள்ள இஸ்லாமிய நாடுகள் அனைத்தும் நிக்சனின் இரண்டாவதும், அமெரிக்காவை முழுவதுமாக நம்பிய கூட்டாளியாகும். 1967ல் இஸ்ரேல் நடத்திய ஆறுநாள் யுத்தத்திற்கு எதிர்வினையாக எகிப்தும், சிரியாவும் 1973ம் ஆண்டு அக்டோபர் 6ம் தேதி (யூதப் பண்டிகைகளிலேயே மிகவும் புனிதமான பண்டிகையாம் கிப்பூர்). கேந்திர வியூக ரீதியாக தன்னுடைய நிலை பலவீனமானது என்பதை உணர்ந்திருந்த எகிப்து அதிபர் அன்வர் சதாத் 'எண்ணை ஆயுதத்தை' வைத்து அமெரிக் காவின் மீதும், அதன் மூலம் இஸ்ரேல் மீதும் தாக்குதல் நடத்துமாறு சவூதி அரேபிய மன்னர் பைசலை நிர்ப்பந்தித்தார். பாரசீக வளைகுடாவில் இருந்த சவூதி அரேபியாவும், இதர நான்கு அரேபிய நாடுகளும் எண்ணை விலைகளை 70% உயர்த்தின. ஈரான் அரேபிய நாடல்ல, அது ஒரு முஸ்லிம் நாடு மட்டுமே என்றபோதும், இஸ்லாமிய ஒற்றுமை என்கிற வகையில் அவர்களோடு சேர்ந்து கொண்டது. அமெரிக்காவின் இஸ்ரேல் ஆதரவு நிலைப்பாட்டிற்காக அதைத் தண்டிக்க வேண்டும் என்பதை ஏற்றுக் கொண்ட அரேபிய எண்ணை மந்திரிகள் எண்ணை வர்த்தகத் தடை என்கிற கருத்தை ஆதரித்தனர்.

சர்வதேச செஸ் விளையாட்டிற்கு அது ஒரு சிறந்த எடுத்துக்காட்டு. 1973 அக்டோபர் 19ம் தேதி அமெரிக்க நாடாளுமன்றத்திடம்

இஸ்ரேலுக்கு 2.2 பில்லியன் டாலர் நிதி உதவி செய்ய வேண்டும் என்று அதிபர் நிக்சன் கோரினார். மறுநாள் சவூதி அரேபியாவின் தலைமையில் அரேபிய எண்ணை உற்பத்தியாளர்கள் அமெரிக்காவிற்கு எண்ணை ஏற்றுமதி செய்வதை முற்றிலுமாகத் தடை செய்தனர். வாஷிங்டனின் சூழ்ச்சி பற்றியோ அல்லது பலவீனமடைந்துவிட்ட டாலரைத் தூக்கி நிறுத்த அது உறுதி கொண்டிருந்தது பற்றியோ அந்த நேரத்தில் யாரும் உணர்ந்திருக்கவில்லை.

அதன் தாக்கம் அளவிட முடியாததாக இருந்தது. சவூதி எண்ணையின் விற்பனை விலை முன்னெப்போதும் இல்லாத அளவிற்கு அதிகரித்தது; 1974 ஜனவரி 1ம் தேதி நான்கு வருடங்களுக்கு முன்பிருந்த விலையைவிட ஏழு மடங்கு உயர்ந்தது. அமெரிக்கப் பொருளாதாரம் நிலைகுலையப் போகிறது என்று ஊடகங்கள் எச்சரித்தன. நாடெங்கும் பெட்ரோல் நிலையங்களில் கார்கள் நீண்ட வரிசையில் நின்றன. 1929ம் ஆண்டு போல் மற்றுமொரு பொருளாதார மந்தநிலை வரும் சாத்தியம் இருக்கிறது என்று பொருளாதார வல்லுநர்கள் அஞ்சினர். எண்ணை விநியோகத்தைப் பாதுகாப்பது நமது முன்னுரிமைப் பணியாக இருந்தது; திடீரென்று அது ஒரு கோட்பாடாகவே ஆகிப்போனது.

வரலாறு காணாத அளவிற்கு எண்ணை விலையை உயர்த்தியதில் நிறுவன அதிகார வர்க்கம் ஆற்றிய செயலூக்கமுள்ள பங்கு என்ன என்பது இப்போது நமக்குத் தெரியும். அரசியல் தலைவர்கள் மற்றும் வர்த்தகத் தலைவர்கள், எண்ணை நிறுவன அதிகாரிகள் தங்களது கோபத்தை மறைத்துக் கொண்ட போதும், அவர்களே எல்லாவற்றையும் இயக்கிக் கொண்டிருந்த எஜமானர்கள். இஸ்ரேலுக்கு 2.2 பில்லியன் டாலர் உதவி அளிப்பது அரேபியர்களைத் தடாலடி நடவடிக்கைகள் எடுக்கும்படி நிர்ப்பந்திக்கும் என்பது நிக்சனுக்கும், அவரது ஆலோசகர்களுக்கும் தெரியும். இஸ்ரேலை ஆதரித்ததன் மூலம், அமெரிக்க நிர்வாகம் ஒரு குறிப்பிட்ட நிலைமையை உருவாக்கியது. அந்த நிலைமை பொருளாதார அடியாட்கள் போட்ட ஒப்பந்தங்களில் (EHM deal) இருபதாம் நூற்றாண்டிலேயே நேர்த்தியானதும், மிகவும் குறிப்பிடத்தக்கதுமான ஒரு ஒப்பந்தத்தை உற்பத்தி செய்தது.

தங்களுடைய முந்தைய பணிகள் மூலம் நிறுவன அதிகார வர்க்கத்தின் கையாட்கள் என்று நிரூபித்திருந்த மெய்ன் மற்றும் இதர நிறுவனங்களை அமெரிக்க நிதித்துறை தொடர்பு கொண்டது. இரண்டு விதமான பணிகள் எங்களுக்கிடப்பட்டன. நாங்கள் எண்ணைக்காக செலவழிக்கும் பல்லாயிரக்கணக்கான கோடி டாலர்களை எண்ணை ஏற்றுமதி செய்யும் நாடுகள் மீண்டும் அமெரிக்க நிறுவனங்களுக்கே அனுப்புகிற மாதிரியான ஒரு வியூகத்தை வகுக்கச் சொன்னார்கள்; மற்றும், முன்பு பரிவர்த்தனை அலகாக தங்கம் இருந்ததைப் போல அதனிடத்தில் எண்ணையை ஒரு பரிவர்த்தனை அலகாக நிலைநிறுத்த வேண்டும். அத்தகைய ஒரு

திட்டத்திற்கு அடிப்படை சவூதி அரேபியா என்பதைப் பொருளாதார அடியாட்களாகிய நாங்கள் அறிந்திருந்தோம்; ஏனெனில், மற்ற எந்த நாட்டையும் விட அதனிடத்தில் அதிகமான எண்ணை இருந்தது, ஓபெக் அமைப்பு அதன் கட்டுப்பாட்டில் இருந்தது. சவூதி மன்னர் குடும்பம் மிகவும் ஊழல் நிறைந்ததாகவும், எளிதில் வழிக்குக் கொண்டு வரக் கூடிய வகையில் மிகவும் பலவீனமானதாகவும் இருந்தது. மத்திய கிழக்கின் மற்ற மன்னர்களைப் போல சவூதி மன்னர்கள் காலனிய அரசியலை நன்கு அறிந்திருந்தார்கள். சவூதி மன்னர் குடும்பத்திடம் ராஜபரிபாலான உரிமையை பிரிட்டிஷார்தான் கொடுத்திருந்தனர்.

'சவூதி அரேபியாவின் எண்ணைப் பணத்தை அமெரிக்க வெள்ளைப் பணமாக மாற்றும் விவகாரம்' (சாமாஷிகிவிகி) என்ற நான் உருவாக்கிய வியூகத்தின் விவரங்கள் பொருளாதார அடியாளின் ஒப்புதல் வாக்குமூலத்தில் கொடுக்கப்பட்டுள்ளது. சுருக்கமாகச் சொன்னால், ஊடகங்களைப் பொறுத்த வரையில், சவூதி மன்னர் குடும்பம் மூன்று முக்கிய நிபந்தனைகளை ஏற்றுக் கொண்டது: 1. அமெரிக்க அரசாங்க கடன் பத்திரங்களில் தான் எண்ணை விற்று ஈட்டிய பெட்ரோ டாலர்களில் பெரும்பகுதியை முதலீடு செய்ய வேண்டும். 2. இந்தப் பத்திரங்களின் மூலம் வரும் லட்சக்கணக்கான கோடி டாலர் வட்டிப் பணத்தைப் பயன்படுத்தி அமெரிக்க நிறுவனங்களை அமர்த்துவதன் மூலம் சவூதி அரேபியாவை மேற்கத்தியமயமாக்குவதற்கு அமெரிக்க நிதித்துறையை அனுமதிக்க வேண்டும். 3. நிறுவன அதிகார வர்க்கம் ஏற்றுக் கொள்ளும் வரையறைக்குள் எண்ணை விலை இருக்க வேண்டும். தன்னுடைய பங்கிற்கு, சவூதி மன்னர் குடும்பம் தொடர்ந்து அதிகாரத்தில் இருப்பதற்கு தான் பொறுப்பு என்று அமெரிக்கா உறுதி அளித்தது.

அப்போது மற்றொரு ஒப்பந்தமும் போடப்பட்டது. ஆனால், அது பெரிய அளவில் தலைப்புச் செய்தியாகவில்லை. எனினும், நிலையான உலக நாணயமாக டாலர் இருக்க வேண்டும் என்கிற நிறுவன அதிகார வர்க்கத்தின் தேவைக்கு மிகவும் முக்கியமானதாகும். சவூதி அரேபியா எண்ணை அமெரிக்க டாலருக்குத்தான் விற்பது என்று உறுதி அளித்தது. ஒரேயொரு கையெழுத்து மூலம் டாலரின் ஆட்சி மறுபடியும் நிலைநாட்டப்பட்டது. தங்கத்தின் இடத்தில் எண்ணை நாணய மதிப்பின் அலகாக ஆனது. நான் முன்னோட்டத்தில் குறிப்பிட்டபடி ஒரு பக்கவிளைவும் இருந்தது. இதை மிகவும் விவேகமுள்ள பொருளாதார நிபுணர்கள் மட்டுமே அங்கீகரித்தனர். கடன் கொடுத்த அந்நிய நாட்டவர் மீது அமெரிக்கா தொடர்ந்து மறைமுக வரி விதிக்க அனுமதித்தது. டாலர் ஆதிக்கம் செலுத்திக் கொண்டிருந்ததால், நாம் அவர்களது பொருட்களையும், சேவைகளையும் கடனுக்கு வாங்கிக் கொண்டிருந்தோம். அந்தக் கடனைப் பயன்படுத்தி அவர்கள் எண்ணையோ அல்லது வேறு பொருட்களையோ நம்மிடமிருந்து வாங்கியபோது, பணவீக்கத்தின் காரணமாக

அவர்களுக்குச் சேரவேண்டிய பணத்தின் மதிப்பு குறைந்திருந்தது. இந்தத் தொகைகளுக்கு இடையில் இருந்த வேறுபாடு நிறுவன அதிகார வர்க்கத்தின் பாக்கெட்டுகளுக்குப் போனது வரி வசூலிப்பவர் இல்லாமல் வசூலிக்கப்பட்ட வரி.

டாலரின் மதிப்பு எண்ணையால் தீர்மானிக்கப்படும் என்று ஜாக் டியூபர் முன்னறிவித்தது சரியாக ஆனது. டெல் அவிவ்வும், வாஷிங்டனும் அரேபியர்களை ஒரு மூலையில் தள்ளி நிறுத்தியபோது, பதிலடி கொடுப்பதைத் தவிர அவர்களுக்கு வேறு மார்க்கம் இருக்கவில்லை. யோம் கப்பூர் யுத்தம் மற்றும் எண்ணை ஏற்றுமதித் தடைகள் மூலம் அவர்கள் பதிலடி கொடுத்தனர். இது அமெரிக்க நிதித்துறையை செயலில் இறக்கியது. டாலரை எண்ணையுடன் பிணைக்கும் ஒரு ஒப்பந்தம் போடுமாறு பொருளாதார அடியாட்கள் பணிக்கப்பட்டனர். டாலருக்கு முடி சூட்டப்பட்டது. இன்று வரை அதன் ஆட்சி நீடிக்கிறது.

சாமா உலக அரசியலை மாற்றியது. சோவியத் யூனியனைத் தகர்ப்பதற்கு உதவியது; அமெரிக்காவை ஒரேயொரு சூப்பர்பவராக ஆக்கியது; செப்டம்பர் 11 ஐ திட்டமிட்ட சவூதி கோடீஸ்வரரான ஒசாமா பின் லேடனுக்கு ஆத்திரமூட்டியது.

அதைத் திரும்பிப் பார்க்கும்போது, நமக்கேற்பட்ட கோபம் எனக்கு வியப்பளித்தது. நமது வாழ்க்கையில் விதி வகிக்கும் பாத்திரம் குறித்து நான் அடிக்கடி நினைத்துக் கொள்வேன். விதி மற்றும் நாம் அதற்கு எதிர்வினையாற்றும் முறை. சாமா போன்ற அவ்வளவு சிக்கலான ஒரு வேலையை, அதற்கு சில வருடங்களுக்கு முன்னர் லெபனானில் எனக்களிக்கப்பட்ட பயிற்சி இன்றி நான் எடுத்துக் கொண்டிருக்க மாட்டேன்.

31
அரசாங்கங்களை மாற்றி அமைப்பது

இந்தோனேஷியாவில் எனக்கிடப்பட்ட முதல் வேலையை நான் மேற்கொண்டபோது, என்னுடைய எஜமானர்கள் விரும்பியது போல் ஊதிப் பெரிதாக்கப்பட்ட பொருளாதார முன்னறிவிப்புகளை உருவாக்கத் தயாராக இருப்பதைக் காட்டினேன். அதற்கொரு பரிசாக, அவர்கள் எனக்கு முதன்மை பொருளியலாளராகப் பதவி உயர்வு அளித்தனர். (நான் வர்த்தக மேலாண்மையில் இளங்கலைப் பட்டம் மட்டுமே பெற்றிருந்த போதும், அந்த நேரத்தில் நிறுவனத்தில் இருந்த ஒரேயொரு பொருளியலாளர் நான்தான் என்றபோதும் இப்படிச் செய்தார்கள்). எனக்கு சம்பள உயர்வு கொடுத்து மத்திய கிழக்கிற்கு அனுப்பி வைத்தார்கள்.

ஈரான், குவைத், சவூதி அரேபியா ஆகிய நாடுகளுக்கு நான் ஏற்கனவே அறிக்கைகள் எழுதியுள்ளேன். ஆனால், என்னுடைய ஆய்வு நூலகங்களிலும், போஸ்டனில் வேலை பார்த்துக் கொண்டிருந்த அந்தந்த நாட்டவர்களிடம் எடுக்கப்பட்ட பேட்டிகள் மூலமாகவுமே மேற்கொள்ளப்பட்டிருந்தது. இந்த முதல் பயணம் ஈரானைப் பற்றித் தெரிந்து கொள்வதற்காகவும், அதன் ஆற்றல் துறை (energy sector) பற்றிய இன்னும் ஆழமான ஆய்வு தயாரிப்பதற்காகவும் மேற்கொள்ளப்பட்ட குறுகிய காலப் பயணமாகும். இந்தோனேஷியாவில் என்னுடைய திட்ட மேலாளரான சார்லஸ் இல்லிங்வொர்த், வழியில் சில நாட்கள் பெய்ரூட்டில் தங்கிப் போகுமாறு ஆலோசனை கூறினார். அப்போது, ஒரு விளையாட்டு மைதானம் என்கிற பெய்ரூட்டின் புகழ் இன்னும் இருந்தது. ஓய்வெடுப்பதற்கும், கால மண்டல மாற்றங்களுக்கு ஏற்ப என்னைத் தகவமைத்துக் கொள்வதற்கும், மத்திய கிழக்கு கலாசாரத்தை அறிமுகப்படுத்திக் கொள்வதற்கும் பொருத்தமான இடம் என்று அவர் என்னிடம் கூறினார். அங்கிருக்கும் தூதரகத்தைச் சேர்ந்த அவரது நண்பர் ஒருவர் எனக்கு நகரத்தைச் சுற்றிக் காட்டுவார்கள் என்றார்.

இரண்டாம் உலகப் போருக்குப் பின்னர் லெபனானின் காலம் பொற்காலம். விவசாயமும் சிறு தொழிலும் செழித்தோங்கியது. மத்திய கிழக்கின் வர்த்தக நகரமான பெய்ரூட் செல்வச் செழிப்பு மிக்க நவீன நகரமாக வளர்ந்தது. அந்த நாட்டிற்குப் போவதற்கு முன்னர் அது

பற்றி நான் படித்தபோது, லெபனான் அடிக்கடி சுவிட்சர்லாந்துடனும், பாரிசுடனும் ஒப்பிடப்பட்டிருந்தது கண்டு சிந்தித்தேன். வரைபடத்தில் பெய்ரூட்டிற்கு வெளியே பனிச்சறுக்கு விளையாட்டு மையங்கள் இருப்ப தாகக் குறிப்பிடப்பட்டிருந்தது கண்டு நான் வியப்படைந்தேன். ஏனெனில், மத்திய தரைக்கடல் பகுதியில் பாலைவனத்தின் விளிம்பில் இருக்கும் நகரமாகவே பெய்ரூட்டை நான் மனங்கண்டிருந்தேன். பாரிசுக்கு இணையாக காபரேக்களும், கலாபூர்வ கண்காட்சியகங்களும் நிறைந்த நகரம் என்று எண்ணியிருந்தேன்.

லெபனானின் இருண்ட பக்கம் குறித்தும் நான் வாசித்திருந்தேன்; வரலாறு நெடுகிலும் நீண்டிருந்த அது கடந்து போகும் ஒவ்வொரு கணமும் மேலும் இருட்டாகிக் கொண்டே இருந்தது. மதப்பிரிவுகளுக்கு இடையிலான மோதல் பல நூற்றாண்டுகளாகக் குமுறிக் கொண்டிருந்தது. கடலோரப் பகுதிகள் மாரோனைட் கிறிஸ்துவர்களின் (Maronite christians) ஆட்சிக்கு உட்பட்டிருந்தது. விவசாய வளமிக்க பேக்கா பள்ளத்தாக்கு (Bekka valley) மரபுவழிப்பட்ட சன்னி முஸ்லிம்களின் ஆட்சிக்கு உட்பட்டிருந்தது. இஸ்லாத்தின் டிரெவ்ஸ் பிரிவு (Druze sect) தென்பகுதி மலைகளின் மீது ஆதிக்கம் செலுத்தியது. பெரும்பாலான மாரோனைட்டுகள் சிரியர்கள். இந்த உண்மை அரேபிய முஸ்லிம்கள் மத்தியில் கூடுதல் பதற்றத்தை உருவாக்கியது. இத்தகைய தனிப்பட்ட குணாம்சங்கள் இருந்தபோதும், லெபனான் மத்திய கிழக்கின் ஒரு வகையான மாதிரி (Model) என்பதைக் கண்டேன்.

புனிதப்போர் காலத்திலிருந்து ஐரோப்பா லெபனான் மீது தீராத ஆசை கொண்டிருந்தது. அதை ஒரு காலனியாக்குவதற்கான முயற்சி பல நூற்றாண்டுகள் தொடர்ந்தது. கிறித்துவர்களைக் காக்கும் அதிகாரம் தனக்கு வழங்கப்பட்டிருப்பதாகக் கூறிக் கொண்டு 1700களில் பிரான்ஸ் அதன் மீது படையெடுத்தது. ஏகாதிபத்திய சக்திகளுக்கே உரித்த வகையில் லெபனானை ரட்சிக்கும் பொறுப்பை ஏற்றுக் கொண்டு பாரிஸ் 1800 களில் பல முறை படைகளை அங்கு அனுப்பியது. 1926ல் லெபனான் குடியரசு அமைக்கப்பட்டது. அதை நிர்வகிக்கும் அதிகாரத்தை சிரியாவிடம் பிரான்ஸ் ஒப்படைத்தது. அதன்படி சிரியா நிர்வகித்து வந்தது. 1940 ல் நாஜிக்களின் கட்டுப்பாட்டில் இருந்த விச்சி அரசாங்கத்திற்கு தங்களது ஆதரவை பெய்ரூட்டின் பிரெஞ்சு ஆட்சியாளர்கள் தெரிவித்தனர். விரைவிலேயே பிரான்ஸ் ஜெர்மனியால் ஆக்கிரமிக்கப்பட்ட நிலையில், 1941ல் விச்சி அதிகாரிகள் ஜெர்மனி தன்னுடைய போர் விமானங்களையும், ராணுவத் தளவாடங்களையும் சிரியா வழியாக இராக்கிற்கு எடுத்துச் செல்ல அனுமதித்தனர். அங்கு அவை பிரிட்டிஷ் படைகளுக்கு எதிராகப் பயன்படுத்தப்பட்டன.

பலவீனமான விச்சி அரசாங்கத்தின் மீது நிர்ப்பந்தங்களைக் கொண்டு வருவதன் மூலம் நாஜிக்கள் லெபனானைத் தங்களது

முழுக்கட்டுப்பாட்டில் கொண்டு வந்து விடுவார்கள் என்று அஞ்சிய பிரிட்டன் தன்னுடைய ராணுவத்தை சிரியாவுக்கும், லெபனானுக்கும் அனுப்பியது.

இரண்டாம் உலகப் போரின் போது தேசபக்த உணர்வு பல நாடுகளில் கிளர்ந்தெழுந்தது. 1944 ஜனவரி 1ம் தேதி லெபனான் முழு சுதந்திரம் அடைந்தது. இரண்டு முக்கியமான கிறிஸ்துவ மற்றும் முஸ்லிம் தலைவர்களான பிசாரா அல்குரி மற்றும் ரியாத் அல்சுல் ஆகியோரால் ஏற்றுக் கொள்ளப்பட்ட ஒரு தேசிய ஒப்பந்தத்தின்படி தேசத்தின் பல்வேறு சமூகங்களுக்கிடையில் அதிகாரத்தைப் பகிர்ந்தளித்தனர்.

மக்கள் தொகையில் 54% பேர் கிறிஸ்துவர்கள் என்று கணக்கிட்ட 1932ம் ஆண்டு மக்கள் தொகைக் கணக்கெடுப்பை ஆதாரமாகக் கொண்டு, அதிபர் பெரும்பான்மை சமூகமான மாரோனைட் கிறித்துவ சமுதாயத்தைச் சேர்ந்தவராக இருப்பார் என்று அந்த ஒப்பந்தம் கூறியது. மேலும், அதிபரை விட சற்று அதிகாரம் குறைந்த பிரதமர் சன்னி முஸ்லிம் சமூகத்தைச் சேர்ந்தவராகவும், சட்டமன்ற சபாநாயகர் ஷியா பிரிவைச் சேர்ந்தவராகவும், ராணுவத் தளபதி மாரோனைட் சமூகத்தைச் சேர்ந்தவராகவும் இருப்பார். பன்னிரண்டு ஆண்டுகளுக்கு முந்தைய மக்கள் தொகைக் கணக்கெடுப்பு பழமையானது என்றும், கிறிஸ்துவர்களைவிட முஸ்லிம்களின் எண்ணிக்கை அதிகம் என்றும் கருதிய பல அரேபியர்கள் கிறித்துவர்களுக்கும், பொதுவாக மேற்கத்திய நாடுகளுக்கும் சாதகமான இந்த ஏற்பாடு கண்டு ஆத்திரமடைந்தனர்.

அதுபோல அரேபியர்கள் புதிதாக உருவாக்கப்பட்ட இஸ்ரேல் எப்படி தோற்றமளிக்கிறதோ அது மட்டுமே அதன் முழுமையான இயல்பு அல்ல என்று சந்தேகித்தனர். ஐ.நா.வால் அதிகாரமளிக்கப் பட்டதும், யூதர்களால் தங்களுக்கு உறுதி அளிக்கப்பட்ட இடம் என்றும் அழைக்கப்பட்டதுமான இஸ்ரேல் ஹிட்லரின் கொடுமை களுக்குப் பிறகு, யூதர்களுக்கு ஒரு சரணாலயமாகவே வழங்கப்பட்டது. அமெரிக்கர்கள் மற்றும் ஐரோப்பியர்களுக்குச் சொல்லப்பட்டதைப் போலவே, யூதர்களுக்கு எதிராக இழைக்கப்பட்ட கொடுமைகளின் காரணமாகவே இப்படி ஒரு அரசை உருவாக்க வேண்டிய தேவை ஏற்பட்டது என்று அரேபியர்களுக்கும் சொல்லப்பட்டது. யூத மக்கள் அனுபவித்த துன்பமும், பாசிச ஆட்சியின் கீழ் அவர்கள் அனுபவித்த வேதனையும் சர்ச்சைக்கு அப்பாற்பட்டவை. உலகம் அவர்களுக்கு நன்மை செய்யக் கடமைப்பட்டிருக்கிறது என்பதிலும் கேள்வியில்லை. ஆனால், இது நிகழ வேண்டும் என்பதற்காக லட்சக்கணக்கான பாலஸ்தீன மக்கள் வீடுகளை விட்டுவிட வேண்டும் என்று கூறப்பட்டது. ஒரே நாளில் அகதிகளாக் கப்பட்ட அவர்கள் லெபனானிற்குள்ளும், மற்ற ஒவ்வொரு மத்திய கிழக்கு நாட்டிற்குள்ளும் வெள்ளம் போல் நுழைந்தனர்.

பாலஸ்தீனர்கள் உள்ளே வந்தது 1932ம் ஆண்டு மக்கள் தொகை கணக்கெடுப்பைக் காலாவதியாக்கிவிட்டது. லெபனானில், கிறிஸ்துவர் களைவிட இப்போது முஸ்லிம்களின் எண்ணிக்கை அதிகம் என்பதில் சந்தேகமே இல்லை. தேசிய ஒப்பந்தம் ஒரு அரசியல் ஆயுதமாகப் பயன்படுத்தப்படுகிறது என்பதை உணர்ந்த அரேபியர்கள், இஸ்ரேலின் உருவாக்கத்திற்குப் பின்னால் வஞ்சகமான திட்டம் இருக்கிறது என்பதற் கான கூடுதல் ஆதாரமாக அதைக் கருதினர். அது ஏகாதிபத்தியத்தின் ஏவலாள்; மத்திய கிழக்கின் எண்ணையைக் கட்டுப்படுத்துவதற்காக இரண்டாம் உலகப் போர் வெற்றியாளர்களால் திட்டமிட்டு உருவாக்கப் பட்ட ஆயுதத்தாங்கிய புறக்காவல் நிலையம். இஸ்ரேலையும், அதன் கூட்டாளிகளையும் ஆதரிப்பதற்காக லெபனான் பராமரிக்கப்படுகிறது என்று அவர்கள் சந்தேகித்தனர்; தேசிய ஒப்பந்தத்தால் உருவாக்கப்பட்ட கிறிஸ்துவ தலைமையும் இந்த வஞ் சகத் திட்டத்தின் பின்னணியில் இருந்தது.

லெபனான் அரேபியர்களின் அதிருப்தி 1958ல் முஸ்லிம் கலகமாக வெடித்தது. அமெரிக்க அரசியல்வாதிகள் "கம்யூனிஸ்ட் பயங்கரவாதிகள்" மீது குற்றம் சாட்டினர். மாஸ்கோ இந்த எழுச்சியைத் தூண்டிவிடுவதாக வாஷிங்டன் குற்றம் சாட்டியது. சோவியத் யூனியனைவிட சிரியாதான் அந்த எழுச்சிக்கு ஆதரவாக இருந்தது என்றபோதும். அதிபர் ஐசன்ஹோவர் கடற்படையை அனுப்பினார். அமெரிக்கப் படைகள் மே மாதம் முதல் அக்டோபர் வரை, சிறிது காலம் மட்டுமே லெபனானை ஆக்கிரமித்திருந்தன. ஆனால், அவர்களது இருப்பு கிறித்துவர்களை அதிகாரத்தில் வைத்திருக்க வாஷிங்டன் தீர்மானித்திருக்கிறது என்கிற அரேபியர்களின் சந்தேகத்தை உறுதிப்படுத்தியது. ராணுவ ரீதியாகத் தலையிட அமெரிக்க அதிபர் தயாராக இருந்தது அப்பிராந்தியம் முழுவதும் முஸ்லிம்களின் மீது ஆழமான நீண்ட கால பாதிப்பை ஏற்படுத்தியது.

பக்கத்திலிருந்த இராக்கில் வாஷிங்டன் மூர்க்கத்தனமாகத் தலையிட்டதும் லெபனானின் கோபத்தைக் கிளறியது. 1950 களிலும் 1960 களிலும் மக்கள் ஆதரவு பெற்ற தலைவரான இராக் அதிபர் அப்துல் கரீம் காசிம் அமெரிக்காவிற்கும், பிரிட்டனுக்கும் அடிபணிய மறுப்பது அதிகமானது. அந்நிய எண்ணை நிறுவனங்கள் இராக் எண்ணையிலிருந்து ஈட்டும் பெரும் லாபத்தைத் தன்னுடைய மக்களுடன் பகிர்ந்து கொள்ள வேண்டும் என்று அவர் கோரினார். அப்படிச் செய்யவில்லை எனில் அந்த நிறுவனங்களை தேசியமயமாக்கிவிடுவதாக எச்சரித்தார். பொருளாதார அடியாட்களின் முயற்சிகளால் காசிமை வழிக்குக் கொண்டு வர முடியவில்லை. அவரைப் படுகொலை செய்ய சிஐஏ ஒரு குழுவை நியமித்தது. அதில் இன்னும் பள்ளிப்படிப்பையே முடிக்காத இளைஞர் ஒருவர் இருந்தார். அவர்தான் சதாம் ஹுசேன். அந்தக் குழு காசிமின் கார் மீது சரமாரியாகச் சுட்டது. கார் சல்லடையாகத் துளைக்கப்பட்டது. ஆனால், அவர்களால் அவரைக் காயப்படுத்த மட்டுமே முடிந்தது.

சதாமின் காலில் குண்டடி பட்டு அவர் சிரியாவிற்குத் தப்பி ஓடினார். 1963ல் அதிபர் கென்னடி முக்கியமான முடிவை எடுத்தார். கொலைகாரர்களால் முடியாத வேலையைச் செய்து முடிப்பதற்காக பிரிட்டன் உளவு நிறுவனமான வி16 ருடன் சேர்ந்து கொள்ளுமாறு சிஐஏவிற்கு உத்தரவிட்டார். அவர்கள் காசிமை துப்பாக்கியால் சுட்டு தண்டனை நிறைவேற்றும் குழுவைக் கொண்டு சுட்டுக் கொன்றனர். அந்தக் காட்சி இராக் தொலைக் காட்சியில் நேரடியாக ஒளிபரப்பப்பட்டது. அதற்குப் பிறகு, கம்யூனிஸ்டுகள் என்று குற்றம் சாட்டி ஐந்தாயிரம் பேர் கைது செய்யப்பட்டு, சுட்டுக் கொல்லப்பட்டனர். சில வருடங்களில் சதாம் ஹுசேன் அழைத்து வரப்பட்டு தேசியப் பாது காப்புக்குத் தலைவராக ஆக்கப்பட்டார். அவரது ஒன்று விட்ட சகோதரர் அதிபரானார். (34)

இதே காலகட்டத்தில் லெபனான் மக்கள்தொகையில் பல்வேறு மதத்தவரின் சேர்மானம் முழுமையாக மாறிக் கொண்டிருந்தது. முஸ்லிம் மக்கள் தொகை கிறிஸ்துவர்களைவிட வேகமாக அதிகரித்துக் கொண்டிருந்தது. 1960களின் பிற்பகுதியில், தேசிய ஒப்பந்தத்தை மாற்ற வேண்டும் என்று அவர்கள் கோரினர். என்றாலும், மாரோனைட்டுகள் மறுத்தனர். அரசாங்கத்தில் அவர்களது ஆதிக்கம் தொடர்ந்தது. கட்டாய ராணுவ சேவை சட்டத்தை அமெரிக்கா மீண்டும் கொண்டு வந்து உலகமெங்கும் தன்னுடைய ஆயுதப்படைகளை நிறுத்தியபோது, கிறிஸ்துவர்களுக்கு ஆதரவாக அமெரிக்கா ராணுவத்தை அனுப்பும் என்கிற ஆபத்து அடிக்கோடிட்டுக் காட்டப்பட்டது.

உலக அரசியலிலும் மாற்றம் ஏற்பட்டது. 1967ம் ஆண்டு ஆறு நாள் யுத்தத்தின் போது ஜெருசலேம், சிரியா, எகிப்து ஆகிய நாடுகளின் பகுதிகளை இஸ்ரேல் ஆக்கிரமித்தது. அரேபிய உலகம் கொதித்தது. பாலஸ்தீன தீவிரவாதிகளுக்கு ஆதரவு பெருகியது. தெற்கு லெபனானில் இருந்த அகதி முகாம்களைப் பயன்படுத்தி பாலஸ்தீன விடுதலை இயக்கம் இஸ்ரேல் மீது தாக்குதல்களை நடத்தியது.

1973ம் ஆண்டு நான் பெய்ரூட் சென்றபோது ஸ்திரத்தன்மையின் கடைசி அறிகுறிகள் வெளிப்பட்டுக் கொண்டிருந்தன. எனினும், அரேபிய மொழி பேசத்தெரியாத பெரும்பாலான அமெரிக்கர்களைப் போல நான் மிகவும் அப்பாவியாக இருந்தேன். ஏனெனில், என்னைப் போன்றவர்கள் அமெரிக்க அல்லது பிரிட்டிஷ் பள்ளிகளில் படித்தவர்களுடனோ அல்லது அவர்கள் மூலமோதான் தொடர்பு கொள்ள வேண்டும். நாங்கள் (அமெரிக்காவின் - மொர்) அந்த நாட்டில் தொடர்ந்து இருப்பது அவர்களது வெற்றியையே சார்ந்திருக்கிறது. (அதாவது, அவர்கள் அமெரிக்க அரசாங்கத்திற்கு எதிரான உண்மைகளைக் கூற மாட்டார்கள்மொர்). லெபனான் போன்ற இடங்களின் இருண்ட வரலாறுகளை என்னால் படிக்க முடியும்; அரேபியர்கள், கிறிஸ்துவர்கள், யூதர்கள் ஆகியோருக்கிடையே ஆழமாக நிலைகொண்டுவிட்ட பகைமை இருக்கிறது என்பது

எனக்குத் தெரியும்; ஆனால், முதலாளித்துவம் அற்புதங்களைச் செய்யும் என்று நம்பும்படி எனக்குப் பயிற்சி அளிக்கப்பட்டிருந்தது. நான் விமானத்தில் முதல் வகுப்பில் பயணம் செய்து கொண்டிருந்தேன்; சிறந்த விடுதிகளில் தங்கினேன்; அருமையான உணவு விடுதிகளில் உணவருந்தினேன்; அடிக்கடி அழகான பெண்கள் என்னுடன் இருப்பார்கள். அமெரிக்கத் தொழிலதிபர்கள், ஆலோசகர்கள், அரசாங்க அதிகாரிகள், மற்றும் உலக வங்கி, ஐஎம்எப் வல்லுநர்களுடன் சேர்ந்து மத்திய கிழக்கு முழுவதும் ஜனநாயகத்தை நோக்கியும், முன்னேற்றத்தை நோக்கியும் வேகமாக முன்னேறிக் கொண்டிருக்கிறோம் என்று நானும் நம்பிக் கொண்டிருந்தேன். லெபனான் ஒரு மாறுபட்ட உண்மையின் பால் என் கண்களைத் திறந்துவிட்டது.

32
லெபனான்: முழுப் பைத்தியங்கள்

பெய்ரூட் விமான நிலையத்திலிருந்து ஒரு வாடகைக் கார் ஓட்டுநர் என்னை ஆடம்பரமான பீனிசியன் இன்டர்கான்டினென்டல் (Phoenician Intercontinental) விடுதிக்கு அழைத்துச் சென்றார். ஒரு இளம் பணியாளர் என்னை உற்சாகமாக வரவேற்றார். என் பையை எடுத்துக் கொண்டார்; தாழ்வாரத்திற்கு என்னை அழைத்துச் சென்றார். முன்பதிவு மேசையிலிருந்து திரும்பியபோது, மற்றொரு மனிதருடன் மோதிக் கொண்டேன். விலகி நின்று மன்னிப்பு கோரினேன். பரிச்சயமான அந்த முகத்தைக் கண்டு நான் அதிர்ச்சியடைந்தேன். ஏளனமாகப் புன்னகைத்து அவர் மறக்க முடியாத குரலில் 'பரவாயில்லை' என்றார்.

பணியாளர் என் கைகளைப் பிடித்து அவசர அவசரமாக அழைத்துச் சென்றார். ஓரிடத்தில் நின்று "ஆம். மார்லன் பிராண்டோ! இன்று உங்களுக்குப் பக்கத்து அறையில் தங்குகிறார்" என்றார். தன் தலையை ஆட்டிக் கொண்ட அவர் மேலும் கூறினார்: "அவர் பயங்கரமான சுபாவம் கொண்டவர். தயவுசெய்து அவரிடம் ஆட்டோகிராப் கேட்காதீர்கள்".

லிப்டை நோக்கி நாங்கள் சென்றபோது அவரைத் திரும்பிப் பார்ப்பதை என்னால் தவிர்க்க முடியவில்லை. நான் கடைசியாக அவரைத் திரைப்படத்தில் பார்த்ததைவிட பிராண்டோ வயதானவராகத் தெரிந்தார். ஆனால், 'வாட்டர்பிரண்ட்' மற்றும் 'எ ஸ்டிரீட்கார் நேம்ட் டிசையர்' ஆகிய படங்களில் அவரது நடிப்பிற்காக என்னுடைய நீண்ட கால அபிமானத்தைப் பெற்ற நடிகர் அவர்தான். அவரது சமீபத்திய படமான 'பர்ன்!' பற்றியும் நான் படித்திருக்கிறேன். தான் மிகச் சிறப்பாக நடித்தது அந்தப் படத்தில்தான் என்று அவரே தெரிவித்திருக்கிறார். மத்திய கிழக்கிற்கு என்னுடைய முதல் பயணத்தின்போது, மகத்தான நடிகரும், புகழ் பெற்ற எதிர்ப்பாளருமான அவரை நான் எதிர்கொண்டது நல்ல சகுனம் என்று எண்ணினேன். பல வருடங்களுக்குப் பிறகு ஒரு வழியாக நான் அந்தப் படத்தைப் பார்த்தபோது, நகைமுரணை எண்ணி எனக்குள் மிகவும் குதூகலமடைந்தேன்; மக்கள் சிந்திக்கும் விதத்தை மாற்றக் கூடியதும்,

பேரரசு நிர்மாணம் குறித்ததுமான அந்தப் படத்தில் பிராண்டோ பொருளாதார அடியாளின் முன்னோடியாக நடித்திருந்தார்.

மறுநாள் காலையில் சார்லி இல்லிங்வொர்த்தின் நண்பர் தன்னுடைய காரில் என்னை விடுதியிலிருந்து அழைத்துச் சென்றார். அவர் தன்னை 'ஸ்மைலி' (Smiley) என்று அறிமுகப்படுத்திக் கொண்டார். ஆனால், ஏன் இயல்பிலேயே நகைச்சுவை உணர்வு உள்ளவராக இல்லை என்றும், பெயருக்கு ஏற்றாற்போல் ஏன் சிரிக்கவே இல்லை என்றும் என்னால் புரிந்து கொள்ளவே முடியவில்லை. அவர் தூதரகத்தில் வேலை பார்க்கவில்லை என்பதும், 'சர்வதேச வளர்ச்சிக்கான அமெரிக்க முகமை' எனும் அமைப்பில் பணியாற்றினார் என்பதும் பின்னர் தெரிந்தது. அவர் தன்னுடைய தொழில் வாழ்க்கை முழுவதையும் யுஎஸ்ஏஐடியில் கழித்துவிட்டார்; ஓய்வு பெறும் காலத்தை நெருங்கிக் கொண்டிருந்த அவர், இறுதியில் தான் லெபனானில் பணியாற்ற விரும்புவதாகக் கேட்டிருந்தார்; ஒரு கிறிஸ்தவ மிஷினரியின் மகனான அவர் அங்குதான் வளர்ந்திருந்தார், தன்னுடைய இளமைக்கால மண்ணில் ஓய்வு பெற விரும்பினார். எனினும், அவர் இப்போது தன் எண்ணத்தை மாற்றிக் கொண்டுவிட்டார்.

மத்தியதரைக்கடல் ஓரமாக நாங்கள் பயணித்தபோது "ஏகப்பட்ட குழப்பம். பாழாய்ப்போன இந்த முஸ்லிம்களைக் கட்டுப்படுத்த முடியவில்லை. அவர்களை நம்ப முடியாது. நாம் அவர்களுடன் என்ன ஒப்பந்தம் போட்டுக் கொண்டாலும், அவர்கள் அதைக் கடைப்பிடிப் பதில்லை" என்றார்.

நான் அதிகம் கேள்விப்பட்டிருந்த பாலஸ்தீன அகதிகள் முகாமில் சிலவற்றை எனக்குக் காட்டுமாறு கேட்டேன். முதலில் தயங்கியவர், பின்னர் என்னை ஒரு முகாமிற்கு அழைத்துச் சென்றார். இந்தோனேஷி யாவில் நான் சமீபத்தில் பார்த்ததைவிடவும் கூடுதலான இழிநிலையும் வறுமையும் அங்கு இருந்தது கண்டு நான் அதிர்ந்து போனேன். குடிசைகள் நிறைந்த அந்த முகாமைச் சுற்றிலும் சுவர் இருந்தது. அங்கு வாழும் மனிதர்கள் எப்படி சீரிய மனோநிலையுடன் இருக்க முடியும் என்று நான் வெளிப்படையாக வியந்தேன்.

"இல்லை. அவர்கள் அனைவரும் முழுப்பைத்தியங்கள்."என்று ஸ்மைலி உறுதியாகச் சொன்னார்.

குடிநீர், சாக்கடை மற்ற அடிப்படை வசதிகள் பற்றி அவரிடம் கேட்டேன்.

அவர் பெருங்குரலெடுத்துச் சிரித்தார். "நீங்கள் செய்ய வேண்டிய தெல்லாம் ஜன்னலைத் திறந்து ஒரு கணம் பார்க்க வேண்டியதுதான். சுகாதாரம் என்பது அவர்களது அகராதியில் இல்லை. என்னைப் பார்த்துப் புன்னகை என்று சொல்லத்தக்க மாதிரியான ஒரு முகத்

தோற்றத்தை வெளிப்படுத்திய அவர் சுட்டிக் காட்டினார். "நானும் நீங்களும் வாழும் கிரகத்திலிருந்து வேறுபட்ட ஒரு கிரகம்". தன் பார்வையை முன்னே இருந்த சாலையின் பக்கம் திருப்பினார். "இவர்கள் பன்றிகள். இதை எண்ணிப் பாருங்கள்: ஒரு வருடத்திற்கு முன்னால் லெபனான் அரசாங்கமும், பாலஸ்தீன விடுதலை இயக்கமும் ஒரு ஒப்பந்தத்தில் கையெழுத்து இட்டன. கெய்ரோ ஒப்பந்தம். அது பாலஸ்தீனர்களுக்கு குடியிருக்கும் உரிமையும், தொழிலாளர் உரிமையும், சுயாட்சி உரிமையும் வழங்கியது." அவர் பெருமூச்சு விட்டார். "அரேபிய முஸ்லிம்களுக்கே உரிய வகையில், இந்தப் பாலஸ்தீனர்களால் நல்ல விஷயங்களை ஏற்றுக் கொள்ள முடியாது. பிஎல்ஓ தாக்குதல்களை அதிகரித்தது. லெபனான் கம்யூனிஸ்டுகளுடன் ஒப்பந்தங்கள் போட்டுக் கொண்டிருக்கிறது. இங்குள்ள அரசாங்கத்தையும், நம் அரசாங்கத்தையும், அமெரிக்காவிலிருந்து வந்துள்ள நம்மையும் சீண்டுகிறார்கள். அதில் சந்தேகமே இல்லை. இதற்கு பதிலடி இருக்கத்தான் போகிறது. தங்களது பாவத்திற்கான விலையை இந்த அரேபியர்கள் கொடுக்கத்தான் போகிறார்கள்."

அந்த நாள் என்னை அழமாகப் பாதித்தது. ஈக்வடார் காடுகளில் ஒரு 'அமைதிப்படை' தொண்டனாக ஒரு நாடோடி போல் வாழ்ந்த நான் அமெரிக்கத் தூதரகம் மற்றும் யுஎஸ்ஏஐடி ஆசாமிகளின் ஆடம்பரமான வாழ்க்கையைப் பார்த்து வெறுத்திருக்கிறேன். அவர்களது வீடுகள், கார்கள், ஆடைகள், மற்றும் பெரும்பான்மையான ஈக்வடார்காரர்களுக்கும் அவர்களுக்கும் இடையில் இருக்கும் இடைவெளி ஆகியவற்றைப் பார்த்து வெறுப்படைந்திருக்கிறேன். ஆனால், அவர்களில் எவரும் ஸ்மைலி போல் பேசி நான் கேட்டதில்லை. அவருடைய வெறுப்பு மற்றும் வெளிப்படையான பாரபட்சங்கள் மற்றும் அவற்றை என்னைப் போன்ற ஒரு முன்பின் தெரியாதவரிடம் அவற்றைப் பகிர்ந்து கொள்ள அவர் தயாராக இருந்தது ஆகியவை என்னை அதிர்ச்சியடையச் செய்தன. 'வாளேந்திய தீர்க்கதரிசியையும்' கிறிஸ்துவத்தின் 'அமைதியின் இளவரசரையும்' ஒப்பிட்டு இஸ்லாமை ஏளனம் செய்தார். அரேபிய சலாத்தீன் சிறை பிடிக்கப்பட்ட புனிதப் போராளிகள் மீது காட்டிய கருணையையும், ஐரோப்பிய படைவீரர்கள் முஸ்லிம் கைதிகளைக் கொன்று குவித்ததையும் ஒப்பிட்டு, யுத்தங்களைத் தூண்டிவிடுவதில் கத்தோலிக்க மதத்தலைமை ஆற்றியிருக்கும் பங்கை எடுத்துச் சொல்லத் தூண்டப்பட்டேன். என்றாலும், அவரால் நான் அச்சுறுத்தப்பட்டேன்; அவர்கள் வகையில் நான் ஒரு புதிய ஆசாமி.

என் நாவை அடக்கிக் கொண்டேன். அவரது தீவிரமான குற்றச்சாட்டுகளை வெறுப்பின் வெளிப்பாடு என்று ஒதுக்கித் தள்ள முயற்சிசெய்தேன். அவரது வாழ்வின் இந்தத் தருணத்தில் நானோ அல்லது மற்ற எவருமோ அவரைப் பற்றி என்ன நினைக்கிறோம்

என்பது அவருக்கு ஒரு பொருட்டல்ல என எண்ணினேன். இன்னும் சிறிது காலத்தில் ஓய்வு பெறவிருந்தார். வெறுப்படைந்திருந்த பலரைப் போல, அவர் தனக்கருகிலிருந்தவர்கள் மீது, அநாதரவான பாலஸ்தீனர்கள் மீது தன் வெறுப்பைக் காட்டினார்.

ஸ்மைலி என்னை விடுதியில் இறக்கிவிட்டார். இரவு உணவு அருந்த வருமாறு நான் அழைத்தேன். ஆனால், அவர் தனக்கு வேறு வேலைகள் இருப்பதாகக் கூறினார். கைகுலுக்கியபோது என் கைகளைப் பிடித்துக் கொண்டார். "என்னை நீங்கள் தவறாக எடுத்துக் கொள்ள மாட்டீர்கள் என்று நம்புகிறேன். நான் அவநம்பிக்கைவாதியல்ல. இறுதியில் நாம் வெல்வோம். நாம் வெல்ல வேண்டும். இஸ்லாம் ஒரு போலியான மதம். அதற்கு மனசாட்சியோ, ஆன்மாவோ கிடையாது. கிறிஸ்துவைப் போன்ற ஒருவர் மனிதர்களின் தலையைச் சீவினால் எப்படி இருக்கும் என்று கற்பனை செய்து பாருங்கள். என்ன மாதிரியான மதம் இது?".

பீனிசியன் விடுதியில் தனியாக உணவு அருந்தியபோது, அவர் கடைசியாகக் கூறிய வார்த்தைகளை எண்ணிப் பார்த்தேன். மத்திய கிழக்கின் பெரும்பாலான பிரச்சனைகளுக்கு, மத அடிப்படையிலான கலாசாரங்களுக்கிடையிலான மோதலே வெளிப்படையான காரணம் (அது அடிப்படையான காரணம் இல்லை என்றபோதும்) என்று நான் பெய்ரூட்டில் செலவழித்த காலம் என்னை நம்பச் செய்தது. "இஸ்லாம் மதத்தைச் சேர்ந்த சாத்தான்களுக்கு" எதிரான யுத்தம் என்ற பெயரில் கத்தோலிக்க மதத்தலைமை புனிதப் போர்களை நடத்தியது என்று நான் படித்திருக்கிறேன். ஒற்றுமையின்மையாலும், அதிக வேலையின்மையாலும், பிளேக் நோயாலும் பாதிக்கப்பட்டிருந்த ஐரோப்பாவில் கலகம் நடைபெறுவதற்கு உகந்ததான சூழல் இருந்தது என்றும், மக்களின் கோபத்தை திசைதிருப்பவும், புதிய நாடுகளை வெல்லவும் மன்னர்கள் புனிதப்போர்களைப் பயன்படுத்திக் கொண்டனர் என்றும் நான் படித்திருக்கிறேன். இஸ்லாம் பற்றிய ஸ்மைலியின் கருத்துக்கும், சில மாதங்களுக்கு முன்னர் நான் இந்தோனேஷியாவில் கேள்விப்பட்டதற்கும் இடையிலிருக்கும் முரண்பாடு உறைத்தது.

மேற்கு ஜாவா மலை நகரமான பாண்டுங்கில் வாழ்ந்தபோது ஒரு இளைஞர் எனக்கு நண்பரானார். நானும், மெய்ன் குழுவின் இதரர்களும் வசித்து வந்த விருந்தினர் மாளிகையை நிர்வகித்த பெண்ணின் மகன் அவர். வாக்குமூலத்தில் விவரிக்கப்பட்டுள்ளபடி, ராசி என்னை தனது பல்கலைக்கழக நண்பர்கள் பலருக்கு அறிமுகப் படுத்தி வைத்தார். ஜாவா பாரம்பரிய பொம்மலாட்ட நிகழ்ச்சிக்கு ஒரு நாள் நாங்கள் அனைவரும் சென்றிருந்தோம். திரையில், மத்திய கிழக்கு மற்றும் தூரக் கிழக்கு நாடுகள் தத்தமது இடங்களில் கொக்கியிலிருந்து தொங்கிக் கொண்டிருந்தன; ரிச்சர்ட் நிக்சன்

பொம்மையும், ஹென்றி கிஸ்ஸிங்கர் என்று நான் கருதிய பொம்மையும் அவற்றில் இருந்தன. நாடுகளை அவற்றின் கொக்கியில் இருந்து எடுத்து தன் வாயில் திணித்தார் நிக்சன். மத்திய கிழக்கு நாடுகளை ஒவ்வொன்றாக அவர் சுவைத்த ஒவ்வொரு முறையும் "கசப்பு! குப்பை. இனியும் இது நமக்குத் தேவையில்லை" என்று கத்தினார். பின்னர் அவர் அதை கிஸ்ஸிங்கர் வைத்திருந்த வாளியில் தூக்கி எறிந்தார்.

காட்சி முடிந்த பிறகு, நானும் மாணவர்களும் ஒரு உள்ளூர் காபி விடுதிக்குச் சென்றோம். அமெரிக்கா இஸ்லாமுக்கு எதிராக யுத்தம் நடத்திக் கொண்டிருப்பதாகப் பெரும்பாலான இந்தோனேஷியர்கள் கருதுகிறார்கள் என்று அவர்கள் விளக்கினார்கள். 1950களில் பிரிட்டிஷ் வரலாற்றியலாளரான அர்னால்ட் டோய்ன்பி (Arnold Toynbee) அடுத்த நூற்றாண்டில் உண்மையான யுத்தம் முதலாளித்துவ வாதிகளுக்கும் கம்யூனிஸ்டுகளுக்கும் இடையில் நடக்கப் போவதில்லை என்றும், ஆனால் கிறிஸ்துவர்களுக்கும் முஸ்லிம்களுக்கும் இடையில் தான் யுத்தம் என்றும் கணித்ததாக அவர்கள் தெரிவித்தனர்.

பல்கலைக்கழகத்தில் ஆங்கிலத்தை முக்கிய பாடமாக படித்துக் கொண்டிருக்கும் ஒரு இளம் பெண் தங்களது கருத்தை விவரித்தார். "மேற்கத்திய நாடுகள், குறிப்பாக அதன் தலைவர் அமெரிக்கா, உலகம் முழுவதையும் கட்டுப்படுத்த விரும்புகிறது; வரலாற்றின் மாபெரும் பேரரசாக விரும்புகிறது. அது ஏற்கனவே கிட்டத்தட்ட வெற்றி பெற்றுவிட்டது. தற்போது சோவியத் யூனியன் அதற்கு குறுக்கே நிற்கிறது. ஆனால், அது தாக்குப் பிடிக்காது. அவர்களது தத்துவத்தில் மதம் இல்லை, கடவுள் நம்பிக்கை இல்லை, சாரம் இல்லை. நமக்கும் மேலான சக்திகளின் மீது நம்பிக்கை அவசியம் என்று வரலாறு காட்டியுள்ளது. முஸ்லிம்களாகிய எங்களிடம் அது இருக்கிறது. உலகில் வேறு எவரையும் விட எங்களிடம் அதிகமாக இருக்கிறது, ஏன் கிறிஸ்துவர்களை விடவும் அதிகமாக இருக்கிறது. ஆகவே நாங்கள் காத்திருக்கிறோம். பலமடைந்து கொண்டிருக்கிறோம்".

அவர் என் கண்களை ஊடுருவிப் பார்த்தார். "சுயநலம் பிடித்தவர் களாகவும், பேராசை பிடித்தவர்களாகவும் இருப்பதை நிறுத்துங்கள். உங்களுடைய பெரிய வீடுகளை விடவும், நவநாகரிகக் கடைகளை விடவும் உலகில் வேறு விஷயங்கள் நிறைய இருக்கின்றன என்பதை உணருங்கள். மக்கள் பட்டினியால் வாடுகிறார்கள். நீங்கள் உங்கள் கார்களுக்கு எண்ணை இல்லையே என்று கவலைப்படுகிறீர்கள். தாகத்தால் குழந்தைகள் சாகின்றன. நீங்களோ புதிய பாணிகளை ஆடை அலங்கார பக்கங்களில் தேடுகிறீர்கள்.

எங்களைப் போன்ற தேசங்கள் வறுமையில் மூழ்கிக் கொண்டிருக் கின்றன. ஆனால், எங்களது அபயக்குரலுக்குக் கூட செவிமடுக்கமாட்டேன் என்கிறீர்கள். உங்களிடம் இவற்றைச் சொல்ல முயல்கிறவர்களின்

குரலுக்கு உங்கள் செவிகளை மூடிக் கொள்கிறீர்கள். நீங்கள் அவர்களைத் தீவிரவாதிகள் என்றோ அல்லது கம்யூனிஸ்டுகள் என்றோ முத்திரை குத்துகிறீர்கள். ஏழைகள் மற்றும் அடித்தட்டு மக்களை மேலும் வறுமையிலும், தரித்திரத்திலும் பிடித்துத் தள்ளுவதற்குப் பதிலாக அவர்களுக்காக உங்கள் இதயங்கள் திறக்க வேண்டும். காலம் கடந்து கொண்டிருக்கிறது. நீங்கள் மாறவில்லை என்றால், உங்களுக்கு அழிவு நிச்சயம்."

அன்றைய மாலைப் பொழுதையும், ஸ்மைலியுடன் நான் கழித்த அந்த சமீபத்திய நாளையும் நினைத்துப் பார்த்து, சுரண்டலுக்கு மதமே ஒரு அடிப்படையாக ஆகிவிட்ட உலகில் ஏதேனும் நம்பிக்கை கொள்ள வாய்ப்பிருக்கிறதா என்று யோசித்தேன். மதத்தை வேறுவிதமாகப் பார்க்கும்படி எப்படி இவ்வளவு பேருக்குக் கற்றுக் கொடுப்பது? எப்படி முகம்மது, கிறிஸ்து இருவரையும் யுத்தத்தை நியாயப்படுத்துவதற்குப் பயன்படுத்த முடியும்?

இந்தக் கேள்விகளின் தாத்பரியம் என் மனதைத் தொடர்ந்து வாட்டிக் கொண்டிருந்தது. சர்வதேச அரசியலில் மதத்தின் முக்கியத்துவம் குறித்த ஒரு புதிய கண்ணோட்டத்தை மத்திய கிழக்கிற்கு நான் மேற்கொண்ட அந்த முதல் பயணம் எனக்களித்தது. என்றாலும், வெறுப்பின் முகவர் என்ற வகையில் மதத்தின் ஆற்றலை நான் எகிப்தில்தான் அனுபவித்தேன்.

33
யுஎஸ்ஏஐடி பேசுகிறது (USAID சர்வதேச வளர்ச்சிக்கான அமெரிக்க முகமை)

“நாம் அரேபியர்களின் மனங்களையும், அறிவையும் வெல்ல வேண்டும் என்றால், அதற்கு எகிப்து ஆற்ற வேண்டிய பாத்திரத்தை அதன் பிரமிடுகள் குறிக்கின்றன'' என்று எண்பது வயதுக்கு மேற்பட்டவரும், புதிரானவருமான மெய்ன் நிறுவனத்தின் தலைவரும், தலைமை நிர்வாக அதிகாரியுமான மேக் ஹால் (Mac Hall) கூறினார். போஸ்டன் நகரத்திலேயே உயர்ந்த கட்டடமும், மெய்ன் நிறுவனத்தின் நிர்வாக அலுவலகங்கள் இருக்கும் இடமுமான புரூடன்ஷியல் கோபுரத்தின் உச்சியில் உள்ள ஆடம்பரமான எஞ்ஜினியர்ஸ் கிளப்பில் மதிய உணவிற்காக நாங்கள் கூடியிருந்தபோது எங்களிடம் அவர் இவ்விதம் கூறினார். “எகிப்து பெரிய, உறுதியான அடித்தளமாக இருக்கும். பின்னர் நாம் ஒவ்வொரு நாடாக அடுக்குவோம்”.

அது 1974. எகிப்தின் நீண்ட வரலாற்றில் மிக மிக முக்கியமான தருணம். மெய்னும் அதனுடைய நிறுவன அதிகார வர்க்க வாடிக்கையாளர்களும் இந்த வாய்ப்பைப் பயன்படுத்திக் கொள்வது என்று உறுதியாக இருந்தோம். அலெக்சாண்டிரியாவில் ஒரு முக்கிய ஆய்வை முடிப்பதற்கான ஒப்பந்தத்தை நாங்கள் வென்றபோது ஒரு கதவு திறந்தது. அந்த நாடு நடத்திக் கொண்டிருக்கும் போராட்டங்கள் மற்றும் எங்களது பணியின் குறிக்கோள்கள் பற்றி விளக்குவதற்காக வாஷிங்டனிலிருந்து வந்த யுஎஸ்ஏஐடி அதிகாரி ஒருவர் எங்களுடன் மதிய உணவுக்கு இணைந்து கொண்டார். நன்கு கத்தரிக்கப்பட்ட முடி; அழகாக ஒதுக்கப்பட்டிருந்த மீசை; விறைப்பாக இருக்கும்படி தேய்க்கப்பட்டிருந்த சட்டை; சாம்பல் நிற சூட்; சிவப்பும், நீலமும் கலந்த டை; அமெரிக்கக் கொடி மற்றும் கருப்பு கையைப் பற்றியிருக்கும் வெள்ளை கை ஆகிய உருவங்களைக் கொண்ட இரு பின்கள் அவர் ஒரு அரசாங்கப் பிரதிநிதி என்பதை அழுத்தமாகச் சுட்டிக்காட்டின. பிறர் நலனில் அக்கறை கொண்டவர் போல் காட்டிக் கொள்ளும் காலனியவாதிகள் என்கிற ஒரு புதுவகை அரசாங்கப் பிரதிநிதிகளில் ஒருவர். அவர் தன் இருக்கையில் விறைப்பாக அமர்ந்திருந்தார். அடிக்கடி மேக் ஹால் மீது பவ்யமான ஒரு பார்வையை வீசினார்: அவர் பல நோக்கங்களுடன் வந்திருக்கிறார் என்பதைப் புரிந்து

கொண்டேன். எங்களது ஆய்வை மதிப்பிட்டு, எங்களுக்குரிய கட்டணத்தை வழங்கலாம் என்று அங்கீகாரம் வழங்க வந்திருக்கும் எகிப்து விவகாரங்களின் நிபுணர். அது மட்டுமின்றி, எங்கள் நிறுவனத்திலேயே பணிக்கு சேரக் கூடிய சாத்தியமுள்ளவர். எப்போதும் இன்னும் சிறந்த வேலையைத் தேடும் அல்லது நல்ல வருமானம் வரும் ஓய்வுக்கால ஆலோசகர் வேலையைத் தேடும் ஒரு வாஷிங்டன் அதிகாரி.

எகிப்தில் தன்னுடைய அனுபவத்தை அவர் விவரித்தபோது, அதன் வரலாற்றை அங்க அசைவுகளுடன் விளக்கினார். பல நூற்றாண்டுகளாக அந்நாடு அந்நிய ஆதிக்கத்திற்கு உட்பட்டிருந்தது, இரண்டாம் உலகப் போருக்குப் பிந்தைய நிகழ்வுகளுக்கு அடித்தளத்தை அமைத்தது என்று வலியுறுத்தினார். " 'முஸ்லிம் சகோதரத்துவம்' (ஒரு அமைப்பு - மொர்) செல்வாக்கு மிக்கவர்களாக ஆகிவிட்டார்கள்". 'முஸ்லிம் சகோதரத்துவம்' என்கிற வார்த்தைகள் ஏதோ அவர் நாவைக் கடித்துவிட்டது போல் அவற்றை வெளியே துப்பினார். "எகிப்து ஐரோப்பாவினுடன் உறவைத் துண்டித்துக் கொள்ள வேண்டுமென்று அவர்கள் கோரினர். அந்தச் சகோதரர்கள் எகிப்து ராணுவத்தின் புரட்சிகர குழுவான 'சுதந்திரமான அதிகாரிகளின் சமூகம்' என்கிற அமைப்போடு கைகோர்த்து மன்னர் பாரூக்கை எதிர்க்கிறார்கள். பாரூக் ஒரு அல்பேனியன். (அல்பேனிய நாட்டைச் சேர்ந்தவர்மொர்). ஓட்டோமான் பேரரசு காலத்தில் அவரது குடும்பம் எகிப்தில் முக்கியத்துவம் பெற்றது. பின்னர் அவர் பிரிட்டனாலும், நம்மாலும் ஆதரிக்கப்பட்டவர். இக்காரணங்களால் வெறுக்கப்பட்டவர். இந்தக் கூட்டணி பாரூக் ஆட்சியைக் கவிழ்த்து நமக்கு எரிச்சலூட்டியது. நல்லது அடுத்து யார் வந்தது என்று உங்களுக்குத் தெரியும். 1954ல் லெப்டினெட் கர்னல் கமால் அப்துல் நாசர் பிரதமராக பதவியேற்றார்; பின்னர் 1956ல் அவர் அதிபரானார்".

நாசர் மேற்கத்திய சக்திகளின் பிடியிலிருந்து விடுபட்டவராக தன்னை அறிவித்துக் கொண்டார். இதை அசட்டுத் துணிச்சல் என்று யுஎஸ்ஏஐடி ஆள் வர்ணித்தார். "சோவியத் ஆயுதங்கள் வாங்குவதற்காக அவர் ஒப்பந்தங்கள் போட்டார். நாமும், பிரிட்டிஷாரும் அஸ்வானில் ஒரு அணை கட்டித் தருகிறோம் என்று சொல்லியிருந்ததைத் திரும்பப் பெற்றுக் கொண்டோம். இது நாசரைக் கோபமடையச் செய்தது. அவர் சூயஸ் கால்வாயைத் தேசியமயமாக்கினார்.

இஸ்ரேல் இதற்குப் பதிலடியாக 1956ல் சினாய் தீபகற்பத்தின் மீது படையெடுத்தது. இதில் நமக்கும் பங்கு இருக்கிறது என்று நீங்கள் நிச்சயமாகச் சொல்லலாம். ஆனால், அதிகாரபூர்வமாக அல்ல. சூயஸ் கால்வாய் தங்களது பாதுகாப்பிற்கு அத்தியாவசியமானது என்று இங்கிலாந்தும், பிரான்ஸும் கூறின. அவர்கள் எகிப்தின் மீது குண்டு வீசினார்கள், தங்களது ராணுவத்தை அனுப்பினார்கள். கால்வாய் மூடப்பட்டது."

அவர் தன் முகத்தைக் கடுமையாக ஆக்கிக் கொண்டார். "நாம் இதைப் பொறுத்துக் கொள்ள முடியாது. அமெரிக்கப் பொருட்கள் மற்றும் மத்திய கிழக்கு எண்ணைக்காக உலகம் கூக்குரலிட்டது. பன்னாட்டு நிறுவனங்களின் அதிகாரிகள் குழுவொன்று வெள்ளை மாளிகைக்கு வந்தது. நான் அவர்கள் கூறியதைக் கேட்டேன். ஜெனரல் (அமெரிக்கா அல்லது அமெரிக்க அதிபர் - மொர்) பொறுப்பேற்றுக் கொண்டார்." அவர் ஹாலைப் பார்த்துப் புன்னகைத்தார். "நவம்பர் 1956ல் போர் நிறுத்தம் அறிவிக்கப்பட்டது. எகிப்து மற்றும் இஸ்ரேல் நாடுகளுக்கிடை யிலான எல்லையைக் கண்காணிக்க ஐநா அமைதிப்படை வந்து சேர்ந்தது." அவர் ஒரு கணம் நிறுத்தி தண்ணீர் குடித்தார். அவரது சொற்களின் விளையாட்டுத்தனம் பற்றி நாங்கள் சிந்திக்க அவகாசம் கொடுத்தார் என்று நான் நினைத்தேன். "சாராம்சத்தில், அங்கிள் சாம் இஸ்ரேல், பிரான்ஸ் மற்றும் பிரிட்டனை விலக்கிக் கொள்ளச் செய்தார். ஒரேயொரு வருடத்திற்குப் பிறகு, கம்யூனிஸ்ட் மொசாடெக்கைக் கவிழ்த்து நமது நண்பர் ஷாவை பதவியில் அமர்த்தி ஈரானில் நிலைமையைச் சீர்படுத்தினோம். இப்போது எகிப்தில் நாம் அவர்களுக்கு ஆதரவாக இருப்போம் என்று அரேபியர்களுக்குக் காட்டியுள்ளோம். வாஷிங்டன் அப்பிராந்தியத்தில் இணையற்ற ஆதிக்க சக்தியாக ஆகிவிட்டது."

புரூடன்ஷியல் கோபுரத்தின் உச்சியில் இருந்த பிரைவேட் கிளப்பில் நடந்த மறுஆய்வுக் கூட்டம் அதிகரித்துக் கொண்டிருந்த என்னுடைய அவநம்பிக்கையையும், அதே நேரத்தில் எங்களது நாடான இந்த ஆதிக்க சக்தி பெறக் கூடிய பலன்களை அனுபவிக்க வேண்டும் என்கிற ஆவலையும் பலப்படுத்தியது. மற்றவர்கள் பேசுவதைக் கேட்கக் கேட்க, எகிப்து மற்றும் ஈரானில் அடையப்பட்ட வெற்றியானது நிறுவன அதிகார வர்க்கத்தின் தலைமையை நிலைநிறுத்திவிட்டது என்பது எனக்குத் தெளிவானது. இந்த அரசாங்க ஊழியர் அது பற்றி பெருமை பேசுவதற்காக சம்பளம் பெறுகிறார். அமெரிக்கப் பொருளாதாரத்தில் பெரும்பகுதியோடு ராணுவ தளவாடத் தொழிலையும் கட்டுப்படுத்தும் பெருங்குழும நிறுவனங்களின் அந்த அதிகாரிகள் தங்களது கோரிக்கைகளைக் கேள்வியின்றி ஏற்றுக் கொள்ளும்படி அமெரிக்க அதிபரை நிர்ப்பந்தித்திருக்கிறார்கள். இப்போது, இரண்டு பத்தாண்டு களுக்குப் பிறகு, வரலாறு குறித்த தன்னுடைய திருத்தப்பட்ட பார்வையை அதிகாரபூர்வ பேச்சுவார்த்தைகளுக்குள் புகுத்திக் கொண்டிருந்தது. இவர்களின் வஞ்சகம் கண்டு நான் பிரமித்தேன். உலகின் முதல் ரகசியப் பேரரசு என நான் புரிந்து கொண்டிருக்கும் ஒன்றை நிர்மாணிக்கும் இந்தத் திட்டத்தில் நானும் சேர்த்துக் கொள்ளப்பட்டிருப்பது எனக்கு சிறப்புரிமை பெற்ற உணர்வையும், அதே நேரத்தில் குற்ற உணர்வையும் கொடுத்தது.

சன்னலுக்கு வெளியே மிகவும் கீழே தெரிந்த சார்லஸ் நதியின் பக்கம் பார்வையை ஓட்டினேன்; அதற்கப்பால் தூரத்தில், ஹார்வர்ட்

பல்கலைக்கழகத்தின் கட்டடங்களின் மீது மோதி சூரிய ஒளி பிரதிபலித்தது. அன்று வெள்ளை மாளிகைக்கு வந்திருந்த அதிகாரிகளில் பலர் சந்தேகத்திற்கிடமின்றி அங்குதான் படித்திருப்பார்கள். ராணுவ தொழில் துறை பற்றிய ஐசன்ஹோவரின் பேச்சை அன்று நினைத்துப் பார்த்தேன். ராணுவ அதிகாரியாக தன் வாழ்க்கையைத் தொடங்கியவரும், இரண்டாம் உலகப் போரின் போது நேச நாட்டுப் படைகளின் உச்சத் தலைவராகவும் இருந்த ஒருவர் இன்று நாம் நிறுவன அதிகார வர்க்கம் என்று குறிப்பிடுகிற ஒன்றின் இருப்பை அம்பலப்படுத்தியது முரணாக இருந்தது. அந்த அதிகாரிகள் கொரிய யுத்தத்தின்போது அமெரிக்க அயலுறவுக் கொள்கை மீது செல்வாக்கு செலுத்தியதை அவர் பார்த்துக் கொண்டிருந்தார். ஊடகங்களையும், நாடாளுமன்றத்தையும் எப்படி அவர்கள் தங்கள் விருப்பத்திற்கேற்றபடி இயக்கினார்கள் என்பதையும், கம்யூனிஸ்ட் அபாயத்தைக் காட்டி எப்படி குடிமை உரிமைகளை வெட்டினார்கள் என்பதையும் அவர் கண்டிருக்கிறார். தொலை தூர நாடுகளுக்கும் அணு ஆயுதங்களைச் சுமந்து செல்லக்கூடிய ஏவுகணைகளைத் தயாரிக்கும் தொழில் நுட்பத்தை ராணுவத்திற்கு அவர்கள் விற்றபோது அதை அவர் தடுக்க முயற்சிக் கவில்லை. ஆனால், எகிப்தில் சூயஸ் நெருக்கடியின் போது, அரசாங்கம், ராணுவம், மற்றும் பெருங்குழும நிறுவனங்களுக்கு இடையில் ஏற்பட்ட ஒப்பந்தம் குறித்து அவர் உண்மையிலேயே பயப்பட ஆரம்பித்திருக்க வேண்டும். ஆட்சேபணையின்றி அவர் ஆம் என சம்மதித்துவிட்டார். ஆனால், மனதின் அடி ஆழத்திற்குள் அவர் கொதித்திருக்கக் கூடும். தன்னைத்தானே ஒழுங்குபடுத்திக் கொள்ள பயிற்சி பெற்றிருக்கும் அவர், தன்னுடைய அதிபர் பதவிக்காலம் முடியட்டும் எனக் காத்திருந்திருக்கக் கூடும். பின்னர் அவர் தன் குண்டைப் போட்டார். 1960களின் பிற்பகுதியைச் சேர்ந்த நல்ல வியட்நாம் யுத்தம் எதிர்ப்பாளர்கள் பலரைப் போல, 1961 ஜனவரி 17ம் தேதி அவர் ஆற்றிய விடைபெறும் உரையை சட்டகமிட்டு என்னுடைய மேசையின் முன் மாட்டி வைத்திருக்கிறேன்.

அமைதியான முயற்சிகளின் மூலம் கட்டப்பட்டது தன்னுடைய நாட்டின் பொருளாதாரம் என்று ஐசன்ஹோவர் தன்னுடைய உரையில் வர்ணித்தார். “உலகில் நாம் நடத்திய சமீபத்திய சண்டைக்கு முன்பு வரை அமெரிக்காவில் ஆயுதத் தொழிற்சாலை என ஒன்று இருக்கவில்லை. கலப்பைகளைத் தயாரிக்கும் அமெரிக்கர்கள், போதுமான நேரமும் தேவையும் இருந்தால், கத்திகளும் செய்வார்கள்.” பின்னர் அவர் ஒரு எச்சரிக்கை விடுத்தார்.

“அரசவைகளில், ராணுவத் தொழில் துறை தேவையற்ற செல்வாக்கு - தானாக வந்தாலும் சரி - அல்லது தேடி வந்தாலும் சரி பெறுவதற்கு எதிராக நாம் பாதுகாப்பாக இருக்க வேண்டும். தகாத சக்திகள் நாசகர வளர்ச்சி பெறும் சாத்தியக்கூறுகள் இருக்கின்றன; அவை நீடிக்கவும் செய்யும்.

"இந்தக் கூட்டணியின் பலம் நமது சுதந்திர உரிமைகளுக்கோ ஜனநாயக நடைமுறைகளுக்கோ ஆபத்து ஏற்படுத்திட நாம் அனுமதிக்கக் கூடாது. நாம் எதையும் சாதாரணமாக எடுத்துக் கொள்ளக் கூடாது. எச்சரிக்கை உணர்வும், விஷய ஞானம் உள்ளதுமான குடிமக்களால் மட்டுமே மிகப் பெரும் தொழில் துறை மற்றும் பாதுகாப்புக்கான ராணுவ எந்திரம் ஆகியவற்றையும், நமது அமைதியான வழிமுறைகள் மற்றும் லட்சியங்களையும் ஒன்றுடன் ஒன்று முறையாக இணைக்கும்படி நிர்ப்பந்திக்க முடியும். அதன் மூலம் பாதுகாப்பும், சுதந்திரமும் ஒன்றாக செழிக்க முடியும்".

"நாசர் முன்பின் யோசிக்காமல் துணிகிறவர்". யுஎஸ்ஏஐடி அதிகாரியின் குரல் என் கவனத்தை எஞ்ஜினியர்ஸ் கிளப்பிற்கு மீட்டுக் கொண்டு வந்தது. "அவர் நம்மை சாதுர்யமாகத் தோற்கடித்துவிடலாம் என்று எண்ணினார். எனவே அவர் முட்டாள்தனமாக சோவியத் யூனியனை நாடினார். அவர்களை வைத்து அஸ்வான் அணைகட்ட முயற்சிசெய்தார். உங்களது நண்பர் திரு.பெக்டெல் என்ன நினைத்தார் என்பதை உங்களால் மட்டுமே கற்பனை செய்துபார்க்க முடியும்" என்று மேக், ஹாலைப் பார்த்துக் கூறினார்.

ஹால் களிப்புடன் சிரித்தார். "பெக்டெல் மட்டுமில்லை. பொறியியல் தொழிலில் இருக்கும் நாம் அனைவரும்".

"சரி."

"ஆனால், பெக்டெல்லுக்குத் தொடர்புகள் இருக்கின்றன. அதிபருக்கு நெருக்கமானவர்கள்." ஹால் மேஜையைச் சுற்றிலும் ஒரு பார்வை பார்த்தார். பின்னர் அவர் பெக்டெல் பற்றி கோபமாக ஏதோ சொல்ல, அதைக் கேட்டு அனைவரும் சிரித்தனர்.

யுஎஸ்ஏஐடி ஆள் தன் பேச்சைத் தொடரும் முன் மீண்டும் ஒரு முறை தண்ணீர் குடித்தார். "இதற்கிடையே 'முஸ்லிம் சகோதரத்துவம்' மீண்டும் செயல்பட ஆரம்பித்தது. நாசர் கடவுள் நம்பிக்கையற்ற கம்யூனிஸ்டுகளுடன் உறவு வைத்துக் கொண்டதும், ஒரு இஸ்லாமிய அரசாங்கத்தை உருவாக்க மறுத்ததும் அவர் தங்களுக்கு இழைத்த துரோகம் என்று அந்த அமைப்பினர் கருதினர். பாரூக் மன்னரைத் தூக்கி எறிவதற்காக சுதந்திர அதிகாரிகள் சமூகத்துடன் சேர்ந்தபோது செய்து கொள்ளப்பட்ட ஒப்பந்தத்திற்கு இது எதிரானது என்று அவர்கள் கூறினர். தங்களது அதிபர் குர்ஆனை அரசியல் சட்டத்தின் அடிப்படையாக ஆக்க வேண்டும் என்று கோரினர். அவர் மறுத்தபோது, அவரைப் படுகொலை செய்ய தங்களது குழுவொன்றை அனுப்பினர். ஆனால், அவர்கள் குளறுபடி செய்து காரியத்தைக் கெடுத்தார்கள்; அது எதிர்மறையான விளைவை ஏற்படுத்தியது. நாசர் புகழ் மேலும் வளர்ந்தது. நாசர் அந்த அமைப்பைத் தடை செய்தார். அதன் உறுப்பினர்கள் நான்காயிரம் பேரை சிறையில் அடைத்தார். முக்கியமான தலைவர்களுக்கு மரணதண்டனை விதித்துக் கொன்றார்.

தப்பியவர்கள் தலைமறைவானார்கள். சிலர் தொழிற்சங்கங்களிலும், பள்ளிகளிலும், ராணுவத்திலும் ஊடுருவ முயற்சிசெய்தார்கள். பலர் ஜோர்டான், சவூதி அரேபியா, சூடான், சிரியா ஆகிய நாடுகளுக்குச் சென்றார்கள். உங்களுடைய ஒரு பெரும் மின்மயமாக்கத் திட்டம் இருக்கும் குவைத்துக்கும் சென்றார்கள். இல்லையா?" அவர் ஹாலைப் பார்த்துத் தலையசைத்தார். "நல்லது, கடந்த பல வருடங்களில் அவர்கள் உலகின் மிகுந்த செல்வாக்கு மிக்க ஒரு இஸ்லாமிய இயக்கமாக வளர்ந்து விட்டார்கள். மேற்கத்திய நாடுகளைச் சேர்ந்த நம் அனைவரையும், அனைத்து கிறிஸ்துவக் கலாசாரங்களையும் மத்திய கிழக்கிலிருந்து வெளியேற்றுவதும், எகிப்திலும் ஈரானிலும் போல மதச்சார்பற்ற தலைவர்களைத் தூக்கி எறிவதும், அவர்களுக்குப் பதிலாக முல்லாக்களைப் பதவியில் அமர்த்துவதும் அவர்களது குறிக்கோள்".

அவர்களது அறிவிக்கப்பட்ட குறிக்கோள்கள் நமக்கு எதிரானவையாக இருந்தபோதும், அவர்கள் கம்யூனிசத்தை எதிர்ப்பதால், சிஐஏ அவர்களுக்கு நிதி உதவியும், பயிற்சியும் அளிக்கிறது என்று நான் கேள்விப்பட்ட வதந்திகள் குறித்து அவரிடம் கேட்க வேண்டும் எனத் தோன்றியது. ஆனால், அத்தகைய ஒரு கேள்விக்கு அவரால் ஒரே வழியில்தான் பதிலளிக்க முடியும் என்பதும், இத்தகைய குறிப்பிட்ட சூழ்நிலைமைகளில் அந்தக் கேள்வியைக் கேட்பது எனக்கு பெரிய இழப்பை ஏற்படுத்தக் கூடும் என்பதும் எனக்குத் தெரியும்.

"ஏதாவது கேள்விகள் இருக்கிறதா?" சுற்றிலும் பார்த்தார். "இதோ முடிக்கப் போகிறேன். எகிப்தில் 1960களில் குழப்பமும் பிரச்சனைகளும் நிறைந்திருந்தன. நாசர் நிலச்சீர்திருத்தத்தை, அனைத்து எகிப்திய தொழில்களிலும் 51% அரசாங்கத்திற்குச் சொந்தமாக இருக்க வேண்டும் என்கிற உத்தரவு உள்பட மார்க்சியத்தை அமல்படுத்தினார். என்ன ஒரு பேரழிவு! அது செய்ததெல்லாம் மேலும் பிரச்னைகளை உருவாக்கியதுதான். 1967 வரை ஐநா அமைதிப்படை அங்கேயே இருந்தது; 1970 வரை எகிப்து படைகளுக்கும், இஸ்ரேலிய படைகளுக்கும் இடையில் அவ்வப்போது சண்டைகள் நடந்து கொண்டிருந்தன; இன்று வரை சூயஸ் கால்வாய் கப்பல் போக்குவரத்திற்கு மூடப்பட்டுதான் கிடக்கிறது. நான்கு வருடங்களுக்கு முன்பு 1970-இல் நாசர் இறந்தார். துணை அதிபர் அன்வர் சதாத் அதிபரானார்."

"அன்வர் சதாத்தை நம் வழிக்குக் கொண்டு வருவதற்கு நாம் சாதுர்யமாகச் செயல்பட்டோம். நம்புங்கள், நான் அங்கு இருந்தேன். முதலில் அவர் மறுத்தார். சோவியத் யூனியனுடன் நாசர் போடத் துவங்கிய ஒப்பந்தத்தை முடிப்பதை அவர் பெரிதாக எண்ணினார். நம்மை அவமானப்படுத்துவது அவருக்குப் பிடித்திருந்தது போல் தெரிந்தது. ஆனால், நாம் அவர் இழைத்த அவமானங்களைப் பொருட்படுத்தாமல் அங்கேயே இருந்தோம். அது பயனளித்தது. சதாத்

தலைகீழாக மாறினார். 1972ல் சோவியத்துகளை வெளியேற்றினார்." அவர் பெருமூச்சு விட்டார். " பின்னர் அவர் மீண்டும் தவறு செய்தார். சூயஸ் கால்வாயைத் தாண்டி படைகளை அனுப்பி சினாயிலிருந்து இஸ்ரேலின் நிலைகளைத் தாக்கினார். ஏக காலத்தில், சிரியா கோலான் மலைச்சிகரங்களின் வழியாக இஸ்ரேல் மீது படையெடுத்தது. இஸ்ரேல் தன்னைத் தாக்கியவர்களைப் பின்னுக்குத் தள்ளியது. பின்னர் என்ன நடந்தது என்பது உங்களுக்குத் தெரியும். 1973 அக்டோபர் 24ம் தேதி யோம் கிப்பூர் யுத்தம் போர் நிறுத்தத்தில் முடிந்தது. இப்போது சதாத் தீவிரமாக வேண்டுகிறார். தவறுகளைத் திருத்திக் கொள்ள முயற்சிக்கிறார். இஸ்ரேலுடன் எப்போதும் போரிடுவதில்லை என்கிற ஒப்பந்தங்கள் போடுவதற்காகப் பேச்சுவார்த்தைகள் நடத்துகிறார், அந்நிய முதலீடுகளை ஊக்கப் படுத்துகிறார், உலக வங்கி மற்றும் ஐஎம்எப் உதவிகளைக் கேட்கிறார். வாய்ப்பு சன்னல் திறந்துவிட்டது...."

தன்னுடைய தண்ணீர் முழுவதையும் குடித்தார். "திரு. ஹால் அவர்களே, நான் உங்கள் கூற்றை முற்றிலும் ஏற்கிறேன்." தன்னுடைய உணவுத் தட்டுக்குப் பக்கத்தில் இருந்த ஒரு காகிதத்தைப் பார்த்தார். "அரேபியர்களின் மனங்களையும், அறிவையும் நாம் வெல்ல வேண்டுமானால், அதில் எகிப்து வகிக்க வேண்டிய பாத்திரத்தைப் பிரமிடுகள் குறிக்கின்றன. எகிப்து பெரிய, உறுதியான அடித்தளமாக இருக்கும். பின்னர் நாம் ஒவ்வொரு நாடாக அடுக்குவோம்". அவர் ஹாலை நோக்கி அவருக்கு மரியாதை தெரிவிக்கும் வகையில் சாய்ந்தார். "ஐயா, அதற்காக உங்களைப் பாராட்ட விரும்புகிறேன். அபாரமான மதிப்பீடு. இன்று நாம் எங்கே நிற்கிறோம் என்கிற யதார்த்தத்தை முழுமையாகப் பிரதிபலிக்கிறது."

உணவுக்குப் பின் அந்த அரங்கைச் சுற்றி வந்த நாங்கள் ஒருவருக்கொருவர் கைகுலுக்கிக் கொண்டோம். ஒரு கட்டத்தில் ஹார்வார்ட் பல்கலைக்கழகத்தை மீண்டும் ஒரு முறை பார்ப்பதற்காக நான் சன்னலருகே சென்றேன். என் தோளில் யாரோ தட்டினார்கள். திரும்பிப் பார்த்தபோது மேக் ஹாலுக்குப் பக்கத்தில் நின்றிருந்த ஜார்ஜ் ரிச்சின் வயதான, சுருக்கங்கள் நிறைந்த முகத்தைக் கண்டு அதிர்ந்தேன். மெய்ன்னில் மிகவும் சக்தி வாய்ந்த மனிதர் எனக் கருதப்பட்டவர் அவர். "அதிபர்கள் வருவார்கள் போவார்கள். ஆனால், ஹால் மற்றும் ரிச் போன்றவர்கள் எல்லோரின் இயக்கத்தையும் கட்டுப்படுத்திக் கொண்டு அங்கேயே இருப்பார்கள்."

ஜார்ஜ், ஹால் வேறு இருவருடன் அருகே இருந்த மேஜையில் அமர்ந்து கொண்டிருந்தார். "அருமையான காட்சி. நேரமிருந்தால் என்னுடைய அலுவலகத்திற்கு ஒரு நிமிடம் வர முடியுமா?"

34
எகிப்து:
ஆப்பிரிக்காவைக் கட்டுப்படுத்துவது

என்னுடைய நல் அதிர்ஷ்டத்தை என்னால் நம்ப முடியவில்லை. முதலில், மேக் ஹால் மற்றும் உயர் அதிகாரிகள் குழுவுடன் மதிய உணவு; இப்போது, பொறியியல் தொழிலில் உண்மையிலேயே வாழும் சரித்திரமாக இருக்கும் ஒரு மனிதரிடமிருந்து ஓர் அழைப்பு. ஆப்பிரிக்கா மற்றும் மத்திய கிழக்கில் அவரது வீரதீரச் செயல்கள் பற்றி பல கதைகளை நான் கேள்விப்பட்டிருக்கிறேன். தொலைதூரப் பகுதிகளுக்கு முதலில் சென்று கிராமப்புற நகரங்களுக்கு நீர்மின்திட்டங்களை வளர்த்தவர் அவர்தான். ஜோசப் கான்ராட்டின் 'ஹார்ட் ஆப் டார்க்னஸ்' நாவல் காலத்தில் போன்றே இன்னும் இருந்த காங்கோ நதியில் அவர் பயணித்திருக்கிறார். (ரஷ்யாவில் பிறந்த ஜோசப் ஒரு ஆங்கில நாவலாசிரியர். 19ம் நூற்றாண்டைச் சேர்ந்தவர். கடல் பயணங்களில் ஏற்பட்ட அனுபவங்களை நாவல்களாகவும், சிறுகதைகளாகவும் எழுதியவர் - மொர்.) அவர் பாலைவனங்களை அரேபியாவின் லாரன்ஸுடன் நடந்தே கடந்திருக்கிறார் என்று வதந்திகள் உண்டு. இப்போது வாழ்க்கையின் அந்திமக் காலத்தில் (அவருக்கு எண்பத்து நான்கு வயது ஆகிறது) உலகம் முழுவதும் இருக்கும் பொறியியலாளர்களால் மிக உயர்வாக மதிக்கப்படுகிறவராக இருக்கிறார். போகோட்டா மற்றும் டெஹ்ரான் நகரங்களிலுள்ள நிறுவனங்களின் தலைவர்களிடம் அவரது பெயரை உச்சரித்தாலே போதும், வீட்டில் சமைக்கப்பட்ட உணவு பரிமாறப்படும் விருந்துக்கு அழைக்கப்படுவீர்கள். (ஈரானியர்களிடம் சாதாரணமாக அந்தப் பழக்கம் இல்லை என்றபோதும், இது நடக்கும்). அவர் 'உல், ஹால், மற்றும் ரிச்' எனும் பொறியியல் நிறுவனத்தின் ஸ்தாபனப் பங்குதாரர்களில் ஒருவர். மெய்ன் நிறுவனத்தின் தலைமை நிர்வாக அதிகாரியாலும், அவரது இரு நெருங்கிய சகாக்களாலும் ஒரு வேலைக்காகத் துவங்கப்பட்டது அந்த நிறுவனம். மெய்ன் நிறுவனத்தாலேயே அந்த வேலையை ஏன் செய்ய முடியாது என்கிற எனது கேள்விக்கு எவரும் இதுவரை திருப்திகரமான விளக்கம் வழங்கவில்லை. நியூயார்க் மாநிலத்தின் சட்டங்களுக்காக அப்படி ஒரு தனி நிறுவனம் தேவைப்படுகிறது என்று எனக்குச் சொல்லப்பட்டது. ஆனால், அது ஏதோ ரகசிய வேலைகளுக்காக அமைக்கப்பட்டிருக்க

வேண்டும் அல்லது அதனுடைய மூன்று முதலாளிகளும் தங்களுடைய பணக்கார வாடிக்கையாளர்கள், அரசாங்க நிறுவனங்களின் கருப்புப் பணத்தை செலவாணியாக்குவதற்காகத் துவக்கப்பட்டிருக்க வேண்டும் என்று என்னுடைய உள்ளுணர்வு கூறியது.

ஜார்ஜ் ரிச்சின் பின்னாலேயே விடுதியைவிட்டு வெளியே வந்தேன். ஆனால், நாங்கள் நேராக அவரது அலுவலகத்திற்குச் செல்லவில்லை. மாறாக, லிப்டில் மெய்ன் நிர்வாக அலுவலகங்கள் இருக்கும் தளத்திற்கு இறங்கி, தாழ்வாரத்தின் வழியாக இயக்குநர்கள் குழு (Board room) அறைக்குச் சென்றோம். சாவியைப் போட்டுத் திறந்து அவர் என்னை உள்ளே அழைத்துச் சென்றார். விலை உயர்ந்த இருக்கை ஒன்றைக் காட்டி அமரச் சொன்னார். "என் மனதை மாற்றிக் கொண்டேன். என்னுடைய அலுவலகத்தை விட இந்த இடத்தில் ஓரளவு கூடுதலான தனிமை இருக்கும்" என்றார்.

எனக்கு முதுகைத் திருப்பியபடி அவர் சுவரில் பொருத்தப்பட்டிருந்த ஒரு காட்சிப்படத்தை நோக்கிச் சென்றார். உலக வரைபடம் அதன் மையத்தில் இருந்தது. அதன் மீது மின் ஒளி பாய்ந்து கொண்டிருந்தது. ஒரு கூம்பு வடிவிலான நிழல் நகர்ந்து கொண்டிருந்தது. எங்கே பகல் மறைந்து இரவு வருகிறது என்பதைச் சுட்டிக்காட்டுகிற மாதிரி அது அமைக்கப்பட்டிருந்தது. இந்த வரைபடத்தை ஆய்வதற்காக முன்னர் ஒரு முறை இந்த அறைக்குள் நான் அனுமதிக்கப்பட்டிருக்கிறேன். மேக் ஹாலின் அந்தரங்கக் காரியதரிசி கதவைத் திறந்து விட்டு, அமைதியாக ஒரு ஓரத்தில் நின்று கொண்டார். அன்றிரவு பாங்காக்கிற்கு தொலைபேசியில் பேசுவதற்கு எத்தனை மணிக்கு நான் விழிக்க வேண்டும் என்பதை வரைபடத்தைப் பார்த்து நான் தீர்மானித்தேன்.

ஆப்பிரிக்கக் கண்டத்தின் உச்சியைச் சுட்டிக் காட்டினார் ரிச். "எகிப்து". என் பக்கம் திரும்பினார். "யுஎஸ்ஏஐடி ஆள் சொன்னதை நீங்கள் கேட்டீர்கள் என்பது எனக்குத் தெரியும். அது உற்சாகப்படுத்துகிறவர் அதற்கேற்ற வகையில் கூறியது. இப்போது உங்களுக்கு உண்மையான கதை தெரிய வேண்டும். நீங்கள் புத்திக்கூர்மை உள்ளவர் என்று நான் கருதுகிறேன், நாங்கள் உண்மையில் என்ன செய்து கொண்டிருக்கிறோம் என்பது உங்களுக்கு புரிந்திருக்கும். நீங்கள் விரைவில் எகிப்துக்கு செல்லவிருக்கிறீர்கள். பின்னர் குவைத், இராக் மற்றும் சவூதி அரேபியா." அது என்னுள் இறங்கட்டும் என்று அமைதியாக இருந்தார். இந்நாடுகளின் பெயர்கள் என்னுள் கிளர்ச்சி ஏற்படுத்தும் என்பதும், நான் அவற்றுக்குப் பயணம் மேற்கொள்ளப் போகிறேன் என்பது என்னுள் உற்சாகத்தை உண்டு பண்ணும் என்பதும் அவருக்கு நிச்சயமாகத் தெரிந்திருக்கும் என்று எண்ணினேன். "வெளித் தோற்றத்திற்குத் தெரிவதை விட, ஒப்பந்தம் என்ன சொல்கிறது என்பதைவிட நமது பணி மிகவும் பெரியது என்பது உங்களுக்குத் தெரியும்". என் முன்னால் சாய்ந்து என்னை உற்றுப் பார்த்தார்.

"சரியா?"

"ஆம், ஐயா. நான் முழுமையாகப் புரிந்து கொண்டேன்"

"நல்லது. எனக்கு எப்போதும் பட்டம் வழங்கப்பட்டதில்லை. நான் 'ஐயா' இல்லை. என்னுடைய பெயர் ஜார்ஜ்."

என்னால் புன்னகைக்க மட்டுமே முடிந்தது. அவரை நேருக்கு நேராக அப்படி என்னால் எப்போதாவது அழைக்க முடியுமா என்று சந்தேகமாக இருந்தது.

"சரி" என்றேன்.

தன் விரல் முட்டிகளால் வரைபடத்தைத் தட்டினார். "முஸ்லிம் சகோதரத்துவம் பற்றி உங்களுக்குச் சொல்லப்பட்டிருக்கிறது"

"ஆம்"

"நல்லது, அவர்கள் மிகவும் ஆபத்தானவர்கள். அவர்களை வெல்ல வேண்டும், சமரசம் செய்து கொள்ள வேண்டும், விலைக்கு வாங்கிவிட வேண்டும், அழித்துவிட வேண்டும், எதுவானாலும் சரி, ஏனெனில், அவர்களைத் தடுத்து நிறுத்த முடியாது. சதாத் இதை நிரூபித்தார். நீங்கள் அவர்கள் மீது நடவடிக்கை எடுத்தால் அவர்களுக்கு ஆதரவு அதிகரிக்கிறது. நெருப்பின் மீது மண்ணெண்ணையை ஊற்றுவது போல". அவர் ஒரு நாற்காலியை என் முன்னால் இழுத்துப் போட்டு என்னைப் பார்த்தவாறு அதன் பின்னால் நின்று கொண்டார். "ஆனால், அது உங்கள் வேலையல்ல, குறைந்த பட்சம் இப்போது உங்கள் வேலையல்ல. அவர் உட்கார்ந்தார். எங்களது கால்கள் கிட்டத்தட்ட தொட்டுக் கொள்கிற மாதிரி நெருக்கமாக இருந்தன. வரைபடத்தைச் சுட்டிக்காட்டினார். "உங்களுக்கு என்ன தெரிகிறது?"

எனக்கு குழப்பமாக இருந்தது. "எகிப்தையா கேட்கிறீர்கள்?"

"ஆமாம், எகிப்துதான். ஆனால் அது எங்கே இருக்கிறது? எகிப்து எங்கே இருக்கிறது?"

என் முழங்காலைத் தட்டிக் கொடுத்தார். "எழுந்து அருகில் சென்று நன்றாகப் பாருங்கள்"

"மத்திய தரைக்கடல் மற்றும் செங்கடல் கரைகளில் இருக்கிறது. இஸ்ரேலுக்குப் பக்கத்தில்" என்றேன்.

அவர் பெருமூச்சு விட்டார். "எந்தக் கண்டம்?"

"ஆப்பிரிக்கா"

"ஆம். ஒளி பாய்கிறது!" தன் கைகளைத் தலைக்கு மேலே தூக்கி ஒரு பொம்மலாட்டக்காரரைப் போல கைகளை அசைத்தார். "ஆம், உண்மையில் ஆப்பிரிக்காதான். வரைபடத்தை மீண்டுமொரு முறை பாருங்கள். பெரும்பாலான அமெரிக்கர்கள் நினைப்பதற்கு மாறாக எகிப்து ஒரு ஆப்பிரிக்க நாடு. அது மத்திய கிழக்கின் ஒரு பகுதியா? நிச்சயமாக. மத்திய கிழக்கு ஒரு கண்டமல்ல. அது மத்தியிலிருக்கும்

நாடு. ஐரோப்பாவையும் ஆசியாவையும் இணைக்கும் ஒரு கயிறு. மேலும், மக்கள் எண்ணுவதற்கு மாறாக அது இரண்டையும் ஐரோப்பாவுடன் இணைக்கிறது. இப்போது உங்களை உண்மையிலேயே கடினமான கேள்வி ஒன்றைக் கேட்கிறேன். எகிப்தில் ஏதேனும் நதி இருக்கிறதா?"

"நைல் நதி"

"சரி. வரைபடத்தைப் பார்த்து நைல் நதியைப் பற்றி நீங்கள் என்ன சொல்ல முடியும்?"

"அது சூடான் வழியாகப் பாய்கிறது......"

"அது 1956 வரை எகிப்தின் ஒரு பகுதியாக இருந்தது. பிரிட்டனும் எகிப்தும் அதற்குச் சுதந்திரம் வழங்கினார்கள். என்றாலும், இன்னும் பல எகிப்தியர்கள் அதனால் வெறுப்படைந்திருக்கிறார்கள். அந்த மிகப் பெரும் நிலப்பரப்பு (ரியல் எஸ்டேட் நிலம் என்ற சொல்லைப் பயன்படுத்துகிறார் ரிச் - மொர்) தங்களுடையது என்று கருதுகிறார்கள். நைல் வேறு எங்கே போகிறது?"

"நல்லது, நைல் நதியின் இரண்டு கிளைகளையும் சேர்த்தால், டாங்கான்யிகா ஏரி மற்றும் இதர சிறிய ஏரிகளையும் சேர்த்தால், அது கண்டத்தின் கணிசமான பகுதியில் பாய்கிறது"

"ஆஹா, டாக்டர். லிவிங்ஸ்டனின் (டாக்டர். லிவிங்ஸ்டன் அமெரிக்காவின் சுதந்திரப் பிரகடனத்தை எழுதுவதற்கு உதவியவர். நியூயார்க் மாகாணத்தின் முதல் வேந்தர் என்கிற முறையில் அதிபர் ஜார்ஜ் வாஷிங்டனுக்கு பதவிப்பிரமாணம் செய்து வைத்தவர் - மொர்) மண்ணிற்கு வருக! இன்னும் ஒரு கேள்வி. இதற்கு நீங்கள் சரியான பதில் கூறிவிட்டால் இங்கு வந்து மீண்டும் அமர்ந்து கொள்ளலாம். நைல் எந்தத் திசையில் பாய்கிறது?"

"வடக்கு"

"அபாரம். ஆக, நீங்கள் சொல்வது என்னவென்றால், ஆப்பிரிக்கக் கண்டத்தின் பெரும்பகுதி நீர் நைல் நதியில் சேர்கிறது, நைல் நதி எகிப்திற்குள் பாய்கிறது, சரியா? நல்லது. அப்படி என்றால், நதிக்கரையோர வளம் மிக்க வண்டல் மண் நிலத்தில் பாராஹோஸ் மன்னர்கள் (பண்டைகால எகிப்து மன்னர்கள் - மொர்) வய்டல் மண்ணைக் கொண்டுதான் பிரமிடுகளைக் கட்டினார்கள் என்று அனுமானிக்கலாமா? அதாவது, பெரும் பகுதி ஆப்பிரிக்காவின் இதயமும் ஆன்மாவும் என்று சொல்லலாமா? கெய்ரோ நகரம் ஆப்பிரிக்க மண்ணின் மீதுதான் நிர்மாணிக்கப்பட்டது. அது ஆப்பிரிக்கக் கண்டத்தில் இருப்பதால் அல்ல; தனக்கு தெற்கே இருக்கும் நிலத்திலிருந்து வந்த மண்ணின் மீது அது கட்டப்பட்டிருக்கிறது என்பதால். வாருங்கள், மீண்டும் உட்காருங்கள்"

என் இருக்கையில் அமர்ந்த நான் அவர் தொடரட்டும் எனக் காத்திருந்தேன். அவர் என்னை வெறுமனே உற்றுப் பார்த்தவாறு

அமர்ந்திருந்தார். இந்த நபரால் என் வாழ்க்கையை உருவாக்கவும், முறிக்கவும் முடியும் என்பதை உணர்ந்தவனாக நான் பயன்படுத்தும் வார்த்தைகளை ஜாக்கிரதையாகத் தேர்ந்தெடுக்க முயன்றேன். “நீங்கள் என்ன சொல்கிறீர்கள் என்பது எனக்குப் புரிகிறது. அரேபிய உலகில் எகிப்து ஒரு முக்கியமான பங்கு வகிக்க முடியும்; ஆனால், அது ஆப்பிரிக்காவின் மீதும் ஒரு தாக்கத்தை ஏற்படுத்தும்.” நான் மீண்டும் வரைபடத்தைப் பார்த்தேன். “பூகோள ரீதியாகவும், சமூக ரீதியாகவும் அது ஒரு பாலம். பொருளாதார ரீதியாகவும், இனரீதியாகவும் கூட”. அவர் தொடர்ந்து உற்றுப் பார்த்துக் கொண்டிருந்தார். நான் எதையோ விட்டுவிட்டேன். “மேலும், மத ரீதியாகவும் கூட”.

“அருமை.” எழுந்து நின்ற அவர் தன் முதுகுக்குப் பின்னால் தன் கைகளைத் தட்டினார். வரைபடத்தினருகே சென்றார். “எகிப்து, சூடான், எத்தியோப்பியா, சோமாலியா, கென்யா....இவையெல்லாம் தொன்மையான தேசங்கள். வரலாற்றால் ஒன்றுடன் ஒன்று இணைக்கப்பட்டிருப்பவை. இவற்றைச் சாதாரணமாக எடுத்துக் கொள்ளக் கூடாது. கி.மு. ஐந்தாம் நூற்றாண்டில் கிரேக்க வரலாற்றியலாளர் ஹெரோடோடஸ் அவர்களது புகழ் பாடியிருக்கிறார். எத்தியோப்பாவின் இன்றைய பேரரசர் ஹைலே செலாசியின் அரச வம்சத்தை இஸ்ரேல் மன்னர் சாலமன் மற்றும் ஷீபாவின் ராணியும்தான் ஸ்தாபித்தார்கள் என்று பழங்கதைகள் கூறுகின்றன. அந்தப் பகுதி முழுவதும் பிரமிக்க வைக்கும் இடமாகும். இதைச் சாதாரணமாக எடுத்துக் கொள்ளக் கூடாது.“ அமைதியாகத் தன் தலையை ஆட்டினார். “இல்லை, ஐயா. சாதாரணமாக எடுத்துக் கொள்ளவே கூடாது.” வரைபடத்தை மீண்டும் நீண்ட நேரம் பார்த்தார். பின்னர் அவர் என்னிடம் வந்தார். “உங்களுக்குத் தெரியுமா, அங்கு எக்கச்சக்கமான எண்ணெயும் இருக்கிறது. எனக்கு நிச்சயமாகத் தெரியும். நிலவியலைக் கற்பதற்காக ஒரு வாழ்நாளையே செலவழித்திருக்கிறேன். உங்கள் வாழ்நாளில் ஆப்பிரிக்கா எண்ணைக்கான யுத்தகளமாக ஆகும் என்று என்னால் கூற முடியும்.” அவர் உட்கார்ந்தார். “எனவே, வேலையைத் தொடங்குங்கள். யுஎஸ்ஏஐடி ஆள் சொன்ன வார்த்தைகளை நினைவில் கொள்ளுங்கள். எகிப்திற்குச் செல்லுங்கள். மத்தியகிழக்கை அடிமைப்படுத்துவதற்கான அரங்கேற்ற மேடையாக அதைப் பயன்படுத்துங்கள். அதோடு, இன்று வெகு சிலரே பேசிக் கொண்டிருப்பதையும் அறிந்து கொள்ளுங்கள்....”

“ ஆப்பிரிக்காவிற்கும் அதுதான் அரங்கேற்ற மேடை”

“அப்புறம், நீங்கள் எப்போதாவது குழந்தைகள் பெற்றுக் கொள்ள நினைத்தால், அந்தக் குழந்தைகள் வளமான வாழ்க்கை வாழ வேண்டுமென்று நினைத்தால், நாம் ஆப்பிரிக்கக் கண்டத்தைக் கட்டுப்படுத்துவதை நீங்கள் நிச்சயம் உறுதிப்படுத்தியாக வேண்டும். நமக்கு மத்திய கிழக்கு வேண்டும். ஆம். ஆனால், ஆப்பிரிக்காவும் நமக்கு வேண்டும்”.

இயக்குநர் குழு அறையை விட்டு வெளியே வரும்போது எனக்குப் பெருமிதமாக இருந்தது. கடந்த சில மணி நேரங்களில் நான் மெய்ன் நிறுவனத்தின் தலைமை நிர்வாக அதிகாரியுடன் ஒரு கூட்டத்தில் கலந்து கொண்டிருக்கிறேன்; யுஎஸ்ஏஐடியின் ஒரு மூத்த அதிகாரியுடன் ஒரு கூட்டத்தில் கலந்து கொண்டிருக்கிறேன்; ஜார்ஜ் ரிச்சை தனியாகச் சந்தித்திருக்கிறேன். எகிப்து ஆப்பிரிக்காவின் ஒரு பகுதி மட்டுமல்ல; அது மத்திய கிழக்கின் ஒரு பகுதியும் கூட என்பதை நான் முன்னர் எப்போதும் எண்ணிப் பார்த்ததில்லை. அல்லது உலக அரசியலில் அது இத்தகைய ஒரு முக்கியமான பாத்திரத்தை வகிக்கிறது என்பதையும் எண்ணியதில்லை. இந்தக் கண்ணோட்டம் வெகு சில அமெரிக்கர்கள் மட்டுமே அறிந்தது என்பது எனக்கு நிச்சயமாகத் தெரியும்.பிரத்யேகமானதொரு குழுவில் இணைத்துக் கொள்ளப்பட்டு, ஒரு அதிமுக்கியமான பணியை மேற்கொண்டிருப்பவனாக என்னை நான் கருதிக் கொண்டேன்.

லிப்ட்டில் ஏறி தரைதளத்திற்கு இறங்கினேன். 101 அவின்யூ சாலை விலாசத்தில் என் அலுவலகங்கள் இருந்த சவுத்ஈஸ்ட் கோபுரத்தை நோக்கி நடக்க ஆரம்பித்தேன். ரிச் கடைசியாகச் சொன்ன வார்த்தைகள்தான் திறவுகோல் என்று கருதினேன். ஒரு நாள் நானொரு குடும்பத்தை உருவாக்குவேன். விலை உயர்ந்த ஆடைகள் விற்கும் கடையின் சன்னலின் வழியாக அங்கு காட்சிக்காக நிறுத்தி வைக்கப்பட்டிருந்த ஆண் பொம்மையைக் கூர்ந்து பார்த்தேன். அதற்கு செங்குத்தான கோடுகள் போட்ட கோட் சூட் அணிவிக்கப்பட்டிருந்தது. அந்த வாரத்தில் பின்னர் வந்து அதை வாங்கிவிட வேண்டும் என்று தீர்மானித்தேன். அந்த முடிவு விடுதலை பெற்ற உணர்வை அளித்தது. மதிப்பிற்குரிய பொறியியலாளரான ஜார்ஜ் ரிச் கூறியது சரிதான் என்று எனக்கு நானே கூறிக் கொண்டேன். நமது எதிர்காலத் தலைமுறைகளின் நலனுக்காக, நமது நிறுவனங்களுக்குத் தேவையான இயற்கை வளங்கள் மிக்க நாடுகளை நம் கட்டுப்பாட்டில் கொண்டு வர வேண்டும்.

நான் அந்த சூட்டை வாங்கினேன். சில வாரங்களில் எகிப்து செல்லும் விமானத்தில் ஏறினேன்.

35
கடவுள் நம்பிக்கையற்ற நாய்

நான் கெய்ரோவிலும், அலெக்சாண்டிரியாவிலும் (வடக்கு எகிப்தில் உள்ள முதன்மையான துறைமுக நகரம் - மொர்) இருந்த காலத்தில், உள்ளூர் அதிகாரிகளின் ஒத்துழைப்பு இல்லாததால் நான் மேலும் மேலும் ஏமாற்றம் அடைந்தேன். எகிப்து அரசாங்கம் உலக வங்கிக் கடன் பெறுவதற்குப் பயன்படக் கூடிய பொருளாதார முன்னறிவிப்புகளைத் தயாரிப்பதற்காக யுஎஸ்ஏஐடி என்னைப் பணிக்கமர்த்தியிருந்தது. என்னுடைய வேலையை முறையாகச் செய்வதற்கு நாட்டின் குறிப்பிட்ட பகுதிகளின் மக்கள் தொகை புள்ளி விவரங்கள் எனக்குத் தேவைப்பட்டன. அத்தகைய விவரம் இருக்கிறது என்பது எனக்குத் தெரிந்தபோதும், ஒவ்வொரு அதிகாரியும் அந்தத் தகவல் பொதுமக்கள் தெரிந்து கொள்வதற்கானதல்ல என்று என்னிடம் கூறினார்கள். நான் பொதுமக்களில் ஒருவனல்ல என்றும், மிக மிக ரகசியமாக அவர்களுக்குத்தான் நான் பணியாற்றிக் கொண்டிருக்கிறேன் என்றும், அவர்களது நாட்டிற்கு இறுதியில் ஆயிரக்கணக்கான கோடி டாலர்களை நிதியுதவியாகக் கொணரும் ஒரு அறிக்கையை நான் தயாரிக்க வேண்டும் என்று அவர்கள் எதிர்பார்த்ததால் அந்தப் புள்ளிவிவரங்கள் எனக்கு வேண்டும் என்றும் அவர்களிடம் சுட்டிக் காட்டினேன். இத்தகைய வேண்டுகோள் மற்றும் மிரட்டல் ஆசியாவிலும், லத்தீன் அமெரிக்காவிலும் பலனளித்திருக்கிறது. ஆனால், எகிப்தை அது பாதிக்கவே இல்லை என்று தோன்றியது.

என்னுடைய அரசுத் தரப்பு சகாக்களாக வேலை பார்க்கும்படி பணிக்கப்பட்டிருந்த கெய்ரோ மற்றும் அலெக்சாண்டிரியா நகரங்களின் அதிகாரிகள், அதனாலேயே என் பணியை விரைவாக முடிக்க உதவ வேண்டிய அதிகாரிகள் தங்களது நகரங்களை எனக்கு சுற்றிக் காட்டினார்கள். தலைப்பாகை அணிந்திருந்த நபர்கள் டோமினோ என்கிற சூதாட்டம் ஆடிக் கொண்டும், கஞ்சா புகைத்துக் கொண்டும் இருந்த புகை மண்டலமாக இருந்த விடுதிகள் மற்றும் வாசனை திரவியங்கள் விற்கப்படும் சந்தைகளுக்கு அழைத்துச் சென்றார்கள். நைல் நதிக் கரையோரமும், மத்திய தரைக்கடல் கரையோரமும் நடை பயின்றோம். தொன்மையான அரண்மனைகளில் இருந்த விலைமதிப்பற்ற நகைகள் மற்றும் கலைப்பொருட்களை வெறித்துப் பார்த்தோம்.

லிட்டர் கணக்கில் தேநீர் அருந்தினோம். ஆனால், நான் மக்கள் தொகை புள்ளி விவரங்களை நினைவூட்டிய போதெல்லாம் அதிலுள்ள சிரமங்களை வலியுறுத்தினார்கள்; என்னைப் பொறுமையாக இருக்கும்படி கேட்டுக் கொண்டார்கள். “ஒரு வேலை ஆக வேண்டுமென்றால் இங்கு மிக அதிகமான நேரம் ஆகும்” என்பார்கள். அல்லது “இது அமெரிக்கா அல்ல. எங்களது மிகவும் பழமையான தேசம். ஒட்டகங்கள் மிக மெதுவாகத்தான் நடக்கும்”. சட்டபூர்வமாக லஞ்சம் கொடுக்க நான் முயற்சித்தபோதெல்லாம் அவர்கள் தங்கள் தலையை ஆட்டினார்கள். அதாவது, கூடுதல் நேரம் வேலை பார்ப்பவர்களுக்கு அளவுக்கதிகமான தொகை வழங்குவோம்; அந்தக் கூடுதல் தொகையை அதிகாரிகள் எடுத்துக் கொள்வார்கள். இந்த ஏற்பாட்டிற்கும் அவர்கள் மறுத்தார்கள். எனக்கு மற்றொரு கோப்பை தேநீர் வழங்குவார்கள்.

இறுதியாக, வெறுப்புற்று என்னுடைய சகாக்களை மீறிச் செயல்படுவது என்று தீர்மானித்தேன். அது அதிரடியான ஒரு நடவடிக்கைதான். நான் சார்ந்திருந்த மனிதர்களைப் பகைத்துக் கொள்ளும் அபாயம் இருந்ததால் முன்னர் நான் தவிர்த்து வந்ததுதான். ஆனால், இந்த நிலைமை நம்பிக்கையற்றதாக மாறிவிட்டிருந்தது.

அரசாங்கத்தின் உயர்பதவியில் இருந்த ஒருவருடன் ஒரு சந்திப்புக்கு ஏற்பாடு செய்தேன். அவர் பல துறைகளில் அமைச்சராக இருந்திருக்கிறார். இப்போது அதிபர் சதாத்தின் அந்தரங்க ஆலோசகராக இருந்தார். அவரது பெயர் மிக நீளமாக இருந்தது. ஆனால், டாக்டர். அசிம் என்று அழைக்குமாறு என்னிடம் கூறப்பட்டிருந்தது. ஹார்வர்ட் பள்ளியில் பயின்ற அவர் உலக வங்கி மற்றும் யுஎஸ்ஏஐடி ஆகிய அமைப்புகளுடன் நெருக்கமான பரிச்சயம் கொண்டவர். காரியங்களைச் செய்து முடிக்கக் கூடியவர் எனப் பெயர் பெற்றவர். என் வேலைக்கு அவருடைய உதவி மலிவாகக் கிடைக்காது என்று எனக்குத் தெரியும்; எனவே, தாராளமாக லஞ்சம் கொடுக்கத் தயாராக இருந்தேன்.

உயர்ந்த பல மாடிகள் கொண்ட அலுவலகக் கட்டடத்தில் இறக்கி விடப்பட்டேன். குண்டாக இருந்த பாதுகாப்பு அதிகாரி ஒருவர் என்னை லிப்டுக்கும், மேல்மாடிக்கும் அழைத்துச் சென்றார். கருப்பு நிற சூட் அணிந்திருந்த, கடுகடுப்பான முகம் கொண்ட, உயரமாகவும் ஒல்லியாகவும் இருந்த எகிப்தியர் ஒருவர் ஒரு சிறு அறைக்குள் என்னை அழைத்துச் சென்றார். அந்த அறையில் சில சோபாக்கள் இருந்தன. கச்சிதமான பிரிட்டிஷ் ஆங்கில உச்சரிப்பில் நாங்கள் சிறிது நேரம் காத்திருக்க வேண்டியிருக்கும் என்றார். பாதுகாப்பு அதிகாரி ஆங்கிலம் பேசவில்லை. எனக்கு எதிரே அமர்ந்தார். நாங்கள் காத்திருந்தோம். எங்கள் இருக்கைகளுக்கு நடுவே இருந்த சஞ்சிகைகளின் குவியலில் இருந்து ஒரு பழைய ‘டைம்‘ இதழை எடுத்துப் படிக்க ஆரம்பித்தேன். பாதுகாப்பு அதிகாரி கண் அயர்ந்தார். நான் ஒரு ‘நேஷனல் ஜியாகிரபிக்’ சஞ்சிகையையும் படித்தேன். நாங்கள்

கிட்டத்தட்ட இரண்டு மணிநேரம் காத்திருந்தோம். டாக்டர். அசிம் தன்னுடைய முக்கியத்துவத்தை எனக்கு உணர்த்திக் கொண்டிருக்கிறார் என்பதில் எனக்கு எந்தச் சந்தேகமும் இல்லை. தேநீர் தரப்படவில்லை என்பதை வைத்து, நான் வழக்கமான வழிகளைத் தவிர்க்க முயற்சிக்கக் கூடும் என்றெண்ணி அதிருப்தி அடைந்திருக்கிறார் என்று ஊகித்தேன். கோபத்தால் நான் கொதித்தபோதும், இன்னும் பெரிய லஞ்சம் கொடுக்கத் தயாராக இருந்தேன்.

ஒரு வழியாக, அந்த உயரமான எகிப்தியர் மறுபடியும் வந்தார். மன்னிப்பு எதுவும் கோராமல் அவர் என்னை ஒரு நீண்ட தாழ்வாரத்தின் வழியாக அழைத்துச் சென்றார். இந்தத் தற்காலக் கட்டடத்தை விட பழங்கால மன்னர்களின் அரண்மனை வாயிலாக இருந்திருக்கக் கூடிய அளவு மிகப் பெரிய மரக்கதவருகே அழைத்துச் சென்று அதைத் திறந்தார். அந்த அறையின் விஸ்தீரணம் கண்டு அதிர்ந்தேன்; பண்டைய எகிப்து மன்னர்களில் மிகவும் அகந்தை நிறைந்தவரையும் மகிழ்ச்சியடையச் செய்யும் அளவு தொன்மைக்கால எகிப்தியக் கலை அம்சத்தையும், நவீன கால நியூயார்க் நகரத்தின் பார்க் அவென்யூ வீதியில் இருக்கும் கட்டடங்களின் பிரம்மாண்டத்தையும் கலந்து அந்த அறை அலங்கரிக்கப்பட்டிருந்தது.

மிகப் பெரிய மேசையின் பின்னால் உள்ளடங்கியிருந்த டாக்டர். அசிம் கருநீல சூட்டும் தங்க நிற டையும் அணிந்திருந்தார். தர்ப்பூசணிப் பழம் போல் குண்டாகவும், மென்மையாகவும் இருந்தது அவரது முகம். பெஞ்சமின் பிராங்க்ளின் அணிந்திருந்தது போன்ற கண் கண்ணாடி போட்டிருந்தார். நான் உள்ளே நுழைந்தபோது அவர் நிமிர்ந்து பார்க்கவில்லை. அந்த உயரமான, ஒல்லியான மனிதர் வணங்கி வெளியேறினார். டாக்டர் ஏதோ எழுத்து வேலையை முடிக்கும் வரை நான் கதவினருகே காத்து நின்றிருந்தேன். ஒரு வழியாக அவர் தன் பார்வையை உயர்த்தினார். "உட்கார்" என்று மேசையின் முன்பிருந்த இருக்கையைக் காட்டிவிட்டு, மீண்டும் தன் வேலையில் மூழ்கினார்.

எனக்கு குழப்பமாகவும், அவமானப்படுத்தப்பட்டது போலவும் இருந்தது. நான் அத்துமீறியிருக்கக் கூடும். ஆனால், அவரது நடத்தை ரொம்ப அதிகம். அவருடைய நாட்டுக்கு உதவுவதற்காக நியமிக்கப்பட்டுள்ள ஒரு கௌரவமான நிறுவனத்தின் பிரதிநிதி நான் என்பதை அவர் மறந்து விட்டாரா?

நீண்ட நேரத்திற்குப் பிறகு (எனக்கு அப்படித் தெரிந்தது) அவர் நிமிர்ந்தார்; தன்னுடைய கண்ணாடிக்கு மேலே என்னை உற்றுப் பார்த்தார். விருந்து மேசையின் மீது இந்தப் பக்கமும் அந்தப் பக்கமும் பறந்து கொண்டிருக்கும் ஒரு பூச்சியைப் பார்ப்பது போல என்னை எடை போட்டார். பின்னர், தன்னுடைய சக்தி அனைத்தையும் திரட்டுகிறவர் போன்ற ஒரு அங்க அசைவுடன் தன் கைகளை மேசையின் குறுக்கே நீட்டினார். அதைக் குலுக்குவதற்கு நான் எழுந்து நிற்க வேண்டியிருந்தது. என்னுடைய குழப்பம் கோபமாக மாறியது.

அதை அடக்கிக் கொண்டு வலிய புன்னகைத்தேன். உள்ளூர் ஆசாரங்களைக் கடைப்பிடிக்கும் முயற்சியாக என்னைச் சந்திக்க ஒப்புக் கொண்டதற்காக அவருக்கு தாராளமாக நன்றி கூறினேன்.

என்னுடைய நாசூக்குகளை அவர் அலட்சியப்படுத்தினார்; பரஸ்பரம் வாழ்த்துச் சொல்வது எகிப்தில் வழக்கம். அதையும் அவர் செய்யவில்லை; எனக்கு என்ன வேண்டும் என்று தட்டையாகக் கேட்டார்.

பட்டை தீட்டப்பட்ட ஒரு ராஜதந்திரி என்னை அவமானப்படுத்திக் கொண்டிருக்கிறார் என்பதில் எந்தச் சந்தேகமும் இல்லை. வெளிப் படையாகவும், பகிரங்கமாகவும். வெளிநடப்பு செய்துவிடலாமா என்று எண்ணினேன். அதற்குப் பதிலாக, போஸ்டனின் ப்ரூடென்ஷியல் கோபுரத்திற்கும், பின்னர் மெய்ன் இயக்குநர் குழு அறைக்கும் என் மனதை எடுத்துச் சென்றேன். திடீரென்று நான் செய்வது சரியென்று நிரூபணமாகிவிட்டது போல் எண்ணினேன். அவரையும், அவரது நாட்டையும் சுரண்டுவதற்காக வந்திருக்கிற ஒரு பொருளாதார அடியாள் நான் என்கிற உண்மைதான் அவரது கர்வத்திற்கு என்னுடைய பதிலடி. என்னுடைய தரப்பு பெரிய வெற்றியைப் பெறப்போகிறது என்பதை உணர்ந்து அவரது சிறு வெற்றிகளை நான் சகித்துக் கொள்ளலாம். இந்தச் சண்டையில் அவர் வெல்லலாம். ஆனால், யுத்தத்தை வெல்லப்போவது நான். என் இருக்கையில் உடலைத் தளர்த்திக் கொண்டு அமர்ந்தேன். என் புன்னகை உண்மையானதாக மாறியது. “மக்கள்தொகைப் புள்ளிவிவரம்“ என்றேன்.

“மன்னிக்கவும், என்ன சொன்னீர்கள்?”

“மக்கள்தொகைப் புள்ளிவிவரம் வேண்டும்.“ என்னுடைய தவிப்பை சுருக்கமாக விளக்கினேன். “ஆகவே, உங்களது ஆட்கள் என்னுடன் ஒத்துழைக்கவில்லை என்றால், உங்களது அதிபர் கேட்கும் நிதி முழுவதும் கிடைக்காது” என்று முடித்தேன்.

தன் முஷ்டியால் மேசையை ஓங்கிக் குத்தினார். எழுந்து நின்றார். அவரது சுற்றளவு அவரது அலுவலகத்தின் சுற்றளவு போல் இருந்தது. அவர் தள்ளிய வேகத்தில் அவருடைய இருக்கை நகர்ந்து போய் சுவரில் மோதியது. “எனக்கு உங்களது கோடிகள் பற்றி ஒரு கவலையும் கிடையாது”. அவரது அங்க சேட்டைகளோடு ஒப்பிடும் போது அவரது குரல் ஆச்சரியமளிக்கும் வகையில் மென்மையாகவும், கட்டுப்படுத்தப்பட்டதாகவும் இருந்தது. “இளைஞனே, உனக்கு என் கடைசி மகனின் வயது கூட இருக்காது. நேராக இங்கே உள்ளே வருவதற்கும், என்னிடம் கோரிக்கைகள் வைப்பதற்கும் எது உனக்கு உரிமை கொடுத்தது?” .என்னுடைய பதிலைத் தடுப்பதற்கு அவர் தன்னுடைய கடல்பஞ்சு போன்ற கையை ஆட்டினார். “உனக்கு ஒன்றிரண்டு விஷயங்களைச் சொல்ல வேண்டும். நான் உன் நாட்டில்

வாழ்ந்திருக்கிறேன். உங்களது நவநாகரீக நகரங்களையும், கார்களையும், வீடுகளையும் பற்றி எல்லாம் எனக்குத் தெரியும். எங்களைப் பற்றி நீங்கள் என்ன நினைக்கின்றீர்கள் என்பதும் தெரியும்." அவர் தன் கைகளை மேசை மேல் ஊன்றி முன்னே சாய்ந்து என்னை வெறித்துப் பார்த்தார். " நான் ஒட்டகத்தின் மீது பயணித்திருக்கின்றேனா என்று ஹார்வர்டில் என்னிடம் எத்தனை பேர் கேட்டார்கள் தெரியுமா? ஹார்வார்டில்! உங்களது முட்டாள்தனம் பிரமிப்பாக இருக்கிறது. உங்களது நாட்டின் கிட்டப்பார்வை. பல்லாயிரக்கணக்கான வருடங்களாக, பல பத்து பல்லாயிரக்கணக்கான வருடங்களாக எகிப்தியர்களாகிய நாங்கள் இருந்து கொண்டிருக்கிறோம். நீங்கள் மண்ணாகிப் போனபின்பும் நாங்கள் இருப்போம்." அவர் தன் இருக்கையை இழுத்து அதில் அமர்ந்தார். சத்தமாகப் பெருமூச்சு விட்டார். அவ்வாறு செய்யும்போதே மீண்டும் தன்னுடைய எழுத்து வேலையின் மீது கவனத்தைத் திருப்பினார்.

அவரை உற்றுப் பார்த்தவாறு அங்கேயே நான் அமர்ந்திருந்தேன். இயக்குநர் குழு அறையில் நான் கழித்த கணங்களை வலிய நினைவுறுத்திக் கொண்டேன். இந்தோனேஷியாவிற்கு பின்னோக்கிப் பயணித்தேன். அவர்களது மொழி எனக்குத் தெரியும் என்பது அவர்களுக்குத் தெரியாது. பவ்யமாகப் புன்னகைத்தபடி எனக்கு தங்களது அருமையான தேநீர் அளித்துக் கொண்டே அங்கு அரசாங்க அதிகாரிகள் என்னை இழிவுபடுத்திப் பேசுவதை அவர்களறியாமல் கேட்டிருக்கிறேன். என்னைத் திடப்படுத்திக் கொண்டேன். அவரது வழியிலேயே போய் அவரைத் தோற்கடிப்பது என்று தீர்மானித்தேன்.

இறுதியில், அவர் தன் கண்ணாடிக்கு மேலாக என்னைப் பார்த்தார். போகும்படி தன் கைகளை ஆட்டி சைகை செய்தார்.

"ஆனால்..."

அவர் தன் முஷ்டியை மீண்டும் ஒரு முறை மேசையின் மீது குத்தினார். இந்த முறை அவர் தன் இருக்கையிலேயே அமர்ந்திருந்தார். எதிரியை நிலை தடுமாறச் செய்யும் அமைதியுடன் "நீ ஒரு கடவுள் நம்பிக்கையற்ற நாய் என்பதை எப்போதும் நினைவில் கொள்" என்றார். கண் இமைக்காமல் என்னையே பார்த்தார். ஹார்வார்டில் பெற்ற விசேஷ குணம் என்று நினைக்கிறேன். "கடவுள் நம்பிக்கையற்ற நாய்". அவர் அந்தச் சொற்களை வேதனையளிக்கும் வகையில் மெதுவாக உச்சரித்தார். "இப்போது, போய்விடு. சதாத்தும், அல்லாவும் விரும்பினால் உனக்கு அந்த மக்கள் தொகைப் புள்ளிவிவரம் கிடைக்கும்"

பல நாட்களுக்குப் பின்னர் அந்தத் தகவல் எனக்கு அளிக்கப்பட்டது. அழுக்கான மணிலா கோப்பில், மோட்டார் சைக்கிளை தூசியிலும், எண்ணைப் புகையிலும் ஓட்டிக் கொண்டு வந்த ஒரு கூரியர்காரர்

மூலம் என்னிடம் வந்து சேர்ந்தது. எந்தக் குறிப்பும் இணைக்கப்படவில்லை. எங்கிருந்து வந்தது என்றோ அல்லது ஏன் வந்தது என்றோ எந்தக் குறிப்பும் இல்லை. ஆனால், எனக்குத் தேவையானதெல்லாம் அதில் இருந்தது. அதற்காக நான் யாருக்கும் எப்போதும் பணம் எதுவும் கொடுக்கவில்லை. சலிப்பூட்டும் எண்கள் நிறைந்த எண்ணற்ற பக்கங்களை நான் ஆழ்ந்து படித்தபோது இதற்கு ஏன் இவ்வளவு பிரச்சனை என்று வியந்தேன். இந்தப் புள்ளி விவரங்களைக் கொடுக்காமல் இருப்பதற்கு ஏதாவது தர்க்க ரீதியான காரணம் இருந்ததா? இஸ்ரேல் விமானத் தாக்குதல் நடத்தும் என்கிற எகிப்தின் அச்சம் மட்டுமே ஒரே விளக்கமாக என் மனதிற்குப் பட்டது. தங்களது விமானங்களையும், ஏவுகணைகளையும் வழிநடத்தத் தேவையான அனைத்துத் தகவல்களும் அவர்களிடம் ஏற்கனவே இருந்தது என்று நான் நிச்சயமாகக் கருதினேன். அடுத்த இருபது வருடங்களில் ஒரு குறிப்பிட்ட புறநகர்ப்பகுதியின் மக்கள்தொகை ஒரு லட்சமோ அல்லது ஒரு லட்சத்துப் பத்தாயிரமோ அதிகரிக்குமா என்பதைப் பற்றி குண்டுகள் கவலைப்படுவதில்லை. பின்னர் நான் டாக்டர். அசிமின் வார்த்தைகளை நினைவு கூர்ந்தேன்.

நான் ஒரு கடவுள் நம்பிக்கையற்ற நாய். என் நாட்டவரில் வெகு சிலரால் மட்டுமே புரிந்து கொள்ள முடிந்த ஏதோ ஒரு விஷயம் எகிப்தியர்களுக்குத் தெரிந்திருந்தது. டாக்டர். அசிம் எனக்குக் கொடுத்த விவரங்களை பேரரசு நிர்மாணத்திற்காக நாங்கள் பயன்படுத்துகிறோம். பொருளாதார அடியாட்களின் பொருளாதார அறிக்கைகள் புனிதப் போர் கத்திகளைவிட எப்போதுமே சக்திமிக்க ஆயுதங்கள். இஸ்ரேல் குண்டுகள் தங்கள் வேலையை முடித்துவிட்டன; அழிவை ஏற்படுத்தின; பீதியை உருவாக்கிவிட்டன; அரசாங்க அதிகாரிகளைக் கீழ்ப்படியச் செய்து விட்டன. ஆனால், என்னைப் போன்றவர்களே உண்மையான அபாயம். அழிவை எங்களுக்குச் சாதகமாகப் பயன்படுத்திக் கொள்கிறோம், அச்சத்தை நாங்கள் விரும்பும் வழியில் செலுத்துகிறோம், யார் யார் கீழ்ப்படிந்தார்களோ அவர்களுக்கு விதிக்கப்பட்ட நிபந்தனைகளை நிறைவேற்றுவதை உறுதிப்படுத்துகிறோம்; இதையெல்லாம் நாங்கள்தான் செய்கிறோம். மேலும், எதிர்காலத்தில் குண்டு வீச்சுகள் நிகழாமலிருக்கும் வண்ணம் தங்கள் படிப்பினைகளை அவர்கள் கற்றிருக்கிறார்கள் என்று நம்புகிறோம். இறுதியில் எங்களுக்கு அதிக சலுகைகள் கொடுக்கப்பட வேண்டும். ஏனெனில், நாங்களே உயரத்தில் இருப்பவர்கள். டாக்டர். அசிம் போன்றவர்களுக்கு அடங்கிப் போவதைத் தவிர வேறு வழியில்லை. அல்லது அவர்கள் தங்களது வேலைகளை இழக்க வேண்டும். அதற்காக அவர் என்னை மிகவும் வெறுத்தார்.

36
ஈரான்:
நெடுஞ்சாலைகளும் கோட்டைகளும்

அந்நாட்களில் நான் உலகை ஏராளமான முறை சுற்றி வந்தேன். டாக்டர். அசிமின் சொற்கள் என்னுடன் சேர்ந்தே வந்தன. என்னுடைய உயர்ச்சிகள் தற்காப்பு என்பதிலிருந்து கோபமாக மாற்றம் பெற்றன. பெருமை மிக்க ஒரு கலாசாரத்திலிருந்து வந்துள்ள ஒரு செருக்கு மிக்க மனிதர் அவர் என்பதை பின்னர் உணர்ந்தேன். கிளியோபாட்ராவின் துதிபாடிகளைப் போல தானும் சீசருக்கு தலை வணங்க வேண்டும் என்பதை அறிந்து அதை வெறுப்பவர். அவரது இடத்தில் நான் இருந்திருந்தால் இன்னும் முரட்டுத்தனமாக நான் நடந்து கொண்டிருக்கக் கூடும் என்று எண்ணினேன்.

எங்கள் நாட்டில் நாங்கள் எங்களது சொந்தக் குழப்பத்தை அனுபவித்துக் கொண்டிருக்கும் வேளையில், என்னுடைய நாடு நவீன எகிப்திற்கு ஒரு ரோமாக (பண்டைய ரோமப் பேரரசுக்கு எகிப்து அடிமைப்பட்டிருந்ததுமொர்.) ஆகலாம் என்கிற முரண் எனக்கு உறைத்தது. எங்கள் தேசத்தில் சுய பரிசோதனை நிகழ்ந்து கொண்டிருந்த சகாப்தத்தில் நான் வளர்ந்தேன். என்னுடைய தலைமுறையை ஆழமாகப் பாதித்த பல்வேறு தொடர் நிகழ்வுகளின் ஊடாக நாங்கள் வாழ்ந்தோம்: வாட்ஸ் மற்றும் டெட்ராய்ட்ஸ் கலவரங்கள், ஊன்டட் நீ மோதல் (அமெரிக்காவின் தென்மேற்கு கடற்கரையோர கிராமம். 1973ம் ஆண்டு செவ்விந்தியர்களுக்கும், அமெரிக்கப் படைகளுக்கும் இடையில் இங்கு நடந்த மோதல் குறிப்பிடப்படுகிறது - மொர்), சிசர் சாவேஸ் மற்றும் அவரது ஐக்கிய பண்ணைத் தொழிலாளர்கள் நடத்திய பேரணி, மற்றும் அதிகம் வெளிவராத அமெரிக்காவில் சிறுபான்மையினர் நடத்திய ஏராளமான எதிர்ப்பியக்கங்கள். ஆங்கிலேயர்களினால் எனது மூதாதையர்கள் அனுபவித்த இது போன்ற ஒடுக்குமுறைகளையும் இந்த நிகழ்வுகளையும் ஒரே தட்டில் வைத்துப் பார்த்தேன். உணர்ச்சிகளைத் தூண்டும் வகையிலான அவமதிப்புகள் அவர்கள் அனைவரையும் ஆயுதம் ஏந்தச் செய்தது. கறுப்பின மக்கள், இந்தியர்கள், ஹிஸ்பானிக்குகள் ஆகியோரை சீர்குலைப்பவர்கள் என்று நிறுவன அதிகார வர்க்கம் முத்திரை குத்தியது. பிரிட்டிஷ் பேரரசை நிர்மாணித்தவர்கள் என்னுடைய மூதாதையர்களை துரோகிகள் என்று முத்திரை குத்தினர். எனினும், இன்று இளைஞர்கள் அந்தச் சிறுபான்மைத்

தலைவர்களை நாயகர்களாகவே கருதினர்; அந்நிய ஆட்சியாளர்களுக்கு எதிராக தங்களது உரிமைகளைப் பாதுகாத்த ஆண்களையும், பெண்களையும் தங்கள் நிறுவனர்களாகவே கருதினர்.

நான் உலகங்களுக்கிடையில் சிக்கிக் கொண்டிருந்தேன். ஒரு பக்கம் சுதந்திரப் போராட்டக்காரர்களை ஆதரித்தேன்; மறுபக்கம், பேரரசின் தலைவர்களுக்குச் சேவை செய்து கொண்டிருந்தேன். ஏதோ என்னுடைய குழப்பத்தை வலியுறுத்துவது போல நான் பலமுறை ஈரான் சென்றேன். ஷாவிற்காகப் பணியாற்றினேன்.

பொருளாதார அடியாட்களாகிய நாங்கள், கிறிஸ்து பிறப்பதற்கு மூன்று நூற்றாண்டுகளுக்கு முன்பு மகா அலெக்சாண்டர் மற்றும் டாரியஸ் காலத்திய உயர் நாகரிகத்தை மீண்டும் ஈரானில் வளர்த்தெடுக்க உறுதி கொண்டுள்ள ஆட்சியாளராக ஷாவைச் சித்திரித்தோம். ஏராளமாக இருந்த எண்ணை வளங்களையும், மெய்ன் போன்ற நிறுவனங்களின் திறமையையும் மேன்மையான கனவுகளை நனவாக்கப் பயன்படுத்துவார் என்றோம். இந்த மாற்றத்திலிருந்து ஒரு ஜனநாயக, சமத்துவ சமுதாயம் எழும் என்று எப்படியோ எங்களை நாங்களே நம்பச் செய்தோம்.

அமெரிக்க எதிர்ப்புணர்வு தீவிரமாக இருந்த ரஷ்யா, லிபியா, கொரியா, கியூபா, பனாமா, நிகாரகுவா மற்றும் இதர நாடுகளுக்கு ஷாவின் அரசாங்கத்தை ஒரு மாற்றாக முன்வைப்பது எங்களது மூல உத்தியாகும். அவர் 1962ல் மிகப் பெருமளவு தனியார் நில உடைமையைத் தகர்த்து அந்த நிலங்களை விவசாயிகளுக்கு வழங்கினார் என்று கட்டுக்கதைகளை ஆதாரமாகக் கொண்டிருந்தது அந்த உத்தி. பின்னர் அவரும் நாங்களும் விரிவான சமூக பொருளாதார சீர்திருத்தத்தின் ஆரம்பம் போல் தோன்றிய வெள்ளைப் புரட்சியை உருவாக்கினோம் என்றோம். பின்னோக்கிப் பார்க்கும்போது இப்போது நடுக்கம் ஏற்படுகிறது. ஏனெனில், இது எல்லாம் அழுக்கை மறைக்க வெள்ளை அடிக்கப்பட்ட புரட்சி என்பதை நாங்கள் உணர்ந்திருந்தோம். அது ஷாவின் அதிகாரத்தை அதிகப்படுத்துவதற்கான தந்திரம்தான். மேலோட்டமான பார்வைக்கு, கிறிஸ்துவ, முஸ்லிம் ஒற்றுமைக்கு ஈரான் ஒரு உதாரணம். என்றாலும், உண்மையில் மத்திய கிழக்கின் மீது அமெரிக்க மேலாதிக்கத்தை மறைக்கும் ஒரு மூடுதிரையே. எகிப்திற்கு இது நடந்துவிடக் கூடாது என்றுதான் டாக்டர். அசிம் அஞ்சினார். அமெரிக்காவின் எதிர்கால சந்ததியினரின் நலனுக்காக மத்திய கிழக்கையும், ஆப்பிரிக்காவையும் தங்கள் கட்டுப்பாட்டில் கொண்டு வர வேண்டும் என்று ஜார்ஜ் ரிச் போன்றவர்கள் விரும்பியதன் விளைவும் இது.

மெய்ன் நிறுவனத்தின் ஒப்பந்தப் பணிகள் 1974க்குப் பிறகு குறிப்பிடத் தகுந்த அளவில் அதிகரித்தது. எண்ணைக்கான வேட்கை உன்மத்தமானது. ஓபெக்கை நமது பிடிக்குள் கொண்டு வந்து, அவர்களைப் பேரரசின் சேவகர்களாக ஆக்குங்கள் என்று உத்தரவு வந்தது.

என்னுடைய வேலை மிக மிக முக்கியமானதாக இருந்தது. திட்டமிடுபவர்களும், பொறியாளர்களும் மின்திட்டங்களை வடிவமைப்பதற்கு என்னுடைய முன்னறிவிப்பையே சார்ந்திருந்தார்கள். தாங்கள் வளம் பெறமுடியும் என்கிற நம்பிக்கையைப் பணக்கார ஈரானியர்களுக்கு ஏற்படுத்துகிற மாதிரி தொழில், வர்த்தக மற்றும் ராணுவ வளர்ச்சிக்குத் தேவையான பெருமளவு மின்சக்தியை உற்பத்தி செய்யக்கூடிய மின்திட்டங்கள். ஷாவின் ஆட்சியை நீடிக்கச் செய்வதற்கும், தங்கு தடையற்ற எண்ணை விநியோகத்திற்கும் அவர்கள் மகிழ்ச்சியாக இருப்பது அவசியமாகும்.

மெய்ன்னில் என்னுடைய மேல் அதிகாரி புரூனோ ஜம்போட்டி "நீங்கள் டெஹ்ரானிலிருந்து கெர்மான் செல்ல வேண்டும்" என்றார். "உயரமான பீடபூமியில் இருந்த பிரசித்தி பெற்ற 'தாஸ்த்இ லட்' என்கிற பாலைவனத்தில் இருக்கும் சோலை. அங்குதான் அலெக்சான்டர் தன்னுடைய வரலாற்றுச் சிறப்பு மிக்க படையெடுப்பை நிகழ்த்தினார். ரகசிய இன்பங்கள் நிறைந்த பாலைவனச் சோலை. அங்கிருந்து நீங்கள் இப்பூலோகத்தின் மிகவும் அற்புதமான பாலைவனங்களின் வழியாக 'பந்தார்இ அப்பாஸுக்குச்' செல்வீர்கள். இன்று அது தூங்கி வழியும் மீன்பிடி கிராமமாக இருக்கலாம். நாளை அது ரிவைராவுக்கு போட்டியாக ஆகும்." (Riviera தென்கிழக்கு பிரான்ஸ், மொனாகோ மற்றும் வடமேற்கு இத்தாலி எல்லைகளில் இருக்கும் மத்திய தரைக்கடல் கரையோர சுற்றுலாத் தலம் - மொர்). புரூனோ மிகைப்படுத்திக் கூறும் சுபாவமுள்ளவர் என்று அப்போது எனக்குத் தெரியும். ஆனால், இது பற்றி எனக்கொன்றும் தெரிந்திருக்கவில்லை....

இரண்டு மெய்ன் பொறியாளர்களுடன் ஒரு சிறு விமானத்தில் டெஹ்ரானிலிருந்து கெர்மானுக்குச் சென்றேன். அது நடு கோடைக் காலம்; மாலை நேரம் என்றபோதும் வெப்பம் மூச்சு திணறச் செய்தது. அந்த நகரம் காலத்தால் புறக்கணிக்கப்பட்டது போல இருந்தது. நிழலில் ஓய்வெடுக்கும் சில குழந்தைகள் மற்றும் முதியவர்கள் தவிர வேறு யாருமில்லை. தூசியும், குப்பையும்தான் ரகசிய இன்பங்களை மறைத்து வைத்திருக்கின்றன என்றால் அவை என் எல்லைக்கு அப்பாற்பட்டவைஅல்லது என் கற்பனைக்கு அப்பாற்பட்டவை. வியர்த்துக் கொட்டக் கொட்ட நகரத்தின் சிறந்த விடுதி ஒன்றில் அறை எடுத்தோம். தாழ்வாரம் சிறியதாகவும், இருண்டும் இருந்தது. நாற்காலிகள், மேசைகள் எதுவும் இருக்கவில்லை. திறந்தவெளி விடுதியில் குளிர்ந்த பீர் வழங்கும் சேவை இருப்பதாக வரவேற்பு மேஜையில் இருந்த இளைஞர் மகிழ்ச்சியுடன் தெரிவித்தார். எங்கள் ஒவ்வொருவருக்கும் தனித்தனி அறை, குளியலறை வசதியுடன் இருந்தது. முப்பது நிமிடங்களில் மது அருந்தும் இடத்தில் சந்திக்கத் தீர்மானித்தோம்.

அறை சிறியதாக இருந்தாலும், மகிழ்ச்சியளிக்கும் விதத்தில் சுத்தமாக இருந்தது. ஜன்னலில் பொருத்தப்படும் குளிர்சாதனம் சத்தம்

அதிகமாக இருந்தபோதும் இயங்கிக் கொண்டிருந்தது எனக்கு ஆறுதலாக இருந்தது. அங்கு உண்மையிலேயே ஒரு குளியலறை இருந்தபோதும், கழிப்பிடத்தில் தண்ணீர் செல்லவில்லை. அதற்கு அடுத்து இரண்டு குழாய்கள் நீட்டிக் கொண்டிருந்தன. மேலே இருந்தது என் தலைக்கு மேலே இருந்த ஷவருடன் (shower) இணைக்கப்பட்டிருந்தது; கீழே இருந்த குழாய் மூலம் துருப்பிடித்த வாளியில் தண்ணீர் பிடித்துக் கழிப்பிடத்திற்குள் ஊற்றலாம்.

ஆடைகளை அவிழ்த்துவிட்டு கழிப்பிடத்திற்கும் சுவருக்கும் இடையே இருந்த மிகச்சிறிய இடத்தில் குளிப்பதற்காக நின்றேன். அங்கு திரை எதுவும் இருக்கவில்லை. குழாயைத் திறந்தபோது தண்ணீர் என் மீது விழவில்லை; ஆனால், கழிப்பிடத்தில் சிந்தியது. அதுவும் கொஞ்சமாகத்தான் இருந்தது. கழிப்பிடக் கோப்பைக்கு மேல் சாய்ந்தால்தான் என்னை நான் நனைத்துக் கொள்ளவும், தேய்த்துக் குளிக்கவும் முடியும். இந்த சாதனம் ஒரு ஷவர்தான் என்பதற்கு இருந்த ஒரே அறிகுறி குளியலறையின் மறுமுனையில் இருந்த துளைதான்; அது வழியாகத்தான் தண்ணீர் வெளியேறியது. புரூனோ இந்தப் பாலைவனச் சோலைக்கு கடைசியாக எப்போது வந்தார் என்று எண்ணினேன்.

ஆச்சரியப்படத்தக்க வகையில் புத்துணர்ச்சி பெற்ற நான் மேல்தளத்திலிருந்த திறந்தவெளி விடுதிக்குச் சென்றேன். துருப்பிடித்த நான்கு மேசைகளும், ஒரு டஜன் நாற்காலிகளும் போடப்பட்டிருந்தன. அருகிலிருந்த பாலைவனம் அற்புதமாகக் காட்சியளித்தது. பொறியாளர்களில் ஒருவராக பிராங்க் ஏற்கனவே அங்கு அமர்ந் திருந்தார். மூன்று பீர் நிறைந்த கோப்பைகள் அவருக்கு முன்னால் இருந்தன.

“ஒரே ஒரு பிராண்ட்தான் இருக்கிறது. நீங்கள் அருந்துவீர்கள் என்று எண்ணினேன்” என்றார் அவர்.

நாங்கள் பதினைந்து நிமிடங்கள் காத்திருந்தோம். பின்னர், எங்களுடைய சகா உறங்கியிருப்பார் என்று தீர்மானித்தோம். மறுநாள் பயணத்துக்கு வாழ்த்துச் சொல்லி அருந்தினோம். எங்கள் கோப்பைகளை நாங்கள் கீழே வைத்தபோது ஜேம்ஸ் வந்தார். அந்த மேல்தளத்தில் குறுக்கும் நெடுக்குமாக நடந்தார். அவர் முழுதும் நனைந்திருந்தார். விமானத்தில் வரும்போது அணிந்திருந்த சட்டையைக் கையில் வைத்திருந்தார். அதிலிருந்து நீர் சொட்டிக் கொண்டிருந்தது. சட்டையை மேசை மீது வீசினார். காலி இருக்கையில் சொத்தென்று உட்கார்ந்தார். தன்னுடைய பீரைக் குடித்தார்.

“என்ன நடந்தது?” பிராங்க் கேட்டார்.

“கழிப்பிடத்தில் தண்ணீர் போகவில்லை. வாளியைப் பார்த்தேன். எடுத்துக் குழாயைத் திறந்தேன். தவறானதைத் திறந்ததால் நனைந்துவிட்டேன்.”

அவர் இறுதியாக சிரிப்பதை நிறுத்தியபோது, பாலைவனக் காற்று வெகு விரைவில் சட்டையை உலர்த்திவிடும் என்று பிராங்க் சுட்டிக்காட்டினார்.

"அப்படித்தான் நானும் நினைத்தேன். இல்லை என்றால் நான் அதை இந்த நவநாகரிக மதுபான விடுதிக்கு எடுத்து வந்திருக்க மாட்டேன்" என்றார் ஜேம்ஸ்.

மறுநாள் காலையில் இரண்டு ஈரானியர்கள் ஒருவர் பொறியாளர்/ மொழிபெயர்ப்பாளர், மற்றவர் ஓட்டுநர் - ஒரு ஜீப்பில் எங்களை அழைத்துச் சென்றனர். அவர்கள் இருவரும் முன் இருக்கையில் அமர்ந்து கொண்டனர். நாங்கள் பின் இருக்கையில் அமர்ந்தோம். எங்களில் இளையவனான நான் நடுவில் உட்கார்ந்தேன். வண்டியின் அடியில் இருக்கும் ஷாப்டின் மூடி நான் அமர்ந்த இடத்தில் இருந்ததால் காலுக்குக் கீழே மேடாக இருந்தது. நான் கால்களைப் பரப்பிக் கொண்டுதான் உட்கார வேண்டியிருந்தது. உயரத்தில் இருந்த மத்திய பீடபூமியின் பாலைவன நகரிலிருந்து பாரசீக வளைகுடாவின் கரைக்கு எங்கள் வண்டி கீழே இறங்கிக் கொண்டிருந்தபோது, பண்டைய காலத்தில் பயணிகள் மற்றும் வியாபாரிகள் கூட்டம் சென்ற வழியைப் பின்பற்றி நாங்கள் சென்று கொண்டிருப்பதாக அந்தப் பொறியாளர் விளக்கினார்.

"இந்தப் பாலைவனம் எப்போதுமே ஒரு சாபக்கேடாகவும், ஒரு ஆசீர்வாதமாகவும் இருந்திருக்கிறது" கழுத்தைத் திருப்பி எங்களைப் பார்த்துக் கூறினார். "எங்களது மூதாதையர்களை எதிரிகளிடமிருந்து இது பாதுகாத்திருக்கிறது. அவர்கள் தங்கள் நாடுகளையே தாண்ட முடியாதபடி செய்திருக்கிறது. இன்று அது முன் எப்போதையும்விட முக்கியமானதாக உள்ளது. தஸ்த்இ லூத் ஐரோப்பாவையும், ஆப்பிரிக்காவையும், நீங்கள் மத்திய கிழக்கு என்று சொல்வதையும் ஆசியாவிலிருந்து பிரிக்கிறது. அது மட்டுமின்றி, இது சோவியத் யூனியனுக்கும், பாரசீக வளைகுடாவிற்கும் இடையிலான நேரடிப் பாதையாகவும் இருக்கிறது. வரைபடத்தைப் பாருங்கள். ரஷ்யர்கள் எங்களை ஆக்கிரமிக்க விரும்புகிறார்கள், தெரியுமா? நாம் இன்று பயணிக்கும் இந்தக் கரடுமுரடான சாலை அவர்களது ராணுவத்திற்கு ஒரு அதிநவீன நெடுஞ்சாலையாக ஆகும். இதற்கு அக்கம்பக்கமாகவே அவர்கள் பெரிய எண்ணைக் குழாயை நிர்மாணிப்பார்கள். இன்றிரவு நாம் தங்கப் போகும் பண்டார்இ அப்பாஸ் என்கிற சிறு நகரம் ஒரு கம்யூனிஸ்ட் கோட்டையாக ஆகும். போர் விமானங்கள், ஏவுகணைகள், அணுஆயுத நீர்மூழ்கிக் கப்பல்கள், விமானந்தாங்கிக் கப்பல்கள் என அவர்கள் உலகின் மிக முக்கியமான எண்ணைப் பாதையைக் கட்டுப்படுத்துவார்கள்".

பிராங்க், ஜேம்ஸ் மற்றும் நான் ஆகியோர் எங்களுக்கிடையில் ஒருவரையொருவர் பார்த்துக் கொண்டோம். "இது எல்லாவற்றையும் உள்ளடக்கியிருக்கிறது என்று நினைக்கிறேன்" ஜேம்ஸ் குறிப்பிட்டார்.

"நமக்கு முன்னால் ஒரு பெரிய பணி இருக்கிறது. எனினும் நண்பர்களே, சுமை அதிகம் என்று எண்ணாதீர்கள். நாம் செய்ய வேண்டியதெல்லாம் உலகை கம்யூனிசத்திடமிருந்து காப்பாற்ற வேண்டியதுதான்."

"அமெரிக்கர்களாகிய நீங்களும் பாரசீகர்களாகிய நாங்களும் அதை முதலில் செய்ய வேண்டும் என்பதுதான் முக்கியம். அந்த ராணுவ நெடுஞ்சாலையை நாம் கட்ட வேண்டும். பண்டார்இ அப்பாஸை நம் கோட்டையாக மாற்ற வேண்டும்" என்று அந்த ஈரானியர் தொடர்ந்தார்.

"அதற்காகத்தான் நாங்கள் இங்கு வந்திருக்கிறோம்" என்று பிராங்க் சொன்னார்.

"ஈரானியர்கள் அரேபியர்கள் அல்ல, ஆரியர்கள் என்பதை எப்போதும் மனதில் வையுங்கள். நாங்கள் முஸ்லிம்கள். ஆனால், அரேபியர்கள் எங்களை மிரட்டுகிறார்கள். நாங்கள் உங்களோடு 100% முழுமையாக இருக்கிறோம்" என்றார் பொறியாளர்.

"லாரன்ஸ் ஆப் அரேபியாவில் பீட்டர் ஓ டூல் (பீட்டர் ஓ டூல் ஒரு பிரிட்டிஷ் திரைப்பட நடிகர். அவர் நடித்த 'லாரன்ஸ் ஆப் அரேபியா' என்கிற நாடகம் உலகப் பிரசித்தி பெற்றது - மொர்) போராடிக் கடந்த முடிவற்ற மணல் அலைகளல்ல அந்தப் பாலைவனம். கண்ணுக்குத் தெரிகிற தூரம் வரை விரிந்து கிடந்த சிவப்பு நிற, ஊதா நிற, மஞ்சளும் பழுப்பும் கலந்த வண்ணத்திலான மலைகளில் வித்தியாசமாக எதுவும் இல்லை. என்னைப் பொறுத்தவரையில், புரூனோ கூறியபடி, அது மிக மிக அழகாகவும், கண்கொள்ளாக் காட்சியாகவும் இருந்தது. அது கெட்ட அறிகுறியாகவும் இருந்தது. நூற்றுக்கணக்கான மக்களும், ஒட்டகங்களும் கொண்ட கூட்டங்கள் அதைக் கடந்து சென்றார்கள் என்பதை என்னால் கற்பனை செய்ய முடியவில்லை.

ஜீப்பில் குளிர்சாதன வசதி இருந்தபோதும் கடும் வெயில் தாங்க முடியாததாக இருந்தது. மின்கடத்திப் பாதை, எண்ணைக் குழாய், நெடுஞ்சாலை ஆகியவற்றை பாதிக்கக் கூடிய வகையில் ஏதேனும் இருக்கிறதா என்று பொறியாளர்கள் மணலையும், மற்ற நிலைமைகளையும் பரிசோதிக்க வசதியாக நாங்கள் பல இடங்களில் நிறுத்தினோம். ஜீப்பை விட்டு வெளியே வந்தபோது, முதலில் இதமாக இருப்பது போல் தோன்றியது. ஆனால், பின்னர் சூரியன் ஈவிரக்கமின்றித் துளைத்தது. ஒரு முறை தேநீர் மற்றும் பேரீச்சம் பழங்கள் உண்பதற்காக ஒரு சிறு கிராமத்தில் நிறுத்தியபோது அது உண்மையிலேயே ஒரு பாலைவனச் சோலையாக இருந்தது. பகைமை நிறைந்த கடலுக்கு மத்தியில் ஒரு அமைதியான தீவு.

பேரீச்சை சோலையை விட்டுக் கிளம்பிய சிறிது நேரத்தில் ஜீப்பில் பயங்கரமான நாற்றம் அடித்தது. "ஏதோ எரிந்து கொண்டிருக்கிறது" என்று பிராங்க் கத்தினார்.

ஓட்டுநர் சட்டென்று வண்டியை ஓரமாக நிறுத்தினார். "எல்லோரும் வெளியேறுங்கள்" என்று ஈரானியப் பொறியாளர் உத்தரவிட்டார்.

கதவுகள் திறக்கப்பட்டு எல்லோரும் வெளியே தாவிக் குதித்தனர், என்னைத் தவிர. என் கால்களை என்னால் தரையிலிருந்து தூக்க முடியவில்லை. என் கால்கள் செயலிழந்தது போல் இருந்தது.

"சீக்கிரம். உங்களுக்கு என்ன ஆயிற்று?" என்று ஜேம்ஸ் கேட்டார். எனக்கொன்றும் புரியவில்லை. என் பலமனைத்தையும் திரட்டி முயற்சிசெய்தேன். ஆனால், என் கால்கள் கேட்பதாக இல்லை. பீதியடைந்து நான் அணிந்திருந்த டாப்சைடர் செருப்பில் தொளதொளவென்று கட்டியிருந்த கயிறை அவிழ்த்து என் கால்களை விடுவித்துக் கொள்ள முயன்றேன். நல்லவேளையாக என் கால்கள் செயல்பட்டன. உந்தி நகர்ந்து கதவின் வழியாகப் பாலைவனத் தரையில் விழுந்தேன்.

பிராங்க் எச்சரிக்கையுடன் உள்ளே உற்றுப் பார்த்தார். பின்னர் அவர் சிரிக்க ஆரம்பித்தார். "உங்கள் காலணியின் அடி ரப்பர் உருகி தரையிலுள்ள விரிப்புடன் ஒட்டிக் கொண்டுவிட்டது. இயந்திரங்கள் அதீதமாகச் சூடாவதை நான் முன்பும் கண்டிருக்கிறேன். ஆனால், இது பரிசைத் தட்டிச் செல்கிறது!"

ஒரு வழியாக என் காலணிகளை எரிந்திருந்த தரைவிரிப்பில் இருந்து விடுவித்து எடுத்த பின் எங்கள் பயணம் தொடர்ந்தது. சூரியன் அஸ்தமித்துக் கொண்டிருக்கும்போது பண்டார் இ அப்பாஸ் சென்றடைந்தோம்.

37
இஸ்ரேல்:
அமெரிக்காவின் காவல்நாய்

1971ல் பிரிட்டிஷார் தமது படைகளை திரும்பப் பெற்ற பிறகு உருவாக்கப்பட்ட ஐக்கிய அரபு எமிரேட்ஸ், ஓமன், பஹ்ரைன், கத்தார் ஆகிய நாடுகள் இருக்கும் அரேபிய தீபகற்பத்திற்கு எதிரில், ஹோர்மஸ் ஜலசந்தியின் கரையில் இருக்கும் பண்டார்இ அப்பாஸ் உலகின் மிகவும் கேந்திர முக்கியத்துவம் வாய்ந்த தாழ்வாரங்களில் ஒன்று. அரேபியக் கடலில் செல்லும் கப்பல்களைச் சூறையாடும் பயங்கரமான கடல் கொள்ளையர்களின் தலைமையகமாக அது ஒரு காலத்தில் இருந்தது. இன்று, உலகின் பெரும்பகுதி பெட்ரோலியம் அதன் கரைகளுக்கு அருகில்தான் கடந்து செல்கின்றது.

நாங்கள் அங்கு சென்றபோது அது இன்னும் ஒரு சிறிய மற்றும் எளிமையான கிராமமாகத்தான் இருந்தது. வளைகுடாவின் அருகே பிரம்மாண்டமான நவீன விடுதி ஒன்று இருந்தது. இந்த நகரத்தை அதி உன்னத தொழில்நுட்பம் கொண்ட ராணுவ தொழில் மையமாக மாற்றக் கூடிய ஆலோசகர்களை ஈர்க்க வேண்டுமானால் அத்தகைய விடுதிகள் இருப்பது ஒரு முன் நிபந்தனையாகும். அந்த விடுதியின் முதல் விருந்தினர்கள் சிலரில் நாங்கள் ஐந்து பேரும் அடங்குவோம். இரவு உணவுக்காக நாங்கள் கூடியபோது, அவ்வளவு பெரிய விடுதியில் நாங்களும் மூன்று பணியாளர்களும் மட்டுமே இருந்தோம்.

"ஐந்து வருடங்கள் கழித்து வந்து பாருங்கள். உங்களால் இந்த இடத்தை அடையாளம் காண முடியாது. ஏதேனும் ஒரு வகையில் இது மாறும். நீங்களோ அல்லது ரஷ்யர்களோ அதைச் செய்வீர்கள்" என்று ஈரானியப் பொறியாளர் கூறினார்.

நாங்கள் பிரிந்த பின் ஒரு சுருட்டைப் பற்ற வைத்துக் கொண்டு இரவில் தனியாக இருந்தேன். கடலை நோக்கிச் சென்றேன். ஆழமில்லாத கடலில் புதிதாகக் கட்டப்பட்டிருந்த துறைமுக மேடை கரையிலிருந்து சுமார் அரை மைல் நீண்டிருந்தது. இரவு வானில் நிலவு இல்லை என்றபோதும், அது நட்சத்திரங்கள் நிறைந்து பளிச்சென்று இருந்தது. அந்த மேடையில் சற்று தூரம் நடந்தேன். ஒரு தென்றல் காற்று கடலை சலசலக்கச் செய்தது. சுருட்டு பற்ற

வைக்கப்பட்டிருந்தபோதும் செத்த மீன்களின் பிணவாடை காற்றில் நிறைந்திருந்தது. கருத்த தண்ணீருக்கு அப்பால் பார்த்த நான், மறுபக்கத்தில் என்ன நடந்து கொண்டிருக்கும் என்று யோசித்தேன். சவூதி அரேபியாவைச் சுற்றி இருந்த நாடுகள் குறித்து எனக்கு அதிகமாகத் தெரியாது என்பதை உணர்ந்தேன்.

மேடையில் முக்கால்வாசி தூரம் கடந்த பின் நான் நின்றேன்; அச்சம் தந்த அதிர்ச்சியால் நான் நிறுத்தப்பட்டேன். மேடையின் முடிவில் விநோதமான ஒரு சிவப்பு ஒளி ஒரு வளைவு போல் எழுந்து விழுந்தது. நான் அசையாமல் நின்று அதைக் கவனித்தேன். விடுதிக்குத் திரும்பி ஓட வேண்டும் என்று எனக்குள் சொல்லிக் கொண்டேன். ஆனால், மூர்க்கத்தனமான ஒரு ஆர்வத்தால் அங்கேயே நின்றிருந்தேன். இன்னுமொரு அடி எடுத்து வைத்தேன். இருளுக்கு என் கண்கள் பழகியபோது பேய் போல் ஒரு மனித உருவம் தெரிந்தது. நான் என் சுருட்டை உயர்த்தினேன்; அந்த சிவப்பு ஒளியும் அதையே செய்தது. அவன் என்னைப் பரிகசிப்பது போல் தெரிந்தது.

நான் என் சுருட்டை இறக்கினேன். அவரும் அதையே செய்தார். அவரை நான் எவ்வளவு அதிகமாகக் கவனித்தேனோ அவ்வளவு என் ஆர்வம் அதிகமானது. என் பயம் கரைந்து மறைந்தது. நிச்சயமாக ஒரு திருடன் தன் இலக்கை ஒரு துறைமுக மேடையின் முனையில் தேடியிருக்க மாட்டான். யார் அவர்? உடனே நான் ரஷ்யர்களை நினைத்துக் கொண்டேன். ஆனால், இந்த இரவு நேரத்தில் அவர்களில் ஒருவர் இங்கே என்ன செய்து கொண்டிருப்பார்?

முழு கவனத்துடன் என் அடிகளை மாற்றி தொடர்ந்து நடந்தேன். நான் உறுதியாக இருப்பது போன்ற ஒரு தோற்றத்தை உருவாக்க விரும்பினேன். மற்றும் பலம். அவரிலிருந்து சுமார் ஐம்பது அடிகள் தூரத்திற்கு வந்தபோது, அவருக்கும் நான் இங்கே என்ன செய்து கொண்டிருக்கிறேன் என்று தெரிந்து கொள்ளும் ஆவல் இருக்கும் என்பது எனக்கு உறைத்தது; என் வேகத்தைக் குறைத்தேன்.

அவர் இருமினார்.

நான் நின்றேன்.

பின்னர் அவர் பேசினார். அது பாரசீகமா அல்லது அரேபிய மொழியா எது என்று எனக்கு நிச்சயமாகத் தெரியவில்லை.

"எனக்குப் புரியவில்லை" என்று மெதுவாகச் சொன்னேன்.

"அமெரிக்கர். நீங்கள் ஒரு அமெரிக்கர், இல்லையா? நீங்கள் நடக்கும் விதத்திலிருந்தும், உங்கள் உச்சரிப்பிலிருந்தும் என்னால் கூறமுடியும். எனக்கு ஆங்கிலம் நன்றாகத் தெரியும்" என்று பதிலளித்தார்.

"ஆம், நான் அமெரிக்கன்தான்."

"நான் துருக்கி நாட்டைச் சேர்ந்தவன். உங்களைப் போல இந்த விடுதியில் ஒரு விருந்தினன். வாருங்கள், என்னோடு சேர்ந்து கொள்ளுங்கள்."

நான் அவரருகே சென்றேன். நாங்கள் கைகுலுக்கிக் கொண்டோம். அவரது பெயர் நெசிம். அவர் சிகரெட் புகைத்துக் கொண்டிருந்தார்; சுருட்டு அல்ல. "ஒரு நூலுக்காக பழைய வர்த்தகப் பாதைகளை ஆராய்ச்சி செய்யும் ஒரு வரலாற்றுப் பேராசிரியர் நான். அத்தகைய பாதைகளில் சிலவற்றின் வழியாக நான் இஸ்தான்புல்லில் இருந்து வந்திருக்கிறேன். அவை என்னை இங்கே அழைத்து வந்தன" என்று அவர் விளக்கினார்.

ஈரான் எங்கள் மனதில் ஏற்படுத்திய எண்ணங்கள் பற்றி சிறிது நேரம் உரையாடினோம். ஷா மீது தனக்கிருக்கும் வெறுப்பை அவர் மறைக்கவில்லை; ஷாவை அவர் 'சர்வாதிகார அரசர்' என்று அழைத்தார். இந்த நாட்டில் எவரும் ஷாவை விமரிசித்து நான் கேட்டதில்லை. ரகசிய அமைப்பு ஒன்று ஷாவை பதவியிலிருந்து தூக்கி எறிய விரும்புகிறது என்று படித்திருக்கிறேன். ஆனால், எனக்கு தெரிந்த ஈரானியர்கள் அனைவரும் ஷா அரசாங்கத்தின் ஏதேனும் ஒரு பிரிவில் பணியாற்றினர். இந்த மனிதர் வித்தியாசமானவர். அறிவாளி என்பது வெளிப்படை. தன்னுடைய கருத்துகளை வெளிப்படுத்த அவர் தயங்கவில்லை. தனது பேச்சைக் கேட்க ஒரு ஆள் இருப்பது அவருக்கு மகிழ்ச்சியளித்தது என்று எண்ணினேன். துறைமுக மேடையில் தன் பேச்சைக் கேட்க ஒரு அமெரிக்கர் இருப்பார் என்பதை அவர் நிச்சயம் எதிர்பார்த்திருக்க மாட்டார். ஒருவேளை அந்த இரவு, அந்த இடம், அல்லது வெறும் பயணக் களைப்பு, காரணம் எதுவாயினும், நெசிமின் கருத்துகளை நான் விரும்பிக் கேட்டுக் கொண்டிருந்தேன்.

"நீங்கள் அனைவரும் சர்வாதிகார அரசரால் ஏமாற்றப்படுகிறீர்கள். நல்லது, அனைவரும் அல்ல; உங்களது அதிபருக்கும், உங்கள் நாட்டை நிர்வகிக்கும் மற்றவர்களுக்கும் உண்மை நிச்சயமாகத் தெரிந்திருக்கும். அதுதான் அவர்களது சிறப்பு. வஞ்சகம். உங்கள் தலைவர்கள் தங்களது ஏகாதிபத்தியத்தை மறைக்கிறார்கள். அல்லது மறைக்க முயற்சிக்கிறார்கள். அவர்கள் சம்பாதிக்கும் பணத்தை மறைக்கிறார்கள், மனிதர்களை ஊழல்வாதிகளாக்குவதற்காகத் தாங்கள் செய்யும் காரியங்களை மறைக்கிறார்கள். தாங்கள் பணக்காரர்களைக் காப்பாற்றும் உண்மையை மறைக்கும் அதே வேளையில், அடித்தட்டு மக்களுக்கு உதவ வேண்டும் என்று ஜம்பமாகப் பேசுகிறார்கள்" என்றார். தன் சிகரெட் புகையை மூச்சைப் பிடித்துக்கொண்டு இழுத்தார். "முகமூடிக்குப் பின்னால் மறைந்திருக்கிறது உங்கள் தேசம்".

அமெரிக்காவிற்கு ஆதரவாகப் பேசவும், அதன் மூலம் என்னை நான் நியாயப்படுத்திக் கொள்ளவும் பல முறை குறுக்கிட

வேண்டுமென்று நினைத்தேன். ஆனால், அதற்குப் பதிலாக அவர் பேச்சைக் கவனித்தேன். 1973ம் ஆண்டு யோம் கிப்பூர் யுத்தம் பற்றிக் குறிப்பிட்டு, அவர் கேட்டார்: "சிரியாவும், எகிப்தும் ஏன் இஸ்ரேலைத் தாக்கின? வேறு எதுவும் வழியில்லை என்று அவர்கள் நினைத்தார்கள். இஸ்ரேலியர்கள் அரேபியர்களுக்கு எதிராக இழைக்கும் குற்றங்கள் பற்றியும், அவர்களால் ஏற்படவிருக்கும் அபாயம் பற்றியும் உங்கள் மக்களுக்கு ஒன்றும் தெரியாது. அல்லது அது உண்மையில் அமெரிக்காவின் யுத்தமா, இஸ்ரேல் வெறும் உங்களது அடியாள் மட்டுமா? பாலஸ்தீனர்கள் டார் அல்இஸ்லாம் என்று அழைக்கும் மண்ணை, முஸ்லிம்களின் சாசுவதமான ராஜ்ஜியத்தைத் திருடிக் கொண்டது மட்டும் உங்களுக்குப் போதவில்லை. அதை யூதர்களிடம் கொடுத்தீர்கள். உங்கள் செல்வத்தைப் பயன்படுத்தி யூதர்களுக்காக ஒரு தாய்நாட்டைக் கட்டுவதாக அவர்களை எண்ண வைத்தீர்கள். முஸ்லிம்களின் மூக்கை வரலாற்றின் கழிவில் வைத்துத் தேய்க்கிறீர்கள். ஜனநாயகம் பற்றி புதுமையாகப் பாடல்கள் பாடுகிறீர்கள். ஆனால், சிஐஏ இங்கே ஈரானில் மொசாடெக்கை தூக்கி எறிந்தபோது நீங்கள் ஜனநாயகம் பற்றி என்ன நினைக்கிறீர்கள் என்பதை நாங்கள் பார்த்தோம். ஓ, இஸ்ரேலும் ஜனநாயகம் சம்பந்தப்பட்டதல்ல; அல்லது ஹிட்லரால் பலி வாங்கப்பட்ட மக்களைக் காப்பாற்றுவது சம்பந்தப்பட்டதும் அல்ல. எண்ணைக்காக நீங்கள் சித்திரவதை செய்கிறீர்கள், பொய் சொல்கிறீர்கள், திருடுகிறீர்கள்."

சிகரெட் பிடித்திருந்த தன் வலது கையை அவர் தன் நெஞ்சின் மீது வைத்தார். "இஸ்ரேலிலுள்ள யூதர்களுக்காக நான் வருத்தப்படுகிறேன். உண்மையிலேயே வருத்தப்படுகிறேன். நான் பாலஸ்தீனியன் அல்ல; ஆதலால் என்னால் அது முடியும். நீங்கள் உங்கள் எல்லைகளைத் துருக்கிக்குள் தள்ள முயற்சிசெய்தால், அப்போது யுத்தம் வந்தால் நான் அவர்களைக் கொல்வேன்; ஆனால், அப்போதும் நான் அவர்களுக்காகப் பரிதாபப்படுவேன். அவர்கள் ராணுவத்திற்கு முன்பாக அனுப்பப்பட்ட ஆட்டு மந்தைகள் போல. கேடயங்கள். அமெரிக்கர்களாகிய நீங்களே குற்றவாளிகள். யூதர்களைத் தங்கள் குடும்பங்களைத் தியாகம் செய்யச் சொல்லி ஊக்கப்படுத்திவிட்டு, உங்கள் நிறுவனங்கள் எண்ணையை எடுத்துக் கொள்கின்றன. யூதர்கள் உங்களது காவல் நாய்கள். முஸ்லிம்களாகிய எங்களைக் கட்டுக்குள் வைத்திருக்க நீங்கள் அவர்களுக்கு அணுஆயுதங்கள் கொடுக்கிறீர்கள். அவர்களது ராணுவத்திற்கு நீங்கள் நிதியுதவி அளிக்கிறீர்கள். பாலஸ்தீனர்களுக்கு ராணுவம் இல்லை. சில தேசபக்தர்கள் மட்டுமே இருக்கிறார்கள். அவர்களுக்கென்று அரசாங்கம் இல்லை, அவர்கள் வாழ்வதற்கென்று நாடு இல்லை.

"உங்களைப் பொறுத்தவரையில், இஸ்ரேல் என்பது ஆதிக்கம் செலுத்துவதற்கும், எண்ணையை உங்கள் கட்டுப்பாட்டில் வைத்திருப்பதற்கும்தான். யூதர்களைப் பொறுத்த வரை, இது ஒரு கனவு; மாயையாகப் போகும் ஒரு கனவு. பாலஸ்தீனர்களைப்

பொறுத்த வரையில், அது அவர்களது வீடு; அவர்கள் பலவந்தமாக வெளியேற்றப்பட்ட வீடு. அரேபியர்களைப் பொறுத்த வரையில், அது அரேபிய மண்ணில் கட்டப்பட்ட எதிரியின் கோட்டை. உலகெங்கும் உள்ள முஸ்லிம்களைப் பொறுத்த வரை, அது ஒரு அவமானம், ஒரு இழிவு, உங்களை நாங்கள் வெறுப்பதற்கான ஒரு காரணம்."

38
ஈரான் - இராக் யுத்தம்: பொருளாதார அடியாட்களின் மற்றொரு வெற்றி

நெசிம் முப்பது வருடங்களுக்குப் பிறகு மீண்டும் என்னிடம் வந்தார். 2004ம் ஆண்டு ஒரு ஜூன் மாத இரவில் நான் மத்திய கிழக்கின் மேலே, கத்தாரை நோக்கிப் பறந்து கொண்டிருந்தேன். நேபாளம் மற்றும் திபெத் செல்லும் வழியில் ஒரு விமானத்திலிருந்து மற்றொன்றுக்கு மாறிச் செல்வதற்காக நான் நின்று போகும் இடம் கத்தார். பண்டார்இ அப்பாஸுக்கு அந்தப் பக்கமாக பாரசீக வளைகுடாவில் இருக்கும் கத்தார், நான் பொருளாதார அடியாளாக இருந்த நாட்களில் அந்த நாடு பற்றி நான் கேள்விப்பட்டதில்லை. ஜன்னலுக்கு வெளியே பார்த்தபோது, கிரீஸ், துருக்கி, சிரியா, இராக் மற்றும் ஈரான் நாடுகளின் மீது சூரியன் அஸ்தமிப்பதைக் கண்டேன். நான் என் பாட்டியை நினைத்துக் கொண்டேன். அவர் எனக்கு ஓடிஸ்ஸி, அரேபிய இரவுகள் மற்றும் பைபிள் ஆகியவற்றைப் படித்துக் காட்டிய நீண்ட மாலைப் பொழுதுகளை நினைத்துக் கொண்டேன். ஹோமரின் (ஹோமர்: பண்டைய கிரேக்கத்தைச் சேர்ந்த மகாகவி. ஓடிஸ்ஸி, இலியட் போன்ற அமர காவியங்களை இயற்றியவர் - மொர்) சாகசக்காரர் சுற்றித் திரிந்த தீவுகள் மீதும், நோவா (நோவா: பைபிளில் வரும் ஒரு பாத்திரம். பிரளயத்தில் தன் சமகால பாவிகளெல்லாம் கொல்லப்பட்ட பின்னர், மனித இனத்தை நீடிக்கச் செய்வதற்காக கடவுளால் தேர்ந்தெடுக்கப்பட்டவர். அதற்காக தான் கட்டிய மிதவைக் கப்பலில் ஒரு ஆணையும், ஒரு பெண்ணையும் மட்டும் அழைத்துச் சென்றவர். ஆதாமின் வம்சாவளியில் ஒன்பதாவது தலைமுறையைச் சேர்ந்தவர் - மொர்) தன் மிதவைக் கப்பலைக் கட்டிய மலையை நோக்கியும் என் விமானம் பறந்தது. பாபிலோன் தொங்கும் தோட்டத்தின் இருப்பிடமும், மனித குலத்தின் முதல் நகரங்கள் மற்றும் பண்ணைகள் அமைக்கப்பட்ட இடமும், மற்றும் நமது மொழிகளில் எழுத்துரு பெற்ற முதல் மொழியின் இடமுமான ஒரு அற்புத உலகின் வான்பரப்பிற்குள் எங்கள் விமானம் நுழைந்தது. எனக்கு கீழே இருந்த இடத்தில்தான் சக்கரமும், கணிதமும் கண்டுபிடிக்கப்பட்டன. சிங்கம் போல் உறுதி கொண்ட ரிச்சர்டால் கோட்டைகள் தாக்கப்பட்டது மற்றும் சலாவுதீனால் அவை

பாதுகாக்கப்பட்டது குறித்த என்னை ஈர்த்த கதைகளை நினைத்துக் கொண்டேன். பின்னர் என் சிந்தனைகள் நெசிமைப் பற்றியே இருந்தன.

அவரது தீர்க்கதரிசனம் உண்மையாவதற்கு வரலாற்றில் ஒரு கண்சிமிட்டலுக்கு ஆகும் நேரம் கூட தேவைப்படவில்லை. அவர் விவரித்த வஞ்சகங்கள் குறித்து நானே ஒரு நூல் எழுதியிருக்கிறேன். அவர் கூறிய ஈரான் நாட்டு சர்வாதிகார அரசர் வீழ்ந்துவிட்டார்; அவர் இருந்த இடத்தில் இப்போது தீவிரவாத முல்லாக்கள்; இஸ்ரேல் இன்னும் கூடுதலான மூர்க்கத்தன நாடாக ஆகிவிட்டது; அதன் ஒவ்வொரு நடவடிக்கையும் அமெரிக்காவால் ஆதரிக்கப்படுகிறது; பாலஸ்தீனர்கள் துன்புற்றார்கள்; வீட்டில் தயாரிக்கப்பட்ட குண்டை அணிந்திருக்கும் ஒரு தனி மனிதனின் ஆற்றல் என்ன என்பதை பின்லேடன் போன்ற மற்றவர்களுக்கு காட்டினர்; யாரும் அறியாத நூற்றுக்கணக்கான இடங்களிலும், பிறர் அறிந்த சில இடங்களிலும் அமெரிக்கா தன்னுடைய கொடூரத்தை நிகழ்த்திக் காட்டியது: பனாமா, ஹைட்டி, சூடான். அதற்குப் பின்னர் செப்டம்பர் 11ம், ஆப்கானிஸ்தானும், இராக்கும் நிகழ்ந்தன. இந்தப் புவிக்கோளத்தில் இத்தனை ஆண்டுகள் வாழ்ந்த பின்பும், நமது சகோதர சகோதரிகளை அடக்கி ஒடுக்கும், கொன்று குவிக்கும் கொடிய பழக்கத்திலிருந்து நம்மை நாமே விடுவித்துக் கொள்ளத் தவறிவிட்டோம். பயங்கரமான யுத்தங்கள் இன்னும் பழங்கதையாக ஆக்கப்படவில்லை.

சக்தி அனைத்தையும் இழந்தவனாக, ஆழமான அச்ச உணர்வுக்கு ஆட்பட்டேன். ஒரு பத்தாண்டுக்கும் சற்றுக் கூடுதலான கால அவகாசத்திற்குள் அமெரிக்க ரகசிய குண்டுவீச்சு விமானங்கள் இராக்கிற்குள் நுழைந்ததை மொத்த உலகமும் வேடிக்கை பார்த்தது. முஸ்லிம்கள் அதைப் புதிய புனிதயுத்தம் என்று அழைத்தார்கள். எனினும், ‘அதிர்ச்சி மற்றும் பிரமிப்பு’ (Shock and Awe) தாக்குதல் என்று அமெரிக்காவால் அழைக்கப்பட்ட அந்த தாக்குதல் ராணுவ பயங்கரவாதத்தைப் புதிய உயரத்திற்கு எடுத்துச் சென்றபோதும், உலகின் மிகப்பெரும் எண்ணைக் களஞ்சியத்தைக் காக்கும் மத்திய கிழக்கு ஆட்சியாளர்கள் மீது ஆதிக்கம் செலுத்தத் திட்டமிட்டுள்ள வாஷிங்டனின் அடுத்த கட்ட நடவடிக்கை அதுதான் என்பதும், அதில் ஆச்சரியப்படுவதற்கு ஒன்றுமில்லை என்பதும் எனது கருத்து. சதாமைக் கட்டுப்படுத்துவது அல்லது அழிப்பது சவூதி அரேபியாவில் ஒரு பொருளாதார அடியாளாக என்னுடைய வெற்றியின் தவிர்க்க முடியாத விளைவாகத் தோன்றியது.

1980கள் முழுவதும், சதாம் ஈரான் மீது தொடுத்த யுத்தத்தை அமெரிக்கா ஆதரித்தது. ஷாவை வீழ்த்திய, எங்களது தூதரகத்தை ஆக்கிரமித்த, அமெரிக்கப் பிணைக்கைதிகளை அவமானப்படுத்திய, எங்கள் எண்ணை நிறுவனங்களை வெளியேற்றிய அயாத்துல்லாக்களை

பழி வாங்க அவர் ஒரு கருவியாகப் பயன்பட்டார் என்பது மட்டுமின்றி, உலகிலேயே இரண்டாவது மிகப்பெரிய எண்ணைக் களஞ்சியம் அவரது கட்டுப்பாட்டில் இருந்தது. பொருளாதார அடியாட்கள் அவரை வழிக்குக் கொண்டுவரச் சென்றார்கள். நாங்கள் அவருக்கு ஆயிரக்கணக்கான கோடி டாலர்கள் கொடுத்தோம். பெக்டெல் அவருக்கு ரசாயனத் தொழிற்சாலைகள் நிர்மாணித்துக் கொடுத்தது. அவை ஈரானியர்களையும், குர்துக்களையும், ஷியாக்களையும் கொல்வதற்காக அதீத விஷத்தன்மை மிக்க சாரின் மற்றும் மஸ்டர்ட் (கடுகு) வாயுக்களை உற்பத்தி செய்யும் என்பது எங்களுக்குத் தெரியும். நாங்கள் அவருக்கு போர்விமானங்களும், டாங்கிகளும், ஏவுகணைகளும் கொடுத்தோம்; அவற்றை இயக்குவதற்கு அவரது ராணுவத்தினருக்கு பயிற்சியும் கொடுத்தோம். அவருக்கு ஐயாயிரம் கோடி டாலர்கள் கடன் கொடுக்குமாறு சவூதிகளையும், குவைத்திகளையும் நிர்ப்பந்தித்தோம்.

இராக்கில் நிகழும் சம்பவங்களைப் பார்த்தபோது, என்னையும் மற்ற இரண்டு மெய்ன் ஊழியர்களையும் கெர்மானிலிருந்து பண்டார்இ அப்பாஸிற்கு அழைத்துச் சென்ற ஈரானிய பொறியாளர் கூறிய வார்த்தைகளை நினைத்துப் பார்த்தேன். “ஈரானியர்கள் அரேபியர்களல்ல. நாங்கள் பாரசீகர்கள். ஆரியர்கள்” என்று அவர் சொல்லியிருந்தார். “அரேபியர்கள் எங்களை அச்சுறுத்துகிறார்கள். நாங்கள் 100 சதவீதம் முழுமையாக உங்களுடன் இருக்கிறோம்” என்றார். திடீரென்று எல்லாம் தலைகீழாக மாறிவிட்டது. ஈரானியர்கள் கெட்டவர்களாக ஆகிவிட்டார்கள்; சதாம் என்ற அரேபியர் எங்கள் நண்பராகிவிட்டார்.

நவீன வரலாற்றிலேயே மிக நீண்ட காலம் நீடித்த, அதிக செலவு மிக்க, அதிக உயிர்கள் பலியான ஒரு யுத்தம் எட்டு ஆண்டு கால இராக் - ஈரான் யுத்தம்தான். 1988ல் அது முடிந்தபோது, பத்து லட்சத்திற்கும் மேற்பட்டோர் பலியாகியிருந்தனர். கிராமங்களும், பண்ணைகளும், இரு நாடுகளின் பொருளாதாரங்களும் அழிந்து பட்டன. ஆனால், நிறுவன அதிகார வர்க்கம் மற்றொரு வெற்றியை அனுபவித்துக் கொண்டிருந்தது. ராணுவத் தளவாடங்களை விநியோகிப்பவர்களும், ஒப்பந்தக்காரர்களும் பெரும் லாபமடைந்தனர். எண்ணை விலைகள் உயர்ந்தன. சவூதி மன்னர் குடும்பத்தினருடன் போடப்பட்ட சாமா ஒப்பந்தம் போன்ற ஒரு ஒப்பந்தத்தை சதாம் ஏற்கும்படி செய்ய பொருளாதார அடியாட்கள் அந்த யுத்த காலம் முழுவதும் முயற்சிசெய்தார்கள். அவர் பேரரசில் இணைய வேண்டும் என்று அவர்கள் விரும்பினர்.

ஆனால், சதாம் மறுத்துக் கொண்டே இருந்தார். சவூதிகளைப் போல அவர் ஒப்புக் கொண்டிருந்தால், அவரது பாதுகாப்பிற்கு நாங்கள் உறுதி அளித்திருப்போம்; மேலும் மேலும் அமெரிக்கா

ரசாயன ஆயுதங்களையும், ரசாயன தொழிற்சாலைகளையும் அளித்திருக்கிறோம். அவர் தன்னுடைய சுயேச்சையான வழிமுறைகளில் பிடிவாதமாக இருப்பது வெளிப்படையானபோது, அமெரிக்கா குள்ளநரிகளை அனுப்பியது. சதாம் போன்றவர்களைக் கொலை செய்வது என்பதும் மெய்க்காப்பாளர்களுடன் மோதுவதும் சம்பந்தப்பட்டதாகும். நான் தனிப்பட்ட முறையில் அறிந்திருந்த, ஈக்வடாரின் ரோல்டோஸ் மற்றும் பனாமாவின் டோரிஜோஸ் ஆகியோரின் கொலைகளில், அமெரிக்காவில் பயிற்சி பெற்ற மெய்க்காப்பாளர்களுக்கு லஞ்சம் கொடுத்து விமானங்களில் நாசவேலை செய்யப்பட்டிருந்தது என்று எனக்கு நிச்சயமாகத் தெரியும். சதாம் குள்ளநரிகளையும், அவர்களது உத்திகளையும் புரிந்து வைத்திருந்தார். அறுபதுகளில் காசிமைக் கொல்வதற்காக சிஐஏ அவரைப் பணிக்கு அமர்த்தியிருந்தது. எண்பதுகளில் அவரது நண்பர்களான எங்களிடமிருந்து அவர் கற்றுக் கொண்டார். அவர் தன் ஆட்களைத் தீவிரமாகக் கண்காணித்தார். தன்னைப் போன்றே இருப்பவர்களையும் பயன்படுத்தினார். தாங்கள் பாதுகாத்துக் கொண்டிருப்பது அவரையா அல்லது அவரது போலியையா என்பது அவரது மெய்க்காப்பாளர்களுக்கே தெரியாது.

குள்ளநரிகள் தோற்றனர். ஆகவே 1991ல் வாஷிங்டன் தன்னுடைய கடைசி வழிமுறையை நாடியது. அதிபர் புஷ் (முதல் புஷ்) ராணுவத்தை அனுப்பினார். அந்தக் குறிப்பிட்ட சந்தர்ப்பத்தில் சதாமை முடித்துக் கட்ட வேண்டும் என்று வாஷிங்டன் விரும்பவில்லை. அவர்களுக்கு அவரைப் போன்ற தலைவர்கள்தான் தேவை: தன்னுடைய மக்களைக் கட்டுக்குள் வைத்திருக்கும் பலமான தலைவரான அவர் ஈரானுக்கு எதிரான ஒரு தடையாகச் செயல்படக் கூடும். அவரது ராணுவத்தை அழிப்பதன் மூலம் அவரை பலவீனப்படுத்திவிடலாம் என்று பெண்டகன் எண்ணியது; பின்னர் அவர் வழிக்கு வருவார். 1990களில் பொருளாதார அடியாட்கள் மீண்டும் அவரை வழிக்குக் கொண்டு வரச் சென்றனர். அவர் அவர்களது ஆலோசனைகளை ஏற்கவில்லை. இரண்டாவது புஷ் படைகளை அனுப்பினார். பதவியிலிருந்து வீழ்த்தப்பட்ட சதாம் தூக்கிலிட்டுக் கொல்லப்பட்டார்.

இராக்கின் மீது நாம் இரண்டாவது முறையாக போர் தொடுத்தது இஸ்லாமிய தீவிரவாதிகளுக்கு மிகக் கடுமையான எச்சரிக்கையை விடுத்தது. செப்டம்பர் 11 என்பது வெறும் ஒரு சாக்குதான்; விமானங் களைக் கடத்தியவர்களுக்கு சதாமுடனோ அல்லது இராக்குடனோ எந்த சம்பந்தமும் இல்லை என்பது அவர்களுக்குத் தெரியும். கிறிஸ்துவ வலதுசாரிகள் அமெரிக்காவின் கொள்கைகள் மீது வலுவான செல்வாக்கு செலுத்தினார்கள் என்பதும், அது இஸ்ரேல் ஆதரவாளர் களுடன் கைகோர்த்துக் கொண்டது என்பதும், மத்திய கிழக்கைப் பணியவைத்து எண்ணை விநியோகத்தையும், அது எடுத்துச் செல்லும்

பாதைகளையும் தன் கட்டுப்பாட்டிற்குள் கொண்டு வருவதில் உறுதியாக இருந்தது என்பதும் அவர்களுக்குத் தெரியும்.

அரேபியர்களின் எதிர்வினை அனுமானிக்கக் கூடியதுதான். சிங்கம் போன்ற மனஉறுதி கொண்ட இங்கிலாந்து மன்னர் ரிச்சர்டின் காலத்திலிருந்து அதிபர் புஷ் காலம் வரை, அரேபியர்கள் இரண்டு விஷயங்களைத் தெளிவுபடுத்தி இருந்தனர். 1. ஐரோப்பியர்கள் (இப்போது அமெரிக்கர்கள்) தங்கள் விஷயங்களில் மூக்கை நுழைக்காமல் விலகியிருக்க வேண்டும்; 2. நமது மதச்சார்பற்ற ஜனநாயகக் கண்ணோட்டங்களுக்கு மாறாக, பெரும்பாலும் இஸ்லாமியச் சட்டங்களை அடிப்படையாகக் கொண்ட தங்களது சொந்த வகையான அரசாங்கங்கள் வேண்டும்.

பழங்குடி நிலங்களின் மீது அடாவடித்தனமாக எல்லைகளைத் திணித்து, தொலைதூரத்திலிருந்த தங்களது ஆட்சிகளுக்கு நட்பாக இருப்பவர்களை மன்னர்களாக்கியதற்காக மத்திய கிழக்கைச் சேர்ந்தவர்கள் ஐரோப்பியர்களை எப்போதும் மன்னிக்கவே இல்லை. மத்திய காலத்தில் ஆரம்பமான அதிருப்தி கடந்த பல நூற்றாண்டுகளில் வளர்ந்தது. இரண்டாம் உலக யுத்தத்திற்குப் பிந்தைய காலத்தின் அமெரிக்கா தலைமையிலான புதிய பேரரசுக்கு புனிதப்போர் நடத்தியவர்களுக்கு இருந்தது போன்ற திட்டம் இருக்கிறது என்று அரேபியர்கள் பலர் கருதினர். அவர்களில் அறிவாற்றல் மிக்க நெசிம் போன்றவர்கள் இஸ்ரேல் துன்புறும் மக்களுக்கு (யூதர்களுக்கு - மொர்) ஒரு சொர்க்கம் என்பதையும் விட கூடுதலான ஒன்றாக இருக்கிறது என்று துவக்கத்திலிருந்தே சந்தேகித்தனர். 1948 மே 14 அன்று பிரதமர் டேவிட் பென் குரியன் புதிய தேசத்தின் தோற்றத்தை அறிவித்த உடன் எகிப்து, சிரியா, ஜோர்டான், இராக் மற்றும் லெபனான் ஆகிய நாடுகள் அதைத் தாக்கின. அடுத்தடுத்து நடந்த யுத்தங்களின் மூலம் மேலும் மேலும் அதிகமாக அரேபியர்களின் நிலத்தைக் கைப்பற்றிய ஒரு நாட்டை அமெரிக்கா ஊசலாட்டமின்றி ஆதரித்தது முஸ்லிம்களின் அவநம்பிக்கையை நியாயப்படுத்தியது. சவூதி அரேபியாவுடன் பொருளாதார அடியாட்களாகிய நாங்கள் ஒப்பந்தம் போட்டுக் கொண்டதும், அதன் தொடர்ச்சியாக முஸ்லிம்களின் மிகவும் புனிதமான தலங்கள் இருக்கும் அந்த நாட்டை மேற்கத்தியமயமாக்கியதும் முஸ்லிம்களுக்குக் கோபமூட்டியது. 1991ல் அமெரிக்கா இராக்கின் மீது படையெடுத்ததும், அதைத் தொடர்ந்து அமெரிக்க ராணுவம் அப்பகுதியில் குவிக்கப்பட்டிருந்ததும் மத்திய கால ஐரோப்பிய யுத்த பிரபுக்கள் அறிமுகப்படுத்திய மரபை மேற்கு நாடுகள் பின்பற்றுகின்றன என்கிற கருதுகோளுக்கு வலு சேர்த்தன. மத்திய கிழக்கு முஸ்லிம்களைப் பொறுத்தவரை இராக் மீது இரண்டாவது முறை படையெடுக்கப்பட்டதானது சகித்துக் கொள்ள முடியாத அவமானமாக இருந்தது; அது அரேபிய தீவிரவாதிகளுக்கு

ஒரு புதிய நியாயத்தை வழங்கியது; உலகம் முழுவதும் பலரின் பார்வையில் அவர்கள் ஒரே நாளில் 'பயங்கரவாதிகள்' என்ற நிலையிலிருந்து 'விடுதலைப் போராட்ட வீரர்களாக' மாற்றமடைந்தனர்; இந்தப் புதிய வெளிச்சத்தில் அவர்களைப் பார்த்தவர்கள் முஸ்லிம் உலகைச் சேர்ந்தவர்கள் மட்டுமல்ல.

ஆயுதப்போட்டி அதிகரிப்பதைப் பற்றியும், மத்திய கிழக்கின் மீது அது ஏற்படுத்தக் கூடிய தாக்கம் பற்றியும் எண்ணிப் பார்த்தபோது என்னுடைய நம்பிக்கையின்மை அதிகரித்தது. முன் எப்போதையும் விட ஆயுதங்கள் அதிகமாக முழங்கிக் கொண்டிருக்கும் உலகம் நம்முடையது. ராணுவத் தளவாடங்களின் உற்பத்தியைச் சார்ந்திருக்கும் பொருளாதாரத்தில் நிறுவன அதிகார வர்க்கம் திளைக்கிறது. உலகின் அதிக லாபமீட்டும் தொழில்களில் ஒன்றாக நமது ஆயுதத் தொழில்கள் இடம் பெற்றுள்ளன. பிரிட்டன், பிரான்ஸ், ரஷ்யா மற்றும் பிரேசிலுடன் சேர்த்துப் பார்த்தால் அவற்றின் ஆயுத விற்பனை 90000 கோடி டாலர்களை நெருங்கிக் கொண்டிருக்கின்றது. பாரம்பரிய வகையான ஆயுதங்களுடன் இன்றைய ரசாயன, அணு மற்றும் உயிரியல் ஆயுதங்கள் பொருளாதாரங்களை உயர்த்தலாம்; ஆனால், அவற்றால் மக்கள் கூட்டம் கூட்டமாகப் படுகொலை செய்யப்படும் அபாயமும் இருக்கிறது. ஆயுதங்களை நுகரும் பழக்கத்திற்கு உலகம் அடிமையாகிவிட்டது; ஒரு நாட்டின் அரசியல் அந்தஸ்து அதனிடமிருக்கும் ஆயுதங்களை வைத்தே பெரும்பாலும் தீர்மானிக்கப்படுகிறது. மரண வியாபாரத்தை சர்வதேச ராஜதந்திரத்துடன் இணைப்பதில் நிறுவன அதிகார வர்க்கம் வெற்றி பெற்றுவிட்டது. எடுத்துக் காட்டு: 1978ம் ஆண்டு கேம்ப் டேவிட் அமைதி ஒப்பந்தத்தில் (அமெரிக்காவிலுள்ள கேம்ப் டேவிட் எனும் இடத்தில் அமெரிக்க அதிபர் ஜிம்மி கார்ட்டர் முன்னிலையில் எகிப்து அதிபர் அன்வர் சதாத்திற்கும், இஸ்ரேல் பிரதமர் மெனாச்செம் பெகினுக்கும் இடையில் ஏற்பட்ட அமைதி ஒப்பந்தம். இரு நாடுகளும் முப்பது வருடங்களுக்கும் மேலாக யுத்த நிலையிலேயே இருந்ததை முடிவிற்குக் கொண்டு வர போடப்பட்ட ஒப்பந்தம் - மொர்) பங்கேற்ற காரணத்தால் எகிப்தும், இஸ்ரேலும் ஒவ்வொரு வருடமும் வாஷிங்டனிடமிருந்து ஆயிரக்கணக்கான கோடி டாலர்கள் நிதியுதவி பெறுகின்றன; அந்த ஒப்பந்தப்படி, அவர்களுக்கு அளிக்கப்படும் நிதியில் பெரும்பகுதியை அமெரிக்க ராணுவத் தளவாடங்கள் வாங்குவதற்குப் பயன்படுத்த வேண்டும்.

என் விமானத்தை இருள் சூழ்ந்தது. ஜேம்ஸுடனும், பிராங்குடனும் கெர்மானிலிருந்து பண்டார் இ அப்பாஸுக்கு நான் பயணம் மேற்கொண்ட காலத்திற்குப் பின்னர் உலக அரசியலில் ஏற்பட்டுள்ள மாற்றங்கள் குறித்து நான் சிந்தித்தேன். வியட்நாம் யுத்தம் முடிந்து கொண்டிருந்தபோது நாங்கள் பயணிகள் கூட்டமும், வியாபாரிகள்

கூட்டமும் பயணித்த அந்த பண்டைய பாதையில் சென்று கொண்டிருந்தோம். அதற்குப் பின்னர், ஆயுதத் தொழிலின் முதன்மையான பரிசோதனைத் தளமாகவும், சந்தையாகவும் மத்திய கிழக்கு ஆகிவிட்டது. மேலும், பனிப்போரின் முடிவிற்குப் பின்னர், யுத்தத் தொழிலை விஸ்தரிப்பதற்காக நியாயமாக கம்யூனிஸ்டுகளின் இடத்தில் இஸ்லாமியப் புரட்சியாளர்கள் வைக்கப்பட்டனர். வரலாறு குறித்த அரிச்சுவடி அறிவும், இதற்குப் பின்னால் இருந்த வர்த்தக நோக்கங்கள் பற்றிய அறிவும் இருந்தால் போதும்; இவை அனைத்தும் மிக மிக கண்கூடாகத் தெரியும். உன்னதமான லட்சியங்களுக்காகவே இன்றைய யுத்தங்கள் நடத்தப்படுகின்றன என்று எப்படி படித்தவர்கள் பலர் நம்பும்படி ஏமாற்றப்பட்டிருக்கிறார்கள் என்பதை எண்ணி வியந்தேன். பேராசையையும் ஆதிக்கத்தையும் சுதந்திரம் என்றும், ஜனநாயகம் என்றும் மொழிமாற்றம் செய்யும் பொய்ப்பிரச்சாரத்தில் பொருளாதார அடியாட்களும், ஊடகப் பேரரசர்களும் நிபுணத்துவம் பெற்றுவிட்டனர். அவர்கள் நிறுவன அதிகார வர்க்கத்திற்கு பிரமாதமாக சேவை செய்தனர்.

என் விமானம் கத்தாரில் இறங்கிய போது, நான் கிட்டத்தட்ட 24 மணிநேரம் பறந்திருந்தேன். எனக்கு சோர்வும், விமானக் களைப்பும் (Jet-log) ஏற்பட்டிருந்தது. நான் எதிர்கொள்ளவிருந்த மனிதருக்கு ஏற்ற வகையில் நிச்சயமாக நான் தயாராக இல்லை.

39
கத்தார் மற்றும் துபாய்: முல்லாக்களின் மண்ணில் ஒரு லாஸ்வேகாஸ்

கத்தார் விமான நிலையத்தில் இறங்கிய நான் பரிச்சயமற்ற இடத்தில் இருப்பது போல் உணர்ந்தேன். சுற்றிலும் பார்த்தபோது, நான் பொருளாதார அடியாளாக இருந்த காலத்தில் பார்த்த ஒரு மத்திய கிழக்கு விமான நிலையம் போல் இல்லாமல், அது ஒரு அதிநவீன நுகர்பொருள் சந்தை (Super Mall) போல இருந்தது கண்டு அதிர்ச்சியுற்றேன். மக்கள் மட்டுமே கடந்த காலத்துடன் உள்ள தொடர்பை வெளிப்படுத்திக் கொண்டிருந்தார்கள். குறைந்த பட்சம் அவர்களில் ஆண்கள் சிலர் பாரம்பரியமான நீண்ட அங்கியும், கஃபியே எனப்படும் தலைப்பாகையும் அணிந்திருந்தார்கள், பெண்கள் ஹிஜாப்ஸ் எனப்படும் முகத்திரை அணிந்திருந்தார்கள்.

ஐஸ்கிரீம் வாங்குவதற்காக வரிசையில் காத்திருந்தபோது, நீல ஜீன்ஸும், போலோ சட்டையும், விளையாட்டு வீரர்கள் அணியும் மேல் கோட்டும் அணிந்திருந்த ஒருவருடன் பேச்சு கொடுத்தேன். அவர் லாஸ் ஏஞ்சல்ஸ் நகரைச் சேர்ந்த நில வர்த்தகர் என்பது தெரிய வந்தது. "பெரும்பாலான மக்கள் மத்திய கிழக்கில் நடைபெறும் வன்முறையின் மீதே கவனம் செலுத்துகிறார்கள். எனினும், மற்றொரு பக்கமும் இருக்கிறது. அதை நீங்கள் இங்கே இந்தக் கட்டடத்தில் பார்க்கிறீர்கள். துபாயில் நீங்கள் பார்க்கப் போவதோடு ஒப்பிட்டால் இது ஒன்றுமில்லை என்றபோதும். அந்த வன்முறைக்குத் தேவையான நிதி பாரசீக வளைகுடாவின் இந்தப் பக்கம் இருக்கும் நாடுகளிலிருந்துதான் வருகிறது. கோடீஸ்வரர்களின் மன்றம். கலப்பற்ற முதலாளித்துவ நுகர்வுக் கலாசாரம். அப்பட்டமான பேருண்டி உண்ணும் பேராசை." அவர் பெரிதாகப் புன்னகைத்தார். "என்னைப் போன்ற மனிதர்கள். முஸ்லிம்களும் பெருமளவு மற்றவர்களைப் போலத்தான். வைரங்கள் மற்றும் தங்கத்தையும், ரோலெக்ஸ் (கைகடிகாரம்) மற்றும் மெர்சிடஸ்களையும் (கார்) அவர்கள் விரும்புகிறார்கள். அல்லாவின் கட்டளையை ஏற்று எளிமையாக வாழ்வதாக பெரிய பெரிய கதைகளெல்லாம் பேசுவார்கள். கடனுக்கு வட்டி வாங்க மாட்டோம். பெண்கள் முகத்தைத் திரையிட்டு மூடி வைப்போம் என்றெல்லாம் கூறுவார்கள். ஆனால், உங்களைச் சுற்றிலும் பாருங்கள். நிச்சயமாக அவர்கள் அதைப் பின்பற்றுவதில்லை."

நாங்கள் ஐஸ்கிரீம் வழங்குமிடத்திற்கு வந்து சேர்ந்தோம். என்னுடைய ஐஸ்கிரீமிற்கும் தான் பணம் தருவதாகப் பிடிவாதமாகக் கூறினார். அமெரிக்காவின் எந்த உயர்தர நுகர்பொருள் சந்தையிலும் காணப்படும் உணவு விடுதியைப் போல, எண்ணற்ற இருக்கைகளும், மேசைகளும் போடப்பட்டிருந்தன. அவற்றிற்கு மத்தியில் அலைந்து திரிந்து ஓரிடத்தில் அமர்ந்தோம். பரஸ்பரம் பேசிக் கொள்ள எங்களுக்கு ஆர்வமாக இருந்தது. தன்னுடைய கோன் ஐஸின் மேலே இருந்த கிரீமை தன் நாவால் சுவைத்து கோனைத் துடைத்தவாறு "துபாய்தான் இந்த மற்ற அனைத்து டாகோஸ்களிலும் பெரிய என்சிலாடா" என்றார். (டாகோஸ் என்பது மாமிசத்தை உள்ளே வைத்து வேக வைக்கப்பட்ட ஒரு வகை மெக்சிகோ நாட்டு கேக். என்சிலாடா என்பது ரொட்டித் துண்டும், மாமிசமும் சேர்த்துத் தயாரிக்கப்படும் ஒரு உணவு வகை. துபாயை மற்ற நாடுகளுடன் ஒப்பிடுவதற்காக இந்த உதாரணங்களைப் பயன்படுத்துகிறார் ஆசிரியர் - மொர்). "அதைப் போல் உலகில் வேறு எதுவும் இல்லை." அரேபியர்கள் அல்லாவின் புகழ் பாடியவாறு, பல்லாயிரக்கணக்கான தொழிலாளர்களையும், மிகப் பெரிய புல்டோசர்களையும் கொண்டு வந்து கடலைத் தோண்டுகிறார்கள்; தண்ணீரை வெளியேற்றுகிறார்கள்; அணை கட்டுகிறார்கள்; மண்ணை வாருகிறார்கள். பூமியில் உள்ள வேறு எந்த நாட்டை விடவும் துபாய் வேகமாகவும், உயர்வாகவும், பெரியதாகவும் விரிவடைந்து கொண்டிருக்கிறது. அவரது வார்த்தைகள் ஏதோ அவருக்கு வெறியூட்டியது போல கையிலிருந்த கோனைக் கடித்தார். "இதைக் கற்பனை செய்து பாருங்கள்: துபாய்க்குள் உலகமே அடங்கியிருக்கிறது. மனிதர்கள் உருவாக்கிய நூற்றுக்கணக்கான தீவுகள். ஒவ்வொன்றும் ஒரு நாட்டை அல்லது ஒரு பிராந்தியத்தைப் பிரநிதித்துவப்படுத்துகின்றன. ஒவ்வொன்றும் ஐந்து மைல் நீளமும், ஐந்து மைல் அகலமும் ஒரு காலத்தில் பாரசீக வளைகுடாவாக இருந்ததற்குள் நீண்டிருக்கின்றது. ரியல் எஸ்டேட் வியாபாரியின் ஈரக்கனவு!" ஐஸ்கிரீமைத் தின்று முடித்துக் கைகளைத் தன் ஜீன்ஸில் துடைத்துக் கொண்டார். "அல்லாவின் குழந்தைகள் மதுவையும், பெண்களையும் விரும்ப மாட்டார்கள் என்று நீங்கள் எண்ணுகிறீர்களா? உங்கள் எண்ணத்தை மாற்றிக் கொள்ளுங்கள். துபாயில் எல்லாம் கிடைக்கும்: சிறந்த விஸ்கி, சூதாட்டம், பெண்கள், போதை மருந்துகள், பாலியல் தொழிலாளிகள். உங்களிடம் பணம் இருந்தால் எதையும் வாங்கலாம். எதையும்"

எங்களது விமானம் கத்தாரை விட்டு மேலெழுந்தபோது, பாரசீக வளைகுடாவை நட்சத்திரங்கள் அலங்கரித்தன. பண்டார்இ அப்பாஸில் நான் அனுபவித்தது போன்ற ஒரு இரவு அது; நெசிமை நான் சந்தித்த அந்த நீண்ட கடல்மேடை எனக்குக் கீழே இன்னும் அங்கே இருக்கிறதா என்று யோசித்தேன். இருட்டுக்குள் பார்த்தபோது எதுவும் தெரியவில்லை. ஒரு பொருளாதார அடியாளாக என் காலம் முடிந்த

போது, அதிபர் கிளிண்டனின் அரசியல் எதிர்காலம் ஈரானைச் சார்ந்து இருந்ததை நினைத்துப் பார்த்தேன். நெசிம் வெறுத்த ஷா வீழ்ந்திருந்தார், அமெரிக்க தூதரகம் ஆக்கிரமிக்கப்பட்டிருந்தது, 52 பிணைக்கைதிகள் நடுநாயகமாக இருந்தார்கள், மங்கிக் கொண்டிருந்த தன்னுடைய வெற்றி வாய்ப்பை மேம்படுத்துவதற்காக, பாரசீக வளைகுடாவைத் தங்கள் கட்டுப்பாட்டில் கொண்டு வர தீவிரவாதிகள் எடுக்கும் எந்த முயற்சியும் அமெரிக்காவின் மீது நடத்தப்பட்ட தாக்குதலாகக் கருதப்படும் என்று அதிபர் கிளிண்டன் அறிவித்திருந்தார். அத்தகைய முயற்சி, தேவைப்பட்டால் ராணுவ ரீதியாக எதிர்கொண்டு முறியடிக்கப்படும் என்று அவர் அறிவித்தார்.

கார்ட்டரின் எச்சரிக்கை வெறும் வெட்டிப் பேச்சல்ல. பிணைக்கைதிகளை விடுவிக்க அவர் டெல்டா படைகளை (அமெரிக்காவின் சிறப்பு அதிரடிப்படை - மொர்) அனுப்பினார். அந்த முயற்சி பரிதாபகரமான தோல்வியைத் தழுவியது. ஆனால், அமெரிக்காவின் ஒட்டுமொத்த மத்திய கிழக்கு கொள்கை நிறுவன அதிகார வர்க்கத்தின் நலன்களுக்குத் தேவையானதைவிட மிக முக்கியமான ஒன்றை சாதித்தது என்று இப்போது நான் புரிந்து கொண்டிருக்கின்றேன். குறிப்பாக, இஸ்ரேலை அது ஆதரித்ததும், முக்கியமான அரேபிய அரசாங்கங்களான சவூதி அரேபியா, குவைத் மற்றும் எகிப்து அரசாங்கங்களுடன் அது போட்டுக் கொண்ட ஒப்பந்தங்கள் அதைச் சாதித்தன. இராக் மற்றும் ஈரான் நாடுகளின் விஷயத்தில் நமது வெளிப்படையான கொள்கைகள் படுதோல்வி அடைந்த போதும், அதைவிட நுணுக்கமான வகையில் அரேபிய உலகத்தை மீண்டும் எங்கள் வசப்படுத்திக் கொண்டு விட்டோம். துபாயில், நாங்கள் அவர்களுக்கு உலகத்தையே விற்றோம். சீனாவைப் போலவே, மத்திய கிழக்கும் எங்களது நுகர்வுக் கலாசாரத்தை ஏற்றுக் கொண்டுவிட்டது.

விமானம் திடீரென்று எதனுடனோ மோதியது. என் ஜன்னலுக்கு கீழே ஏராளமான விளக்குகள் தென்பட்டன. பண்டார்இ அப்பாஸ்! நான் கடல்மேடையைத் தேடினேன். பின்னர், இந்த ஏராளமான விளக்குகளின் தொகுதி வளைகுடாவின் தென்கோடி முனையைச் சேர்ந்தது என்பதையும், பண்டார்இ அப்பாஸ் அங்கு இருக்காது என்பதையும் உணர்ந்தேன். நான் பார்த்துக் கொண்டிருந்தது துபாய். கடந்த முறை நான் அங்கு சென்ற போது இரவு நேரத்தில் விமானத்திலிருந்து அதைக் கண்டுபிடித்திருக்க முடியாது. அப்போது அது சோம்பல் நிறைந்த ஒரு கிராமமாகவும் இருந்தது. இன்று அது உலகின் மிகப் பிரம்மாண்டமான நுகர்பொருள் சந்தை, பனிச்சறுக்கு விளையாட்டு வாசஸ்தலம், சூதாட்ட விடுதி, பொழுதுபோக்கு மையம்.

அதை உள்வாங்குவதற்காக எட்டிப் பர்ர்த்தேன்; இந்த முரண் பாட்டைப் புரிந்து கொள்ள முயற்சிசெய்தேன்; அசல் மெக்காவைப் பரிகசிக்கும் புதிய மெக்காவை நிர்மாணித்தவர்களும், பாரம்பரிய

இஸ்லாமிய நம்பிக்கைகளை உயர்த்திப் பிடிப்பவர்களுமான அரேபியர்களின் மூளையில் உதித்த குவைத்தைப் புரிந்து கொள்ள முயற்சிசெய்தேன். கிளியோபாட்ரா மற்றும் டுட் மன்னர் ஆகியோர் பாராட்டுதலையும் மிஞ்சக்கூடிய ஒரு 'நினைவுச் சின்னம்' எனக்குக் கீழே இருந்தது. ஆனால், ஒசாமா பின் லேடன்?

மெய்ன் நிறுவனத்தின் தலைவர் ஜாக் டியூபரும், அவரது மனைவியும் என்னை ஹோட்டல் இன்டர்கான்டினென்டலில் இரவு விருந்திற்கு அழைத்த போது அவர் கூறியதை நினைத்துக் கொண்டேன். டாலரின் ஆட்சியை நிலைநாட்டுவதற்காக எண்ணை ஒரு பரிவர்த்தனை அலகாக ஆகும் என்பது குறித்த அவரது கருத்து. அவர் சொன்னது சரிதான். அப்போது அவர் தன் மனைவியைப் பார்த்து "உலக வரலாற்றில் ஒரு புதிய சகாப்தத்தை அமெரிக்கா துவக்குகிறது......" என்று கூறினார். அந்த விஷயத்திலும் அவர் கூறியது சரிதான். ஆனால், கால் நூற்றாண்டுக்குப் பிறகு இன்று அந்த சகாப்தம் மங்கி மறைந்து கொண்டிருக்கிறது; முற்றிலும் வேறுபட்ட ஏதோ ஒன்று எழுந்து கொண்டிருக்கிறது.

40
ஆழமறியாப் படுகுழியை நோக்கி

மெய்ன்னின் தலைவர் ஜாக் டியூபர் போன்ற தொழிலதிபர்களுக்கு நிறுவன அதிகார வர்க்கத்தின் கொள்கைகள் வெற்றிகரமானவை போல் தோன்றின. என்றாலும், பின்னர் லத்தீன் அமெரிக்காவிலும், ஆசியாவிலும் நிகழ்ந்த சம்பவங்கள் இந்தக் கொள்கைகள் தோல்வியடைந்து விட்டன என்பதை அம்பலப்படுத்தின. அந்தக் கொள்கைகள் 1997 பொருளாதார நெருக்கடிக்குள் ஆசியாவை உந்தித் தள்ளின. சீனாவை உலகத் தலைமைப் பாத்திரம் ஏற்கும் நிலைமைக்கு உயர்த்தின. அதே வேளையில், நம்முடையது போன்ற ஒரு நுகர்வுக் கலாசாரக் களியாட்டத்திற்கு அதைத் திறந்து விட்டன. ஆசியாவின் பணக்காரர்களுக்கும் ஏழைகளுக்கும் இடையிலான வித்தியாசத்தைக் கடுமையாக அதிகரிக்கச் செய்தன. லத்தீன் அமெரிக்காவில், நம்முடைய செயல்பாடுகள் கோடிக்கணக்கான மக்களை தரித்திர நிலைக்குத் தள்ளின; முன்னேற விரும்பிய நடுத்தர வர்க்கத்தை பலவீனப்படுத்தின; இறுதியில், நிறுவன அதிகார வர்க்கத்திற்கு எதிரான தலைவர்களை அதிகாரத்தில் அமர வைத்த பழங்குடி மக்களின், தேசியவாதிகளின் எழுச்சிகளை உருவாக்கின.

எனினும், வாஷிங்டன் தன்னுடைய தோல்விகளுக்குப் பொறுப் பேற்றுக் கொள்ள மறுத்தது. செய்தித்தாள்களிலும், பத்திரிக்கைகளிலும், வானொலி மற்றும் தொலைக்காட்சி அலைவரிசைகளிலும் அந்நிய அரசாங்கங்களின் ஊழல் மிக்க அதிகாரிகளும், மதவெறியர்களும், இடதுசாரி சர்வாதிகாரிகளுமே அனைத்துப் பிரச்சனைகளுக்கும் காரணம் என்று குற்றம் சாட்டி ஏராளமான செய்தி அறிக்கைகள் வெளிவந்தன. நிறுவன அதிகார வர்க்கமும் அதன் கையாட்களும் ஜனநாயகத்தை நிலைநாட்ட வந்த நல்லவர்கள் போல் சித்திரிக்கப் பட்டனர். அந்த அதிகாரிகளை ஊழல்வாதிகளாக்கியது நாமே என்பதும், நமது ஒடுக்குமுறை நடவடிக்கைகளே மதவெறியர்களுக்கு வலுவூட்டியது என்பதும், அல்லது நாம் சர்வாதிகாரிகள் என்று வகைப்படுத்திய பல மூன்றாம் உலக நாடுகளின் தலைவர்கள் பெரும்பாலும் அமெரிக்க அதிபர்களைவிட அதிகமான வாக்கு வித்தியாசத்தில் ஜனநாயக முறைப்படி தேர்ந்தெடுக்கப்பட்டவர்கள்

என்பதும் அந்த ஊடகங்களில் குறிப்பிடப்படவே இல்லை. அரசியல்வாதிகள், பெரு நிறுவன அதிகாரிகள் மற்றும் ஒத்துழைக்கும் ஊடகங்கள் ஆகியவற்றின் ஒருங்கிணைந்த முயற்சியால் அமெரிக்க வெளியுறவுக் கொள்கை குறைந்த பட்சம் ஆசியாவிலும், லத்தீன் அமெரிக்காவிலும் படுதோல்வி அடைந்தது என்கிற விஷயம் பெரும்பாலான குடிமக்களிடமிருந்து மறைக்கப்பட்டது.

என்றாலும், மத்திய கிழக்கில் ஏற்பட்ட தோல்விகள் கண்கூடானவை. இராக் படையெடுப்புக்கு முன்பே, நிறுவன அதிகார வர்க்கம் கட்டுப்பாட்டை இழந்துவிட்டது; பொருளாதார அடியாட்களின் உத்திகள் எதிர்மறையான விளைவுகளை உருவாக்கின. வன்முறை தலைவிரித்தாடியது. அமெரிக்க எதிர்ப்பு வெளிப்படையாக இருந்தது. கெர்மிட் ரூஸ்வெல்டின் திட்டம் நேரெதிர் விளைவை உருவாக்கியது. 1979ல் தேசியவாத தீவிரவாதிகள் ஷாவைத் தூக்கி எறிந்தனர். இஸ்ரேலுக்கு அமெரிக்கா அளித்த ஆதரவு லட்சக்கணக்கான பாலஸ்தீனர்களை வீடற்றவர்களாக்கியது, முடிவற்ற யுத்தத்தை உற்பத்தி செய்தது, ஒவ்வொரு கண்டத்திலும் இருந்த முஸ்லிம்களுக்கு ஆத்திரமூட்டியது. மேற்கத்திய கலாசாரத்தின் சிறிய பிரதியாக சவூதி அரேபியாவை மாற்றியது பழமைவாத முஸ்லிம்களைக் கோபமடையச் செய்தது. ஆக்ஸ்போர்டிலும், ஹார்வார்டிலும் படித்த அரேபியர்கள் தங்கள் எண்ணெயைக் கொள்ளையடிக்கவே இத்திட்டங்கள் என்பதைக் கண்டனர்.

அமெரிக்கக் கையாட்களான இஸ்லாமிய ஆட்சியாளர்கள் மற்றும் இஸ்ரேலில் நிறுத்தப்பட்டிருந்த பதிலி ராணுவம் ஆகியவற்றின் கூட்டணியின் மூலம் எண்ணெயைக் கைப்பற்றுவது என்கிற நிறுவன அதிகார வர்க்கத்தின் கனவு 2001 செப்டம்பர் 11 அன்று படுபயங்கரமான கெட்ட கனவாக வெடித்துச் சிதறியது.

வாஷிங்டனின் எதிர்வினை பரிச்சயமான பாதையிலேயே பயணித்தது; அது தேசத்தை இன்னும் பெரிய கஷ்டத்திற்குள் தள்ளியது. ஆப்கானிஸ்தானில் அமெரிக்கா ராணுவ ரீதியாகத் தலையிட்டது நம் மீது பரிதாபப்பட்ட உலகையே நமக்கு எதிரியாக்கியது. இராக் மீது படையெடுத்தது ஒசாமா பின்லேடனைத் தேடிப் பிடிப்பதைவிட அமெரிக்காவிற்கு எண்ணெயின் மீதே குறி என்கிற எண்ணத்தை உருவாக்கியது. நீண்ட கால நோக்கில் பார்த்தால், அது ஏற்கனவே ஆத்திரமடைந்திருந்த முஸ்லிம்களை கொதிக்கச் செய்தது, பல லட்சக்கணக்கானோரை பயங்கரவாத அணிகளில் சேரச் செய்தது, அமெரிக்க ராணுவத்தின் பலவீனங்களை வெளிச்சம் போட்டுக் காட்டியது, அமெரிக்காவைக் கிட்டத்தட்ட திவால் நிலைமையில் மூழ்கடித்தது. தொடர்ச்சியாக செய்த பெருந்தவறுகளில் செப்டம்பர் 11க்குப் பிந்தைய கொள்கைகள் கடைசியானவையும், வெளிப்படையான வையுமான தவறுகளாகும். ஈரானில் ஷாவை பதவியில் அமர்த்தியது, சவூதி மன்னர் குடும்பத்தை அதிகாரத்தில்

அமர வைத்தது, அது போல குவைத் மற்றும் ஜோர்டானில் ஆளும் குடும்பங்களை நிலைநிறுத்தியது, எகிப்தில் நட்புள்ள சர்வாதிகாரியின் ஆட்சியையும், இஸ்ரேலின் யுத்தவெறியையும் ஆதரித்தது போன்றவற்றை நிறுவன அதிகார வர்க்கம் தன்னுடைய வெற்றி என்று கூறிக் கொண்டது. ஆனால், அது அடைந்த வெற்றிகளைச் சமன்படுத்தும் தோல்விகளும் அதற்கு ஏற்பட்டன. முல்லாக்களின் எழுச்சி, அல் - கொய்தாவின் புகழ், மிதவாத அரசாங்கங்களுக்குப் பதிலாக தீவிரவாத அரசாங்கங்கள் அதிகாரத்துக்கு வந்தது, தற்கொலைத் தாக்குதல்களில் ஈடுபட்ட தியாகிகள் மாவீரர்களாக வழிபடப்பட்டது, மற்றும் மதவெறி அதிகமானது போன்றவை.

என்னுடைய முதல் பயணத்திற்குப் பின் சிறிது காலத்தில் நடந்தது போலவே, லெபனான் மீண்டும் யுத்தத்தில் மூழ்கியது. 2005 பிப்ரவரியில் பிரதமர் ரபீக் ஹாரிரி பெய்ரூட் கார் குண்டு வெடிப்பில் கொல்லப்பட்ட போது குழப்பம் ஆரம்பமானது. அவரது மரணம் மக்களை தன்னிலை இழக்கச் செய்தது; பிரம்மாண்டமான போராட்டங்கள் நடந்தன. ஜனநாயக ரீதியான தேர்தலில் பதவிக்கு வந்த புதிய அரசாங்கம், நாட்டின் வலுவான குழுவான ஹிஜ்புல்லாவைக் கட்டுப்படுத்தும் விஷயத்தில் சக்தியற்றதாக இருந்தது போல் தோன்றியது. அந்த ஷியா இஸ்லாமிய அமைப்பின் தலைவர்களை வாஷிங்டன் பயங்கரவாதிகள் என்று முத்திரை குத்தியிருந்தது. 2006 கோடை காலத்தில் இஸ்ரேல், லெபனான் மீது சரமாரியான விமானத் தாக்குதல்களை நடத்தியது. பெய்ரூட்டின் சில பகுதிகளை அழித்தது, அப்பாவிப் பொதுமக்களைக் கொன்றது, சிரியா செல்லும் முக்கிய நெடுஞ்சாலையைத் துண்டித்தது. லெபனான் அரசாங்கத்தை அழிக்கும் பொறுப்பற்ற செயல் என்று உலகத் தலைவர்கள் பலர் அதைக் கண்டித்தபோதும், அமெரிக்கா இஸ்ரேலின் நடவடிக்கையை ஆதரித்தது. உலக அமைதி மற்றும் மத்திய கிழக்கின் ஸ்திரத்தன்மையைவிட தன்னுடைய எண்ணை மற்றும் வர்த்தக நலன்களை மேலானதாகக் கருதுகிறது என்று அமெரிக்கா விமரிசிக்கப்பட்டது.

அமெரிக்க ஆட்சியாளர்களின் சமாதானத்திற்கு இணங்காத்தன்மை கண்டு அரசியல் ஆய்வாளர்கள் ஆச்சரியமடைந்தனர். குறிப்பாக, வியட்நாம் யுத்தத்தின் போது இதே போன்ற தவறுகளைச் செய்திருந்தும் அமெரிக்கா இப்படி நடந்து கொண்டது. உலகிலேயே தொழில் நுட்ப ரீதியாக மிகவும் முன்னேறியதும், நிதிப் பஞ்சம் இல்லாததுமான அமெரிக்க ராணுவம் வெல்ல முடியாததல்ல என்பதை வட வியட்நாம் நிரூபித்தது. கால் நூற்றாண்டு கடந்த பின்னரும், வெள்ளை மாளிகைக்கும், நாடாளுமன்றத்திற்கும், பெண்டகனுக்கும் இதைப் புரிந்து கொள்வது ஏன் கடினமாக இருக்கிறது? ஏன் இத்தனை அனுபவம் மிக்க தலைவர்கள் இப்படி மடத்தனமாக தவறு செய்கிறார்கள்? ஒரு வேளை, போட்ட கணக்குகள் எல்லாம் தவறான போதும், அல்லது அவற்றின் காரணமாகவே கூட,

நிறுவன அதிகார வர்க்கம் அளவற்ற லாபம் ஈட்டியது என்கிற உண்மையில் பதில் அடங்கியிருக் கலாம். ராணுவ ரீதியாகத் தோல்வி ஏற்பட்ட போதும் யுத்த தளவாட தொழில் பொருளாதார ரீதியாக வெற்றியடைந்தது. வியட்நாமிலும், ஆப்கானிஸ்தானிலும், இராக்கிலும், இன்னும் அது போன்ற ஆயுத மோதல்கள் நடக்கும் டஜன் கணக்கான இடங்களிலும் அமெரிக்க ஒப்பந்தக்காரர்கள் கொள்ளை லாபம் அடித்தனர். யுத்தங்களில் இறந்து போனவர்களின் குடும்பங்களுக்கும், பொதுவாக அமெரிக்காவிற்கும், இந்த யுத்தங்களால் தாங்கிக் கொள்ள முடியாத அளவு பெரும் இழப்பு ஏற்பட்டது. நிறுவன அதிகார வர்க்கத்துக்கோ மிகப் பெருமளவு லாபம்.

வியட்நாமில் செய்த தவறுகளின் விளைவை விட இராக்கில் செய்யும் தவறுகளினால் நாம் சந்திக்கவிருக்கும் விளைவுகள் மிகவும் தீவிரமானவை. ஒரே மாதிரியான சம்பவங்கள் அடுத்தடுத்து நிகழ்வது உலகளாவிய அபாயம் என்று வாஷிங்டன் நம்மை சமாதானம் செய்ய முயற்சித்தபோதும், வியட்நாம் யுத்தம் ஒரு பிராந்தியத்திற்கு உட்பட்ட பிரச்சனையே. இதற்கு மாறாக, இராக் யுத்தம், அப்பிரதேசம் முழுவதும் எழுந்துள்ள விரோதத்துடன் சேர்த்துப் பார்க்கும் போது, தத்துவங்களின் மோதலாகும். அது கிறிஸ்துவத்தையும், யூத மதத்தையும் இஸ்லாமிற்கு எதிராக நிறுத்துகிறது; பொருட்களை மிதமிஞ்சி நுகரும் பொருளாதாரவாதத்தின் மீதான பொது வாக்கெடுப்பும் ஆகும்.

அந்தப் பொது வாக்கெடுப்பில் துபாய் போன்ற இடங்களில் நிறுவன அதிகார வர்க்கம் வெற்றி அடைவது போலத் தோன்றலாம். ஆனால், துபாய் ஒரு விதிவிலக்கு என்பதைத் தெரிந்து கொள்ள, அது பாலைவனத்தில் சோலை தென்படுவது போன்ற கானல் நீர் என்பதைத் தெரிந்து கொள்ள, நாம் செய்ய வேண்டியதெல்லாம் ஈரான், இராக், எகிப்து, லெபனான், இஸ்ரேல் மற்றும் சிரியா ஆகிய நாடுகளிலிருந்து வரும் செய்திகளைக் காண தொலைக்காட்சியை இயக்குவதுதான்.

21ம் நூற்றாண்டின் முதல் பத்தாண்டுகளின் முடிவை நாம் நெருங்கிக் கொண்டிருக்கும் இந்த நேரத்தில், நிறுவன அதிகார வர்க்கம் வரலாறு காணாத அளவு ஆழமான படுகுழிக்குள் நம்மைத் தள்ளியுள்ளது என்று கூற மட்டும்தான் நம்மால் முடியும்.
ஆப்பிரிக்கா போல் இந்தப் படுகுழி வேறெங்கும் மிக ஆழமாக இல்லை.

IV

ஆப்பிரிக்கா

41
நவீன ஆக்கிரமிப்பாளர்கள்

"உங்களுக்கு குழந்தைகள் பெற்றுக் கொள்ளும் எண்ணம் இருந்தால், அவர்கள் வளமான வாழ்வு வாழ வேண்டும் என்று நீங்கள் விரும்பினால், நாம் ஆப்பிரிக்காவைக் கட்டுப்படுத்துவதை உறுதி செய்யுங்கள்"

ஜார்ஜ் ரிச்சின் புத்திமதி நான் என் வாழ்க்கையை வாழ்வதற்கு உதவியது; 1974 கோடை காலத்தில் அலெக்சாண்டிரியாவில் ஒரு விடுதியில் என்னுடன் தங்கியிருந்த மற்ற அமெரிக்க ஆலோசகர்களை சகித்துக் கொள்ளவும் எனக்கு உதவியது. அவரது நிழல் என்னை கெய்ரோவிலிருந்து காசாவிலுள்ள பிரமிடுகள் வரையிலும் பின் தொடர்ந்தது; இப்போது, நாங்கள் தங்கியிருந்த நேர்த்தியான உணவு அருந்தும் அறையில் அளவில் பெரிதாக இருந்த பிரம்மாண்டமான செடார் மர மேசையின் முன் நின்று கொண்டிருந்த எகிப்து அரசாங்க அதிகாரியின் பின்னால் அது வட்டமிட்டுக் கொண்டிருந்தது. கடந்த காலத்திற்கு அழைத்துச் செல்லும் ஒரு பிரம்மாண்டமான வீடு. பண்டைய கல்லறைகளிலிருந்து பறிக்கப்பட்ட ஆப்பிரிக்கத் தந்தம், மம்மிகள், நகைகள் ஆகியவற்றை ஐரோப்பிய அருங்காட்சியகங்களுக்கு அனுப்பி பெருஞ்செல்வம் ஈட்டிய பிரிட்டிஷ் வர்த்தகர் ஒருவரால் கட்டப் பட்டிருந்தது.

"வாலில் ஆப்பிரிக்காவைக் கொண்டிருக்கும் ஒரு நாயின் தலைதான் எகிப்து என்று வரலாறு நிரூபித்துள்ளது" என்று அந்த அதிகாரி ஒரு கள்ளப் புன்னகையுடன் கூறினார். அவரது கண்கள் மேசையை வட்டமிட்டன. அமெரிக்கக் குடிமக்களான எங்கள் பத்து பேரையும் விழுங்கிவிடுவது போல பார்த்தார். நாங்கள் நீர், சாக்கடை மற்றும் இதர அடிப்படைக் கட்டுமானத் திட்டங்களை வளர்ப்பதற்காக அங்கு சென்றிருந்தோம். அவர் தன் முஷ்டியை மேசையின் மீது ஓங்கிக் குத்தினார். "எங்கள் மரியாதைக்குரிய அதிபர் அன்வர் சதாத் அமெரிக்காவைத் தழுவுவதை சுலபமாக்குங்கள்; ஆப்பிரிக்கா பின்தொடரும். உலகத்திற்கே முதலாளித்துவம்!". அவர் நிறுத்தினார். உணவு பரிமாருமாறு பணியாளர்களுக்கு சைகை செய்தார்.

"கோட்டையைக் காப்பாற்ற சரியான நேரத்தில் வந்த சேர்ந்த குதிரைப்படை நாம்" என்று ஒரு கட்டுமானப் பொறியாளர் முணுமுணுத்தார்.

"கஸ்டருக்கு (ஜார்ஜ் ஏ. கஸ்டர் 19ம் நூற்றாண்டைச் சேர்ந்த அமெரிக்க குதிரைப்படை அதிகாரி. 1876ல் செவ்விந்தியர்களுடன் நடந்த ஒரு சண்டையில் அவர் கொல்லப்பட்டார் - மொர்) நேர்ந்த கதி நமக்கு ஏற்படாது என்று நம்புவோமாக" என்றார் மற்றொருவர். அது சிரிப்பலைகளை எழுப்பியது.

ஆப்பிரிக்கா முழுமையின் வளர்ச்சிக்கு எகிப்துதான் முன்னோடியாக இருக்கும் என்று எங்களை நாங்களே ஏற்றுக் கொள்ளச் செய்வது ஒவ்வொரு இரவும் நடக்கிற வேலையாக ஆனது. ஒன்றின் தரத்தை உயர்த்துவது, அளவை மதிப்பிடுவது, மற்றும் அட்டவணைகளில், வரைபடங்களில் சுருக்கமாக விளக்குவதற்கு ஏற்ப சிக்கலான பிரச்சனைகளைப் புள்ளிவிவரங்களாக மாற்றுவது போன்ற விஷயங்களில் எங்களுக்கு இருக்கும் திறமை குறித்து அமெரிக்க ஆலோசகர்களாகிய நாங்கள் பெருமிதம் கொள்வோம். எங்களில் பலர் முனைவர் பட்டம் பெற்றவர்கள். பலர் பட்ட மேற்படிப்பு படித்தவர்கள். நான் மட்டுமே வெறும் இளங்கலை பட்டம் பெற்றவன் என்பதால், இந்த விஷயத்தில் புத்திசாலித்தனமாக மௌனமாக இருந்து விடுவேன். வளர்ச்சி குறித்த நிபுணர்களுக்கே உரித்த வகையில், அலெக்சாண்டியாவில் எங்களது பணி அக்கண்டம் முழுவதும் ஒரு புதிய சகாப்தத்தை உருவாக்கும் என்றும், மூன்றாவது ஆயிரமாண்டுகளின் துவக்கத்தில் ஆப்பிரிக்காவின் மிகவும் கடுமையான பிரச்சனைகள் எல்லாம் கடந்த காலத்தின் எச்சங்களாக ஆகிவிடும் என்றும் எங்களை நாங்களே உறுதிப்படுத்திக் கொள்வதற்காக நாங்கள் தேவையற்ற வகையில் அளவற்ற நேரத்தைச் செலவிடுவோம்.

பெரும்பாலான அமெரிக்கர்களைப் போல எங்கள் குழுவில் பலருக்கு அது சுலபமான காரியமாக இருந்தது. முந்தைய பேரரசுகளின் உதாரணங்களைப் பின்பற்றி, இந்த நவீன ஆக்கிரமிப்பாளர்கள் நிலையற்ற சமுதாயங்களை ஓரளவிற்குத் தம்முடையது போன்ற சாயல் உள்ள சமுதாயங்களாக மாற்றுவதற்காக அவர்கள் நியமிக்கப் பட்டுள்ளார்கள். நம்பிக்கையற்றவர்கள் கத்தோலிக்கத்துக்கு மாறினால் மட்டுமே அவர்களைக் காப்பாற்ற முடியும், அல்லது, தற்கால சொற்களில் கூற வேண்டுமானால், ஞானம் பெற்ற சீசர் அல்லது மன்னரின் அல்லது அமெரிக்க அதிபரின் தலைமைக்கு அடிபணிந்தால் மட்டுமே அவர்களைக் காப்பாற்ற முடியும்.

இதற்கு இணங்க நான் முயற்சிசெய்தபோதும், நான் மேலும் மேலும் நம்பிக்கையற்றவனாக ஆனேன். இந்த வாதங்களை நான் இந்தோனேஷியா, ஈரான், கொலம்பியா, அல்லது எகிப்து என்று எங்கு நான் கேட்டபோதும், அவற்றில் இளவயதில் எனக்குப் போதிக்கப்பட்ட கால்வினிய மதக்கருத்துகள் (கால்னிவிய மதம் என்றால் சீர்திருத்தப்பட்ட கிறிஸ்துவ மதம் - மொர்) அவற்றுள் இருப்பது போல் தோன்றியது. நியூ இங்கிலாந்தின் காட்டன் மதரின் (Cotton Mother. 17ம் நூற்றாண்டைச் சேர்ந்த அமெரிக்க கிறிஸ்துவ

மதபோதகர் - மொர்).ஒழுக்க நெறி போதனைகளை நான் கேட்டிருக்கிறேன். ஆனால், சோவியத் யூனியனுக்கு ஆதரவாக இருக்கிற எவரையும் நரகத்தின் நெருப்பு விழுங்கிவிடும் என்று நான் நம்ப வேண்டுமா? முதலாளித்துவவாதிகளை வரவேற்பதற்காக செயின்ட் பீட்டர் (ஏசுவின் சீடர் - மொர்) சொர்க்கத்தின் வாயிலில் புன் சிரிப்புடன் கைகளை அகல விரித்து காத்திருக்கிறாரா? இக்கேள்விக்கு ஆம் என்று பதில் சொல்லும்படி யாரேனும் என்னை சம்மதிக்கச் செய்து, நான் ஆம் என்று சொன்னால், நாம் நம்மை அந்த நெருப்பிலிருந்து விலக்கிக் கொள்ள முடியுமா? எவ்வளவு கற்பனை செய்து பார்த்தாலும் அமெரிக்க வழிமுறை சுதந்திர சந்தை முதலாளித்துவமாகத் தெரியவில்லை. ஹோட்டல் தொழிலில் சிறு முதலாளிகள் எல்லாம் அழிவை நோக்கிச் சென்று கொண்டிருக்கிறார்கள் என்பதைத்தான் நான் காணும் ஒவ்வொன்றும் சுட்டிக் காட்டுகிறது. உணவு விடுதித் தொழிலின் உச்சத்தில் இருக்கும் பெரும் நிறுவனங்கள் எனும் நரபட்சிணிகள் அவர்களை விழுங்கிக் கொண்டிருக்கின்றன. 1800களின் ஏகபோக டிரஸ்டுகளை நோக்கித் திரும்புவது என்று நாம் உறுதி கொண்டிருப்பது போல் தெரிகிறது. ஆனால், இந்த முறை அது உலகளாவிய அளவில் நடக்கிறது.

ஆக நான் என்ன செய்து கொண்டிருந்தேன்? ஒவ்வொரு இரவும் நான் இந்தக் கேள்வியை என்னைக் கேட்டுக் கொண்டேன். பெய்ரூட்டில் இருந்த சில நாட்கள், மார்லன் பிராண்டோ, அகதிகள் முகாமிற்கு ஸ்மைலி அழைத்துச் சென்றது, பார்த்த இடங்கள், வாசனைகள், ஆடைகள், ரசனைகள் மற்றும் ஒலிகள் என்று மத்திய கிழக்கில் என்னுடைய முதல் பயணத்தை எண்ணிப் பார்த்தேன். அது நான்கு வருடங்களுக்குள்தான் இருக்கும். எனினும், ஒரு வாழ்நாளே கழிந்தது போலிருந்தது. இரவு உணவிற்குப் பின்னர், நான் அடிக்கடி மத்திய தரைக்கடலுக்கு காலார நடப்பேன். கடல்தடுப்புச் சுவரின் மீது மோதும் கருத்த அலைகள் என்னை முந்தைய காலங்களுக்கு அழைத்துச் செல்லும்; அந்தோனியிடமும் கிளியோபாட்ராவிடமும், பிரமிடுகளை எழுப்பிய பண்டைய மன்னர்கள், மகாராணிகளிடமும், மோசசிடமும்.....நீருக்கு அந்தப் பக்கம் இருக்கும் இத்தாலி பக்கமும், கிழக்கே கிரீஸ் பக்கமும், இன்னும் கிழக்கே பீனிசியர்களின் நாட்டின், இப்போதைய லெபனான் பக்கமும் உற்றுப் பார்த்தேன்.

பண்டைய பேரரசுகள் பற்றிய இந்தச் சிந்தனைகள் எனக்கு விநோதமான வகையில் ஆறுதலை அளித்தது. வரலாறு என்பது மனிதர்களாகிய நாம் கடந்து வந்த ஆக்கிரமிப்பு யுத்தங்கள் மற்றும் கொடூரங்கள் எனும் குளறுபடிகளின் அலங்கார வேலைப்பாடு கொண்ட திரைச் சீலை. கடும் வேதனையை அனுபவித்துக் கொண்டிருந்த என்னுடைய ஆன்மாவிற்கு அலைகளின் ஓசை இதமாக இருந்தது. மெய்ன் இயக்குநர் அறையில் மாட்டப்பட்டிருந்த ஒளி வீசிக் கொண்டிருந்த வரைபடத்தின் முன்னால் ஜார்ஜ் ரிச் நின்று

கொண்டிருந்தார்: ஒரு நாள் எனக்கு பிறக்கப் போகும் குழந்தையின் எதிர்காலம் மட்டுமே கவனத்தில் கொள்ள வேண்டிய பிரச்சனை. அவன் அல்லது அவளின் நலனுக்காக நாங்கள் ஆப்பிரிக்காவையும், மத்திய கிழக்கையும் எங்கள் கட்டுப்பாட்டில் கொண்டு வர வேண்டும். என் சந்ததி அதைச் சார்ந்திருக்கிறது என்கிற எண்ணமே என்னைத் தொடர்ந்து செயல்பட வைத்தது. அதுவும், நான் ஒரு சாகச வாழ்வு வாழ்ந்து கொண்டிருக்கிறேன் என்கிற உண்மையும்; இதற்கு முன்னர் கனவில் மட்டும் கண்ட உலகின் பல்வேறு இடங்களை, மிகவும் தாராளமான செலவுக் கணக்கிலிருந்து செலவு செய்து, பார்த்துக் கொண்டிருக்கிறேன்.

மத்திய தரைக்கடலில் நடந்து திரிந்த அந்த இரவுகளில் சில சமயம் இரவு விளக்குகள் மின்னும் அலெக்சாண்டிரியா நகரத்தையும், அதற்கப்பால் விரிந்து பரந்திருக்கும் ஆப்பிரிக்காவின் பக்கமும் பார்ப்பதுண்டு. கான்ராடின் 'ஹார்ட் ஆப் டார்க்னஸ்' (19ம் நூற்றாண்டில் உக்ரைனில் பிறந்து இங்கிலாந்தில் வாழ்ந்த போலிஷ், ஆங்கில மொழிகளில் எழுதிய நாவலாசிரியர் கான்ராட். அவரது சிறந்த படைப்புகளில் ஒன்று மேற்குறிப்பிட்ட நாவல் - மொர்) நாவலில் சித்திரிக்கப்பட்டுள்ள மனிதர்கள் ஒருவருக்கொருவரை வார்த்தைகளால் விவரிக்க முடியாத வகையில் நடத்தும் வஞ்சகம் மிக்க, கெட்ட அறிகுறிகள் நிறைந்த பயங்கரமான நாடு போல் ஆப்பிரிக்காவைக் கற்பனை செய்து கொண்டேன். என்னுடைய பார்வையில், ஆப்பிரிக்காவில் நடக்கும் வன்முறை மற்ற கண்டங்களில் நடக்கும் வன்முறையைவிட கொடூரமானவை, அங்கு நடக்கும் பயங்கரங்கள் மிகவும் திகிலூட்டக் கூடியவை. நான் அமேசானில் வாழ்ந்திருந்தபோதும், காங்கோ வித்தியாசமானது என்று எண்ணினேன்; அந்த வித்தியாசம் ஆப்பிரிக்காவை முழுமையாக விவரிப்பதாக இருந்தது. என் இளம் பிராயத்தில் டார்ஜான் நூல்களை நான் நேசித்திருக்கிறேன்; அவரது வனம் எனக்கு சொர்க்கம். பின்னர், பொருளாதார அடியாட்கள் வட்டாரத்தில் நான் பயணித்தபோது நவீன வரலாற்றைப் புரிந்து கொள்ளத் துவங்கினேன். டார்ஜானின் இல்லம் என் மனதில் சீர்குலைந்தது. அடிமை வியாபாரக் கப்பல்கள் வந்தபோது எட்கார் ரைஸ் பர்ரோசின் (டார்ஜான் கதாபாத்திரத்தை உருவாக்கிய அமெரிக்க நாவலாசிரியர் - மொர்) கதாநாயகன் எங்கே போனார்? அமேசான் உயிர்த்துடிப்புள்ள மழைக்காடுகளைக் குறித்தது என்றால் காங்கோ தீய குணமுள்ள சதுப்பு நிலத்தைக் குறித்தது. லத்தீன் அமெரிக்கா, ஆசியா, மற்றும் மத்திய கிழக்கிலுள்ள சேரிகளை நான் பார்த்திருக்கிறேன், கத்தோலிக்க மதக்கருத்துகளுடன் வேறுபட்டவர்களை ஸ்பானிய ஆட்சியாளர்கள் தண்டித்த கொடூரத்தைக் காட்சியாக வைத்திருக்கும் லிமாவிலுள்ள (பெரு நாட்டின் தலைநகரம்மொர்) 'மியூசியம் ஆப் இன்குசிசனைப்' பார்த்து அதிர்ச்சியில் பின்வாங்கியிருக்கிறேன், அபாச்சே போராளிகள்

அமெரிக்க ராணுவத்தின் நிலத்தடி குகைச் சிறைகளின் சுவர்களோடு சங்கிலியால் பிணைத்துக் கட்டப்பட்டிருக்கும் புகைப்படங்களைப் பார்த்து அதிர்ந்திருக்கிறேன்; சுகார்த்தோ ராணுவத்தின் கொடுமைகள் பற்றியும், ஷாவின் ரகசிய போலீசான சாவாக்கின் (SAVAK) வன்முறைகள் பற்றியும் நான் அறிவேன்; எனினும், எதையும் ஆப்பிரிக்காவுடன் ஒப்பிட முடியாது. நான் காணாததை மனங்கண்டேன்; அப்பாவி ஆண்கள், பெண்கள் மற்றும் குழந்தைகள் வலைகளில் பிடிக்கப்பட்டிருப்பதையும், அலற அலற அடிமைக்கப் பல்களில் இழுத்து எறியப்படுவதையும், ஒருவர் மேல் ஒருவராக மூட்டை போல் அடுக்கப்படுவதையும், வாந்தி எடுத்துக் கொண்டும், மலம் கழித்துக் கொண்டும், அழுகிக் கொண்டும் இருக்கும் அவர்கள் ஏலம் விடப்படும் இடத்திற்கு உருட்டி விடப்படுவதையும், அவர்களுக்கு வியர்த்துக் கொட்டுவதையும், காயங்களிலிருந்து ரத்தம் வடிவதையும், செத்துக் கொண்டிருப்பதையும் நான் மனங்கண்டேன். அதே நேரத்தில் அவர்களது நாடுகளில் அவர்களது நிலமும், மக்களும், பிராணிகளும், காடுகளும் நாகரிகமடைந்த ஐரோப்பியர்களால் சூறையாடப்பட்டுக் கொண்டிருக்கும். இவை எல்லாம் என்னுடைய முன்னோர்கள் தங்களது பருத்தி உடைகளில் பகட்டாக நடப்பதற்காக.

இந்த விஷயங்கள் பற்றி நான் அடிக்கடி எண்ணிப் பார்த்தேன். பின்னர் ஒரு நாள் பிற்பகலில் சூடானிலுள்ள தங்கள் வீட்டிலிருந்து தப்பி ஓடி வந்த ஒரு இளம் ஆணையும், பெண்ணையும் சந்தித்தேன். அவர்களது பயங்கரமான கதையைக் கேட்டபோது அந்த அடிமை வியாபார கப்பல்களில் வந்தவர்கள் செய்த பாவங்களையே நான் மீண்டும் செய்து கொண்டிருக்கிறேன் என்பதை ஒப்புக் கொள்ள வேண்டியிருந்தது.

42
அமெரிக்காவின் மடியில்

மீனவர்கள் கரை சேர்ந்து என் அருகில் தங்கள் படகிலிருந்து மீன்களை இறக்கிக் கொண்டிருந்ததை கடல்தடுப்புச் சுவரில் சாய்ந்தவாறு வேடிக்கை பார்த்துக் கொண்டிருந்தேன். பரஸ்பரம் புன்னகைத்தோம். "ஹலோ, எப்படி இருக்கிறீர்கள்? நீங்கள் ஆங்கிலம் பேசுவீர்களா?" என்று ஒருவர் கேட்டார். இந்நாட்களில் இது ஒன்றும் எப்போதாவது ஏற்படும் அனுபவமல்ல. ஆர்வத்தின் காரணமாகவும், தங்களது ஆங்கிலத்தைப் பழகிக் கொள்வதற்காகவும் மனிதர்கள் சகஜமாக என்னுடன் பேச்சைத் துவக்குகிறார்கள்.

"ஆம். நான் அமெரிக்காவைச் சேர்ந்தவன். என் பெயர் ஜான். உங்களுடைய பெயர்?" என்று பதிலளித்தேன்.

"என்னுடைய ஆங்கிலப் பெயர் சாம்மி. இது என் சகோதரி, சமந்தா".

நான் அவர்களை ஒரு காபி விடுதிக்கு அழைத்தேன். நாங்கள் பல மணி நேரங்கள் பேசிக் கொண்டிருந்தோம். தாங்கள் தெற்கு சூடானைச் சேர்ந்தவர்கள் என்று அவர்கள் கூறினார்கள்.

"வடக்குப் பகுதியில் முஸ்லிம்கள் வாழ்கிறார்கள். நாங்கள் வாழும் தெற்கு மிகவும் வேறு விதமானது" என்று சாம்மி விளக்கினார். அவர் மேற்கொண்டு விவரங்கள் சொல்ல மறுத்து விட்டார். ஆனால், அது பழங்குடியினர் நிலம் என்பது எனக்குத் தெரியும். "நீங்கள் முஸ்லிம்களா?" எனக் கேட்டேன்.

"நாங்கள் அதைப் பின்பற்றுகிறோம்" என்று அவர் கூறினார்.

நான் அப்போது அவர்களை மேற்கொண்டு அழுத்திக் கேட்கவில்லை என்றபோதும், அவர்கள் எனக்கு அலெக்சாண்டிரியாவைச் சுற்றிக் காண்பித்தபோது, தங்களது மக்கள் 'மண்ணின் தேவதைகளை வழிபடுவதாக' என்னிடம் ரகசியமாகக் கூறினார்கள். வடக்கத்தியர்களால் அவர்களது தந்தை கொல்லப்பட்டு, அவர்களது தாய் பாலியல் அடிமைச் சந்தையில் விற்கப்படுவதற்காக இழுத்துச் செல்லப்பட்ட பின் அலெக்சாண்டிரியா வந்ததாகச் சொன்னார்கள்.

"நாங்கள் தண்ணீர் எடுத்து வருவதற்காகச் சென்றிருந்தோம். எங்களது தாய் அலறுவதைக் கேட்டு, பாறைக்குப் பின்னால் மறைந்து கொண்டோம்" என்று சாம்மி விளக்கினார்.

"நான் மிகவும் பயந்து போயிருந்தேன்" என்று கூறிய சமந்தா அமைதியாக தன் முகத்தைக் கைகளில் புதைத்துக் கொண்டாள்.

அவர்களது பெற்றோர்கள் மறைத்து வைத்திருந்த சிறிதளவு பணத்தை அவர்கள் கண்டு எடுத்துக் கொண்டு, அலெக்சாண்டிரியாவிற்கு வந்தார்கள். கெய்ரோவிலிருக்கும் தூரத்துச் சொந்தங்கள் புகலிடம் அளிப்பதாகச் சொன்ன போதும், இந்த இடம் பாதுகாப்பானது என்பதால் இங்கு வந்ததாகக் கூறினார்கள். அவர்கள் இன்னும் தங்களுடைய மூதாதையர்களின் இயற்கை கடவுள்களைத் தொடர்ந்து வழிபட்டபோதும், அவர்கள் இஸ்லாமுக்கு மாறினார்கள். தங்களுடைய சித்தப்பா மூலம் அவர்கள் ஒரு பிரிட்டிஷ் தம்பதியரைச் சந்தித்தனர். அநாதைகளுக்கான சிறு பள்ளிக்கூடம் ஒன்றினை நடத்தி வந்த அவர்கள் இவர்களுக்கு உணவும், உறைவிடமும், கல்வியும் அளித்தார்கள். இவர்கள் பள்ளியில் எடுபிடி வேலை செய்தார்கள்.

அந்த முதல் சந்திப்பிற்குப் பிறகு நாங்கள் பெருமளவு நேரத்தைச் சேர்ந்து கழித்தோம். அவர்கள் தங்கள் வேலையை முடித்த பின்னர், நாங்கள் மாலையில் சந்திப்போம். நான் அவர்களுக்கு காபி வாங்கிக் கொடுப்பேன், சில சமயங்களில் இரவு உணவும். அவர்கள் எனக்கு சந்தைகளையும், அருங்காட்சியகங்களையும், கலைக்கண்காட்சிகளையும் சுற்றிக் காண்பித்தார்கள்; சூடானிய உணவு விடுதிகளை அறிமுகப்படுத்தினார்கள்; வெகு சில அந்நியர்களே பார்த்திருக்கக் கூடிய அந்த நகரின் பகுதிகளையும் காண்பித்தார்கள். அது கடினமானதாக இருந்தபோதும், அவர்கள் தாக்குப் பிடித்தார்கள்; அவர்கள் உற்சாகமும், திறந்த மனமும் கொண்டவர்களாகவும் இருந்தார்கள்.

என்னுடைய சுயநலமிக்க சக ஆலோசகர்களின் பரிகாசத்திலிருந்து சாம்மியும், சமந்தாவும் எனக்கொரு மாற்றத்தைக் கொடுத்தார்கள். என்னுடைய பணித் தன்மையின் பின்னணியில், நான் இறுதியில் எழுதவிருக்கும் அறிக்கையில் சேர்க்கப்படுவதற்காக தகவல்களைச் சேகரித்துக் கொண்டிருக்கிறேன் என்று நான் அவர்களுடன் நேரம் செலவழிப்பதை என்னால் எப்போதும் நியாயப்படுத்திட முடியும். சிறிது காலத்திற்குப் பின்னர், சமந்தா மீது எனக்கு காதல் ஏற்பட்டுவிட்டது என்பதை உணர்ந்தேன். இந்த அழகான ஆப்பிரிக்கப் பெண்ணை மணந்து, அவர்கள் இருவரையும் என்னுடன் அமெரிக்கா அழைத்துச் செல்வதைக் கற்பனை செய்து பார்த்தேன். இளம் சூடான் கருப்பினப் பெண்ணை என் தோள்களில் அணைத்துக் கொண்டு என் பெற்றோர் முன் போய் நின்றால் அவர்களது எதிர்வினைகள் எப்படியிருக்கும் என்று கற்பனை செய்து பார்ப்பது சுவாரஸ்யமாக இருந்தது. அமெரிக்காவில் வாழ்வது என்கிற யோசனையை நான் சாம்மியிடம் தெரிவித்தபோது, அவர் மிகுந்த மகிழ்ச்சியோடு அதைப் பாராட்டுவார் என்று எதிர்பார்த்தேன். ஆனால் அவர் என்னை விரக்தியாகப் பார்த்தார்.

"நாங்கள் ஆப்பிரிக்கர்கள். நாங்கள் எங்கள் மக்களுக்கு உதவுவதற்காக சூடான் திரும்ப வேண்டும்" என்றார்.

"எப்படி? நீங்கள் என்ன செய்வீர்கள்?"

"விடுதலைக்காகப் போராடுவோம்"

"ஆனால் சூடான் 1956ல் விடுதலை பெற்றுவிட்டது"

"சூடான் என்று ஒரு நாடு இல்லை. நாங்கள் இரண்டு தேசங்கள். பிரிட்டிசாரும், எகிப்தியரும் உருவாக்கிய ஒன்று அல்ல"

"முஸ்லிம் வடக்கும், தெற்குமா?"

"ஆம், வடக்கு மத்திய கிழக்கின் ஒரு பகுதி. தெற்கு ஆப்பிரிக்காவைச் சேர்ந்தது"

இது எனக்கு ஜார்ஜ் ரிச்சின் பார்வையிலிருந்து மாறுபட்ட ஒரு புதிய கண்ணோட்டத்தைக் கொடுத்தது. எகிப்து வேறு, சூடான் முற்றிலும் வேறு. இதற்கு முன்னர் எப்போதும் நான் இதை எண்ணிப் பார்த்ததில்லை என்பது எனக்கு வியப்பாக இருந்தது. "எகிப்து பற்றி என்ன சொல்கிறீர்கள்? அது மத்திய கிழக்கா அல்லது ஆப்பிரிக்காவா?" என்று வினவினேன்.

"இரண்டும் இல்லை"

"வேறு என்ன?"

"உங்களது கிறிஸ்து பிறப்பதற்கு மூன்று நூற்றாண்டுகளுக்கு முன்பு இருந்த பாரோவா நெக்டானிபோவின் மரணத்திற்குப் பிறகு, இந்த நூற்றாண்டு வரை இந்த நாட்டுக்கு எகிப்தில் பிறந்த எவரும் தலைவராகவில்லை என்பதை நீங்கள் உணர்கிறீர்களா?"

என் அதிர்ச்சியை ஒப்புக் கொண்டேன். "ஆக எகிப்து எங்கே இருக்கிறது?"

"எகிப்து முன்னர் ஐரோப்பாவுடன் இருந்தது"

"இப்போது?"

"அது அமெரிக்காவின் மடியில் அமர்ந்திருக்கிறது"

43
ஒரு குள்ளநரி பிறந்தது

1971ம் ஆண்டு நான் முதன்முதலில் பெய்ரூட் சென்றபோது அங்கு வாழ்ந்து கொண்டிருந்த ஜாக் கோர்பின் பதின்பருவத்து இளைஞர். நான்கு வருடங்கள் கழித்து நான் அலெக்சாண்டிரியா வந்தபோது அவர் அமைதியற்றவராக ஆகியிருந்தார். 19 வயதில் அவர் தன் குடும்பத்தையும், வீட்டையும் விட்டுச் செல்வது பற்றி யோசித்துக் கொண்டிருந்தார். தன்னுடைய வாழ்நாளில் பெரும்பாலும் அவர் ஆப்பிரிக்காவைப் பற்றியே கனவு கண்டு கொண்டிருந்தார். அந்தக் கனவைப் பின்பற்றிச் செல்வது என்கிற அவரது முடிவு அவரது வாழ்க்கையை என்றென்றைக்குமாக மாற்றியது. அது அவரை ஒரு குள்ளநரியாக ஆக்கியது. அவருக்கு வழங்கப்பட்ட பல்வேறு பணிகளில், அக்கண்டத்தின் கேந்திர முக்கியத்துவம் வாய்ந்த ஒரு நாட்டின் அதிபரைக் கொல்வதும் ஒன்று. அது எனக்கும் ஜாக்குக்கும் இடையில் பின்னர் நீண்ட காலம் நீடித்த நட்பு உருவாவதற்குக் காரணமாகவும் ஆனது. அமெரிக்க பெரு நிறுவனத்தில் பணியாற்றும் நிர்வாகி ஒருவரின் மகனான ஜாக் வன்முறையோடு சேர்ந்து வளர்ந்தார். பெய்ரூட்டின் ஒரு பகுதியை மேலிருந்து பார்க்கக்கூடிய புறநகர்ப் பகுதியில் உள்ள ஒரு சுவரில் அமர்ந்து, கீழே நிகழும் வாழ்க்கையை வேடிக்கை பார்த்து பல பிற்பகல்களில் பொழுதைக் கழிப்பது அவருக்கும் அவரது நண்பர்களுக்கும் வழக்கம். மற்ற இளைஞர்களின் வாழ்வில் அன்றாடம் நிகழும் சம்பவங்களைப் போலல்லாது சில சமயம் இவை பயங்கரமாக இருக்கும். ஒரு பிற்பகலில், மூன்று பேர் சேர்ந்து நான்காவதாக ஒருவரை அடித்து நொறுக்குவதையும், முடங்கிப்போன அவரது உடலை ஒரு சிறு சரக்கு வாகனத்தில் தூக்கிப் போடுவதையும் சக்தி மிக்க தொலைநோக்கிகள் மூலம் அவர்கள் பார்த்தார்கள். மற்றொரு சமயம், ஒரு கைக்குழந்தையின் கண் முன்னாலேயே அதனுடைய தாய் பாலியல் பலாத்காரத்திற்கு உள்ளாக்கப்பட்டதைக் கண்டார்கள். அதற்குப் பின்னர், ஒரு தனி நபர் புதருக்குள்ளிருந்து வெளியியே வந்து அந்தக் குழந்தையையும், தாயையும் ஒரு வீட்டிற்குள் அழைத்துச் செல்வதைப் பார்த்தார்கள்.

ஒரு கட்டத்தில் போர்நிறுத்தம் நிலவியது. ஜாக்கும் அவரது நண்பர்களில் ஒருவரும் திரைப்படம் பார்க்க நகரத்திற்குச் சென்றார்கள். திரையரங்கை விட்டு அவர்கள் வெளியே வரும்போது, துப்பாக்கி

சண்டை வெடித்தது. போர்நிறுத்தம் முடிவிற்கு வந்தது. ஒரு கருப்பு மெர்சிடஸ் கார் விரைவாகக் கடந்து போனது, நின்றது, திரும்பி வந்தது, பின் மீண்டும் நின்றது. ஏகே47 துப்பாக்கிகளுடன் மூன்று பேர் காரிலிருந்து வெளியே தாவினர்.

அவர்கள் ஜாக்கையும் அவரது நண்பர்களையும் தங்கள் துப்பாக்கிகளால் நெட்டித் தள்ளினார்கள்; அராபிய மொழியில் கெட்ட வார்த்தைகளால் திட்டினர். அவர்களை அந்தப் பெரிய கருப்பு நிறக்காரின் பின் இருக்கையில் தள்ளினர்; இஸ்ரேலுக்காக உளவு பார்ப்பதாகக் குற்றம் சாட்டினர்; துப்பாக்கியால் அடித்தனர்; சூரிய அஸ்தமனத்துக்கு முன்பு நிச்சயம் அவர்களைக் கொன்று விடப் போவதாகக் கூறினர். மெர்சிடஸ் கார் சந்துகளில் புகுந்து சென்றது. ஜாக் போன்றவர்கள் சென்றிராத நகரின் பகுதிகளான அராபிய சேரிகளின் வழியாக அவர்களை அழைத்துப் போய் ஒரு மேஜைக்குப் பின்னால் அமைதியாக அமர்ந்திருந்த ஒருவரின் முன் கொண்டு போய் நிறுத்தினர்.

“அவர் மதவாதத் தீவிரவாதியாக இல்லாமல் பிஎல்ஓ (பாலஸ்தீன விடுதலை இயக்கம் - மொர்) அமைப்பைச் சேர்ந்தவராக இருந்ததற்கு கடவுளுக்கு நன்றி சொல்ல வேண்டும்“ என்றார் ஜாக். “எங்களுடைய திரைப்பட அனுமதிச் சீட்டுகளை அவரிடம் காட்டினேன். ஏன் என்று தெரியாது, ஆனால் அவற்றை என் பாக்கெட்டினுள் திணித்திருந்தேன். அவர் தன் ஆட்களைக் கண்டித்தார். அவர்கள் தங்களைத் தாங்களே முட்டாளாக்கிக் கொண்டுவிட்டார்கள் என்றார், எங்களை பத்திரமாக வெளியே கொண்டு விடுமாறு உத்தரவிட்டார்.

அந்த அனுபவம் தன்னுடைய நகரை விட்டுச் செல்ல வேண்டும் என்ற முடிவிற்கு ஜாக்கைக் கொண்டு வந்தது. எனினும், அவர் யுத்தத்தில் பங்கேற்கச் சென்றார், அதிலிருந்து விலகிச் செல்லவில்லை. “என்னாலும் வன்முறையைக் கையாள முடியும் என்பதைக் கற்றுக் கொண்டேன்” என்று ரகசியமாகச் சொன்னார். “அந்தக் கடத்தல்காரர் களைக் கண்டு நான் அஞ்சவில்லை. அவர்கள் எனக்கு வெறுப் பேற்றினார்கள். என் கோபத்தைத் தூண்டினார்கள்“. அவர் ஆப்பிரிக்காவிற்குக் கிளம்பினார்.

“அந்தக் கண்டம் ஒரு ஆபத்தான இடம். என்னைப் போன்ற ஆட்கள் நன்கு பணம் சம்பாதிக்கவும், கொஞ்சம் விளையாடவும் உகந்த இடம்”. நானும் ஜாக்கும் தெற்கு புளோரிடா ஐரிஷ் உணவு விடுதியின் திறந்தவெளிப் பகுதியில் அமர்ந்திருந்தோம். அது 2005. அந்தக் காலமும், இடமும் தூரம் போல் தோன்றினாலும், அமெரிக்க ராணுவம் தானே செய்யக் கூடாது என்று தனக்குத் தடை விதித்துக் கொண்டிருந்த ஒரு பணியை முடித்துவிட்டு, ஜாக் அப்போதுதான் இராக்கிலிருந்து திரும்பியிருந்தார் என்பது எங்களது உரையாடலுக்கு ஒரு சமகால தோற்றத்தைக் கொடுத்தது. “நான் எல்லா விவரங்களையும் தெரிந்து கொண்டிருந்தேன், பெய்ரூட் வழியாக வந்த

கூலிப்படையினரிடம் பேசினேன், என் தந்தையின் 'டைம்' இதழைப் படித்தேன்,. என்ன நடந்து கொண்டிருக்கிறது என்பது எனக்குத் தெரியும். 1974ல் ஆப்பிரிக்க வரலாற்றை மாற்றிய ஒரு வேலையை போர்ச்சுகல் செய்தது. அது ஒரு பெரிய கதவைத் திறந்தவிட்டது, நான் அதன் வழியாக உள்ளே நுழைந்தேன்".

போர்ச்சுகல் நாட்டில் ஏற்பட்ட எழுச்சி அந்நாட்டின் அமெரிக்க ஆதரவு சர்வாதிகாரத்தைத் தூக்கி எறிந்த சிறிது காலத்தில் நான் அருகிலிருந்த ஸ்பெயினுக்குப் போனேன். போர்ச்சுகலின் ஆப்பிரிக்கா காலனி நாடுகளில் விடுதலைக்காக நடந்த யுத்தங்களால் ஏற்பட்ட பொருளாதார மற்றும் ராணுவ இழப்புகள், நீண்ட கால சர்வாதிகாரியும், நிறுவன அதிகாரவர்க்கத்தின் கூட்டாளியுமான அன்டோனியோ சாலசரின் தீரா நோயும், சாலசருக்குப் பின் அதிகாரத்திற்கு வந்த மார்சலோ காய்டனோ ராணுவத்தில் இருந்த அதிருப்தியாளர்களின் கலகத்தால் பதவி நீக்கம் செய்யப்பட்டதும், ஒரு முன்னாள் நட்பு நாட்டை சோஷலிசப் பாதைக்குத் திருப்பியிருந்தது. பெரும் கவலையை உண்டாக்கிய ஒரு பொருளாதார அடியாள் வேலையின் தோல்வி அது. உண்மையை அறிந்து வருவதற்காக நான் அனுப்பப்பட்டேன்.

"கார்னேஷன் தீர்மானத்திற்குப் பிறகு, லிஸ்பன் (போர்ச்சுகல் தலைநகரம் - மொர்) தன்னுடைய ஆப்பிரிக்கக் காலனிகளை உடனடியாக விடுவித்தது." ஜாக் சிரித்துக் கொண்டே கூறினார்." திடீரென்று எவ்வித முன்னறிவிப்பும் இன்றி எல்லாவற்றையும் விடுவித்தது. தன்னுடைய படைகளை நாட்டிற்குத் திரும்ப அழைத்தது. அந்தக் காலனிகளில் பல தலைமுறைகளாக வாழ்ந்து கொண்டிருந்த பல லட்சக்கணக்கான போர்த்துக்கீசியர்கள் தங்களது நிலங்கள், தொழில்கள் மற்றும் அனைத்தையும் இழந்தனர். அவர்கள் தங்கள் உயிருக்குப் பயந்து ஓட வேண்டியதாயிற்று. பெரும்பாலும் தென் ஆப்பிரிக்காவிற்கும், ரொடீஷியாவிற்கும், பிரேசிலுக்கும் அல்லது மீண்டும் போர்ச்சுக்கலுக்கும். பழைய காலனிகள் தாங்கள் வேண்டிய விடுதலையைப் பெற்றுவிட்டன; ஆனால், இப்போது தட்டுத்தடுமாறிக் கொண்டிருந்தன. வெற்றிடத்தை நிரப்புவதற்கு சோவியத் யூனியன் தலையிட்டது தெரிந்ததுதான். சில நாட்களிலேயே மிக முக்கியமான எண்ணை மற்றும் எரிவாயு வளங்கள் கம்யூனிஸ்ட் முகாமின் கைகளுக்குச் சென்றுவிட்டன. அதற்குப் பின்னர், அயன் ஸ்மித்தின் ரொடீஷியாவிற்கு எதிராக விடுதலைப் போர் வெற்றிகரமாகத் துவங்கியது".

ஜாக்கைப் போல, அந்த நேரத்தை என்னுடைய பணியை முன்னெடுத்துச் செல்வதற்கான ஒரு வாய்ப்பாகவே நானும் பார்த்தேன். அவருக்கு, குள்ளநரிப் பாதை. எனக்கு, பொருளாதார அடியாள் பாதை. இந்தோனேஷியா, ஈரான், மற்றும் லத்தீன் அமெரிக்காவின் பெரும்பாலான நாடுகளில் பேரரசை நோக்கிய பயணம் எப்படி இரட்டிப்பு வேகத்தில் முன்னேறிக் கொண்டிருக்கிறது என்பதையும்,

ஆனால், அமெரிக்காவும், தெற்கு வியட்நாமும் பின் வாங்கிக் கொண்டிருக்கும் வியட்நாமில் கடும் தடைகளைச் சந்தித்தது என்பதையும், கெமர் ரூஜ் மற்றும் பாதெட் லாவோ ஆகியவை தங்கள் கட்டுப்பாட்டிற்குள் கொண்டு வந்து கொண்டிருந்த கம்போடியா மற்றும் லாவோஸ் ஆகிய நாடுகளிலும் எதிர்ப்பைச் சந்தித்தது என்பதையும் நினைத்துப் பார்த்தேன். 1974 வரை ஆப்பிரிக்கா இருண்ட கண்டமாக இருந்தது. விடுதலை இயக்கங்கள் வளர்ந்து கொண்டிருந்தன; ஆனால், யாரிடம் உதவி கேட்பது என்கிற விஷயத்தில் அவை பெரும்பாலும் பிளவுபட்டன. அவற்றின் பல தலைவர்கள் கம்யூனிசத்தைத் தழுவத் தயங்கினர்; மேற்கைப் பகைத்துக் கொள்ள விரும்பவில்லை. பொருளாதார அடியாட்களாகிய நாங்கள் எங்களது வாய்ப்புகளை மதிப்பிட்டுக் கொண்டிருந்தோம்; வேலைகளைப் பெறுவதற்கான எல்லாவிதமான தந்திரங்களிலும் ஈடுபட்டிருந்தோம். ஜைர், லைபீரியா, சாட், எகிப்து, மற்றும் தென் ஆப்பிரிக்கா ஆகிய நாடுகளில் மெய்ன் நிறுவனம் தன் கால்களை வலுவாகப் பதித்தது. (நிறவெறி எதிர்ப்பு உணர்வு வளர்ந்து கொண்டிருந்ததன் காரணமாக தென் ஆப்பிரிக்காவில் அடக்கியே வாசித்தோம்). நைஜீரியாவிலும் கென்யாவிலும் எங்களது ஆட்கள் சுறுசுறுப்பாக இயங்கிக் கொண்டிருந்தனர். காங்கோவில் பெரிய அணை ஒன்று கட்டவும், மற்றும் அதை மத்திய ஆப்பிரிக்கா முழுவதும் தொழில் பூங்காங்களுக்கும், சுரங்கப் பணிகளுக்குத் தேவையான மின்சாரம் உற்பத்தி செய்யப் பயன்படுத்தவும் முடியுமா என்கிற சாத்தியக்கூறு பற்றிய என்னுடைய ஆய்வை சமீபத்தில்தான் முடித்திருந்தேன்.

தன்னுடைய காலனிகளை விடுவிப்பது என்று லிஸ்பன் அவசர அவசரமாக எடுத்த முடிவு எல்லாவற்றையும் மாற்றிவிட்டது. அதிகார சமநிலையைக் குலைத்த அது அமெரிக்க ராணுவத் தலைமையகத்தையும், பாதுகாப்புத் துறையையும், அயலுறவுத் துறையையும் குழப்பத்தில் ஆழ்த்தியது. என்ன நடவடிக்கை எடுப்பது என்பது குறித்து நடந்த விவாதங்கள் அவற்றின் தலைவர்களுக்கிடையிலான மோதலில் முடிந்தது. குறிப்பாக அமைச்சர்கள். அயலுறவுத் துறையில் வில்லியம் ரோஜர்ஸ் (1969-73) மற்றும் ஹென்றி கிஸ்ஸிங்கர் (1974-77) ஆகியோருக்கிடையில் மோதல். பாதுகாப்புத் துறையில் மார்ட்டின் லாயிர்ட் (1969-73), எலியட் ரிச்சர்ட்சன் (1973), ஜேம்ஸ் ஸ்கிலசிங்கர் (1973-75), டொனால்ட் ரம்ஸ்பெல்ட் (1975-77) ஆகியோருக்கு இடையிலும் மோதல். வாட்டர்கேட் ஊழலில் சிக்கியிருந்த அதிபர் நிக்சனின் அதிகாரம் பலவீனமடைந்திருந்தது மற்றும் தேர்தலில் மக்களால் தேர்ந்தெடுக்கப்படாமல் நிக்சன் பதவி விலகியதால் அதிகாரத்திற்கு வந்த போர்ட்டின் பலவீனம் ஆகியவை குழப்பத்தை அதிகப்படுத்தின. எப்படி எதிர்வினையாற்றுவது என்கிற விஷயத்தில் ஒருமித்த கருத்துக்கு வாஷிங்டனால் வர முடியவில்லை.

ஆப்பிரிக்கர்களைப் பொறுத்த வரையில், முன் எப்போதும் இருந்திராததும், முற்றிலும் தாறுமாறான ஒரு நிலைமை அது. அவர்கள் மீது ஆதிக்கம் செலுத்துவதற்காக பல நூற்றாண்டுகள் ஐரோப்பியர்களுக்குள் நீடித்த போராட்டங்களின் காரணமாக செயற்கையாக உருவாக்கப்பட்ட தேசங்களே அவர்களிடம் இருந்தன. கலாசார வேறுபாடுகளை விடவும் அந்நிய சக்திகளின் விருப்பத்திற்கு ஏற்றவாறே எல்லைகள் அமைக்கப்பட்டிருந்தன. அவர்கள் தங்கள் அரசாங்கம் மற்றும் வர்த்தகத் துறைகளை நிறுவனமயமாக்கிக் கொள்வதற்கு உதவும் வகையில் காலனிய ஆட்சியாளர்கள் எதுவும் செய்யவில்லை. விடுதலையின் பொறுப்புகளை ஏற்றுக் கொள்வதற்கு அவர்கள் போதுமான அளவு தயாராகவில்லை. விரைவாகச் செயல்பட்டு உள்ளே நுழைந்து அந்த வெற்றிடங்களை நிரப்பக் கூடிய எவராலும் சுரண்டப்படுவதற்கு ஏற்ற நிலையில் அவை இருந்தன.

“குண்டர் படை போல் சோவியத்துகள் உள்ளே நுழைய நாம் அனுமதித்துவிட்டோம்.” கண்களில் வெறுப்புடன் ஜாக் என்னைப் பார்த்தார். “சீனா கூட நம்மை மிஞ்சிவிட்டது. மார்க்சிய பயங்கரவாதத்தின் விளைநிலமான மொசாம்பிக்கின் மாஸ்கோ ஆதரவு பெற்ற அரசாங்கம் ஆயிரக்கணக்கான ஜிம்பாப்வே தேசிய விடுதலைப் படையின் தொண்டர்களுக்குப் பயிற்சி அளித்து கூட்டம் கூட்டமாக ரொடீஷியாவிற்கு அனுப்பியது. அவர்கள் கருப்பர், வெள்ளையர் பேதமின்றி அந்நாட்டு விவசாயிகளைக் கொன்றனர். ஜாம்பியாவும் மாவோ அணியில் சேர்ந்து கொண்டது. ரொடீஷியாவில் நடத்தப்படும் தாக்குதல்களுக்குத் தன்னை ஒரு தளமாக ஆக்கிக் கொண்டது. என்னைப் பொறுத்த வரையில், மிகுந்த ஏழ்மையில் உழலும் அந்தச் சிறிய நாடு உதவி தேவைப்படும் ஒரு நாடாகும். நான் ரொடீஷியா சென்றேன். அதன் ராணுவத்தில் சேர்ந்தேன்”.

தென் ஆப்பிரிக்காவைப் போல ரொடீஷியா தீவிரமாக நிறவெறியைப் பரப்பும் நாடு அல்ல என்றே ஜாக் எப்போதும் கூறி வருகிறார். தான் இணைந்த யுத்தம் வெள்ளையர்களுக்கும் கருப்பர்களுக்கும் இடையிலானது அல்ல என்று அவர் வாதிட்டார்; சோவியத் ஆளுமையின் கீழ் சிக்கியிருக்கும் அண்டை நாடுகளுக்கும் ரொடீஷியாவிற்கும் இடையில் நடக்கும் வாழ்வா சாவா போராட்டம் என்றார்.

அவர் பெய்ரூட்டில் பிஎல்ஓவால் கடத்தப்பட்ட பின்னர் அவர் எடுத்த தீர்மானங்கள் சரியானவை என்று அவர் அங்கு சென்றவுடன் உறுதி செய்யப்பட்டது. “படைவீரனாக இருப்பதற்கான இயல்பான திறன் எனக்கு இருக்கிறது என்பதை நான் கண்டேன். ரொடீஷியன் லைட் இன்பான்டரி கமாண்டோஸ் (ரொடீஷிய இலகு முன்னணி அதிரடிப்படை - மொர்) பிரிவில் சேர்ந்தேன். பின்னர் எஸ்ஏஎஸ் எனப்படும் விசேஷ விமானப்படைக்குத் தேர்ந்தெடுக்கப்பட்டேன். பயிற்சி கடுமையாக இருந்தது; பணி அதைவிடக் கடுமையாக இருந்தது.

ஒரு சமயம், சில பாலங்களை வெடிவைத்துத் தகர்த்த பின்னர், பல்லாயிரக்கணக்கான படைவீரர்களிடமிருந்து எங்களின் உயிரைக் காப்பாற்றிக் கொள்ள நாங்கள் தப்பி ஓட வேண்டியிருந்தது. மறைந்திருந்து அவர்களைத் தாக்குவது, பின்னர் மீண்டும் எங்கள் பயணத்தைத் தொடர்வது என்று தினமும் இருபது மைல் கடந்தோம். அந்த நேரம் முழுமையும் எங்களைக் காப்பாற்ற எங்கள் படைகள் எதுவும் வரவில்லை. நாங்கள் தாகத்தால் செத்துக் கொண்டிருந்தோம்."

தான் செய்த முதல் கொலையை அவர் நினைவில் வைத்திருந்தார். "அடர்ந்த மரங்களுக்குப் பின்னாலிருந்து ஒருவன் என்னைச் சுட்டபடி ஓடிவந்தான். ஒரே ஒரு முறை சுட்டு அவனது முகத்தைச் சிதறடித்தேன். அன்றிரவு அவனது குடும்பத்தைப் பற்றி நான் கவலைப்பட்டேன். ஆனால் அடுத்த முறை, என்னைக் கொல்ல விரும்பும் ஒரு எதிரியை மட்டும் பார்த்தேன். மற்ற எந்த விஷயத்தையும் போலவே, கொலையும் செய்யச் செய்ய சுலபமானதாகப் பழகிவிடும்.

ரொடீஷிய ராணுவத்தில் அவரது பணிக்காலம் முடிந்தபின் அவர் ஒரு கூலிப்படைக்காரராக ஆனார். "எங்கெங்கும் வாய்ப்புகள் இருந்தன. 1979 வாக்கில் குறைந்தபட்சம் ஆறு ஆப்பிரிக்க நாடுகள் விடுதலைப் போராட்டங்களில் மூழ்கியிருந்தன. தென் ஆப்பிரிக்கா, அங்கோலா, தென் மேற்கு ஆப்பிரிக்கா, ஜாம்பியா, மொசாம்பிக் மற்றும் ரொடீஷியா.

அவர் தென் ஆப்பிரிக்காவிற்குச் சென்றார்; தன் வாழ்நாளின் மிகவும் ஆபத்தான பணிக்காக ஒரு சக குள்ளநரியால் வேலைக்கமர்த் தப்பட்டார். அமெரிக்கக் குடிமக்கள் அறியாத அமெரிக்க அரசாங்கத்தின் ரகசிய நடவடிக்கைகளைப் பெருமளவு அம்பலப்படுத்திய ஒரு காரியம். வாஷிங்டனிலும் லண்டனிலும் இருந்த சக்தி மிக்க மனிதர்களைப் பகைத்துக் கொண்ட ஒரு அதிபரைக் கொலை செய்வதற்காக அவர் அனுப்பப்படவிருந்தார்.

44
டீகோ கார்சியாவின் "மக்களல்லாதவர்கள்"

1970களில் எண்ணை ஏற்றுமதி செய்யும் நாடுகள் விதித்த வர்த்தகத் தடையும், தெற்காசியாவில் ஏற்பட்ட ராணுவத் தோல்வியும் ஆப்பிரிக்க வளங்களைக் கைப்பற்ற வேண்டும் என்கிற திட நோக்கத்தை உடனடியாக அடைய வேண்டிய அவசரம் ஏற்பட்டது. பன்னாட்டு நிறுவனங்களின் நிர்வாகிகளும், அவர்களது ஆதரவாளர்களும் வாஷிங்டனை மொய்த்தனர். நிக்சன் மற்றும் போர்ட் நிர்வாகங்களின் குழப்பத்தையும், ஈரான் பிரச்சனையில் கார்ட்டர் மூழ்கியிருந்ததையும் அவர்கள் சாதகமாகப் பயன்படுத்திக் கொண்டனர். ஆப்பிரிக்க இயற்கை வளங்களை, குறிப்பாக எண்ணை வளத்தைத் தங்கு தடையின்றி சுரண்டுவதை உத்தரவாதப்படுத்துகிற சர்வதேசச் சட்டங்கள் இயற்றப்பட வேண்டும் என்று கோரினர். அமெரிக்க மேலாதிக்கத்தை நிலைநாட்டவும், கப்பல் பாதைகளைப் பாதுகாக்கவும், தங்களது மக்களின் நலன்களுக்கு விரோதமாக நிறுவன அதிகார வர்க்கத்தின் கூட்டாளிகளாக இருந்த ஆப்பிரிக்கத் தலைவர்களுக்கு வலுவூட்டவும் அவர்கள் மிக மிக அதிகமான அளவில் ராணுவத்தை நிறுத்த வேண்டும் என்றும் வலியுறுத்தினர்.

ஆப்பிரிக்காவில் சோவியத்தும், சீனாவும் அடைந்த வெற்றிகள் அமெரிக்கா வலுவாகவும், ராணுவ ரீதியாகவும் எதிர்வினையாற்ற வேண்டும் என்கிற வாதத்திற்கு வலு சேர்த்தன. ஆப்பிரிக்காவில் கம்யூனிஸ்டுகளின் படையெடுப்பால் படுபயங்கரமான விளைவுகள் ஏற்படும் என்றும், வாஷிங்டனின் நட்பு நாடுகள் மீது படையெடுப்பதற்காக ரகசியமாகப் படைகளைக் குவிப்பதற்கு மாஸ்கோவிலும், பீஜிங்கிலும் திட்டங்கள் தீட்டப்படுகின்றன என்றும் கட்டுரைகள் வெளியிட்டு ஊடகங்கள் மக்களைத் தூண்டிவிட்டன. வனச்சண்டையில் அனுபவம் மிக்க கியூபா கொரில்லாக்கள் ஆப்பிரிக்க 'பயங்கரவாதிகளுக்குப்' பயிற்சி அளிப்பது போன்ற பிம்பங்கள் ஒளிபரப்பப்பட்டன. அமெரிக்க சுரங்கப் பணிகளுக்கு எதிராகப் பெரும் தாக்குதல்கள் தொடுப்பதற்காக காஸ்ட்ரோ அபகீர்த்தி பெற்ற சே குவேராவை அனுப்பி வைத்திருப்பதாக வதந்திகள் பரப்பப்பட்டன.

வாஷிங்டன் மீது அளவற்ற நிர்ப்பந்தம் இருந்தது. சூயஸ் கால்வாய்

மூடப்பட்டதும், மிகப் பிரம்மாண்டமான எண்ணைக் கப்பல்கள் அறிமுகப்படுத்தப்பட்டதும் கப்பல் பாதைகளைப் பாதுகாக்க அரண் அமைக்கப்பட வேண்டும் என்கிற கருத்துக்கு பலம் சேர்த்தன. மத்திய கிழக்கு துறைமுகங்களிலிருந்து வெளியேறும் கப்பல்கள் செங்கடல், பாரசீக வளைகுடா, அரபிக்கடல் வழியாக இந்தியப் பெருங்கடலுக்குள் நுழைந்து, ஆப்பிரிக்கக் கண்டத்தின் தென்கரையோரமாகப் பயணித்து நல்லெண்ண முனையைத் தாண்டி அட்லாண்டிக் பெருங்கடலில் சேரும் கடல்வழியைப் பாதுகாக்க வேண்டும். கோரிக்கை வெற்றி பெறும் என்பதை அறிந்த அரசியல்வாதிகள் அதற்கு ஆதரவு தெரிவித்தனர். சமூகத் திட்டங்கள் ஓரங்கட்டப்பட்டு, பணம் பெண்டகனுக்கு திருப்பி விடப்பட்டது. ஆப்பிரிக்காவின் கிழக்கு கரையோரத்தில் உள்ள அல்டாப்ரா தீவில் அணுஆயுத பலம் கொண்ட விமானதளம் ஒன்றை நிர்மாணிப்பது என்று தீர்மானிக்கப்பட்டது.

“நல்லெண்ண முனையின் அருகிலிருக்கும் தென் ஆப்பிரிக்க கப்பல் படை தளமான சைமன் டவுனுக்கு அது வலு சேர்க்கும்” என்று ஜாக் விளக்கினார். “துருவிப் பார்க்கும் கண்களிலிருந்து வெகு தொலைவில், அமெரிக்க நீர்மூழ்கிக் கப்பல்கள் தெற்கு அட்லாண்டிக் கடலிலும், இந்தியப் பெருங்கடலிலும் நீண்ட தனிமையான ரோந்துப் பயணம் மேற்கொள்ளும் முன் பழுது பார்ப்பதற்காக சைமன் துறைமுகத்தைப் பயன்படுத்தியிருக்கின்றன. மடகாஸ்கருக்கு வடக்கே ஒரு விமான தளம் என்பது சைமனுக்குப் பொருத்தமான துணையாகும்.”

எனினும், அந்தத் திட்டம் வடிவம் கொள்ள ஆரம்பித்தவுடன் அல்டாப்ரா தீவு அரிய வகை மிகப் பெரிய ஆமைகள் பல்கிப் பெருகும் இடம் என்பதைத் திட்டமிட்டவர்கள் கண்டார்கள். வளர்ந்து சுற்றுச் சூழல் இயக்கத்தின் மூலம் எதிர்மறையான கவனத்தை அந்த இடம் பெறும் என்பதை எண்ணி அஞ்சிய அமெரிக்கா அருகிலிருந்த டீகோ கார்சியாவிற்கு தன் முயற்சிகளைத் திருப்பியது. சாகோஸ் தீவுக் கூட்டத்திலேயே பெரிய தீவான அது அப்போது பிரிட்டிஷ் ஆதிக்கத்திலிருந்த மொரீஷியசின் ஒரு பகுதியாகவும் இருந்தது. டீகோ கார்சியாவில் அழிந்து கொண்டிருக்கும் ஆமைகள் எதுவும் இல்லை என்றபோதும், பெரும்பாலும் ஆப்பிரிக்க அடிமைகளின் வழிவந்த 1800 மனிதர்கள் அங்கு வாழ்ந்து கொண்டிருந்தார்கள்.

“அமெரிக்காவின் உன்னதமான ராணுவத் தளமாக ஆகவிருக்கும் ஒரு தீவில் மக்கள் எவரும் வாழ்வதை ஏற்றுக் கொள்ள முடியாது“ என்று ஜாக் என்னிடம் கூறினார்.

1970ல் பொருளாதார அடியாட்கள் முடித்து வைத்த ஒரு ஒப்பந்தப்படி, அமெரிக்க மற்றும் பிரிட்டன் உளவுப் படையினரைப் பயன்படுத்தி டீகோ கார்சியாவில் வசித்த மக்கள் தங்கள் வீடுகளை விட்டு வெளியேறுமாறு பிரிட்டன் நிர்ப்பந்தித்தது. அதை ரகசியமாக வைத்திருக்க எல்லா முயற்சிகளும் மேற்கொள்ளப்பட்டது.

“அந்தத் தீவில் நிரந்தரமாகக் குடியிருப்பவர்கள் எவருமில்லை

என்று தொடர்ந்து பாசாங்கு செய்வதற்காக பிரிட்டிஷ் அரசியல் வாதிகளும், தூதர்களும், அதிகாரிகளும் ஒரு பிரச்சாரத்தைத் துவக்கினர். இது மிகவும் முக்கியம். ஏனெனில், நிரந்தரமாக வசிப்பவர்களைக் குடிமக்களாக அங்கீகரிக்க வேண்டும், அவர்களது ஜனநாயக உரிமைகள் பாதுகாக்கப்பட வேண்டும்.....எனவே அங்கு வசித்தவர்கள் மக்களல்லாதவர்களாக ஆனார்கள்" என்று பிபிசி கூறியது. (35)

தீவைச் சேர்ந்த பெரும்பாலோர் தண்ணீரைக் கடந்து அருகிலிருந்த செய்சல்ஸ் தீவிற்கு இழுத்துச் செல்லப்பட்டனர். யாரும் வசிக்காத டீகோ கார்சியாவை பின்னர் இங்கிலாந்து அமெரிக்காவிற்குக் குத்தகைக்கு விட்டது. பதிலாக, வாஷிங்டன் பிரிட்டனுக்கு போலாரிஸ் நீர்மூழ்கி தொழில் நுட்பத்தில் 11 மில்லியன் டாலர் மானியம் வழங்கியது. தீவில் வாழ்ந்தவர்களின் உயிருக்கும், உடமைக்கும் தலா 600 டாலர் விலை நிர்ணயிக்கப்பட்டது.

பெண்டகன் தன்னுடைய ராணுவத் தளத்தை நிர்மாணிப்பதற்காக விரைவாகச் செயல்பட்டது. பி52 ரக குண்டு வீச்சு விமானங்களையும், பின்னர் ராடாரின் கண்களில் படாமல் மறைந்து செல்லும் ரகசிய பி2 ரக விமானங்களையும் நிறுத்துவதற்கு உகந்த வகையில் அது வடிவமைக்கப்பட்டிருந்தது. மத்திய கிழக்கு, இந்தியா, மற்றும் ஆப்கானிஸ்தான், அதனுடன் கூடவே ஆப்பிரிக்காவின் மீதும் தாக்குதல் தொடுப்பதற்கான தளமாக இருந்த அது பேரரசு நிர்மாணத்தில் மிக முக்கியமான பாத்திரம் வகிக்கும்.

அது கேந்திர முக்கியத்துவம் வாய்ந்ததாக இருந்தபோதும், ஆப்பிரிக்கக் கடற்கரைக்கு அப்பால் அமெரிக்க ராணுவத்தின் இருப்பு ஒப்பீட்டளவில் அதிகம் அறியப்படாததாக இருந்தது. 1976ம் ஆண்டு ஜுன் 29ம் தேதி செய்சல்சின் முதல் அதிபராக ஜேம்ஸ் மான்சம் தேர்ந்தெடுக்கப்பட்டார். வாஷிங்டன் மற்றும் லண்டனுடனான அதன் முதன்மையான தொடர்பு நிறுவன அதிகார வர்க்கத்தின் தீவிர ஆதரவாளரான தென்ஆப்பிரிக்காவின் மூலமாக ஏற்பட்டதாகும். தான் டீகோ கார்சியா ஒப்பந்தத்தை ஆதரிப்பதாக மான்சம் தெளிவாகக் கூறினார். இடம் பெயர்க்கப்பட்ட தீவு மக்களை அமைதியாக தான் உள்வாங்கிக் கொள்ள முன்வந்தார்; அவரும் அவரது உறவினர்களும் அருகிலுள்ள ராணுவத் தளத்தின் மூலம் தனிப்பட்ட முறையில் ஆதாயம் அடைவோம் என்பதையும் அவர் புரிந்து கொண்டார். அந்தப் போக்கில், அவர் தன் நாட்டு மக்கள் பலரின் கோபத்துக்கும் ஆளானார்.

செய்சல்ஸ் குடிமக்கள் தங்களது புதிய தேசியத்தை மிக உயர்வாக மதித்தனர். இந்தப் பெருமித உணர்வின் காரணமாக மான்கெம்மிற்கு எதிர்ப்பு வலுத்தது. அமெரிக்கா மற்றும் பிரிட்டன் மீது அவர் மதிப்பு வைத்திருந்ததால் ஏற்பட்ட அதிருப்தியோடு, அண்டைத் தீவைச் சேர்ந்த மக்களை அவர்களது நிலத்திலிருந்து வெளியேற்றியதில்

தங்களது அரசாங்கத்திற்கும் இருக்கும் பங்கையும் அவர்கள் வெறுத்தனர்; புதிய மக்களின் குடியேற்றத்தால் தங்களது வேலை வாய்ப்புகள் பறிபோகும் என்பதாலும், நிலைநிறுத்தப்பட்ட தங்களது சமூகத்தின் உருவம் சீர்குலையும் என்பதாலும் அதையும் வெறுத்தனர். மான்கெம் லண்டன் சென்றிருந்தபோது பிரதமர் பிரான்ஸ் ஆல்பர்ட் ரேனெ செயல்படத் தீர்மானித்தார். 1977ம் ஆண்டு அவர் நடத்திய வன்முறையற்ற கலகத்தில் அதிபரைப் பதவி நீக்கம் செய்தார். பின்னர், 'தேசத்தின் செல்வத்தில் பெரும்பங்கை நாட்டின் ஏழை மக்களுக்கு வழங்கும் திட்டம்' என்று பிபிசியால் வரவேற்கப்பட்ட திட்டத்தை அமல்படுத்தத் துவங்கினார் (36). டீகோ கார்சியாவின் மக்கள் தங்களது மண்ணிற்கு திரும்பிச் செல்ல அனுமதிக்கப்படுவார்கள் என்று அறிவித்தார்; ஆப்பிரிக்காவின் கொல்லைப்புறத்தில் அமெரிக்கா ராணுவத் தளம் அமைப்பதற்கு தன்னுடைய எதிர்ப்பையும் தெரிவித்தார்.

வாஷிங்டனுக்கு வெறி பிடித்தது. ஆனால், அது வாக்களிக்கும் மக்களின் கண்களில் படாதவாறு மறைத்து வைக்கப்பட்டது. ஜாக் கோர்பின் தன்னுடைய திறமைகளை ரொடீஷியாவில் தீட்டிக் கொண்டிருந்தபோது நிறுவன அதிகார வர்க்கம் ரெனேவிற்கு எதிராக சதித் தீட்டம் தீட்டிக் கொண்டிருந்தது.

ஜாக்கின் பொருளாதார அடியாள் இணையாக திட்டத்திற்குள் நானும் சேர்த்துக் கொள்ளப்பட்டேன்; தந்திரமா அல்லது படுகொலையா எந்தப் பாதை என்று எங்களது தலைவர்கள் முடிவு செய்தவுடன் செயல்படத் தயார் நிலையில் வைக்கப்பட்டோம். இறுதியில் நான் செயல்படும்படி கேட்டுக் கொள்ளப்படவே இல்லை என்றபோதும், தன்னுடைய அதிகார தளத்தைப் பாதுகாத்துக் கொள்ள அமெரிக்க அரசாங்கம் எந்த அளவிற்கும் கீழே இறங்கும் என்பதைத் தெளிவுபடுத்திய ரகசிய உரையாடல்களில் நான் கலந்து கொண்டேன்.

45
அதிபரைப் படுகொலை செய்வது

ரொடீஷியாவிலிருந்தபடி, செய்சல்சில் நிலவிய குழப்பத்தை ஜாக் கோர்பின் கவனித்துக் கொண்டிருந்தார். ராணுவத் தொழில்துறையைச் சேர்ந்த ஜெனரல். சக் நோபிளும் அவரது நண்பர்களும் வாஷிங்டனிலிருந்து கவனித்துக் கொண்டிருந்தனர்.

"வறியவர்களுக்கு உதவுவது என்கிற ரெனேயின் திட்டம் பிரிட்டிஷ் தரநிலையாகும்" என்று சக் கூறினார். வியட்நாமில் (அமெரிக்க) ராணுவப் பொறியாளர் படையின் முன்னாள் கமாண்டர் ஜெனரலான சக், மெய்னில் திட்ட மேலாளராக இருந்து இரண்டே வருடங்களில் அதி விரைவாக துணைத் தலைவராக உயர்ந்து, அதன் தலைமை நிர்வாகியான மேக் ஹாலுக்கு வாரிசு என்கிற நிலையை அடைந்திருப்பவர். அமைதிப்படையில் சேர்ந்ததன் மூலம் கட்டாய ராணுவச் சேவையைத் தவிர்த்தவன் நான் என்றபோதும், அவர் தன்னுடைய பிரிவில் என்னைச் சேர்த்துக் கொண்டார். என்னுடைய தேசிய பாதுகாப்புப் படை கோப்புகளை அவர் பார்த்திருப்பார் என்று எனக்கு நிச்சயமாகத் தெரியும். என்னை விசுவாசமிக்க ஒரு பொருளாதார அடியாளாக அவர் மதித்தார். எப்போதெல்லாம் நாங்கள் வாஷிங்டனுக்கு ஒன்றாகச் செல்கிறோமோ அப்போதெல்லாம் பிரத்யேகமான ராணுவ மற்றும் கப்பல் படை விடுதியில் தன்னோடு தங்குமாறு அவர் என்னை அழைத்திருக்கிறார். இது அப்படியொரு சந்தர்ப்பம். விருந்துண்ணும் அறையில் நிறுவன அதிகார வர்க்கத்திற்கான காரியங்கள் ஆற்றும் நிறுவனங்களில் பணியாற்றுபவர்களாகிய நானும், அவரும், ஓய்வு பெற்ற இரு ஜெனரல்கள் மற்றும் ஒரு அட்மிரலுடன் இரவு உணவு உண்டு கொண்டிருந்தோம்.

"ரெனே ஒரு சோவியத் கைப்பொம்மை. அவருக்கு ஒரு முக்கிய பணி இருக்கிறது. நம்மை டீகோ கார்சியாவிலிருந்து தூக்கி எறிந்துவிட்டு அதை ரஷ்யர்களின் கையில் ஒப்படைப்பது. பின்னர் அவர் கியூபாக்காரர்களை சோவியத்துகளுடன் இணைந்து கொள்ள அழைப்பார். விரைவில் அந்தக் கண்டம் முழுவதும் சிவப்பாகிவிடும்" என்று தொடர்ந்து கூறினார் சக்.

இந்தோனேஷியாவிலும், சவூதி அரேபியாவிலும் என்னுடைய வன்முறையற்ற வெற்றிகள் குறித்து அந்த நான்கு ராணுவத்தினரும் என்னிடம் விரிவாகக் கேள்விகள் கேட்டனர். ஜெனரல்கள் மற்றும்

அட்மிரல்களின் நடைமுறை யதார்த்தவாதம் என்னை மிகவும் கவர்ந்தது. பல அரசியல்வாதிகளைப் போலல்லாமல், சாத்தியமானால் யுத்தத்தைத் தவிர்ப்பதையே அவர்கள் விரும்பியது போல் தெரிந்தது. 70களின் பிற்பகுதியில் இடதுசாரித் தலைவர்களுக்கு எதிராக அரசியல் கலகங்கள் மற்றும் படுகொலைகளை நடத்துவது பனிப்போர் ஆயுதங்களாக ஏற்றுக் கொள்ளப்பட்டிருந்த போதும், ராணுவத்தில் உயர்பதவிகள் வகித்த அவர்கள் நாடாளுமன்றத்திலும் வெள்ளை மாளிகையிலும் இருந்த சகாக்களைவிட சட்டத்தின் ஆட்சிக்கே முன்னுரிமை கொடுத்தது போல் தோன்றியது. ஒரு வேளை, வன்முறை இன்னும் கூடுதலான வன்முறைக்கே இட்டுச் செல்கிறது என்பதை அவர்கள் அனுபவத்தின் மூலம் கற்றுக் கொண்டிருக்கக் கூடும். மேலும், மற்ற நாடுகளில் அத்தகைய நடவடிக்கைகளைப் பொறுத்துக் கொள்வது தங்களது சொந்த நாட்டிலும் அது போன்ற உத்திகள் செயல்படுத்தப்படுவதற்கு இட்டுச் செல்லக் கூடும் என்றும், அது தங்களுக்கு எதிராகத் திரும்பக் கூடும் என்றும் அவர்கள் அஞ்சியிருப்பதற்கான சாத்தியமும் உண்டு. அல்லது அவர்கள் ஜனநாயகத்தைப் பாதுகாப்போம் என்று பிரமாணம் செய்து கொண்டதை அவர்களது மனசாட்சியில் எங்கிருந்தோ நினைவூட்டிக் கொண்டிருக்கக் கூடும்.

ரெனே, அல்லண்டே மற்றும் பிராட்டின் சென்ற வழியிலேயே செல்வது என்பதில் உறுதியாக இருப்பது போல் தெரிகிறது என்று அட்மிரல் குறிப்பிட்டார். (ஆறு தென் அமெரிக்க ராணுவ ஆட்சிகள் மற்றும் குள்ளநரிகளால் ஒருங்கிணைந்து மேற்கொள்ளப்பட்ட அதி தீவிர வலதுசாரிகளை எதிர்ப்பவர்களை வேட்டையாடும் ஆபரேஷன் கான்டோர் என்கிற திட்டத்தின் முன்னறிவிப்பாக அதிபர் அல்லண்டே கொல்லப்பட்டவுடன் சிலி ராணுவத்தின் கமாண்டர் ஜெனரல். கார்லோஸ் பிராட் படுகொலை செய்யப்பட்டார் நூலாசிரியர்).

மூன்று ஜெனரல்களும் அவரைக் கடுமையாகப் பார்த்தனர். “நாம் இப்போது அங்கே போக வேண்டாம்” என்று ஒருவர் முணுமுணுத்தார். ரெனேவை எங்கள் வழிக்குக் கொண்டு வருவதற்குக் கடைப்பிடிக்கப்பட வேண்டிய அணுகுமுறை பற்றிய பிரச்சனைக்கு விவாதம் திரும்பியது. எந்த நேரமும் செசய்ல்சுக்குச் செல்லத் தயாராக இருக்குமாறு என்னிடம் கூறப்பட்டது.

செசய்ல்சின் உயர் பதவியிலிருக்கும் அரசு அதிகாரி ஒருவரின் மனைவியுடன் உறவை வளர்த்துக் கொள்ளும் பணியைத் தன்னுடைய கவனிப்பில் உள்ள ஒரு அழகான இளைஞரிடம் ஒரு ஜெனரல் ஒப்படைத்தார். பல்வேறு மது விருந்துகளின்போது, தன்னைவிட இரண்டு மடங்கு வயதுடைய கணவர் மீது முப்பதுகளில் இருக்கும் அந்தப் பெண்ணுக்கு சலிப்பு ஏற்பட்டுவிட்டது என்று அந்த ஜெனரல் பல முறை குறிப்பிட்டிருக்கிறார். உளவு வேலைக்குப் பாலியலை ஒரு கருவியாகப் பயன்படுத்துவது நான் ஜகர்த்தாவில் சந்தித்த கெய்சாக்கள்

மட்டும் செய்வது அல்ல. பேரரசு நிர்மாணத்தில் ஈடுபட்டிருக்கும் பல்வேறு வகையான ஆண்கள் மற்றும் பெண்களால் அது அபாரமான விளைவுடன் பயன்படுத்தப்பட்டதை நான் என்னுடைய அனுபவத்தில் பார்த்திருக்கிறேன். உணர்ச்சிகளின் உச்சத்தில் நம்பிக்கை துரோகங்கள் இழைக்கப்படும். தன்னுடைய உத்தியோக வாழ்க்கைக்குப் பயன்படுகிற ரகசிய தகவல்களைக் கேட்டுப் பெறுவதற்காக பொருளாதார அடியாட்கள் பிரயோகிக்கும் பொதுவான தந்திரமே காதல் அல்லது பாலியல்.

"நான் பதவி உயர்வு பெறுவதற்காக எனக்கு ஒரு சிறு தகவல் தேவைப்படுகிறது" என்பார்கள். அல்லது எப்படியாவது தகவல் தேவைப்படுகிறது என்பதை உணர்த்த "என்னுடைய முதலாளி (அல்லது மேலதிகாரி) தெரிந்து கொள்ள உதவவில்லை எனில் என்னுடைய வேலை பறிபோய்விடும் என்று பயமாக இருக்கிறது, ஒரு சிறு தகவல் அதைப் பற்றி....."என்பார்கள். இது எல்லாம் தோற்றுப் போகும்போது ரகசிய உறவை அம்பலப்படுத்தி விடுவேன் என்ற மிரட்டல் வழக்கமாக பலனளிக்கும். மனைவிமார்களால் மிரட்டிப் பணம் பறிப்பவர்கள் கேட்கிற பணத்தைக் கொடுக்க முடியாது என்றபோதும், அவர்களால் கிட்டத்தட்ட எப்போதும் தேவையான தகவலைக் கொடுக்க முடியும். ஜெனரல்கள் மற்றும் அட்மிரல்களுடனான என்னுடைய ஆரம்ப கூட்டங்களைத் தொடர்ந்து வாஷிங்டனிலும், போஸ்டனிலும் கூட்டங்கள் நடந்தன. தனிநபர்கள் சில சமயம் மாறியபோதும், கூட்டங்களில் கலந்து கொண்டவர்களின் பின்னணிகள் மாறவில்லை. ராணுவத்தில் செல்வாக்கு மிக்க பதவிகளிலிருந்து ஓய்வு பெற்ற பின்னர் பெரும் நிறுவனங்களின் உயர்பதவிகளில் இருப்பவர்கள் அல்லது அத்தகைய பதவிகளிலிருப்போருக்கு பதிலிகளாகப் பணியாற்றுபவர்கள். சக் பல கூட்டங்களில் கலந்து கொண்டார்; ஆனால், எப்போதும் மற்றவர்கள் கையில் பொறுப்பை ஒப்படைத்து விடுவார். பெரும்பாலும் என்னையே பார்த்துக் கொள்ளும்படி சொல்வார்.

அழகான இளைஞர் ஒருவரைத் தன் கவனிப்பில் வைத்திருந்த ஜெனரல் டீகோ கார்சியா விஷயத்தில் நீண்ட காலமாக சம்பந்தப் பட்டவர். அவரே பல கூட்டங்களுக்கு முன்முயற்சிகள் எடுத்தார். அந்த இளைஞர் முன்னேறிக் கொண்டிருக்கிறார் என்று எங்களுக்குத் தகவல் சொன்னார்; ஆனால், எதிர்பார்த்த வேகத்தில் அல்ல. "ஆண் பூனையுடன் சேரத் துடிக்கும் பெண் பூனை போல் அவள் இருக்கிறாள் என்றும், ஆனால், அவன் அவளைக் காதலிக்கிறானா என்பதை உறுதி செய்து கொள்ள விரும்புகிறாள் என்றும் அவன் கூறுகிறான்." அந்த ஜெனரல் என்னைப் பார்த்து கள்ளத்தனமாகப் புன்னகைத்தார். "பெண் பொருளாதார அடியாட்கள் வேலையைச் சுலபமாக முடித்துவிடுகிறார்கள் என்று நினைக்கிறேன். குறைந்த பட்சம் என்னுடைய விஷயத்தில் அப்படிச் செய்தார்கள். நான் காதலைக்

கோரவே இல்லை. அவரது உள்ளாடைக்குள் நுழையவே விரும்பினேன். ஆணுக்கும் பெண்ணுக்கும் உள்ள வேறுபாடு என்று எண்ணுகிறேன். பிடித்த பெண் கிடைத்தால் பெண்டகனின் சாவியையே நான் கொடுத்து விடுவேன்".

கடைசியாக நாங்கள் காத்திருந்த தகவலை அந்த இளைஞர் பெற்றுவிட்டார். அந்தப் பெண் அவரை நம்ப ஆரம்பித்துவிட்டார். இறுதியில் நாங்கள் கேட்க விரும்பியதற்கு நேர் எதிரான தகவலைச் சொன்னார்; ரெனேயை விலைக்கு வாங்க முடியாது. இன்னும் மோசம் என்னவென்றால், டீகோ கார்சியாவில் வசித்தவர்களை ரகசியமாக வெளியேற்றியதை அவர் பகிரங்கப்படுத்தத் திட்டமிட்டிருந்தார். "அவர் மிகவும் உறுதி மிக்க மனிதர் என்று அந்தப் பெண் கூறுகிறார்; அவர் ஒரு லட்சியவாதியாகக் கூட இருக்கக் கூடும் என்கிறார்". ஜெனரல் பெருமூச்சு விட்டார். "ரெனே சதி பற்றி பேசிக் கொண்டிருக்கிறார். அவர் சதி என்கிற சொல்லைத்தான் பயன்படுத்தினார் என்பது வெளிப்படை. அந்த இடத்தில் சுமார் 2000 முன்னாள் அடிமைகள் எப்போதுமே வசிக்கவில்லை என்ற தோற்றத்தை ஏற்படுத்துவதற்காக லண்டனும், வாஷிங்டனும் ஆடிய ஒரு சிறு ஆட்டத்தைப் பற்றிய ரகசியங்களைக் கொட்டப் போகிறார். நம்மால் இனியும் பொறுக்க முடியாத நிலைக்கு நம்மைத் தள்ளுகிறார்."

செய்சல்ஸ் அதிபரை விலைக்கு வாங்கும் முயற்சியில் வேறு எவ்வளவு பேர் ஈடுபட்டிருக்கிறார்கள் என்பதோ இந்தத் தகவல் அதிகாரப் படிவரிசையில் எவ்வளவு தூரம் மேலே சென்றது என்பதோ எனக்கு எப்போதுமே தெரிய வரவில்லை. அந்த நேரத்தில், செய்சல்ஸ் வேலைக்காக நான் பரிசீலிக்கப்பட்ட போதும், பனாமாவின் டோரிஜோஸையும், ஈக்வடாரின் ரோல்டோஸையும் வழிக்குக் கொண்டுவரும் என்னுடைய சொந்த முயற்சிகளில் மூழ்கியிருந்தேன். அவர்கள் ஒத்தவராததால், 1981ம் வருட முன் பாதியில் அந்த இரு லத்தீன் தலைவர்களும் சிஐஏ ஏற்பாடு செய்த விமான விபத்துகளில் பலியாயினர். அவ்வருடம் நவம்பரில் பொருளாதார அடியாட்கள் செய்சல்ஸ் விவகாரத்திலிருந்து விலக்கிக் கொள்ளப்பட்டனர். நாங்கள் எவரும் கேட்க விரும்பாத உத்தரவு வழங்கப்பட்டது. ஜாக் கோர்பினும், எட்டு பேரைக் கொண்ட சிறப்பு கூலிப்படை குழுவொன்றும் அதிபர் ரெனேயைக் கொலை செய்ய அனுப்பப்பட்டது.

46
‘ஏர் இந்தியா 707’ விமானக் கடத்தல்

“தென் ஆப்பிரிக்காவின் டர்பனில் முதல்தர குள்ளநரிகள் சுமார் நாற்பது பேர் குழுவொன்றைக் கூட்டினோம்” ஜாக் கூறினார். “பிரதானமாக கத்தோலிக்க மதத்தைப் பின்பற்றுவோர் நிறைந்த நாடான செய்சல்ஸ் குழந்தைகளுக்கு கிறிஸ்துமஸ் பொம்மைகள் வழங்கிய ஆதரவற்றவர்களுக்கு உதவும் ‘ஏன்சியன்ட் ஆர்டர் ஆப் ப்ரோத் புளோயர்ஸ்’ என்கிற அமைப்பை நாங்கள் திரையாகப் பயன்படுத்திக் கொண்டோம். அது ரக்பி விளையாடும், அளவின்றி பீர் குடிப்பவர்களைக் கொண்ட ஒரு அமைப்பு. திட்டம் மிகவும் தெளிவானது. நாங்கள் பிரிந்து தனித்தனியாக ஸ்வாஜிலேண்டில் கூடுவோம். ராயல் ஸ்வாஜி விமானத்தில் மாகே தீவின் தலைநகரான விக்டோரியாவிற்குப் பயணிப்போம். பின்னர் நாங்கள் தங்கும் விடுதிகளுக்குச் செல்வோம். அங்கு உயர்பதவிகளில் இருப்போரிடமிருந்து முக்கியமான தகவல்களைக் கறப்பதற்காகப் பொறுக்கி எடுக்கப்பட்ட சில பெண்கள் உட்பட்ட, ஏற்கனவே அங்கு சென்று தயாராக இருக்கும் குழுவைச் சந்திப்போம்”.

“எங்களது ஆயுதங்களும், கருவிகளும் அந்தத் தீவில் மறைத்து வைக்கப்பட்டிருந்தன. எனவே ஸ்வாஜிலாந்திலோ அல்லது மாகேயிலோ சுங்க இலாகாவினரிடம் பிடிபட்டுவிடுவோமோ என்று பயப்படத் தேவையில்லை. இது உண்மையிலேயே எங்களுக்கு மிக மிக முக்கியமானது. பெரும்பாலும் உள்ளூர் போலீசாரைக் கொண்டதும், எங்களுக்கு உதவுவதற்காகவும் ஒரு செய்சல்ஸ் இயக்கம் அங்கு இருக்கிறது என்றும், அவர்கள் எங்களுக்கு வழிகாட்டிகளாகச் செயல்படுவாகள் என்றும் எங்களுக்குச் சொல்லப்பட்டது. ஆனால், சண்டையெல்லாம் நாங்கள்தான் போடுவோம்.”

“ரெனேவால் அழைத்து வரப்பட்டு விமானநிலையத்திற்கு அருகே நிறுத்தி வைக்கப்பட்டிருக்கும் பல நூறு தான்சானியா படைவீரர்களிடமிருந்தே முக்கியமான எதிர்ப்பு வரும். தான்சானியர்கள் தீவிரமாகச் சண்டை போடக் கூடியவர்கள், உறுதியும் பிடிவாதமும் கொண்டவர்கள், அவர்களை வெல்வது கடினம் என்று எங்களது ரொடீஷிய அனுபவம் எங்களுக்குக் கற்பித்திருந்தது. குறிப்பாக,

எங்களை விட அவர்கள் எண்ணிக்கையில் ஐந்து அல்லது ஆறு மடங்கு அதிகமாக இருந்தார்கள். திட்டமிடப்பட்ட அந்த இரவில், எங்களில் நான்கு பேர் அதிகாலையில் அவர்கள் உறங்கிக் கொண்டிருக்கும் போது அவர்களது முகாமிற்குள் சத்தமின்றி நுழைந்து எந்திரத் துப்பாக்கிகளால் அவர்களில் பலரைச் சுட்டுத் தள்ளுவோம். இது எழுச்சி நடைபெறப்போகிறது என்பதற்கு அறிகுறியாக இருக்கும். வானொலி நிலையத்தையும், அதிபர் மாளிகையையும் ஏக காலத்தில் கைப்பற்றுவோம். முன் கூட்டியே பதிவு செய்யப்பட்ட மான்கெம்மின் செய்தியை வானொலியில் ஒளிபரப்புவோம். அவர் மீண்டும் அதிகாரத்திற்கு வந்துவிட்டார் என்பதை அறிவிப்போம். அவர் தன் மக்களை வீட்டிற்குள்ளேயே இருக்குமாறும், அமைதி காக்குமாறும் வேண்டுவார்.

"கென்ய ராணுவத்தின் பாராசூட் படையினரை ஏற்றிக் கொண்டு ஒரு ராணுவ விமானம் நைரோபி விமான நிலையத்தில் தயார் நிலையில் இருக்கும். வானொலி அறைகூவல் வெளியான உடனேயே அவர்கள் புறப்பட்டு விடிந்தவுடன் வந்து சேர்ந்து விடுவார்கள். ராணுவக் கலகத்திற்கு ஒரு ஆப்பிரிக்க வண்ணம் கொடுத்து, எல்லா விஷமத்தனங்களுக்கும் 'பொறுப்பேற்றுக்' கொள்வார்கள். ஊடகங்கள் வருவதற்கு முன்னர் நாங்கள் சத்தமின்றி மறைந்து விடுவோம். வர்த்தக விமானங்களில் தென் ஆப்பிரிக்காவிற்குப் பறந்துவிடுவோம்".

குள்ளநரிகள் குழு அதிபர் மாளிகைக்கு அருகில் கூட செல்லவே இல்லை. குழுவின் ஒரு உறுப்பினர் துப்பாக்கி ஒன்றைத் தன்னுடைய பையில் மறைத்து வைத்திருந்ததை மாகே விமான நிலையத்தில் பாதுகாப்பு அதிகாரி ஒருவர் கண்டுபிடித்ததால் திட்டம் நொறுங்கிப் போனது. கடைசி தருணத்தில், அவர்களில் சிலரை ஆயுதங்கள் எடுத்து வருமாறு கூறப்பட்டிருந்தது. ஆனால், அவர் ஏன் அதைச் சரியாக மறைத்து வைக்காமல் அஜாக்கிரதையாக இருந்தார் என்பது பற்றி பின்னர் பல வருடங்கள் தீவிரமாக யோசிக்கப்பட்டது.

அதைத் தொடர்ந்து கடுமையான துப்பாக்கிச்சண்டை நடந்தது. தான் உயிர் தப்பிக்க முடியாமல் போகலாம் என்ற எண்ணம் வந்து அது பற்றி யோசிக்க நேரமும் இருந்த அந்த அனுபவத்தை தன் வாழ்நாளின் அரிய அனுபவங்களில் ஒன்று என ஜாக் அதை வர்ணித்தார். "விமான நிலையத்தில் நாங்கள் சுற்றி வளைக்கப்பட்டோம். எங்களுக்காகக் காத்திருந்த எங்களது கூட்டாளிகளிடமிருந்தும் பாதுகாப்பு வீரர்களிடமிருந்தும் கைப்பற்றப்பட்ட ஆயுதங்களில் சிறிதளவு தோட்டாக்களே எஞ்சியிருந்தன.

எங்களால் மறைந்திருந்து தாக்கப்பட்டு, விமான நிலையத்தின் மறுபக்கம் இருந்த தங்களது முகாம்களை நோக்கி ஓடிக் கொண்டிருந்த படைவீரர்களிடமிருந்து மேலும் சில ஆயுதங்களையும், தோட்டாக்களையும் பறித்தோம். எங்களது ஆட்கள் சிலர் தான்சானிய முகாம்களைத் தாக்கினர். ஆனால் அந்த முயற்சி தோற்றது. அன்றிரவு

முழுவதும் பெரும் சண்டை நடந்தது. மேலும் கூடுதலான தான்சானியத் துருப்புகள் வந்ததால் அந்தச் சண்டை மேலும் ஆபத்தானதாக ஆனது."

பின்னர், விமானக் கட்டுப்பாட்டுக் கோபுரத்தில் இருந்த ஒருவர், ஒரு ஏர் இந்தியா விமானம் தரை இறங்குவதற்காக அனுமதி கேட்டதையும், ஏன் ஓடுதள விளக்குகள் அணைக்கப்பட்டிருக்கின்றன என்று கேள்வி எழுப்பியதையும் கேட்டார். கூலிப்படையினர் உடனடியாக விளக்குளை எரியச் செய்து, விமானம் தரை இறங்குவதற்கு அனுமதி அளித்தனர். தொழில்நுட்பக் கோளாறு காரணமாக விளக்குகள் முதலில் எரியவில்லை என்றும், அது இப்போது சரி செய்யப்பட்டுவிட்டது என்றும் கூறினர்.

"செய்சல்ஸ் அதிகாரிகளுக்கும் எங்களுக்கும் இடையில் தொலைபேசியில் பேச்சு வார்த்தை நடந்தது. நாங்கள் அந்த விமானத்தில் ஏறி தீவை விட்டு வெளியேறுவதாக இருந்தால் சண்டை நிறுத்தத்திற்குத் தாங்கள் தயார் என்று அவர்கள் கூறினர். அந்தப் பாழாய்ப் போன விமானத்தில் ஏறிவிடலாம் என்பதே எங்களில் பலரது கருத்தாக இருந்தது; விடிவதற்கு இன்னும் ஒரு மணி நேரமே இருந்த நிலையில், ரஷ்ய போர்க்கப்பல்கள் துறைமுகத்திற்கு வந்து சேர்ந்து விட்டன அல்லது வந்து கொண்டிருக்கின்றன என்று கேள்விப்பட்ட நிலையில், வேறு வழியிருப்பதாக எனக்குத் தெரியவில்லை. தப்பிவிடுவது என்று முடிவெடுக்கப்பட்டது. அந்த போயிங் 707 விமானத்தில் எரிபொருளை நிரப்பினோம். எங்களது பொருட்களில் பெரும்பாலானவற்றையும், சண்டையில் கொல்லப்பட்ட எங்களில் ஒருவரது உடலையும் அதில் ஏற்றினோம். விமானத்தில் ஏறுவதன் மூலம் எளிதில் தாக்கப்படக் கூடிய நிலையில் இருப்பதைவிட, அங்கேயே இருப்பது என்று பலர் தீர்மானித்தார்கள். மற்றவர்கள் விமானத்தில் ஏறினோம். தான்சானியர்களும், செய்சல்ஸ்காரர்களும் எங்களைச் சுட்டு வீழ்த்தக் கடுமையாக முயற்சித்தார்கள். அடையாளம் காட்டும் குண்டுகளால் வானத்தை நிரப்பி பயங்கரமாக எங்களை வழியனுப்பி வைத்தார்கள். தென் ஆப்பிரிக்காவின் டர்பன் நகரில் இறங்கினோம். எல்லாம் முடிந்தபோது, எங்களில் ஒருவர் கொல்லப்பட்டிருந்தார், ஒரு பெண் கூட்டாளி உட்பட ஏழு பேர் காணவில்லை, அல்லது சிறை பிடிக்கப்பட்டிருந்தனர்.

டர்பனில் இறங்கியபின், ஏர் இந்தியா விமானம் தென் ஆப்பிரிக்க பாதுகாப்புப் படைகளால் சூழப்பட்டது. ரேடியோ தொடர்பு ஏற்படுத்தப்பட்டது. விமானம் தன்னுடைய ஆட்களின் கட்டுப்பாட்டில் தான் இருக்கிறது என்பதைப் பாதுகாப்புப் படைத்தலைவர் கண்டார். ஜாக் எஞ்சியிருந்த தன்னுடைய ஆட்களுடன் சரணடைந்தார். சிறிது காலம் சிறையில் இருந்த பின் ஜாக் சத்தமின்றி விடுதலை செய்யப்பட்டார். செய்சல்ஸ் அரசாங்கம் விமான நிலையத்தில் பிடிபட்ட ஏழு பேரைக் கைது செய்தது. பெண்ணுக்கு எதிரான

குற்றச்சாட்டு கைவிடப்பட்டது. ஆண்கள் நால்வருக்கும் மரண தண்டனை விதிக்கப்பட்டது. மற்ற இருவரில் ஒருவருக்கு பத்தாண்டுகளும், இன்னொருவருக்கு இருபது ஆண்டுகளும் சிறைத் தண்டனை விதித்தது. தென் ஆப்பிரிக்க அரசாங்கம் உடனடியாக அவர்களை விடுவிப்பதற்காகப் பேச்சு வார்த்தைகளைத் துவக்கியது. இறுதியில், பிரிட்டோரியா (தென் ஆப்பிரிக்க அரசாங்கம் - மொர்) செய்சல்ஸ்க்கு மூன்று மில்லியன் டாலர்கள் அல்லது ஆறு பேருக்கு தலா ஐந்து லட்சம் டாலர்கள் கொடுத்தது என்று கூறப்பட்டது.

வெளித் தோற்றத்திற்கு செய்சல்ஸ் ஒரு தோல்வி போல் தெரிந்தாலும், நிறுவன அதிகார வர்க்கத்திற்கு அது ஒரு வெற்றியாகும். விமானக் கடத்தலும், அதைத் தொடர்ந்து நடந்த வழக்குகளும் ஊடகங்களால் விரிவான செய்திகளாக வெளியிடப்பட்டபோதும் அமெரிக்காவும், பிரிட்டனும் அந்த சர்ச்சையில் சிக்காமல் தவிர்த்துவிட்டன. தென் ஆப்பிரிக்காவே விமர்சனங்களைச் சந்தித்தது. அவ்வளவு ஆபத்தானவராக இருந்த ரெனே பின்னர் தன்னுடைய டீகோ கார்சியா, அமெரிக்கா, பிரிட்டன் மற்றும் பிரிட்டோரியா கொள்கைகளை அடக்கிக் கொண்டு, கூடுதல் ஒத்துழைப்பு கொடுப்பவராக ஆனார். அவர் அடுத்த முப்பதாண்டுகளுக்குப் பதவியில் இருந்தார்; 2004ல் நடைபெற்ற தேர்தலில் அவரது துணை அதிபர் ஜேம்ஸ் மைக்கேல் அதிபராகத் தேர்ந்தெடுக்கப்பட்டார். அமெரிக்க ராணுவ தளம் ஆப்பிரிக்காவிலும், ஆசியாவிலும், மத்திய கிழக்கிலும் தொடர்ந்து முக்கியமான பாத்திரம் வகித்துக் கொண்டிருக்கிறது.

குள்ளநரிகள் மத்தியில் உலா வரும் நிலையான நகைச்சுவை என்னவெனில், தங்களது மதிப்பு தெளிவாக வரையறுக்கப்பட்டுள்ளது: டீகோ கார்சியாவின் சாதாரண மனிதரை விட சுமார் பத்து மடங்கு மதிப்பு அதிகம்.

47
ஒரு சுற்றுச்சூழல்வாதி கொல்லப்பட்டார்

செய்சல்ஸ் கதை ஒரு அரசின் தலைவரைக் கொல்வதற்காக எடுக்கப்பட்ட விசேஷமான முயற்சியாகும். குறிப்பாக, அதில் கூலிப்படையினர் பெருமளவு பயன்படுத்தப்பட்டதாலும், ஒரு வர்த்தக விமானத்தைக் கடத்துவதில் போய் அது முடிந்ததாலும் அது தனிச்சிறப்பு மிக்கதாகும். பொருளாதார அடியாட்களின் முயற்சிகள் தோல்வியடைந்தால் மட்டுமே அத்தகைய உத்திகள் மேற்கொள்ளப் படுகின்றன என்கிற உண்மையையும் அது வலியுறுத்துகிறது.

ஆப்பிரிக்காவில் பொருளாதார அடியாட்களின் தோல்விகள் பல; எனவே, அரசியல் படுகொலைகள் அந்தக் கண்டத்தின் அரசியலில் பிரதானமான பங்கு வகித்திருக்கின்றன. பெரும்பாலானவை ரகசியமாகவே நடத்தப்பட்டபோதும், சில கொலைகள் சட்டபூர்வ தண்டனை என்கிற போர்வையில் நடத்தப்பட்டிருக்கின்றன. இந்தப் பிரிவில் மிகவும் பிரபலமானது என்று கென் சாரோ விவா கொலையைச் சொல்லலாம்.

சாரோ விவா ஒரு நைஜீரிய நாட்டு சுற்றுச்சூழல்வாதி. ஓகோனி இனக்குழுவைச் சேர்ந்தவர். தன்னுடைய தாய்நாட்டை எண்ணை நிறுவனங்கள் சுரண்டுவதற்கு எதிரான இயக்கத்திற்குத் தலைமையேற்று நடத்தியவர். 1994ல் அவரை எமி குட்மேன் என்பவர் நியூயார்க்கின் பசிபியா வானொலி நிலையமான டபிள்யூபிஏஐல் (WBAI) பேட்டி கண்டார்.

கென் சாரோ விவா: ஷெல் ஆயில் கம்பெனி என் மீது ஒரு கண் வைக்க வேண்டும் என்றும், நான் எங்கு சென்றாலும் என்னைக் கண்காணிக்க வேண்டும் என்றும் தீர்மானித்துவிட்டது. ஷெல்லுக்கு நான் சிக்கல் ஏதும் ஏற்படுத்தாமலிருக்க என்னை இடைவிடாமல் பின் தொடர்ந்தனர். என்னைப் பொறுத்தவரையில், நான் குறி வைக்கப்பட்டுவிட்டவன்.......இந்த வருட ஆரம்பத்தில், சரியாகச் சொன்னால் ஜனவரி 2ம் தேதி நானும் என் குடும்பத்தாரும் மூன்று நாட்கள் வீட்டுச் சிறையில் வைக்கப்பட்டோம். ஷெல்லுக்கு எதிராக நடத்த திட்டமிடப்பட்டிருந்த போராட்டத்தை நிறுத்துவதற்காக ஷெல் மற்றும் இதர பன்னாட்டு எண்ணை நிறுவனங்கள்

சுற்றுச்சூழலை அழிப்பதற்கு எதிர்ப்பு தெரிவித்து மூன்று லட்சம் ஓகோனி மக்கள் போராட்டத்திற்குக் கிளம்பினார்கள்.........அவர்கள் (அரசாங்க அதிகாரிகள்) செய்ததெல்லாம் என் வீட்டிற்கு ராணுவத்தை அனுப்பியதுதான். என் தொலைபேசிகளைத் துண்டித்தார்கள், கைப்பேசிகளைப் பறித்தார்கள், நான் உணவின்றி மூன்று நாட்களுக்கு சிறை வைக்கப்பட்டேன்.

கென் சாரோ விவா பின்னர் அவ்வருடத்தில் மீண்டும் கைது செய்யப்பட்டார். நிறுவன அதிகார வர்க்கத்தின் ஆதரவாளரான சானி அபாச்சா என்கிற சர்வாதிகாரியின் அரசாங்கம் அவர் மீது வழக்கும் தொடுத்து விசாரணை நடத்தியது. அரசியல் நோக்கர்கள் பலர் அதை சாரோ விவாவைக் குற்றவாளி என்று முன்கூட்டியே தீர்மானித்துக் கொண்டு நடத்தப்பட்ட விசாரணை என்று வர்ணித்தனர். 1995 நவம்பர் 10ம் தேதி கென் சாரோ விவாவும், மற்றும் அவருடைய சக சுற்றுச்சூழல்வாதிகள் எட்டு பேரும் தூக்கிலிடப்பட்டனர்.

தூக்கிலிடப்பட்ட தலைவரின் மகன் கென் விவா, 2005ல் எமி குட்மேனின் 'டெமாக்ரசி நவ்! நிகழ்ச்சியில் தோன்றினார்.

கென் விவா: என் தந்தை மனதில் எந்த விரோதமும் கிடையாது. விரோத மனப்பான்மை கொள்வது எங்களது குடும்பத்தின் இயல்பிலோ அல்லது எங்களது சமுதாயத்தின் இயல்பிலோ கிடையாது. பிரச்சனைக்கு ஷெல்லும் ஒரு காரணம், ஆகவே தீர்வுக்கும் அது ஒரு காரணமாக இருக்க வேண்டும் என்று நாங்கள் கருதுகிறோம். ஓரளவு கௌரவமும், சமூக நீதி மீது பற்றுறுதியும் இருந்தால் நிலைமையை இப்போதும் சீராக்க முடியும் என்று நாங்கள் இன்னும் நம்புகிறோம். ஆனால், என் தந்தை தூக்கிலிடப்பட்டு கிட்டத்தட்ட பத்து ஆண்டுகள் ஆகிவிட்டன..... எண்ணை எடுப்பதைத் தொடர்வதற்காக எங்களது அமைப்பின் போராட்டத்தை அடக்குகிறோம் என்கிற பெயரில் ஓகோனியின் மீது படையெடுத்த, சட்டத்திற்கு அப்பாற்பட்ட கொலைகள் செய்த, இளம் பெண்களையும், ஆண்களையும் வல்லாங்கு செய்த நைஜீரிய ராணுவத்தின் ஒரேயொருவர் கூட கைது செய்யப்படவில்லை..." (38)

ஜாக் கோர்பின் போன்ற குள்ளநரிகளால் நடத்தப்படும் படுகொலை களாகட்டும் அல்லது சர்வாதிகார அரசாங்கங்களின் நீதிமன்றங்களின் மூலம் நடத்தப்படும் கொலைகளாகட்டும், அவை சமூக மற்றும் சுற்றுச்சூழல் இயக்கங்களின் மீது பெரும் தாக்கத்தை ஏற்படுத்துகின்றன. கைது செய்யப்படுவோம், சித்திரவதை செய்யப்படுவோம், கொல்லப்படு வோம் என்கிற அச்சம், அவை குடும்பங்களின் மீது ஏற்படுத்துகிற பாதிப்பு குறித்த அச்சம் பல சீர்திருத்தவாதிகளை இயக்கத்தைக் கைவிடும்படி செய்தது. நிறுவன அதிகார வர்க்கம் இந்த உண்மையை அறியாமலில்லை.

இன்று, நான் இந்த வாக்கியத்தை எழுதிக் கொண்டிருக்கும்போது, ஜாக்கும் செசய்ல்ஸ் குழுவின் இதர உறுப்பினர்களும் இராக்கில்

தங்களது தொழிலைச் செய்து கொண்டிருக்கிறார்கள். ஜனநாயகத்தைப் பாதுகாக்கிறோம் என்கிற பெயரில் கொள்ளை லாபம் அடித்துக் கொண்டிருக்கும் அமெரிக்க நிறுவனங்களின் தொழிற்சாலைகளையும், அலுவலகங்களையும் காப்பதற்கென திட்டமிடப்பட்ட நடவடிக்கைகளில் ஈடுபட்டிருக்கிறார்கள். பொருளாதார அடியாட்களைப் போலவே, அவர்களும் வெளியுறவுத் துறை, பெண்டகன் அல்லது உளவுத் துறையின் 'கருப்புப்பட்டியலில்' ஒளிந்திருக்கும் கணக்குகள் மூலமாக பணிக்கமர்த்தப்பட்ட தனியார் நிறுவனங்களுக்காக அவர்கள் வேலை பார்க்கிறார்கள். அவர்கள் பாதுகாப்பு சேவைகள் அல்லது நிர்வாக ஆலோசனைகள் வழங்கிக் கொண்டிருக்கிறார்கள் என்று அவர்களது ஒப்பந்தங்கள் கூறுகின்றன.

டீகோ கார்சியாவின் இடம் பெயர்க்கப்பட்ட மக்களின் துயரக்கதை தொடர்ந்தது. இருபதாம் நூற்றாண்டுகளின் இறுதியில் அவர்கள் தங்களது வீடுகளுக்குத் திரும்ப வேண்டும் என்றொரு இயக்கத்தைத் தொடங்கினர். முப்பதாண்டு கால வறுமை, உடமையிழப்பு, தீவாந்திரத்தின் காரணமாக உடல் ரீதியாகவும், உள ரீதியாகவும் தாங்கள் துன்புற்றதைக் கூறிய அவர்கள் அதற்கு இழப்பீடும், தங்களது நிலங்களுக்குப் பட்டாவும் வேண்டும் எனக் கோரினர். அவர்களது வழக்குரைஞர்களில் ஒருவரான சர் சிட்னி கென்ட்ரிஜ் க்யூசி என்பவர், மூல ஒப்பந்தத்தைக் குறிப்பிட்டு, "மிகவும் கவலையளிக்கும் இந்த ஒப்பந்தம் பிரிட்டன் வரலாற்றில் அதற்கு எந்த வகையிலும் பெருமை சேர்க்கக் கூடியது அல்ல" என்றார். அமெரிக்காவிடமிருந்து பிரிட்டன் அரசாங்கம் லஞ்சம் வாங்கியிருக்கிறது என்றும், மூத்த அதிகாரிகளின் மத்தியில் இனவெறி இருக்கிறது என்றும், பிரிட்டன் அரசாங்கம் பிரிட்டன் பாராளுமன்றத்தையும், ஐக்கிய நாடுகள் சபையையும் ஏமாற்றி விட்டது என்றும் குறிப்பிட்டு அதை ஒரு ஊழல் என்று பிபிசி கண்டித்தது.

"மக்களை நாடு கடத்தியது சட்ட விரோதமானது..........ஆனால், டீகோ கார்சியாவை இராக்கின் மீது தாக்குதல் நடத்துவதற்கு ஒரு ராணுவத் தளமாக அமெரிக்கா பயன்படுத்தும் என்பதால், தீவு மக்கள் மீண்டும் டீகோ கார்சியா திரும்புவதை பிரிட்டிஷ் அரசாங்கம் விரும்பவில்லை'' என்று 2000ல் லண்டன் நீதிமன்றம் ஒன்று தீர்ப்பளித்தது.

செய்சல்சில் ராணுவக் கலகம் நடத்த முயற்சிக்கப்பட்ட கதையும், டீகோ கார்சியா சூறையாடப்பட்ட கதையும் மிகவும் கவலையளிக்கும் விஷயமாகும். குறிப்பாக, இவை ஜனநாயகத்தைக் காக்கிறோம் என்கிற பெயரில் செய்யப்பட்டவை என்பதை எண்ணும்போது, அவை துயரம் மிக்கவை என்றாலும், அந்தக் கண்டத்தின் எஞ்சியுள்ள பகுதிகள் முழுவதும் இன்றும் தொடர்ந்து நிகழ்த்தப்படும் குற்றங்களோடு ஒப்பிடும் போது அவை சாதாரணமானவையாக ஆகிவிடுகின்றன.

48
புரிந்து கொள்ளப்படாத கண்டம்

வாக்குமூலங்கள் வெளியானதைத் தொடர்ந்து நான் சந்தித்த பல பொருளாதார அடியாட்கள் மற்றும் குள்ளநரிகளில் ஜாக்கும் ஒருவர். ஒவ்வொரு கண்டத்திலும் நிறுவன அதிகார வர்க்கத்திற்காகக் கொடுமைகள் பல நடத்தப்படுகின்றன என்றபோதும், ஏன் அவர்களுடன் நான் நடத்தும் உரையாடல்கள் அடிக்கடி ஆப்பிரிக்காவின் பக்கமே திரும்புகின்றன என்று நான் யோசித்தேன்.

கடந்த நாற்பது ஆண்டுகால் உலக வரலாற்றின் திசை வழியைத் தீர்மானிப்பதில் மிக நெருக்கமான வகையில் ஈடுபட்டிருக்கும் அந்த ஆண்கள் மற்றும் பெண்களின் எண்ணங்கள் ஆப்பிரிக்காவில் நடக்கும் சம்பவங்களில் முற்றிலும் ஆழ்ந்திருப்பது போல் தோன்றுகிறது: காங்கோவின் பாட்ரிக் லுமும்பாவின் படுகொலையில் அமெரிக்காவின் பாத்திரம், அங்கோலாவின் ஜோவான் சாவிம்பி, காங்கோவின் மொபுட்டு சேசே சேகோ மற்றும் லாரன்ட் கபிலா, நைஜீரியாவின் அபாச்சா மற்றும் ஒலுசேகுன் ஒபசாஞ்சோ, லைபீரியாவின் சாமுவேல் டோ ஆகிய சர்வாதிகாரிகளை நாம் ஆதரிப்பது, ருவாண்டா, சூடான் மற்றும் லைபீரியா ஆகிய நாடுகளில் நிகழ்ந்த சமீபத்திய கொடுமைகள். கிளிண்டன் நிர்வாகத்தின் "ஆப்பிரிக்க மறுமலர்ச்சி" என்கிற திட்டம் தோல்வியடைந்தது என்று சிலர் வருத்தப்பட்டனர். ஆனால், அதற்காக அடுத்தடுத்து ஈவிரக்கமற்ற சர்வாதிகாரிகளை ஆதரிப்பது அவ்வளவு சாதுரியமான தந்திரமல்ல என்று பெரும்பாலோர் கருதினர். பல நாடுகளின் கடனை ரத்து செய்வது என்கிற மிகச் சமீபத்திய முயற்சி குறித்து அவர்கள் விரிவாகப் பேசினர். வெளித்தோற்றத்திற்கு பெருந்தன்மையானது போல் தோன்றும் புஷ் நிர்வாகத்தின் இச்செயல் நிறுவன அதிகார வர்க்கத்தின் ஆட்சியை வளர்ப்பதற்காகப் பிரயோகிக்கும் நவீனமான மற்றும் மிகவும் சாதுர்யமான பொருளாதார அடியாள் தந்திரம் என்றும் அவர்கள் கருதினர்.

அவர்களும் உள்ளே சிக்கிக் கொண்டுவிட்டார்கள் என்பதால் என் நூலைப் படித்த பின் அவர்கள் என்னிடம் வந்தார்கள். சில சமயம் ஜனநாயகத்திற்குப் பொருந்தி வராத அணுகுமுறைகளைக் கடைப்பிடித்தால்தான் முன்னேற்றம் என்கிற குறிக்கோளை அடையமுடியும் என்று கற்பிக்கும் தொழில் பள்ளிகளிலும், சட்டப் பள்ளிகளிலும் அவர்கள் பயின்றிருப்பதாலும், வேலை தேடிய

'திறன்மிக்க போராளிகள்' என்பதாலும் அவர்கள் சிக்கிக் கொண்டனர். தாங்கள் பணியாற்றும் நிறுவனங்களின் நிலைப்பாட்டை அவர்கள் ஏற்றுக் கொண்டார்கள். அதை நம்பும்படி அவர்கள் மயக்கப்பட்டிருக்கலாம் அல்லது அதுவே தங்களது நலன்களுக்கு மிகவும் சிறந்தது என்று அவர்கள் எண்ணியிருக்கலாம் அல்லது இரண்டுமே காரணமாக இருக்கலாம். மேலும் இப்போது, என்னைப் போலவே அவர்களையும் குற்ற உணர்வு பீடித்து, சித்திரவதை செய்து கொண்டிருக்கிறது. அனுசரணையோடு கேட்கக் கூடியவரிடம் அவர்கள் தங்களது கதைகளைப் பகிர்ந்து கொள்ள விரும்பினார்கள், மனம் விட்டுப் பேச விரும்பினார்கள், ஒப்புதல் வாக்குமூலம் அளிக்க விரும்பினார்கள், தங்களது செயல்களுக்குப் பரிகாரமான ஏதாவது செய்ய விரும்பினார்கள். அமெரிக்க மக்கள் வஞ்சிக்கப்பட்டிருக்கிறார்கள் என்பதையும், அவர்களை ஏமாற்றும் கருவிகளாகச் செயல்பட்டது தாங்களே என்பதையும் இந்த ஆண்களும், பெண்களும் உணர்ந்திருந்தார்கள். அரசியல் வாய்ச்சவடால்கள் என்ன கூறியபோதும், முப்பது ஆண்டுகளுக்கு முன்பு நான் அலெக்சாண்டிரியாவில் வாழ்ந்து கொண்டிருந்தபோது, ஜாக் ரொடீஷியாவிற்குச் சென்றபோது, மற்றும் பலர் தங்கள் பணிகளைத் துவக்கிக் கொண்டிருந்தபோது இருந்ததைக் காட்டிலும் இன்றைய ஆப்பிரிக்காவில் வறுமை மிகுந்துள்ளது. ஆப்பிரிக்காவின் ஐம்பத்து மூன்று நாடுகளில் நாற்பத்து மூன்று நாடுகள் தீராப் பட்டினி மற்றும் மிகக் குறைந்த வருமானம் ஆகிய பிரச்சனைகளால் துன்புற்றுக் கொண்டிருக்கின்றன. வறட்சியும், பஞ்சமும் பெரும் பகுதிகளை அவ்வப்போது பீடிக்கின்றன. இயற்கை வளங்களைச் சுரண்டும் அந்நியத் தொழில் நிறுவனங்கள் வரிச்சலுகைகள் மற்றும் ஊழல் மிக்க அதிகாரிகளின் உதவியோடு பெரும் லாபமீட்டும் அவை தங்களது லாபத்தை உள்ளூரிலேயே முதலீடு செய்வதைத் தவிர்க்கின்றனர்; அவ்விதம் பொருளாதார பலவீனத்தையும், திறமையற்ற அரசாங்கங்களையும் நீடிக்கச் செய்கின்றனர்; மக்கள் வன்முறைக்கும், இனமோதல்களுக்கும், உள்நாட்டு யுத்தங்களுக்கும் தள்ளப்படுகின்றனர்; பட்டினியாலும் மற்றும் பட்டினி தொடர்பான நோய்களாலும் ஆண்டுக்கு முப்பது லட்சம் குழந்தைகள் மடிகின்றன; அக்கண்டத்தில் வாழும் மக்களின் சராசரி ஆயுட்காலம் 46 வருடங்கள்; இது சற்றேறக்குறைய 1900ல் அமெரிக்காவில் இருந்த நிலைமை; மக்கள் தொகையில் 45% பேர் பதினைந்து வயதுக்கும் குறைவானவர்கள்; பட்டினி, காலரா, மஞ்சள் காமாலை, மலேரியா, காச நோய், போலியோ, எய்ட்ஸ் மற்றும் யுத்தத்தின் காரணமாக அவர்கள் தங்களது உற்பத்தி ஆற்றலை என்றுமே அடையப் போவதில்லை; கிட்டத்தட்ட மூன்று கோடி பேர் எய்ட்ஸ் நோயால் பாதிக்கப்பட்டுள்ளனர்; கோடிக்கணக்கான குழந்தைகள் எய்ட்சால் அநாதைகளாக்கப்பட்டுள்ளனர்.

ஆப்பிரிக்கா எதிர்கொள்ளும் பிரச்சனைகள் எந்த வகையிலும் புதியவை அல்ல; இருபதாம் நூற்றாண்டின் முன்பாதி வரை

தொடர்ந்த இயற்கை வளங்களைத் தேடிக் கண்டுபிடிக்கும் யுகத்திலிருந்து ஆரம்பமான காலனிமயமாக்கலில் அவற்றின் வேர்கள் இருக்கின்றன.

உலக வங்கியில் நடுநிலை மேலாளர் பதவி வகிக்கும் ஜேம்ஸ் "நான் எங்கிருந்து வருகிறேன் என்பது பற்றி எனக்கு ஒன்றும் தெரியாது" என்று என்னிடம் 2005ல் கூறினார். மொத்த கண்டத்தின் பரிதாப நிலையைக் குறிக்கும் தன் குழப்பத்தை இவ்விதம் அவர் சுருக்கமாகத் தெரிவித்தார். "என்னுடைய மூதாதையர்கள் தங்களது வீடுகளிலிருந்து வெளியே இழுத்து வரப்பட்டு, இங்கு அடிமைகளாகக் கொண்டு வரப்பட்டனர். அமெரிக்காவில் வாழும் லத்தீன் அமெரிக்கர்கள், ஆசியர்கள், மத்திய கிழக்கைச் சேர்ந்தவர்கள் போல் என்னுடைய பின்னணியோடு என்னைத் தொடர்புபடுத்திக் கொள்ள என்னால் முடியவில்லை. என்னுடைய மூன்னோர்கள் என்ன மொழி பேசினார்கள் என்பது கூட எனக்குத் தெரியாது."

மனிதன் மனிதனுக்கு இழைக்கும் கொடூரங்களின் வரலாற்றில் மிகவும் பயங்கரமானதும், அழிவு ஏற்படுத்தியதுமான கொடூரம் அடிமை வியாபாரம்தான் என்று கூறலாம். உள்நாட்டுக் கலாசாரங்கள் ஒடுக்கப்பட்டதையும், கலை, இலக்கியம் மற்றும் திரைப்படங்கள் மண்ணின் மக்களை மனிதர்களைவிடக் கீழான காட்டுமிராண்டிகளாகவே பெரும்பாலும் சித்திரித்ததையும், ஆப்பிரிக்காவை மொய்த்த காலனிய சக்திகளின் வெவ்வேறு வகைப்பட்ட தன்மைகளையும், மக்களைப் பிளவுபடுத்தவும், அதன் மூலம் அவர்களை வென்றடக்கவும், அவர்களைச் சுரண்டவும் திட்டவட்டமான முயற்சிகள் மேற்கொள்ளப் பட்டதையும் இதோடு சேர்த்துப் பார்த்தால் இன்று இப்புவிக் கோளத்திலேயே ஆப்பிரிக்காதான் மிகவும் முழுமையாகத் துன்புறுத்தப் பட்ட கண்டம் என்றும், புரிந்து கொள்ளப்படாத பகுதி என்றும் முடிவு செய்ய வேண்டியிருக்கும்.

ஆசிய, லத்தீன் அமெரிக்க, மத்திய கிழக்கிலுள்ள நாடுகள் ஒன்றை ஒன்று இணைக்கும் பொதுவான தன்மைகள் கொண்டவை. ஆப்பிரிக்கா ஒரு சிக்கலான முடிச்சு. அதன் வரலாறு, பூகோளம், கலாசாரங்கள், அரசியல், மதங்கள், பயிர்கள், மற்றும் இயற்கை வளங்கள் ஒன்றோடொன்று இணக்கமற்றவை. இது ஒரு தனித்தன்மையை, ஏன் தனிமையையே கூட உண்டாக்குகிறது. அது அம்மக்கள் உள்ளுக்குள்ளிருந்தும், வெளியிலிருந்தும் சுரண்டப்படுவதை சுலபமாக்குகிறது. பல நாடுகளில் கடந்த கால காலனிய ஆட்சியாளர்களான ஐரோப்பிய மேட்டுக்குடியினரின் இடத்தில் உள்ளூர் மேட்டுக் குடியினர் அதிகாரத்தில் அமர்த்தப்பட்டார்கள். அவர்கள் தங்களுக்கு முன்னர் அதிகாரத்தில் இருந்தவர்கள் பின்பற்றிய அதே வழிமுறைகளைக் கடைப்பிடிக்கின்றனர்; மண்ணையும், மக்களையும் வகைதொகையின்றிச் சூறையாடும் அந்நிய நிறுவனங்களின் அதிகாரிகளுடன் வெளிப்படையாக ஒத்துழைக்கின்றனர்.

வரலாற்றின் போக்குகளை அறிந்து கொள்வது எதிர்காலத்தை திட்டமிடுவதற்கு உதவக் கூடும் என்றபோதும், நிகழ்கால அநீதிகளுக்கு கடந்த காலத்தைக் குறை கூறிக் கொண்டிருப்பது தீர்வு காண்பதற்கான முயற்சிகளை ஒத்திப் போட மட்டுமே செய்யும். இன்று பரவியுள்ள வறுமைக்கு இரண்டாம் உலகப் போருக்குப் பிந்தைய காலத்தில் பேரரசை நிர்மாணிக்க முயற்சிப்பவர்களே பொறுப்பு என்பதை நான் சந்தித்த பொருளாதார அடியாட்கள் மற்றும் குள்ளநரிகளான ஆண்களும், பெண்களும் சந்தேகத்திற்கு இடமின்றி அறிவார்கள். அதேபோல் ஆப்பிரிக்கா பற்றி பேசுவது மற்றும் எழுதுவதின் முக்கியத்துவத்தையும் அவர்கள் அறிவார்கள். நாம் இப்போது உண்மையின் செய்தியைப் பரப்ப வேண்டும் என்பதையும், மாற்றத்தை வலியுறுத்த வேண்டும் என்பதையும் அவர்கள் ஒப்புக் கொள்கிறார்கள். ஆப்பிரிக்கா மிகவும் குறைவாகப் புரிந்து கொள்ளப்பட்ட கண்டம் என்பதால், அது மிக எளிதில் புறக்கணிக்கப்பட்டதாகவும் இருக்கிறது. ஆகவே, சூறையாடப்படுவதற்கு ஏற்ற வகையில் பலவீனமானதாகவும் இருக்கிறது. நான் உரையாற்றும் கூட்டங்களில் பொலிவியா, வெனிசுலா, வியட்நாம், இந்தோனேஷியா அல்லது மத்திய கிழக்கைச் சேர்ந்த எந்த ஒரு நாட்டின் பெயரையும் குறிப்பிட்டு அது பற்றி ஏதேனும் தெரிந்திருப்பவர்கள் கை தூக்குங்கள் என்றால் பெரும்பாலோர் கைதூக்குகிறார்கள்; ஆனால், அங்கோலா, காபோன் அல்லது நைஜீரியா பற்றிக் கேட்டால் வெகு சில கைகளே உயர்கின்றன. ஆப்பிரிக்க நாடுகள் நமக்கு முக்கியமற்றவை என்பதால் இது இப்படி இல்லை. அமெரிக்காவிற்கு எண்ணை விநியோகிக்கும் நாடுகளிலேயே ஐந்தாவது பெரிய நாடு நைஜீரியா; அங்கோலா ஆறாவது பெரிய நாடு; காபோன் பத்தாவது பெரிய நாடு. மக்கள் தொகையில் உலகிலேயே ஒன்பதாவது பெரிய நாடு. ஜப்பான் பத்தாவது இடத்திலும், பிரேசில் பதினொன்றாவது இடத்திலும் இருக்கின்றன.

ஆப்பிரிக்கா பற்றிய அமெரிக்காவின் அறியாமை நமது முக்கிய ஊடகங்கள் உள்ளிட்ட நமது கல்விமுறையில் பொதிந்துள்ளது. அது திட்டமிடப்பட்டது. ஏனெனில், நமக்குத் தெரியாது என்பதால் நாம் அதைப் பற்றி கவலைப்படுவதில்லை.

நாம் அதைப் பற்றி கவலைப்படுவதில்லை என்பதால், நாம் அறிந்த தேசங்களை விடவும் மோசமாக நடத்தப்படுவதற்கு அவை இலக்காகின்றன. நாம் பொலிவியாவைப் பற்றி படித்திருக்கிறோம்; ஆதலால், இவோ மொராலெஸ் பொலிவியர்கள் மிகப் பெரும்பான்மையாக வாக்களித்து பதவிக்கு வந்த தேசியவாத விவசாயி என்பதைவிட, அவர் கொக்கைய்ன் பயிரிடும் சோஷலிஸ்ட் என்று நம்மை நம்ப வைக்க முயற்சி தேவைப்படுகிறது. எனினும், ஆப்பிரிக்கத் தலைவர்கள் பற்றி எவ்விதமான கருத்தையும் கூறி யாரும் நம்மை நம்பவைக்க வேண்டியது இல்லை; நடைமுறையில் நம் கண்களுக்குத் தெரியாத அவர்கள் டீகோ கார்சியா மக்களைப் போல 'நபர்கள் அல்லாதவர்கள்'. கண்ணுக்குத் தெரியாத மக்கள் அவர்களது

நிலங்களிலிருந்து வெளியேற்றப்படலாம், சிறையில் அடைக்கப்படலாம், கொல்லப்படலாம்.

"எப்போதெல்லாம் நான் ஆப்பிரிக்கா செல்கின்றேனோ அப்போதெல்லாம் நான் அமெரிக்கனாக இருப்பதை எண்ணி வெட்கப்படுகிறேன்" என்று ஜேம்ஸ் ஒப்புக் கொண்டார். "அமெரிக்காவில் இருக்கும் என்னுடைய மக்களுக்கு தங்களைப் பற்றித் தெரியுமா என்று ஆப்பிரிக்கர்கள் என்னிடம் கேட்கிறார்கள். யுத்தங்களில் கொல்லப்பட்ட கோடிக்கணக்கான குழந்தைகள் பற்றி நாம் கேள்விப்பட்டிருக்கிறோமா? அநாதைகள் மற்றும் உடலுறுப்புகளை இழந்தவர்கள்? வெட்டுக்கிளிகளின் படையெடுப்பு? வெள்ளங்களும் வறட்சிகளும்? உண்மையை ஒப்புக் கொள்ள என்னால் முடியாது. நமக்குத் தெரியாது. பெரும்பாலான அமெரிக்கர்கள் பொருட்படுத்துவதே இல்லை. ஆப்பிரிக்க அமெரிக்கர்களும் கூட". தன் கைகளால் புருவத்தைத் தேய்த்துக் கொண்டார். "மற்றும் இவற்றில் மிக மோசமான அம்சம் என்னவென்று உங்களுக்குத் தெரியுமா? நல்லவர்கள் என்று கருதப்படுகிற அமைப்புகளுக்கும் இந்த ஆட்டத்தில் பங்கு உண்டு. நான் உலக வங்கியைப் பற்றி மட்டும் பேசவில்லை. லாப நோக்கமற்ற சில என்ஜிஓக்களுக்கும் (தன்னார்வத் தொண்டு நிறுவனங்கள் – மொர்) இந்த வஞ்சகத்தில் சம்பந்தம் உண்டு"

49
ஆப்பிரிக்காவின் ஏழ்மையில் பலனடையும் தொண்டு நிறுவனங்கள்

ஆப்பிரிக்காவில் தொண்டு நிறுவனங்களில் தான் பணியாற்றுவதைக் குறிப்பிட்டு ஜென்னி வில்லியம்ஸ் கேட்டார் "நம்மைப் பயன்படுத்திக் கொள்கிறார்களா?. உதவி மற்றும் வளர்ச்சி ஆகிய கருதுகோள்கள் அறநோக்கத்திற்காக அல்லாமல், கட்டுப்பாடு செலுத்துவதற்காக மேற்கு கையிலெடுத்திருக்கும் ஆயுதங்களா?"

வாக்குமூலங்களைத் தொகுக்கும் போது ஜென்னி எனக்குப் பழக்கமானார். என்னுடைய நூல் வெளியீட்டாளரான பெர்ரட் கோஹ்லர் நிறுவனத்தில் பணியாற்றிய அவர் பளிச்சிடும் அறிவு மிக்க ஆலோசனைகளை வழங்கினார். பின்னர், உகாண்டா மற்றும் சூடான் நாடுகளில் அவசர கால நிவாரணம் மற்றும் வளர்ச்சித் திட்டங்களை மேற்கொண்டுள்ள லாப நோக்கமற்ற அமைப்பொன்றில் பணியாற்ற ஆப்பிரிக்காவிற்குப் பயணப்பட்டார்.

"மேற்கின் போலித்தனமும், சும்மா உட்கார்ந்து கொண்டு விமர்சிப்பவராக இருப்பதும் என்னைச் சோர்வடையச் செய்து விட்டது. களத்தில் இறங்கி ஏதாவது செய்ய வேண்டுமென்று நான் விரும்புகிறேன். உதவியாக வரும் பணம் எதற்காகச் செலவழிக்கப்படுகிறது என்பதை நானே நேரடியாகக் காண விரும்புகிறேன்" என்றார் அவர்.

அவரது பார்வை எனக்கு சுவாரஸ்யமானதாகப் பட்டது. குறிப்பாக, சாண்டியாகோவில் பிறந்து பெர்க்லியில் உள்ள கலிபோர்னியா பல்கலைக்கழகத்தில் 2004ல் பட்டம் பெற்றவரும், நுகர்வுக் கலாசாரத்திற்கு மக்களை அடிமைப்படுத்தும் ஊடகங்களின் அதீத விளம்பரங்களுக்கு வாழ்நாள் முழுமுழுவதும் ஆட்படுத்தப்பட்டவரும், அந்நிய உதவி ஏழைகளுக்கு உதவுகிறது என்று நம்புகிறவருமாக அவர் இருந்ததால். என் மகள் ஜெஸ்ஸிகாவைப் போல நம்மை எதிர்காலத்திற்கு அழைத்துச் செல்லும் தலைமுறையைச் சேர்ந்தவர்.

2006 செப்டம்பரில் அவர் உகாண்டாவிலிருந்து அனுப்பிய மின்னஞ்சல் பின்வருமாறு தொடர்கிறது:

ஆப்பிரிக்காவில் மேற்கத்தியமயத்தின் அறிகுறிகள் தொடர்ச்சியாகவும் தெளிவாகவும் இருந்தன. வறட்சியால் பாதிக்கப்பட்ட வடக்கு கென்யா நெடுக சிறு கடைகளில் 'கோகோகோலா' விளம்பரங்கள் ஒட்டப்பட்டிருந்தன; அமெரிக்க ராப் இசையும், ஹிப் ஹாப் நடனமும்

ஏழை ஆப்பிரிக்க இளைஞர்கள் மத்தியில் பரவியிருந்தன; உள்ளூரில் விளைந்த காபிக்குப் பதிலாக மக்கள் இறக்குமதி செய்யப்பட்ட இன்ஸ்டன்ட் காபி குடித்துக் கொண்டிருந்தார்கள்; ஏன் என்று கேட்டால் அது சுவையாக இருக்கிறது என்றார்கள்; உண்மையில், நிறுவன அதிகார வர்க்கம் விதித்த வரிகள் மற்றும் கட்டணங்களின் காரணமாக அவர்களது சொந்த உற்பத்திப் பொருட்கள் விலை அதிகமாக இருந்தன என்பதுதான் காரணம்.

எப்படியாயினும் ஆப்பிரிக்காவில் தங்கள் பொருட்கள் நுகரப்படும் என்பதைப் பன்னாட்டு நிறுவனங்கள் கண்டிருக்கும் என்று நான் நிச்சயமாகக் கருதுகிறேன். ஆனால், மேற்கத்தியமயத்தை நீடித்து நிலைக்கச் செய்யும் இயந்திரத்தின் ஒரு பகுதிதான் தொண்டு நிறுவனங்கள். தலைமைப் பாங்கு முதல் தங்கள் நாடுகளில் கிடைக்குமளவு சம்பளம் வரை, தொண்டு நிறுவனங்கள் தாங்கள் யாருக்காக சேவை செய்கிறோம் என்கிறார்களோ அவர்களுக்கும் தங்களுக்கும் இடையிலான இடைவெளியை அதிகரிக்கும் வகையில் மேற்கத்திய கலாசார, சமூக மற்றும் பொருளாதார மதிப்பீடுகளைத் திணிக்கிறார்கள்; அந்நியர்களைப் போலவே நடந்து கொள்வதன் மூலம் அந்த இடைவெளியைக் குறைக்க ஆப்பிரிக்கர்கள் இடைவிடாமல் முயற்சி செய்கிறார்கள். மேற்கத்திய மதிப்பீடுகள் கலாசார நம்பிக்கைகளைத் தலைகீழாக மாற்றுகின்றன; உள்ளூர் பொருளாதார ஒழுங்குமுறைகளைச் சீர்குலைக்கின்றன.

மற்றொரு சிக்கல்: இருபது ஆண்டு காலமாக கலகக் கும்பல்களுக்கு இடையில் நடக்கும் யுத்தத்தால் ஆயிரக்கணக்கானோர் கொல்லப்பட்டுள்ளனர்; இருபது லட்சத்திற்கும் மேற்பட்டோர் இடம் பெயர்க்கப்பட்டுள்ளனர்; இப்படி நாசமாக்கப்பட்ட வடக்கு உகாண்டா பகுதியில் தொண்டு நிறுவனங்கள் அங்கு வெறுமனே இருப்பதன் மூலமே யுத்தத்தை நீடிக்கச் செய்கிறார்கள் என்று குற்றம் சாட்டப் படுகிறார்கள். நிலைமை மிகவும் நெருக்கடியானது என்று கருதப்படுகிற வரையில், கொடையாளர்கள் தொடர்ந்து நிதி வழங்குவார்கள்; அசுத்தமான, சுகாதாரமற்ற முகாம்களில் பயங்கரமான நிலைமைகளில் வாழும் மக்களுக்குச் சேவை செய்வதற்காகத் தொண்டு நிறுவனங்கள் கூட்டம் கூட்டமாகச் செல்வார்கள். (ஒவ்வொரு நகரத்திலும் நிறைந்திருக்கும் 'போடாபோடா' எனப்படும் மோட்டார் சைக்கிள் டாக்சிகளை விடவும் அதிக எண்ணிக்கையில் தொண்டு நிறுவனங்கள் இருக்கின்றன என்று உகாண்டா வானொலி ஒன்று ஜோக் அடித்தது).

தொண்டு நிறுவனங்கள் வழங்கும் ஆழ்துளைக் கிணறுகள், சுகாதார வசதி, கல்விக் கூடங்கள் மற்றும் வெள்ள நிவாரணம் போன்ற உதவிகள் இன்றி இந்த முகாம்களில் வாழ்வோர் சிலர் பத்து ஆண்டுகள் மற்றும் அதற்கு மேலாகக் கூடுதல் எண்ணிக்கையில் மடிவார்கள் என்பதில் எந்த சந்தேகமும் இல்லை. ஆனால், உகாண்டா

அரசாங்கமும், மேற்கு நாடுகளும் தொண்டு நிறுவனங்கள் இருப்பதாலேயே யுத்தத்தை நிறுத்த வேண்டிய தங்களது பொறுப்பைத் தட்டிக் கழிக்கின்றன. இந்த யுத்தம் அப்பகுதி முழுவதின் வளர்ச்சியும் தடுத்து நிறுத்தியுள்ளது. 2006 கோடைக்காலத்தில், இப்போது நடைபெறும் அமைதிப் பேச்சு வார்த்தை, மிகவும் தாமதமாக நடக்கிறது.

"மேற்கத்திய அரசாங்கங்களிடம் ராஜீய தீர்வோ அல்லது அரசியல் தீர்வோ இல்லாதபோது, அல்லது அத்தகைய தீர்வையே அவர்கள் விரும்பாதபோது, நமக்குப் பின்னால் அவை ஒளிந்து கொள்கின்றன" என்றார் என்னுடன் பணியாற்றும் ஒருவர். "எந்தவொரு நெருக்கடி அல்லது சண்டையின் போதும் முதலில் உள்ளே போவது யார்? தொண்டு நிறுவனங்கள்தான். ஏனெனில், 'பாருங்கள், நாங்கள் ஏதோ செய்து கொண்டிருக்கிறோம்' என்று மேற்கு கூறிக் கொள்ளலாம். உண்மையான பிரச்சனைகளை அவர்கள் உண்மையிலேயே தீர்க்க விரும்பவில்லை என்றபோதும்."

அடிப்படையில், பிரச்சனைகளைத் தீர்க்க வேண்டும் என்று மேற்கிற்கு அக்கறையில்லை அல்லது அத்தகைய நோக்கமே அதற்கு இல்லை என்பது மட்டுமல்ல; ஆப்பிரிக்காவை ஏழ்மையாக வைத்திருப்பதுதான் மேற்கிற்கு ஆதாயம் தரக் கூடியது. மேற்கு நாடுகளில் உள்ள மக்கள் உண்மையிலேயே தயாள குணம் கொண்டவர் களாகவும், உதவிகள் பலன் தருகின்றன என்றும் நம்புகிறவர்களாகவும் இருக்கிறார்கள்; ஆனால், அமைதியின்மை தொடர்வதாலும், ஆப்பிரிக்க நாடுகளின் தரித்திர நிலை தொடர்வதாலும் மேற்கு நாடுகளும், பன்னாட்டு நிறுவனங்களும் அளவின்றி லாபம் ஈட்டுகின்றன. மலிவான உழைப்பு, விவசாய உற்பத்திப் பொருட்கள், கடத்தப்படும் இயற்கை வளங்கள், மற்றும் ஆயுத வியாபாரம் ஆகியவற்றைத் தங்களுக்குச் சாதகமான வகையில் வெற்றிகரமாக அவர்கள் கையாள்வது என்பது ஊழல் அரசியல்வாதிகள், நீடிக்கும் யுத்தம், மற்றும் தன்னுடைய உரிமைகளுக்காகப் போராடும் ஆற்றல் அற்ற, வளர்ச்சியடையாத குடிமைச் சமுதாயம் ஆகியவற்றையே சார்ந்திருக்கிறது. காங்கோவில் அமைதி மற்றும் வெளிப்படையான தன்மை இருந்தது எனில், அதன் கனிம வளங்களைச் சுரண்டுவது பன்னாட்டு நிறுவனங்களுக்கு மிகவும் கடினமானதாக ஆகியிருக்கும்; கலகக் கும்பல்களோ அல்லது பழங்குடியினர்களுக்கிடையில் மோதல்களோ இல்லாதிருந்தால் சிறு ஆயுதங்களுக்குச் சந்தையே இருந்திருக்காது.

வறுமை அல்லது வன்முறைக்கான எல்லாக் காரணங்களும் மேற்கின் உள்நோக்கங்களோடு தொடர்புடையவை அல்ல. மோசமான ஆட்சிக்கும், ஆப்பிரிக்க மக்களிடையே நிலவும் ஒற்றுமையின்மைக்கும், ஆப்பிரிக்கத் தலைவர்களிடையே ஊழல் நிறைந்திருப்பதற்கும் தொடர்பு இருக்கிறது. ஆனால், மேற்கு நாடுகள் உண்மையிலேயே

அமைதியான மற்றும் வளர்ச்சியடைந்த ஆப்பிரிக்காவைக் காண விரும்பின என்றால், அந்தக் கண்டம் நிச்சயம் அந்த வழியில் பயணிக்கும் என்று நான் நம்புகிறேன். மாறாக, பல பத்தாண்டுகளாக மேற்கு அங்கு தலையிட்டிருந்தபோதும், பல்லாயிரம் கோடி டாலர்கள் உதவி அளிக்கப்பட்டிருந்தபோதும் நிலைமை இன்னும் மோசமாகத்தான் இருக்கிறது.

சேவை நிறுவனங்களின் ஊழியர்களில் பெரும்பாலானோர் வளரும் நாடுகளில் உள்ள பலவீனமானவர்களுக்கும், புறக்கணிக்கப்பட்ட மக்களுக்கும் உதவ விரும்பும் நேர்மையானவர்கள், கடின உழைப்பாளிகள் என்றே நான் கருதுகிறேன். அவர்கள் நாங்களும் புரிந்து கொள்ளக் கடினமாக இருக்கும் ஒரு அமைப்பை எதிர்த்து நிற்கிறோம்; அந்த அமைப்பை எதிர்த்துப் போராடுவது இன்னும் கடினமானது. எனினும், அதுதான் விஷயம். நாம் அந்த அமைப்பை மாற்ற வேண்டும்

நிலைமையை புரிந்து கொண்டு அதை மாற்ற வேண்டும் என்று உறுதி கொண்டவர்களில் ஜென்னி மட்டும் தனியாளாக இல்லை. அமெரிக்கா முழுவதும் உள்ள பல்கலைக்கழக மாணவர்களும் மற்றும் சமீபத்திய பட்டதாரிகளும் தங்களது தலைமுறை எதிர்கொள்ளும் பிரச்சனைகளை அவர்களது பெற்றோர்கள் புரிந்து கொண்டதை விட நன்றாகப் புரிந்து கொள்வது போல் தெரிகிறது. அவர்கள் வெளிநாடு செல்லும்போது வழக்கம் போல பாரீஸ், ரோம், ஏதென்ஸ் ஆகிய பழைய இடங்களுக்குப் போவதைத் தவிர்க்கிறார்கள்; மாறாக, ஆப்பிரிக்கா, ஆசியா, லத்தீன் அமெரிக்கா செல்கிறார்கள். உலக சமூக மாமன்றம் போன்ற மாநாடுகள், பேரணிகளில் அவர்கள் பங்கேற்கிறார்கள், உள்ளூர் மக்களோடு நெருங்கிப் பழகுகிறார்கள். அவர்கள் இசைக்கிறார்கள், நடனமாடுகிறார்கள், பீர் அருந்துகிறார்கள், காதலில் வீழ்கிறார்கள். ஆனால், எல்லாவற்றையும் விட அவர்கள் உலக அரசியலை விவாதிக்கிறார்கள், கருத்துகளை ஒப்பிடுகிறார்கள், திட்டமிடுகிறார்கள்.

என்றாலும், அந்தத் தலைமுறையின் சுற்றுச்சூழல் ரீதியாகவும், சமூக ரீதியாகவும் மிகுந்த விழிப்புணர்வு உள்ள உறுப்பினர்கள் கூட உணராமலிருக்கக் கூடியதும், அந்தத் தலைமுறையின் விசேஷமான குணம் என்று பரவலாக ஒப்புக் கொள்ளப்பட்டதுமான ஒரு விஷயம், அவர்கள் செல்லுலார் மற்றும் கணினி தொழில் நுட்பத்தைச் சார்ந்திருப்பதாகும். அது கோடிக்கணக்கான மக்களின் வாழ்க்கையை அழித்துக் கொண்டிருக்கிறது.

50
மடிக்கணினிகள், செல்போன்கள், கார்கள்

காங்கோ ஜனநாயகக் குடியரசு (முன்னர் ஜைர்) என்று நயமாக அழைக்கப்படும் நாட்டில் 1998லிருந்து நாற்பது லட்சம் மக்கள் கொல்லப்பட்டிருக்கிறார்கள். செல்வந்தர்கள் விலை உயர்ந்த கணினிகள் மற்றும் செல்போன்களை வாங்குவதற்காக அவர்கள் மரித்தார்கள். 1960ல் அந்த நாடு பெல்ஜியத்திடமிருந்து விடுதலை பெற்றபோதும், அது நடந்தவுடன் அமெரிக்காவின் செல்வாக்கிற்கு ஆட்பட்டுவிட்டது. 2006-ஆம் ஆண்டு 'டைம்' இதழ் 'உலகின் மிகப் பயங்கரமான யுத்தம்' என்று தலைப்பிட்ட ஒரு அட்டைப்படக் கட்டுரையை வெளியிட்டது. அதில், காங்கோவின் ஜனநாயக ரீதியாகத் தேர்ந்தெடுக்கப்பட்ட முதல் பிரதமர் லுமும்பா சோவியத் யூனியனுடன் உறவுகளை வளர்த்துக் கொண்டிருந்ததால் அமெரிக்க மற்றும் பெல்ஜிய ஆதரவு பெற்ற அவரது எதிராளிகளால் படுகொலை செய்யப்பட்டார் என்று பட்டவர்த்தனமாகக் கூறியது.

லுமும்பாவின் படுகொலைக்குப் பிறகு, மொபூட்டு சேசே சேகோ என்கிற ராணுவ ஜெனரல் அதிகாரத்தைக் கைப்பற்றினார். "பனிப்போர் காலத்தில் அமெரிக்காவிற்கு பிடித்தவராக இருந்த மொபூட்டு ஆப்பிரிக்க வரலாற்றிலேயே மிகவும் மோசமான ஒரு ஊழல் ஆட்சியை நடத்தினார்" என்று 'டைம்' எழுதியது.

மொபூட்டுவின் நீண்டகால ஆட்சி ஊழல் மிக்கதாகவும், ஈவிரக்கமற்றதாகவும், அண்டை நாடுகளை மிகவும் கலவரமடையச் செய்வதாகவும் இருந்தது. 1996 மற்றும் 1997ல் ருவாண்டாவும், உகாண்டாவும் தங்களது படைகளை காங்கோவிற்குள் அனுப்பி மொபூட்டுவைத் தூக்கி எறிந்தன. கலகக்காரர்களின் தலைவர் லாரன்ட் கபிலாவை புதிய அதிபராகப் பதவியில் அமர்த்தின. ஆனால், சமூக பொருளாதார நிலைமைகள் கபிலாவின் ஆட்சியில் வேகமாகச் சீர்குலைந்தன. 1998ல் ருவாண்டாவும், உகாண்டாவும் மீண்டும் படையெடுத்தன.

காங்கோவின் அபரிமிதமான இயற்கை வளங்களைப் பயன்படுத்திக் கொள்ளும் நோக்கத்தோடு மேலும் ஆறு நாடுகள் அந்த யுத்தத்தில் கலந்து கொண்டன. ஆப்பிரிக்காவின் முதல் உலக யுத்தம் என்று அது அழைக்கப்பட்டது.

இன, கலாசார, பழங்குடியின மோதல்கள் அந்த யுத்தத்தில் ஒரு பாத்திரம் வகித்தன. எனினும், முக்கியமாக அது இயற்கை வளங்களுக்கான போராட்டமாகும். "காங்கோ மண்ணில் வைரங்கள், தங்கம், செம்பு, டான்டலும் (அந்நாட்டில் அது கோல்டன் என்று அழைக்கப்படுகிறது. செல்போன்கள், மடிக்கணினிகள் போன்ற மின்னணு சாதனங்களில் பயன்படுத்தப்படுகின்றது) மற்றும் யுரேனியம் நிறைந்திருக்கிறது" என்று 'டைம்' கூறுகிறது.

அலாஸ்காவைப் போல் ஒன்றரை மடங்கு பெரியதான அந்த நாடு மிகப் பரந்தது. பல இடங்களில் செழுமையான வெப்ப மண்டலக் காடுகளும், வளமான விவசாய நிலங்களும் நிறைந்திருக்கும் நாடு. அப்பகுதியில் நான் ஆய்வு மேற்கொண்டபோது கண்டறிந்ததைப் போல, காங்கோவின் நதிகள் அக்கண்டத்தின் பெரும்பகுதிக்கு நீர்மின்சாரம் தரக் கூடியவை.

காங்கோவின் டான்டலும் இல்லை என்றால் கணினி சார்ந்த பல பொருட்கள் நம்மிடம் இருக்காது (எடுத்துக்காட்டாக, டான்டலும் பற்றாக்குறையின் காரணமாக 2000ம் ஆண்டு கிறிஸ்துமஸ் பண்டிகையின் போது 'சோனி பிளே ஸ்டேஷன் 2' தட்டுப்பாடு ஏற்பட்டது - நூலாசிரியர். பிளே ஸ்டேஷன் என்பது ஒருவகையான வீடியோ விளையாட்டுச் சாதனம் - மொர்). ருவாண்டா மற்றும் உகாண்டா ராணுவங்கள் தங்களது மக்களைக் கலகக்காரர்களிடமிருந்து காப்பதற் காகவே தாங்கள் படையெடுத்ததாகக் கூறலாம். ஆனால், இத்தகைய படையெடுப்புகளின் போது அவர்கள் சேகரிக்கும் மற்றும் எல்லைக்கப்பால் கடத்திச் செல்லும் டான்டலின் மூலம் பல்லாயிரம் கோடி டாலர்கள் சம்பாதிக்கிறார்கள்.

பொருளாதார அடியாட்களும், குள்ளநரிகளும், அமெரிக்கா, பிரிட்டன் மற்றும் தென் ஆப்பிரிக்க அரசாங்கங்களின் ஏஜெண்டுகளும் யுத்த நெருப்பிற்கு இடைவிடாமல் எண்ணை ஊற்றிக் கொண்டிருக் கிறார்கள். எல்லாத் தரப்பிற்கும் ஆயுதங்கள் விற்பதன் மூலம் பெருஞ் செல்வம் ஈட்டப்படுகிறது. மனித உரிமைக் குழுக்கள் மற்றும் சுற்றுச்சூழல் குழுக்களின் கண்காணிப்பைத் தவிர்க்கவும், வரிகள் மற்றும் கட்டணங்கள் கட்டுவதைத் தவிர்க்கவும் யுத்தம் பன்னாட்டு நிறுவனங்களுக்கு உதவுகின்றது.

காங்கோ, அங்கு நடப்பதைப் போன்ற சம்பவங்கள் நிகழும் பல நாடுகளில் அதுவும் ஒன்றுதான். அமெரிக்க நாடாளுமன்ற உறுப்பினர் சிந்தியா மெக்கின்னி (டிஜார்ஜியா) அவர் தலைமையில் 2001 ஏப்ரல் 16ல் நடந்த ஒரு விசாரணையின் போது இந்த 'ஆங்கிலோபோன் சதியின்' பல அம்சங்களை அம்பலப்படுத்தினார். அவரது துவக்க உரையில் பின்வரும் கண்டனமும் இருந்தது:

இன்று நீங்கள் கேட்கப் போகும் விஷயங்களில் பெரும்பாலானவை பொது ஊடகங்களில் வெளிவராதவை. அதிகார மிக்க சக்திகள் இந்தச் செய்திகளைப் பொது விவாத அரங்கினுள் வரவிடாமல் தடுக்க

முயற்சித்தன. பின் காலனிய ஆப்பிரிக்காவில் மேற்கு நாடுகளின் அரசாங்கங்கள் மற்றும் மேற்கு நாடுகளைச் சேர்ந்த தொழிலதிபர்களின் நடவடிக்கைகள் குறித்து மேற்கொண்ட விசாரணை கொடூரம், பேராசை மற்றும் துரோகம் போன்ற மேற்கின் நீண்ட கால இயல்புகளுக்கு சாட்சியமளிக்கின்றது.

ஆப்பிரிக்காவில் மேற்கு நாடுகள் முறைகேடாக நடந்து கொண்ட தற்குத் தனிநபர்களின் குறைபாடுகளோ, தற்செயல் நிகழ்வுகளோ அல்லது பொதுவான மனித பலவீனங்களோ காரணமல்ல. மாறாக, ஆப்பிரிக்காவின் செல்வங்களை அம்மக்களை பலி கொடுத்து அடைவதற்காகவும், கொள்ளையடிப்பதற்காகவும் வகுக்கப்பட்ட நீண்ட கால கொள்கைகளின் பகுதியாகும் அவை.

....ஆப்பிரிக்காவின் வைரங்கள், எண்ணை, இயற்கை எரிவாயு மற்றும் இதர அரிய வளங்களை அடைய வேண்டும் என்கிற மேற்கின், குறிப்பாக, அமெரிக்காவின் பேராசையே ஆப்பிரிக்க மக்கள் அனுபவிக்கும் துன்பத்திற்கு மூலகாரணம்...... மேற்கு நாடுகள், மிகவும் குறிப்பாக அமெரிக்கா, ஆப்பிரிக்காவை ஒடுக்கும் மற்றும் நிலைகுலையச் செய்யும் கொள்கைகளைக் கடைப்பிடித்தன. அந்தக் கொள்கைகள் தார்மீகக் கோட்பாடுகளின் அடிப்படையில் அல்லாமல், நம்ப முடியாத அளவு அதிகமாக இருந்த ஆப்பிரிக்காவின் செல்வங்களை அடைய வேண்டும் என்கிற ஆசையின் காரணமாகப் பக்குவப்படுத்தப்பட்டிருந்தன.நிலையான ஆப்பிரிக்க அரசாங்கங்களுக்கு எதிராக மேற்கு நாடுகள் கலகங்களைத் தூண்டிவிட்டன...முறையாகத் தேர்ந்தெடுக்கப்பட்ட, சட்டபூர்வ அதிபர்களையும், பிரதமர்களையும் படுகொலை செய்வதில் நேரடியாகப் பங்கேற்றன; அவர்களினிடத்தில் ஊழல்வாதிகளையும், வளைந்து கொடுக்கக் கூடியவர்களைப் பதவியில் அமர்த்தினர்.

காங்கோவின் ரத்தக்களரியை நிறுத்துவது என்று ஐக்கிய நாடுகள் சபை உறுதி அளித்திருந்தபோதும் (2006 கோடை காலத்தில் ஐக்கிய நாடுகள் சபையின் பெரிய படை அங்கு நிறுத்தப்பட்டிருந்தது) அமெரிக்காவும், ஜி8 நாடுகளும் ஒத்துழைக்க மறுத்தன.

....காங்கோ ரத்தம் சிந்தட்டும் என்று உலகம் விரும்பியது. 2000மாவது ஆண்டிலிருந்து காங்கோவில் அமைதியை நிலைநாட்ட ஐநா பல்லாயிரம் கோடி டாலர்களைச் செலவழித்தது...பிப்ரவரி மாதம் காங்கோவில் பணியாற்றும் ஐநாவும், சேவை அமைப்புகளும் மனிதாபிமான உதவியாக 682 மில்லியன் டாலர்கள் கேட்டன. இதுவரை அவை வெறும் 94 மில்லியன் டாலர்கள் மட்டுமே பெற்றுள்ளன. அல்லது உதவி தேவைப்படும் ஒவ்வொரு மனிதருக்கும் வெறும் 9.40 டாலர்கள் மட்டுமே பெற்றுள்ளன.

வன்முறை எல்லைகளுக்குள் மட்டும் இருக்குமாறு கட்டுப்படுத்தப் படவில்லை. காங்கோவின் அண்டை நாடான சூடானின் டார்பூர் பகுதி அதே போன்ற கொடுங்கனவை அனுபவித்துக் கொண்டிருக்கிறது.

இருபது ஆண்டுகளாக நடக்கும் போரில் இருபது லட்சம் மக்கள் கொல்லப்பட்டுள்ளனர். இயற்கை வளங்களிலேயே அனைவரின் ஆசைக்கும் இலக்கான எண்ணைக்குத் தீனியாக அவர்கள் கொடுக்கப்பட்டுவிட்டனர். 1980கள் மற்றும் 1990களில் புதிய கட்டத்தை அடைந்த பழைய மத மற்றும் இன விரோதங்களில் இந்த மோதல்களின் மூலவேர் இருந்தபோதும், பொருளாதார அடியாட்களும், குள்ளநரிகளும் எண்ணை வயல்களைக் கைப்பற்றுவதற்காக இந்த வன்முறையைப் பயன்படுத்திக் கொள்கின்றனர், மேலும் மோசமடையச் செய்கின்றனர். யுத்தமும், சமூக அமைதியின்மையும் மனிதர்களைக் கடத்தி விற்கும் தொழிலுக்கு ஏதுவாக இருக்கின்றன.

சமீப வருடங்களில் சுமார் இரண்டரை லட்சம் சூடானியர்கள் அடிமைகளாகக் கடத்தப்பட்டுள்ளனர். அவர்களில் பலர் என்னுடைய அலெக்சாண்டிரியா நண்பர்களான சாம்மி மற்றும் சமந்தா ஆகியோரின் தாயைப் போல பாலியல் தொழிலாளிகளாக விற்கப் பட்டுள்ளனர். நாகரிகமடைந்த உலகில் வாழும் மக்களில் பலர் இத்தகைய நடைமுறைகள் 19ம் நூற்றாண்டிலேயே முடிவிற்கு வந்து விட்டதாகக் கருதுகின்றனர். ஆனால், இல்லை.

சூடான் மக்களுக்கு மிகக் குறைவான உதவிகளே செய்யப் படுகின்றது; அந்நாடு பயங்கரவாதிகளுக்குப் பயிற்சி அளிக்கும் இடமாக இருக்கிறது என்பது அதற்கொரு காரணமாகக் கூறப்படுகிறது. 1992ல் சவூதி அரேபியாவிலிருந்து வெளியேற்றப்பட்ட பின்பு ஒசாமா பின் லேடனுக்கு அடைக்கலம் கொடுத்தது சூடான்தான். அது அல்கொய்தாவின் பிறப்பிடமாகக் கருதப்படுகிறது. 'தீமை அச்சின்' கூட்டாளி என்று அதை ஒதுக்கித் தள்ளுவது ஊடகங்களுக்கு எளிதாக இருக்கிறது. இயற்கை வளங்களைக் கைப்பற்றும் போரில் சிக்கிக் கொண்ட நாடுகளுக்கு காங்கோவும், சூடானும் சிறந்த உதாரணங்கள். இயற்கை வளங்களையும், மலிவான உழைப்பையும் சுரண்டுகின்ற அதே நேரத்தில் உள்ளூர் அரசியல்வாதிகளை ஊழல்வாதிகளாக்கும் அமைப்புகள் நிலை நிறுத்தப்படுவதற்கு யுத்தமும், வறுமையும் உதவுகின்றன.

கென்யாவிலும், உகாண்டாவிலும் ஜென்னி வில்லியம்ஸ் கண்டது போல மிகவும் சாதுர்யமான வகையில் பேரரசை நிர்மாணிக்கும் அணுகுமுறை கடைப்பிடிக்கப்படுவதற்கொரு உதாரணமாக மற்றொரு ஆப்பிரிக்க நாடு இருக்கிறது. அதாவது என்ஜிஓக்களின் பாத்திரம். ஆப்பிரிக்கர்களுக்கு உதவ வேண்டும் என்று உறுதி கொண்டு அமைதிப்படையில் சேர்ந்த இரு இளம் அமெரிக்கர்களின் கதை சில அம்சங்களில் ஜென்னியின் கதையைவிட அதிர்ச்சியளிக்கக் கூடியது. அமெரிக்க ஆட்சியாளர்கள், அந்நிய அரசாங்கங்கள், தொண்டு நிறுவனங்கள், பெரும் விவசாயத் தொழில் நிறுவனங்களின் கூட்டு சதி என்று சிலர் கருதுவதை அது அம்பலப்படுத்துகின்றது.

51
நம்பிக்கையளிக்கும் முன்னாள் அமைதிப்படை தொண்டர்கள்

வடமேற்கு ஆப்பிரிக்காவில் உள்ள நாற்புறமும் நிலத்தால் சூழப்பட்ட மாலி எனும் நாடு முதலில் எந்தப் பிரச்சனையும் இல்லாத அமைதியான நாடு போல் தோன்றுகிறது. யாருமே பொருட்படுத்தாத இடங்களில் ஒன்று போலவும், பேரரசு நிர்மாணத்தில் ஈடுபட்டிருப்பவர்களாலும் புறக்கணிக்கப்பட்ட நாடு போலவும் தோன்றும். அந்தத் தோற்றம் உண்மையானது அல்ல; அந்தப் பொய்த் தோற்றம் ஆப்பிரிக்கக் கண்டத்தின் விஷயத்தில் நிறுவன அதிகார வர்க்கம் கடைப்பிடிக்கும் உத்திகளில் ஒன்றாகும்.

1960ல் மாலி பிரான்சிடமிருந்து விடுதலை பெற்றது. இப்போது அது ஒரு குடியரசு. அதன் ஒரு கோடியே இருபது லட்சம் மக்கள் தொகையில் மூன்றில் ஒரு பகுதியினர் பாமாகோ எனும் அதன் தலைநகரத்தில் வாழ்கிறார்கள். உழைப்போரில் 80% பேர் விவசாயத்தில் ஈடுபட்டுள்ளனர். 90% பேர் முஸ்லிம்கள் என்று வகைப்படுத்தப் பட்டுள்ளனர்; 9% பேர் பூர்வகுடியினர், விலங்குகளை வழிபடுவோர்; 1% பேர் கிறிஸ்துவர்கள். தங்கம், யுரேனியம், பாக்சைட் மற்றும் இதர கனிம வளங்கள் நிறைந்த நாடு. அதன் முன்னாள் அதிபர் ஆல்பா கோனாரே உலக வங்கியின் திட்டத்தை ஏற்றுக் கொண்டார்; பிரதானமாக பருத்தி மற்றும் தங்கம் உற்பத்தியின் மூலம் பொருளாதாரத்திற்குப் புத்துயிரூட்டும் நடவடிக்கைகளை அமல்படுத்தினார். ஒருவர் இரண்டு முறைக்கு மேல் அதிபராக இருக்கக் கூடாது என்கிற அரசியல் சட்ட விதிமுறையை அவர் கடைப்பிடித்தார். 2002ல் அமாடோ டோவ்ரே 65% வாக்குகள் பெற்று அதிபராகத் தேர்ந்தெடுக்கப்பட்டார்.

என்னுடைய கூட்டங்களில் கலந்து கொள்வோரிடம், உங்களில் எவ்வளவு பேருக்கு மாலி பற்றித் தெரியும் என்று நான் கேட்டால் ஒரு கை கூட உயர்வதில்லை. என்றாலும், என்னுடைய இல்லம் இருக்கும் நியூ இங்கிலாந்து அருகே உள்ள வெர்மன்ட்டின் டோவர் நகரில், ஒரு பொது நூலகத்திற்கு நிதி திரட்டும் கூட்டத்தில் நான் கலந்து கொண்ட போது, மாலியில் வாழ்ந்திருந்தவர்களும், அதையும், அதன் மக்களையும் ஆழமாக நேசிப்பவர்களுமான ஒரு இளம் தம்பதியரைச் சந்தித்தேன். பின்னர் நாங்கள் தொடர்பு வைத்துக்

கொண்டோம். பெர்க்சையர் மலைகளைப் பார்த்தவாறு என் வீட்டு மொட்டை மாடியில் சந்தித்து உரையாடினோம். கிரேக்கும், சின்டியும் என்னிடம் சொன்ன கதை மனதைத் தொடுவதாக மட்டும் இருக்கவில்லை. நவீன கால ஆப்பிரிக் காவின் அழகையும், சோகத்தையும், உற்சாகமளிக்கும் அம்சங்களையும் பிரதிநிதித்துவப் படுத்துவதாக இருந்தது. பெரும்பாலான அமெரிக்கர்களுக்கு மங்கலான, குழப்பமான பிம்பங்களாகத் தெரியும் ஒரு நாட்டிற்கும், ஒரு கண்டத்திற்கும் அமெரிக்க தொனி கொடுத்தார்கள் அவர்கள். தங்களின் மற்றும் மாலியில் உள்ள தங்களது நண்பர்களின் எதிர்காலத்தின் மீது அவர்கள் கொண்டிருந்த பற்றுறுதி ஊக்கமளிப்பதாகும்.

கிரேக் பினாட் 1997-களிலிருந்து 1999-வரை அமைதிப்படைத் தொண்டராக மாலியில் பணியாற்றினார். 2000-த்தில் மாலி இசைக்கலை ஞர்களுடன் சேர்ந்து ஒரு இசைத் தொகுப்பு வெளியிடுவதற்காக அவர் தானாகவே திரும்பவும் வந்தார். 'ஜோ எட் மாக்டர் லா சாஸ்' என்கிற அந்தத் தொகுப்பிலிருந்த பாடல்கள் பெரும் வரவேற்பைப் பெற்றன. நாடு முழுவதும் கிரேக் பிரபலமானார். சின்டி ஹெல்மான் 1999-லிருந்து 2001-வரை அமைதிப்படைத் தொண்டராகப் பணியாற்றினார். கிரேக் அந்தத் தொகுப்பிற்கான பாடல்களைப் பதிவு செய்து கொண்டிருந்தபோது மாலியில் அவரைச் சந்தித்தார், சின்டி.

"அவரை எப்படி தவறவிட முடியும்?" என்று அவர் சிரித்துக் கொண்டே கேட்டார். "மக்கள் அவரை எங்கும் அடையாளம் கண்டு கொண்டார்கள். அவர்கள் அவரைத் தெருக்களில் வழிமறித்து நிறுத்தினார்கள். நடனம் ஆடினார்கள். கிதார் இசைத்தார்கள். பைட் பைப்பரைப் (குழல் இசைக்கலைஞர் - மொர்) போல சிறுவர்கள் அவரைப் பின் தொடர்ந்தார்கள்." கிரேக்கும் அவரும் மூன்று வருடங்களுக்குப் பின்னர் மணம் முடித்துக் கொண்டனர்.

அமைதிப்படையில் அவர்கள் வெவ்வேறு காலகட்டத்தில், ஆனால் ஒரே மாதிரியான காரணங்களுக்காகச் சேர்ந்தனர். அமெரிக்காவிலிருந்து பணி வாழ்க்கையில் காலெடுத்து வைக்கும் முன்னர் அவர்கள் மற்ற நாடுகள் மற்றும் கலாசாரங்கள் பற்றி தெரிந்து கொள்ள விரும்பினார்கள். உலகிற்கு நாம் ஏதாவது செய்ய வேண்டும் என்பதைத் தங்களது லட்சியமாக ஆக்கிக் கொள்ள விரும்பினார்கள். அவர்கள் இருவரும் பிறப்பதற்கு முன்னர் ஜான் எப். கென்னடி அமைதிப்படையைத் தொடங்கியபோது அவர் வெளிப்படுத்திய லட்சியம். பிற்காலத்தில் தாங்கள் உருவாக்கப் போகும் குடும்பத்திற்கு நல்லதொரு எதிர்காலம் குறித்து அவர்கள் இருவருக்கும் ஒரு பார்வை இருந்தது. அந்த எதிர்காலம் உலகம் முழுமைக்குமானதாக இருக்க வேண்டும் என்பதை அவர்கள் ஏற்றுக் கொண்டனர்.

இருவருக்கும் விவசாயத்தின் மீது நீண்ட காலமாகவே ஆர்வம் இருந்தது. இண்டியானாவில் இருந்த தனது குடும்பத்திற்குச் சொந்தமான மிகப்பெரும் பண்ணையில் வளர்ந்தவர் சின்டி.

அமெரிக்கப் பேரரசின் ரகசிய வரலாறு | 321

தன்னுடைய தாயின் தோட்டத்தைப் பராமரிப்பது கிரேக்குக்கு மிகவும் பிடிக்கும். எங்களுக்குப் பொருத்தமானது என்று கூறி விவசாயம் குறித்து மாலி மக்களுக்குக் கற்பிக்கும் பணியினை அமைதிப்படை தங்களுக்கு வழங்கியதாக அவர்கள் என்னிடம் கூறினார்கள். "அவர்கள் கூறியதை அப்படியே நம்புகிற அளவு நாங்கள் அப்பாவிகளாக இருந்தோம்" என்று கிரேக் வெறுப்புடன் கூறினார்.

இந்த இளம் தம்பதியரை உடனடியாகவே என் உறவினர் போல பாவிக்க ஆரம்பித்தேன். நவீனப் பேரரசு ஏன் இவ்வளவு வேகமாகவும், ரகசியமாகவும் பரவுகிறது என்பதை அவர்களது கண்களின் வழியாகப் பார்ப்பது எளிதாக இருந்தது. மிகச் சிறந்த நோக்கங்களுடன் கிரேக்கும், சின்டியும் அமைதிப்படையில் சேர்ந்தார்கள். மக்களுக்கு வழங்குவதற்குத் தங்களிடம் திறமை இருப்பதாக அவர்கள் கருதினார்கள். அமெரிக்க அரசாங்க நிறுவனங்களுடனும், உலக வங்கி போன்ற சர்வதேச அமைப்புகளுடனும் பணியாற்றுவதன் மூலம் ஆப்பிரிக்காவிற்கு வளமையைக் கொண்டு வரலாம் என்று அவர்கள் எண்ணினார்கள். மாறாக, தாங்கள் முற்றிலும் வேறுபட்ட ஒரு வேலை பார்ப்பதை அவர்கள் கண்டார்கள். ஒரு புது வகை பேரரசு நிர்மாணத்திற்கு வழிவகுக்க அவர்கள் பயன்படுத்தப்பட்டார்கள்; மற்றொரு சுரண்டலுக்கான அடித்தளம் அமைக்க பயன்படுத்தப்பட்டார்கள். அவர்களை விட மக்களுக்கு எந்த விஷயம் அதிகம் தெரிந்திருந்ததோ அதையே மக்களுக்குக் கற்பிக்கும்படி அவர்கள் பணிக்கப்பட்டபோதுதான் இந்த வஞ்சகத்தின் முதல் அறிகுறி அவர்களுக்கு உறைத்தது.

"நாங்கள் மாலி விவசாயிகள் மத்தியில் பணியாற்றினோம். அனுபவம் மிக்க விவசாயிகளுக்கு தங்களது நிலத்தில் எப்படி விவசாயம் செய்ய வேண்டும் என்று சொல்லிக் கொடுப்பதற்காக அமைதிப்படை போன்ற ஒரு அமெரிக்க அமைப்பு ஒரு குழந்தைகள் கூட்டத்தை அனுப்புகிறது என்றால் அது எவ்வளவு பைத்தியக்காரத்தனமானது என்று உங்களால் கற்பனை செய்ய முடியுமா? மாலியர்கள் அதைப் பற்றி என்ன நினைப்பார்கள்?" என்று கிரேக் கேட்டார்.

குற்ற உணர்வும், குழப்பமும் இருந்தபோதும், அமைதிப்படை பயணங்களினால் தாங்கள் மிதமிஞ்சிய பலன் பெற்றதாக ஒப்புக் கொண்டார்கள். பழக்கவழக்கங்கள், சடங்குகள், மொழிகள், இசை மற்றும் அவர்கள் எதைக் கற்பிக்கச் சென்றார்களோ அதைப் பற்றியும் விவசாயத்தைப் பற்றியும் தெரிந்து கொண்டார்கள்.

"மற்றொரு வளர்ச்சி அமைப்பில் பணியாற்றுவதற்காக நானும் சின்டியும் 2005ல் மீண்டும் மாலி சென்றோம். ஆப்பர்ச்சுனிடிஸ் இண்டஸ்டிரியலிசேஷன் சென்டர்ஸ் இண்டர்நேஷனல் (Opportunities industrialisation centers International-OICI) என்பது அந்த அமைப்பின் பெயர். அதன் ஆப்பிரிக்க விவசாய சேவை திட்டத்தின் ஆலோசகர்களாகச் சென்றோம். இந்த யுஎஸ்ஏஐடி நிதியுதவி பெறும் அமைப்பு தங்களது நேரத்தையும், திறமையையும் செலவழிக்க தானாக

முன்வரும் அமெரிக்க விவசாயிகளை, ஆப்பிரிக்க கிராமப்புற விவசாயிகளுக்கு மேம்படுத்தப்பட்ட விவசாய உத்திகளைக் கற்பிப்பதற்காக ஆப்பிரிக்காவிற்கு அனுப்புகிறது."

"இது அமைதிப்படையிலிருந்து வித்தியாசமாக இருக்கும் என்று எண்ணினேன். ஏனெனில், அப்போது நான் விவசாயி ஆகிவிட்டேன். என்னிடம் நிபுணத்துவமும் இருந்தது. மேலும் எனக்கு மாலி தெரியும். ஆனால், நான் மீண்டும் மேலிருந்து கீழான அணுகுமுறையிலேயே பங்கேற்றுக் கொண்டிருக்கிறேன் என்பது தெரிந்து திகைத்துப் போனேன். மாலியர்களிடமிருந்து பணத்தைத் திருடியது போல் உணர்ந்தேன். அதே விஷயத்தை அவர்கள் இன்னும் சிறப்பாகக் கற்பித்து கௌரவமான சம்பளம் பெற்றிருந்திருப்பார்கள். நான் யார்? அவர்களுக்கு சந்தை தெரியும். அவர்களுக்கு நிறைய தெரியும். விவசாய சேவைத் திட்டம் எங்களை அங்கு அழைத்துச் செல்வதற்காக ஏராளமான பணம் செலவழித்திருக்கிறது. விமானக் கட்டணம், போக்குவரத்து, மருத்துவக் காப்பீடு, மற்றும் சில அன்றாடச் செலவுகள். விவசாய நிபுணர்கள், ஆலோசகர்கள் என்று நாங்கள் கருதப்பட்டோம். ஆனால், நான் எங்கு அனுப்பப்பட்டேனோ அந்த கிராமத்தில் ஏமாற்றமடைந்து உட்கார்ந்திருந்தேன். நான் இங்கே என்ன செய்து கொண்டிருக்கிறேன் என்று என்னை நானே கேட்டுக் கொண்டேன். நான் இந்தப் பாத்திரத்தை வகிப்பதற்காகச் செலவழிக்கப்பட்ட தொகையில் ஒரு மாலியன் குடும்பம் வருடக்கணக்கில் வாழும்."

மரபணு மாற்றப்பட்ட விதைகளின் தீமை பற்றி அவர்களுக்குத் தெரிய வந்தவுடனும், அத்தகைய விதைகளை உற்பத்தி செய்து விற்கும் அமெரிக்க அமைப்புகள் மற்றும் பெரும் நிறுவனங்களுக்கும் இடையிலான கூட்டுச் சதி தெரிய வந்தவுடனும் அவர்களது சந்தேகங்கள் அதிகரித்தன. நூற்றுக்கணக்கான ஆண்டுகளாக நிலத்தில் வாழ்ந்து வரும் விவசாய குடும்பங்கள், தொடர்ந்து பயிரிடுவதற்காக விதைகளைச் சேமித்து வைத்தவர்கள், இப்போது ரசாயன உரங்கள், பூச்சிக் கொல்லிகள், விதைகள் போன்றவற்றைப் பன்னாட்டு நிறுவனங்களிடமிருந்து விலைக்கு வாங்க வேண்டியிருக்கிறது.

"ஒரு நாள் மாலையில், கிராமத்திலிருந்த ஒரே தொலைக்காட்சி பெட்டி முன் குழுமிய உள்ளூர் மக்கள் என்னையும், கிரேக்கையும் தங்களோடு சேருமாறு அழைத்தனர். மரபணு மாற்றப்பட்ட பயிர் எதிர்ப்பு மாநாடு ஒன்றிற்கான விளம்பரம் ஒன்று ஒளிபரப்பானது. அத்தகைய பயிர்கள், குறிப்பாக பருத்தி, அறிமுகப்படுத்தப்படுவதற்கு எதிராக மாலியன் விவசாயிகள் தெருவில் இறங்கிப் போராடும் காட்சிகள் அதில் இடம் பெற்றிருந்தன. ஒருவரையொருவர் பார்த்துக் கொண்ட நாங்கள் அந்த மாநாட்டில் பங்கேற்க வேண்டும் என்று தீர்மானித்தோம். மறுநாளே நாங்கள் புறப்பட்டோம். அது பிரமிப்பு ஊட்டுவதாக இருந்தது: மரபணு மாற்றப்பட்ட பயிர்கள், பருத்தி மானியங்கள், மற்றும் ஆப்பிரிக்க விவசாய பாரம்பரியம் பற்றி ஒரு

வார காலத்திற்கு மாநாடு நடக்கிறது. மாலி, கினியா, புர்கினா போசோ, டோகோ, பெனின், காம்பியா நாடுகளிலிருந்து விவசாயிகள், மற்றும் கல்வியாளர்கள், விஞ்ஞானிகள், செயல்வீரர்கள் மற்றும் அரசியல்வாதிகள் ஆகியோரும் பங்கேற்றனர். நியாயமற்ற வர்த்தகக் கொள்கைகளால் பாதிக்கப்பட்ட, உரிமை இழந்த விவசாயிகள் எண்ணற்றோர் குற்றப் பத்திரிகை வாசித்தனர். மரபணு மாற்றப் பயிர்களால் ஏற்படக் கூடிய பொருளாதார, சுற்றுச்சூழல், கலாசார, மற்றும் அரசியல் ஆபத்துகள் குறித்து ஏராளமான விஷயங்கள் கற்பிக்கப்பட்டன. (46) யுஎஸ்ஏஐடியும், மான்சாட்டோவும் ஒன்று சேர்ந்து மாலிய சட்டத்தைத் திருத்தப் போகிறார்கள் என்கிற உண்மையைச் சுற்றி பல விவாதங்கள் நடந்தன. மாலியில் உள்ள யுஎஸ்ஏஐடியில் பணியாற்றும் ஒருவர் மூலம், மரபணு மாற்றப் பயிர்களை அறிமுகப்படுத்தவும், விற்கவும், அதன் காப்புரிமையை வைத்துக் கொள்ளவும் அனுமதிக்கும் வகையில் மாலி அரசியல் சட்டத்தை மாலி மொழியில் திருத்தி எழுதும் வேலையில் அமெரிக்க அரசாங்க அமைப்பு ஒன்று மான்சாட்டோவுடன் இணைந்து செயல்பட்டுக் கொண்டிருக்கிறது என்பதை நேரடியாகத் தெரிந்து கொண்டோம்."

சின்டி மேலும் கூறினார்; "மாலியன் விவசாயிகள் மீது அமெரிக்காவின் பருத்தி மானியங்கள் ஏற்படுத்திய நாசகரமான பாதிப்பைப் பற்றியும் அதிகமாகத் தெரிந்து கொண்டோம். அமெரிக்க விவசாயிகளை செயற்கையாக குறைக்கப்பட்ட விலைகளில் விற்பதற்கு அனுமதிப்பதன் மூலம் உலக சந்தைகளில் ஆப்பிரிக்க உற்பத்தியாளர்கள் விற்கும் விலையைவிடக் குறைவாக விற்கிறோம். ஆப்பிரிக்க விவசாயிகள் தங்கள் பருத்தியைப் பெரும்பாலும் ஒரு வருடம் அல்லது அதற்கும் மேலாக இருப்பு வைக்க நேர்கிறது, பின்னர் தரைமட்ட விலைக்கு விற்கும்படி நிர்ப்பந்திக்கப்படுகிறார்கள் அல்லது விற்பதேயில்லை. நிலைமையை மேலும் மோசமாக்க, உணவுப் பயிர்களிலிருந்து பணப்பயிரான பருத்திக்கு மாறும்படி ஆப்பிரிக்க விவசாயிகளைப் பேசிப் பேசியே சம்மதிக்க வைத்துவிடுகிறார்கள். உற்பத்தியைப் பெருக்குவதற்கான முயற்சியாக விவசாயிகள் விதைகள், பூச்சிக் கொல்லிகள், களை அழிக்கும் மருந்துகள், புதிய கலப்பைகள், மற்றும் உரங்கள் ஆகியவற்றைக் கடனுக்கு வாங்குகிறார்கள். அது அவர்களை இன்னும் ஆழமாக கடன் நெருக்கடிக்குள் தள்ளுகின்றது. கடன் வழங்கும் நிறுவனமான சிஎம்டிடி (ஜவுளித் தொழில் வளர்ச்சிக்கான மாலிய நிறுவனம் - மொர்)) மாலியில் பருத்தி உற்பத்தியிலும், விற்பனையிலும் கிட்டத்தட்ட ஏகபோக ஆதிக்கம் செலுத்துகிறது. சிஎம்டிடி நிறுவனத்தில் மாலிய அரசாங்கமும், சிஎப்டிடி (ஜவுளித் தொழில் வளர்ச்சிக்கான பிரெஞ்சு நிறுவனம் - மொர்)) என்கிற பிரெஞ்சு நிறுவனமும் பங்குதாரர்கள். நிறுவனத்தின் 60% பங்குகள் பிரெஞ்சு நிறுவனத்தின் வசம் உள்ளன."

"ஆக அமெரிக்கர்கள் மட்டும் தனியாக இல்லை" என்ற கிரேக் புன்முறுவல் செய்தார். "நாம் இங்கிலாந்தின் ஆதிக்கத்தில் இருந்த

காலத்திலேயே பிரான்ஸ் இங்கே வந்துவிட்டிருந்தது. ஆனால், இன்று நாம்தான் தலைவர். இதைச் சொல்லவே எனக்கு வெட்கமாக இருக்கிறது. அமெரிக்க அசராங்கத்தின் மீதும், பன்னாட்டு நிறுவனங்களின் மீதும், அவற்றின் தங்கள் வசதிக்கேற்ப விஷயங்களை மாற்றும் கொள்கைகளின் மீதும் மாநாட்டில் பங்கேற்றவர்கள் உணர்ச்சி பொங்க தங்கள் கோபத்தை வெளிப்படுத்தினர். ஆக்ரோஷம், நெஞ்சைப் பிசையும் வேதனை, கோபம். இந்த உணர்வுகளை நீங்கள் சுவாசித்தாலே உணரக்கூடிய அளவு காற்றில் கலந்திருந்தன. முடிவில், அது என் தலைமுடியைக் குத்திட்டு நிற்கச் செய்தது".

"மாலியில் பொருளாதார வளர்ச்சி பெருங்குழும நிறுவனங்களின் நலன்களுக்கு ஏற்பவே இயக்கப்படுகிறது என்ற முடிவிற்கு நானும் சின்டியும் வந்தோம். வளர்ச்சி அமைப்புகளின் முகங்கள் உதாரண குணம் கொண்டவை போல் தோற்றமளிக்கின்றன. அந்த மக்களின் வாழ்க்கையை முன்னேற்றுவதற்காகப் பணியாற்றும் உதவி அமைப்புகளைப் போல அவை தங்களைச் சித்திரித்துக் கொள்கின்றன. எனினும், அவர்களது உண்மையான நோக்கங்களான இயற்கை வளங்களையும், மனித வளங்களையும் கைப்பற்றுவது, சந்தைகளின் மீது ஆதிக்கம் செலுத்துவது ஆகியவை விளம்பரப் பிரசாரத்தின் மூலம் மூடி மறைக்கப்படுகின்றன. மாலியின் பொருளாதார வளர்ச்சி பெரும் நிறுவனங்களால் இயக்கப்படுவதால், அந்த செயல்முறை ஜனநாயகத் தன்மை உள்ளதாக இருப்பதில்லை.

மிகப் பெரும்பாலான திட்டங்கள் மாலியர்கள் கேட்டுக் கொண்டதாலோ, அவர்களால் துவக்கப்பட்டதோ, நிர்வகிக்கப்படுவதோ அல்லது வழிநடத்தப்படுவதோ அல்ல. விளைவுகள் பெரும்பாலும் நாசகரமானவை. மாலி தேசத்தின் பொருளாதார மற்றும் சமூக நிலைமைகள் முன்பிருந்ததைவிட மோசமாகிவிடும். மேலும், வளர்ச்சித் தொழில் பெரும் எண்ணிக்கையில் அதீத சம்பளம் வாங்கும் அந்நியர்களை உருவாக்கியிருக்கிறது; அவர்கள் மிகவும் ஆடம்பரமான வாழ்க்கை வாழ்கிறார்கள்; அவர்கள் எந்த மக்களுக்குச் சேவை செய்ய வேண்டுமோ அவர்களோடு எந்தத் தொடர்பும் அற்றவர்களாக இருக்கிறார்கள்."

"மற்றொரு புறத்தில், வளர்ச்சி எனும் கட்டுக்கதை அமெரிக்காவில் இன்னும் உயிரோடும், ஆரோக்கியமாகவும் இருக்கிறது" என்று சின்டி கூறினார். ஆப்பிரிக்கா மற்றும் இதர மூன்றாம் உலக நாடுகளின் மக்கள் அறியாமை நிறைந்தவர்கள், பின்தங்கியவர்கள், நிராதரவானவர்கள், முட்டாள்கள், மற்றும் தங்களது வாழ்க்கையைத் தாங்களே நிர்வகித்துக் கொள்ளும் ஆற்றல் அற்றவர்கள் என்று இந்த கட்டுக்கதைகள் சித்திரிக்கின்றன. அந்த நம்பிக்கை தாங்கள் மற்றவர்களைவிட மேலானவர்கள் என்கிற உணர்வையும், அதிகார உணர்வையும் அமெரிக்கர்கள் மத்தியில் உருவாக்குகிறது. இது ஒரு அந்நியத்தன்மையை உருவாக்குகிறது. அவர்கள் நமக்கு எதிரானவர்கள் என்ற எண்ணத்தை உருவாக்குகிறது."

கிரேக்கும், சின்டியும் தாங்கள் ஒரு அறக்கட்டளையை உருவாக்க உத்தேசித்திருப்பதாக என்னிடம் தெரிவித்தார்கள். அது உண்மையிலேயே மக்கள் அனைவரும் பங்கேற்கக் கூடியதாகவும், ஜனநாயகத் தன்மை கொண்டதாகவும், மாலியின் வளர்ச்சிக்கு தன்னை அர்ப்பணித்துக் கொண்டதாகவும் இருக்கும் என்றனர். இயற்கை வேளாண்மை, கூட்டுறவு அமைப்புகள், மற்றும் நியாயமான வர்த்தகம் ஆகியவற்றின் மீது கவனம் செலுத்தும். ஆனால், அது மாலியர்களின் அனுபவ அறிவையும், ஞானத்தையும் உள்ளடக்கியதாக இருந்தால் மட்டுமே அதைச் செய்வோம் என்றார்கள்.

"அத்தகைய அமைப்பு தங்களது சொந்த மக்களுக்குக் கற்பிப்பதற்காக ஆப்பிரிக்கர்களுக்கு ஊதியம் வழங்கும். மாலியர்களின் சராசரி ஆண்டு வருமானம் 400 டாலர்கள். ஒரு அமைதிப்படை தொண்டருக்கு பயிற்சி அளிப்பதற்கும், அவர்களது பயணச் செலவிற்கும், சுகாதாரக் காப்பீட்டிற்கும், சம்பளம் கொடுப்பதற்கும் ஆகும் செலவில் டஜன் கணக்கான உள்ளூர் மக்களுக்கு அவர்களது தரத்தின்படியே நல்ல ஊதியம் வழங்க முடியும் என்று கருதுகிறோம். அவர்கள் இன்னும் சிறப்பாக வேலை பார்ப்பார்கள்" என்று சின்டி வலியுறுத்தினார்.

இருக்கும் அமைப்பை நீடிக்கச் செய்யும் தொண்டு நிறுவனங்களையும் மற்றும் அதை உண்மையிலேயே மாற்றுவதற்காக தங்களை அர்ப்பணித்துக் கொண்டிருக்கும் அமைப்புகளையும் வேறுபடுத்திப் பார்க்க வேண்டியதன் அவசியத்தைப் பற்றி நாங்கள் உரையாடினோம். "பொதுவாக, நல்ல அமைப்புகள் அவை சிறியவை உள்ளூர் மக்களோடு நேரடியாக சேர்ந்து பணியாற்றுகின்றன. அதன் ஊழியர்கள் இந்த நாட்டு மொழியைப் பேசுகிறார்கள். அவர்கள் யாருக்காகப் பணியாற்றிக் கொண்டிருக்கிறார்களோ அவர்களைப் போலவே வாழ்கின்றனர்" என்று கிரேக் சொன்னார்.

இந்த நூலின் அடுத்த பகுதியில் விவாதிக்கப்படுபவை உள்ளிட்ட சிறந்த தொண்டு நிறுவனங்கள் பன்னாட்டு நிறுவனங்களைச் சேர்ந்தவர் களை, அவற்றின் விதிமுறைகள் மற்றும் செயல்படும் கொள்கைகளைத் திருத்துவதன் மூலம், நல்ல குடிமக்களாக மாற்று வதற்கே தங்களை அர்ப்பணித்துக் கொண்டுள்ளன. அவர்கள் எஞ்சியுள்ள நாம் கடைப்பிடிக்கும் வாழ்க்கை முறையின் விளைவுகளையும், ஆக்கப்பூர்வ நடவடிக்கைகள் எடுக்க வேண்டிய பொறுப்பு நமக்கு இருக்கிறது என்பதை நாம் உணர்ந்து கொள்ளவும் உதவுகின்றனர்.

கெட்ட தொண்டு நிறுவனங்கள் பேரரசின் சேவகர்கள் என்றால், நல்ல தொண்டு நிறுவனங்கள் எதிர்காலத் தலைமுறையினருக்கு நல்லதொரு உலகை விட்டுச் செல்வோம் என்கிற நம்பிக்கையை அளிக்கின்றன.

52
நிலைமைகளை மாற்றுவது என்கிற தீர்மானம்

ஆப்பிரிக்கா குறித்த எந்தக் கதையும் வஞ்சகத்தையே ஆதாரமாகக் கொண்டிருக்கிறது. எகிப்திலிருந்து மாலி வரையிலும், மாலியிலிருந்து டகோ கார்சியா வரையிலும் அமெரிக்கப் பேரரசின் கொள்கைகளின் ஆதாரமாக இருப்பது தந்திரமும், மறுப்பும்தான். வரலாற்றில் வேறு எந்தக் கதையையும் போலவே ஈவிரக்கமற்றது. ரோம், ஸ்பெயின், போர்ச்சுகல், பிரான்ஸ், இங்கிலாந்து, மற்றும் ஹாலந்து போன்ற ஏகாதிபத்திய அரசுகளாலும், அல்லது ஹிட்லர் மற்றும் ஜோசப் ஸ்டாலின் ஆகியோரால் கொல்லப்பட்டவர்களை விடவும் அதிகமானவர்கள் அதன் கொள்கைகளின் மற்றும் செயல்களின் விளைவாக உயிரிழந்துள்ளார்கள். அந்த ஏகாதிபத்தியங்களை விடவும் அதிகமான மக்களை அது அடிமைப்படுத்தியிருக்கிறது. எனினும், பகட்டான வாய்ச்சவடால்களுக்குப் பின்னால் ஒளிந்து கொண்டிருக்கும் அதன் குற்றங்கள் கிட்டத்தட்ட உலகின் கவனத்திற்கு வராமலேயே போய்விடுகிறது. இந்தப் பொய்களின் சதியில் நமது கல்வி முறையும், ஊடகங்களும் நேரடியாகப் பங்கேற்கின்றன. எனவே, உலக வங்கி மற்றும் ஐஎம்எப் ஆகியவற்றின் கொள்கைகள் எவ்வளவு ஆபத்தானவை என்பதை நமக்குக் கற்பிக்கின்றன; லத்தீன் அமெரிக்கா ஜனநாயகத்தை நோக்கிய பாதையின் ஒளிவிளக்காக இருக்கிறது; நவகாலனியவாதம் எந்த அளவிற்கு தோல்வியடைந்திருக்கிறது என்பதை மத்தியக் கிழக்கு அம்பலப்படுத்துகிறது; இவை எல்லாவற்றை விடவும் மிக முக்கியமான பாடமாக ஆப்பிரிக்கா விளங்குகிறது. அமெரிக்காவை நோக்கி மேற்கே பார்த்திருக்கும் ஆப்பிரிக்கா தன் கைகளை வாயருகே வைத்துக் கூவுகின்றது; எச்சரிக்கையாக இருங்கள்! விழிப்புடனும், சுறுசுறுப்பாகவும் இருங்கள்! நடவடிக்கை எடுங்கள்!'

நவீனப் பேரரசின் வரலாறு குறித்த இந்த நூலின் இறுதிப்பகுதிகளை முடிப்பதற்கும், இவற்றை மாற்றுவதற்கான திட்டமிடலில் நம்மை நாமே ஈடுபடுத்திக் கொள்வதற்கும் பொருத்தமான பேசுபொருள் ஆப்பிரிக்காதான். வேறு எந்த இடத்தை விடவும், ஆப்பிரிக்கா உடனடியாகச் செயல்பட வேண்டிய அவசர அவசியத்தை வெளிச்சம் போட்டுக் காட்டுகிறது. சுரங்கத்திற்குள் செத்துக் கிடக்கும் குயில் அது.

சுரங்கம் ஒரு மரணவலை. நம்மை நாமே காத்துக் கொள்ள வேண்டும்; நமது குழந்தைகள் நிலையான, நீடித்திருக்கும் உலகில் வாழ்வதற்கு வழி வகுக்க வேண்டும். அதைச் செய்ய வேண்டுமானால் நாம் ஆப்பிரிக்கா கூறுவதைக் காது கொடுத்துக் கேட்க வேண்டும். அட்லான்டிக்கிற்கு அந்தப்பக்கம் இருந்து அலறும் குரலிற்கு நாம் நமது செவிகளைத் திறந்து வைப்பது தவிர்க்க முடியாதது. ஒரு சிறிய சமுதாயத்தில், சிறிய உலகில் நீங்கள் வாழ்கிறீர்கள் என்று அது கூறுகிறது. உங்களது குழந்தைகளைக் காப்பாற்ற வேண்டுமானால், என்னுடைய குழந்தைகளையும் நீங்கள் காப்பாற்ற வேண்டும்; அவர்கள் அனைவரும் ஒன்றுதான், நாம் ஒரு குடும்பம்.

மாலி விவசாயிகளை வறியவர்களாக்கும் அதேவேளையில் இண்டியானா விவசாயிகளை செழிப்படையச் செய்வது இனியும் நடக்காது. ஒரு முறை அது நிகழ்ந்திருக்கலாம். ஆனால், இனிமேல் இல்லை. நமது வாழ்க்கையை வசதியானதாக ஆக்கும் பல்வேறு விஷயங்களுக்கும் அதையே கூறலாம். தேசிய நலன்களின் காலம் மலையேறிவிட்டது. எதிர்கால தலைமுறைகளின் வெற்றி உலகளாவிய நலன்களிலேயே அடங்கியிருக்கிறது; மொத்த மனித சமுதாயத்தின் நலன்களில், உண்மையில் உயிருள்ள அனைத்து ஜீவராசிகளின் நலன்களில் அடங்கியிருக்கிறது. உகாண்டாவின் கசாப்புக்காரன் இடிஅமீன், அல்லது அங்கோலாவின் சாவிம்பி, காங்கோவின் மொபூட்டு மற்றும் கபிலா, நைஜீரியாவின் அபாக்கா மற்றும் ஒபாசன்ஜோ, அல்லது லைபீரியாவின் டோ, இன்னும் சொல்ல வேண்டுமானால் ஜெர்மனியின் ஹிட்லர் ஆகிய எவருக்கும் இந்தக் குடும்பத்தில் இடமில்லை. கலிபோர்னியாவைப் போல் இனி நைஜீரியாவில் எண்ணை சிந்துவதைச் சகித்துக் கொள்ள முடியாது. அல்லது வர்ஜீனியாவின் தோட்டங்களைப் போல் சூடானில் அடிமைகள் இருக்கக் கூடாது. இந்தச் செய்தி உலகம் முழுவதும் மெல்ல பரவிக் கொண்டிருக்கிறது. 2006 இலையுதிர் காலத்தின் போது நியூயார்க்கின் பாதாள ரயில் பாதை முழுவதும் கீழ்க்காணும் சுவரொட்டி ஒட்டப்பட்டிருந்தது:

(டார்பூர் போஸ்டர்) மூலநூலில் 267ம் பக்கம்

ஆப்பிரிக்கா எல்லாப் பிரச்சனைகளையும் ஒன்றிணைக்கிறது. ஒரு வகையில், அது அமைதியாக தடையின்றி நடைபெற்ற சுரண்டலின் கடைசி எல்லை. நம்மை நாமே ஏமாற்றிக் கொள்ளச் செய்யும் மயக்கத்திற்குள் இழுத்துச் செல்லப்பட நாம் அனுமதித்ததால் இந்த அவப்பேறு அதற்குக் கிடைத்திருக்கிறது. மலிவான விலையில் வைரங்கள் மற்றும் தங்கம் என்று கூவி விற்கும் தொலைக்காட்சி விளம்பரங்களுக்கு நாம் பலியாகிவிட்டோம். மடிக்கணினிகள் மற்றும் செல்போன்களின் விலைகள் குறைவது பற்றி நாம் ஜம்பமாகப் பேசிக் கொள்கிறோம். நாம் பெட்ரோலை விரயம் செய்கிறோம். அதன் விலை உயரும்போது புகார் கூறுகிறோம். பொருட்களின் மீது பேராசை எனும்

தரைவிரிப்பிற்குக் கீழே வைர மற்றும் தங்கச் சுரங்கங்களிற்குள் வேலை பார்க்கும் உழைப்பாளிகளையும், எண்ணை சிந்தியதால் விஷ பாதிப்பிற்கு உள்ளான குழந்தைகளையும் கூட்டித் தள்ளி மறைத்து விடுகிறோம்.

நமது சொந்தக் குழந்தைகள் அந்தத் தரைவிரிப்பைத் தங்களது பாரம்பரியச் சொத்தாகப் பெறுவார்கள் என்பதை நாம் மறந்து விட்டோம். அதை மாற்றிப் போடும்படி அவர்களுக்குக் கூறப்படும். நாம் விட்டுச் செல்லும் பயங்கரக் குப்பைகளை அவர்களே சுத்தம் செய்ய வேண்டும்.

ஆப்பிரிக்கா தன் கைகளைக் கூப்பி நம்மிடம் சத்தமாகக் கூறுகிறது. நிச்சயம் இது மாற்றத்திற்கான நேரம். அதிர்ஷ்டவசமாக, நம்மிடம் தேவையான கருவிகள் இருக்கின்றன. நாம் உருவாக்கிய இந்த உலகத்தை நாம் மாற்ற வேண்டும். நாம் அனைவரும் ஒன்றிணைந்து அந்தத் தரைவிரிப்பைத் தூக்க முடியும்; அடியிலிருக்கும் குப்பையை அகற்ற முடியும்; மொத்தத்தில், நாம் நமது குழந்தைகளுக்கு விட்டுச் செல்லப் போகும் இல்லத்தை சுத்தம் செய்ய வேண்டும்.

V

உலகை மாற்றுதல்

53
நான்கு அடிப்படையான கேள்விகள்

2006 அக்டோபர் 17ம் தேதி மேற்கு மசாசுசெட்சில் உள்ள என்னுடைய இல்லத்தில் எச்சரிக்கை மணி அதிகாலையிலேயே எழுப்பிவிட்டது. காலை விமானத்தில் நான் சான் பிரான்சிஸ்கோ செல்ல வேண்டியிருந்தது. ரெயின் பாரஸ்ட் ஆக்ஷன் நெட்வொர்க் (RAN ரான்மழைக்காடுகள் பாதுகாப்புக் குழு - மொர்) என்கிற லாப நோக்கற்ற அமைப்பின் நிதி திரட்டும் விழாவில் நான் உரையாற்றவிருந்தேன். மரங்களை வெட்டும் விஷயத்தில் உலகின் மிகவும் சக்தி வாய்ந்த நிறுவனங்கள் சிலவற்றைத் தங்களது கொள்கைகளை மாற்றிக் கொள்ளும்படி செய்திருந்தது அந்த அமைப்பு. படுக்கையிலிருந்து உருண்டு எழுந்த நான், படிகளில் தட்டுத்தடுமாறி இறங்கினேன்; காபிக்காக கெட்டிலில் தண்ணீர் நிரப்பினேன். பாத்திரங்கள் கழுவும் தொட்டிக்கு மேலே இருந்த சிறு சன்னல் வழியாகப் பார்த்தேன். தூரத்திலிருந்து மலைகளுக்கு மேலே சூரியன் உதித்துக் கொண்டிருந்தது. நியூ இங்கிலாந்தின் அற்புதமான இலையுதிர்காலக் காலைப் பொழுது. நான் பார்த்தவற்றிலேயே பிரகாசமான நாள். கெட்டிலை அடுப்பில் வைத்து விட்டு, என் சோம்பலை முறித்து, விருந்துண்ணும் அறைக்கு சாவதானமாக நடந்து சென்றேன். அங்கிருந்த பெரிய சன்னலின் வழியாக வெளியே பசுமை போர்த்தியிருந்த துடிப்பான மலைகளையும், சிவந்த சூரியனையும், ஜொலிக்கும் மரக்கிளைகளையும் உற்றுப் பார்த்தேன். பனி படர்ந்திருந்த ஒரு குன்றின் மேல் காணப்பட்ட நடமாட்டம் என் கவனத்தை ஈர்த்தது. காட்டு வான்கோழிகளின் கூட்டமொன்று மலை முகட்டின் மீது நடந்து சென்றது. சுமார் நூறு கோழிகள் இருக்கும். அவற்றின் நிழல் மெதுவாகவும், விநோதமாகவும், வரலாற்றுக்கு முந்தைய பறவைகளின் கேலிச்சித்திரங்கள் போல முன்னே நகர்ந்து கொண்டிருந்தது.

நூல் அலமாரியில் இருந்த கடிகாரத்தில் மணி பார்த்தேன். நான் நிறைய நேரம் பொழுதைக் கழித்துவிட்டதை உணர்ந்து குளிக்கச் சென்றேன். வானொலியைக் கடந்து சென்றபோது உள்ளூர் என்பிஆர் நிலையத்தை இயக்கினேன். நீரின் வெப்பத்தை சரி செய்தவாறு அன்றைய கூட்டத்தில் நான் ஆற்றப் போகும் உரை பற்றி சிந்தித்தேன். அந்த அமைப்பின் தலைவர் ஜிம் கோலின் அடிக்கடி கூறும் ஒரு

கருத்தை வலியுறுத்த விரும்பினேன். நாம் பெரும் நிறுவனங்களுடன் இணைந்து பணியாற்ற வேண்டும், அவற்றுக்கு எதிராக அல்ல என்றும், நமது லட்சியம் முதலாளித்துவத்தை முடிவிற்கு கொண்டு வருவது அல்ல, மாறாக அதன் தரத்தை மேலும் உயர்த்துவதுதான் என்றும் அவர் கூறுவார். பின்னர் திடீரென்று வானொலி அறிவிப்பாளரின் வார்த்தைகள் என் கவனத்தை ஈர்த்தது.

"நூறு ஆண்டுகளுக்குள் மசாசுசெட்சிலிருந்து அனைத்து மேபிள் (அமெரிக்க கண்டத்தில் வளரும் ஒரு வகை நிழல் தரும் மரம். கனடாவின் தேசியச் சின்னமாக இருப்பது அதன் இலைதான் - மொர்) மரங்களும், உதிரும் இலைகளும் மறைந்து விடும். சமீபத்தில் நடந்த ஒரு விஞ்ஞான பூர்வமான ஆய்வின்படி, புவி வெப்பமடைவதால் நமது சீதோஷ்ண நிலை வடக்கு கரோலினாவினுடையதைப் போல் ஆகிவிடும். " அந்தப் பெண் பெருமூச்சு விட்டார். "ஆகவே, இந்த ஆண்டின் காட்சியை அனுபவியுங்கள். இது போன்ற காட்சிகள் பின்னர் கிடைக்காமல் போகலாம்"

குறியலறையில் இருந்த ஜன்னலின் வழியே பார்த்தபடி அந்த இடத்திலேயே ஒரு கணம் நின்றேன். வெளியே, வீட்டுக்கு அருகில் இருந்த சிவப்பு மேபிள் மரம் காற்றினால் ஒரு பக்கமாகச் சாய்ந்தது. அதன் கிளைகள் வீட்டின் சுவரை உரசின. பரிச்சயமான அந்த ஓசை ஒரு கெட்ட சகுனம் போல் தோன்றியது. மரண ஓசை. நான் முற்றிலும் நிலைகுலைந்தது போல் உணர்ந்தேன்.

பின்னர், நாட்டின் குறுக்கே விமானத்தில் பறந்து கொண்டிருந்தபோது, நியூ இங்கிலாந்தின் இலையுதிர் காலம் என்பது வரலாறாக ஆகிவிடக் கூடிய சாத்தியம் பற்றியே சிந்தித்துக் கொண்டிருந்தேன். இலையுதிர் கால இலைகளின் மரணம் என்பது ஒரு 'சாத்தியம்' அல்ல, விஞ்ஞான ரீதியாகக் கணிக்கப்பட்ட ஒரு நிகழ்வாகும் என்பதை உணர்ந்தேன். ஆர்க்டிக் பனி உருகுவதை அமைதியாகப் பார்த்துக் கொண்டிருக்கும் எஸ்கிமோக்களை எண்ணி முதல் முறையாக உண்மையிலேயே பரிதாபப்பட்டேன். நான் திபெத்தில் சந்தித்த நாடோடிகள் இமாலயப் பனிப்பாறைகள் உருகுவதை எண்ணி வருந்தியதை எண்ணினேன். பல வருடங்களாக புவிவெப்பப் பிரச்சனையை அறிவு ரீதியாக மட்டுமே நான் ஏற்றுக் கொண்டிருந்தேன். ஆனால், இலைகள் உதிர்ந்து கிடக்கும் காலமே ஒவ்வொரு ஆண்டும் எனக்குப் பிடித்தமான காலம். அந்தக் காட்சிகளைக் கண்டு ரசித்து வளர்ந்தவன் நான். அது அழிந்து கொண்டிருக்கிறது என்பது என்னை மிகவும் பாதித்தது.

பின்னர் எனக்கு வேறு ஒரு சிந்தனையும் இருந்தது: விஞ்ஞான ரீதியாகக் கணிக்கப்பட்ட ஒரு சம்பவம் நிகழ்ந்தே ஆக வேண்டும் என்கிற அவசியமில்லை என்பதை உணர்ந்தேன். குறைந்த பட்சம் மனிதர்களாகிய நாம் காரணமாக இருக்கக் கூடிய ஒன்று கட்டாயம் நிகழ்ந்தே ஆக வேண்டியதில்லை. நம்மால் அதை நிறுத்த முடியும். என்னுடைய உரைகளின் போது நான் பல முறை கூறிய ஒன்று என்

நினைவிற்கு வந்தது: உலகை மாற்ற வேண்டுமானால் நிறுவன அதிகார வர்க்கத்தை மாற்ற வேண்டும்; இந்த சொற்ப மனிதர்கள் உலகின் தலைவிதியை நிர்ணயிக்க தொடர்ந்து அனுமதிக்கக் கூடாது. பனிச்சிகரங்கள், பனிப்பாறைகள், இலையுதிர்கால அற்புதக் காட்சி மற்றும் நம் சந்ததியினர் மீது அவர்கள் நடத்தும் தாக்குதலைத் தடுத்து நிறுத்த வேண்டும்.

என்னுடைய முன்னோர்கள் பல தலைமுறைகளாக எதற்காக உழைத்தார்களோ, போரிட்டார்களோ அந்த அமெரிக்காவை என்னுடைய விமானத்திலிருந்து பார்த்த போது, ஆசியா, லத்தீன் அமெரிக்கா, மத்திய கிழக்கு, மற்றும் ஆப்பிரிக்கா ஆகியவற்றில் பொருளாதார அடியாட்கள் மற்றும் குள்ளநரிகள் சம்பந்தப்பட்ட அனைத்துக் கதைகளும், வெறும் கதைகளே என்கிற உண்மை உறைத்தது. அந்தக் கதைகள் பெருமிதத்தையோ, கோபத்தையோ, மகிழ்ச்சியையோ அல்லது சோகத்தையோ உண்டாக்கலாம். ஆனால், இறுதியில் அவை கடந்த காலம் குறித்த கதைகள் மட்டுமே. அவற்றை இன்னும் முக்கியமானதாக நாம் மாற்றவில்லை என்றால்; நம்மை செயல்படத் தூண்டும் பாடங்களாக அவை ஆகவில்லை என்றால்.

அந்த நாள் எனக்கு மிக முக்கியமான நாள். உலகை மாற்ற வேண்டும் என்று மக்களைத் தூண்டக் கூடிய ஒரு நூலை எழுதுகிறேன் என்று உறுதி அளித்துவிட்டேன். இந்த நூலின் இறுதிப் பகுதியான இது தவிர மற்ற அனைத்துப் பகுதிகளையும் எழுதி முடித்துவிட்டேன். இந்த கணம் வரை, என்னுடைய முயற்சிகள் சந்தேகத்தின் காரணமாக தடைப்பட்டுக் கொண்டே இருந்தன. என்ன சொல்ல வேண்டும் என்பது குறித்து நான் நன்கு அறிந்திருந்தேன், ஆனால் அதை என்ன விதமாகச் சொல்வது என்பது பற்றி எனக்குத் தெரிந்திருக்கவில்லை. தாங்கள் வசதியாக வாழ்வதற்குத் தேவையானவற்றை வழங்கும் ஒரு அமைப்பை மாற்றும்படி ஆண்களையும், பெண்களையும் எப்படி சம்மதிக்க வைப்பது? பொருளாதார அடியாட்கள் மற்றும் குள்ளநரிகள் பற்றி அவர்களுக்குத் தெரிந்திருந்தபோதும், அவை தாங்கள் அனுபவிக்கும் வசதிகளுக்குக் கொடுக்கும் பயங்கரமான விலை என்று எண்ணும்போது? நிறுவன அதிகார வர்க்கம் போன்ற ஒரு சக்தியை அவர்கள் எதிர்த்து நிற்கும்படி செய்யும் சொற்களை எங்கிருந்து நீங்கள் கண்டுபிடிப்பீர்கள்? மக்களின் விருப்பத்திற்கு ஏற்றவாறு பெரும் நிறுவனங்களை வளையச் செய்யும்படி செயல்படுவதற்கு எப்படி அவர்களுக்கு உத்வேகம் அளிப்பது?

அன்று அமெரிக்காவின் கிழக்கு கரையிலிருந்து மேற்கு கரை நோக்கி நான் பறந்து கொண்டிருந்தபோது, என்னுடன் எடுத்து வந்திருந்த கையெழுத்துப் பிரதிகளை வாசித்தேன். இந்தக் கேள்விகள் ஒன்றும் புதியவை அல்ல என்பதை உணர்ந்தேன். வரலாறு நெடுகிலும் ஒடுக்குமுறைக்கு எதிராகவும், நீதிக்காகவும் போராடிய ஒவ்வொருவரும் இது போன்ற கேள்விகளை எழுப்பியிருக்கிறார்கள். அடுத்த நாட்களில்,

பழைய நண்பர்களையும், ரான் அமைப்பு மற்றும் அதன் சகோதர அமைப்புகளைச் சேர்ந்தவர்களுடன் நான் ஏற்படுத்திக் கொண்ட புதிய நண்பர்களையும் சந்தித்த பின், இந்தக் கேள்விகளுக்கான விடை வேறு நான்கு கேள்விகளுக்கான பதிலில் கிடைக்கும் என்பதை உணர்ந்தேன்.

நாம் கவனிக்க வேண்டிய முதல் கேள்வி நம்மால் நமது குறிக்கோளை அடைய முடியும் என்கிற நம்பிக்கை சம்பந்தப்பட்டது. உண்மையிலேயே ஒரு மாற்றத்தைக் கொண்டு வந்துவிடலாம் என்று நம்பிக்கை கொள்கிற நிலையில் நாம் இருக்கிறோமா? நம்பிக்கை கொள்வதற்குக் காரணங்கள் இருக்கின்றன என்று பாவித்துக் கொண்டு, நாம் அடுத்த கேள்விக்கு நகர்கிறோம். மாற்றம் வேண்டும் என்பதில் நாம் உறுதியாக இருக்கிறோமா? பொருளாதார அடியாட்கள், குள்ளநரிகள் மற்றும் உலகம் முழுவதும் மக்கள் அனுபவிக்கும் துன்பம் ஆகியவை உடனடியாக நம்மைப் பாதிக்கின்றன. ஆனால், மாற்றத்திற்கான நமது முயற்சிகளை நியாயப்படுத்தும் நமது குறைகள் பற்றிய திட்டவட்டமான சான்றுகள் இப்போது நமக்குத் தேவைப்படுகிறது. மூன்றாவதாக, நமது முயற்சிகளை செல்லுபடியாக்கக் கூடிய, அனைவரையும் ஒன்றுபடுத்துகின்ற கோட்பாடு எதுவும் இருக்கிறதா? நம்முடைய தார்மீக, மத, அல்லது தத்துவார்த்த விழுமியங்களை மற்றவர்கள் மீது திணிக்க விரும்பவில்லை; மாறாக, உண்மையிலேயே உலகளாவிய அளவில் பலன் தரக் கூடியதும், நீடித்திருக்கக் கூடியதுமான கோட்பாட்டை உருவாக்க விரும்புகிறோம். இறுதியாக, நாம் ஒவ்வொருவரும் என்ன செய்ய முடியும்? நானும் நீங்களும் தனிப்பட்ட முறையில் நம்முடைய திறமைகளையும், ஆர்வத்தையும் மதிப்பிட வேண்டியிருக்கிறது. நம்முடைய தனிப்பட்ட சாத்தியங்கள் என்ன, விருப்பங்கள் என்ன? அவை எப்படி பொது லட்சியத்தோடு பொருந்துகின்றன?

பின்வரும் அத்தியாயங்களில், நாம் இந்தக் கேள்விகளை ஆழமாக ஆராய்வோம். கடந்த கால, நிகழ் கால யதார்த்த உலகின் பிரதிபலிப்புகளையே நாம் கணக்கில் எடுத்துக் கொள்வோம். இதே கேள்விகளைத் தங்களுக்குள்ளே கேட்டு, அதற்கான விடைகளைக் கண்டறிந்து, இப்போது செயல்பட்டுக் கொண்டிருக்கும் இன்றைய முன்னோடிகளிடம் நாம் உரையாடுவோம். அது நாம் ஒவ்வொருவரும் நம்முடைய சொந்த முடிவுகளை எடுக்க நமக்கு உதவும். கடந்த காலத்தில் பலனளித்த அணுகுமுறைகள் மற்றும் இன்று வெற்றிகரமாக இருக்கும் அணுகுமுறைகளை நாம் பரிசீலிப்போம். இது போன்ற சமயங்களில், தத்துவவாதிகளாக இருப்பதும், நம்முடைய செயல்களின் தார்மீக விளைவுகள் பற்றி ஆராய்வதும் முக்கியமாகும்; எனினும், கண்கூடான மற்றும் நீடித்திருக்கும் மாற்றத்திற்கு வழிவகுக்கும் நடைமுறை சார்ந்த வழிமுறைகளையே பிரயோகிக்க வேண்டியதும் அவசியமாகும்.

54
மாற்றம் சாத்தியமே

செயலில் இறங்குவதற்கும், ஆபத்துகளை எதிர்கொள்வதற்கும் நாம் நம்மை அர்ப்பணித்துக் கொள்ள வேண்டுமெனில், மாற்றம் சாத்தியமே என்பதை முதலில் நாம் மனப்பூர்வமாக ஏற்றுக் கொள்ள வேண்டும். நம்பிக்கை கொள்வதற்கான காரணங்கள் இருக்கின்றனவா?

இந்நூலின் பக்கங்களில் அமெரிக்கப் புரட்சி பற்றி பல்வேறு முறை குறிப்பிட்டிருக்கிறேன். போகிற போக்கில் ஒப்பிடப்பட்டதல்ல அது. முன்பு இங்கு குடியேறியவர்களின் முன்பிருந்த சவால்களுக்கும், நிறுவன அதிகார வர்க்கத்தின் தவறான வழிகாட்டுதலின் கீழ் நாம் வாழ்ந்து கொண்டிருக்கும் இன்றைய காலகட்டத்தின் நிலைமைகளுக்கும் பல ஒத்த தன்மைகள் இருக்கின்றன.

நிறுவன அதிகார வர்க்கத்தை மாற்றி விடலாம் என்கிற திட நம்பிக்கை கொண்டவர்களின் எண்ணிக்கை இன்னும் அதிகரித்துக் கொண்டிருக்கிறது. என்றாலும், வெற்றி சாத்தியமே என்று குடியேறியவர்கள் நம்பும் வரை அமெரிக்கப் புரட்சி சாத்தியமில்லை. பிரெஞ்சு மற்றும் இண்டியன் யுத்தத்தில் 'பேட்டில் ஆப் வைல்டர்னஸ்' (அமெரிக்க உள்நாட்டு யுத்தத்தின் போது 1864ல் நடந்த ஒரு சண்டை - மொர்) என்றழைக்கப்படும் மோனோன்கலா சண்டையின் போது, பேரரசைத் தோற்கடிக்க முடியும் என்பதை பிரிட்டிஷ் குடிமக்கள் (அமெரிக்காவில் குடியேறியவர்கள் - மொர்) 1755ல் முதலில் கண்டனர். பிரிட்டிஷ் ஜெனரல் எட்வர்ட் பிராடோக்கின் கீழ் பணியாற்றிய ஜார்ஜ் வாஷிங்டன் இங்கிலாந்தின் வரலாற்றிலேயே மிக மோசமான தோல்விகளில் ஒன்றை நேரடியாகக் கண்டார். அது அவர் மீது ஏற்படுத்திய தாக்கம் அளப்பரியது.

பிராடோக் கொல்லப்பட்டார். வாஷிங்டன் ஒரு நாயகராக உதித்தெழுந்தார். சொந்த மண்ணில் வளர்ந்த தலைவர்கள் மீது காலனிய மக்களுக்குப் புது மரியாதை பிறந்தது. அப்போது வரையிலும் வெல்ல முடியாததாகக் கருதப்பட்ட ஒரு ராணுவத்தின் (பிரிட்டன் ராணுவம் - மொர்) மீது அவர்கள் வைத்திருந்த மரியாதை குறைந்தது. எனினும், இங்கிலாந்திற்கு விசுவாசமாக இருந்த டோரிகளைப் (பிரிட்டன் வலதுசாரிக் கட்சியைக் குறிக்கும் சொல் - மொர்) போல, பெரும் எண்ணிக்கையிலான அமெரிக்கர்கள் எந்த முடிவு எடுப்பதையும் தள்ளிப் போட்டனர்.

பின்னர், புரட்சியின் போது 1775ல் நடைபெற்ற 'பேட்டில் ஆப் பங்கர் ஹில்' எனும் கடும் சண்டையின்போது அமெரிக்கப் படைகள் பிரிட்டிஷ் படைகளைத் தோற்கடித்தன. அமெரிக்கர்களிடம் வெடிமருந்து தீர்ந்து போன போதும், பிரிட்டிஷ் படைகள் தாங்கள் வெற்றி அடைந்துவிட்டதாகக் கூறிக் கொண்ட போதும், பிரிட்டிஷ் படைகளில் கிட்டத்தட்ட பாதிப் பேர் ஒன்று கொல்லப்பட்டிருந்தனர் அல்லது படுகாயமடைந்திருந்தனர். காலனிய மக்களின் தன்னம்பிக்கை ஒரு புது மட்டத்திற்கு உயர்ந்தது.

1776 கிறிஸ்துமஸ் இரவில் ஜெனரல் வாஷிங்டன் வெலாவாரைக் கடந்ததும், மறுநாள் பெரிதும் அஞ்சப்பட்ட ஹெஸ்ஸியன் கூலிப்படையினரை டிரென்டனில் அவர் அபாரமாகத் தோற்கடித்ததும் கண்டு சுமார் எட்டாயிரம் புதியவர்கள் கான்டினென்டல் ராணுவத்தில் சேர்ந்தனர். பின்னர் ஒரு வருடத்திற்குள், சராடோகாவில் குடியேறியவர்கள் (அமெரிக்கர்கள் - மொர்) பெற்ற வெற்றி யுத்தகளத்தில் அமெரிக்கர்களே மேலானவர்கள் என்பதை நிலைநிறுத்தியது. மாற்றத்தை ஏற்றுக் கொள்வதே தங்களது நலன்களுக்கு உகந்தது என்ற முடிவிற்கு பிரிட்டிஷாரை வரச்செய்தது. அது தீர்மானகரமான திருப்பு முனையாகும்; அதனால் பிரான்ஸ் அமெரிக்காவின் நண்பனாக ஆனது.

தொண்ணூறுகளின் பின்பகுதியிலும், புதிய நூற்றாண்டின் ஆரம்ப வருடங்களிலும் டிரீம் சேஞ்ச் அமைப்பின் ஊழியனாக அமேசானுக்கு நான் மேற்கொண்ட பல பயணங்களின் போது எனக்கு தனிப்பட்ட முறையில் மோனோங்கெலா போன்ற அனுபவம் ஏற்பட்டது. அந்தக் காடுகளின் மீது நான் பறக்கும் ஒவ்வொரு முறையும் மேலும் மேலும் அதிகமான அழிவையே கண்டேன்.

இது ஒரு தோல்வி என்று சுவார் மக்கள் எனக்கு இடைவிடாமல் நினைவுறுத்திக் கொண்டே இருந்தார்கள்; நீண்ட கால விழிப்புணர்வு இல்லாமையின் வெளிப்பாடு; பிரெஞ்சு மற்றும் இந்தியன் யுத்தங்களின்போது பிரிட்டிஷார் தவறிழைத்தது போல நிறுவன அதிகார வர்க்கமும் தவறிழைக்கக் கூடும் என்பதற்கான அறிகுறி. பாதையில் மாற்றம் ஏற்பட வேண்டும் என்பது வெறும் ஒரு விருப்பம் மட்டுமல்ல; மனிதஇனம் பிழைத்திருக்க வேண்டுமென்றால் மாற்றம் அதற்கு ஒரு முன் நிபந்தனையாகும் என்பதைப் புரிந்து கொண்டேன்.

ஒரு பேரரசு வீழ்ந்தால் அது கலவரங்களுக்கும், யுத்தங்களுக்கும், அதிலிருந்து புதிய பேரரசு உருவாவதற்கும் இட்டுச் செல்கிறது என்பதை வரலாற்றிலிருந்து நாம் தெரிந்து கொண்டுள்ளோம். நவீன காலத்தில், கலவரங்களும், யுத்தங்களும் உயிரிழப்பை ஏற்படுத்துகின்றன என்பது நமக்குத் தெரியும். தென் அமெரிக்கக் காடுகளே எனக்கு இதைப் புரிய வைத்தன. நாம் ஒரு மாற்றைக் கண்டுபிடித்தாக வேண்டும் என்பதை நான் அறிந்து கொண்டேன். ஆனால், இது

சாத்தியமா என்று என்னை நானே கேட்டுக் கொண்டேன். எனக்கு ஆதாரம் தேவைப்பட்டது.

அமேசானுக்குப் பயணங்கள் மேற்கொண்டது மட்டுமின்றி, அதோடு கூடவே பிரச்சனைகளைத் தீர்ப்பதற்கு நூதனமான அணுகுமுறைகளைக் கண்டுபிடிக்க வேண்டும் என்று அதிகாரிகளுக்குக் கற்பித்துக் கொண்டிருந்தேன். எக்சான், ஜெனரல் மோட்டார்ஸ், போர்ட், ஹார்லிடேவிட்சன், ஷெல், நைக்கி, ஹீவ்லட்பாக்கர்ட், மற்றும் உலக வங்கி போன்ற உலகின் மிகவும் சக்தி மிக்க நிறுவனங்களைச் சேர்ந்தவர்கள் என்னுடைய மாணவர்கள்.

அரசியல் சட்டத்தின் பதினான்காவது திருத்தத்தின்படி வாழும் ஒரு மனிதனுக்கு என்ன உரிமைகள் இருக்கின்றனவோ அதே உரிமைகள்தான் நிறுவனங்களுக்கும் இருக்கின்றன என்பதை அப்போது பிரபலமாக இருந்த பல்வேறு நூல்களும், திரைப்படங்களும் சுட்டிக் காட்டின. 1886ல் சான்டா கிளாரா கவுன்டிக்கும் (கவுன்டி என்றால் நகராட்சி - மொர்), தெற்கு பசிபிக் ரயில்பாதை நிறுவனத்துக்கும் இடையில் நடந்த வழக்கொன்றிற்கு தீர்ப்பளிக்கும்போது அமெரிக்க உச்சநீதிமன்றம் இந்தக் கருத்தை ஆதரித்து தீர்ப்பு வழங்கியது. அன்றிலிருந்து அது ஒரு சட்ட உண்மையாக இருக்கிறது. ஒரு தனிநபரிடம் என்னென்ன பொறுப்புகளை எதிர்பார்க்கிறோமோ அதே பொறுப்புகளை ஒவ்வொரு நிறுவனமும் ஏற்றுக் கொள்ள வேண்டும் என்று நான் அந்த அதிகாரிகளிடம் வலியுறுத்தினேன். அதுவும் ஒரு நல்ல குடிமகனாக இருக்க வேண்டும்; சமுதாயத்தின் கௌரவமான, ஒழுக்கமான உறுப்பினராக இருக்க வேண்டும்.

சர்வதேச நிறுவனங்கள் விஷயத்தில், உலகமே அந்தச் சமுதாயம் என்று வரையறுக்கப்பட வேண்டும். யதார்த்தத்தில் நிறுவனங்கள் நல்ல குடிமக்கள் என்பதற்கு நேர் எதிரானவை. அவர்கள் அரசியல்வாதிகளுக்கு லஞ்சம் கொடுத்து மிகப் பிரம்மாண்டமான அளவில் சமுதாயத்தை ஏமாற்றும் சட்டங்களை இயற்றச் செய்கிறார்கள். மிகக் குறிப்பாக, அவர்கள் தங்கள் வர்த்தகத்தை நடத்துவதனால் சமுதாயத்திற்கு ஏற்படக்கூடிய உண்மையான சேதங்களுக்கான மதிப்பு மற்றும் செலவுகள் பலவற்றைக் கொடுக்காமல் தவிர்க்க அனுமதிப்பதன் மூலம் ஏமாற்றுகிறார்கள். விலைகளைக் கணக்கிடும்போது 'புறஅம்சங்கள்' என்று பொருளாதார நிபுணர்களால் அழைக்கப்படுவது சேர்க்கப்படு வதில்லை. அந்தப் புற அம்சங்களில் பின்வருபவையும் அடங்கும்: அரிய இயற்கை வளங்கள் அழிக்கப்படுவதால் ஏற்படக்கூடிய சமூக மற்றும் சுற்றுச்சூழல் சேதங்களின் மதிப்பு; சூழல்மாசு ஏற்படுத்தும் சேதம்; காயமடைந்த அல்லது உடல்நலம் குன்றிய தொழிலாளர்களுக்குப் போதுமான மருத்துவ சிகிச்சை அல்லது சிகிச்சையே அளிக்காதிருப்பதால் தொழிலாளர் சமுதாயத்திற்கு ஏற்படும் சுமையின் மதிப்பு; தீங்கு விளைவிக்கக் கூடிய பொருட்களை விற்பதற்கு நிறுவனங்கள்

அனுமதிப்படும்போது (அரசியல்வாதிகள் மற்றும் அதிகாரிகளால்) பெறப்படும் மறைமுக நிதி; கழிவுகளைக் கடலிலும், நதிகளிலும் கொட்டுவதால் ஏற்படும் சேதத்தின் மதிப்பு; உயிர்வாழ்வதற்கு அத்தியாவசியமானதை விடவும் குறைவான கூலி கொடுப்பதால் சுரண்டப்படும் மதிப்பு; தரக்குறைவான பணி நிலைமைகளால் மிச்சமாகும் செலவு; சந்தை விலையைவிடவும் குறைவான விலையில் பொது நிலத்திலிருந்து இயற்கை வளங்களை எடுப்பதால் மிஞ்சும் செலவு ஆகியவை. மேலும், பொது மானியங்கள், விதிவிலக்குகள், பெருமளவிலான விளம்பரங்கள், மற்றும் அரசாங்க மட்டத்தில் தங்களுக்கு ஆதரவு திரட்டும் காரியங்கள், சிக்கலான போக்குவரத்து மற்றும் தகவல் தொடர்பு அமைப்புகள் போன்ற பொது மக்களின் வரிப்பணத்தால் அளிக்கப்படும் சலுகைகள் மற்றும் வசதிகளையே பெரும்பாலான நிறுவனங்கள் சார்ந்திருக்கின்றன; அவற்றின் நிர்வாகிகள் அளவுக்கதிகமான சம்பளம் மற்றும் படிகள் பெறுகிறார்கள்; மற்றும் ஓய்வுகால நிதி என்ற பெயரில் பெரும் தொகையை வரிவிலக்கோடு பெறுகிறார்கள்.

முறையாகக் கணக்கிடப்பட்டால், இந்தப் புறஅம்சங்கள் எல்லாம் உற்பத்திச் செலவை மதிப்பிடும்போது கணக்கில் கொள்ளப்படும். இயற்கையாகவே 'தூய்மையாக' இருக்கும் பொருட்களும், சேவைகளும் விலை மிக மலிவாக இருக்கும். சுற்றுச்சூழலையும், சமுதாயத்தையும் பாதிக்கும் உற்பத்திப் பொருட்களுக்கு நுகர்வோர் கூடுதல் விலை கொடுக்க வேண்டியிருக்கும்; சேதத்தை சரி செய்வதற்கான செலவு விலையில் சேர்க்கப்பட்டிருக்கும்.

உண்மையான சுதந்திர சந்தைப் பொருளாதாரத்தில், இந்த உண்மையான மதிப்புகள் அல்லது செலவுகள் அகவயமாக்கப்படும் சேர்த்துக் கொள்ளப்படும். ஆனால், அப்படி நடப்பதில்லை. ஏன்? ஏனெனில், கணக்கு வழக்குகளைப் பராமரிக்கும் நிறுவனங்கள் முறையான கணக்கிடும் கோட்பாடுகளைக் கடைப்பிடிக்க வேண்டும் என்கிற கட்டாயமில்லை; சட்டங்கள் என்ன சொல்கின்றனவோ அதைப் பின்பற்றினால் போதும். அந்தச் சட்டங்கள் நிறுவன அதிகார வர்க்கத்தைச் சார்ந்திருக்கும் அரசியல்வாதிகளால் இயற்றப்பட்டவை.

நவீன நிறுவனங்கள் தனிமனிதர்களுக்கு உரிய அனைத்து உரிமைகளையும் பெற்றுள்ளன; ஆனால், தனிநபருக்குரிய பொறுப்புகள் எதுவும் அவற்றுக்கு இல்லை. உண்மையில், அவற்றுக்குத் திருடுவதற்கான உரிமம் வழங்கப்பட்டிருக்கிறது. பொருளாதார நிலைப்பாட்டிலிருந்து கூறுவதானால் அதற்கு மாற்றாக வேறு சொல் கிடையாது. ஏற்கனவே செல்வந்தர்களாக இருப்பவர்களை மேலும் வளமாக்குவதற்காக அவை ஏழைகளையும், எதிர்காலத் தலைமுறைகளையும் சூறையாடுகின்றன.

நான் பயிற்சிப் பட்டறைகளை நடத்தியபோதும், இந்த விஷயங்கள் குறித்து மேலும் சிந்தித்தபோதும், நிறுவனங்களில் அடிப்படையான

மாற்றம் வேண்டும் என்று வலியுறுத்துவது ஒரு விஷயம், அதை நம்மால் நிகழச் செய்ய முடியும் என்ற நம்பிக்கையை மக்களுக்கு ஊட்டுவது என்பது முற்றிலும் வேறு விஷயம் என்பதை உணர்ந்தேன். பங்கர் ஹில், டிரென்டன், மற்றும் சாரடோகாவின் சமகால இணைகள் எவை? நமக்கு நம்பிக்கையளிக்கும் ஆதாரமான அம்சங்கள் எவை?

நியூ இங்கிலாந்தின் இலையுதிர்கால மரங்கள் அழியும் ஆபத்தை எதிர்நோக்கியிருக்கின்றன என்பதை நான் தெரிந்து கொண்ட அந்த அக்டோபர் தினத்தில் சான்பிரான்சிஸ்கோவிற்கு விமானத்தில் பறந்து கொண்டிருந்தேன். அப்போது பயணத்தின் போது வாசிப்பதற்காக நான் எடுத்து வந்திருந்த இதழ்களில் வெளியாகியிருந்த கட்டுரைகளில் அதற்கான விடையைக் கண்டேன்.

55 நவீன மினிட்மென்கள்

(அறிவிப்பு வந்த ஒரு நிமிடத்திற்குள் ராணுவப் பணிக்குத் தயாராக இருக்க வேண்டியவர்களின் படை. அமெரிக்கா உள்நாட்டு யுத்தத்தின்போது 1774ல் இது முதன் முதலில் அமைக்கப்பட்டது - மொார்.)

"சுற்றுச்சூழல் போராளிகள்"

"கான்கார்ட் பாலத்தில் மினிட்மென்கள்"

"பசுமை கெரில்லாக்கள்"

நான் உரையாற்றவிருந்த லாப நோக்கமற்ற அமைப்பான மழைக்காடுகள் பாதுகாப்புக் குழுவினர் பற்றி குறிப்பிடுவதற்காகப் பயன்படுத்தப்படும் சொற்கள் இவை. அழியும் ஆபத்திலுள்ள காடுகளைக் காக்கும் விஷயத்தில் புகழ் பெற்றது ரான் அமைப்பு. எனினும், விமானத்தில் நான் வாசித்த கட்டுரைகள் சுமார் அரை நூற்றாண்டுக்கு முன்பு எண்ணிப் பார்த்து, பின்னர் முற்றிலும் மறந்துவிட்ட ஒரு விஷயத்தை எனக்கு நினைவூட்டின. ரான் இன்னும் பெரிதான ஒரு அமைப்பிற்கான முன்மாதிரியாக இருக்கலாம் என்று அவை கூறின. பன்னாட்டு நிறுவனங்களின் பைபிளான 'பார்ச்சூன்' முதல் 'தி டிரை சைக்கிள்: தி புத்திஸ்ட் ரிவிவ்யூ' வரையிலான இந்த பல்வேறு வகை இதழ்களில் வெளிவந்த கட்டுரைகள், ஒத்துழையாமை, வீதி நாடகம், மற்றும் வன்முறையற்ற போராட்டங்கள் மூலமாக தன்னார்வத் தொண்டர்கள் கருத்து சுதந்திரத்தைக் கடைப்பிடிப்பது பற்றி விரிவாக விவாதித்திருந்தன. ரான் ஊழியர்கள் பெரும் நிறுவனங்களுக்கு முன்பு ஊர்வலம் நடத்துகிறார்கள், கைத்தட்டிகளை உயர்த்திப் பிடித்து ஆட்டுகிறார்கள், நிறுவனங்களின் அப்பட்டமான அத்துமீறல்களைக் கண்டிக்கும் பதாகைகளைத் தொங்க விடுவதற்காக அந்நிறுவனங்களின் கட்டடங்களின் மீது ஏறுகிறார்கள்.

செய்தித்தாள்களில் முழுப்பக்க விளம்பரங்கள் வெளியிடுகிறார்கள்; ஆசிரியருக்குக் கடிதங்கள் எழுதுகிறார்கள். எனினும், மக்களுக்கோ அல்லது சொத்துகளுக்கோ சேதம் ஏற்படுத்திவிடக் கூடாது என்பதில் எப்போதும் எச்சரிக்கையாக இருக்கிறார்கள். யாருக்கும் தோல்வியில்லாத, அனைவருக்கும் பயன்தரக் கூடிய அணுகுமுறைகளை உருவாக்க அதிகாரிகளுக்கு உதவுகிறார்கள். அந்த வெற்றிகள் 'மக்களாகிய நாங்கள்' என்கிற அணுகுமுறை நிறுவனங்கள் தங்களை மாற்றிக்

கொள்ளும்படிச் செய்யும் என்பதைத் தெளிவாக்குகின்றன. பலமிக்கவர்களிலும் பலமிக்கவர்களை மனம் மாறச் செய்ய முடியும் என்பதை ரான் நிரூபிக்கிறது. மாற்றங்கள் பெரும் நிறுவனங்களின் தன்னலத்திற்கும், அதே வேளையில் சமுதாயத்தின் பொது நலனிற்கும் பலனளிக்க முடியும்.

1990-களின் மத்தியில், அப்போது வெப்பக் காடுகளை வெட்டி வீழ்த்தும் மிகவும் ஆபத்தான நிறுவனமாகக் கருதப்பட்ட மிட்சுபிசி எனும் பெரு நிறுவனக் குடும்பத்தை தன் கொள்கைகளை மாற்றிக் கொள்ளச் செய்தது ரானின் பிரச்சாரமும், இயக்கங்களும் என்று அசை போட்டுக் கொண்டிருந்த என் நினைவுகளோடு முரண்பட்டன இந்தக் கட்டுரைகள். ரான் அமைப்பின் ஆரம்ப முன்மொழிவுகளை மிட்சுபிசியின் மேலாளர்கள் நிராகரித்தனர்; பேச்சுவார்த்தைக்கு வர மறுத்தனர். அந்த முயற்சி தனிப்பட்டதொரு தன்மையைப் பெற்றது. ரானின் நிறுவனரும், நிர்வாக இயக்குநருமாக இருந்தவரோடு மிட்சுபிசி நேரடியாக மோதியது. வாக்குவாதம் சூடாக இருந்தது; சில சமயம் தனிப்பட்ட தாக்குதலாகவும் ஆனது.

இறுதியில், ரான் வெற்றி பெற்றது. 1997 நவம்பர் 12-ஆம் தேதி மிட்சுபிசி மோட்டார் சேல்ஸ் ஆப் அமெரிக்கா மற்றும் மிட்சுபிசி எலக்ட்ரிக் அமெரிக்கா ஆகிய நிறுவனங்களும், ரானும் வரலாற்றுச் சிறப்புமிக்க ஒரு ஒப்பந்தத்தில் கையெழுத்திட்டன. ஒப்பந்தத்தின்படி அந்த நிறுவனங்கள் 'சுற்றுச்சூழல் பாதுகாப்பு மற்றும் சமூகப் பொறுப்பு' ஆகியவற்றைக் கடைப்பிடிக்கும்; அதோடு கூடுதலாக, தாங்கள் கொடுத்த இந்த வாக்குறுதியை நிறைவேற்றுவதற்காக குறிப்பிட்ட பதினான்கு நடவடிக்கைகள் எடுப்பதாகவும் உறுதி அளித்தது.

இந்த ஒப்பந்தம் போடப்பட்ட பல மாதங்களுக்குப் பின்னர், கலிபோர்னியா கடற்கரையில் ஒரு மாநாட்டில் நான் பங்கேற்றேன். ரானின் நிறுவனரும், நிர்வாக இயக்குநருமான ரான்டி ஹெய்ன்ஸ் அந்த மாநாட்டில் பங்கேற்கும் சுமார் மூன்று டஜன் நபர்களில் அவரும் ஒருவர் என்று நான் கேள்விப்பட்டிருந்தேன். மிகப்பெரும் சவாலை எதிர்கொண்டு, அதில் வெற்றியும் பெற்றுக் கொண்டிருந்த இந்த மனிதருடனான சந்திப்பை நான் எதிர்நோக்கியிருந்தேன். நம்மை நாம் பார்க்கும் விதத்தையும், உலகிடம் எப்படி நடந்து கொள்கிறோம் என்பதையும் மாற்றுவதற்காக நம்மைத் தட்டி எழுப்பிய டாம் பைனே, ஹாரியட் டுப்மேன், மார்ட்டின் லூதர் கிங் ஜுனியர், சீசர் சாவேஸ், ராக்கெல் கார்சன், மற்றும் இதரரின் காலடித்தடங்களைப் பின்பற்றி நடக்கும் அவர் ஒரு நவீன நாயகர் என்பது என்னுடைய கருத்து.

பசிபிக் கடலையொட்டிய ஒரு மலையின் மேல் மாநாடு நடைபெறும் மையம் இருந்தது. பங்கேற்பவர்களுக்கென்று ஒதுக்கப் பட்டிருந்த அறையில் தங்குவதைவிட வார இறுதி விடுமுறையைக் கழிக்க ஒரு கூடாரம் அமைத்து அதில் தங்கிக் கொள்வது என்று

தீர்மானித்தேன். பெருங்கடலை நோக்கியிருந்த மலையுச்சியைத் தழுவியிருந்தன தேவதாரு மரங்கள். அதற்கு மேலே இருந்த ஒரு செங்குத்தான சரிவில் இருந்த ஒரு சிறு தளத்தில் என் கூடாரத்தை அமைத்தேன். ஒரு சரிவிலேயே நான் தூங்க வேண்டும் என்றபோதும், கூடாரக் கதவு போன்ற துணியை விலக்கினால் பாறைகள் நிறைந்த கடற்கரையின் கண்கொள்ளாக் காட்சியை ரசிக்க முடியும். அந்த நாள் தெளிவாகவும், மிதமாகவும் இருந்ததால் நான் அதிகம் அலட்டிக் கொள்ளவில்லை. கூடாரம் வேகமாக எழுந்தது. படுத்தபடி சூரியன் மெல்ல தொடுவானத்தை நோக்கி இறங்குவதை பார்த்துக் கொண்டிருந்தேன். தேவதாரு மரத்தின் வாசமும், கடல் வாசமும் சேர்ந்து மயக்கமூட்டின....

திடீரென்று எழுந்தமர்ந்த நான் என் கைக்கடிகாரத்தைப் பார்த்தேன். கிட்டத்தட்ட அரை மணிநேரம் தூங்கியிருக்கிறேன். என்னை நானே எழுப்பிக் கொண்டு வரவேற்பு விருந்து நடைபெறும் இடத்தை நோக்கிச் சென்றேன். கவிதை போலிருந்த அந்தச் சூழலை விட்டுப் போக எனக்கிருந்த தயக்கத்தை ரானின் நிர்வாக இயக்குநரைச் சந்திக்க வேண்டும் என்கிற ஆவல் முறியடித்துவிட்டது. ராண்டியின் மோசமான எதிரியான மிட்சுபிசியின் அதிகாரி ஒருவர் அதே நேரத்தில் அதே மது விருந்துக்கு வந்து கொண்டிருந்தார் என்பது பற்றி எனக்குத் தெரிந்திருக்கவில்லை.

பத்திரிகை புகைப்படங்களில் பார்த்திருந்ததை வைத்து ராண்டியை நான் உடனடியாக அடையாளம் கண்டு என்னை அறிமுகப்படுத்திக் கொண்டேன்; அவரது பணியைப் பாராட்டி, அவர் சமீபத்தில் அடைந்திருந்த வெற்றிக்காக வாழ்த்து கூறினேன். என்னுடைய அமேசான் அனுபவங்கள் பற்றி அளவளாவினோம். பின்னர் அவர் கதவின் பக்கம் பார்த்தார். அவரது முகத்தில் ஒரு ஆச்சரிய பாவம் தோன்றியது.; தன்னை மன்னிக்கும்படி கூறிவிட்டு, அப்போதுதான் உள்ளே நுழைந்த நபரை நோக்கிப் போனார். கைகுலுக்கிக் கொண்டு அவர்கள் தங்களுக்குள் வாழ்த்து சொல்லிக் கொண்டனர்; பின்னர் மாநாட்டை துவக்குவதற்காக நாங்கள் அனைவரும் அமருமாறு கேட்டுக் கொள்ளப் பட்டோம். என் அருகில் அமர்ந்திருந்த பெண், புதிதாக வந்தவர் மிட்சுபிசியின் அதிகாரி என்று கிசுகிசுத்தார். அந்த முதல் சந்திப்பிற்குப் பின்னர், ராண்டியும் அவரும் ஒருவரையொருவர் சந்திப்பதைத் தவிர்த்தது போல் தோன்றியது.

மறுநாள் முழுவதும் குழுக் கூட்டங்களில் ஆழ்ந்திருந்தோம். நாங்கள் முந்தைய தினம் துவங்கிய உரையாடலைத் தொடர்வதற்காக சுடுநீர் நீச்சல் குளத்தில் பீர் அருந்த வருமாறு விருந்தின் போது ராண்டியை அழைத்தேன். பசிபிக் பெருங்கடலின் மேலே இருந்த மலையுச்சியை அடைந்த நாங்கள் குறுகலான பாதையின் வழியாக நடந்தோம். குளத்தை நாங்கள் நெருங்கியபோது ஏந்கனவே அங்கு ஒருவர் இருப்பதைக் கவனித்தோம். மிட்சுபிசி அதிகாரியும் எங்களைப்

பார்த்து அதிர்ச்சி அடைந்தார். இருந்தாலும் உடனே சமாளித்துக் கொண்டு எங்களைப் பார்த்துப் புன்னகைத்தார். தன்னுடைய பீர் டப்பாவை உயர்த்தினார். "அழகான அஸ்தமனம். தயவு செய்து என்னோடு சேர்ந்து கொள்ளுங்கள்" என்றார்.

எங்கள் உடைகளைக் களைந்து சுடு தண்ணீரில் இறங்கும்போது எனக்கு கொஞ்சம் பரபரப்பாக இருந்தது. சமீப காலம் வரை மோசமான எதிரிகளாக இருந்த இந்த இரண்டு மனிதர்களுக்கும் இடையில், மலையின் மேலே தனியாக இருந்த ஒரே நபர் நான்தான். பிற்பகல் நிகழ்வுகள் பற்றிப் பேசினோம்; மாநாட்டு விஷயங்களைப் பரிசீலித்தோம்; பரஸ்பர நண்பர்களாக இருந்த மற்ற பங்கேற்பாளர்கள் பற்றி விவாதித்தோம். சமீபத்திய மோதல் பற்றி பேசுவதை கவனமாகத் தவிர்த்தோம்.

சூரியன் கடலுக்குள் விழுந்தது. வானம் இளஞ்சிவப்பு நிறத்திலிருந்து கருஞ்சிவப்பிற்கு மாறி, அடுத்து கருநீலநிறம் பெற்றது. நாங்கள் மீண்டும் ஆளுக்கொரு பீர் டப்பாவை எடுத்தோம். ஒன்றுடன் ஒன்றை மெல்ல மோதி வாழ்த்து கூறிக் கொண்டோம். ரான்டியும் நானும் பீரை அருந்தியபோது எங்களது நண்பர் தன்னுடையதை உயர்த்திப் பிடித்தவாறு "ரான்டி, உங்களிடம் முக்கியமான ஒரு விஷயம் சொல்லப் போகிறேன்" என்றார்.

ரான்டி அவரையே நேராகப் பார்த்தார். அவர் என்ன சொல்லப் போகிறார் என்பது என்னைப் போலவே அவருக்கும் தெரியவில்லை என்று நினைத்தேன்.

"நான் உங்களுக்கு நன்றி சொல்ல வேண்டும். ரான் கூறுவதற்கு வெகு நாட்களுக்கு முன்பே நானும் மிட்சுபிசியின் நிர்வாகிகள் பலரும் எங்களது கொள்கைகளை மாற்ற விரும்பினோம். ஆனால், எங்களது நிர்வாகத் தலைமையை எதிர்க்க நாங்கள் துணியவில்லை. எங்கள் வேலை போய்விடுமோ என்று நாங்கள் பயந்தோம். உங்களது போராட்டக்காரர்களும், விளம்பரங்களும் நெருக்குதலைக் கொடுத்தன. அது மிகவும் கடினமாக இருந்தது. நீங்கள் எங்களை மிகவும் கஷ்டப்படுத்தினீர்கள். ஆனால், இறுதியில் நீங்கள் எங்களை வழிக்குக் கொண்டு வந்தீர்கள். நாம் நம்முடைய இன்றைய பங்குதாரர்களைப் பற்றி மட்டும் கவலைப் பட்டால் போதாது, அவர்களின் குழந்தைகள் மற்றும் நம் குழந்தைகளைப் பற்றியும் கவலைப்பட வேண்டிய பொறுப்பு நமக்கு இருக்கிறது என்று எங்களில் ஒருவர் கூறினார். ரான் எங்களுக்கு அந்த வாய்ப்பைக் கொடுத்தது. எங்களையும், எங்கள் நிறுவனத்தையும் சரியான முடிவு எடுக்கச் செய்தோம்." அவர் ரான்டியை நோக்கி முன்னே சாய்ந்தார். அவருடைய பீர் டப்பாவை ரான்டியின் டப்பாவுடன் மெல்ல மோதினார். என்னுடையதும் அவர்களுடையதுடன் சேர்ந்து கொண்டது. "நன்றி" என்றார் அவர்.

பின்னர் அன்றிரவு பசிபிக்கில் புயல் வீசியது. மழை என் கூடாரத்தைத் தாக்கிக் கொண்டிருந்தது. நான் விழித்துக் கொண்டேன். அன்றைய

மாலைப் பொழுதைப் பற்றி சிந்தித்தேன். மிட்சுபிசி மனிதரின் வார்த்தைகள் நம்பிக்கையளித்தன. நான் பொருளாதார அடியாளாக இருந்த நாட்களில் என்னைப் போலவே, அவரும் அவரது சக அதிகாரிகளும் உலகைச் சிறந்ததாக மாற்றுவதற்கு என்ன செய்ய வேண்டும் என்பது அவர்களுக்குத் தெரிந்திருந்தபோதும், தங்கள் மனசாட்சி சொல்வதைக் கேட்கக் கூடாது என்கிற ஒரு அமைப்பிற்குள் சிக்கிக் கொண்டிருக்கிறோம் என்று அவர்களும் எண்ணியிருக்கிறார்கள்.

என்னுடைய செயல்களில் பல தவறானவை என்று என் மனதிற்குத் தெரிந்தபோதும், அது அப்படி இல்லை என்று என்னை சம்மதிக்க வைத்த விஷயங்களைப் பற்றி நினைவு கூர்ந்தேன். பிரம்மாண்டமான அடிப்படைக் கட்டமைப்பு திட்டங்களை நிர்மாணிப்பது வளர்ச்சிக்கு மிக அவசியம் என்றும், வறுமைக்கு அதுவே தீர்வு என்றும் தொழில் பள்ளிகள், சர்வதேச அமைப்புகள், போற்றப்பட்ட பொருளாதார நிபுணர்கள் ஆகியோர் எனக்குக் கற்பித்தார்கள். அந்த சூத்திரத்தைப் பின்பற்றியதற்காக நான் பாராட்டப்பட்டேன்; பதவி உயர்வு அளித்தார்கள், சம்பள உயர்வு அளித்தார்கள், அதிக எண்ணிக்கையில் பணியாளர்களைக் கொடுத்தார்கள், அதிகாரம் கொடுத்தார்கள், பாலின்பம் கொடுத்தார்கள், நிறுவனங்களில் பங்கு கொடுத்தார்கள், காப்பீடு கொடுத்தார்கள்……நம்முடைய சமுதாயத்தில் வெற்றியைக் குறிக்கும் அனைத்தும் அளித்தார்கள். உலகின் பெருமதிப்பிற்குரிய கல்லூரிகளில் உரையாற்ற நான் அழைக்கப்பட்டேன்; அரசுகளின் தலைவர்களோடு மது விருந்துகளில் கலந்து கொண்டேன். மிட்சுபிசி அதிகாரிக்கும், அவரைச் சுற்றியிருந்த மற்ற ஆண்கள் பெண்கள் அனைவருக்கும் அதே போன்ற அனுபவங்கள். குறுகிய காலத்தில் டாலர் மதிப்பில் லாபம் பெறுவது என்பதற்காகவே அவர்களது வாழ்க்கை அர்ப்பணிக்கப்பட்டிருந்தது. பதவி உயர்வுகள், சலுகைகள், அவர்களது குழந்தைகளின் ஆரோக்கியம் என எல்லாமும் காலாண்டு வருமான அறிக்கையையே சார்ந்திருந்தது. ஒயின் நிரப்பப்பட்ட கோப்பைகளின் வழியாகவே உலகைப் பார்க்கும்படி அவர்களுக்குப் பயிற்சி அளிக்கப்பட்டிருந்தது. பின்னர் ரான் கதைக்குள் நுழைந்தது……

காற்று வேகமாக வீசியது. என் கூடாரத்தைப் பார்த்துக் கூவியது. நிலைமைகளை சரி செய்ய வேண்டும் என்ற இயற்கையின் தீர்மானத்தை அறிவிப்பது போல அது இருந்தது. ஆன்டியன் பெண் பூசாரியின் சொற்கள் திரும்பவும் என்னிடம் வந்தன. "உலகைக் காப்பாற்ற வேண்டிய தேவை இல்லை. உலகத்திற்கு எந்த ஆபத்தும் இல்லை. மனிதர்களாகிய நாம் ஆபத்திலிருக்கிறோம். நாம் நமது வழிமுறைகளை மாற்றிக் கொள்ளாவிட்டால் அன்னை பூமி நம்மை ஒட்டுண்ணிகளை உதறித் தள்ளுவதைப் போல் உதறித் தள்ளிவிடுவாள்" என்றிருந்தார் அவர். உதறித் தள்ளுதல் இப்போது ஆரம்பமாகிவிட்டது.

வெள்ளங்கள், வறட்சிகள், தலைவிரித்தாடும் தொற்று நோய்கள், உருகும் பனிப்பாறைகள் போன்ற மிகப் பெரும் உதறித் தள்ளுதல்களுக்கு ஒரு அறிகுறி போல் இன்றைய இரவு தோன்றியது.

திடீரென்று, பற்றி இழுப்பது போன்றதொரு ஓசை கேட்டது. என் கூடாரத்தின் மீது பெய்த மழை அருவி போல் தரையில் கொட்டியது. கூடாரம் தளர்ந்து போனது. மழைத்தடுப்பு அவிழ்ந்தது. கூடாரத்தை அமைத்தபோது நுணுக்கமான விஷயங்களில் போதுமான கவனம் செலுத்தாததற்கு என்னை நானே கடிந்து கொண்டேன். பின்னர், வேகவேகமாக என் பொருட்களை எடுத்துக் கொண்டேன்; டார்ச் லைட்டை ஆன் செய்து கொண்டு, எங்கள் கூட்டங்கள் நடந்த வீட்டை நோக்கி கொட்டும் மழையில் தாவி ஓடினேன்.

யாரோ எனக்காகவே விட்டுச் சென்றது போல, ஒரு சோபாவும், போர்வையும், தலையணையும் இருந்தது கண்டு என் கவலை அகன்றது. நனைந்த உடைகளைக் கழற்றி, போர்வையைப் போர்த்திக் கொண்டு படுத்தேன்; மலையில் தரையில் மோதிய மழையின் ஓசையில் உறங்கிப் போனேன்.

56
மாயையை மாற்றுதல்

அதிகாலையில் எழுந்த நான் சன்னல் வழியே உற்றுப் பார்த்தேன். சூரியன் அப்போதுதான் எழுந்து கொண்டிருந்தது. எங்கும் ஒரு மேகம் கூட தென்படவில்லை. பளீரென்ற சீதோஷ்ண நிலை இருந்தபோதும், அமேசான் சாகசக்காரர் தன்னுடைய கூடாரத்தைக் கூட பாதுகாக்க முடியவில்லையே என்பதை எண்ணிக் கலவரம் அடைந்தேன்; மனதை உறுத்திக் கொண்டிருந்தது. ஈரமாகவே இருந்த என் ஆடைகளை அணிந்து வெளியே வந்தேன். இரவில் வீசிய புயலின் ஒரே அடையாளமாக எஞ்சியிருந்த தென்றல், காற்றை குளிர்வித்தது. கூடாரம் இருந்த இடத்தை நோக்கி நடந்தேன். நான் அங்கு சென்றபோது, உறைந்து போனேன். கூடாரம் காணாமல் போயிருந்தது.

விகாரமாக வெறித்தவாறு அங்கு நின்றிருந்தேன்; ஒரு வேளை தவறான இடத்திற்கு வந்துவிட்டோமோ என்று யோசித்தேன். புயலால் சாய்க்கப்பட்டிருந்த பச்சை மரங்களின் நடுவே இருந்த மஞ் சள் நிற புல்வெளி அப்படி இல்லை என்று கூறியது. ஒரு வேளை வேறு யாரோ ஏற்கனவே அங்கு வந்திருக்கக் கூடும். கூடாரத்தைக் கழற்றியிருக்கக் கூடும். ஆனால் யார்? ஏன்? மிகவும் கீழே தெரிந்த கடற்கரையின் பால் என் பார்வை சென்றது. புயல் பெரும் அலைகளை எழுப்பிவிட்டிருந்தது. அந்த அலைகளின் மீது இரு பேரார்வமிக்க நீர்ச்சறுக்கு ஆட்டக்காரர்கள் விளையாடிக் கொண்டிருந்தார்கள். பின்னர், மலைமுகட்டின் நுனியில் இருந்த தேவதாரு மரங்களில் என் கூடாரத்தின் நிறத்தில் ஒரு நைலான் பந்து போல் ஒன்றைக் கண்டேன்.

நான் அதை நோக்கி ஓடினேன். அதன் புறப்பகுதிகள் கிழியாமல் இருந்தது கண்டு ஆச்சரியமாக இருந்தது; ஆனாலும், அவை அதன் சட்டகங்களுடன் இணைத்துக் கட்டப்பட்டிருந்தன. மிக எச்சரிக்கையாக அதை நான் அங்கிருந்து சரிவிற்கு மேலே எடுத்தேன். அலுமினியக் கம்பி ஒன்று நெளிந்திருந்ததையும், ஏராளமான சகதியையும் தவிர அந்தக் கூடாரம் அலைந்த அலைச்சலுக்கு ஒன்றும் மோசமாகிவிடவில்லை. நான் அதை மறுபடியும் ஒழுங்கமைத்தேன். இந்த முறை மிகவும் ஜாக்கிரதையாக, மழைத்தடுப்பு படுதாவிற்குக் கூடுதல் கவனம் செலுத்தினேன். வீட்டுக்குத் திரும்பி வந்த நான் ஒரு வாளியைக்

கண்டேன். நல்லவேளையாக சக பங்கேற்பாளர்கள் எவரையும் நான் எதிர்கொள்ளவில்லை; வாளி நிறைய தண்ணீர் பிடித்தேன்; கூடாரத்தை அதில் முக்கி எடுத்தேன்; சகதியைத் தேய்த்து அகற்றினேன்.

அந்த வேலை முடிந்தவுடன் மலை முகட்டுப் பாதையில் காலாற நடந்தேன். மழையின் காரணமாக தேவதாரு மரங்கள் மணம் வீசின. ஒரு மர பெஞ்சின் அருகே வந்தடைந்தேன். சூரியன் என் முதுகில் ஒளி வீச நான் அதில் அமர்ந்தேன். கடலைப் பார்த்தபடி பலவீனங்கள் பற்றி சிந்தித்தேன். முதலில், என் பலவீனம். முகாமிடுவதில் முக்கியமான கொள்கையை நான் அலட்சியப்படுத்தி விட்டேன்: மிக மோசமானதை எதிர்பார்க்க வேண்டும், புயல் வீசும் என்று எதிர்பார்க்க வேண்டும். ஒரு பொருளாதார அடியாள் என்ற முறையில், என் பணி சார்ந்த மாயையின் பின்னே இருக்கும் உண்மைகளையும் இப்படித்தான் எளிதில் அலட்சியப்படுத்தி விடுவேன். உலகத்தை நற்பண்புள்ளதாகவும், பாதுகாப்பானதாகவும், பாசம் மிகுந்த இடமாகவும் மாற்றுவதற்குப் பதிலாக, பேரரசை உருவாக்கிக் கொண்டிருந்தேன்; வறுமைப் பிரச்சனைகளைத் தீர்ப்பதற்குப் பதிலாக, நிறுவன அதிகார வர்க்கத்தின் நலன்களுக்காக சேவை செய்து கொண்டிருந்தேன்.

பின்னர் நான் மிட்சுபிசி அதிகாரியின் பலவீனம் குறித்து சிந்தித்தேன். மற்ற பலரைப் போலவே அவரும் புயலை எதிர்பார்க்க மறுத்துவிட்டார். மழைக்காடுகளை வல்லாங்கு செய்வது இறுதியில் தன் குழந்தைகளின் எதிர்காலத்தை அழித்து விடும் என்பதை எதிர்பார்க்கத் தவறிவிட்டார். நீண்ட காலத் துன்பத்தை ஒத்திப் போட யாரேனும் ஒரு அறிவாளி ஏதேனும் ஒரு வழியைக் கண்டுபிடிப்பார் என்று அவர் தன்னைத் தானே சமாதானப்படுத்திக் கொண்டிருக்க வேண்டும் என்று அனுமானித்தேன். சூரிய மின்சாரம், காற்றாலை மின்சாரம், பல தொழில் நுட்பங்களின் கலப்பால் உருவான வாகனங்கள், மண்ணில்லாமல் தண்ணீரிலேயே பயிர் விளைவிக்கும் விவசாயம் போன்றவை கண்டுபிடிக்கப்படும் என்று அவர் எண்ணியிருக்கலாம். நம்மில் பலரைப் போல அவரும் சாக்கு போக்குகளைக் கண்டார்.

கீழே தொலை தூரத்தில் அலைகள் கரையை மோதுவதைப் பார்த்துக் கொண்டிருந்தபோது நான் இவ்விதம் சிந்தித்துக் கொண்டிருந்தேன்: டிரீம் சேஞ்ச் முகாம்களில் கலந்து கொள்வோர் அல்லது எங்களது அமேசான் பயணங்களில் சேர்ந்து கொள்வோரில் பெரும்பாலோர் பெரும் நிறுவனங்களின் அதிகாரிகள் ஒழுக்கமற்றவர்களாகவும், சாத்தான்களாகவும் இருப்பார்கள் என்று சர்வசாதாரணமாகக் கருதிக் கொள்கிறார்கள். அது போல பெரும் நிறுவனங்கள் மிகவும் சக்தி வாய்ந்தவை என்றும், யாராலும் அவற்றை மாற்ற முடியாது என்றும் எண்ணிக் கொள்கிறார்கள். இது கூட ஒரு திரிபுதான்; மக்களாகிய நமக்குரிய பொறுப்பை வேறிடத்தில் இறக்கி வைக்கும் ஒருவகை மறுப்புதான்; பெரும் நிறுவனங்கள் சர்வ வல்லமை உடையவை என்றால், அதன் தலைவர்கள் தீய சக்திகள் என்றால்,

அவர்களது விளம்பரங்களை ஏற்றுக் கொள்வதையும், அவர்களது உற்பத்திப் பொருட்கள் நமக்கு இன்னும் அதிகமாகத் தேவைப்படுகின்றன என்று நம்மை நாமே சமாதானப்படுத்திக் கொள்வதையும் தவிர நாம் செய்யக் கூடியது வேறு ஒன்றும் இல்லை.

ரானும், அதன் தொண்டர்களும் இந்த மாயையை உடைத்தனர். பெரும் நிறுவனங்களின் அதிகாரிகளிடம் அவர்களது அறிவாற்றலை புத்திசாலித்தனமாகப் பயன்படுத்துமாறு கூறுகிறார்கள்; அதே நேரத்தில் அந்த அதிகாரிகள் ஒழுக்கமற்றவர்களோ, சாத்தான்களோ அல்ல என்பதையும், நிறுவனங்கள் சர்வ வல்லமை படைத்தவை அல்ல என்பதையும், நாம் பேடிகள் அல்ல என்பதையும் எஞ்சியிருக்கும் நமக்கு நடைமுறையில் நிரூபித்துக் காட்டினார்கள். நமது வாழ்க்கைக்கும், நாம் நமது சந்ததியினருக்கு விட்டுச் செல்லும் உலகிற்கும் நாமே பொறுப்பேற்க வேண்டும் என்று அவர்கள் அந்த அதிகாரிகளிடமும், மற்ற அனைவரிடமும் சொல்கிறார்கள்.

அந்த பெஞ்சிலிருந்து எழுந்தபோது உற்சாகம் பிறந்தது போல இருந்தது. சுடுநீர் நீச்சல் குள சந்திப்பு புதிய சாத்தியங்களுக்கு என்னுடைய கண்களைத் திறந்துவிட்டது. அன்றும், அதற்கு அடுத்த நாளும் பெரும் நிறுவனங்களில் பணியாற்றிய பங்கேற்பாளர்களிடம் பேசுவதில் கவனம் செலுத்தினேன். ஒரு பொருளாதார அடியாளாக எனக்கு அத்தகைய மனிதர்களைத் தெரியும்; அவர்களில் ஒருவனாக நானும் இருந்திருக்கிறேன்; பயிற்சிப் பட்டறைகளில் அவர்களுக்குப் பாடம் எடுத்திருக்கிறேன்; கருத்தரங்கங்களிலும், மதுவிருந்துகளிலும் அவர்களோடு கலந்து பழகியிருக்கிறேன். அவர்கள் இந்த மாநாட்டில் கலந்து கொண்டிருக்கிறார்கள் என்கிற உண்மையே அவர்கள் மாற்று வழிகளில் தொழில் செய்வதற்குத் தயாராக இருக்கிறார்கள் என்பதைச் சுட்டிக் காட்டுகிறது. ஆனால், இன்னும் குறிப்பான கேள்விகள் என் மனதில் இருந்தன. நான் அவற்றைப் புதிய வகையில் ஆய்வு செய்திட விரும்பினேன்; ஒரு அனுமானத்தைப் பரீட்சித்து பார்க்க விரும்பினேன். பெரும்பாலானவர்கள் ஒரு சிறந்த உலகைத் தங்களுடைய சந்ததிகளுக்கு விட்டுச் செல்ல விரும்பும் கௌரவமான மனிதர்கள்; ரான் போன்ற அமைப்புகளின் தலையீட்டை வரவேற்கிறவர்கள் என்ற என்னுடைய அந்த அனுமானம் உண்மை என்றால், அதன் விளைவுகள் மலைக்கச் செய்யும்.

நான் அந்த அனுமானத்தைத் தொடர்ந்து பரீட்சித்தேன். பெரும் நிறுவன மேலாளர்களுடன் உரையாடுவது மட்டுமின்றி, மற்றவர்களின் ஆய்வுகளையும் நான் படித்தேன். அதிகாரிகள் மத்தியில் தங்களது நலனைத் தவிர வேறு எவரின் வாழ்க்கையையும், நலனையும் பற்றிக் கவலைப்படாத சீக்கு பிடித்த நபர்கள் சிலர் இருந்தபோதும், அவர்களின் எண்ணிக்கை மிகவும் சிறியது; அநேகமாக ஒட்டுமொத்த சமுதாயத்தில் அத்தகையவர்களின் விகிதாசாரம் என்னவோ அதே விகிதாசாரத்தில் இருக்கிறார்கள் என்ற முடிவிற்கு வந்தேன்.

பெரும்பாலான அதிகாரிகள் தங்களது செயல்களின் விளைவுகள் குறித்தும், அவர்கள் தங்களது குழந்தைகளுக்கும், பேரக் குழந்தைகளுக்கும் விட்டுச் செல்லும் உலகைப் பற்றியும் உளப்பூர்வமாக அக்கறை கொள்கிறார்கள். ரான்டி ஹெய்ஸ் போன்றவர்களைக் கண்டு அஞ்சுவது பெரும் நிறுவனக் கலாசாரத்தின் ஒரு பகுதியாக இருக்கலாம் என்றபோதும், தங்கள் உள்ளத்தளவில் அவர்கள் ஹெய்ஸ்களை வரவேற்கிறார்கள். ரான் போன்ற அமைப்புகள் அவர்களது அலுவலகங்களில் பதாகைகளைத் தொங்க விடும்போது, அவர்கள் அமைதியாகப் பெருமூச்சு விடுகிறார்கள்.

இந்த முடிவுகளுக்கு வந்த சில நாட்களிலேயே, பல தனிப்பட்ட நெருக்கடிகளின் தாக்குதலுக்கு உள்ளானேன். குடும்பத்தினர் நோய்வாய்பட்டனர், என் தந்தை இறந்து போனார். என்னுடைய செயல்பாடுகளை, மிகவும் அவசியமான பணிகளை மட்டுமே செய்வது என்கிற அளவிற்குக் குறைத்துக் கொண்டேன். அமேசான் பயணங்கள் மற்றும் வெகு நாட்களுக்கு முன்பே தீர்மானிக்கப்பட்டிருந்த பயிற்சிப் பட்டறைகள் தவிர மற்ற அனைத்துத் திட்டங்களையும் ஒதுக்கி வைத்தேன். பின்னர் 9/11 நிகழ்ந்தது. சம்பவ இடத்தை (கிரவுண்ட் ஜீரோ என்று அதை ஆங்கிலத்தில் அழைக்கிறார்கள் - மொர்) நேரில் சென்று பார்த்தேன். வாக்குமூலங்களை எழுதுவதில் கவனம் செலுத்தினேன். அதன் வெற்றிக்குப் பின்னர் உரையாற்றும் பயணங்கள் மேற்கொண்டேன். 2006ல் நான் ரானின் நிதி திரட்டும் கூட்டத்தில் பங்கேற்கப் பயணித்தபோதுதான், மிட்சுபிசி மற்றும் அது போன்ற நிறுவன அதிகார வர்க்கத்தின் கோட்டைகள் மீது அந்த அமைப்பு நடத்தும் இயக்கங்களின் முழக்கம் பற்றி மீண்டும் சிந்தித்துப் பார்த்தேன்.

நிறுவன அதிகார வர்க்கத்தால் ஆளப்படும் ஒரு உலகை மாற்ற வேண்டுமென்றால், நாம் முதலில் நிறுவனங்களை மாற்ற வேண்டும் என்பதை அந்த விமானப் பயணத்தில் உணர்ந்தேன். இதைப் பற்றி நான் அதிகமாக சிந்திக்க சிந்திக்க ரான்டியும், அவரது ஊழியர்கள் மற்றும் தொண்டர்களும் ஒரு பெரிய காரியத்தைச் சாதித்து விட்டார்கள் என்ற என் நம்பிக்கையும் அதிகமானது. அந்தப் போராட்ட ஊர்வலங்களும், பதாகைகளும் அன்று போஸ்டன் துறைமுகத்தில் கூடை கூடையாக தேயிலைக் கொட்டப்பட்டதன் இன்றைய இணையாகும். (பிரிட்டிஷ் ஏகாதிபத்தியம் தேயிலையின் மீது வரி விதித்ததை எதிர்த்தும், காலனிய தேயிலை வர்த்தகத்தில் அது ஏகபோக ஆதிக்கம் செலுத்தியதை எதிர்த்தும் 1773, டிசம்பர் 16ம் தேதி அமெரிக்க தேசபக்தர்கள் போஸ்டன் துறைமுகத்தில் பிரிட்டிஷ் கப்பலிலிருந்த தேயிலையைக் கடலில் கொட்டினர் - மொர்). சாரடோகாவில் வெல்வதற்கு முன்னால் நீங்கள் தேயிலையைத் தூக்கி எறிய வேண்டும்.

57
புது முதலாளித்துவம்

உலகின் மிகவும் சக்தி வாய்ந்த நிறுவனங்களுக்கு அச்சமூட்டுகின்ற அமைப்பிற்குரிய ரூபம் ரானுக்கு இல்லை. 2006ம் ஆண்டில் அதன் ஊழியர்கள் 40 பேருக்கும் குறைவு; அதன் வரவுசெலவு 4 மில்லியன் டாலர்களுக்கும் குறைவு. அவர்கள் செய்கின்ற வேலைக்கு இது மிகமிகக் குறைவு. அந்த உரையாற்றும் நிகழ்ச்சிக்குப் பிறகு பல முறை நான் சான்பிரான்சிஸ்கோ சென்று அவர்களில் பலரைச் சந்தித்திருக்கிறேன்.

நிறுவன அதிகார வர்க்கத்தின் பலவீனமான புள்ளி எது என்று நான் கேட்டபோது "நிர்ப்பந்தத்திற்கு பணிந்துவிடுவது" என்று ரான் நிர்வாகக் குழுவின் தலைவர் ஜிம் காலின்ஸ் பதிலளித்தார். "முக்கியமான கொள்கை முடிவுகளை மாற்றும்படி அவர்களை சம்மதிக்க வைக்க முடியும் என்பதை நாங்கள் அடிக்கடி காண்கிறோம்". அந்தக் காலத்தில் உலகின் மிகப்பெரும் பங்கு வர்த்தக நிறுவனமாக இருந்த நோமுராவின் டோக்கியோ அலுவலகத்தில் முதன்முதலில் பணியாற்றிய மேற்கத்தியர்களில் ஒருவரான ஜிம், ஜப்பானிய மொழியைச் சரளமாகப் பேசக் கூடியவர். பின்னர் மார்கன் ஸ்டேன்லி நிறுவனத்திற்காக உலகம் முழுவதும் சுற்றி வந்தார். அதற்குப் பிறகு தன்னுடைய சொந்த முதலீட்டு நிறுவனத்தைத் துவக்கினார். பெருநிறுவனங்களின் உலகம் அவருக்கு நன்கு பரிச்சயம்.

"தங்களை மாற்றிக் கொள்வதற்கு அவர்களைச் சம்மதிக்க வைக்க வேண்டுமெனில், நீங்கள் நெளிவு சுளிவானவராக இருக்க வேண்டும். நிலைமைக்கேற்றவாறு உங்களைத் தகவமைத்துக் கொள்ள வேண்டும்". ஜிம் 'ஹோம் டிப்போவை' எடுத்துக்காட்டாகக் கூறி விவரித்தார். "சில்லறை மர விற்பனை வர்த்தகத்தில் உலகிலேயே மிகப்பெரும் நிறுவனம். எங்களோடு பேசுவதற்கு அவர்கள் தயாராக இல்லை. அந்நிறுவனத்தின் கிளைகள் முன்பும், பங்குதாரர்கள் கூட்டத்தின் போதும் ஆர்ப்பாட்டங்கள் நடத்தி நிர்ப்பந்தத்தைப் படிப்படியாக அதிகரித்தோம். அந்நிறுவனத்தின் கிளையொன்றில் பணியாற்றிய நண்பரொருவர் இன்டர்காமின் (நிறுவனத்திற்குள்ளான தொலைபேசித் தொடர்பு முறை - மொர்) ரகசிய பாதுகாப்பு எண்ணை எங்களுக்குத் தெரிவித்தார். அனைத்துக் கிளைகளிலும் அதுதான் பாதுகாப்பு எண்

என்பது பின்னர் தெரிய வந்தது. ஒரு நாள் எங்களது தொண்டர் ஒருவர் அந்த எண்ணை அழுத்தி பின்வருமாறு அறிவித்தார்: “ஹோம் டிப்போ வாடிக்கையாளர்கள் கவனிக்கவும்! 10ம் எண் கவுண்டரில் மரம் விற்கப்படுகிறது. இந்த மரம் அமேசானிலிருந்து வெட்டி எடுக்கப்பட்டது. தரையில் ரத்தம் சிந்தியிருக்கக் கூடும்; தயவுசெய்து எச்சரிக்கையாக இருங்கள். இந்த மரங்களை வெட்டுவதால் மண்ணின் மக்களான பூர்வகுடிகள் இடம் பெயர்க்கப்படுகிறார்கள்; மண்ணின் தரம் குறைக்கப்படுகிறது; பூமி அழிக்கப்படுகிறது”. எங்களது மாணவ நண்பர்களையும் ஆதரவாகத் திரட்டியவுடன் ஒரே நாளில் அந்நிறுவனத்தின் 162 கிளைகளின் முன்பும் ஆர்ப்பாட்டம் நடத்த முடிந்தது. அட்லாண்டாவில் இருந்த ஹோம் டிப்போ தலைமையகத்தில் தொலைபேசிகள் அலறின என்பதை உங்களால் கற்பனை செய்ய முடியும். அதற்குப் பின்னர் அவர்கள் பேச விரும்பினார்கள். முதிர்ந்த மரங்களையும், அழியும் ஆபத்திலுள்ள காடுகளில் வெட்டப்பட்ட மரங்களையும் விற்பதை நிறுத்துவதற்கு அவர்கள் சம்மதித்தனர். அவர்கள் சம்மதித்ததும் ‘லோவ்ஸ்’ போன்ற பெரும் சில்லறை வர்த்தக நிறுவனங்களும் அது போலவே செய்தன.

“நான் ஒரு முதலாளித்துவவாதி” ஜிம் ஒப்புக் கொண்டார். “பெரும் நிறுவனங்களே இன்றைய உலகில் மிகவும் சக்தி வாய்ந்தவை. மாற்றத்தை உருவாக்குவதற்கான அதிகாரமும், ஆற்றலும் அவர்களிடம் இருக்கிறது. அதை நிகழச் செய்வது நம் பொறுப்பு. பொது காரியத்திற்காகச் செயல்படுவதில் எனக்கு நம்பிக்கை இருக்கிறது”.

“கூடாரத்தில் நுழைந்து விட்ட கொசு” என்று ரான் அமைப்பை ‘பார்ச்சூன்’ இதழ் குறிப்பிட்டது. ஏனெனில், தன்னுடைய இலக்குகள் எவ்வளவு பெரியவையாக இருந்தாலும் ரான் அதற்கு அஞ்சுவதில்லை. கிங்கோஸ், ஸ்டாபிள்ஸ், போய்ஸ் காஸ்காடே, சிட்டி குரூப், பாங்க் ஆப் அமெரிக்கா, ஜேபி மார்கன் சேஸ், மெக்டொனால்ட்ஸ், மற்றும் கோல்ட்மேன் சாச்ஸ் ஆகியவை அதன் கோரிக்கைகளுக்குப் பணிந்த நிறுவனங்களில் சிலவாகும்.

ரான் அமைப்பின் அன்றாட நிர்வாகத்தை அதன் தலைவரான ரான்டி ஹேய்ஸ் 2003ம் ஆண்டு மைக் புரூனேவிடம் ஒப்படைத்தார். அவர் தொடர்ந்து செயலூக்கமுள்ள தலைவராக இருந்தார். புதிய நிர்வாக இயக்குநர் முன்னர் பிரச்சார இயக்குநராக இருந்தார். உத்திகளை வகுப்பதில் தன்னுடைய திறமையை நிரூபித்திருந்தார். வெறும் நாற்பது லட்சம் டாலர்கள் கொண்ட ஒரு அமைப்பு எப்படி பத்தாயிரம் கோடி டாலர்கள் கொண்ட பெரும் நிறுவனங்கள் தங்கள் கொள்கைகளை மாற்றிக் கொள்ளும்படி செய்ய முடியும் என்பதை மக்களால் புரிந்து கொள்ள முடியாது என்று அவர் என்னிடம் விளக்கினார். “உலகளாவிய நீதிக்கான பெரும் இயக்கத்தின் ஒரு பகுதி நாங்கள். இறுக்கமின்றித் திரட்டப்பட்டுள்ள சுற்றுச்சூழல்

அமைப்புகளின், சமூக பொறுப்புணர்வு மிக்க முதலீட்டாளர்களின், விழிப்புணர்வு பெற்ற மானுடவியலாளர்களின், மற்றும் பல்வேறு நிறுவனங்களில் பணியாற்றும் ஆதரவாளர்களின் அகிம்சை மார்க்கத்தைப் பின்பற்றும் படை வீரர்கள் நாங்கள். பாரஸ்ட் எதிக்ஸ், பேங்க் டிராக், வோர்ல்ட் வைல்ட் லைப் பன்ட், பிரண்ட்ஸ் ஆப் எர்த், அமேசான் வாட்ச், தி பாச்சமாமா அலையன்ஸ், தி ரக்கஸ் சொசைட்டி, கிரீன்பீஸ், குளோபல் எக்சேஞ்ச், தி சியரா ஸ்டூடண்ட் கோயலிசன், தி ஸ்டூடண்ட் என்விரமண்டல் ஆக்சன் கோயலிசன், ரெயின் பாரஸ்ட் ஆக்சன் குரூப், மற்றும் இதர அமைப்புகளோடு சேர்ந்து நாங்கள் பணியாற்றுகிறோம். எங்களால் உண்மையிலேயே பெரு நிறுவன அமெரிக்காவை மாற்ற முடியும் என்கிற பெரும் நம்பிக்கை எங்களுக்கு இருக்கிறது" என்று மைக் புன்னகையுடன் கூறினார். அவருக்கு எப்படி வந்தது இந்த நம்பிக்கை என்று கேட்டேன்.

"நான்கு காரணங்கள். முதலாவதாக, உண்மை எங்கள் பக்கம் இருக்கிறது. நமது உலகப் பொருளாதாரமும், அனைத்து வாழ்க்கைத் தரமும் நிலையான சீதோஷ்ணம், செழிக்கும் பல்லுயிர், தூய்மையான காற்று மற்றும் நீர், உண்மையில், இவையெல்லாம் அடிப்படையான மனித உரிமைகள். காரின் முன்புறம் ஒட்டப்படும் ஸ்டிக்கர் பின்வருமாறு கூறுகிறது: உயிரற்ற கிரகத்தில் வேலைகள் எதுவுமில்லை. இரண்டாவதாக, பெரு நிறுவன அதிகாரிகளும், தலைமை நிர்வாகிகளும் இதை உண்மை என்று ஏற்றுக் கொள்கின்றனர். அதாவது, தாங்கள் பிரச்சனைக்குக் காரணமானவர்களாக இல்லாமல் தீர்வுக்குக் காரணமானவர்களாக இருக்க முடியும். மூன்றாவதாக, பெரும் நிறுவனங்களை நாங்கள் நண்பர்களாகவே பார்க்கிறோம். அவர்களோடு சேர்ந்து பணியாற்றுகிறோம்; இருவருக்கும் சாதகமான தீர்வுகளை அடையாளம் காண்கிறோம்; கொள்கைத் தீர்வுகள் விஷயத்தில் நாங்கள் அவர்களுக்கு ஆலோசனை கூறுகிறோம்; பொறுப்புள்ள தலைமைகளைக் கொண்டாடுகிறோம். இறுதியாக, நாங்கள் வெல்லும் வரை விடமாட்டோம். சுற்றுச்சூழல் பாதுகாப்பை மக்களின் மிகப் பெரும்பகுதியினர் ஆதரிக்கின்றனர்; ரான் போன்ற குழுக்கள் நிறுவனங்களைப் பொறுப்பாளிகளாக்குகின்றன.

"அதிகாரிகளின் மனநிலையை அறிந்து கொள்வது மிக முக்கியம். ரானின் உலகளாவிய பொருளாதார பிரச்சார இயக்கத்தின் இயக்குநரான இலிசே ஹோக்கின் தந்தை ஒரு பங்குச் சந்தை தரகர். "பெரும் நிறுவன அதிகாரிகளும் மனிதர்களே என்பதை மக்கள் மறந்து விடுகிறார்கள். அவர்களுக்கும் குழந்தைகள் இருக்கின்றனர், எதிர்காலத்தைப் பற்றி அவர்களும் கவலைப்படுகின்றனர்" என்று அவர் கூறினார்.

2006ம் ஆண்டு 'ஜம்ப்ஸ்டார்ட் போர்ட்' என்கிற நிகழ்வை ரான் ஏற்பாடு செய்தபோது அதன் அணுகுமுறை ஒரு புதிய முக்கியத்துவம்

பெற்றது. பொதுவாகக் காடுகளை அழிப்பதோடு சம்பந்தப்படாத ஒரு நிறுவனத்தின் கெள்கைகளை மாற்றுவது அதன் குறிக்கோள். "கார்கள் எண்ணையைப் பயன்படுத்துகின்றன. எண்ணையின் பெரும்பகுதி காடுகளிலிருந்துதான் வருகிறது. மேலும், காடுகளையும், நம்மையும் பாதிக்கும் தட்பவெப்ப நிலை மாற்றத்தில் எண்ணைக்கு பெரும்பங்கு இருக்கிறது" என்று பிரச்சார இயக்குநர் ஜென்னிபர் கிரில் சுட்டிக் காட்டினார். ஜம்ப்ஸ்டார்ட் திட்டத்தின் வெற்றி குறித்து கிரில்லுக்கு எந்த சந்தேகமும் இல்லை. ரான் அமைப்பின் ஒவ்வொரு இயக்கமும் தெளிவான வெற்றியைப் பெற்றிருக்கின்றன. "நாங்கள் வெல்வோமா இல்லையா என்பது கேள்வியல்ல. அதை நாங்கள் குறித்த நேரத்தில் செய்வோமா இல்லையா என்பதுதான் கேள்வி" என்றார் அவர்.

ஆனால், நிறுவன அதிகார வர்க்கம் தன் வேலையைக் காட்டினால் சாத்தியமில்லை. 1993லிருந்து ரான் நடத்திய போராட்டங்களின் விவரங்களை அளிக்குமாறு அமெரிக்கா நாடாளுமன்றத்தின் நிதி விவகாரக் குழு (House Ways and Means Committee) ரான் அமைப்பிற்கு உத்தரவிட்டது. அமெரிக்க நாடாளுமன்றத்திற்கும் பெரும் வர்த்தக நிறுவனங்களுக்கும் இடையில் இருக்கும் சௌகரியமான உறவிற்கு ஒரு எடுத்துக்காட்டாக, இந்த விசாரணை ரானுக்கு அளிக்கப்பட்டிருந்த வரி விலக்கை ரத்து செய்வதை நோக்கமாகக் கொண்டிருந்தது. தங்கள் அமைப்பு முழுமையாக ஒத்துழைப்பதாக மைக் புரூனே தெரிவித்தார். 2005, மே 31-ஆம் தேதி நூற்றுக்கணக்கான ஆவணங்களையும், வீடியோ பதிவுகளையும் கமிட்டியிடம் சமர்ப்பித்தனர். "நேரமும் பணமும் எங்களுக்குச் செலவாகிறது" என்று சோகமாக தன் தலையை ஆட்டியபடி மைக் கூறினார்.

"எங்களுக்கு நன்கொடை அளிப்பவர்கள் பழிவாங்கப்படக் கூடும் என்பதால் அதிலிருந்து அவர்களைப் பாதுகாப்பதில் உறுதியாக இருக்கிறோம். ஆகவே நாங்கள் கமிட்டியிடம் அளித்த விவரங்களில் இருந்த அனைத்துப் பெயர்களையும், முகங்களையும் நீக்கிவிட்டோம். என்னவொரு வேலை. ஆனால், எங்களுக்கு இந்த அமைப்பில் நம்பிக்கை இருக்கிறது என்பதையும், அதே நேரத்தில் மிரட்டலுக்குப் பணியவும் நாங்கள் தயாரில்லை".

நாடாளுமன்ற நிதிக்குழுவின் செயலைப் பற்றி என்ன நினைக்கிறீர்கள் என்று அவரைக் கேட்டேன்.

ஒரு கணம் அமைதியாக இருந்தார். "நான் என்ன நினைக்கிறேன்? ஒரு புறம் அது எனக்கு கோபமூட்டுகிறது. அவர்கள் தங்கள் அதிகாரத்தை துஷ்பிரயோகம் செய்யும் நிறுவனங்களின் மீது நடவடிக்கை எடுக்க வேண்டும்; நம் குழந்தைகளின் பாரம்பரியச் சொத்தைப் பாதுகாக்க முயற்சிக்கும் எங்களைப் போன்ற குழுக்களின் மீது அல்ல. மறுபுறம், நம் அனைவரிடமும் இருக்கும் ஆற்றல் பற்றிய

விழிப்புணர்வை, குறிப்பாக நாம் அனைவரும் ஒன்றிணையும்போது இருக்கும் ஆற்றல் பற்றிய விழிப்புணர்வை அமெரிக்க மக்களுக்கு ஏற்படுத்தும் என்று எதிர்பார்க்கிறேன். மிக முக்கியமான நபர்களுக்கு அச்சம் ஏற்பட்டாலொழிய நாடாளுமன்றம் லாப நோக்கமற்ற சிறு தன்னார்வத் தொண்டு நிறுவனங்களின் மீது நடவடிக்கை எடுப்பதில்லை."

சான் பிரான்சிஸ்கோவில் நடந்த அந்தக் கூட்டங்களுக்குப் பிற்தைய நாட்கள் மற்றும் வாரங்களில், ஏராளமான மிக முக்கியமான நபர்கள் தொண்டு நிறுவனங்களைக் கண்டு அஞ்சுகிறார்கள் என்பதை அறிந்து கொண்டேன். நிறுவன அதிகார வர்க்கமே இன்னும் அதிகாரத்தில் இருக்கிறது, ஆனால் அவர்களது நாட்கள் எண்ணப்படுகின்றன என்பதை உணரத் துவங்கியுள்ளார்கள்.

58
குறைகளின் பட்டியல்

பெரும் நிறுவனங்கள் பலவீனமானவை என்பதையும், அவற்றால் மாற முடியும், அவை மாறும் என்பதையும் நடைமுறையில் மெய்ப்பித்துக் காட்டும் பல அமைப்புகளில் ரானும் ஒன்று. பல்வேறு தொண்டு நிறுவனங்களின் வெற்றிகரமான வழிமுறைகள் பற்றி பின்வரும் அத்தியாயங்கள் விவரிக்கின்றன. தொழில் துறையின் மிகப் பெரிய நிறுவனங்களை மாசுபடுத்தப்பட்ட நதிகளைச் சுத்தம் செய்யும்படியும், ஓசோன் படலத்தை அழிக்கும் ஏரோசோல் வாயுக்களை தடை செய்யும்படியும், அழியும் அபாயத்திலுள்ள உயிரினங்களைப் பாதுகாக்கும்படியும், சிறுபான்மையினருக்கு தங்கள் கதவுகளைத் திறந்து வைக்கும்படியும், பாலின பாரபட்சத்தைத் தடை செய்யும்படியும், மற்றும் சமூக, சுற்றுச்சூழல், மனித உரிமைகள், மனிதாபிமானப் பிரச்சனைகளைக் கவனத்தில் கொள்ளும் விரிவான பல்வேறு கொள்கைகளை அமல்படுத்துமாறும் நிர்ப்பந்தித்தனர். பெரும் நிறுவனங்களின் அடிப்படையான குறிக்கோள்களை மாற்றுவதற்காக அது போன்ற அணுகுமுறைகளைப் பிரயோகிக்கலாம்; உலகின் மிகச் சிறிய ஆளும் வர்க்கத்தின் நலன்களைவிட, சமூகத்தின் மற்றும் சுற்றுச்சூழலின் நலன்களுக்காகச் செயல்படும் உலகின் நல்ல குடிமக்களாக மாற்றுவதற்கான அதே அணுகுமுறைகளை பிரயோகிக்கலாம்.

விரிவான விவாதங்களுக்கும், ஆய்வுகளுக்கும் பின்னர், மாற்றம் சாத்தியமே என்கிற முடிவிற்கு நான் வந்தேன்; அந்த மாற்றம் மிகவும் குறிப்பிடத்தகுந்த வழிகளில் நிகழ்ந்தும் வருகின்றது. எங்களது விருப்பத்திற்குப் பெரும் நிறுவனங்கள் வளைந்து கொடுக்கின்றன. நமது சமுதாயம் கட்டமைக்கப்பட்டிருக்கும் விதத்தில் மறக்க முடியாத மாற்றங்களை நிகழ்த்துவதற்கான ஆற்றல் நமக்கு இருக்கிறது. இப்போது இரண்டாவது கேள்வி: மாற்றம் வேண்டும் என்பதில் நாம் உறுதியாக இருக்கிறோமா? ஆசியா, லத்தீன் அமெரிக்கா, மத்திய கிழக்கு, மற்றும் ஆப்பிரிக்காவில் பொருளாதார அடியாட்கள், குள்ளநரிகள், மற்றும் ராணுவத்தின் இறுதித் தீர்வுகளின் பயங்கரமான விளைவுகளை நாம் கண்டுள்ளோம்; அந்த காலனிய நாடுகளின் மக்கள் ஏற்கனவே பிரிட்டிஷ் கொள்கைகளின் காரணமாக ஏற்றத்தாழ்வுகளையும், துன்பங்களையும் அனுபவித்து வருவதைக் கண்டுள்ளோம்.

தேவையான நடவடிக்கைகளை எடுக்கும் உந்துசக்தியை நமக்கு கொடுப்பதற்கு அந்தக் காரணங்கள் போதுமானவைதானா என்று நம்மை நாமே கேட்டுக் கொள்கிறோம். புரட்சிக்கு முன்னர், பெஞ்சமின் பிராங்க்ளின் போன்ற பத்திரிகையாளர்கள், பாட்ரிக் ஹென்றி போன்ற பேச்சாளர்கள், டாம் பைய்னே போன்ற சிறு நூல் எழுதுவோர் மன்னர்களால் நிகழ்த்தப்படும் கொடுமைகளை சுருக்கமாக விவரிக்க வேண்டியதன் அவசியத்தைப் புரிந்திருந்தனர். உறுதியான காரணங்கள், விவரங்கள், புள்ளிவிவரங்கள் ஆகியவற்றை வழங்குவதைத் தவிர வேறு மாற்றில்லை. அவர்களது வாதங்கள் பிரிட்டிஷ் அரசாட்சிக்கு எதிரான மனக்குறைகளின் நீண்ட பட்டியலை உருவாக்கியது; இறுதியில் அதுவே சுதந்திரப் பிரகடனத்தில் சுருக்கமாகக் கூறப்பட்டது. செயல்படுவதற்கான அடிப்படை காரணமாகவும், உந்துசக்தியாகவும் அது பயன்பட்டது. இன்று நிறுவன அதிகார வர்க்கத்திற்கு எதிரான அதை விடவும் நீண்ட மனக்குறைகளின் பட்டியல் நம்மிடம் இருக்கிறது. அவை அச்சு ஊடகங்கள் (பெரும்பாலும் அஜாக்கிரதையாக), இணையதளங்கள், மற்றும் திரைப்படங்கள் மற்றும் நூல்களில் தொடர்ந்து நம் முன் வைக்கப்படுகின்றன. முக்கிய அம்சங்களின் சுருக்கம்:

நிறுவன அதிகார வர்க்கத்தின் கொள்கைகள் மற்றும் செயல்களின் விளைவுகள்.....

❐ உலகின் பாதிக்கும் மேற்பட்ட மக்கள் தினசரி வெறும் 2 டாலர் வருமானத்தில் உயிர் பிழைத்திருக்கின்றனர். இது முப்பது ஆண்டுகளுக்கு முன்பு பெற்ற வருமானத்திற்கு இணையாகும்.

❐ 200 கோடிக்கும் மேற்பட்ட மக்களுக்கு மின்சாரம், தூய்மையான நீர், சுகாதாரம், நிலப்பட்டாக்கள், தொலைபேசிகள், காவல்துறை மற்றும் தீயிலிருந்து பாதுகாப்பு போன்ற அடிப்படைத் தேவைகள் கிடையாது.

❐ அமெரிக்க நாடாளுமன்றத்தின் கூட்டு நிதிக்குழுவின் ஆய்வறிக்கையின்படி, உலக வங்கியின் திட்டங்களில் 55லிருந்து 60% திட்டங்கள் தோல்வியடைந்துவிட்டன.

❐ மூன்றாம் உலக நாடுகள் அனைத்தும் கல்வி அல்லது சுகாதாரத்திற்குச் செலவிடும் தொகை, மற்றும் அந்த நாடுகள் அந்நிய உதவியாக ஒவ்வொரு ஆண்டும் பெறும் தொகையின் இரு மடங்கைவிடவும் அதிகமான தொகையைத் தங்களது கடனுக்கான வட்டியாகவும், தவணையாகவும் செலவிடுகின்றன. அந்தக் கடன்களை ரத்து செய்வதாக அதைக் கொடுத்தவர்கள் இப்போது உதட்டளவில் கூறியபோதும், மூன்றாம் உலகநாடுகளின் கடன் ஆண்டுதோறும் அதிகரித்துக் கொண்டேதான் இருக்கின்றது. அது இப்போது வருடத்திற்கு மூன்று டிரில்லியன் டாலர்களை (ஒரு டிரில்லியன் என்பது லட்சம் கோடி - மொர்) நெருங்கிக் கொண்டிருக்கிறது. நடைபெற்றவற்றின் குறிப்புகளும் உற்சாகமளிப்பவையாக இல்லை.

1996ம் ஆண்டு 'கடன் ரத்தின்' போது ஜி7 நாடுகளும், ஐஎம்எப்பும், உலக வங்கியும் மிகவும் அதிகமான கடன் சுமையில் சிக்கியுள்ள ஏழை நாடுகளின் கடனில் 80%த்தை ரத்து செய்வதாக அறிவித்தன; ஆனால், 1996க்கும் 1999க்கும் இடைப்பட்ட காலத்தில் அத்தகைய நாடுகள் கடனுக்கான வட்டி மற்றும் தவணையாகச் செலவழித்த தொகை 88.6 டிரில்லியன் டாலர்களிலிருந்து 114.4 டிரில்லியன் டாலர்களாக உண்மையில் 25% அதிகரித்தது.

❒ 1970களில் வளரும் நாடுகளின் வர்த்தக உபரியாக ஒரு பில்லியன் டாலர்கள் இருந்தன; அது புதிய நூற்றாண்டின் துவக்கத்தில் 11 பில்லியன் டாலர்கள் வர்த்தகப் பற்றாக்குறையாக மாறியது. மேலும் அதிகரித்துக் கொண்டிருக்கிறது.

❒ 1970களில் பிரம்மாண்டமான அடிப்படைக் கட்டுமானத் திட்டங்கள் மேற்கொள்ளப்பட்டபோதும், 1990களின் தனியார்மயமாக்க அலையின் போதும் இருந்ததைவிட மூன்றாம் உலகநாடுகளின் சொத்துக்கள் ஓரிடத்தில் சேருவது என்பது அதிகரித்துள்ளது. பல நாடுகளில், 90% தனியார் சொத்துக்கள் வெறும் 1% குடும்பங்களிடம் குவிந்திருக்கின்றன.

❒ வளரும் நாடுகளின் உற்பத்தி மற்றும் வர்த்தகத்தின் பெரும்பகுதியைப் பன்னாட்டு நிறுவனங்கள் தங்கள் கட்டுப்பாட்டில் கொண்டு வந்துவிட்டன. உதாரணமாக, உலகின் காபியில் 40% வெறும் நான்கு பெரும் நிறுவனங்களால் மட்டுமே வர்த்தகம் செய்யப்படுகிறது. உலகின் பலசரக்கு வியாபாரத்தில் கிட்டத்தட்ட மூன்றில் ஒரு பகுதி வெறும் முப்பது சங்கிலித் தொடர் சூப்பர் மார்க்கெட் நிறுவனங்கள் மூலமே நடக்கின்றது. எண்ணை மற்றும் இதர இயற்கை வளங்களை எடுத்து விற்கும் விரல் விட்டு எண்ணத் தகுந்த நிறுவனங்கள் சந்தைகளைக் கட்டுப்படுத்துவது மட்டுமின்றி, அந்த வளங்கள் இருக்கும் நாடுகளின் அரசாங்கங்களையும் கட்டுப்படுத்துகின்றன.

❒ எக்சான்மொபில் என்கிற அமெரிக்க நிறுவனம் 2006ன் இரண்டாவது காலாண்டில் தான் ஈட்டிய லாபம் 10.4 பில்லியன் டாலர்கள் என்று அறிவித்தபோது பெரும் நிறுவனங்களின் பேராசை வெளிச்சம் போட்டுக் காட்டப்பட்டது. எந்தவொரு அமெரிக்க நிறுவனமும் அறிவித்த இரண்டாவது மிகப் பெரும் லாபம். அதுவும் 2005ன் நான்காவது காலாண்டில் அதே நிறுவனம் அறிவித்த 10.7 பில்லியன் டாலர் லாபம்தான் முதலிடம். அந்த இரண்டு ஆண்டுகளுமே எண்ணை விலைகளின் கடுமையான உயர்வால் உலகின் ஏழைகள் கடுமையான துன்பங்களை அனுபவித்தனர். வரிவிலக்குகள், வர்த்தக ஒப்பந்தங்கள், மற்றும் தங்களுக்குச் சாதமான சர்வதேச சுற்றுச்சூழல் மற்றும் தொழிலாளர் சட்டங்களால் எண்ணை நிறுவனங்கள் மிகப்பெருமளவு மானியமும், உதவிகளும் பெறுகின்றன.

❒ அமெரிக்க நிறுவனங்கள் இரண்டாம் உலக யுத்தத்தின் போது மத்திய அரசாங்கத்திற்குச் செலுத்திய வரி அரசாங்கத்தின் மொத்த

வரி வருவாயில் 50%ஆக இருந்தது. அது 2001ல் 21% ஆகக் குறைந்தது. தற்போது அது வெறும் 10%தான். அமெரிக்காவின் மிகப் பெரியவையும், மிக அதிக லாபம் ஈட்டும் நிறுவனங்களில் மூன்றில் ஒரு பகுதி புதிய நூற்றாண்டில் முதல் மூன்று வருடங்களில் குறைந்த பட்சம் ஏதோ ஒரு வருடம் எந்த வரியுமே கட்டவில்லை. 2002ம் ஆண்டில் அயர்லாந்து, பெர்முடா, லக்சம்பர்க், மற்றும் சிங்கப்பூர் போன்ற 'வரியில்லா சொர்க்கங்களில்' 149 பில்லியன் டாலர்கள் லாபம் ஈட்டின.

❏ உலகின் மிகப்பெரும் நூறு பொருளாதாரங்களில் 51 பன்னாட்டு நிறுவனங்களாகும். அவற்றில் 47 அமெரிக்காவைச் சேர்ந்தவை.

❏ ஒவ்வொரு நாளும் ஐந்து வயதுக்கும் குறைவான குழந்தைகளில் 34000 குழந்தைகள் பட்டினியால் அல்லது தடுக்கக் கூடிய நோய்களால் மடிகின்றனர்.

❏ அமெரிக்காவும் மற்றும் ஜனநாயக நாடுகள் என்று அமெரிக்கா தம்பட்டமடிக்கும் பல நாடுகளும் பின்வரும் ஜனநாயக விரோத பண்புகள் கொண்டவையாக இருக்கின்றன: அரசாங்கங்களும், மிகப் பெரும் நிறுவனங்களும் தங்களுக்கு ஏற்ற வகையில் ஊடகங்களை இயக்குகின்றன; பிரச்சாரத்திற்கு நிதியுதவி அளிக்கும் செல்வந்தர்களால் அரசியல்வாதிகள் நன்கு கவனிக்கப்படுகின்றனர்; மூடப்பட்ட கதவுகளுக்குப் பின்னால் எடுக்கப்படும் கொள்கை முடிவுகள் முக்கியமான பிரச்சனைகள் பற்றி வாக்காளர்களுக்கு எதுவும் தெரியாமல் இருக்கும்படி பார்த்துக் கொள்கின்றன.

❏ நிலத்தில் புதைக்கப்படும் கண்ணி வெடிகளைத் தடை செய்யும் ஒப்பந்தம் ஐநாவால் 1420 என்கிற வாக்குக்கணக்கில் ஏற்றுக் கொள்ளப்பட்டபோது அமெரிக்கா வாக்களிப்பில் பங்கேற்கவில்லை; குழந்தைகளின் உரிமை பற்றிய சாசனம், உயிரியல் ஆயுதங்கள் குறித்த சர்வதேச சாசனம், கியோட்டோ முன்மொழிவு, மற்றும் சர்வதேச குற்றவியல் நீதிமன்றம் போன்றவற்றை அமெரிக்கா அங்கீகரிக்க மறுத்தது.

❏ 2006-ஆம் ஆண்டு உலகம் முழுவதும் ராணுவத்துக்குச் செலவிடப்பட்ட தொகை வரலாறு காணாத அளவு 1.1 டிரில்லியன் டாலராக அதிகரித்தது. அதில் அமெரிக்காவின் பங்கு கிட்டத்தட்ட சரிபாதியாகும். அதாவது, சராசரியாக ஒவ்வொரு அமெரிக்க பிரஜைக்கும் ஆண், பெண், குழந்தை1600 டாலர்கள்.

❏ பத்திரிகை சுதந்திர தர வரிசையில் 2006ம் ஆண்டு அமெரிக்கா 53 வது இடத்தில் இருந்தது. 2002ல் அது 17 வது இடத்தில் இருந்தது. பத்திரிகையாளர்களை சிறையில் அடைப்பதற்காகவும், அச்சுறுத்துவதற்காகவும் எல்லைகள் அற்ற செய்தியாளர்கள் என்கிற அமைப்பு மற்றும் இதர தொண்டு நிறுவனங்கள் அமெரிக்காவைக் கடுமையாக விமரிசித்தன.

❐ அமெரிக்காவின் தேசியக் கடன் 2006 ஆகஸ்ட் மாதம் 8.5 டிரில்லியன் டாலர்கள். (அமெரிக்க அரசாங்கத்தின் கடன் பத்திரங்களை வைத்துக்கொண்டு கடன் கொடுத்திருப்பவர்களுக்கு அமெரிக்க அரசாங்கம் கொடுக்க வேண்டிய தொகை). இது உலகிலேயே மிக அதிகமாகும். சராசரியாக ஒவ்வொரு அமெரிக்கர் தலையிலும் 28,500 டாலர்கள் கடன். அது ஒவ்வொரு நாளும் 1.7 பில்லியன் டாலர்கள் அதிகரித்துக் கொண்டிருக்கிறது. இந்தக் கடனின் பெரும் பகுதி ஜப்பான் மற்றும் சீனா மற்றும் ஐரோப்பிய ஒன்றிய உறுப்பு நாடுகளின் மத்திய வங்கிகளால் கொடுக்கப்பட்ட கடனாகும். இது அவர்கள் முன் நம்மை பலவீனமாக்குகிறது.

❐ அமெரிக்காவின் அந்நியக் கடனும் உலகிலேயே அதிகமானதாகும். 2005ல் இது 9 டிரில்லியன் டாலராக இருந்தது. இந்தக் கடனை அந்நிய நாணயம், பொருட்கள் மற்றும் சேவைகள் மூலமாகவே தீர்க்க வேண்டும். (மற்ற நாடுகளின் தேசிய மற்றும் அந்நியக் கடனை வாஷிங்டன் ஆயுதங்களாகப் பயன்படுத்துகிறது என்பது கவனிக்கத்தக்கது. நிறுவன அதிகார வர்க்கத்தின் கோரிக்கைளை ஏற்க வேண்டும் அல்லது திவால் நிலைமை, பொருளாதாரத் தடைகள், மற்றும் ஐஎம்எப்-பின் கடுமையான நிபந்தனைகளைச் சந்திக்க வேண்டியிருக்கும் என்று நிர்ப்பந்திக்கிறது. எனினும், உலகின் மிகப் பெரும் கடன்கார நாடு அமெரிக்காதான்.

இது பகுதியளவு பட்டியல்தான். எனினும், நம்மிடம் இருக்கும் கருவிகளைக் கொண்டு மாற்றத்தை உருவாக்க வேண்டும். நிறுவன அதிகார வர்க்கம் இந்த உலகில் உருவாக்கி வைத்திருக்கும் வெறுக்கத்தக்க யதார்த்தத்தை மாற்றுவதற்கான உந்துசக்தியையும், அடிப்படைக் காரணத்தையும் இந்தக் குறைகள் நமக்கு வழங்குகின்றன. ஒவ்வொரு ஏற்றதாழ்வின் அடி ஆழத்திலும் பெரும் நிறுவனங்கள் இருக்கின்றன. அவற்றை மாற்றுவதன் மூலம் நாம் உலகத்தை மாற்றுவோம்.

பெரும் நிறுவனங்கள் ஜனநாயகத் தன்மை கொண்டவையாகவும், வெளிப்படைத் தன்மை கொண்டவையாகவும் ஆக வேண்டும். விரல் விட்டு எண்ணத்தக்க சில பணக்காரர்களே எல்லா முடிவுகள் எடுக்கும், எல்லாப் பணத்தையும் எடுத்துக் கொள்ளும், அவற்றைப் பெரும்பாலும் ரகசியமாகவே செய்யும் ஏகாதிபத்திய முதலாளித்துவத்தை இனியும் நாம் ஏற்க மாட்டோம். நமது மிகப் புனிதமான ஆவணங்களில் கூறப்பட்டுள்ள, கண்கூடான கோட்பாடுகளான நீதி, சமத்துவம், பரிவு மற்றும் எதிர்கால சந்ததியினருக்கு அமைதியையும், ஸ்திரத்தன்மையையும் வழங்குவதைக் குறிக்கோளாகக் கொண்ட ஆட்சி ஆகியவற்றை அவர்கள் பின்பற்ற வேண்டும் என்று நாம் கோருவோம். நாம் ஒரு மிகச் சிறிய உலக சமுதாயத்தில் வாழ்கிறோம் என்பதை நாம் உணர்கிறோம்; இந்த யதார்த்தத்தைப் பிரதிபலிக்கக் கூடிய வகையில் பெரும் நிறுவனங்கள் புதிய இலக்குகளை நிர்ணயித்துக் கொள்ள

வேண்டும். வெகு சிலருக்காக சொத்து குவிப்பதற்குப் பதிலாக, அவை தங்களது ஊழியர்கள் மீது, அவர்கள் ஓய்வு பெற்ற பின்பும் அக்கறை செலுத்த வேண்டும்; வாடிக்கையாளர்களுக்கு சேவை செய்ய வேண்டும்; தாங்கள் பயன்படுத்தும் இயற்கை வளங்களைத் தங்களுக்கு அளிப்பவர்களைக் கவனித்துக் கொள்ள வேண்டும். சுரங்கப் பணிகளில் ஈடுபடுபவர்கள், விவசாயம் செய்பவர்கள், எடுத்துக் கொடுப்பவர்கள், நெய்பவர்கள், உருக்குபவர்கள், பதப்படுத்துபவர்கள், ஒன்று சேர்ப்பவர்கள்; அவர்கள் அனைவரும் வாழும் சமுதாயங்களையும், சுற்றுச்சூழலையும் நிறுவனங்கள் பாதுகாக்க வேண்டும்.

நம்மைப் பற்றி நாம் வளர்த்துக் கொண்டிருக்கும் பார்வைகளையும் நாம் மதிக்க வேண்டும்; குறிப்பாக பெண்ணியம் சார்ந்த பார்வைகள்; வலுத்தவன் செய்வதெல்லாம் சரி என்று கருதப்படுகிற ஆணின் உலகம் இது என்கிற எண்ணத்தையும் நிராகரிக்க வேண்டும். 'தி சாலைஸ் மற்றும் தி பிளேட்' (தங்க மதுக்கோப்பையும், கத்தியும்) என்கிற பிரபலமான நூலின் ஆசிரியர் ரியானே ரெய்ஸ்லர்; பொதுவான வாழ்க்கை நிலைமையையும், பெண்களின் அந்தஸ்தையும் ஒப்பிட்டு அரசாங்கங்கள் எடுக்கும் நடவடிக்கைகளை ஆய்வு செய்த ஆராய்ச்சியாளர்களுடன் அவரும் இணைந்தார். 89 நாடுகளிலிருந்து திரட்டப்பட்ட புள்ளி விவரங் களை ஆராய்ந்ததில், பொதுவான வாழ்க்கைத் தரத்தை மதிப்பிடுவதற்கு மொத்த உள்நாட்டு உற்பத்தியைவிட பெண்களின் அந்தஸ்தே சிறந்த அளவுகோல் என்கிற முடிவிற்கு அவர்கள் வந்தனர்.

'தி ரியல் வெல்த் ஆப் நேஷன்ஸ்' (தேசங்களின் உண்மையான சொத்து) என்கிற தன்னுடைய நூலில் டாக்டர் எய்ஸ்லர் பின்வருமாறு விவரிக்கிறார்: நோர்டிக் தேசங்கள் (வட ஐரோப்பாவின் ஸ்காண்டிநேவியன் தேசங்கள் - மொர்) போல பெண்களின் அந்தஸ்து உயர்ந்திருக்கும் மற்றும் அரசுப் பதவிகளில் கிட்டத்தட்ட சரிபாதி பெண்கள் இருக்கும் சமுதாயங்களில் நலத் திட்டங்களுக்கு அதிக நிதி முன்னுரிமை கொடுக்கப்படுகிறது. சகலருக்கும் சுகாதார வசதி, உயர்தரமான குழந்தைகள் நலத்திட்டங்கள், குழந்தைகளைப் பேணுவது குறித்து பெற்றோர்களுக்குக் கல்வி அளிக்கும் திட்டங்கள், மற்றும் அதற்காக பெற்றோர்களுக்கு தாராளமான சம்பளத்துடன் கூடிய விடுமுறை போன்றவை உள்ளிட்ட திட்டங்கள். பெண்களின் அந்தஸ்தும், அதிகாரமும் அதிகமாக இருந்தால் பொதுவான வாழ்க்கைத் தரமும் அதிகமாக இருக்கிறது; அது குறைவாக இருந்தால் அனைவரின் வாழ்க்கைத் தரமும் குறைவாக இருக்கிறது. (48) நாம் நிலைத்து வாழ்வதே நாம் எவ்வளவு கருணை உள்ளவர்களாக இருக்கிறோம் என்பதைச் சார்ந்திருக்கிறது. நாம் போஷிக்க வேண்டும்; நாம் அரவணைக்கவும், அன்பு செலுத்தவும் வேண்டும்.

டைட்டானிக் கப்பலைப் போல நமது சிறு புவிக்கோளமும் மூழ்கிக் கொண்டிருக்கிறது. டைட்டானிக்கைப் போல் அதனிடம் வெகு சில

உயிர் தப்பிக்கும் படகுகள் இல்லை; அதனிடம் உயிர் தப்பிக்கும் படகுகளே இல்லை. நமது அதிகாரமிக்க அமைப்புகளும், நமது நிறுவனங்களும் கப்பலில் புகுந்துள்ள நீரை வெளியேற்ற வேண்டும். அவர்களே கப்பலை பனிப்பாறையின் மீது கொண்டு போய் மோதினார்கள். அவர்களே நம்மைக் காப்பாற்றி புதிய பாதையில் செலுத்த வேண்டும்.

விவேகமும், நடைமுறை சாத்தியமானதுமான சரியான சேவைகளை மக்களாகிய நாம் செய்ய வேண்டும். நம் ஒவ்வொருவராலும் முடியும். நம் குரல் கேட்கும்படி செய்ய வேண்டியது நம் பணி. பெரும் நிறுவனங்கள் ஜனநாயகத் தன்மையும், வெளிப்படைத் தன்மையும் கொண்டவையாக மாற வேண்டும் என்று நாம் கோர வேண்டும்.

மக்களை ஒன்றிணைக்கும் மற்றும் நாம் ஒவ்வொருவரும் என்ன செய்ய முடியும் என்பது பற்றிய கோட்பாடுகள், தனிப்பட்ட முறையிலும் சமுதாயத்துடனும் சேர்ந்து நம்மால் என்ன நடவடிக்கைகளை எடுக்க முடியும் போன்றவை தொடர்பான பிரச்சனைகளை கவனிக்கும் முன், இந்தக் கேள்விகளைக் கேட்கவே விடாமல் நம்மைத் தடுக்கும் ஒரு தடையை நாம் கவனிக்க வேண்டியது அவசியமாகும். அட்லாண்டிக் பெருங்கடலில் இருக்கும் ஒரு தீவில் ஒரு மாநாட்டில் உரையாற்றும் போது இந்தத் தடையை நேருக்கு நேராக சந்தித்தேன். எதிர்ப்புக் குரலை அமைதியாக்குவதில் நிறுவன அதிகார வர்க்கம் எவ்வளவு ஆற்றல் மிக்கதாக இருக்கிறது என்பதையும், அதை மாற்றும் நிலையில் இருக்கும் சிறந்த சில அமைப்புகளுக்கு அச்சத்தை ஏற்படுத்துவதில் எவ்வளவு ஆற்றல் மிக்கதாக இருக்கிறது என்பதையும் நான் கண்டறிந்தேன்.

59
அச்சங்களை எதிர்கொள்ளுதல்

தொழில் நிறுவனங்களின் மீது தொண்டு அமைப்புகளின் தாக்கத்தை நான் ஆராய்ந்து கொண்டிருந்த 2006 காலகட்டத்தின் போது, மார்த்தாவின் வைன்யார்ட் என்கிற தீவில் நான் 23 ஆண்கள் மற்றும் பெண்களுடன் பல நாட்கள் நடைபெற்ற கூட்டங்களில் கலந்து கொண்டேன். புரட்சிக்கு முந்தைய வருடங்களில் காலனிய நாடுகளில் நடைபெற்ற தீவிரமான விவாதங்களே அந்தக் கூட்டங்களிலும் எதிரொலித்தது என்று நான் நினைக்கிறேன். பிரிட்டிஷாரைக் கண்டு காலனிய நாடுகளின் மக்கள் அஞ்சி நடுங்கினர்; 'விசுவாசிகள்' அல்லது 'டோரிகளுடன்' சேர்ந்து அவர்களும் நடவடிக்கை எதுவும் எடுப்பதை எதிர்த்தார்கள். "பிரிட்டிஷ் பேரரசு மிகப் பெரியது, மிகவும் சக்தி வாய்ந்தது" என்று அவர்கள் எச்சரித்தனர். "நாம் தோற்றுவிடுவோம். அதை எதிர்த்ததற்காக தண்டிக்கப்படுவோம்." 2006ம் ஆண்டு கூட்டங்கள் நடந்த மசாசுசெட்ஸ் கரைக்கு அருகில் இருந்த அந்தத் தீவின் சூழல் மங்களகரமாக இருந்தது; இன்றைய பெரிய உலகின் ஒரு சிறிய மாதிரி உருவமாக இருந்தது.

வைன்யார்ட் ஒரு காலத்தில் ஏராளமான திமிங்கிலங்கள் வாழும் இல்லமாக இருந்தது; இன்று அமெரிக்காவின் தொழிற்சாலைகள் மற்றும் இல்லங்களுக்கு எரிபொருள் வழங்கும் மூலாதாரமான இடமாக மத்திய கிழக்கும், அமேசானும் இருப்பது போல வைன்யார்ட் 18-ஆம் நூற்றாண்டில் இருந்தது. இன்று பாலைவனங்கள் மற்றும் மழைக்காடுகள் அழிக்கப்படுவது போல அன்று திமிங்கிலங்கள் அழிக்கப்பட்டன. அருகே இருக்கும் பென்சில்வேனியாவில் பெட்ரோலியம் கண்டுபிடிக்கப்பட்டது திமிங்கில எண்ணை தொழிலுக்கு மலிவான ஒரு மாற்றாக அமைந்தது. மிகச் சமீபத்திய வருடங்களில் அந்தத் தீவு புகழ் பெற்றவர்களின் விளையாட்டுக் களம் என்று பெயர் பெற்று விட்டது. கென்னடி மற்றும் கிளிண்டன், நடிகர்கள், எழுத்தாளர்கள் மற்றும் இசைக்கலைஞர்கள். 'ஜாஸ்' திரைப்படம் அங்குதான் படம்பிடிக்கப்பட்டது. 2006ம் ஆண்டில் நான் அங்கு சென்றபோது நம் உலகில் சர்வசாதாரணமாக காணப்படும் சூழல் சமமின்மையை அது பிரதிபலித்தது. மான்கள் தொகை பெருகியிருந்த அந்தத் தீவில் ஒட்டுண்ணிகளைச் சுமந்திருக்கும் மான்களின் காரணமாக 'லைம்' என்கிற பயங்கரமான நோய்

பரவியிருந்தது. அங்கு வாழ்பவர்களில் பலருக்கு அந்த நோய் தொற்றியிருப்பதாக என்னிடம் கூறப்பட்டது. அதன் விளைவாக, புல்வெளிகள் பக்கமோ அல்லது மனங்கவரும் வனங்களின் பக்கமோ செல்ல வேண்டாமென்று நாங்கள் எச்சரிக்கப்பட்டோம். "குளிர்சாதனம் பொருத்தப்பட்ட காரிலிருந்து அதைக் கண்டு களிப்பதே நல்லது".

மாநாட்டில் கலந்து கொண்ட 23 நபர்களில் பெரும்பாலோர் ஒரு செல்வச் செழிப்பு மிக்க நன்கொடையாளரிடமிருந்து நிதி உதவி பெறும் லாப நோக்கற்ற தொண்டு நிறுவனங்களைச் சேர்ந்தவர்கள். சுற்றுச்சூழல், அழியும் ஆபத்துக்குள்ளாகியிருக்கும் உயிரினங்கள், மனித உரிமைகள் ஆகியவற்றைப் பாதுகாப்பதற்காகவும், பாலினம் மற்றும் சுகாதாரம் தொடர்பான பிரச்சனைகளுக்காகப் போராடுவதற்காகவும் தங்களை அர்ப்பணித்துக் கொண்டவர்கள்.

பெரும் நிறுவனங்களை நம் வழிக்குக் கொண்டு வருவதற்காகவும் தங்களது நேரத்தைச் செலவிட வேண்டும் என்று ரான் உதாரணத்தைச் சுட்டிக்காட்டி அவர்களுக்கு நான் பலமுறை வேண்டுகோள் விடுத்தேன். அவர்கள் அளித்த பதில் கண்டு நான் அதிர்ச்சி அடைந்தேன்.

"அதிகாரிகளை நம்ப முடியாது" "ஊழல் மிகுந்த பெரும் நிறுவனங்களின் உலகிலிருந்து நாங்கள் விலகியே இருக்க விரும்புகிறோம்"

"மிகவும் சக்தி வாய்ந்தவை. நாம் தோற்று, தண்டிக்கப்படுவோம்"

"மிக மிக ஆபத்தானது. அந்த ஆபத்தைத் தவிர்ப்பதே நல்லது"

"பாருங்கள். உங்களில் ஒவ்வொருவரும் ஒரு முக்கியமான பணியில் ஈடுபட்டிருக்கிறீர்கள். ஆனால், ஒரு வகையில், நீங்கள் காயத்தை மூடி மறைக்கிறீர்கள். (பேன்ட் எய்ட்ஐப் பயன்படுத்துகிறீர்கள் என்று ஆங்கிலத்தில் எழுதியிருக்கிறார் - மொார்). ரத்தம் அதிகமாகக் கசிவதால் நமக்கு காயத்தை மறைக்க வேண்டியது அவசியமாகும். ஆனால், அடிப்படையான காரணத்தை, நோயைக் குணப்படுத்தவில்லை என்றால் உலகிலுள்ள பேன்ட் எய்ட்கள் அனைத்தாலும் நம்மைக் காப்பாற்ற முடியாது. பெரும் நிறுவனங்களின் ஊழலில் இருந்து உங்களைக் காத்துக் கொள்ள வேண்டும் என்பது சரிதான். ஆனால், நல்லதுக்காகச் சொல்கிறேன், அவர்களோடு பேசுங்கள்; ஒரு உத்தியை வகுத்துக் கொள்ளுங்கள்" என்று நான் கூறினேன்.

அம்னெஸ்டி இன்டர்நேஷனலின் மேற்கு பிராந்திய துணை இயக்குநர் மோனா காடெனா பேசினார். "அம்னெஸ்டியைச் சேர்ந்த நாங்கள் ஏற்றுக் கொள்கிறோம். 150க்கும் மேற்பட்ட நாடுகளில் 18 லட்சம் உறுப்பினர்களைக் கொண்ட எங்களுக்கு நிறுவனங்களின் சக்தி பற்றி தெரியும். உண்மையில், மிகவும் மோசமான சில நிறுவனங்களின் பங்குகளை நாங்கள் வாங்குகிறோம்; பங்குதாரர்கள் கூட்டங்களில் பங்கேற்கப் போதுமான அளவும், நிறுவனங்கள்

இயங்கும் நாடுகளில் மனித உரிமைகளைக் கடைப்பிடிக்குமாறு கேட்டுக் கொள்ளும் தீர்மானங்களை நிறைவேற்றத் தேவையான அளவும் பங்குகளை வாங்குகிறோம்."

டோனா வெளிப்படையாகப் பேசத் தயாராக இருந்தது எனக்கு ஆறுதலாக இருந்தது.

பின்னர், அட்லாண்டிக் பெருங்கடலில் இருந்து தனியே ஒரு மணல்திட்டால் பிரிக்கப்பட்டிருந்த ஒரு உப்பு ஏரி தெரியும் இடத்தில் ஒரு ஜன்னலருகே நாங்கள் அமர்ந்தோம். கலிபோர்னியாவில் அம்னெஸ்டியின் பெரும் நிறுவனங்கள் தொடர்பான நடவடிக்கைக் குழுவின் ஒருங்கிணைப்பாளர் டோனி குரூஸ் பற்றி நாங்கள் உரையாடினோம். கருத்துச் சுதந்திரத்திற்கு எதிரான சீனாவின் அடக்குமுறைகளுக்கு உதவுவதை நிறுத்துமாறு 'கூகுல்' இணையதள சேவை நிறுவனத்தின் இணை நிறுவனர்களான செர்ஜி பிரின் மற்றும் லார்ரி பேஜ், 'யாகூ' இணைய தள சேவை நிறுவனத்தின் தலைமை நிர்வாக அதிகாரி டெர்ரிசெமெல் மற்றும் இணை நிறுவனர் ஜெர்ரி யாங்க் ஆகியோரை பங்குதாரர்கள் கூட்டங்களில் நேருக்கு நேராக வலியுறுத்தி வாக்குவாதத்தில் ஈடுபட்டவர், டோனி. அத்துடன், அந்த நிறுவனங்களுக்கு எதிராக நாற்பதாயிரத்திற்கும் மேற்பட்டோர் இணையதள நடவடிக்கைகளில் ஈடுபட்டனர். "அவர்களில் எவரையும் இன்னும் ஆக்கபூர்வமான நிலை எடுக்கச் செய்ய எங்களால் முடியவில்லை." மோனா பெருமூச்சு விட்டார். "ஆனால், 'பிசினஸ் வீக்' இதழில் கண்டித்து ஒரு கட்டுரை எழுதினோம்; ஏபிசியின் (வானொலி மற்றும் தொலைக்காட்சி நிறுவனம் - மொர்) சில நிலையங்களில் பிரச்சாரம் செய்தோம். அந்த முயற்சி பலனளிக்கும் என்பது எங்களுக்குத் தெரியும். நிர்ப்பந்தங்கள் நல் விளைவுகளைத் தருகின்றன".

பல நாட்களுக்குப் பின்னர் அம்னெஸ்டியின் 'வர்த்தகம் மற்றும் மனித உரிமைகள் திட்டத்தின்' இயக்குநர் மிலா ரோஷெந்தாலை தொலை பேசியில் தொடர்பு கொண்டபோது "ரான் அருமையான வேலையைச் செய்திருக்கிறது" என்று என்னிடம் கூறினார். "அவர்களது பணி சவால் மிக்கது. மரம் வெட்டுவது தொடர்பாகக் குறிப்பிட்ட கட்டுப்பாடுகளை ஏற்குமாறு நிறுவனங்களை நிர்ப்பந்திக்க வேண்டியிருக்கிறது. பங்குதாரர்களின் தீர்மானங்கள் மூலம், நிறுவனங்கள் மனித உரிமைகளைக் கடைப்பிடித்தால் அனைவருக்குமே நன்மை என்பதை அவற்றுக்குப் புரிய வைக்க முடியும் என்கிற எங்களது அணுகுமுறை சுலபமான வழி என்று நீங்கள் நினைக்கக் கூடும். ஆனாலும், நாங்கள் பெரும் எதிர்ப்பைச் சந்திக்கிறோம். எக்சான் மொபைல் ஒரு எடுத்துக்காட்டு....."

உலகின் மிகப் பெரும் எரிசக்தி நிறுவனமான அந்த எண்ணை நிறுவனம் பல்வேறு நாடுகளில் ஏராளமான மனித உரிமை மீறல்களைச் செய்திருக்கிறது. காமரூன், சாட், நைஜீரியா, மற்றும் இந்தோனேஷியா

ஆகிய நாடுகளில் அம்னெஸ்டி கவனம் செலுத்தியது. "எக்சான் மொபைல் தன்னுடைய தவறுகளைச் சரி செய்து கொள்ள வேண்டுமென்று நாங்கள் எடுத்த முயற்சிகளை அந்நிறுவனம் எவ்வளவு பிடிவாதமாகத் தடுத்தது என்பதை நாங்கள் கண்டோம். அந்நிறுவனத் தின் தலைமை நிர்வாக அதிகாரியை எங்களது உறுப்பினர்கள் தபால் அட்டைகளால் மூழ்கடித்தனர். கண்காணிப்பு, பயிற்சிகள் மற்றும் போராட்டங்களை நடத்தினோம். காதலர் தினத்தன்று மனித உரிமைகள் மீது காதல் கொள்ளுமாறு வாழ்த்து அட்டைகள் அனுப்பினோம். எங்களைப் போன்ற எண்ணம் கொண்டிருந்த இதர பங்குதாரர்களுடன் கூட்டணி அமைத்துக் கொண்டோம்" என்று மிலா கூறினார்.

ஏஎப்எல்சிஐஓ (அமெரிக்க தொழிற்சங்கங்களின் கூட்டமைப்பு - மொர்), நியூயார்க் நகரத்தின் ஓய்வு பெற்ற ஆசிரியர்களின் அமைப்பு, போஸ்டன் பொதுச் சொத்து நிர்வாகம், ஆலைகள், ரசாயனம் மற்றும் எரிசக்தி தொழிலாளர்களின் சர்வதேச சங்கம் (பிஏசிஇ), பெருநிறுவனங்களின் பொறுப்புகள் குறித்த சர்வமத மையம், வால்டன் சொத்து நிர்வாகம் போன்ற அமைப்புகளுடன் இணைந்து பணியிட உரிமைகள் குறித்த அடிப்படைக் கோட்பாடுகள் சம்பந்தமாக 1998ம் ஆண்டு 'சர்வதேச தொழிலாளர் அமைப்பு' (ஐஎல்ஓ) வெளியிட்ட பிரகடனத்தை ஏற்று நடைமுறைப்படுத்துமாறு எக்சான் மொபைல் நிறுவனத்திடம் அவர்கள் கோரினர். மேலும், இந்தக் கொள்கை நடைமுறைப்படுத்தப்பட்டது குறித்த அறிக்கை ஒன்றையும் பங்குதாரர்களின் கூட்டத்தில் சமர்ப்பிக்குமாறும் கோரிக்கை விடுத்தனர். இந்தத் தீர்மானத்தைத் தாக்கல் செய்த பின்னர் அந்தக் கூட்டணியினர் நிறுவனத்தின் அதிகாரிகளைச் சந்தித்தனர். ஐஎல்ஓ பிரகடனத்தை ஆதரித்து ஒரு வாசகத்தைத் தன்னுடைய பெரும் நிறுவனக் குடியுரிமை அறிக்கையில் சேர்த்துக் கொள்வதற்கு எக்சான் மொபைல் ஒப்புக் கொண்டது. 2004ம் ஆண்டு நடந்த அந்நிறுவனத்தின் பங்குதாரர்கள் கூட்டமொன்றில், அந்த நிறுவனம் கொடுத்த வாக்குறுதிகளுக்கு அதுவே பொறுப்பேற்க வேண்டும் என்று கூட்டணியின் உறுப்பினர்கள் கருதுவதாக அம்னெஸ்டி இன்டர்நேஷனல் இயக்குநர் குழுவின் தலைவராக இருந்த சிப் பிட்ஸ் எச்சரித்தார். (49)

"நாங்கள் விரும்பியதெல்லாம் எங்களுக்குக் கிடைத்து விடவில்லை" என்று மிலா என்னிடம் ஒப்புக்கொண்டார். "ஆனால், எங்களது துவக்கம் நன்றாக இருந்தது. எங்களது அமைப்புகள் ஏராளமான விஷயங்களைத் தெரிந்து கொண்டன. நாங்கள் இவர்களை மாற்றுவோம். ஒரு நேரத்தில் ஒரு நிறுவனம்".

மார்த்தா வைன்யார்டில் நடந்த கூட்டம் முதலில் எனக்கு ஏமாற்றமளித்தது. ஏனெனில், அதில் கலந்து கொண்டவர்களில் பலர் பெரும் நிறுவனங்களின் அச்சுறுத்தலுக்குப் பலியாகியிருந்தனர்.

எனினும் அம்னெஸ்டி போன்ற அமைப்புகளின் மீது எனக்கிருந்த மரியாதை உயர்ந்தது. பங்கர்ஹில் அமெரிக்கர்கள் போல் தங்களது அச்சங்களை எதிர்கொண்ட மற்ற அமைப்புகளின் மீதும் என் மரியாதை உயர்ந்தது. பெரும் நிறுவனங்களை எதிர்த்து நிற்பதன் மூலம் அவர்கள் நம் அனைவருக்கும் ஊக்கம் அளிக்கிறார்கள். மோனாவின் வெளிப்படையான பேச்சைக் கேட்ட ஒன்றிரண்டு டோரிகள் மனம் மாறியிருப்பார்கள் என்பது எனக்குத் தெரியும்.

60
நீதி அதிகாரத்தைப் பயன்படுத்தி வால்ஸ்டிரீட்டை மாற்றுதல்

'தி மூவ்ஆன்' (MoveOn) குடும்பத்தைச் சேர்ந்த அமைப்புகள் உண்மையான அமெரிக்கர்களை அரசியல் பாதைக்குள் திரும்ப அழைத்து வருகின்றன. தச்சர்கள் முதல் வீட்டிலேயே இருக்கும் தாய்மார்களிலிருந்து வர்த்தகத் துறைத் தலைவர்கள் வரை அமெரிக்கா முழுவதும் சுமார் 33 லட்சத்திற்கு மேற்பட்ட எங்களது உறுப்பினர்கள் நமது தேசத்தின் நிறுவனத் தலைவர்களின் முற்போக்கான தீர்க்கதரிசனத்தை உண்மையாக்குவதற்காக ஒன்றிணைந்து பாடுபடுகின்றோம். பெரும் முதலாளிகளாலும், பெரும் ஊடகங்களாலும் ஆதிக்கம் செலுத்தப்படும் ஒரு அமைப்பில், சுறுசுறுப்பாகத் தங்கள் வேலையில் ஆழ்ந்திருக்கும், ஆனால் பொது நலனில் அக்கறையுள்ள குடிமக்கள் தங்களுக்குரிய அரசியலைக் கண்டறிவதற்கான ஒரு வழி, ஒரு சேவையே மூவ்ஆன். மூவ்ஆன் இணையதளத்தில் இருந்து கிளிண்டன் மீதான கண்டன தீர்மான விஷயத்தில் (அதிபர் கிளிண்டனுக்கும் வெள்ளை மாளிகையில் பணியாற்றிய மோனிகா லெவின்ஸ்கி என்கிற பெண்ணுக்கும் தொடர்பு இருப்பதாகக் கூறப்பட்ட விஷயத்தில் அதிபருக்கு எதிராகக் கண்டனத் தீர்மானம் கொண்டு வரப்பட்டது - மொர்) நமது தேசத்தின் கவனத்தை தேவையின்றி விரயம் செய்யும் கேலிக்கூத்துக்கு எதிராக 1998 செப்டம்பரில் ஒரு இயக்கத்தைத் துவக்கி வைத்து மூவ்ஆனின் நிறுவனர்களான ஜோவான் பிளேட்ஸ் மற்றும் வெஸ் போய்ட் ஆகியோர் 'கிளிண்டனைக் கண்டித்தும், அதை விட முக்கியமான பிரச்சனைகளில் கவனம் செலுத்த வேண்டும்' என்றும் ஒரு ஆன்லைன் மனுவைத் தயாரித்தனர். முதல் சில நாட்களிலேயே லட்சக்கணக்கானோர் கையெழுத்திட்டனர். அன்றிலிருந்து மூவ்ஆன் இணையதளத்தை கருத்துச் சுதந்திரத்திற்கான ஒரு மேடையாகப் பயன்படுத்தி வருகிறது. மூவ்ஆனின் இயக்கங்களில் அது கீழ்க்காணும் கோரிக்கைகளுக்காகப் போராடுகிறது:

- சூடானின் டார்புரில் இனப்படுகொலையை நிறுத்து.
- வாக்குப் பதிவு இயந்திரங்களில் காகிதப் பதிவை அவசியமாக்கும் வகையில் சட்டம் இயற்று.

❒ தேர்தலில் வேட்பாளர்களின் செலவை அரசே ஏற்க வேண்டும்; வேட்பாளர்கள் தேர்தல் செலவிற்காகப் பெரும் நிறுவனங்களைச் சார்ந்திருப்பதற்கு முடிவு கட்ட வேண்டும்.

❒ அமெரிக்கக் கட்டுப்பாட்டில் உள்ள சிறைகளில் சித்திரவதையைத் தடை செய்ய வேண்டும்.

❒ பொதுப் பயன்பாட்டு வசதிகளில் சூரியக் கூரைகள் அமைக்கப்பட வேண்டும் என்பதை ஆணையத்தின் கொள்கைகளில் ஒன்றாக ஆக்க வேண்டும்.

❒ அணுஆயுதங்களைப் பயன்படுத்தத் தயங்கமாட்டோம் என்று அமெரிக்கா மிரட்டுவதனால் ஏற்படக்கூடிய ஆபத்துகள் குறித்த பொதுமக்களின் விழிப்புணர்வை அதிகப்படுத்த வேண்டும்.

❒ சமூகப் பாதுகாப்பைப் பாதுகாக்க வேண்டும்

❒ ஊடகங்கள் வெகு சில பேரும் நிறுவனங்களின் கைகளில் மேலும் குவிக்கப்படுவதைத் தடை செய்ய வேண்டும்.

“மக்கள் அக்கறை அற்றவர்களாக இல்லை தனியாக எந்த தாக்கத்தையும் ஏற்படுத்த முடியாது என்பதை அவர்கள் புரிந்து வைத்திருக்கிறார்கள்” என்று மூவ்ஆன் நிர்வாக இயக்குநர் எலி பாரிசர் என்னிடம் கூறினார். “அதனால்தான் வாஷிங்டனில் இருப்பவர்களை எங்கள் கோரிக்கைகளுக்கு செவிமடுக்கச் செய்ய முடிகிறது. நாம் அனைவரும் ஒன்று சேர்ந்தால் எண்ணை நிறுவனங்கள், மருந்து நிறுவனங்கள், மற்றும் வாஷிங்டனிலுள்ள அவர்களது கூட்டாளிகளுக்கும் நமக்கும் இடையிலான ஆடுகளத்தை சமதளமாக்க முடியும். வெகு சில முக்கியமான பெரும் நிறுவனங்களின் நலனுக்காக மட்டுமின்றி அனைவரின் நலனுக்காகவும் பயன்படக் கூடிய கொள்கைகளை உருவாக்குவோம்.”

ரான், அம்னெஸ்டி, மற்றும் மூவ்ஆன் ஆகியவை போராட்டங்கள், ஊர்வலங்கள், தெரு நாடகங்கள், பதாகைகளைத் தொங்க விடுவது, பத்திரிகை விளம்பரங்கள், தலைமை நிர்வாக அதிகாரிகளுக்கு அஞ்சலட்டைகள், பங்குதாரர்களின் தீர்மானங்கள், உரைகள், பத்திரிகை ஆசிரியர்களுக்குக் கடிதங்கள், அரசியல் பிரதிநிதிகளை நேரடியாகச் சந்தித்து ஆதரவு தேடுவது, லட்சக்கணக்கானோர் கையொப்பமிடும் இணையதள மனுக்கள், மற்றும் இதர வழிமுறைகள் மூலமாக மாற்றத்தை உண்டாக்கிக் கொண்டிருக்கின்றன; தங்களது லட்சியங்கள் மீதான மக்களின் கவனத்தை ஈர்க்கின்றன; நிறுவன அதிகார வர்க்கத்தின் செயல்கள் தங்களுக்கு ஏற்புடையதாக இல்லாதபோது அதை அவர்களுக்குத் தெரிவிக்கின்றனர். பல அம்சங்களில், அவர்களது வெற்றிக்கு தங்களது ஆப்பிரிக்க - அமெரிக்க சமுதாயத்தின் தலைமைக்குக் கடன்பட்டிருக்கிறார்கள்.

வேறு எந்த தனிக் குழுவையும் விட, வன்முறையற்ற தாக்குதலுக்கு ஆப்பிரிக்க - அமெரிக்கர்களே தலைமை தாங்கியிருக்கிறார்கள். இந்த

இயக்கம் உள்நாட்டு யுத்தத்திற்கு வெகு காலம் முன்னரே துவங்கியது. தென்பகுதி கிறிஸ்துவ தலைமை மாநாடு (SCLC), வெள்ளையரல்லாத மக்களின் முன்னேற்றத்திற்கான தேசிய அமைப்பு (NACCP), மற்றும் இதர பல சிவில் உரிமை அமைப்புகளின் மூலமாக நவீன காலத்தில் தொடர்ந்து நடத்தப்படுகிறது. அமெரிக்காவில் அடிமை முறை, அதை ஒழிப்பதற்கான போராட்டங்கள், சம உரிமை பெறுவதற்கான இயக்கங்கள், அந்த அடிமைகளின் வம்சாவளியினர் கௌரவமாக நடத்தப்படுவதற்கான போராட்டங்கள் பற்றிய கதை மிகப் பெரியது; மனதை வாட்டிக் கொண்டிருப்பது; சோர்வடையச் செய்வது; மற்றும் ஊக்கமளிப்பது; ஒரே சமயத்தில் இவை எல்லாவுமாக இருக்கிறது அந்த வரலாறு. 'சிவில் ஒத்துழையாமை' இயக்கம் முன்னெடுத்துச் செல்லப்பட்ட விதம் பற்றி நம்மில் பலருக்குத் தெரியும் என்றபோதும், அதன் தலைமை நிறுவன அதிகார வர்க்கத்தை மாற்றுவதற்காக வால்ஸ்டிரீட்டையும் ஒரு கருவியாகப் பயன்படுத்தியது பற்றி நம்மில் பலருக்குத் தெரியாது. போராட்டங்களையும், பேரணிகளையும் பயன்படுத்தி ஒரு முன்னுதாரணத்தை உருவாக்கிய பெருமை மட்டுமின்றி, நிதியின் சக்தியை ஒரு நெம்புகோலாகப் பயன்படுத்திய பெருமை ஆப்பிரிக்க அமெரிக்கர்களையே சேரும். அவர்களே அந்த வழிமுறையைத் திட்டமிட்டவர்கள். மற்ற தொண்டு நிறுவனங்கள் அதைப் பின்பற்றுகின்றன.

டெக்சாகோ நிறுவனத்தின் ஊழியர்கள் இனவெறி அவதூறுகளைப் பேசுகிறார்கள் என்கிற குற்றச்சாட்டு 1996ல் வெளிப்பட்டது. டெக்சாகோவை உடனடியாகப் புறக்கணிக்குமாறு ரெவரென்ட். ஜெஸ்ஸி ஜாக்சன் அறிவித்தார். நியூயார்க் நகரின் தல தணிக்கை அதிகாரியான எச். கார்ல் மெக்ஹாலை போராட்டத்தில் பங்கேற்குமாறு அழைத்தார். "ஜெஸ்ஸி, உங்களிடம் பத்து லட்சம் பங்குகள் இருந்தால் நீங்கள் போராட்டம் நடத்த வேண்டிய தேவை இல்லை" என்று அவர் பதிலளித்தார். நியூயார்க்கின் முதலீடுகளைக் கட்டுப்படுத்தும் இடத்தில் மெக்ஹால் இருந்ததால், தன்னால் நிர்ப்பந்தம் செலுத்த முடியும் என்பதை அவர் உணர்ந்தார். டெக்சாகோ தலைவர் பீட்டர் பிஜீருக்கு சிறுபான்மை இனத்தைச் சேர்ந்த ஊழியர்கள் விஷயத்தில் அந்நிறுவனத்தின் கொள்கைகள் குறித்த தன் கவலைகளைத் தெரிவித்து அவர் ஒரு கடிதம் எழுதினார். இறுதியில், நீதிமன்றத்திற்கு வெளியே செய்து கொள்ளப்பட்ட ஒப்பந்தத்தின்படி 176 மில்லியன் டாலர்கள் கொடுத்தது; தன்னுடைய ஆப்பிரிக்க - அமெரிக்க ஊழியர்களுக்கு தாராளமான சம்பள உயர்வு அளிப்பதாகவும் உறுதி அளித்தது.

அந்த இயக்கத்தின் வெற்றி ஜாக்சனை 'வால் ஸ்டிரீட் திட்டத்தை' நிறுவச் செய்தது. பங்கு உரிமைகளைப் புதுமையாகவும், செயலூக்கமுள்ள வகையிலும் பயன்படுத்துவதற்கான ஒரு கருவியாகவும், ஆப்பிரிக்க அமெரிக்க பங்குதாரர்களின் மத்தியில் விழிப்புணர்வை உருவாக்கும் கருவியாகவும் பயன்படுத்த அதை நிறுவினார். இந்த உத்திகளைப்

பயன்படுத்தி ஜாக்சனும் அவரது சகாக்களும் கோகோகோலா, செவன் லெவன், ஷோனிஸ், கூர்ஸ் மற்றும் இதர பெரும் நிறுவனங்கள் தங்கள் கொள்கைகளை மாற்றும்படி செய்தனர்.

"ஒரு பங்குதாரராக நீங்கள் கூட்டத்திற்குச் செல்லும்போது, விவாதத்திலும், வாக்கெடுப்பிலும் கலந்து கொள்ளும் உரிமை உங்களுக்கு வந்துவிடுகிறது." ஜாக்சன் விவரித்தார். "...குத்தகைதாரர்கள் என்கிற நிலையிலிருந்து நாங்கள் பங்குதாரர்கள் என்கிற நிலைக்கு வந்துவிட்டோம்."

இந்தத் தத்துவம் மற்ற முதலீட்டாளர்களாலும் கடைப்பிடிக் கப்பட்டது. சுற்றுச்சூழலுக்கு ஆதரவான, மனித உரிமைகளுக்கு ஆதரவான கொள்கைகளைக் கடைப்பிடிக்க மறுக்கும் நிறுவனங்களுக்கு எதிரான நிலை எடுக்குமாறு சமூக பொறுப்புணர்வு மிக்க பங்குதாரர்களின் குழுக்கள் பென்ஷன் நிதி மற்றும் பரஸ்பர நிதி நிறுவனங்களின் மீது நிர்ப்பந்தம் கொண்டு வந்தனர். நான் அமெரிக்கச் சுற்றுப்பயணம் மேற்கொண்டபோது பல்வேறு நிறுவனங்களுக்கு எதிராக பல்கலைக்கழக மாணவர்கள் இயங்கியதை அடிக்கடி எதிர் கொண்டேன்; கோகோ கோலா நிறுவனம் மற்ற நாடுகளில் தன்னுடைய ஊழியர்களை மோசமாக நடத்துவதாக எழுந்த குற்றச்சாட்டுகள் பல வளாகங்களில் உள்ள மாணவர்களைக் கோபமடையச் செய்தது. கொலம்பியாவில் தொழிற்சங்கத் தலைவர்களை அச்சுறுத்தவும், கொலை செய்யவும் குள்ளநரிகளை ஏவியது என்பது அத்தகைய குற்றசாட்டுகளில் ஒன்று. 2006 ஆம் ஆண்டு ஜூலை மாதம் 'டிஐஏஏசிஆர்எப்எப் சமூகத் தேர்வு' என்கிற நிதிநிறுவனம் கோகோ கோலா நிறுவனத்தை தன்னுடைய நிதி அமைப்பிலிருந்து வெளியேற்றியது. அந்த நிறுவனம் கல்வி, மருத்துவம், கலாசாரத் துறைகளில் ஓய்வு காலத் திட்டங்களை வழங்குகிறது. அதன் தலைமை நிர்வாக அதிகாரியான ஹெர்பர்ட் அல்லிசன் கல்லூரி ஓய்வூதியப் பங்கு நிதியின் (சிஆர்ஈஎப்) வருடாந்திரக் கூட்டத்தில் இந்த அறிவிப்பை வெளியிட்டார். இது கோகோ கோலாவின் 12 லட்சம் பங்குகளை இல்லாமல் செய்வதற்கு ஒப்பாகும். கோகோ கோலா நிறுவனம் அந்நிய நாடுகளில் உள்ள தனது தொழிற்சாலைகளில் தொழிலாளர் உரிமைகளைப் போதுமான அளவு பாதுகாப்பதில்லை, சோடா தயாரிப்புகளைக் குழந்தைகளுக்கு விற்பனை செய்கிறது, மற்றும் தண்ணீர் உபயோகம் தொடர்பான சுற்றுச்சூழல் பிரச்சனைகள் ஆகிய குற்றச்சாட்டுகளின் காரணமாகவே டிஐஏஏசிஆர்ஈஎப் இந்த முடிவை எடுத்தது. (52)

அமேசானின் அடர்ந்த காடுகளுக்கு மத்தியிலுள்ள பழங்குடியினர் மத்தியில் பணியாற்றும் ஒரு தொண்டு நிறுவனம், இது போலவே நிதி ஆதாரத்தைப் பயன்படுத்தி முற்றிலும் மாறுபட்ட ஒரு அணுகுமுறையைக் கடைப்பிடிக்கிறது.

61
மூன்றாம் உலகின் கடன்களைத் தீர்ப்பது

1994ல் அமேசானுக்கு நான் மேற்கொண்ட ஆராய்ச்சிப் பயணத்தின் காரணமாக பாச்சமாமா கூட்டணி (TPA) அமைக்கப்பட்டது. அந்தப் பயணத்தின் இறுதி நாளின் போது, அமேசான் பழங்குடியினர் தங்களது நிலங்களை எண்ணை நிறுவனங்களிடமிருந்து பாதுகாத்துக் கொள்ள உதவுவதற்காக பயணத்தில் பங்கேற்றவர்கள் அவர்களுக்கு 1,18,000 டாலர்கள் நிதி வழங்கினர். என்னுடன் குவாதமாலாவிற்கு வந்திருந்த தொண்டு நிறுவனத்திற்கு நிதி திரட்டுபவரான லைனே டிவிஸ்டின் கணவர் பில் டிவிஸ்ட் கூட்டணியின் நிர்வாகப் பணியை மேற்கொள்வதற்காகத் தானே முன்வந்தார். அதன் நிர்வாகக் குழுவின் செயலூக்கமுள்ள தலைவராகவும் ஆனார். பாச்சமாமா வருடத்திற்கு 15 லட்சம் டாலர்கள் நிதி திரட்டிக் கொண்டிருந்தது. அது இருவழியிலும் தொடர்பு கொள்ளத்தக்க ரேடியோக்களையும் (வாக்கி டாக்கிகளைப் போல - மொர்), ஒரு விமானத்தையும் வாங்கியது. பூர்வகுடிகளைச் சேர்ந்தவர்கள் தங்களுக்குள் தொடர்பு கொள்ள முடியாமலும், ஒருவரையொருவர் சந்தித்துக் கொள்ள முடியாமலும் இருந்த தடையை அது போக்கியது. பூர்வகுடி மக்களின் நிலங்களை ஆக்கிரமிக்கும் எண்ணை நிறுவனங்களுக்கு எதிரான வழக்குகளை நடத்துவதற்காக அது வழக்குரைஞர்களை நியமித்தது. அமெரிக்காவிலுள்ள மக்கள் மாற்றத்தின் முகவர்களாக ஆகும் வண்ணம் பயிற்சிப் பட்டறைகளை நடத்தியது; திரைப்படங்களைத் தயாரித்தது. பின்னர் நிலைமைகளை உண்மையிலேயே அடியோடு மாற்றக்கூடிய திட்டம் ஒன்றைத் தயாரித்தது.

அமேசான் காடுகளில் நாங்கள் பணியாற்றிக் கொண்டிருந்தபோது பில் டிவிஸ்ட் ஒரு நாள் என்னிடம் கேட்டார். "இந்த மரங்கள் வெட்டுப்படாமல் பாதுகாக்க ஈக்வடாரின் அந்நியக் கடன்களை எல்லாம் நாம் தீர்த்து விட்டால் என்ன?".

பிரம்மாண்டமான காபோக் மரத்தின் அருகே கிடந்த ஒரு மரத்தின் மீது நாங்கள் அமர்ந்தோம். காபோக் மரத்தின் அடியிலிருந்து, மத்திய கால ஐரோப்பாவின் தேவாலயத்தைத் தாங்கி நிற்கும் தூண்களைப் போல, அம்மரத்தின் பருமனான வேர்கள் நிலத்தில் பதிந்திருந்தன.

மழைக்காடுகள் நம் அனைவருக்குமே அத்தியாவசியமானவை என்கிற உண்மை குறித்து உரையாடினோம். அவை கரியமில வாயுவை சுவாசிக்கின்றன, பிராண வாயுவை உற்பத்தி செய்கின்றன, புவியின் தட்ப வெப்ப நிலையின் மீது தாக்கம் ஏற்படுத்துகின்றன, புதிய நீரை உற்பத்தி செய்கின்றன, கோடிக்கணக்கான தாவர வகைகள், பிராணிகள், பூச்சிகள், பறவைகள், மீன்கள் ஆகியவற்றைக் காக்கின்றன; மற்றும் தங்களின் தாவர வகைகள் மூலம் புற்றுநோய், எய்ட்ஸ் மற்றும் இதர நோய்களைக் குணப்படுத்தவும் கூடும். நாங்கள் ஈக்வடாரின் அந்நியக் கடனைப் பற்றி விவாதித்தோம். லத்தீன் அமெரிக்காவிலேயே பெரும் கடன்களில் அதுவும் ஒன்று. 1800கோடி டாலர்கள். அந்நாட்டின் தேசிய பட்ஜெட்டைப் போல் இரு மடங்கு. அந்தக் கடனுக்கான வட்டியாகவும், தவணையாகவும் செலுத்தப்படும் தொகையால் சுகாதாரம், கல்வி, வீட்டுவசதி, மற்றும் இதர சமூக, சுற்றுச்சூழல் திட்டங்களுக்கு நிதியின்றிப் போகிறது.

வெகு சில எண்ணை நிறுவனங்கள் மற்றும் இதர தொழில் நிறுவனங்களின் லாபத்திற்காகவும், சில ஊழல் அதிகாரிகளின் ஆதாயத்திற்காகவும் பொருளாதார அடியாட்கள் செய்த வஞ்சகங்களால் ஏற்பட்டதே ஈக்வடார் நாட்டுக் கடனின் பெரும்பகுதி என்பதைச் சுட்டிக்காட்டினேன். ஈக்வடார் மக்களின் நலனைப் பலி கொடுத்து நிறுவன அதிகார வர்க்கத்தின் நலன்களுக்குச் சாதகமாகவே எப்போதும் போல் உலக வங்கி மற்றும் ஐஎம்எப்பின் கொள்கைகள் இருந்தன.

"ஈக்வடார் தன் கடன்களைத் திருப்பிச் செலுத்துவதற்கு தற்போதுள்ள ஒரே வழி தன்னுடைய கச்சா எண்ணையை நம் எண்ணை நிறுவனங்களுக்கு விற்பதுதான். அந்தப் போக்கில் மழைக்காடுகள் வல்லாங்கு செய்யப்படுகின்றன" என்று பில் குறிப்பிட்டார். பான் கேக் அளவு இருந்த ஒரு நீல நிற வண்ணத்துப் பூச்சி குறுக்கே இருந்த வெளியில் பறந்ததால் அவர் சிறிது நேரம் அமைதியாக இருந்தார். அது பில்லின் தோள் அருகே சிறிது நேரம் பறந்திருந்துவிட்டு கருஞ்சிவப்பு பிரோம்லியாட்ஸ் மலர்கள் நிறைந்த செடிகளின் பக்கம் சென்று விட்டது. "நிலையான காடுகளை ஒரு இயற்கை வளமாகப் பயன்படுத்துவதே என் திட்டமாகும். உலகைப் பொறுத்த வரையில், எண்ணையைவிட அந்தக் காடுகள் மதிப்பு மிக்கவை என்ற செய்தியைச் சொல்ல விரும்புகிறேன். அதன் கடன்கள் தீர்க்கப்பட்டால் நம் அனைவருக்கும் மிக முக்கிய ஆதாரமான காடுகளை ஈக்வடார் பாதுகாக்கும்".

"மிக அபாரமான கருத்து. ஆனால், அதற்கு ஏராளமான பணம் தேவைப்படும்" என்றேன்.

"ஆமாம்". எனக்கும் தெரியும் என்பது போல் அவர் என்னைப் பார்த்து புன்னகைத்தார். அவர் தன்னுடைய திட்டத்தில் மிகத் தீவிரமாக இருக்கிறார் என்பதை நான் புரிந்து கொண்டேன். அவர்

ஸ்டேன்போர்ட் பல்கலைக்கழக பட்டதாரி. நிர்வாக மேலாண்மை ஆலோசனைகள் வழங்குவதிலும், உபகரணங்களைக் குத்தகைக்கு விடுவதிலும், நிதிச் சேவைகள் வர்த்தகத்திலும் அவருக்கு இருந்த அனுபவம் அவரைப் பெரிதாக சிந்திக்க வைத்தது.

இந்த உரையாடல் 2001ல் நடந்தது. தன்னுடைய கருத்தை யதார்த்தமாக மாற்றுவதற்காக அவர் அடுத்த சில வருடங்கள் தன்னுடைய சக்தியைச் செலவிட்டார். 2006 ஆகஸ்டில், பாச்சமாமா கூட்டணியும், ஈக்வடார் சுற்றுச்சூழல் அமைச்சகம் மற்றும் பொருளாதாரம் மற்றும் நிதி அமைச்சகங்களும் ஒரு "பசுமைத் திட்டத்தின்" நடைமுறை சாத்தியம் பற்றிய ஆய்வு மேற்கொள்வது என்று ஒப்பந்தம் போட்டுக் கொண்டன. அப்பிராந்தியத்தின் நீடித்த வளர்ச்சிக்குத் தேவையான நிதி வழங்குவது, மழைக்காடுகளின் மதிப்பை மறு நிர்ணயம் செய்வது, தாவரங்களின் தேவையை அதிகரிக்கக் கூடிய எதிர்கால அறிவியல் கண்டுபிடிப்புகளின் பலன்களை அறிவிப்பது ஆகியவை அந்த ஒப்பந்தத்தில் உள்ளடங்கியுள்ள அம்சங்களாகும். இந்த மதிப்புகளை அளவிடுவது இயற்கை வளங்களைப் பாதுகாக்கும் விஷயத்தில் ஈக்வடார் பேரம் பேசுவதற்கு வழிவகுக்கும். உதாரணமாக, மழைக்காடுகளில் ஒரு பகுதியின் மதிப்பு 100 கோடி டாலர்கள் என்று வைத்துக் கொள்வோம்; அதை அழிக்காமல் ஆராய்ச்சிகள் மேற்கொள்வதற்கு மருத்துவம் மற்றும் இதர துறைகள் சார்ந்த ஆராய்ச்சியாளர்களை அதே 100 கோடி டாலர்கள் பெற்றுக் கொண்டு அனுமதிப்பதன் மூலம் அந்தக் காடுகளையும் பாதுகாக்கலாம்; அதனுடைய கடனும் அந்த அளவு குறையும். அந்தப் பகுதிக்குள் எண்ணை நிறுவனங்களையோ அல்லது இதர ஆபத்து மிக்க செயல்பாடுகளையோ அனுமதிக்காமல் தடுப்பதற்கு ஒரு கண்காணிப்பு முறையை உருவாக்கலாம்; அதில் கடன் கொடுத்தவர்களுக்கும், கண்காணிப்பு அமைப்புகளுக்கும் பொறுப்பு இருக்கும்.

1994-இல் நடந்த அந்த காலை உணவுச் சந்திப்பு என்கிற நிலையிலிருந்து ஈக்வடார் அரசாங்கம் மற்றும் எண்ணை நிறுவனங்களின் மீது தாக்கம் ஏற்படுத்தக் கூடிய அளவு ஒரு பெரும் சக்தியாக பாச்சமாமா கூட்டணி வளர்ந்ததை அதன் நிர்வாகக் குழு உறுப்பினராக நான் பார்த்துக் கொண்டிருந்தேன். "பசுமைத் திட்டம்தான் நம் திட்டத்தின் முதல் படி. கடன் பிரச்சனையைத் தீர்ப்பதற்கு புதிய அணுகுமுறைகளை வளர்த்தெடுக்க, நாம் மற்ற நாடுகள் தங்களது நிலத்தைச் சுரண்டப்படுவதிலிருந்து பாதுகாக்க நாம் ஒரு முன்மாதிரியை உருவாக்கிக் கொண்டிருக்கிறோம். நீடித்திருப்பதும், நியாயமானதுமான வளர்ச்சிக்குத் தேவையான நிதியளிப்பதற்கான புதுமையான அணுகுமுறையாக இதை நாம் பார்க்கிறோம்" என்று பில் என்னிடம் சமீபத்தில் கூறினார்.

இதனுடன், பாச்சமாமா கூட்டணி ஐந்து நாடுகளில் கிட்டத்தட்ட முந்நூறு உதவியாளர்களுக்குப் பயிற்சி அளித்தது. அன்றாட தேர்வுகள்

மற்றும் செயல்கள் மூலம் உலகின் மீது தாக்கம் ஏற்படுத்தும் ஆற்றலை மக்களுக்கு அளிப்பதற்காக "கனவு காண்போரை விழித்தெழச் செய்யும்" கருத்தரங்கங்கள் நடத்தினார்கள். அடுத்த சில வருடங்களில் கோடிக்கணக்கான மக்களைச் சென்றடையக் கூடிய வகையில் பல்லாயிரக்கணக்கான உதவியாளர்களைத் தயார் செய்வதுதான் இலக்கு. எதிர்காலத்திற்காக லைனே டிவிஸ்டின் தொலைநோக்கின் ஒரு பகுதிதான் இது. "மழைக்காடுகள் அழிக்கப்படுவது மற்றும் நியாயமற்ற கடன் ஆகிய அறிகுறிகளை குணப்படுத்த விரும்புகிறோம். ஆனால், நாம் நோயையும் குணப்படுத்த வேண்டும் என்பதையும் உணர்கிறோம்; பொருட்களின் மீதான மோகத்தின் அடிப்படையிலேயே உலகத்தைக் காணும் நம்முடைய கிட்டப் பார்வை" என்று லைனே என்னிடம் கூறினார்.

நாம் எதிர்கொண்டிருக்கும் நெருக்கடியின் மூல வேரைத் தாக்குவது பற்றி நானும், பில்லும், லைனேவும் அடிக்கடி விவாதித்துள்ளோம். அதைச் செய்வதற்கு நூலின் இந்தப் பகுதியின் துவக்கத்தில் எழுப்பப்பட்ட மூன்றாவது கேள்விக்கு விடை காண்பது அவசியமாகும்: நம்முடைய செயல்களை எந்தக் கோட்பாடு கொண்டு நாம் செல்லுபடியாகக் கூடியதாக ஆக்கப் போகிறோம்?

அமெரிக்க காலனி மக்கள் அனைவரையும் ஒன்றுபடுத்தக்கூடிய கோட்பாடு ஒன்று இருந்தது. அவர்கள் கொடுங்கோன்மையை எதிர்த்தார்கள்; சுதந்திரமும், உரிமையும் பெறுவது என்று அவர்கள் உறுதி கொண்டிருந்தனர். இன்றும் இவை நம்மை வழிநடத்தும் ஒளிவிளக்குகளாக இருக்கின்றன. ஆனால், இன்றைய உலகின் கருத்து ரீதியானதும், கலாசார ரீதியானதுமான பன்முகத்தன்மைகளைக் கணக்கில் கொண்டால், அனைவருக்கும் பொருந்தக் கூடியதான ஒரு லட்சியம் நமக்குத் தேவைப்படுவது போல் தோன்றுகிறது. கொடுங்கோன்மை, சுதந்திரம், உரிமை ஆகிய சொற்கள் வெவ்வேறு விதமாக வியாக்கியானம் செய்யப்படுகின்றன. இந்நூலின் முந்தைய பக்கங்களில் நாம் கண்டது போல் ஆப்பிரிக்க மக்கள் அமெரிக்காவை கொடுங்கோன்மை நாடாகக் கருதுகிறார்கள்; லத்தீன் அமெரிக்கா, ஆசியா, மத்திய கிழக்கு மக்கள் தங்கள் சுதந்திரத்தையும், உரிமைகளையும் நசுக்கும் ஆட்சிகளை ஆதரிக்கும் நாடாகக் கருதுகிறார்கள். நாம் மூன்றாவது கேள்விக்கு எப்படி பதில் அளிப்பது? நம்முடைய தார்மீக, மத, அல்லது தத்துவார்த்த விழுமியங்களை மற்றவர்கள் மீது திணிப்பதற்குப் பதிலாக புதியதும், நீடித்த பலனளிக்கக் கூடியதுமான ஒன்றை உருவாக்க விரும்புகிறோம் என்பதை எப்படி நிச்சயமாக்கப் போகிறோம்?

62
ஐந்து பொதுத்தன்மைகள்

2006ம் ஆண்டு கொலோராடோ பல்கலைக்கழகத்தில் நான் உரையாற்றிய அந்த பிரகாசமான நாளில் சாரா மெய்யூன் மற்றும் ஜோசப் பெஹறா ஆகியோர் என்னை நான் தங்கியிருந்த போல்டர் விடுதியிலிருந்து அழைத்துச் சென்றனர். நான் டென்வர் பல்கலைக்கழகத்தில் உரையாற்றுவதற்கு ஏற்பாடு செய்த மாணவர்கள் அவர்கள். சர்வதேச ஆய்வுகள் மற்றும் அரசியல் விஞ்ஞானம் பயிலும் சாரா லத்தீன் அமெரிக்கா, ஆப்பிரிக்கா மற்றும் தெற்காசியா ஆகிய பகுதிகளுக்குப் பயணம் மேற்கொண்டவர். ஜோசப் சர்வதேச ஆய்வுகளில் கவனம் மேற்கொண்டுள்ளவர்; குறிப்பாக, ஸ்பானிய மொழி மற்றும் கலை. அவர் அர்ஜெண்டினாவில் ஆறு மாதங்கள் வாழ்ந்தவர்; அங்கு மென்டோசாவில் உள்ள குயோ பல்கலைக்கழகத்தில் பயின்றார்.

நானும் ஜோசப்பும் முன் இருக்கையில் அமர்ந்திருந்தோம். சாரா பின் இருக்கையில் அமர்ந்திருந்தார். பாறைகள் பின்புலத்தில் இருக்க, டென்வரை நோக்கிய லகுவான பயணத்திற்கு நான் என்னைத் தயார்படுத்திக் கொண்டேன். அவர்களது மனங்களில் வேறு எதுவும் இதைவிட அதிகமாக இருந்திருக்க முடியாது. ஒரு பொருளாதார அடியாளாக என்னுடைய வாழ்க்கை பற்றியும், நான் செய்த காரியங்கள் குறித்து இன்று என்னுடைய அணுகுமுறைகள் பற்றியும் கேள்விகளால் என்னைத் துளைத்தெடுத்தனர். பின்னர், என்னுடைய தலைமுறை அவர்களிடம் விட்டுச் செல்லும் உலகம் பற்றி அவர்கள் என்ன நினைக்கிறார்கள் என்று நான் கேட்டேன்.

“அச்சம், பயம். எங்களைப் பொறுத்த வரை, இது உண்மையிலேயே எதுவும் மனதில் எளிதில் பதியும் பருவம். இருபது வயதில் நாங்கள் என்னவாக ஆகிறோமோ எஞ்சிய வாழ்வு முழுவதும் நாங்கள் அதுவாகவே இருப்போம் என்று உங்கள் வயதொத்தவர்கள் கூறுகின்றனர். அத்தகைய வார்த்தைகள் எங்களுக்கு அச்சமூட்டுகின்றன. அடுத்து என்ன நடக்கப் போகிறதோ என்று எங்களுக்கு ஆர்வம் அதிகமாக இருக்கிறது” என்று சாரா பதிலளித்தார்.

“எங்கள் வாழ்க்கையைத் தொடரவோ அல்லது வளரவோ நாங்கள் விரும்பவில்லை என்று அர்த்தமல்ல. பதவிக்கான போட்டியில் இறங்க நாங்கள் விரும்பவில்லை; எங்களது அடுத்த நாற்பது ஆண்டுகளைப்

பெரும் நிறுவனங்களின் பதவி ஏணியில் படிப்படியாக ஏறுவதில் கழிப்பதை நாங்கள் விரும்பவில்லை, அவ்வளவுதான்.; பணி வாழ்க்கையை மாற்றிய வண்ணம் வாழ்வின் மத்தியில் நெருக்கடியில் சிக்கிக் கொள்ள நாங்கள் விரும்பவில்லை" என்று ஜோசப் அதோடு சேர்த்துக் கூறினார்.

பின்னர் அன்று மாலை டென்வரில் உள்ள ஒரு உணவு விடுதிக்கு நாங்கள் சென்றோம்; அங்கு என்னைப் போல அறுபதுகளில் அமைதிப்படையின் தொண்டராகப் பணியாற்றிய பேராசிரியர் ராபர்ட் பிரின்ஸ் மற்றும் பல மாணவர்கள் இணைந்து கொண்டனர்; மாணவர்களைப் பொறுத்த வரையில், அவர் ஊக்கமளிக்கும் ஒரு ஆசிரியராக மட்டுமின்றி, தனது சொல்படி நடப்பவராக, மாணவர்கள் பின்பற்ற விரும்பும் ஒரு உதாரணமாக இருந்தார்.

"இந்தக் குழந்தைகளைப் பார்த்தால் எனக்கு வியப்பாக இருக்கிறது" என்று பேராசிரியர் ராப் என்னிடம் கூறினார்." உலகில் என்ன நடந்து கொண்டிருக்கிறது என்பதை அவர்கள் பார்க்கிறார்கள். அதை மாற்ற வேண்டும் என்பதில் உறுதியாக இருக்கிறார்கள். நமது கல்வி முறையின் பெரும்பகுதி அதை சீர்குலைக்க முயற்சிக்கிறது என்றும், அவர்களை வெறும் பல்சக்கரத்தின் பற்களாக ஆக்க முயற்சிக்கிறது என்றும் நான் அஞ்சுகிறேன். உங்களைப் போன்றவர்களும், என்னைப் போன்றவர்களும் அவர்களது ஆற்றல் ஆக்கப்பூர்வமான செயல்களுக்குப் பயன்பட உதவ வேண்டும். ஆகவே, பல அறிவாளிகள் பயன்படுத்தப்படுவதற்காகக் காத்திருக்கின்றனர்."

அன்று மாலை முழுவதும் மாணவர்கள் மீண்டும் மீண்டும் தாங்கள் மரபுரிமையாகப் பெறும் அமைப்பின் ஒழுங்கின்மை குறித்தே பேசினர். ரான், அம்னெஸ்டி, மூவ்ஆன், பாச்சமாமா கூட்டணி மற்றும் இதர தொண்டு நிறுவனங்கள் தங்களுக்குள் நம்பிக்கையளிப்பதாகக் கூறினர். அவர்களது உறுதியும், உணர்வும் என்னில் ஆழமான தாக்கத்தை ஏற்படுத்தின.

இரவு உணவிற்குப் பின்னர் சாரா, ஜோசப் மற்றும் எரிக் கோர்னாக்கி என்கிற நண்பர் ஆகியோர் தங்களது காரில் என்னை விடுதியில் கொண்டு வந்து விட்டனர். கொலோராடோவின் போர்ட் காலின்ஸிலுள்ள நியூ பெல்ஜியம் ப்ரூவிங் கம்பெனி என்கிற உள்ளூர் நிறுவனம் குறித்து தான் நடத்தி வரும் ஆய்வு பற்றிப் பேசினார். "எனக்கு அவர்களது பீர் பிடிக்கும் என்பதல்ல விஷயம்" என்று அவர் கமுக்கமாகச் சிரித்தார். "அவர்கள் மக்களை நடத்தும் விதம் எனக்குப் பிடித்திருக்கிறது. தொழில் எப்படி நடத்தப்பட வேண்டும் என்பதில் அவர்கள் முன்னோடிகளாக இருக்கிறார்கள்." அவர் தன் சகாவைப் பார்த்தார். "பொதுத்தன்மைகள். நல்ல நிறுவனங்களில் சில பொதுத்தன்மைகள் இருப்பதை நாங்கள் அடையாளம் கண்டுள்ளோம்" என்று அவர் எங்களைப் பார்த்துக் கூறினார்.

சாரா தொடர்ந்தார்: "ஐந்து பொதுத்தன்மைகள். சமத்துவம், வெளிப் படையான தன்மை, நம்பிக்கை, ஒத்துழைப்பு மற்றும் சம்பந்தப்பட்ட அனைவருக்கும் அபிவிருத்தி. சாராம்சத்தில், ஒரு ஜனநாயகத்தின் உள்ளடங்கிய அம்சங்கள்." தங்களுடைய வர்த்தகத் திட்டங்களில் இந்தக் கோட்பாடுகளைக் கடைப்பிடிக்கும் நிறுவனங்கள் பற்றிய தங்களது ஆய்வு பற்றி அவர்கள் என்னிடம் தெரிவித்தனர். அர்ஜெண்டினாவில் உள்ள ஓடுகள் தயாரிக்கும் தொழிற்சாலையிலிருந்து மத்திய மேற்கிலுள்ள இயற்கை உணவுக் கூட்டுறவு அமைப்புகள் வரை அவர்கள் முன்மாதிரிகளைக் கண்டனர்.

அந்த டென்வர் பல்கலைக்கழக மாணவர்கள் ஒன்றுபடுத்தும் கோட்பாடு தொடர்பான அந்த மூன்றாவது கேள்விக்கான விடையை உருவாக்கிக் கொண்டிருந்தார்கள். பின்னர் நான் முற்றிலும் எதிர்பாராத இடத்தில் இரண்டு உயர்நிலைப்பள்ளி மாணவர்கள் வந்தார்கள்; அவர்களது ஆழ்ந்த அறிவு என்னை வீழ்த்தியது.

63
வாய்ப்புகளின் காலங்கள்

2006ம் ஆண்டு சியாட்டில் நகரில் நடந்த அமைதி விரும்பும் முன்னாள் ராணுவ வீரர்களின் தேசிய மாநாட்டில் முக்கியமான துவக்க உரையாற்றுவதற்காக நான் அழைக்கப்பட்டேன். நாட்டுக்காக தங்கள் உயிரைப் பணயம் வைத்த ஆண்களும், பெண்களும் இன்று அமைதிக்காகக் குரல் கொடுப்பது ஆர்வத்தைத் தூண்டுவதாக இருந்தது. பலர் தங்களது கை கால்களை இழந்துவிட்டனர் என்பதும், உடல் ரீதியானதும், உள ரீதியானதுமான பலத்த காயங்கள் பலருக்கு ஏற்பட்டிருக்கின்றன என்பதும் எனக்குத் தெரியும். இப்போது அவர்கள் என்ன நினைத்துக் கொண்டிருக்கிறார்கள்?

உலகம் முழுவதும் உள்ள இயற்கையான ஞானம் பற்றிய எனது நண்பர் லைன் ராபர்ட்சின் நூலான "தி குட் ரிமெம்பரிங்'கின் மெய்ப்புப் பிரதியை விமானப் பயணத்தின்போது நான் வாசித்தேன். குறிப்பாக, பின்வரும் விஷயம் என்னுள் தாக்கத்தை ஏற்படுத்தியது:

வாய்ப்புகள் நிறைந்த காலங்களில் நாம் வாழ்ந்து கொண்டிருக்கிறோம். அன்றாடம் நெருக்கடிகள் பற்றிய தலைப்புச் செய்திகளைப் பத்திரிகைகளில் படிக்கும்போது நாம் திக்குமுக்காடிப் போகிறோம். எனினும், நெருக்கடிகளும் குழப்பங்களும் ஆழ்ந்த அறிவிற்கும் மற்றும் மாற்றத்திற்குமான ஆதாரமான மூலப்பொருட்களாக இருக்கக் கூடும் முன்னர் நாம் அறிந்திராத தேர்வுகளை அவை நம் மீது அடிக்கடி திணிக்கின்றன. இது போன்ற காலங்கள் மற்றவர்கள் கூறுவதைக் கவனிக்குமாறு நம்மைக் கெஞ்சுகின்றன; நமக்கு வரும் செய்திகளுக்குச் செவி மடுக்குமாறு வேண்டுகின்றன.

பெரும் நிறுவனங்களை நல்ல குடிமக்களாக இருக்கும்படி சம்மதிக்க வைக்கும், அதிகாரிகளை ஆக்கபூர்வமான நடவடிக்கைகள் எடுக்க வைக்கும் தொண்டு நிறுவனங்கள் குறித்த என்னுடைய சிந்தனையை அந்தப் பத்தி தொகுத்து வழங்கிவிட்டது. இவை உண்மையிலேயே வாய்ப்புகள் நிறைந்த காலங்கள். முன்னாள் ராணுவ வீரர்கள் இந்த நற்செய்தியைக் கேட்க வேண்டும் என்று எண்ணினேன்.

சியாட்டில் சென்றவுடன், நான் முன்னாள் ராணுவ வீரர்களுடன் ஒன்று கலந்தேன். ஒரு மாலை வரவேற்பு, ஒரு திறந்த வெளி கவியரங்கம், அவர்களின் பல்வேறு பயிற்சிப் பட்டறைகள் ஆகியவற்றில்

பங்கேற்றேன். இருபத்தியொரு ஆண்டுகள் ராணுவத்தில் பணியாற்றிய ஒரு பெண்ணுடன் பீர் அருந்தினேன். நாம் இராக் மீது இரண்டாவது முறை படையெடுத்தபோது வெறுப்படைந்து ராணுவத்தை விட்டு விலகியவர். காலிழந்த ஒருவர் ஒரு சோகப் பாடல் பாடி சக வீரர்களின் பலத்த கரகோஷத்தைப் பெற்றார். "ஜார்ஜ் புஷ்ஷும் டிக் செனியும் தங்களது ஐஸ்கிரீம் மீது எண்ணை ஊற்றி உண்பதற்காக நான் என் கால்களை இழந்தேன்."

அவர்களது ஏமாற்றத்தையும், கோபத்தையும், ஒரு தீமை இழைக்கப் படுவதற்கு தாங்கள் உதவியாக இருந்த தவறைச் சரி செய்ய அவர்கள் கொண்டிருந்த உறுதியையும் நான் உணர்ந்தேன். நான் என் உரையை எழுதிக் கொள்ளவும் இல்லை; குறிப்பெடுத்துக் கொள்ளவும் இல்லை. அதற்குப் பதிலாக நான் என் மனதில் இருப்பதை அப்படியே பேச விரும்பினேன். என்னுடைய உரையை அனைவரும் கேட்பார்கள் என்பது எனக்குத் தெரியும்; ஆனால், நான் அந்த ராணுவ வீரர்களுடன் நேரடியாகப் பேச விரும்பினேன்.

அந்தப் பரந்து விரிந்த அரங்கில் அவர்கள் முன் நின்று, அவர்களது முகங்களைப் பார்த்தவுடனேயே அவர்களுடன் ஆழமான உறவுள்ளவன் போன்றதொரு உணர்வைப் பெற்றேன். வியட்நாம் யுத்தத்தின்போது போஸ்டன் பல்கலைக்கழக மாணவனாக அவர்கள் போஸ்டன் கப்பல்படைத் தளத்தில் கப்பல்களில் ஏறுவதைத் தடுத்த அந்தக் கோபமெல்லாம் காணாமல் போய்விட்டது. பனாமா நகரத்தின் மீது அவர்கள் தீக்குண்டுகளை வீசியபோது ஏற்பட்ட கோபமும் மறைந்து விட்டது. மேடையில் நின்றபோது எனக்கு ஏற்பட்டது எல்லாம் நிறுவன அதிகார வர்க்கத்தினால் சுரண்டப்பட்ட சக மனிதர்கள் மீதான பரிவுணர்வு மட்டுமே. கடந்த காலங்களில் எங்களுக்கிடையில் கருத்து பேதங்கள் இருந்திருந்தபோதும், அவர்கள் என் சகோதரர்கள், சகோதரிகள். அவர்களும் தங்களது முட்டாள்தனத்தை உணர்ந்து இப்போது அமைதிக்காக ஒன்று சேர்ந்திருக்கிறார்கள். அமைதிக்காக ராணுவ வீரர்கள் ஒன்று திரள்கிற இந்த கருத்தாக்கம் என்னை ஆழமாகப் பாதித்தது.

அன்றிரவு நான் என்ன பேசினேன் என்கிற விவரங்களை என்னால் நினைவு கூர முடியவில்லை. லைன் ராபர்ட்டின் நூலில் கூறப்பட்டிருந்த செய்தியைப் புரிந்து கொள்ளுமாறு வலியுறுத்தினேன். நெருக்கடிகள் மாற்றத்திற்கான பாதையைத் திறந்துவிடக் கூடும் என்கிற செய்தி. புஷ் நிர்வாகத்தை மட்டும் குற்றம் சாட்ட வேண்டாம் என்று மன்றாடினேன். எந்தத் தனி அதிபரைவிடவும் நிறுவன அதிகார வர்க்கம் மிகப் பெரியது என்பதை உணருமாறு வேண்டினேன். மாற்றத்திற்காக துணிவுடன் போராடும் தொண்டு நிறுவனங்கள் பற்றிப் பேசினேன்; நாடு முழுவதும் இருந்த ஹோம் டிப்போக்களின் ஒலிபெருக்கிகளைத் தங்கள் கட்டுப்பாட்டில் கொண்டு வந்த ரான் தொண்டர் படையைப் பாராட்டினேன். தாங்கள் ராணுவச் சீருடையை அணிந்து

ஜனநாயகத்தைப் பாதுகாப்பதாக உறுதி ஏற்றபோது, அவர்கள் விரும்பிய மாதிரியான ஒரு உலகத்தை உருவாக்க முடியும் என்று அவர்கள் தங்கள் மீதும், தங்களது அமைப்பின் மீதும் நம்பிக்கை வைக்க வேண்டும் என்று யாசித்தேன். பின்னர் பல கூட்டங்களில் நான் வெளிப்படுத்திய என்னுடைய சிந்தனையை மீண்டும் என்னுள் கேட்டேன்.

"என்னுடைய பேரக்குழந்தைகள் அமைதியான, நிலையான, நீடித்திருக்கும் ஒரு உலகில் வாழ வேண்டுமெனில், ஆப்பிரிக்கா, லத்தீன் அமெரிக்கா, மத்திய கிழக்கு, மற்றும் ஆசியாவிலுள்ள ஒவ்வொரு குழந்தையும் நிலையான, அமைதியான, நீடித்திருக்கும் உலகில் வாழ வேண்டும்". இந்த முறை அந்தச் சொற்களை நான் பேசியபோது அந்த ஒன்றிணைக்கும் கோட்பாட்டின் மற்றொரு பகுதியை நான் வரையறுத்துக் கொண்டிருக்கிறேன் என்பதை உணர்ந்தேன்.

மேடையிலிருந்து இறங்கி என்னுடைய நூல்களுக்குக் கையொப்பம் இடும் மேசையை நோக்கி நான் சென்றபோது இரண்டு இளைஞர்கள் என்னை அணுகினர்.

நிகழ்ச்சி அமைப்பாளர்களில் ஒருவர் அவர்களை அகற்ற விரும்பினார். "அவரைச் சந்திப்பதற்காக ஒரு நீண்ட வரிசை காத்துக் கொண்ருப்பது உங்களுக்குத் தெரியவில்லையா?" என்று அந்தப் பெண் கேட்டார்.

ஆனால், அவர்கள் மனம் துவண்டுவிடவில்லை. அவர்கள் தங்களை ஜோயல் பிரே மற்றும் டைலர் தாம்சன் என்று அறிமுகப் படுத்திக் கெண்டனர். முதலாமவர் வாஷிங்டனின் ஒலிம்பியாவிலுள்ள ஒலிம்பியா உயர்நிலைப் பள்ளியிலும், இரண்டாமவர் சியாட்டிலில் உள்ள யுனிவர்சிட்டி பிரிப்பரேட்ரி பள்ளியிலும் இரண்டாமாண்டு பயிலும் மாணவர்கள். வாக்குமூலங்களைப் படித்ததால் செயலில் இறங்க வேண்டும் என்று தாங்கள் தீர்மானித்ததாக அவர்கள் கூறினர். கூட்டத்தின் ஊடே நாங்கள் வளைந்து வளைந்து சென்றபோது, முன்னர் அன்று மாலையில் பேரக் குழந்தைகள் பற்றி நான் பேசிய வார்த்தைகள் தன் மனதைத் தொட்டதாக அவர்களில் ஒருவர் கூறினார். "அவர்கள் என் குழந்தைகள். பேரக் குழந்தைகள் அல்ல. நாம் அனைவரும் உணர வேண்டிய மிக முக்கியமான விஷயம் அது. எல்லாக் குழந்தைகளுக்கும் எதிர்காலம் இல்லை என்றால் நம் குழந்தைகளுக்கும் எதிர்காலமில்லை".

அவர்கள் மேசைக்குப் பின்பக்கம் சுற்றி வந்து என் இருக்கையின் அருகே நின்று கொண்டனர். எல்லாப் பிரதிகளுக்கும் நான் கையெழுத்து போட்டு விட்டு, என் முழு கவனத்தையும் அவர்கள் பால் திருப்பும் வரை அவர்கள் காத்திருந்தனர்.

"குளோபல் அவேர்னஸ் மற்றும் சேஞ்ச் (GAC விழிப்புணர்வு மற்றும் மாற்றத்திற்கான உலக மன்றம்)" என்கிற அமைப்பை நாங்கள் துவக்கியிருக்கிறோம்" என்று ஜோயல் கூறினார்.

அதை இரண்டு சகோதர அமைப்புகளாக நிறுவுவதன் மூலம், நமது பள்ளிகள் மற்றும் நகரங்களுக்கு இடையில் பெரிய நிகழ்ச்சிகளை நடத்த முடியும் என்றும், அந்த வகையில் மென்மேலும் அதிகமான மக்களைச் சென்றடைய முடியும் என்றும் நாங்கள் நம்பினோம்" என்று டெய்லர் இடையே கூறினார். "சில வாரங்கள் திட்டமிட்ட பிறகு, நாங்கள் ஏற்கனவே எங்களைப் போன்ற லட்சியங்களைக் கொண்டுள்ள நூற்றுக் கணக்கான மக்களையும், அமைப்புகளையும் தொடர்பு கொண்டுள்ளோம்; அத்துடன் எங்களது பள்ளிகளில் மேலும் அதிகமான மாணவர்கள் மற்றும் ஆசிரியர்களின் ஆதரவையும் பெற்றுள்ளோம்."

"இதுவரை நாங்கள் சந்தித்த ஒவ்வொருவருமே சாதகமான பதிலை, உற்சாகமாகக் கூறியிருக்கிறார்கள். அவர்கள் அனைவரும் தங்களது பங்கை ஆற்ற வேண்டும் என்று விரும்புவது போல் தெரிகிறது. அரசியல், சுற்றுச்சூழல், சமூகவியல் மற்றும் பொருளாதாரம் தொடர்பான பல்வேறு விஷயங்களைக் கையில் எடுத்துக் கொள்வது என்று நாங்கள் தீர்மானித்திருந்தோம். ஆனால், உங்களது நூலைப் படித்த பிறகும், அல் கோரேயின் 'என் இன்கன்வீனியன்ட் ட்ரூத்' (தர்ம சங்கடமான உண்மை - மொார்) என்கிற திரைப்படத்தையும் பார்த்த பிறகும், பொருளாதாரம் மற்றும் சுற்றுச்சூழல் ஆகிய விஷயங்களில் கவனம் செலுத்த வேண்டும் என்று எண்ணினோம். அவை இரண்டும் ஒன்றுடன் ஒன்று தொடர்புள்ள விஷயங்கள்" என்று ஜோயல் அதோடு சேர்த்துக் கூறினார். "உங்களுக்கு வேலை அதிகம் என்று எங்களுக்குத் தெரியும். ஆனால், நாங்கள் என்ன செய்து கொண்டிருக்கிறோம் என்பது குறித்து உங்களுக்குத் தெரிவிக்க மின்னஞ்சல் அனுப்ப விரும்புகிறோம்'' என்ற டைலர் நான் என்னுடைய மின்னஞ்சல் முகவரியை எழுதிக் கொடுப்பதற்காக என்னிடம் ஒரு துண்டு காகிதத்தைக் கொடுத்தார்.சியாட்டிலில் இருந்து வீடு திரும்பிய பல நாட்களுக்குப் பின்னர் எனக்கு ஜோயலிடமிருந்தும், டைலரிடமிருந்தும் ஒரு மின்னஞ்சல் வந்தது.

லட்சியம் பற்றிய அறிக்கை

உலகப் பிரச்சனைகள் பற்றிய விழிப்புணர்வையும், மாற்றத்தையும் முன்னெடுத்துச் செல்வது மற்றும் அதற்கான தீர்வுகளைக் காண்பது குளோபல் அவேர்னஸ் மற்றும் சேஞ்ச் (ஜிஏசி) அமைப்பின் நோக்கமாகும். நாம் இன்று வாழும் உலகம் பல்வேறு சமூக, அரசியல், பொருளாதார, சுற்றுச்சூழல் பிரச்சனைகளைச் சந்தித்துக் கொண்டிருக்கிறது. அதனுடைய பாதிப்புகளை நாம் நம்முடைய வாழ்நாளிலேயே காண்போம். மேலும், இதற்கான ஒரு தீர்வைக் கண்டுபிடிக்க மட்டுமின்றி, அதை அமல்படுத்துவதற்கும் நம் சமுதாயத்தின் ஒவ்வொருவரின் ஆதரவையும், உதவியையும் திரட்டுவது அவசியமாகும்.

மக்களுக்கு இப்பிரச்சனைகள் குறித்த விவரங்களைப் போதிக்கும் அதே நேரத்தில் அவற்றைத் தீர்ப்பதற்காக நேரடியாகச் செயலில் இறங்குவதும் ஜிஏசியின் குறிக்கோளாகும். நாமே உருவாக்கிய பாதிப்புகளை நாம் ஒன்றாக இருந்து செயல்படுவதன் மூலமே அகற்ற முடியும். அது ஒன்றே வழி. நம்முடைய வாழும் ஆற்றலே இன்று பணயம் வைக்கப்பட்டிருக்கிறது.

இந்த உயர்நிலைப் பள்ளி மாணவர்களின் அவசரம் எனக்கு மகிழ்ச்சி அளித்தது. பரீட்சைகள், வீட்டுப் பாடம், மதிப்பெண்கள், கல்லூரியில் சேர்வது, வேலை தேடுதல் போன்ற வேலைகளைச் செய்ய வேண்டிய மன உளைச்சலைக் கொடுத்து, முக்கியமான பிரச்சனைகளில் இருந்து அவர்களின் கவனத்தைத் திசை திருப்ப முயற்சிக்கும் ஒரு கல்வி முறையால் அவர்கள் மந்தமாக்கப்பட்டிருந்தனர். தொலைக்காட்சிகள் அவர்களை மதி மயக்கவில்லை. அல்லது அவர்கள் அச்சத்தால் திகைத்துப் போய் நிற்கவில்லை.

தங்களது வாழும் ஆற்றல் பணயம் வைக்கப்பட்டிருக்கிறது என்பது அவர்களுக்குத் தெரியும். அவர்களது குழந்தைகளோ அல்லது பேரக்குழந்தைகளோ மட்டுமல்ல, என்னுடைய தலைமுறை விட்டுச் செல்லும் பயங்கரமான நிலைமையால் அவர்களே பாதிக்கப்படுவார்கள். உலகம் முழுமைக்குமானதாக இல்லாத எந்தத் தீர்வும் பயன் தராது என்பது அவர்களுக்குத் தெரியும். மேலும், தங்களால் வெற்றி பெறமுடியும் என்று அவர்கள் நம்புகிறார்கள்.

அந்த மின்னஞ்சலை மீண்டும் படித்தபோது, அந்த ஒன்றிணைக்கும் கோட்பாடு மனித சமுதாயம் முழுமையையும் உள்ளடக்கியதாக இருக்க வேண்டும் என்கிற அவர்களது வாக்கைத் தழுவியதாக இருக்க வேண்டும் என்பதை உணர்ந்தேன். தொண்டு நிறுவனங்கள் முன்வைக்கும் சமூக, பொருளாதார மற்றும் சுற்றுச்சூழல் நீதி சம்பந்தப்பட்ட கொள்கைகளை உள்ளடக்கியதாக அது இருக்க வேண்டும். டென்வர் பல்கலைக்கழக மாணவர்கள் கூறிய ஐந்து பொதுத் தன்மைகளையும் அது கணக்கில் எடுத்துக் கொள்ள வேண்டிய தேவை இருக்கிறது. குழந்தைகள் பாதுகாப்புணர்வுடனும், போஷாக்குடனும் வளர வேண்டும் என்று பெண்ணியம் வலியுறுத்துவதையும் அது மதிக்க வேண்டும். தார்மீக மற்றும் மத ரீதியான கோட்பாடுகளுக்குப் பதிலாக நடைமுறை சாத்தியமான கோட்பாடுகளை வலியுறுத்த வேண்டும்.

உண்மையிலேயே அனைத்து ஆண்கள் மற்றும் பெண்களின் விருப்பத்தையும் உள்ளடக்கிய, இன்னும் சொல்லப் போனால் உண்மையில் அனைத்து உயிரினங்களின் வாழ்வையும் உள்ளடக்கிய கோட்பாடுகளை வலியுறுத்த வேண்டும். மேலும் அது எளிமையானதாக, அனைவராலும் நினைவில் வைத்துக் கொள்ளத்தக்கதாக இருக்க வேண்டும். அந்தக் காகிதத்தின் பின்பக்கம் நான் குறிப்புகள் எழுதினேன்:

உலகெங்கும் வாழும் மக்கள் அனைவருக்கும் நிலையானதும், நீடித்திருப்பது அமைதியான உலகை உருவாக்குவது என்று உறுதி ஏற்பதுதான் ஒன்றிணைக்கும் கோட்பாடு.

அனைத்துக் குழந்தைகளுக்கும் அத்தகைய உலகு கிடைக்கவில்லை என்றால் எந்தவொரு குழந்தைக்கும் அது கிடைக்கக் கூடாது என்று எழுதுமாறு ஒரு உந்துதல் ஏற்பட்டது. எனினும், நமக்கே அது கண்கூடாகத் தெரிந்தது. எவ்வித 'பாரபட்சமும் அற்ற' என்கிற விஷயத்திலும் அப்படியே பட்டது. பின்னர் தாவரங்கள், பிராணிகள், மற்றும் சுற்றுச்சூழலை அதனுடன் சேர்த்துக் கொள்வது பற்றி யோசித்தேன்; ஆனால், நிலையானது மற்றும் நீடித்திருக்கக் கூடியது ஆகிய வார்த்தைகள் அவற்றை உள்ளடக்கியிருக்கின்றன என்று தீர்மானித்தேன். அதைச் சுருக்கமாகவும், சிக்கலற்றதாகவும் ஆக்குவதே சிறந்தது.

நிலையான, நீடித்திருக்கும் அமைதியான உலகை எங்கெங்கும் உள்ள மக்களுக்காக உருவாக்குவது என்று நாங்கள் உறுதி ஏற்றுள்ளோம்.

டென்வர் மற்றும் சியாட்டில் ஆகியவற்றிற்கு முன்பு வரை, வரலாற்றின் முக்கியமான தருணங்கள் இவை என்று நான் எண்ணிக் கொண்டிருந்தேன். கல்லூரி மாணவர்கள் மற்றும் பள்ளி மாணவர்கள், முன்னாள் ராணுவ வீரர்களைச் சந்தித்த பின்பும், தொண்டு நிறுவனங் களைச் சேர்ந்தவர்களுடன் நான் நடத்திய அனைத்து உரையாடல்களுக்குப் பின்பும், ஏகாதிபத்திய முதலாளித்துவத்தை ஜனநாயக முதலாளித்துவமாக மாற்றுவது என்கிற கருத்துகளுக்குப் பின்பும் வரலாற்றின் மிக முக்கியமான காலங்கள் இவை என்பதை உணர்ந்தேன்.

நமது சமுதாயம் தள்ளாடுகிறது என்பதும், நாம் சுரண்டப்படுகிறோம் என்பதும், ஸ்திரமின்மை மற்றும் சமத்துவமின்மை ஆகியவற்றை வைத்து நம் தலைவர்கள் செழிக்கிறார்கள் என்பதும் நமக்குத் தெரியும்; இருந்தும் நமக்கு இந்த விஷயங்கள் எல்லாம் உண்மையிலேயே தெரியுமா என்று நமக்கே சந்தேகமாக இருக்கிறது. நான் உரையாற்றும் ஒவ்வொரு முறையும் என்னைப் பார்த்துக் கேட்கப்படும் ஒரு கேள்வி நம் தயக்கத்தை சுருக்கமாக விளக்கிவிடுகிறது. அதுதான் இன்று நம் முன் இருக்கும் மிக முக்கியமான தனியொரு கேள்வி.

64
நம் காலத்தின் மிக முக்கியமான கேள்வி

“என்னுடைய கேள்வியை நான் கேட்கும் முன், நான் நீங்கள் சொல்வதை ஏற்கிறேன் என்பதைச் சொல்ல விரும்புகிறேன்“. நடுவிலிருந்த மைக்கின் முன் நின்று கொண்டிருந்த அந்தப் பெண்ணுக்கு 35 லிருந்து 45 வயதிற்குள் இருக்கும். பொன்னிறக் கூந்தலும், இனிமையான புன்னகையும் கொண்டிருந்த அவர் மெரில் ஸ்ரீப் எனும் ஹாலிவுட் நடிகையை நினைவூட்டினார். நீல நிற மேலாடையும், வெளிர் காபி நிற கால்சட்டையும் அணிந்திருந்த அவர் ஒரு ஆசிரியராகவோ, வழக்குரைஞராகவோ, கலைஞராகவோ அல்லது இல்லத்தரசியாகவோ இருக்கலாம். “உலகை மாற்ற வேண்டுமானால் நாம் பெரும் நிறுவனங்கள் தங்கள் குறிக்கோள்களை மாற்றிக் கொள்ளும்படி செய்ய வேண்டும்; சில செல்வந்தர்களுக்குச் சேவை செய்வதை விட்டு நம்மைப் போன்ற அனைவரது வாழ்வையும் மேம்படுத்துவதில் அவை கவனம் செலுத்த வேண்டும். அதே போல் சுற்றுச்சூழலையும், நாம் வாழும் சமுதாயங்களையும் பாதுகாப்பதில் அவர்கள் கவனம் செலுத்த வேண்டும். நான் முழுமையாக ஏற்றுக் கொள்கிறேன்“ என்று அவர் இனிமையாகப் புன்னகைத்தார்.

அடுத்து என்ன வரப்போகிறது என்பது எனக்கு நிச்சயமாகிவிட்டது. எப்போதும் எழுந்து கொண்டிருந்த கேள்வியை அவர் கேட்கப் போகிறார். எல்லோரையும் பிடித்தாட்டிக் கொண்டிருந்த கேள்வி அது. என்னுடைய நான்கு கேள்விகளின் பட்டியலில் கடைசிக் கேள்வி அது. நாம் எல்லோரும் விடை காண வேண்டிய கேள்வி அது.

தன் இடுப்பில் கைகளை வைத்துக் கொண்டு அகந்தையுடன் ஒரு பார்வை பார்த்தார். “ஆனால், அந்த மாற்றம் நிகழ்வதற்கு தனிப்பட்ட முறையில் நான் என்ன செய்ய வேண்டும்?“

“இதோ வந்துவிட்டது“ என்று எனக்குள் சொல்லிக் கொண்டேன். என் தொண்டையை சரி செய்து கொண்டு “நன்றி“ என்றேன்.

என்னுடைய உரையாற்றும் சுற்றுப் பயணத்தை நான் துவக்கியபோது மக்கள் இந்தக் கேள்வியை எப்போதுமே கேட்கிறார்களா என்று வியப்பாக இருந்தது. அல்லது இது ஹிட்லருக்குப் பிந்தைய, அணுகுண்டுக்குப் பிந்தைய, வியட்நாம், வாட்டர்கேட், செப்டம்பர்

11 இராக் ஆகியவற்றுக்குப் பிந்தைய யுகத்தின் தனித்துவமிக்க பண்பா? நாம் எப்போதுமே இவ்வளவு மிகச் சிறியவர்களாகவும், நாதியற்றவர் களாகவும் நம்மைப் பற்றி எண்ணிக் கொண்டிருக்கிறோமா? அல்லது இப்போது மட்டும்தானா?

இதைப் புரிந்து கொள்ள முயற்சிசெய்யும்போது, அடிக்கடி என்னுடைய தாத்தாவைப் பற்றி நினைத்துக் கொண்டேன். நியூஹாம்ப்சையரின் கிராமப்புறத்தில் பொருளாதார மந்த காலத்தில் நாற்காலிகளும் மேசைகளும் விற்கும் ஒரு சிறு கடை நடத்தி வந்தார். நான் பிறக்கும் முன்பே அவர் இறந்து விட்டார். ஆனால், அவரது புகழின் நிழலிலேயே நான் வளர்க்கப்பட்டேன். தன்னுடைய ஊழியர்களின் சம்மதமில்லாமல் அவர் எப்போதுமே முக்கியமான முடிவுகளை எடுத்ததில்லை என்று சொல்லப்படுகிறது. தன்னுடைய சமுதாயத்தின் மிகவும் ஏழ்மையான உறுப்பினர்கள் நல் வாழ்க்கை வாழாமல் தன்னுடைய குழந்தைகள் நல் வாழ்க்கை வாழ முடியாது என்று அவர் வெளிப்படையாகக் கூறினார். அதன் காரணமாக, பொருளாதார நெருக்கடியிலிருந்து அந்த மக்களை மீட்பதற்காக அவர் தன்னை அர்ப்பணித்துக் கொண்டார். அவரும் மற்ற வர்த்தகர்களும் தங்களது சேமிப்பைப் பயன்படுத்தி தரித்திரர்களின் வீடுகளையும், நிலங்களையும் அடிமாட்டு விலைக்கு வாங்குவதில்லை என்று தீர்மானித்தனர்; மாறாக, மரம் வெட்டிகள், தச்சர்கள், தெருக்களைக் கூட்டுவோர், கொல்லர்கள், தையல்காரர்கள் போன்ற வேலையற்றவர் களுக்கு வேலை கொடுக்கும் ஒரு பொருளாதாரத்தை நிர்மாணித்தனர். என்னுடைய தாத்தா ஈகை குணமுள்ளவர் என்று என்னிடம் எப்போதுமே யாராலும் வர்ணிக்கப்பட்டதில்லை. மாறாக, ஏழை விவசாயிகளின், தொழிலாளர்களின் பேரக்குழந்தைகளுடைய எதிர்காலம் பாதுகாப்பாக இருந்தால் மட்டுமே தன்னுடைய இன்னும் பிறக்காத பேரக் குழந்தைகளின் எதிர்காலம் பாதுகாப்பாக இருக்கும் என்பதைப் புரிந்து கொண்ட ஒரு புத்திசாலி என்றே அவரைப் பற்றிய கதைகள் கூறுகின்றன.

நான் என்னுடைய தந்தையைப் பற்றியும் எண்ணிப் பார்த்தேன். ஹிட்லர் ஒரு ஐரோப்பிய கொடுங்கோலன் என்று அவர் ஒதுக்கித் தள்ளியிருக்கலாம். "அவன் சில பத்து லட்சம் பேர்களைக் கொன்று விட்டான்அதனால் என்ன? நான் யூதனல்ல. நான் அட்லாண்டிக் மகாசமுத்திரத்தின் இந்தப் பக்கம் வாழ்கிறேன். நான் பாதுகாப்பாக இருக்கிறேன்". இப்படி அவர் அது பற்றி அலட்டிக் கொள்ள மலிருப்பதற்காக நியாயம் கற்பித்திருக்கலாம். அல்லது மொழி ஆசிரியர் என்கிற முறையில், மொழிபெயர்ப்பாளர்களுக்குப் பயிற்சி அளிக்கும் பாதுகாப்பான வேலை பார்க்கப் போயிருக்கலாம். மாறாக, அவர் கப்பல் படையில் தானாக முன்வந்து சேர்ந்தார். அட்லாண்டிக்கைக் கடக்கும் வர்த்தக எண்ணைக் கப்பல்களில் இருக்கும் ஆயுதப்படைக்குத் தலைமை தாங்கினார். மிக மிக ஆபத்தான வேலை.

பெண்களுக்கு வாக்குரிமை கோரிய பெண்கள், தொழிற்சங்கத் தலைவர்கள், சிவில் உரிமைத் தொண்டர்கள், வியட்நாம் யுத்த எதிர்ப்பாளர்கள், துப்பாக்கிகளுக்குள் மலர்க் கொத்துகளைச் செருகிய இளம் பெண்கள், மாஸ்கோவிலும் பீஜிங்கிலும் டாங்கிகளை மறித்து தரையில் படுத்துக் கொண்ட மாணவர்கள் ஆகியோரைப் பற்றி எண்ணிப் பார்த்தேன். அவை முன் எப்போதோ நடந்தவை போல் இருந்தன. எனினும் அவற்றில் பல இயக்கங்கள் என்னுடைய இளமைக் காலத்தில் நடந்தவை.

அது என்னைத் தற்காலம் பற்றி சிந்திக்கத் தூண்டியது. ஓரேகான் (அமெரிக்காவிலுள்ள ஒரு மாகாணம் - மொர்) காடுகளில் புல்டோசர்களை மறித்து அவற்றின் முன்பு தரையில் படுத்துக் கொண்ட ஆண்கள் மற்றும் பெண்கள், தங்களது நிலங்களிலிருந்து தங்களை வெளியேற்ற முயற்சித்த பெரும் நிறுவன கூலிப்படையினருக்கு எதிராக ஒரு தடுப்புச் சுவர் போல் தங்களை சங்கலியாகப் பிணைத்துக் கொண்ட கொலம்பிய விவசாயிகள், தொழிலாளர்களைக் கசக்கிப் பிழியும் தொழிற்சாலைகளி தயாரிக்கப்பட்ட சீருடைகளை அணிந்து விளையாட மறுத்த விளையாட்டு வீரர்கள், பாடல்கள் பாடிய வண்ணம் கட்டடங்களின் மீது ஏறி பதாகைகளைத் தொங்க விடுகிறவர்கள், கவிதை எழுதுவோர், சுற்றுச்சூழல் அக்கறை கொண்ட, சமூகப் பொறுப்புணர்வு உள்ள கூட்டுறவு நிறுவனங்கள் அல்லது உள்ளூர் வர்த்தகர்களுக்குச் சொந்தமான கடைகளில் மட்டுமே பொருட்களை வாங்குகிறவர்கள், மற்றும் என் மகளைப் போல நல்ல ஊதியம் கிடைக்கும் பெரும் நிறுவன வேலைகளை விட்டுவிட்டு, பணத்தை விடவும் உயர்ந்த ஊதியம் தரும் நல்ல நோக்கங்களுக்காகவும் வாழ்க்கை முறைகளுக்காகவும் தங்களை அர்ப்பணித்துக் கொண்டவர்களைப் பற்றி எண்ணிப் பார்த்தேன். அவர்கள் இதையெல்லாம் இன்று செய்து கொண்டிருக்கிறார்கள்.

வான் நீல நிற மேலாடையும், வெளிர் காபி நிற கால்சட்டையும் அணிந்திருந்த பொன்னிறக் கூந்தலுடைய அந்தப் பெண்ணுக்கு நான் பதிலளித்தேன். "உங்களுக்குத் தெரியுமா, அந்தக் கேள்வியை நான் பல முறை கேள்விப்பட்டு விட்டேன். ஏன் அதை நான் கேள்விப்படுகிறேன் என்பது எனக்கு நிச்சயமாகத் தெரியாது.

தன்னை ஒரு ஜனநாயக நாடு என்று பெருமைப்பட்டுக் கொள்ளும் ஒரு நாட்டில் நீங்களும் நானும் வாழ்கிறோம். நடவடிக்கை எடுப்பது குறித்து சொல்ல வேண்டுமானால், தயவு செய்து நீங்கள் தனியாக இருப்பதாக எண்ணிக் கொள்ளாதீர்கள்". என் தாத்தா மற்றும் தந்தை ஆகியோரின் கதைகளைக் கூறினேன். கூட்டத்தில் இருந்தவர்களைப் பார்த்தேன். "உங்களில் எவ்வளவு பேர் இந்தப் பெண்ணின் கேள்வியை ஏற்கிறீர்கள்? நிலைமையை மேம்படுத்துவதற்கு நாம் என்ன செய்ய வேண்டும் என்று தெரிந்து கொள்ள உங்களில் எவ்வளவு பேர் விரும்புகிறீர்கள்?"

அந்த அறை உயர்ந்த கரங்களின் காடாக ஆனது. நான் அந்தப் பெண்ணின் பக்கம் திரும்பினேன். அவர் நிம்மதியாகத் தலையசைத்தார். "நாம் ஏன் சக்தியற்றவர்களாக நம்மை எண்ணிக் கொள்கிறோம்?" அந்தப் பெண்ணைக் கேட்டேன். "ஒரு குறிப்பு சொல்கிறேன். நம்முடைய சக்தியை நம்மிடமிருந்து பறித்துக் கொள்ள நிறுவன அதிகார வர்க்கத்திற்கு ஒத்துழைப்பவர் ஒருவர் இருக்கிறார்".

அவரது புருவங்கள் சுருங்கின. பின்னர் அவர் மெரில் ஸ்ரீப் போல் புன்னகைத்தார். "நாம்தான்". "சரி. நாம் அனுமதிக்கவில்லை எனில் அவர்களால் நம் சக்தியை எடுத்துக் கொள்ள முடியாது"

அவர் மைக்கிலிருந்து விலகி நகரத் துவங்கினார். ஆனால், மனம் மாறி நல்ல வேலை செய்தார். "எனவே, நான் மீண்டும் கேட்கிறேன். நான் என்ன செய்ய முடியும்?" என்று மென்மையான புன்னகையுடன் கேட்டார். "உங்களது சக்தியைத் திரும்ப எடுத்துக் கொள்ளுங்கள். உங்களுக்குத் தெரிந்த ஒவ்வொருவரையும் அதையே செய்யச் சொல்லுங்கள்". அவரையும் மற்ற பார்வையாளர்களையும் பார்த்தேன். "இந்தப் பிரச்சனை பெரியது; பெரும் நிறுவனங்களும், அரசாங்கமும் பலம் மிக்கவை. எனவே என்னால் தாக்குப் பிடிக்க முடியாது என்று நீங்கள் கூறினீர்களென்றால், அது நீங்கள் செய்ய வேண்டிய வேலையைச் செய்வதைத் தவிர்க்கிறீர்கள் என்று பொருள்." அது அவர்களது மனதிற்குள் இறங்கட்டும் என்று மௌனமாக இருந்தேன். "நல்லவேளை, 1770-களில் நமது முன்னோர்கள் 'ஓ, இங்கிலாந்து மன்னர் மிகவும் சக்தி வாய்ந்தவர்......அவருக்கு எதிராக நான் எதுவும் செய்ய முடியாது என்று சொல்லவில்லை".

நான் ஏற்கனவே வேறு பலரிடம் கூறியது போல என்னுடைய இந்தப் பார்வையாளர்களிடமும் கூறினேன். நம்முடைய தேசத்தந்தைகள் மற்றும் தாய்மார்கள் ஒவ்வொருவரும் தங்கள் தலைக்கு சுருக்கு வைத்துக் கொண்டனர். வரலாற்றின் மிகவும் சக்தி வாய்ந்த பேரரசை அவர்கள் எதிர்த்து நின்றார்கள். அந்தப் பேரரசு அவர்களது சொந்த அரசாங்கமாக இருந்தது.

மன்னராட்சியின் பார்வையில் அவர்கள் தேசத்துரோகிகள், பயங்கரவாதிகள்; அவர்கள் தூக்கிலிடப்பட்டார்கள். இன்று நாம் அவர்களது வீரத்தை மதிக்கிறோம்; ஹிட்லரைத் தடுத்து நிறுத்திய என்னுடைய தந்தையின், அவரது தலைமுறையைச் சேர்ந்த மற்றவர்களின் வீரத்தையும் மதிக்கிறோம். அவர்களது பெருந்தன்மையையும், தியாகத்திற்கு அவர்கள் தயாராக இருந்ததையும் நாம் மதிக்கிறோம்.

நாமும் துணிச்சல் மிக்கவர்களாக இருக்க வேண்டும். நாமும் பெருந்தன்மை உள்ளவர்களாக இருக்க வேண்டும். வைரங்களுக்கும், தங்கத்திற்கும், மடிக்கணினிகளுக்கும், செல்போன்களுக்கும் அதிக விலை கொடுக்கத் தயாராக இருக்க வேண்டும்; சுரங்கப்

பணியாளர்களுக்கு நியாயமான ஊதியமும், சுகாதார நலனும், காப்பீடும் கிடைக்க வேண்டும் என்று வலியுறுத்த வேண்டும். தொழிலாளர்களைக் கசக்கிப் பிழியாமல் அவர்களை நல்ல விதமாக நடத்தும் தொழிற்சாலைகளில் தயாரிக்கப்பட்ட பொருட்களுக்குக் கூடுதல் விலை கொடுக்கத் தயாராக இருக்க வேண்டும். நாம் சிறியதும், பெட்ரோல் குறைவாகச் செலவழிக்கும் கார்களைப் பயன்படுத்த வேண்டும்; ஒட்டு மொத்த எரிபொருள் பயன்பாட்டையும், பொதுவான நுகர்வையும் நாம் வெட்டிச் சுருக்க வேண்டும்; இயற்கைச் சூழலையும், அவற்றில் வாழும் உயிரினங்களையும் நாம் பாதுகாக்க வேண்டும். நாம் செய்யும் ஒவ்வொரு செயலும், நாம் வாங்கும் ஒவ்வொரு பொருளும் மற்ற மனிதர்களையும், அவர்கள் வாழும் இடங்களையும் பாதிக்கிறது என்கிற விழிப்புணர்வை ஏற்படுத்த வேண்டியது அவசியமாகும்; இன்று நம் அனைவரின் வாழ்க்கை முறைகள் நம் குழந்தைகளின், பேரக்குழந்தைகளின் எதிர்காலத்தைத் தீர்மானிக்கின்றன என்கிற விழிப்புணர்வை ஏற்படுத்த வேண்டியது அவசியமாகும்.

நமக்கு முன்னால் கடந்து சென்றவர்களைப் போல, நாம் தியாகங்களுக்குத் தயாராக இருக்க வேண்டும்; குறைந்த பட்சம் நமது முன்னோர்கள் விட்டுச் சென்ற அளவேனும் நல்லதாக இருக்கும் ஒரு உலகை நம் வம்சத்தவருக்கு விட்டுச் செல்வதை உறுதிப்படுத்துவதற்காக, அவசியமென்றால், உயிர்த் தியாகத்திற்கும் தயாராக இருக்க வேண்டும்.

தனிநபர்கள் முக்கியமானவர்கள். ‘அ’ நிறுவனத் தயாரிப்பையோ அல்லது ‘ஆ’ நிறுவனத் தயாரிப்பையோ வாங்கும் நேரம் தவிர மற்ற நேரங்களில் தனிநபர்கள் பொருட்படுத்தத் தக்கவர்கள் அல்ல என்று நம்மை நம்ப வைக்க நிறுவன அதிகார வர்க்கம் ஒவ்வொரு ஆண்டும் கோடிக்கணக்கான டாலர்களைச் செலவிடுகிறது என்பதை மறப்பது எளிது. ஆனால், மக்கள் மீது தாக்கத்தை ஏற்படுத்துகிறார்கள் என்பது நம் அனைவருக்கும் புரியும். ரான், அம்னெஸ்டி, தி பாச்சமாமா கூட்டணி, மூவ்ஆன் மற்றும் இதர அமைப்புகளை நினைத்துப் பாருங்கள். உங்கள் மீது தனிப்பட்ட முறையில் தாக்கத்தை ஏற்படுத்தியவர்களை நினைவு கூருங்கள்.

நியூ ஹாம்ப்சையரின் கிராமப்புறத்தில் வளர்ந்தபோது, நாட்டின் தென்பகுதியில் சில இடங்களில் ஆப்பிரிக்க-அமெரிக்கர்கள் பஸ்களின் பின்பக்கம் தொற்றிக் கொண்டுதான் செல்ல வேண்டும் என்கிற நிலைமை இருப்பது பற்றி ரோசா பார்க்ஸ் என்கிற பெண்மணி எனக்குத் தெரியப்படுத்தும் வரை எனக்கு அதுபற்றி ஒன்றும் தெரியாது.

ஏராளமான விஷச்செடிகள் நம் வீட்டைச் சுற்றி வளர்கின்றன; அந்தச் செடிகளை அழிக்க நாம் தெளிக்கும் மருந்து மீன்கள், பறவைகள், அணில்கள் மற்றும் எண்ணற்ற இதர உயிரினங் களைக் கொல்கின்றது என்பதை ராச்செல் கார்சன் ‘சைலன்ட் ஸ்பிரிங்’ என்கிற

நூலை எழுதுகிறவரை நாம் அறியாதவர்களாக இருந்தோம். அந்த நூல் உலக சுற்றுச் சூழல் இயக்கமாகப் பெரும் வளர்ச்சி பெற்றது. யூஜென் மெக்கார்த்தி மற்றொரு இயக்கத்தைத் தொடங்கினார். அரசியல் இயக்கமான அது நாட்டின் சக்தி மிக்க அதிபர்களில் ஒருவரான லிண்டன் ஜான்சனை வீழ்த்தியது. மெக்கார்த்தி எப்போதுமே அதிபராகவில்லை.

ஆனால், வியட்நாம் யுத்தத்தை முடிவிற்குக் கொண்டு வந்ததற்காகப் பெரிதும் பாராட்டப்படுகிறார். கோரெட்டாவும், ஜூனியர் மார்ட்டின் லூதர் கிங்கும் கனவுகளின் ஆற்றலைப் பற்றி நமக்கு கற்பித்தனர்; அவர்கள் நிறவெறித் தடைகளை இங்கு மட்டுமின்றி தென் ஆப்பிரிக்காவிலும், மற்ற பல இடங்களிலும் உடைத்தெறிந்தனர். சுதந்திரப் பிரகடனத்தில் கூறப்பட்டிருக்கும் கோட்பாடுகள் மீது ஆழமான மரியாதையை என் தந்தை என்னுள் உருவாக்கினார். என்னுடைய உயர்நிலைப்பள்ளி பத்திரிகைக்குத் தலையங்கம் எழுதுமாறு என் தாய் எனக்கு ஊக்கமளித்தார். பேச்சுப் போட்டிகளில் பங்கேற்பதற்காக நான் ஒத்திகை பார்க்கும்போது மணிக்கணக்கில் என் பேச்சை அவர் கேட்பார். என்னுடைய பெற்றோர் எனக்கு ஊக்கம் அளிக்கா திருந்தால், நான் இந்த நூலை எழுதிக் கொண்டிருக்க மாட்டேன்.

அன்று இரவு என்னுடைய பார்வையாளர்களுக்கு இவற்றை நான் ஒப்பித்தேன். பின்னர், மைக்கருகே வந்து, இப்போது தன் இருக்கையில் அமர்ந்திருந்த அந்தப் பெண்ணைப் பார்த்தேன். “நீங்கள் வேலை பார்க்கிறீர்களா?” என்று கேட்டேன். ஆமாம் என்று தலையசைத்தார். “என்ன வேலை என்று சொல்ல விரும்புகிறீர்களா?”

“நான் ஒரு ஆசிரியர்” “மிகச் சிறப்பானதொரு பொறுப்பு” என்றேன். “நான் மூன்றாம் படிவம் படித்தபோது திருமிகு. ஸ்னாரெ என்பவர் எனக்கு ஆசிரியராக இருந்தார். பள்ளியில் இருந்த முரடனை எதிர்த்து நிற்கும் ஆற்றலை அவர் எனக்கு வழங்கினார். பின்னர் என்னுடைய நம்பிக்கைகளையும், என் உடலையும் எப்படி பாதுகாத்துக் கொள்வது என்று அவர் எனக்கு போதித்தார்.

உயர்நிலைப் பள்ளியில் இரண்டாம் ஆண்டு படித்துக் கொண்டிருந்த போது ரிச்சர்ட் டேவிஸ் என்றொரு ஆங்கில ஆசிரியர் இருந்தார். உண்மையிலேயே கத்தி முனையைவிட பேனா முனை வலிமையானது என்கிற கருத்தை அவர் என்னுள் விதைத்தார்; ஒரு வருடத்திற்குப் பிறகு, என்னுடைய வரலாற்று ஆசிரியர் ஜாக் உட்பெர்ரி வழங்கிய நூல்கள், சக்தி மிக்கவர்கள் பலவீனமானவர்களும் கூட என்பதை எனக்கு உணர்த்தின. ‘பேரரசர்களும் மனிதர்கள்தான். உன்னுடையதையும் என்னுடையதையும் போல, அவர்களது மனங்களும் உடையும். அவர்களுக்கும் ரத்தம் வரும். அவர்களை வழிக்குக் கொண்டு வரலாம் அல்லது வீழ்த்திவிடலாம்‘ என்று அவர் சொல்வார்.”

அந்தப் பெண் மீண்டும் மைக்கை நோக்கி மெல்ல நடந்து வந்தார். முன்வரிசையில் இருந்தவர் தலைவணங்கி தன் இடத்தை அவருக்கு விட்டுக் கொடுத்தார். "எனக்கு அது தெரியும் என்று நினைக்கிறேன். ஆனால், சில நேரங்களில் மறப்பது சுலபம் போல் தோன்றுகிறது. இனி இல்லை. நான் ஒரு ஆசிரியர். நான் இப்போது உண்மையிலேயே கற்பிப்பேன்"

65
இந்நாளே நன்னாள்

இன்றைய நாட்களில் சூத்திரங்கள் போன்ற தீர்வுகளையே கேட்க ஆசைப்படுகிறோம். நிறுவன அதிகார வர்க்கம் அதைத்தான் நமக்கு போதித்திருக்கிறது. போடப்பட்ட கோடுகளைப் பின்பற்றுங்கள். தலைவலி வந்தால் ஒரு வெள்ளை மாத்திரை சாப்பிடுங்கள்; வயிற்றெரிச்சல் வந்தால் இளஞ்சிவப்பு மாத்திரை. எப்போதும் அதிகாரத்தைக் கேள்வி கேட்காதீர்கள். ஆசிரியருக்கு எல்லாக் கேள்விகளுக்கும் விடை தெரியும். அல்லது பாதிரியார், அரசியல்வாதி, முதலாளி, தலைமை நிர்வாக அதிகாரி, அதிபர்.

சூத்திரங்கள் போன்ற தீர்வுகள். எழுதிக் கொடுக்கப்பட்டவற்றை இம்மி பிசகாமல் பின்பற்றுவது, விதிமுறைகளிலிருந்து விலகிச் செல்வதால் என்ன நடக்குமோ என்கிற படபடப்பு போன்ற முன்நிர்ணயிக்கப்பட்ட எதிர்வினைகள் நம்மை ஆழமான சிக்கலுக்குள் தள்ளிவிட்டன. அறிவியல் சார்ந்த, விவேகமுள்ள சமுதாயம் என்று நம்மை நாமே புகழ்ந்து கொள்ளலாம்; தீர்வுகள் தன்னிடம் மட்டுமே இருக்கிறது என்று பேரரசர் கூறுவதை நாம் அப்படியே ஏற்றுக் கொள்கிறோம் என்பதுதான் சோகமான உண்மை. அது பொய்.

என்னுடைய நண்பர் ஒருவருக்கு சமீபத்தில் தீவிரமான மாரடைப்பு ஏற்பட்டது. மூன்று பைபாஸ் அறுவை சிகிச்சைகளுக்குப் பின்னர், 'என்னுடைய உணவுப்பழக்கம்தான் காரணம் என்பதை மருத்துவ விஞ் ஞானத்தால் நிரூபிக்க முடியாது; ஆனால், உண்மையிலேயே அதற்கான சாத்தியக் கூறு இருக்கிறது என்று தெரிவித்தார்கள். நான் என் உணவுப் பழக்கத்தை மாற்றிவிட்டேன்' என்று அவர் கூறினார். உலக அளவில் நாம் அது போன்றதொரு நிலையில் இருக்கின்றோம். மனிதர்களால் உருவாக்கப்பட்ட கரியமில வாயுவினால்தான் பூமியின் தட்பவெப்ப நிலையில் மாற்றம் ஏற்பட்டிருக்கிறது என்பதற்கு முழுமையான ஆதாரம் வேண்டும் என்று நம் அரசாங்கம் வலியுறுத்துகிற காலம் இது. முழுமையான ஆதாரம் யாரிடமிருந்து?

வரலாறு நெடுகிலும் இன்று நாம் பூஜிக்கும் ஆண்களும் பெண்களும் இருக்கும் நிலைமையை மாற்ற வேண்டும் என்று கோரியிருக்கிறார்கள். கலிலியோ, ஜோன் ஆப் ஆர்க், மோல்லி ஸ்டார்க், தாமஸ் எடிசன், ஜோனாஸ் சால்க், ஹெலன் கெல்லர், காந்தி, மற்றும் தலாய் லாமா போன்றவர்களை நாம் பாராட்டுகிறோம்.

இவர்கள் அனைவரும் வெறும் மக்களே என்பதை நாம் நினைவில் வைத்துக் கொள்வது மிக முக்கியம். உங்களையும் என்னையும் போன்ற தனிநபர்களே அவர்கள். அச்சமும் துணிவும், மகிழ்ச்சியும் துயரமும் அவர்கள் அறிவார்கள். அவர்கள் அசாதாரணமான சாதனைகள் புரிந்திருக்கக் கூடும். ஆனால், சமயங்களில் தாண்ட முடியாததாகத் தோன்றிய தடைகளை அவர்கள் ஒவ்வொருவரும் சந்தித்திருக்கிறார்கள். அவர்கள் சோதனை செய்தார்கள்; பாதுகாத்தார்கள்; வெற்றி பெற்றார்கள் (என்று நாம் இப்போது கூறலாம்).

சூத்திரம் போன்ற தீர்வுகள் எதுவும் இல்லை; ஆனால், நமக்கு உற்சாகம் அளிக்கக் கூடிய ஆண்களும் பெண்களும் ஏராளமாக இருக்கிறார்கள். அவர்கள் இந்நூலின் பக்கங்களில் நிறைந்திருக்கிறார்கள்: சூடான் நாட்டைச் சேர்ந்த ஒரு சகோதரர் மற்றும் சகோதரியிலிருந்து தன்னுடைய நாட்டின் அதிபராக உயர்ந்த ஒரு பூர்வகுடி மனிதர் வரை; அமைதிப்படை தொண்டர்கள் முதல் தொண்டு நிறுவனங்களை நிறுவியவர்கள் வரை; உயர்நிலைப் பள்ளி மாணவர்களிலிருந்து கல்லூரிப் பேராசிரியர்கள் வரை; எழுத்தாளர்களிலிருந்து திரைப்படங்களை உருவாக்குகிறவர்கள் வரை; தங்களது அண்டை வீட்டுக்காரர்களிடம் உரையாடுகிறவர்களும், உள்ளூர் வானொலி நிலையத்தைப் பயன்படுத்துகிறவர்களும் அதில் அடங்குவார்கள். சுற்றிலும் பாருங்கள். அவர்கள் எங்கெங்கும் இருக்கிறார்கள். கண்ணாடியில் பாருங்கள். நீங்களும் அவர்களில் ஒருவர்தான்.

உங்களால் மாற்றத்தைக் கொண்டு வர முடியும். ஒவ்வொரு நாளும். ஏதேனும் ஒரு வகையில் நீங்கள் உங்களைச் சுற்றியிருப்பவர்கள் மீது தாக்கத்தை ஏற்படுத்துகிறீர்கள். அதைப் பற்றி அறிந்தவராக நீங்கள் இருப்பது முக்கியம். பின்னர் அதைத் தன்னுணர்வுடன் தொடர்ந்து செய்ய வேண்டும். இந்த உலகை சிறந்த இடமாக மாற்றும் ஆக்கப்பூர்வமான வழியில் செயல்பட வேண்டும். எங்கெங்கும் உள்ள அனைவருக்கும் நிலையான, நீடித்திருக்கும், அமைதியான உலகை உருவாக்குவதற்காக ஒவ்வொரு நாளும் உறுதி ஏற்றுக் கொள்ளுங்கள்.

"நமது செயல்பாடுகளின் பாதை எப்படி இருக்க வேண்டும் என்று நான் வரைந்து காட்ட வேண்டும் என்று நீங்கள் விரும்பினீர்கள் என்றால், நீங்கள் நிறுவன அதிகார வர்க்கம் என்ன செய்கிறதோ அதையே நானும் செய்ய வேண்டும் என்கிறீர்கள். உங்களுக்கு அது தேவையில்லை. உங்களுக்கென்று விருப்பங்களும், திறமைகளும் இருக்கின்றன; அவை என்னுடையவற்றிலிருந்து வேறுபட்டவை. எனினும், நாம் சில நடவடிக்கைகள் எடுக்க முடியும். இவை நாம் அனைவரும் அறிந்த சாதாரணமான விஷயங்கள். அவற்றில் எவ்வளவு செய்ய முடியுமோ அவ்வளவு செய்வது நமக்கு மகிழ்ச்சியளிக்கும்; நீடித்திருக்கக் கூடிய எதிர்காலத்தை நோக்கி நம்மை அழைத்துச் செல்லும்" என்று நான் என் கூட்டங்களில் கலந்து கொள்வோரிடம் கூறுவேன். சில எடுத்துக்காட்டுகள்:

செய்ய வேண்டியவை

❒ சிறு சிறு மருத்துவ சிகிச்சைகள் எடுத்துக் கொள்ள வேண்டிய நேரங்களில் அதற்குப் பதிலாக, நடைபயிற்சி மேற்கொள்ளுங்கள், தியானம் செய்யுங்கள், நூல்களை வாசியுங்கள் அல்லது வேறு ஏதாவது தீர்வுகளைக் கண்டுபிடியுங்கள்.

❒ உங்களுக்கு அவசியம் தேவையான பொருட்களை மட்டும் தன்னுணர்வுடன் வாங்குங்கள்; எந்தப் பொருட்கள் சட்டப்பூர்வமான உற்பத்தி முறைகளைப் பயன்படுத்தி தயாரிக்கப்பட்டிருக்கின்றதோ, அதன் மூலப் பொருட்களும், அவை பாக்கிங் செய்யப்பட்டிருக்கும் விதமும் உயிர்களை ஆதரிக்கக் கூடியதாகவும் நீடிக்கும் தன்மை உள்ளனவாகவும் இருக்கின்றதோ அவற்றை வாங்குங்கள்.

❒ உங்களிடம் இருக்கும் அனைத்தையும் எவ்வளவு அதிகமான காலம் பயன்படுத்த முடியுமோ அவ்வளவு அதிக காலம் பயன்படுத்துங்கள்.

❒ மொத்தமாகவும், விலை குறைவாகவும் உள்ள கடைகளில் பொருட்களை வாங்குங்கள்; அங்கு அனைத்துமே மறுசுழற்சிக்குப் பயன்படுத்தப்படுவதாகவும் இருக்க வேண்டும்.

❒ சுதந்திர வர்த்தக ஒப்பந்தங்களுக்கும், தொழிலாளர்களைக் கசக்கிப் பிழியும் தொழிற்சாலைகளுக்கும் எதிர்ப்பு தெரிவியுங்கள்.

❒ தொழிலாளர்களைக் கடுமையாகச் சுரண்டும், சுற்றுச்சூழலை நாசம் செய்யும் மான்சாட்டோ, எக்சான்மொபில், அடிடாஸ், போர்ட், ஜெனரல் எலக்டிரிக், கோகோ கோலா, வால் மார்ட் மற்றும் அவை போன்ற இதர நிறுவனங்களிடமிருந்து ஏன் பொருட்களை வாங்க மறுக்கிறோம் என்று அவர்களுக்கே கடிதம் எழுதுங்கள்.

❒ ரான், அம்னெஸ்டி இன்டர்நேஷனல், மற்றும் இதர தொண்டு நிறுவனங்களோடு ஒத்துழைக்கும் ஹோம் டிப்போ, கிங்கோஸ், சிட்டி கார்ப்பரேஷன், ஸ்டார் பக்ஸ், ஹோல் புட்ஸ், மற்றும் அவை போன்ற நிறுவனங்களைப் பாராட்டிக் கடிதம் எழுதுங்கள்.

❒ பெட்ரோல் மற்றும் எரிவாயு நுகர்வைக் குறைத்துக் கொள்ளுங்கள்.

❒ உங்கள் கார், வீடு, அலமாரி, மற்றும் உங்கள் வாழ்க்கையில் உள்ள அனைத்தையும் சிறியதாக சுருக்கிக் கொள்ளுங்கள்.

❒ நியாயமான கோரிக்கைகளை முன்னெடுத்துச் செல்லும் லாப நோக்கமற்ற அமைப்புகள், வானொலி நிலையங்கள், மற்றும் இதர அமைப்புகளுக்கு நன்கொடை அனுப்புங்கள்.

❒ உங்களது நேரம் மற்றும் ஆற்றலை அந்நிறுவனங்களின் செயல்பாடுகளுக்காகத் தன்னார்வத்துடன் பயன்படுத்துங்கள்.

- உள்ளூர் வர்த்தகர்களை ஆதரியுங்கள்.
- உள்ளூர் விவசாயிகள், உற்பத்தியாளர்கள், மற்றும் விநியோகஸ்தர்களிடமிருந்து பொருட்களை வாங்குமாறு கடைகளுக்கு உற்சாகமளியுங்கள்.
- உள்ளூர் விவசாய சந்தைகளில் பொருட்களை வாங்குங்கள்.
- குழாய் நீரைப் பருகுங்கள். (தேவையென்றால் அதன் மூலம் நீர் நிறுவனங்களை இன்னும் உத்தமமாகச் செயல்படச் செய்யுங்கள்; ஆனால், பாட்டிலில் அடைக்கப்பட்ட நீர் வாங்குவதைத் தவிர்த்து விடுங்கள்)
- பள்ளி அமைப்புகளுக்கும், ஆணையங்களுக்கும், அரசியல் அமைப்புகளுக்கும் அறிவாற்றல் மிக்கவர்களைத் தேர்ந்தெடுங்கள்; நல்ல சட்டங்களை ஆதரியுங்கள்.
- பொறுப்புகளுக்கான தேர்தல்களில் போட்டியிடுங்கள்.
- உங்களது பணத்தைப் பயன்படுத்தும் வங்கிகள், ஓய்வூதிய நிதியங்கள், பரஸ்பர நிதிகள், நிறுவனங்கள் சமூகப் பொறுப்புடனும், சுற்றுச்சூழல் பொறுப்புடனும் முதலீடு செய்ய வேண்டும் என்று வலியுறுத்துங்கள்.
- வாய்ப்பு கிடைக்கும் போதெல்லாம் அமைப்புகளின் கூட்டங்களில் வெளிப்படையாகப் பேசுங்கள்.
- தேனீ வளர்ப்பது, நெசவு நெய்வது, டென்னிஸ் ஆடுவது அல்லது வேறு எதுவானாலும் உங்களுக்குப் பிடித்தமான விஷயங்கள் பற்றி உங்களது உள்ளூர் பள்ளிகளில் தன்னார்வத்துடன் பேசுங்கள்; மாணவர்களை அறைகூவி அழைக்கவும், அவர்களுக்கு விழிப்புணர்வு ஏற்படுத்தவும் அந்த வாய்ப்பைப் பயன்படுத்திக் கொள்ளுங்கள்.
- சூழல் மாசினால் ஏற்படும் பாதிப்பின் மதிப்பு, மோசமான பணி நிலைமைகள், பொது மானியங்கள், பெரும் நிறுவனங்களுக்கு அளிக்கப்படும் விதிவிலக்குகள், மற்றும் இதர சுற்றுச்சூழல், சமூகம், மற்றும் அரசியல் சார்ந்த அம்சங்கள் போன்ற நாம் வாங்கும் பொருட்கள் மற்றும் பெறும் சேவைகளின் கட்டணத்தில் சேர்த்துக் கொள்ளப்பட வேண்டிய, ஆனால் சேர்க்கப்படாத புற அம்சங்கள் பற்றி விவாதியுங்கள். (54ம் அத்தியாயத்தில் இது பற்றி கூறப்பட்டுள்ளது). இந்த உண்மையான செலவுகளுக்கு நாம் விலை கொடுக்க மறுத்தோமானால் நாம் எதிர்காலத் தலைமுறைகளைக் கொள்ளையடிப்பதாக அர்த்தம் என்பதை மக்களுக்கு உணர்த்துங்கள்.
- இத்தகைய புற அம்சங்கள் மீது வரி விதிப்பதை ஊக்குவியுங்கள். பெட்ரோல், ஆடைகள், மின்சாரம் இன்ன பிறவற்றிற்கு அதிக விலை ஆகும். அந்த விலை வித்தியாசம் சமூகரீதியான மற்றும் சுற்றுச்சூழல் ரீதியான தவறுகளைச் சரி செய்ய பயன்படுத்தப்பட வேண்டும்.

❒ உள்ளூர் நூலகங்கள், புத்தக விற்பனை நிலையங்கள், தேவாலயங்கள், மன்றங்களில் வாசகர் வட்டங்களை உருவாக்குங்கள்.

❒ இந்தப் பட்டியலை விரிவாக்குங்கள்; உங்களுக்குத் தெரிந்த ஒவ்வொருவருடனும் அதைப் பகிர்ந்து கொள்ளுங்கள்.

மேற்குறிப்பிடப்பட்டுள்ள அனைத்து விஷயங்களும் அரசியல் தலைவர்களையும், பெரும் நிறுவனங்களையும் பாதிக்கக் கூடியவை. நமது பூமியின் மீது இந்தப் பேரரசு கொண்டிருக்கும் இறுக்கமான பிடியிலிருந்து நம்மை விடுவித்துக் கொள்ள வேண்டுமானால், பேரரசின் ஏழாவது பண்பான அதிகாரத்தை, பேரரசரிடமிருந்து, அதாவது நிறுவன அதிகார வர்க்கத்திடமிருந்து அகற்ற வேண்டும். அவர்கள் நம்மைக் கட்டுப்படுத்துவதற்காகப் பயன்படுத்தும் வாகனங்களான பெரும் நிறுவனங்களை மாற்றுவதன் மூலம் மட்டுமே நாம் நம் குழந்தைகளுக்காக விட்டுச் செல்ல விரும்பும் உலகை உருவாக்குவதில் நாம் வெற்றி பெற முடியும். பெரும் நிறுவனங்கள் நல்ல குடிமக்களாக ஆக வேண்டும் என்றும், ஏகாதிபத்திய முறையில் செயல்படுவதை அவை தவிர்க்க வேண்டும் என்றும், மாறாக ஜனநாயகத்தின் விதிகளை அவை கடைப்பிடிக்க வேண்டும் என்றும் கோருவது நமது உரிமையும், கடமையுமாகும்.

நமது அமைப்புகளை நிர்வகிக்கும் பொறுப்புகளில் உள்ளவர்கள் நிலையான, நீடித்திருக்கும் அமைதியான உலகை உருவாக்குவதற்காக தங்களை அர்ப்பணித்துக் கொள்ள வேண்டும் என்கிற எச்சரிக்கையை அனுப்புகிற வகையில் உங்களது செயல்பாடுகள் இருக்கட்டும்; உங்கள் பணத்தை நீங்கள் செலவழிக்கும் விதம் மற்றும் நீங்கள் வாக்களிக்கும் விதம்.

“நான் வாங்கும் டீ ஷர்ட்டுக்கு கூடுதல் விலை கொடுக்கச் சொல்கிறீர்களா? வால் மார்ட்டில் எதுவும் வாங்க வேண்டாம் என்கிறீர்களா? எங்கு தொழிற்சங்கங்கள் விலைகளை அதிகப்படுத்து கின்றனவோ அங்கு பொருட்களை வாங்க வேண்டும் என்கிறீர்களா?“. இவை என்னிடம் அடிக்கடி கேட்கப்படும் கேள்விகள். அவற்றைத் தொடர்ந்து “நான் கடுமையாக உழைக்கிறேன். எனக்குக் குழந்தைகள் இருக்கின்றன. என்னால் அத்தகைய தியாகங்கள் செய்ய முடியாது“ என்றும் கூறுவார்கள்.

“உங்களது குழந்தைகளின் எதிர்காலத்தைத் தியாகம் செய்து விடாதீர்கள் என்றுதான் நான் உங்களைக் கேட்கிறேன்” என்று நான் பதிலளிப்பேன். “சமூகரீதியாகவும், சுற்றுச்சூழல் ரீதியாகவும் பொறுப் புணர்வுள்ள நிறுவனங்களால் தயாரிக்கப்பட்ட பொருட்களைத்தான் நீங்கள் வாங்குகிறீர்கள் என்பதை உறுதிப்படுத்திக் கொள்ளுங்கள். வால்மார்ட் அந்தத் தகுதியை இன்னும் பெறவில்லை. அவசியம் என்றால் நீங்கள் அணியும் டீ ஷர்ட்டுகளின் எண்ணிக்கையைக் குறைத்துக் கொள்ளுங்கள். அவற்றை நீண்ட காலம் பயன்படுத்துங்கள். தொழிலாளர்களைக் கசக்கிப் பிழியும் தொழிற்சாலைகளில்

தயாரிக்கப்பட்ட பொருட்களுக்கும் நீங்கள் சில சமயம் அதிக விலை கொடுக்கிறீர்கள் என்பதை நினைவில் வையுங்கள். நைக்கி தயாரிப்புகள் விலை மலிவானவை அல்ல. நல்ல நிறுவனங்களை நீங்கள் ஏன் ஆதரிக்கிறீர்கள் என்பதையும், கெட்ட நிறுவனங்களை நீங்கள் ஏன் ஆதரிக்க மறுக்கிறீர்கள் என்பதையும் அந்தந்த நிறுவனங்கள் தெரிந்து கொள்வதை உறுதி செய்யுங்கள்."

கடைசியாகச் சொன்ன விஷயம் மிக மிக முக்கியம். நமது புவிக்கோளமெங்கும் ஒரு புதிய செய்தியைப் பரப்புவதற்கு நாம் ஒன்றிணைந்து செயல்பட வேண்டும்; நமது செயல்களின் தாக்கத்திற்கு உள்ளானவர்கள் அனைவரும் நாம் ஏன் அப்படிச் செய்தோம் என்கிற காரணத்தைத் தெரிந்து கொள்ள வேண்டும், நமது உணர்வுகளைப் புரிந்து கொள்ள வேண்டும். நிறுவன அதிகார வர்க்கம் வஞ்சகத்திலும், ரகசியத்திலும் செழிக்கிறது. அவர்களது பொய்களை நாம் அம்பலப்படுத்த வேண்டும்.

அரசியல் படுகொலைகள் மற்றும் ஊழல் பற்றி இந்நூலின் முற்பகுதியில் நீங்கள் படித்த கதைகளை எண்ணிப் பாருங்கள்; உங்களை மயிர்க்கூச்செரியச் செய்த கதைகள். நீங்கள் தன்னுணர்வுடன் வாழவில்லை என்றால், தன்னுணர்வுடன் பொருட்களை வாங்கவில்லை என்றால் இத்தகைய கதைகள் தொடர்ந்து வந்து கொண்டிருப்பதை நீங்கள் உறுதி செய்கிறீர்கள் என்று அர்த்தம். நீங்கள் பொருளாதார அடியாட்களையும், குள்ளநரிகளையும் ஆதரிக்கிறீர்கள் என்று அர்த்தம்.

நியூ ஹாம்ப்சையரில் வளர்ந்து கொண்டிருந்த சிறுவனாக இருந்தபோது, நான் 1700 களில் பிறந்திருக்க வேண்டும் என்று விரும்பியிருக்கிறேன்; ஏனெனில், நான் புரட்சியில் பங்கேற்றிருக்க முடியும். இப்போது நான் இன்று வாழ்ந்து கொண்டிருப்பதற்காக நன்றியுள்ளவனாக இருக்கிறேன். நானும் நீங்களும் நமது தேசம் இதுவரை சந்தித்திராத மிகப் பெரும் சாகசம் புரிய கிளம்பியிருக்கிறோம் என்பதும், ஒரு வேளை உலக வரலாறு கண்டுள்ள சாகசங்களில் மிகவும் கிளர்ச்சி ஊட்டக் கூடிய சாகசங்களில் ஒன்றைப் புரிய கிளம்பியிருக்கிறோம்.

குறிப்பாக, ஐம்பது வயதைத் தாண்டியவர்களிடம் நான் வேண்டிக் கொள்வது ஒன்றுதான். "வேலை போய்விடுமோ என்று உங்களில் பலர் கவலைப்பட வேண்டியதில்லை. உங்களது குழந்தைகள் கூடுகளைவிட்டு வெளியே வந்து விட்டனர். ஆகவே, நீங்கள் உண்மையிலேயே சாதிக்க வேண்டிய வயது இது. வெளியே எழுந்து வாருங்கள். இளைஞர்களுக்கு வழி காட்டுங்கள். நிறுவனங்களின் தலைமையில் இருப்போரை உலுக்கி எடுங்கள். செயல்படுங்கள் அதை அனுபவியுங்கள்".

இளைஞர்களுக்கு நான் சொல்வது இதுதான்: "உங்களில் சிலர் பெரும் நிறுவனங்களில் பணியாற்றலாம். உள்ளிருந்தே நீங்கள்

மாற்றத்தைக் கொண்டு வரலாம். மற்றவர்கள் ஊழல்வாதிகளாக்கப் படுவார்கள் என்பதால் அவர்கள் வெளியிலிருந்தே செயல்படலாம். தொண்டு நிறுவனங்களிலோ அல்லது அவை போன்ற அமைப்புகளிலோ செயல்படலாம். உங்களுக்கு எது சிறந்தது என்று உங்களுக்கு மட்டுமே தெரியும். எல்லாவற்றிற்கும் மேலாக, உங்களது வீடு எவ்வளவு பெரியது என்பதை வைத்தோ, அல்லது கார்கள், படகுகளாலோ வெற்றி வரையறுக்கப்படுவதில்லை; உங்களைப் பற்றி உங்களுக்கே நல்லுணர்வு ஏற்படும்போதே வெற்றி வருகிறது."

ஒவ்வொருவரும் செயல்படும் அமைப்புகளில் சேர வேண்டும் என்று நான் ஊக்கப்படுத்துகிறேன். அமெரிக்கப் புரட்சியின் போது 'உரிமைகளின் குழந்தைகளைப் போல' நமது வரலாறு முழுவதும் நடந்த மக்கள் இயக்கங்களே நமது ஜனநாயகத்தின் அடிப்படையாக இருக்கின்றன. இன்று போல் அவை முன் எப்போதும் இவ்வளவு அவசியமானவையாக இருந்ததில்லை. அமைப்புகளின் பட்டியல் 'ஏ' மற்றும் 'பி' பின்னிணைப்புகளில் கொடுக்கப்பட்டுள்ளன. உங்களது ஆழமான உணர்வுகளை வெளிப்படுத்தும் சொற்களை இணையதளத்தில் தேடுவதன் மூலம் மற்ற அமைப்புகளைக் கண்டறிய முடியும்; அவற்றில் எது உங்கள் மனதை மிகவும் கவர்கிறது என்பதைத் தேர்ந்தெடுத்துக் கொள்ளுங்கள். அவர்களது மின்னஞ்சல் பிரச்சாரத்தில், பேரணிகளில், ஆர்ப்பாட்டங்களில் கலந்து கொள்ளுங்கள்; பத்து டாலரோ, பத்தாயிரம் டாலரோ நன்கொடை வழங்குங்கள்; தொலைபேசி அழைப்புகளுக்கு தன்னார்வத் துடன் பதிலளியுங்கள்; அல்லது வெறுமனே உறுப்பினர் பட்டியலில் உங்கள் பெயர்களைச் சேர்த்துக் கொள்ளுங்கள்; மேலும் அதிகமாகத் தெரிந்து கொள்ள வேண்டும் என்று உறுதி கொள்ளுங்கள்.

நிலையான, நீடித்திருக்கும், அமைதியான உலகிற்குத் தேவையான அனைத்து வளங்களும் நம்மிடம் இருக்கின்றன. நிறுவன அதிகார வர்க்கம் அவற்றை நமக்காக வழங்கியிருக்கின்றது. கல்வி, தகவல் தொடர்பு, நிதி மற்றும் போக்குவரத்து கட்டமைப்புகள், கனிம வளங்கள் மற்றும் இதர வளங்கள், மற்றும் அறிவியல் தகவல்கள், தொழில்நுட்ப முன்னேற்றங்கள் ஆகிய அனைத்தும் நமக்கு சேவை செய்வதற்காகவே இங்கு இருக்கின்றன. எதிர்காலக் குழந்தைகளைப் பட்டினி மற்றும் பிணிச் சாவிலிருந்து நம்மால் காப்பாற்ற முடியும்; அடிப்படை வசதிகளை வழங்க முடியும்; பணக்காரர்களுக்கும் ஏழைகளுக்கும் இடையிலான இடைவெளியைக் குறைக்க முடியும்; மற்றும் பெரும் நிறுவனங்கள் தாங்கள் செயல்படும் பகுதிகளிலுள்ள மக்கள் சமுதாயங்களுக்குச் செலுத்த வேண்டிய பங்கைச் செலுத்துவதை நாம் உறுதிப்படுத்த முடியும். ஆனால், இதற்கெல்லாம் மிக முக்கியமான தேவை என்னவென்றால் நானும் நீங்களும் எழுந்து நிற்க வேண்டும்; உரத்துக் குரல் கொடுக்க வேண்டும்.

வஞ்சகம் மற்றும் ரகசியம் ஆகியவற்றோடு நிறுவன அதிகார வர்க்கம் சோம்பேறித்தனத்தாலும் திளைக்கிறது. அது நாம்

எல்லாவற்றையும் சகித்துக் கொள்ள வேண்டும் என்று எதிர்பார்க்கிறது; அதன் விளம்பரங்களை வேதங்களென ஏற்றுக் கொள்ள வேண்டும் என்றும், தன்னுணர்வின்றி பொருட்களை வாங்க வேண்டும் என்றும், நம் பூமியை அது தொடர்ந்து அழிக்க அனுமதிக்க வேண்டும் என்றும் எதிர்பார்க்கிறது. நாம் ஒவ்வொருவரும் நம்மை உலுக்கிக் கொண்டு எழ வேண்டும். வெறுப்பாலும், துன்பத்தாலும் சீரழிக்கப்படாத ஒரு உலகை, யுத்தம் மற்றும் பயங்கரவாதத்தால் நாசமாக்கப்படாத ஒரு உலகை நம்முடைய குழந்தைகளும், பேரக்குழந்தைகளும், மருமகன்களும் மருமகள்களும் பெற வேண்டுமானால் செயலில் இறங்குவது ஒன்றே வழி.

உங்களிடம் தனிப்பட்ட முறையில் ஏராளமான ஆற்றல் உள்ளது; உங்களது உணர்வுகள் எழுச்சி கொள்வதை நீங்கள் அனுமதிக்க வேண்டியது அவசியமாகும்; அவற்றை உங்களது திறமைகளுக்கு வலு சேர்க்கும் வகையில் முறைப்படுத்துவதும், செயலில் இறங்குவதும் அவசியமாகும். எந்தப் பாதையைத் தேர்ந்தெடுப்பது என்கிற முடிவு உங்கள் இதயத்திலிருந்து வர வேண்டும்; மற்ற எவரின் உத்தரவிலிருந்தும் வரக் கூடாது. நீங்கள் செய்ய வேண்டியதெல்லாம் முன்னால் ஒரு அடி எடுத்து வைப்பதுதான்.

நான் நம்பிக்கைவாதியா? நிச்சயமாக. ஆயிரக்கணக்கான அமைப்புகள் மாற்றத்தைத் தூண்டிவிடுவதையும், ஒரு நல்ல காரியம் செய்வதற்கு ஏதேனும் ஒரு காரணத்திற்காகக் காத்திருக்கும் பெரும் நிறுவனங்களுள் ஊழியர்களையும், நல்ல நோக்கங்களுக்காக தங்களது நேரத்தையும், பணத்தையும் அளிக்கும் வெளி உலகத்தால் அறியப்படாத லட்சக்கணக்கான நாயகர்களையும் பற்றி அறிந்தவனாக நான் இருக்கும்போது எப்படி நம்பிக்கைவாதியாக இல்லாமல் இருக்க முடியும்? என்னிடமும் உங்களிடமும் இருக்கும் ஆற்றலைப் பற்றித் தெரிந்து கொண்டுள்ள நான் எப்படி நம்பிக்கைவாதியாக அன்றி வேறு மாதிரி இருக்க முடியும்?

கடந்த நூறு ஆண்டுகளாக அமெரிக்கர்களாகிய நாம் முன்னேற்றத் திற்காக நம்மைப் பணயம் வைத்துள்ளோம். நாம் மிகப் பெரும் நகரங் களை மனங்கண்டோம்.

அங்கு குதிரைகளுக்குப் பதிலாக மோட்டார் வாகனங்கள் இருக்கும்; மின்சாரம் நம் வீடுகளுக்கு விளக்கேற்றும்; பிரம்மாண்டமான தொழிற்சாலைகளை இயக்கும்; பனிக்காலத்திலும் கூட அன்று விளைந்த பொருட்களை அனுபவிக்க முடியும். இந்த லட்சியத்தையும், இது போன்றவற்றையும் அடையும் நோக்கத்தோடு ஒவ்வொரு நாளும் நமக்கிடப்பட்ட கடமைகளை நிறைவேற்றும் பணியில் நாம் நம்மை ஈடுபடுத்திக் கொண்டோம்.

நாம் நமது கனவுகளைப் பற்றிப் பேசினோம்; அவற்றின் மேன்மையை விளக்கி நூல்கள் எழுதினோம், திரைப்படங்கள் மற்றும் தொலைக்காட்சி நிகழ்ச்சிகள் தயாரித்தோம். இந்த நடைமுறையில்

இணைந்து கொள்ளுமாறு நாம் ஒவ்வொருவரையும் உற்சாகப்படுத் தினோம். அதிலேயே மூழ்கிப் போன நாம் வெகு சிலர் நம்மையும், நம் உலகத்தையும் சுரண்ட அனுமதித்துவிட்டோம். அவர்கள் பேரரசை நிர்மாணிப்பது பற்றி கனவு கண்டார்கள். தங்களது ஊடக வலைப்பின்னல்களைப் பயன்படுத்தி பேரரசு என்பது ஒரு ஜனநாயகம் என்று நம்மை நம்ப வைத்தனர்; அது ஒடுக்கப்பட்ட மக்களின் நலனுக்கானது என்றும், ஆரோக்கியமான பூமியை வளர்ப்பது என்றும் நம்மை நம்ப வைத்தனர். நம் கவனத்திற்கு வராமலேயே நுணுக்கமான முறையில் நமது தொலை நோக்கு ஒரு கொடுங்கனவாக மாற்றப் பட்டுவிட்டது.

நாமே அது நிகழ அனுமதித்தோம் என்பதால் நம்மால் அதை மாற்ற முடியும். நமது உண்மையான நோக்கம் என்னவெனில், வறுமையின் பிடியிலிருந்து நம்மை விடுவித்துக் கொண்டு, ஆரோக்கியமாகவும், கௌரவமாகவும் வாழ்வது பற்றியது என்பதை நாம் இப்போது உணர்கிறோம். குதிரைகளும், சுகாதார வசதியற்ற கட்டடங்களும் நிறைந்த தெருக்களின் மாசிலிருந்து நம்மை விடுவித்துக் கொள்ள விரும்பியும், கூடுதல் வசதிகளுக்கும், சத்தான உணவுக்கும் ஆசைப்பட்டும் நம்முடைய தேவைகளைப் பூர்த்தி செய்பவை போல் தோன்றிய கண்ணோட்டங்களைத் தழுவினோம். அவை சிறிது காலம் மட்டுமே நம் தேவைகளைப் பூர்த்தி செய்தன. சுயநலமும், நாசம் விளைவிப்பதுமான வழிமுறைகளைக் கடைப்பிடிக்கும்படி நாம் நிறுவன அதிகார வர்க்கத்தால் ஏமாற்றப்பட்டுவிட்டோம் என்பதை இப்போது காண்கிறோம். அவர்கள் நம் மீது திணித்த நோக்கங்கள் பல நூறு கோடி மக்களை ஒதுக்கி வைத்தன; வாழ்விடங்களையும், அவற்றில் வாழும் உயிரினங்களையும் சேதப்படுத்தின; அவை நம்மை மிரட்டுகின்றன; நம் குழந்தைகளை மிரட்டுகின்றன; நாமறிந்த இந்த பூமியின் இருப்பையே ஆபத்துக்குள்ளாக்குகின்றன.

இந்த நூலின் முன்னுரையில் விவரிக்கப்பட்டதைப் போல நமது தேசம் ஒரு பேரரசிற்கான ஏழு பண்புகளையும் வெளிப்படுத்துகின்றது. நமது நோக்கம் இதுவல்ல. நாம் விரும்பியதும் இதுவல்ல. மாறாக, இது நம்முடைய மிக அடிப்படையான நம்பிக்கைகளுக்கு எதிரானதாகும். நமது நவீன நகரங்களும், கார்களும், தொழிற்சாலைகளும், சூப்பர் மார்க்கெட்டுகளும் வழங்கும் பொருட்களின் நுகர்வையும், வசதிகளையும் விட மிக முக்கியமான ஒன்றை நாம் விரும்புகிறோம். நமது கனவு வாழ்வு பற்றியது. அது அமைதி, ஸ்திரத்தன்மை, மற்றும் நீடித்திருக்கும் பூமி ஆகியவற்றை அனுபவிப்பது பற்றியது; நம்மால் போற்றப்படும் லட்சியங்களை நம் குழந்தைகளிடம் வழங்கிச் செல்வதற்காக பெரியவர்கள் தங்களை அர்ப்பணித்துக் கொண்டுள்ளது பற்றியது அந்தக் கனவு.

மனிதர்களாகிய நாம் உருவாக்கிய பிரச்சனை மற்றும் அதற்கான தீர்வு ஆகிய இரண்டின் சாரத்தையும் அந்தக் குழந்தைகளில் ஒன்று

சமீபத்தில் அடையாளம் கண்டது. 2006ம் ஆண்டு மசாசுசெட்சின் ஹாட்லியில் உள்ள ஹார்ட்ஸ்புரூக் உயர்நிலைப் பள்ளியில் நான் ஆற்றிய பட்டமளிப்பு விழா உரையை அங்கு முதலாமாண்டு படித்துக் கொண்டிருந்த சாய்ரே அலைன் ஹெர்ரிக் என்கிற மாணவி கேட்டார். அடுத்த இலையுதிர்காலத்தில் அவர் பின்வரும் கட்டுரையை எழுதினார்:

"நான் இரண்டாம் படிவம் படித்துக் கொண்டிருந்தபோது ஒரு வரைபடத்தில் முழு உலகத்தையும் முதல் முறையாகப் பார்த்தேன். கடல் நீல நிறமாகவும், தேசங்கள் மஞ்சள், பச்சை, இளஞ்சிவப்பு வண்ணங்களிலும் இருந்தன. இந்தக் கோளத்தை இவ்விதம் பார்ப்பது மக்களின் கண்ணோட்டங்களை நூற்றுக்கணக்கான வருடங்களாக உருவாக்கி வருகின்றது.

"ஒரே ஒரு முறை என்னுடைய சொந்தக் கண்ணோட்டம் தவிர வேறு எந்த மனிதக் கண்ணோட்டமும் இன்றி நான் பார்க்க விரும்புகிறேன். ஒரு விண்கலத்தின் சன்னலில் இருந்து பார்த்தால் தெரியுமே, இருண்ட வெளியில் அந்தரத்தில் தொங்கிக் கொண்டு, அப்படிப் பார்க்க விரும்பினேன். வரைபடங்களில் அச்சிடப்பட்டுள்ள எல்லைகளும், பெயர்களும் நம்முடைய சிருஷ்டியே என்பதைக் காண விரும்புகிறேன். மனிதர்களால் உருவாக்கப்பட்ட நம்மைப் பிரிக்கும் எல்லைகளின் நிலையற்ற தன்மையைப் புரிந்து கொள்வதன் மூலம் நாம் இந்தப் பூமியில் உண்மையிலேயே ஒன்றாக இருக்கின்றோம் என்பதை வெளிப்படுத்த முடியும்.

"உண்மை என்று எது நமக்கு காட்டப்பட்டிருக்கிறதோ அல்லது சொல்லப்பட்டிருக்கிறதோ அது நம்முடன் என்றென்றும் இருக்கக் கூடும். எனினும், உருவாகி வரும் ஒரு உலக சமுதாயம் என்கிற வகையில் நம்முடைய பணி, மிகவும் அடிப்படையான முன்முடிவுகளை எடுப்பது என்றும், அவை என்னவாக இருக்கின்றனவோ அதாகவே அவற்றைப் பார்ப்பது என்றும், நம் மீதான அவற்றின் தாக்கத்தை உணர்வது என்றும் நான் நினைக்கிறேன். அதற்குப் பின்னரே, எதிர்காலத் தலைமுறைகள் வாழ்வதற்கு அவசியமான நடவடிக்கைகளை நாம் எடுக்க முடியும்."

அந்த நடவடிக்கைகளை நாம் எடுக்க வேண்டிய நேரம் வந்துவிட்டது. ஒரு புதிய நோக்கத்தை அடைவதற்குத் தேவையான அனைத்தையும் நாம் பெற்றுவிட்டோம். அனைத்து வளங்களும், வலைப்பின்னல்களும், அமைப்புகளும் உரிய இடத்தில் இருக்கின்றன. சமீபத்திய வருடங்களில் நமக்கு மனோதிடமும் இருக்கிறது என்பதையும் கண்டுவிட்டோம். உங்களிடமும் என்னிடமும் தேவையான கருவிகள் இருக்கின்றன.

உண்மையிலேயே உலகை மாற்றும் பணியைத் துவங்க வேண்டிய நாள் இந்நாளே!